கூட்டுவிழிகள் கொண்ட மனிதன்

கூட்டுவிழிகள் கொண்ட மனிதன்

யுவன் சந்திரசேகர் (பி. 1961)

மொழிபெயர்ப்பாளர்

பிறந்தது மதுரை மாவட்டம் சோழவந்தானுக்கருகிலுள்ள கரட்டுப்பட்டி என்ற சிறு கிராமத்தில். வசிப்பது சென்னையில். பாரத ஸ்டேட் வங்கியில் பணிபுரிந்து விருப்ப ஓய்வு பெற்றிருக்கிறார்.

மின்னஞ்சல்: writeryuvan@gmail.com

டேரில் ஸ்டெர்க்
ஆங்கில மொழிபெயர்ப்பாளர்

தைவானிய மொழியிலிருந்து எண்ணற்ற சிறுகதைகளை மொழி பெயர்த்தவர். தைவான் தேசியப் பல்கலைக்கழகத்தில், மொழிபெயப்பு மற்றும் விளக்கமுரைத்தல் தொடர்பான பட்டப்படிப்பில் மொழிபெயர்ப்பு பற்றி கற்பிக்கிறார்.

வு மிங்-யி

சுட்டுவிழிகள் கொண்ட மனிதன்

ஆங்கிலத்திலிருந்து தமிழில்

யுவன் சந்திரசேகர்

காலச்சுவடு பதிப்பகம்

● **அன்பார்ந்த வாசகருக்கு,**

வணக்கம்.

காலச்சுவடு நூலை வாங்கியமைக்கு நன்றி.

நூலின் உள்ளடக்கம், உருவாக்கம், அட்டைப்படம் இன்ன பிற அம்சங்கள் பற்றிய உங்கள் கருத்துகளையும் ஆலோசனைகளையும் காலச்சுவடு வரவேற்கிறது. தகவல், எழுத்து, வாக்கியப் பிழைகள் தென்பட்டால் கட்டாயம் தெரிவித்து உதவுங்கள். நூல் தயாரிப்பில் கடும் குறைபாடு இருப்பின் மாற்றுப் பிரதி உங்களுக்குக் கிடைக்கக் காலச்சுவடு ஏற்பாடு செய்யும்.

மின்னஞ்சல்: **publisher@kalachuvadu.com**

காலச்சுவடு நாகர்கோவில் தலைமையகத்துக்கும் கடிதம் அனுப்பலாம்.

தங்கள்
எஸ்.ஆர். சுந்தரம் (கண்ணன்)
பதிப்பாளர் – நிர்வாக இயக்குநர்

Copyright © 2011 by Wu Ming-Yi
Published by agreement with The Grayhawk Agency.

First Published in Taiwan with the title *Fuyanren* in 2011

Sponsored by Ministry of Culture, Republic of China (Taiwan)

கூட்டுவிழிகள் கொண்ட மனிதன் ❖ நாவல் ❖ ஆசிரியர்: வு மிங்–யி ❖ ஆங்கிலத்தில்: டேரில் ஸ்டெர்க் ❖ ஆங்கிலத்திலிருந்து தமிழில்: யுவன் சந்திரசேகர் ❖ மொழிபெயர்ப்பு © ஆர். சந்திரசேகரன் ❖ முதல் (குறும்) பதிப்பு: அக்டோபர் 2019, மூன்றாம் பதிப்பு: மார்ச் 2021 ❖ வெளியீடு: காலச்சுவடு பப்ளிகேஷன்ஸ் (பி) லிட்., 669, கே.பி. சாலை, நாகர்கோவில் 629001

KuuTTuvizhikaL koNTa manitan ❖ Novel ❖ Author: Wu Ming-Yi ❖ Derryl Sterk (English) ❖ Tamil Translation from English by Yuvan Chandrasekar ❖ Translation © R. Chandrasekaran ❖ Language: Tamil ❖ First (Short) Edition: October 2019, Third Edition: March 2021 ❖ Size:Demy ❖ Paper: 16 kg maplitho ❖ Pages: 360

Published by Kalachuvadu Publications Pvt.Ltd., 669, K.P. Road, Nagercoil 629001, India ❖ Phone: 91-4652-278525 ❖ e-mail: publications@kalachuvadu.com ❖ Printed at Mani Offset, Chennai 600077

ISBN: 978-81-943027-0-4

03/2021/S.No.915, kcp 2956, 16 (3) 79s

சிறகுக்கு மேல் சிறகு
சுடருக்கு மேல் சுடர்
– டபிள்யூ. பி. யேட்ஸ்

அறிவு மிக்க அரசனும்
கருத்து மிக்க தமிழும்

— ஒளவை சு. துரைசாமி

I

1

குகை

ஆழ்தளப் பாறைகளின் பிளவுகளூடாக சலசலத்த நீரின் ஒலி, மலைத்தொடர் எழுப்பிய மிக அழுத்தமான, ஆனால் ஒருவிதத் தொலைதூர ஓசையை அடுத்து உடனடியாக அமிழ்ந்தடங்கியது.

எல்லாரும் மௌனமானார்கள்.

அப்புறம், ஜுங்–ஸீயாங் லி கூச்சலிட்டான். நிச்சயம் அது நிலத்தடி நீர் பீறியதால் எழுந்த ஓசை அல்ல. தளர்வாயிருந்த பாறைகள் இடம்பெயர்ந்ததாலோ, பாறைப்படுகை வெடித்ததனாலோ எழுந்ததுகூட அல்ல. மனிதக் குரலின் எதிரொலி இல்லை என்பதும் வெளிப்படை. நேர்த்தியான கண்ணாடிப் பாத்திரமொன்றின்மீது எதுவோ மோதியதுபோலத்தான் ஒலித்தது – அதாவது, விரிசல்கள் புலப்படுவதற்கு முன்பே, கண்ணாடிக்குள்ளிருந்து ஒரு சிலந்திவலை பரவத் தொடங்குவது உங்களுக்குக் கேட்பதுபோல. உடனடியாகவே அந்த ஓசை மறைந்துவிட்டது. குகையிலிருந்தவர்களுக்கும் சரி, கட்டுப்பாட்டு அறையில் இருந்தவர்களுக்கும் சரி, ஒருவருக்கொருவரின் சுவாசமும், தொலைத்தொடர்பு சாதனங்கள் சீறும் ஒலியும் மட்டுமே கேட்டது.

டெட்லெஃப் போல்ட் உரத்த ஆசுவாசப் பெருமூச்சை விடுத்தான். “உங்களுக்கு ... உங்கள் எல்லாருக்கும் சற்று முன் ஒலித்த ஓசை கேட்டதா?” என்று அழுத்தமான ஜெர்மானியச் சாயல்கொண்ட ஆங்கிலத்தில் கேட்டான். யாரும் பதில் சொல்லவில்லை. அவர்களுக்கு அது கேட்கவில்லை என்பதால் அல்ல; தங்களுக்குக் கேட்ட ஓசையை எவ்விதம் விவரிப்பது என்று தெரியாததால். பிறகு, மின்சாரம் தடைபட்டது. மலையின் ஆழத்தில் இருந்த அந்தக் குகையில் அடர்இருள்

கவிந்தது. எதையும் பார்க்கவியலாத அளவு இருட்டு. மறுபடியும் அந்த ஓசை. பிரம்மாண்டமான பிராணியொன்று மலையினூடே நடப்பதுபோன்று ஒலித்தது. அந்தப் பிராணி அவர்களை நோக்கியோ, அவர்களை நீங்கியோ நடப்பது போல.

"ஷ்ஷ்ஷ் ... அமைதியாய் இருங்கள்!" வேண்டுமென்றே தன் குரலைத் தழைத்துக் கொண்டான் ஜுங்-ஸீயாங் லி. இல்லாவிட்டால், ஒலியலைகள் பாறைச்சுவர்களில் அதிர்வுகளை உண்டாக்கி, மீண்டுமொரு தகர்ப்பை நிகழ்த்தி விடக்கூடும் என்று. ஆனால், நிஜத்தில், அனைவரும் ஏற்கனவே மௌனமாகியிருந்தார்கள்.

2

அட்டிலெ'ய்யின் கடைசி இரவு

வயோ வயோ ஜனங்கள், ஒட்டுமொத்த உலகமுமே ஒரே தீவு என்றே எண்ணியிருந்தார்கள்.

மகத்தான சமுத்திரமொன்றின் மத்தியில் அமைந்த தீவு. எந்தவொரு கண்டத்திலிருந்தும் மிகத் தொலைவில். தீவின் புராதன நினைவுகளில், வெள்ளைக்காரர்கள் ஒருமுறை தீவுக்கு விஜயம் செய்தார்கள். ஆனால் எப்போதுமே, யாருமே, தீவிலிருந்து வெளியே போனதில்லை – வேறொரு நிலத்தின் செய்திகளைக் கொண்டுவந்ததில்லை. அந்த ஜனங்களின் நம்பிக்கை இதுதான்: ஆதியில், கரையேயற்ற ஒரு சமுத்திரம் தவிர வேறெதுவும் இருக்கவில்லை – உள்ளீடற்ற சிப்பியை நீர்த் தொட்டியில் மிதக்கவிட்ட மாதிரி, தாங்கள் வசிப்பதற்காக *கபாங்* (*வயோ வயோ* மொழியில் 'கடவுள்' என்று பொருள்) இந்தத் தீவைப் படைக்கும்வரை. தீவு அலைமுகடுகளைப் பின்தொடர்ந்தது; அந்த ஜனங்களின் வாழ்வாதாரங்களில் ஒன்றான சமுத்திரத்தில் மிதந்து திரிந்தது. ஆனால், சமுத்திரத்தின் உயிர்முட்டைகளில் சில, *கபாங்*கின் அவதாரங்களே. உதாரணமாக, *அஸமு*. கறுப்பு – வெள்ளை நிறத்திலான அந்த மீன் ஜனங்களை ஒற்றறிவதற்காகவும், அவர்களை சோதிப்பதற்காகவும் அனுப்பப்பட்ட ஒன்று; இந்தக் காரணத்தால், சாப்பிடக் கூடாத உயிரினங்களின் பட்டியலில் இடம் பெற்றது.

"கவனக்குறைவாக ஓர் *அஸமு*வைத் தின்றுவிட்டீர்களானால், உங்கள் தொப்புளைச் சுற்றிலும் வளையமாகச் செதில்கள் முளைத்துவிடும். ஆயுட்காலம் முழுதும் உங்களால் உரித்தெடுத்து மாளாத செதில் வளையம்." திமிங்கிலத்தின் விலா எலும்பினாலான கைத்தடியை ஊன்றி, சாய்த்துச் சாய்த்து நடந்துவரும் கடல் முனி, ஒரு மரத்தடியில் அமர்வார்; சின்னஞ்சிறியவர்களுக்கு சமுத்திரக் கதைகளை தினந்தோறும்

அந்திவேளையில் எடுத்துச் சொல்வார். சூரியன் அலைகளுக்குக் கீழே அமிழும்வரை பேசிக்கொண்டிருப்பார். சிறுவர்கள் இளைஞர்களாகும்வரை, இளைஞர்கள் நிலைமாற்றத்துக்கான சடங்கை எதிர்கொண்டு ஆடவர்களாக முதிரும்வரை, அவர் கதைகள் சொல்லிக்கொண்டிருந்தார். அவருடைய பேச்சில் கடல் வாசனை இருந்தது; சுவாசத்தில் உப்பு இருந்தது.

"நமக்குச் செதில்கள் வளர்ந்தால்தான் என்ன?" என்று ஒரு சிறுவன் கேட்டான். இங்குள்ள குழந்தைகள், இரவு மிருகங்களின் கண்களைப் போன்ற மிகப் பெரிய விழிகள் கொண்டவர்கள்

"அட, குழந்தாய். மனிதர்களுக்குச் செதில்கள் வளரக் கூடாது – கடல் ஆமை மல்லாந்து படுத்து உறங்க முடியாது என்பது மாதிரி"

இன்னொரு நாள், நில முனி தாழ்நிலத்தில் அமைந்த வயல்வெளிக்குக் குழந்தைகளை அழைத்துச் சென்றார். தீவிலுள்ள தாவரங்களில், மாவுச்சத்து மட்டுமே கொண்டவற்றில் ஒன்றான *அகாபா* வளரும் இடம் அது. *அகாபா* என்ற சொல்லுக்கு 'உள்ளங்கை போன்ற வடிவமுடையது' என்று பொருள். மண்டி வளரும் அகாபா, ஆகாயத்தை நோக்கி இறைஞ்சும் எண்ணற்ற கைகளை உயர்த்துகிற மாதிரிக் காட்சி தரும்.

சிறிய தீவு. ஜனங்களிடம் விவசாயக் கருவிகள் அதிகம் கிடையாது. அதனால், மண்ணில் ஈரப்பதத்தைத் தக்கவைக்கவும், காற்றரிப்பைத் தடுக்கவும் நிலங்களைச் சுற்றிலும் கூழாங்கற்களைக் குவித்து வைப்பார்கள். "குழந்தைகளே, நிலத்தை நேசிக்கவேண்டும்; உங்கள் நேசத்தால் அதைக் கட்டிப்போட வேண்டும். ஏனென்றால், இந்தத் தீவின் ஆக அபூர்வமான பொருள், நிலம்தான். மழைபோன்றது அது; பெண்களின் இதயத்தை ஒத்தது".

கற்களை அடுக்குவது எப்படி என்று குழந்தைகளுக்குச் செய்து காட்டினார் நில முனி. வெடித்த நிலம் போல உலர்ந்திருந்தது அவருடைய சருமம்; முதுகோ, மண்மேடு போல வளைந்திருந்தது.

"இந்த உலகிலேயே, நம்பிக்கைக்கு உகந்தவை நிலம், கடல் மற்றும் *கபாங்* மட்டும்தாம், என் குழந்தைகளே."

தீவின் தென்மேற்கு மூலையில் பவளக் காயல் ஒன்று இருந்தது. வலைவீசி மீன் பிடிக்கவும், கிளிஞ்சல்கள் சேகரிக்கவும் தோதான இடம். தென்கிழக்கே, பத்து மட்டைத் தொலைவில் (அதாவது, தேங்காய் மட்டையைப் பத்துமுறை எறியக்கூடிய தொலைவில்) தாழ்வான கரையொன்று இருந்தது; அலையிறக்கத்துக்கு முழுக்க ஒப்புக்கொடுக்கும் பவளத்திட்டு அது. இந்த இடத்தில்தான் கடற்பறவைகள் மந்தை கூடும். *வயோ வயோ*வினர் *கவானா* கொண்டு பறவை வேட்டையாடுவர். ஒருமுனை கழியைப்போல மழுங்கலாகவும், மறுமுனை ஈட்டியைப் போல ஓரளவு கூராகவும் உள்ள கருவியுடன் மரக் கிளைகளைப் பிணைத்து *கவானா*வை உருவாக்குவார்கள். உப்புக்கோரைகளால் திரித்த கயிறை மழுங்கல் முனையில் இருக்கும் துளையில் செருகி, அதன் ஒரு முனையைச் சுருக்குப் போட்டுக் கண்ணி தயாரிப்பார்கள். *கவானா*வைக் கையில்

ஏந்தி, கடல் நீரோட்டத்துக்கு இசைந்து, தனது *தலவாக்கா*வை அலையிறக்கத்தினருகே செலுத்திச் செல்வான் செம்படவன். பறவைகளைக் கவனிக்காததுபோலப் பாசாங்கு செய்தவாறு; *கபாங்*கைப் பிரார்த்தித்தவாறு.

உரிய எல்லைக்குள் வந்ததும், *கவானா*வை வீசுவான். *கபாங்*கின் ஆசியால், சுருக்கு ஒரு கடற்பறவையின் கழுத்தில் சென்று மாட்டும். மணிக்கட்டை லாகவமாய்த் திருப்பி, பறவையின் உடம்பில் கூர்முனையைச் செருகுவான். கூர்முனையிலிருந்து ரத்தம் ஒழுகத் தொடங்கும் – *கவானா*வுக்கே மரணகாயம் ஏற்பட்டுவிட்ட மாதிரி.

அல்பட்ராஸ், பூபி, பெலிக்கன், பெட்ரெல் மற்றும் ஸீகல் போன்ற பறவைகளின் ஒரே எதிர்த்தாக்குதல், இனத்தைப் பெருக்குவது மட்டுமே. வசந்தகாலத்தில் கூடுகளைக் கட்டுவதற்காகப் பறவைகள் நிதானிக்கும்போது, ஜனங்கள் அவற்றின் முட்டைகளைப் புசித்துக் களிப்பார்கள். முகங்களில் மிளிரும் புன்னகையில் குரூரமும் திருப்தியும் நிறைந்திருக்கும்.

எந்தவொரு தீவிலும்போலவே, *வயோ வயோ*விலும் போதுமான அளவு நன்னீர் இருந்ததே கிடையாது. தீவின் மையப் பகுதியில் இருந்த ஏரியும், மழையும் மட்டுமே நன்னீர் ஆதாரங்கள். மீனும், காட்டுக்கோழியுமே பிரதானம் என்பதால் உப்பு ருசி மிகுந்த உணவு, அவர்களுக்கு ஒல்லியான, கறுத்த உடல்வாகை அளித்தது. அடிக்கடி மலச்சிக்கலையும் அளித்தது. விடியற்காலையில், கடலுக்கு எதிர்ப்புறம் திரும்பி கழிவறைக் குழிகளின்மேல் குந்தியிருப்பார்கள் – சிரமம் காரணமாகக் கண்கள் துளும்பும்.

தீவு மிகவும் சிறியது. காலை உணவுக்குப் பிறகு வெளியே கிளம்பினால், தீவு முழுவதையும் நடந்தே கடந்து, மதிய உணவுக்குச் சற்று நேரம் கழித்துத் திரும்பி வந்துவிடலாம். இதனால், தாங்கள் இருக்கும் திக்கை நிர்ணயம் கொள்ள, ஒருவிதத் தோராயமான பேச்சுவழக்குக்கு அவர்கள் பழகியிருந்தனர் – 'கடலைப் பார்த்து' அல்லது 'கடலுக்கு எதிர்ப்புறம் பார்த்து' என்கிற மாதிரி. கடலுக்கு எதிர்ப்புறம் திரும்ப ஒரே வழி, தீவின் மையத்தில் இருந்த குன்றை நோக்குவது. ஜனங்கள் கடலைப் பார்த்தபடி பேசினார்கள்; கடலுக்கு எதிர்புறம் நோக்கிச் சாப்பிட்டார்கள். சடங்குகளை, கடலைப் பார்த்து நடத்தினார்கள்; கடலுக்கு எதிர்ப்புறம் நோக்கிக் காதல் புரிந்தார்கள் – *கபாங்*கை அவமதித்துவிடாத வண்ணம்.

ஜனங்களுக்குள் 'தலைவர்கள்' கிடையாது; 'மூத்தோர்' மட்டுமே உண்டு. அவர்களில் விவேகம் மிகுந்தவர்கள், 'கடற்கிழவர்கள்' என்று அழைக்கப்பட்டனர். கடற்கிழவன் இடம்பெற்ற குடும்ப இல்லத்தின் முன் வாசல், கடற்கரையை நோக்கி இருக்கும். செதுக்கு வேலைப்பாடுகளும், சங்குகளும் அலங்கரித்திருக்கும் *வயொ வயோ*வினரின் வீடுகள் குப்புறக் கவிழ்ந்த ஓடத்தைப்போல இருப்பவை. சுவரில் மீன் தோல்களை ஒட்டுவார்கள். ஒட்டுமொத்த சமூகமும் கூடி, வீட்டின் முன் பவள வேலி அமைக்கும் – காற்றுத் தடுப்பாக.

தீவினரால், கடலோசை கேட்காத ஓர் இடத்துக்குப் போகவே முடியாது; அல்லது, கடலைப் பற்றிய பேச்சு இடம்பெறாமல் உரையாடவே முடியாது. காலைவேளைகளில், "கடலுக்குப் போகிறாயாக்கும்?" என்று

ஒருவரையொருவர் விசாரித்துக்கொள்வார்கள். மதியப் பொழுதில், "கடலுக்குள் போய் நம் அதிர்ஷ்டத்தைப் பரிசோதிப்போமா?" என்று கேட்பார்கள். இரவுகளில், அன்றையப் பொழுது மீன்பிடிக்கக் கொஞ்சமும் லாயக்கில்லாத அளவு கடூரமாய் இருந்திருந்தாலும், "கடலைப் பற்றிய கதை ஏதாவது சொல்லேன்" என்று மற்றவரிடம் மன்றாடிக் கேட்பார்கள். கிட்டத்தட்ட ஒரு சட்டம் போலவே, *வயோ வயோ* ஒவ்வொரு நாளும் மீன்பிடிக்கச் சென்றது. கடற்கரையில் சந்தித்துக் கொள்ளும் மீனவர்கள் கூவுவார்கள் – "உன்னுடைய கீர்த்தியை *மோனே* தட்டிப்பறிக்க விட்டுவிடாதே". *மோனே* என்றால் அலை என்று பொருள். ஒருவருக்கொருவர் எதிர்ப்படும்போது, "சொல்லு, கடல் நிலவரம் எப்படி?" என்று ஒருவர் கேட்பார். கடற்புயலே வீசிக்கொண்டிருந்தாலும், மற்றவர் "பிரமாதமாய் இருக்கிறது" என்றுதான் பதில் சொல்லியாக வேண்டும்.

வயோ வயோ மொழியின் ஒலி பறவையின் பாடல் போன்று கூர்மையானது; உரத்து இருப்பது. ஒவ்வொரு உச்சரிப்பும் நீரில் சொத்தென்று வீழ்வது போலத் தொனிக்கிற மெல்லிய அகவல் ஒலியில் சென்று முடியும் – பசித்திருக்கும் கடற்பறவை இரை தேடி விசையாகத் தண்ணீரில் பாய்ந்து அலைகளைத் தெறிக்கச் செய்வது போல.

வானிலை மிகவும் மோசமாய் இருப்பது; இரண்டு கிராமங்களுக்கிடையில் தகராறு மூண்டுவிடுவது என்பது போன்ற காரணங்களால் சில சமயம் ஜனங்கள் பட்டினி கிடக்கிற மாதிரி ஆகிவிடும். ஆனால், நாட்கள் எப்படிக் கழிந்தாலும் சரி, அத்தனை பேருமே, கடல் பற்றி விதவிதமான கதைகள் சொல்வதில் தேர்ந்தவர்கள். சாப்பாட்டு வேளைகளில் கதைகள் சொல்வார்கள்; சடங்குகளில் சந்திக்க நேரும் போது, காதலிக்கும்போது என்று எப்போதுமே கதை சொன்னார்கள். உறக்கத்தில்கூடக் கதை சொன்னார்கள்.

ஒரு முழுமையான பதிவு மேற்கொள்ளப்பட்டதேயில்லை என்றாலும், பலப்பல ஆண்டுகள் கழித்து மானுடவியலாளர்களுக்குத் தெரியவரலாம் – பூமியில் வேறெந்த இனங்களையும் விடப் பெரும் எண்ணிக்கையில் கடற்கதைகள் கொண்டவர்கள் இந்தத் தீவினரே என்று. ஒவ்வொருவருடைய நாவின் நுனியிலும் ஒட்டியிருந்த வாக்கியம், "உனக்கொரு சமுத்திரக் கதை சொல்லட்டுமா" என்பதே.

மற்றவர்களுக்கு எத்தனை வயது ஆகியிருக்கிறது என்று கேட்கவே மாட்டார்கள், ஆனால், மரங்களைப்போல உயரமாக வளர்ந்தார்கள். பெருகும் தமது அங்கங்களைப் பூக்கள்போல மலர்த்தி நீட்டினர். பிடிவாதமான கிளிஞ்சல்கள்போலக் காலத்தைக் கழித்தனர். கடலாமை போல, கடைவாய்க் கோடியில் புன்னகையுடன் இறந்தனர். அனைவருமே, தோற்றத்தில் தெரிவதைவிடக் கூடுதலாய் வயதான முதிர்ந்த ஆன்மாக்கள். காரணம், கடலை வெறித்துப் பார்த்தபடி வாழ்நாளைக் கழித்தவர்கள்; மெல்லிய துக்கம் படர்ந்த முகபாவம் கொண்டவர்கள்; முதுமையை எட்டும்போது கண்புரை நோய் பற்றி, இறுதியில் பார்வையை இழப்பவர்கள். மரணத்தறுவாயில், படுக்கையின் அருகே நிற்கும் இளம் தலைமுறையிடம் முதியவர்கள் இப்படிக் கேட்பார்கள்: "தற்சமயம் கடலில் வானிலை எப்படி?"

கடலைப் பார்த்தவாக்கில் மரணமடைய வாய்ப்பது *கபாங்*கின் கருணையே என்று நம்பினார்கள். மனத்தின் சமுத்திரத்தில் சமுத்திரக் காட்சியைத் தரிசித்தவாறு மரணத் தறுவாயை எட்டுவதே அவர்களின் வாழ்நாள் கனவு.

ஆண்குழந்தை பிறக்கும்போது அவனுக்கென ஒரு மரத்தைத் தேர்வுசெய்வார் தகப்பன். நிலவு ஒவ்வொரு முறை மீண்டெழும்போதும் அந்த மரத்தில் ஒரு வெட்டுத் தடம் செதுக்குவார். நூற்றெண்பது தடங்கள் உருவாகிய பிறகு, அந்தச் சிறுவன் தனக்கான *தலவாக்கா* ஒன்றைக் கட்டிக்கொள்ள வேண்டும். பல வருடங்களுக்கு முன்பு, மானுடவியலாளர் எஸ் பெர்ஸி ஸ்மித் *தலவாக்கா* என்பது ஓர் 'ஓடம்' என்று விவரித்திருக்கிறார். வாஸ்தவத்தில் அது கிட்டத்தட்ட நாணல் படகு போல இருக்கும். ஓடங்கள் செய்வதற்குத் தேவையான பலகைகளை வழங்கக்கூடிய தண்டு பெருத்த மரங்கள் அதிகம் இல்லாத அளவுக்கு தீவு சிறியது.

ஸ்மித்தின் பிழையைப் பார்த்து மானுடவியல் வரலாற்று மாணவர்கள் புன்னகைப்பார்கள்; ஆனால், யாரும் கேலியாகச் சிரிக்க மாட்டார்கள். ஏனெனில், *தலவாக்கா*வைப் பார்க்கிற யாருக்கும், அது குடைந்து செய்த ஓடம் என்றே தோன்றும். பிரப்பந்தட்டைகளையும் மூன்று நான்கு வகை வெள்ளிப் புல் ரகங்களையும் பின்னி ஒரு சட்டகத்தை உருவாக்கி, அதன் மீது மூன்றுமுறை தாவரக் கூழைப் பூசி உருவாக்கப்படுவதே *தலவாக்கா*. எஞ்சியிருக்கும் விரிசல்களை சதுப்புநில மரக் கரித்தூளால் அடைப்பார்கள். மரப் பால் உதவியால், நீர்புகாததாகிவிடும் படகு. நேர்த்தியாகச் செய்து முடித்தபிறகு, பருத்த மரத்தின் தண்டைக் குடைந்து உருவாக்கப்பட்ட ஓடம் போன்றே தோற்றமளிக்கும்.

தீவின் அதிநேர்த்தியான, ஆக உறுதியான *தலவாக்கா*வை உருவாக்கியவன், அட்டிலெ'ய் என்னும் பெயர் கொண்ட இளைஞன். தன் இனத்துக்கே உரித்தான முகச் சாயல் உள்ளவன். தட்டை மூக்கு, ஆழம் மிக்க விழிகள், மினுங்கும் சருமம், கூன் விழுந்த முதுகுத்தண்டு, அம்புகள் போன்ற கைகால்கள்.

கடற்கரையில் அவன் உட்கார்ந்திருக்கும்போது தாண்டிச் சென்ற முதியவர், "அட்டிலெ'ய், அங்கே உட்காராதே. கடல் பேய்கள் உன்னைப் பார்த்துவிடும்" என்று அலறினார்.

❍ ❍ ❍

மற்றவர்களைப் போலவே, நீர்த்தொட்டியில் மிதக்கும் கிளிஞ்சல் மாதிரி ஒட்டு மொத்த உலகமும் ஒரே தீவுதான் என்றே அட்டிலெ'ய்யும் ஒருகாலத்தில் எண்ணியிருந்தான்.

தலவாக்கா கட்டும் கலையைத் தன் தகப்பனிடம் கற்றுக்கொண்ட அட்டிலெ'ய், *தலவாக்கா* கட்டுவதில் தீவின் இளைஞர்கள் அனைவரிலும் நிபுணன் என்று பெயர் வாங்கியிருந்தான். அதில் தனது சகோதரன் நாலெ'ய்டாவை விடவும் திறமை வாய்ந்தவன். இளம் வயதிலேயே ஒரு மீனின் உடல்வாகு கொண்டிருந்தான் – ஒரே மூச்சில் மூன்று பேய்த்தலைகளைப் பிடித்துவிடுகிற அளவு.

தீவிலிருந்த ஒவ்வொரு பெண்ணும் அவனுக்காக ஏங்கினாள். என்றோ ஒருநாள் அவன் தன்னை வழிமறிப்பான், தோளில் தூக்கிப் போட்டுக்கொண்டு ஒரு புற்குத்துக்குள் கொண்டுசெல்வான் என்று எதிர்பார்த்தாள். மூன்று பௌர்ணமிகளுக்குப் பிறகு, ஜாக்கிரதையாக அட்டிலெ'ய்யிடம் தெரிவிப்பாள், தான் கருவுற்றிருப்பதாக. அப்புறம் வீடு திரும்புவாள், சகஜமாக நடந்துகொள்வாள், திமிங்கில எலும்பினாலான கத்தியுடனும், திருமணத் திட்டத்துடனும் அட்டிலெ'ய் வந்து சேர்வான் என்று காத்திருப்பாள். ஒருவேளை, தீவின் மிகச் சிறந்த அழகியான ரசுலாவும் இதே எதிர்பார்ப்புடன் இருந்தாளோ என்னவோ.

"இரண்டாம் மகனுக்குரிய தலைவிதி கொண்டவன் அட்டிலெ'ய். நீருக்குள் தலைகீழாகப் பாயும் வல்லமையுள்ள இரண்டாம் மகன் எதற்குத்தான் லாயக்கு? அட்டிலெ'ய் கடற்கடவுளுக்கு உரியவன். *வயோ வயோ*வுக்கானவன் அல்ல." அட்டிலெ'ய்யின் தாயார் இப்படிப் புலம்பிக்கொண்டேயிருப்பாள். ஜனங்கள் தலையாட்டிக் கேட்பார்கள் – அதிதீரனான இரண்டாம் மகனை வளர்ப்பது என்பது, அவனைப் பெற்றவளுக்கு, உலகிலேயே மிகவும் வேதனையான காரியம் என்று அவர்களுக்குத் தெரியும்.

அட்டிலெ'ய்யின் தாய் அல்லும் பகலும் முணுமுணுத்துக் கொண்டிருப்பாள். அவளுடைய பருத்த உதடுகள் நடுங்கும். ஏதோ, தன்னுடைய மகனின் தலையெழுத்தை எண்ணி இவள் புலம்பப் புலம்ப, அவன் அதிலிருந்து தப்புவதற்கான வாய்ப்பு அதிகம் என்று அவள் எண்ணுவதாகத் தோன்றும்.

மூத்தமகன் அற்பாயுளில் இறந்துபோனாலொழிய, இரண்டாம் மகன் திருமணம் செய்துகொள்வது அபூர்வம். 'கடற் கிழவனா'க அவன் உருவாவான். தன்னுடைய நூற்றெண்பதாவது பௌர்ணமியை எட்டும்போது, திரும்பிவராத பயணத்தை முன்னிட்டுக் கடலுக்குள் அனுப்பப்படுவான். பத்துநாட்களுக்குத் தேவையான குடிநீரை மட்டுமே கொண்டுசெல்லலாம்; திரும்பிப் பார்க்க அனுமதி கிடையாது. ஆகவே, "உன் இரண்டாவது மகன் திரும்பி வரட்டும், பார்ப்போம்" என்ற பழமொழியின் எளிய பொருள், "இந்த நினைப்பை விட்டுவிடு" என்பதுதான்.

ஜொலிக்கும் இமைமுடிகளும், உப்புத் துகள் படிந்து மின்னும் சருமமுமாக கடற்கடவுளின் மகன் போலவே தோற்றமளிப்பவன் அட்டிலெ'ய். தன்னுடைய *தலவாக்கா*வில் ஏறி, அலைகளை எதிர்த்து நாளைக்குப் புறப்பட்டுச் செல்வான்.

தீவின் அதி உச்சமான பாறைத்திட்டில் ஏறி, தொலைதூரப் புடைப்பு களை, கடற்துணியில் படிந்த வெண்ணிற மடிப்புகளைப் பார்த்து நின்றான். கரையோரம் பறந்த கடற்பறவைகள், பறக்கும் பறவையின் நிழல்போலத் துறுதுறுக்கும் ரசுலாவை நினைவூட்டின. பற்பல யுகங்களாக அலைகளால் மோதுண்ட கரைமாதிரி, தன் இதயம் நொறுங்கவிருப்பதுபோல உணர்ந்தான்.

மரபின் பிரகாரம், அட்டிலெய்யின் அபிமானிகள் விடியற்காலையில் வந்து பதுங்கியிருந்தார்கள். புற்குத்து ஒன்றைத் தாண்டிச் செல்ல வேண்டும் அவன். இளம் பெண்கள் சிலர் எதிர்ப்படுவார்கள். ஒவ்வொரு முறையும், புற்குத்தில் மறைந்திருப்பவள் ரசுலாவாக இருக்கவேண்டும் என்றே எதிர்பார்த்தான். ஆனால், ரசுலா வெளிப்படவேயில்லை. புற்குத்தில் இருந்த பெண்களுடன் அவன் மீண்டும் மீண்டும் உறவு கொண்டான். ஒரு குழந்தையின் தகப்பனாவதற்கு, தன்னில் ஒரு சிறு பகுதியைத் தீவில் விட்டுச் செல்வதற்கு, அவனுக்குக் கிடைத்த இறுதிவாய்ப்பு இது.

கடலுக்குச் செல்வதற்கு முந்தைய நாள் இரவில், வயோ வயோவின் இளம் பெண்கள் இரண்டாம் மகனைத் தாக்கி வீழ்த்தும் உரிமை கொண்டவர்கள். அவர்களுடைய கோரிக்கையை அவன் மறுப்பது நேர்மையல்ல; அறமும் அல்ல என்பதே நியதி. புதர்களுக்குள் பெண்களுடன் தொடர்ந்து உறவு கொண்டதில் முதுகுடைந்து போனான் அவன். சற்றும் இன்பம் அடையவில்லை; விடிவதற்குள் ரசுலாவின் இடத்தை அடைந்து விடுவதே ஒரே நோக்கமாய் இருந்தான். அவளைச் சந்தித்துவிடுவோம் என்றே உணர்ந்திருந்தான்.

வழியில் எதிர்ப்பட்ட ஒவ்வொரு பெண்ணும், தனக்குள் புகுந்த மாத்திரத்திலேயே தன்னை நீங்குவதற்கு அவன் அவசரப்படுகிறான் என்பதை உணர்ந்தாள். மனம் புண்பட்டு அவர்கள் கேட்டார்கள்: "அட்டிலெய், என்னைக் காதலிக்க மாட்டாயா?"

"கடலுக்கு விரோதமாக யாரும் தமது அபிலாஷைகளை அமைத்துக் கொள்ளக் கூடாது என்பது உனக்கே தெரியும்."

அட்டிலெய் இறுதியாகத் தன் இலக்கை எட்டியபோது, வெளிறிய மீன்வயிறு அடிவானத்தில் உதித்திருந்தது. நாணற்புதரிலிருந்து ஒரு ஜோடிக் கைகள் தோன்றி, அவனை மென்மையாக உள்ளே இழுத்துக்கொண்டன. மின்னலிடமிருந்து தப்புவதற்காகப் பாறைமறைவில் ஒடுங்கும் கடற்பறவை போல நடுங்கிக்கொண்டிருந்த அட்டிலெய்க்கு விறைப்பே ஏற்படவில்லை – அதற்குக் காரணம் ரசுலாவின் பார்வை ஜெல்லிமீன்போலக் கொட்டியது தானேயொழிய, அவன் தளர்ந்துவிட்டிருந்தான் என்பது அல்ல.

"அட்டிலெய், என்னைக் காதலிக்க மாட்டாயா?"

"எவன் சொன்னது? ஆனால், உனக்குத் தெரியும், கடலுக்கு விரோதமாய்த் தன் அபிலாஷைகளை ஒருவன் வெளிப்படுத்தக்கூடாது."

நீண்ட நேரம் அவர்கள் பிணைந்துகிடந்தார்கள். கண்களை மூடி, திறந்து கிடக்கும் கடலைப் பார்த்தவண்ணம் மென்காற்றில் தான் மிதப்பதாக உணர்ந்தான் அட்டிலெய். மெல்லமெல்ல எழுச்சியுற்றான். சீக்கிரமே தான் கடலுக்குள் செல்லவிருப்பதை வலுக்கட்டாயமாக மறக்க முயன்றான். ரசுலாவின் உடலினுள் இருக்கும் வெதுவெதுப்பை மட்டுமே உணர விரும்பினான்.

விடிந்தவுடன், கிராமத்தவர்கள் அனைவரும் அட்டிலெய்யை வழியனுப்பக் கடற்கரைக்கு வந்துசேர்வார்கள். பிரிந்து சென்ற இரண்டாம்

மகன்களின் ஆவிகள் இரவு முழுவதும் வீடு திரும்பிக்கொண்டிருந்தன என்பதை, கடல் முனியையும் நில முனியையும் தவிர, வேறு யாருமே கவனித்திருக்க மாட்டார்கள் – இறுதியாக ரசுலா பரிசளித்த 'பேசும் புல்லாங்குழ'லைக் கையிலேந்தி, தானே வடிவமைத்த தலவாக்காவைச் செலுத்திச் செல்கிற, சமுத்திரகுமாரனைப் போல மினுங்கும் தோலுடைய இளைஞன் அட்டிலெ'ய்யுடன் தாங்களும் இணைந்து செல்ல அந்த ஆவிகள் அனைத்துமே விரும்பின.

தங்களில் ஒவ்வொருவருக்கும் அவனுக்கும் பொதுவான தலைவிதியை நோக்கித் துடுப்பிசைத்துச் செல்கிறான் அவன் – *வயோ வயோவில் பிறந்த இரண்டாம் மகன்கள்* ஒவ்வொருவரின் தலைவிதியையும் நோக்கி.

3

ஆலிஸின் கடைசி இரவு

ஒருநாள் அதிகாலையில் எழுந்த ஆலிஸ் ஷிஹ், தற்கொலை செய்துகொள்ள முடிவெடுத்தாள்.

உண்மையில், அதற்குத் தேவையான சகல ஏற்பாடுகளையும் அநேகமாய்ச் செய்து முடித்திருந்தாள். அல்லது, இப்படியும் சொல்லலாம்: அவளுடைய பாதையின் குறுக்கே எதுவுமே இல்லை. யாருக்கும் எதையும் விட்டுச் செல்லும் உத்தேசமில்லை அவளுக்கு. அவளிடம் அதிக சொத்துக்களும் இல்லை. சுருக்கமாக, சாக விரும்பிய ஒருத்தி அவள்.

ஆனால், ஆலிஸ் பிடிவாதமானவள். தனக்கு வேண்டப்பட்ட அத்தனை பேர் மேலும் கரிசனம் கொண்டவள். அதிகப்பேர் எஞ்சியும் இருக்கவில்லை; அவளுடைய மகன் டோட்டோ, மற்றும் தங்கள் விழைவுகளையும் கனவுகளையும் அவளிடம் ஒப்படைத்திருந்த மாணவர்கள் என. ஒருகாலத்தில், தன்னுடைய தேவை என்ன என்பது ஆலிஸுக்குத் தெரிந்திருந்தது; தற்போதோ, எதுவுமே தெளிவாக இல்லை.

ஆலிஸ் ராஜினாமா செய்துவிட்டாள் – உத்தியோக அடையாள அட்டையைத் திருப்பிக் கொடுத்துவிட்டாள். ஒருவழியாக, ஆசுவாசப் பெருமூச்சு விட முடிந்தது. இந்த வாழ்வின் சித்திரவதை ஓய்ந்துவிடும்; அடுத்த ஜென்மத்தில் தன் அதிர்ஷ்டத்தை அவள் முயன்று பார்க்கலாம். ஆலிஸ் பட்டப் படிப்புக்குச் சென்றதே, எழுத்தாளராகும் நோக்கத்தில்தான். முனைவர் பட்டம் பெற்ற பின்னர், இந்த ஆசிரியப் பணியில் எளிதாகச் சேர்ந்தாள். நளினமான தோற்றமும் கூச்ச சுபாவமும் கொண்டவளாக, தைவானின் பழமை விரும்பிச் சமூகத்தில், எழுத்தாளராவதற்கென்றே தயாரிக்கப்பட்டவள் போல இருந்தாள். எத்தனையோ பேருக்கு அவள்மேல் பொறாமை.

பார்க்கப்போனால், இலக்கியவாதி ஆவதற்கு, இதைவிட வேறு சுலபமான பாதை கிடையாது. ஆனால், ஆலிஸுக்கு

மட்டும்தான் உண்மை தெரியும். தற்போதைய பிரச்சினை நல்ல எழுத்தாளராக ஆவது இல்லை; எழுதுவதற்கு அவகாசமே இல்லாமல் போயிற்று என்பதுதான். நிர்வாகப் பணிகளால் மூச்சுத் திணறியதில் கடந்த சில வருடங்களாகப் புத்துணர்வு அளிக்கும் இலக்கியக் காற்றை சுவாசிக்கவே அவளுக்கு நேரம் இல்லை; பலதடவை, அவள் அலுவலகத்தை விட்டுக் கிளம்பும்போது சூரியோதயம் ஆகியிருக்கும்.

தனது அலுவலகத்தில் இருந்த புத்தகங்களையும் பொருட்களையும் மாணவர்களுக்கு வழங்கிவிட முடிவெடுத்தாள். தன்னிடம் படித்த மாணவர்களிடமிருந்து விடைபெறும் விதமாக, ஒவ்வொருவருக்கும் ஒருவேளை உணவு அளித்தாள் – உணர்ச்சிவசப்படாமல் இருக்க முயன்றவாறு. வளாகத்தின் மோசமான சிற்றுண்டிச்சாலையில் அமர்ந்திருந்தபோது, அவர்களுடைய விழிகளில் தெரிந்த பல்வேறு பாவங்களை அவதானித்தாள்.

“சின்னஞ் சிறியவர்கள்” என்று தோன்றியது.

ஏதோ மர்மமான ஓர் இடத்துக்குப் போகிறமாதிரிக் கற்பனை செய்து கொண்டார்கள் அந்தக் குழந்தைகள். ஆனால், அவர்களுக்குப் போக்கிடம் என்று ஏதும் இல்லை; நிலவறைத் தளம் போன்ற வெற்றுவெளி ஒன்று; ஓட்டை உடைசல்களைக் குவித்திருந்த இடம். தன் விழிகள் வழியே பரிவின் சன்னமான ஒளியை வெளிப்படுத்த முயன்றாள்; தான் இன்னும் தன் மாணவர்கள் பேசுவதைக் கவனிக்கிற மாதிரியும், அவர்கள் சொல்வதில் தனக்கு ஆர்வம் இருக்கிற மாதிரியும் அவர்கள் உணரும் விதமாக.

ஆனால், காற்று ஊடுருவிப் போகும் சங்குபோல இருந்தாள் ஆலிஸ். சொற்கள் அத்தனையும் ஜன்னல்கூட இல்லாத காலிவீட்டுக்குள் வீசப்படும் கற்கள் போன்று இருந்தன. அவளுடைய மனத்தில் மின்னி மறைந்த எண்ணங்கள் டோட்டோவின் நினைவுகளும், தன் வாழ்க்கையை முடித்துக்கொள்வதற்கான மார்க்கங்களும் மட்டுமே.

திரும்ப யோசித்துப்பார்த்தபோது, அதற்கு அவசியமே இல்லை என்று பட்டது. அவளுடைய வீட்டு வாசலில் கடல் இருக்கிறது, அல்லவா?

சக ஊழியர்கள் யாரிடமும் விடைபெறவில்லை ஆலிஸ். உலகம் தொடர்பாக வாழ்க்கை அவள் ஆன்மாவில் இட்ட வெறுப்பு முடிச்சுகளை வெளிப்படுத்திவிடுவோமோ என்று அஞ்சினாள். நகரின் சாலைகளில் கார் ஓட்டிச் செல்லும்போது, பத்து வருடங்களுக்கு முன்பு தான் வந்தபோது இருந்தமாதிரியே சகலமும் இருப்பதாக உணர்ந்தாள்; ஆனால், தன்னை இங்கே ஈர்த்த மலைமடுக்களும், கிராமங்களும் கொண்ட தேசமாக இப்போது இல்லை இது என்ற உண்மை முகத்திலறைந்தது.

கிழக்குக் கடற்கரையின் பாதிவழியில், தேவைக்கதிகமாக வளர்ச்சிபெற்று விட்ட மேற்கிடமிருந்து மத்திய மலைத் தொடரால் பிரிக்கப்பட்ட, ஒருகாலத்தில் புகலிடமாகத் தென்பட்ட ஹேவன் இல்லை இது. மாபெரும் இலைகள், சடாரென்று குமுமி விடும் மேகங்கள், வளைந்த தகரக் கூரைகள், சாலையில் இரண்டு மைல்களுக்கொரு தடவை காணக் கிடைக்கும்

வறண்ட ஓடைப் படுகைகள் மற்றும் கீழ்த்தரமான விளம்பரப் பலகைகள் ஆகிய அனைத்துமே ஆரம்பத்தில் அவளுக்கு நெருக்கமாக இருந்தவை. இப்போது அவை தேயத் தொடங்கிவிட்டன, மாயைகளாகத் தோன்ற ஆரம்பித்துவிட்டன. அவள் மீதான பிடிமானத்தை இழந்து வருகின்றன.

ஹேவனில் தான் கழித்த முதல் வருடத்தை நினைவுகூர்ந்தாள்; சாலைக்கு மிக அருகில் இருந்த புதர்கள், தாவரங்கள் – என்னவோ, அந்தப் பிரதேசமும், காட்டு விலங்குகளும் மனிதர்களைக் கண்டு அஞ்சவில்லை என்பதுபோல. தற்போது, புதிய நெடுஞ்சாலை இயற்கையைத் தொலைதூரம் தள்ளிவைத்துவிட்டது.

பூர்வீகத்தில் இந்த இடம் ஆதிகுடிகளுக்குச் சொந்தமானதாய் இருந்தது என்பதை ஆலிஸ் எண்ணிப் பார்த்தாள். பின்னர் ஜப்பானியர் வசம் போனது. அப்புறம் ஹான் இனத்தவருக்கும், சுற்றுலாப் பயணிகளுக்கும். தற்போது யாருக்குச் சொந்தம்? பண்ணைவீடுகளை வாங்குகிற, அந்தக் கேவலமானவனை நகரத்தலைவராகத் தேர்ந்தெடுத்த, புதிய நெடுஞ் சாலைக்கான அனுமதியை வாங்கிய, நகரவாசிகளுக்குச் சொந்தமானதாய் இருக்கலாம்.

நெடுஞ்சாலை போடப்பட்ட பிறகு, கடற்கரையும் மலைகளும் அந்நிய மாளிகைகளால் நிரம்பின. அவற்றில் ஒன்றுகூட உண்மையானவை அல்ல; அந்த இடத்தில் ஒரு நகைச்சுவைத் துணுக்கென நிர்மாணிக்கப்பட்ட அனைத்துலக கேளிக்கைப் பூங்காபோலத் தோற்றமளிப்பவை. எங்கு பார்த்தாலும் தரிசுநிலங்களும் காலிவீடுகளும் மண்டியிருந்தன. பார்வைக்கு உறுத்தலான இவற்றின் உரிமையாளர்களான கொழுத்த பூனைகள், விடுமுறை நாட்களில் மட்டுமே காட்சிதருவது வழக்கம்.

உள்ளூர்ப் பண்பாட்டு வட்டார ஆசாமிகள், பூர்விக அடையாளத்தின் மலிவான தேய்வழக்குகளுக்கு மத்தியில், எப்படி ஹேவன் நிஜமான 'தூய நில'மாக இருந்தது என்று உணர்ச்சி கொப்பளிக்கப் பேச விழைவார்கள். பூர்விக ஆதிகுடிகளுக்குச் சொந்தமான சில வீடுகள். தற்சமயம் சுற்றுலா வசீகரங்களாகப் பராமரிக்கப்படும் ஜப்பானிய சகாப்தக் கட்டடங்கள் ஆகியவற்றைத் தவிர்த்து, தற்போதைய செயற்கைச் சூழலானது இயற்கையான நிலப்பரப்பை இழிவுபடுத்துவதாகவே இருக்கிறது என்று ஆலிஸுக்கு அடிக்கடி தோன்றும்.

இந்த இடத்தில், ஒரு கூட்டத்தின் தேநீர் இடைவேளையில், அவளுடைய சக ஊழியரான பேராசிரியர் வாங், ஹேவனின் மண் எவ்வளவு ஈர்க்கும் தன்மையுடன் இருந்தது; எப்படி 'ஹேவனில் ஒட்டிக்கொண்டதாக' அவர் உணர்ந்தார் என்றெல்லாம் பீறிக் கொட்டத் தொடங்கியது அவளுக்கு நினைவு வருகிறது. அவர் அவ்வாறு பேசுவது முதல்முறை அல்ல.

எவ்வளவு கபடமான கூற்று! அவருடைய முகத்துக்கு நேரே பதில் சொல்லாமல் இருக்க முடியவில்லை ஆலிஸுக்கு. 'ஹேவன் என்னைப் பற்றிக்கொண்டது' என்று சொல்லத்தானே நினைத்தீர்கள்? இந்த இடத்தில் எங்கே பார்த்தாலும் போலிப் பண்ணைவீடுகளும்,

போலி பி&பி[1] க்களுமாய் இருக்கின்றன. இந்த முற்றங்களில் நிற்கும் மரங்கள்கூடப் போலியானவைதாம் என்று உங்களுக்குப் படவில்லை? அப்புறம் இந்த வீடுகள். ஹூம். சுற்றிலும் இந்தப் போலிகள்தான் நிரம்பியிருக்குமென்றால், இந்த இடத்துடன் ஒட்டிக்கொண்டிருப்பதில் பெருமை என்ன வேண்டிக்கிடக்கிறது?"

பேராசியர் வாங் வாயடைத்துப் போனார். ஒருகணம், தான் ஒரு மூத்த ஆசிரியர் என்னும் சன்னத்தை அணிந்துகொள்ள மறந்துபோனார். தொங்கும் இமைகள், நரை முடி, எண்ணெய் வழியும் தோற்றம் ஆகியவற்றோடு, ஒரு ஆசிரியர் என்பதைவிட வியாபாரி போன்றே தோற்றமளிப்பவர் அவர். மெய்யாகவே, பலசமயம் ஆலிஸூக்கு வித்தியாசமே புலப்படாது. இறுதியாக, பேராசிரியர் வாங் சமாளித்தார்:"அப்படியா சொல்கிறாய்? இந்த இடம் பின்னே எப்படித்தான் இருக்கவேண்டும்?"

எப்படி இருக்கிறது இந்த இடம்? வீடு திரும்பும் வழியில் ஆழ்ந்து சிந்தித்தபடி வந்தாள் ஆலிஸ்.

அது ஏப்ரல் மாதம். மந்தமும் ஈரப்பதமும் கொண்ட துர்மணம் காற்றில் எங்கெங்கும் நிரம்பியிருந்தது. பாலியல் மணம் போல. ஆலிஸ் தெற்கு நோக்கிக் காரோட்டிக்கொண்டிருந்தாள். வலதுபுறம் தேசியச்சின்னமான மத்திய மலைத் தொடர். அவ்வப்போது – இல்லை, கிட்டத்தட்ட தினசரியுமே – டோட்டோ கார் இருக்கையில் எப்படி நின்று கார்க்கூரைக்கடியில் தலையை நீட்டி மலைகளை வேடிக்கை பார்ப்பான் என்று ஆலிஸ் நினைத்துப் பார்த்தாள். ராணுவத்தினர் அணியும் வகையான தொப்பி அணிந்திருப்பான், குட்டி வீரனைப் போல. சிலவேளை, அவளுடைய ஞாபகம் அவனுக்குக் குளிர் காற்றுத் தடுப்பாடை அணிவிக்கும். சிலவேளை, அணிவிக்காது. சிலவேளை அவன் கையசைப்பான்; எப்போதுமே அல்ல.

தன்னுடைய பாதத்தடக் குழிவை கார் இருக்கையில் அவன் அன்று விட்டுச்சென்றிருக்க வேண்டும் என்று ஆலிஸ் கற்பனை செய்துகொண்டாள். கணவன் மற்றும் மகன் சம்பந்தமாக அவளுக்குள் இருக்கும் கடைசிப் பதிவு அதுதான்.

தாம், டோட்டோ இருவரும் காணாமல் போனபிறகு அவள் உதவிக்கு அழைத்த முதல் நபர் டாஹூ. அவன் தாம் மின் மலையேற்ற சகா. உள்ளூர் மீட்புக்குழுவில் உறுப்பினன் என்பதால், இந்த மலைகளைத் தனது புறங்கைபோல அறிந்தவன்.

"எல்லாமே தாம் முடைய தவறுதான்". வெறிபிடித்தவளாய் இருந்தாள் அவள்.

1. Bed & Breakfast என்பதன் சுருக்கம். தங்கும் வசதிகொண்ட சாலையோரச் சிற்றுண்டியகங்கள். (மொ–பெ)

“கவலைப்படாதே. அவர்கள் மட்டும் மேலே இருந்தார்களென்றால், நான் கண்டுபிடித்துவிடுவேன்” என்று உறுதியளித்தான் டாஹு.

தாம் ஜேக்கப்ஸன் டென்மார்க்கைச் சேர்ந்தவன். நிஜமான மலைகள் ஏதும் இல்லாத நாடு அது. சமவெளிக்காரனுக்கு, தைவான் வந்தபிறகு மலையேற்றக் கிறுக்கு பிடித்தது. உள்ளூர் மலையேற்றத் தடங்கள் அனைத்தையும் டாஹுவுடன் ஏறி முடித்தபிறகு, மரபான மலையேற்ற உத்திகளில் பயிற்சி பெறுவதற்காக வெளிநாடுகளுக்குச் சென்றான்.

ஏழாயிரம் மீட்டர்களுக்குமேல் உயரம் கொண்ட மலையில் ஏறுவதற்குத் தன்னைத் தயார் செய்துகொள்ள விரும்பினான் அவன். தைவானின் உச்சபட்ச சிகரத்தைவிட மூவாயிரம் மீட்டர் அதிக உயரம் அது. அவன் அவ்வப்போது வந்து போகிற இடமானது தைவான். தனக்கு நாளுக்குநாள் வயதாகிக்கொண்டே போவதாக உணர்ந்த ஆலிஸ், அவன் எப்போது வருவான், அல்லது வரத்தான் செய்வானா என்ற நிச்சயமின்மையை சமாளிக்கத் திணறினாள். அவள் அருகில் இருக்கும்போதும்கூட, அவனுடைய சிந்தை வேறெங்கோ தொலைவில் திரிந்துகொண்டிருக்கும்.

இப்போதெல்லாம் முதலில் டோட்டோவைப் பற்றி, பிறகு டாஹுவைப் பற்றி, அதற்கும் பிறகுதான் தாம் பற்றி ஆலிஸ் நினைத்துப் பார்க்கிறாள் என்பதற்கு இதுவேகூடக் காரணமாய் இருக்கலாம். இல்லை, அவனை அவள் நினைத்துப்பார்ப்பதே இல்லை. மலைகளைப் பற்றி அறிவதற்கு இருக்கும் சகலமும் தனக்குத் தெரிந்திருப்பதாக அவன் நினைத்தான். தனது தாய்நாட்டில் மலைகளே கிடையாது என்பதை மறந்துவிட்டான்போல.

அவன் எப்படி அவ்வாறு செய்யலாம்? தங்கள் மகனை மலையேற அழைத்துச் சென்றுவிட்டு, திரும்பக் கூட்டி வராமல் இருக்கலாமா? அன்று அவனுடைய உடல்நலம் குன்றியிருந்தாலோ, தன்னுடைய மின்கலத்தில் மின்சாரமேற்ற மறந்திருந்தாலோ, அல்லது சற்று அதிக நேரம் தூங்கிவிட்டிருந்தாலோ என்ன ஆகியிருக்கும்? எல்லாமே மாறிப்போயிருக்கும், என்று அடிக்கடி நினைத்துக்கொள்வாள் ஆலிஸ்.

“கவலைப்படாதே, நாங்கள் பூச்சிவேட்டைக்குத்தான் போகிறோம்! அபாயகரமான இடத்துக்கு இவனைக் கூட்டிப் போகமாட்டேன். பத்திரமாய் இருப்போம். நாங்கள் போகும் வழி எல்லாருக்குமே தெரியும்.” இவளுக்கு சமாதானம் சொல்ல முயன்றான் தாம். ஆனால், அவனுடைய குரலில் பொறுமையின்மையின் சிறு குறிப்பு இருந்தமாதிரிக் கேட்டது ஆலிஸுக்கு.

பத்தே வயதில் டோட்டோ திறமையான மலையேறியாக, பாறை களில் ஏறத் தெரிந்தவனாக, சராசரி வனவியல் பட்டதாரியைவிட மலைக் காடுகளைப் பற்றி அதிகம் அறிந்தவனாக ஆகியிருந்தான். பெரும்பாலானவர்களால் இதை நம்ப முடியவில்லை. டோட்டோ மலைகளுக்கானவன் என்பதைப் புரிந்துகொண்டாள் ஆலிஸ். அவன் பாதைக்குக் குறுக்கே நிற்காமல் இருக்க முயன்றாள். ஒருவேளை,

தலையெழுத்தை மாற்றமுடியாது என்று டாஹு சொல்வது சரிதானோ என்னவோ. வேளை வரும்போது, காட்டுப் பன்றியைக் கண்ட ஈட்டிபோலப் பாயக்கூடியது தலையெழுத்து.

ஆலிஸுக்கும் தாம்முக்கும் நெருங்கிய நண்பன் டாஹு. பல விஷயங்கள் அறிந்தவனாய் இருந்தான்: வாடைக்கார் ஓட்டுநர், மலையேறி, தொழில்முறையிலல்லாத சிற்பி, வனப்பாதுகாப்பு ஆர்வலன், கிழக்குக் கடற்கரைத் தன்னார்வத் தொண்டு நிறுவனங்களின் தொண்டன். புனூன் இனத்துக்கேயுரிய ஆகிருதியுள்ள உடல்வாகு கொண்டவன். வசீகரமாக மின்னும் விழிகள். அவனைக் கண்ணுக்குக் கண் பார்க்காமல் இருப்பது நல்லது – அப்புறம் அவன் உங்களைக் காதலிக்கிறான் என்று நம்பிவிடுவீர்கள்; அல்லது நீங்கள் சென்று அவனைக் காதலிக்க ஆரம்பித்துவிட்டீர்கள் என்று.

சில வருடங்களுக்கு முன்னர், அவனுடைய மனைவி அவனைக் கைவிட்டுப் போய்விட்டாள் – அவர்களுடைய மகளான உமாவ்வையும் ஒரு குறிப்புச்சீட்டையும் வைத்துவிட்டு. கணக்கிலிருந்து தான் எவ்வளவு எடுத்திருக்கிறாள், வீட்டிலிருந்து எடுத்துச் செல்வது எவ்வளவு என்ற தகவல்களோடு, இவையெல்லாம் என்னுடையவை என்று மட்டுமே எழுதியிருந்தாள் – விளக்கம் ஏதும் சொல்லவில்லை. கைவிடப்பட்ட வளர்ப்புப் பிராணிபோல, அவனுக்கு மீந்த பொருட்களின் பட்டியலில் உமாவ்வும் இன்னொரு உருப்படிதான்.

ஆரம்பத்தில் ஒருமுறை, உமாவ்வை ஆலிஸுடன் தங்க அனுப்பி வைத்தான் டாஹு. அவனுடைய நோக்கம் உத்தமமானதுதான். ஆனால், தன் மகளுக்கு உற்சாகமூட்ட என்ன செய்யவேண்டும் என்று அவனுக்குத் தெரிய வில்லை என்பதுதான் உண்மை. உமாவ்வும் ஆலிஸும் ஒருவரையொருவர் மேலதிக மனச்சோர்வுக்கு ஆளாக்கியதுதான் மிச்சம். ஒரு பிற்பகல் முழுக்க உமாவ்விடம் ஒரு வார்த்தைகூடத் தான் பேசவில்லை என்று உணர்வாள் ஆலிஸ். அந்த நேரம் முழுவதும், கடலை வெறித்துக்கொண்டு இருந்திருப்பாள் அந்தச் சிறுமி – தன்னுடைய தலைமுடியைக் கட்டிக் கட்டி அவிழ்த்தும் சரியாக வனைந்துகொள்ள முடியாதவளாக. ஆகவே, டாஹுவிடம் வெளிப்படையாகச் சொல்லிவிட்டாள் ஆலிஸ் – அவன் இனிமேலும் தன் மகளை இங்கே கொண்டுவந்து விட வேண்டாம் என்று. பிற்பாடு, தாம்மையும் டோட்டோவையும் மீட்கும் பணியில் தடயம் எதையும் கண்டறிய முடியாமல் தோல்வியுற்ற பிறகு, ஆறுதல் அளிக்கும் நோக்குடன், சீரான இடைவெளிகளில் அவன் அழைப்பதற்கு பதிலளிப்பதையும் நிறுத்திவிட்டாள்.

தனக்குள் தானே முடங்கிவிடத் தீர்மானித்தாள் ஆலிஸ். அதற்கு அவள் புகலடைந்தது உறக்கத்திடம். உறக்கம் என்பது கண்களை மூடிக்கொள்வது என்பதுதான் என்றாலும் சில வேளைகளில் அதற்குப் பிறகுதான் காட்சிகள் இன்னமும் தெளிவாகத் தெரியும். ஆரம்பத்தில், படுக்கைக்குப் போகுமுன் தவறாமல் தியானம் செய்வாள் – அப்போதுதான் தனது கனவுகளில் டோட்டோ வருகை தருவான் என்பதற்காக. பிற்பாடு, அவனைப் பற்றிக்

கனவுகாணாமல் இருக்க முயன்றாள் – ஆனால் அவனைக் கனவில் காண்பதைவிட, கனவில் காணாமல் இருப்பது கூடுதல் வேதனையைத் தருகிறது என்று கண்டறிந்தாள். ஆக, அவனைக் கனவில் கண்டுவிட்டு, விழிக்கும்போது அவன் இல்லை என்பதை உணர்வதின் துக்கத்தைத் தாங்கிக்கொள்வதே தேவலை.

ஓரொரு சமயம், இரவில் உறங்காமல் படுத்துக்கிடக்கும்போது, கைவிளக்கை எடுத்துக்கொண்டு டோட்டோவின் அறைக்குள் மெல்ல நுழைவாள் – அங்கே இல்லாத ஒரு பையனைப் பார்த்துவருவதற்காக. அவன் சீராக மூச்சுவிடுகிறானா என்று கண்டுவருவதற்காக. விலகித் தப்ப முடியாத அளவு துரிதமான, வலுவான குத்துக்களை இறக்கும் குத்துச்சண்டை வீரன்போல அவளை எதிர்த்து நின்றது அவளது ஞாபகம். சிலவேளை, தனக்குள் இன்னமும் காமம் உயிர்ப்புடன் இருந்தால் தேவலை என்று நினைத்தாள் ஆலிஸ். ஒருகாலத்தில் இளமையுடன் இருந்த எவர் ஒருவருக்கும் தெரிந்திருப்பதுதான்: உலகத்தில் உளச்சோர்வு முறிவுக்கான மிகச் சிறந்த மருந்து காம இச்சையே. ஞாபகத்தின் வீரியத்தைக் குறைத்து, ஒருவரை நிகழ்காலத்தில் வைத்திருக்கக் கூடியது அது. ஆனால், அவளுடைய கனவுகளில் தோன்றிய தாம் வேட்கையைக் கிளர்த்துவதில்லை. வலதுகையில் பிடித்த மலையேற்றக் கோடரியால் தனது இடதுகையை வெட்டித்தள்ளுவான் – அது மலைச் சுவராக உருமாறும். ஒரு சொல்கூடப் பேசியதில்லை அவன்.

ஒரு கனவுக்கான அர்த்தத்தைப் புரிந்துகொள்ள அவள் முயற்சி செய்யும் ஒவ்வொரு முறையும், காவல்துறையினரை அழைத்து, ஏதாவது தகவல் உண்டா என்று விசாரிப்பாள். "மன்னியுங்கள், பேராசிரியை ஷீஹ் அவர்களே. எங்களுக்கு ஏதாவது தெரிய வந்தால், உங்களிடம்தான் முதலில் சொல்வோம்". முழுமனதாகத் தேடுவதிலிருந்து, அரைமனத்துடன் தேடுகிறவர்களாக மாறிவிட்டது காவல்துறை – அவளுடைய அழைப்பு களுக்குப் பதிலளிப்பது மிகவும் நடைமுறையான விஷயமாக ஆகிவிட்டது போல. எப்போதாவது ஒரு தடவை, தொலைபேசித் தொடர்பின் மறுமுனையில் பதிலளிக்கும் குரலில் சிறு எரிச்சல்கூடத் தட்டுப்படும். "அந்தப் பெண்பிள்ளைதான். நம்மைச் சும்மா விடமாட்டாள் அவள்" – தொலைபேசியை வைத்ததும் அந்தக் காவலன் தனது சகாக்களிடம் இப்படிச் சொல்கிறமாதிரிக் கற்பனை செய்வாள் ஆலிஸ்.

இந்த ஏப்ரலில், ஓயாது மழை பெய்துகொண்டிருந்தது. பருவத்துக்கு விரோதமாக வெம்மையும் இருந்தது. வளாகத்தில் தெருவிளக்குகளின் அடியில் செயலற்றுக் கிடக்கும் வண்டுகள் மண்டியிருந்தன. காருக்குள் ஒரு வண்டு வந்துவிட்டது. ஆலிஸ் ஜன்னல்களை இறக்கினாள். வண்டுக்கு வெளியேறத் தெரியவில்லை. ஜன்னல் கண்ணாடியில் மோதிக்கொண்டே இருந்தது. அதன் நீலநிற முன்சிறகுகள் பலவீனமாக மினுங்கின.

கடந்த சில மாதங்களாகவே, டோட்டோவைத் தான் எந்த அளவு சார்ந்திருக்கிறாள் என்பதை ஆலிஸ் கண்டறிந்திருந்தாள். அவனுக்காகத்தான் அவள் காலை உணவு எடுத்துக்கொள்ளப் பிரயத்தனப்பட்டாள்; சீரான வேளைகளில் படுத்துறங்கத் தலைப்பட்டாள்; சமைக்கக் கற்றுக்கொண்டாள்.

மென்மேலும் ஜாக்கிரதையாக இருக்கக் கற்றுக்கொண்டாள் – தான் பத்திரமாக இருப்பதே குழந்தையின் பாதுகாப்பு என்பதால். அவன் வெளியே செல்லும்போதெல்லாம் அவள் கவலைப்படுவாள் – நாசமாய்ப் போன குடிகார ஓட்டுநர் எவனாவது டோட்டோவின் இதமான இளம் முகத்தை நடைபாதையில் வைத்துத் தேய்த்துவிடுவானோ, அவனுடைய வகுப்புத் தோழர்கள் பரிகசித்துத் துன்புறுத்துவார்களோ, அல்லது, ஆசிரியர்கள் கொடுமைப்படுத்துவார்களோ என்று.

குழந்தைகளைச் சுற்றியே தம் பெரும்பாலான நேரத்தைக் கழிக்கும் ஆசிரியர்கள்கூட, சிலவேளை அதிர்ச்சியளிக்கும் வகையில் குரூரமாக நடந்து கொள்ளக் கூடுமல்லவா. அழுக்குச் சீருடை அணிந்த சிறுமியொருத்தியைத் தானும் தன் வகுப்புத்தோழர்களும் கும்பலாகச் சேர்ந்து படுத்தியெடுத்ததை நினைவுகூர்ந்தாள் ஆலிஸ். அந்தச் சிறுமியை இவர்கள் ஒவ்வொருநாளும் திட்டித்தீர்ப்பார்கள். அவளுடைய அழுக்கான ஆடையில் நீரைத் தெறிப்பார்கள் – இன்னும் அழுக்காகத் தெரிவதற்காகவும், ஒப்பீட்டளவில் தங்கள் உடைகள் எவ்வளவு தூயவை என்று காட்டிக்கொள்வதற்காகவும்.

இடதுபுறமிருந்த வெள்ளப் பரப்பின்மீது இருந்த பாலத்தைக் கடந்தாள் ஆலிஸ். சில வருடங்களுக்கு முன்பு அடித்துச் செல்லப்பட்ட பாலம் அது. இன்னும் உயரத்தில், மலைப் பகுதியில், சுமார் மூன்று கிலோமீட்டர்கள் உள்நாட்டுப் பிரதேசத்தினுள்ளாக, புதிய பாலம் கட்டப்பட்டிருந்தது. பீறிக் கிளம்பிய ஹாரன் ஒலி, ஆலிஸின் கவனத்தைச் சாலையின்மீது மீண்டும் திருப்பியது.

சில நிமிடங்கள் கழித்து, கார் ஒரு கடற்கரைப் பிராந்தியத்தில் திரும்பியது. முன்னாட்களில், ஹேவனின் புகழ்பெற்ற பகுதியாய் இருந்தது அது. சில ஆண்டுகளுக்கு முன் கட்டுமான நிறுவனம் ஒன்று உள்ளே நுழைந்தது. மலையின் ஒரு பகுதியைத் தோண்டியெடுத்தது. பின்னர் அதை நிரப்பி, தரையை உறுதியாக்கி, அந்த இடத்தில் ஒரு விளையாட்டுப் பூங்கா கட்டியது. பின்னர், ஊழல் புகார்களில் கால் அழுந்தி இருந்த நகரத்தலைவரின் முழுமையான ஆதரவுடன் அந்த இடத்தின் மறுபுறத்தி லிருந்த மலைச்சுவரைத் தோண்டியெடுத்துக்கொண்டேயிருந்தது அந்த நிறுவனம். ஆனால், ஒன்பது ஆண்டுகளுக்கு முன்னர் நேரிட்ட பலமான புவியதிர்ச்சி, அங்கிருந்த அநேக விளையாட்டுத் தளங்களின் அஸ்திவாரத்தை அசைத்து இடம்பெயர்த்து விட்டது. விளையாட்டுச் சவாரிகளை முடக்கிவிட்டது. இழப்பீடு தருவதைத் தவிர்ப்பதற்காக, தான் திவாலாகிவிட்டதாக அறிவிக்கும்படி விண்ணப்பித்தது நிறுவனம்.

கடல்மட்டம் உயர்ந்து, கரையோரம் ஆக்கிரமிக்கப்பட்டதால், கேபிள் கார் கோபுரங்களும், ராட்சத ராட்டினச் சக்கரமும் கைவிடப்பட்டுக் கிடந்தன. ஒருபுறம், முன்னர் மலையின் பகுதியாக இருந்திருக்கக் கூடிய பாறையின்மீது, தூண்டில் போட்டு மீன் பிடிப்பவன் ஒருவன் அமர்ந்திருந்தான். அவனுடைய படகு கேபிள் கார் கோபுரத்துடன் கயிறால் கட்டப்பட்டிருந்தது. புதிய கடற்கரையோர நெடுஞ்சாலையில் தொடர்ந்து காரோட்டிக்கொண்டிருந்தாள் ஆலிஸ் – தொலைவில் தனித்துத் தெரியும் தனது வசிப்பிடம் இறுதியாகத் தென்படும்வரை. மிதமான மழையினூடே

சூரியஒளி நிலத்தின்மீது சிதறியிருந்தது. தூறல் இருந்தாலும்கூட, கடந்த சில வாரங்களில் ஆகச் சிறந்த வானிலை இன்றுதான் நிலவுகிறது.

அவளுடைய வீடு கடலருகில் இருக்கிறது. ஆனால், கடல் இந்த அளவு எப்போது நெருங்கியது?

தற்சமயம் கிட்டத்தட்ட அர்த்தமற்றதாக ஆகிவிட்டிருந்த கதவைத் திறந்தாள் ஆலிஸ். இறுதியாய் எஞ்சியிருந்த தன் உடமைகளைச் சுற்றுமுற்றும் பார்த்தாள்: மெத்தை தைத்த ஆசனம், தாம்மும் அவளும் இணைந்து உருவாக்கிய சுவர்ப் புடைப்புச் சுதைச் சிற்பம், மிஷெல் டி லுச்சி சரவிளக்கு, வாடிப்போயிருந்த வீட்டுச் செடிகள். ஒவ்வொன்றும் அவளும் தாம்மும் இணைந்தே தேர்ந்தெடுத்தவை. தலையணையில் இருந்த குழிவு, குளியலறையில் இருக்கும் முகத்துவாலை, சுவரலமாரியில் இருந்த புத்தகங்கள் என அனைத்திலுமே டோட்டோ இருந்ததன் தடயங்கள் தெரிந்தன.

இறுதி ஆய்வை மேற்கொண்டிருக்கும்போது, மீன் தொட்டியை என்ன செய்வது என தான் யோசித்திருக்கவில்லை என்பதை உணர்ந்தாள். உதவியற்றும் பேச்சற்றும் மிரண்டுபோய் சாவுக்காகக் காத்திருக்கும்படி அந்தப் பாவப்பட்ட மீன்களை விட்டுவிடுவது மிகவும் குரூரமானது; ஏனெனில், அவள் முன்பே இறந்திருப்பாள்.

ஆசனத்தில் அமர்ந்திருந்தபோது, மீன் பராமரிப்பில் நிஜமான ஆர்வம் கொண்டவனான தனது மாணவன் மிட்ச் நினைவு வந்தான். ஆனால், இப்போது அவளிடம் அலைபேசி இல்லை. தொலைபேசி இணைப்பைத் துண்டித்து விட்டிருந்தாள். கொஞ்சம் குழம்பிவிட்டு, கடைசியாக ஒருமுறை பல்கலைக்கழகத்துக்குப் போய்வருவது என்று முடிவெடுத்தாள். மீன்களையும் செடிகளையும் எடுத்துக்கொள்ள மிட்ச்சை ஏற்பாடு செய்வதற்காக. அவன் தனக்குத் தேவையான உபகரணங்கள் அனைத்தையும்கூட எடுத்துக்கொள்ளலாம். காரில் மீண்டும் ஏறினாள் ஆலிஸ். நல்லவேளை, கார் பேட்டரியில் இன்னமும் முப்பது கிலோ மீட்டருக்கான உயிர் மிச்சமிருந்தது.

துறை அலுவலகத்திலிருந்தபடி மிட்ச்சை அழைத்தாள். சீக்கிரமே அவன் வந்து சேர்ந்தான். அருகில் ஒரு பெண். அனைவரும் ஆலிஸின் காரில் ஏறிக்கொண்டார்கள். விளையாட்டு வீரனின் உடல்வாகு கொண்டவன் மிட்ச். ஆனால், புறக்கணிக்கப்பட்டவன் போல, வாசல் மிதியடியின் ஒரு துண்டுபோல இருந்தான். இலக்கியப் படிப்பு மாணவனான அவன், திறமையே இல்லாத வெற்று ஆர்வத்தின் முன்னுதாரணமாகத் திகழ்பவன். தன்னுடைய சிநேகிதியை ஜெஸ்ஸி என்று அறிமுகப்படுத்தினான். அந்தப் பெண்ணின் கண்களில் விஷமப் பார்வை இருந்தது. இனிய புன்முறுவலும் அதீத வெண்மை கொண்ட சருமமும் கொண்டிருந்தாள். ஏகப்பட்ட ஆபரணங்கள் சூடியிருந்தாள். ஆனால்,தெருவில் கடந்துபோகும் எந்த ஒரு இளம்பெண்ணையும்போன்றே தோற்றம் கொண்டிருந்தாள். உடம்போடு ஒட்டிய ஜீன்ஸ் அணிந்திருந்தாள். இரண்டு பாடத்தொகுதிகளைப் பயில ஆலிஸின் வகுப்பில் இருந்ததாகச் சொன்னாள். குறிப்பாக

அவளைப் பற்றிய மனப்பதிவுகள் ஏதும் இல்லாதபோதும், அந்தப் பெண் பரிச்சயமானவளாகவே தென்பட்டாள்.

திரும்பும் வழி முழுவதும் காருக்குள் மௌனமும் இறுக்கமும் நிலவியது. ஆலிஸுடன் பேசுவதைத் தவிர்ப்பதற்காக, ஜெஸ்ஸியும் மிட்ச்சும் புறக்காட்சிகளை ஊன்றி கவனிக்கிற மாதிரிப் பாசாங்கு செய்தார்கள்.

பேசிக்கொள்ளாமலே மூவரும் புழக்கடைத் தோட்டத்தில் நுழைந்தார்கள். ஆலிஸ் கதவைத் திறந்ததும், மிட்ச் ஆச்சரியத்தால் மூச்சுத் திணறினான். மீன்தொட்டி முன்னால் மண்டியிட்டு அமர்ந்து, "அட, இது மண்வெட்டிமூக்குச் சிறுமீன் அல்லவா!" என்று கேட்டான்.

"ஆமாம்."

டாஹுவின் நண்பன் ஒருவன் மீண்டும் நீரில் விடுவதற்காக வளர்த்த மீன்கள் அவை. விடுவிக்காதவற்றை டோட்டோவுக்குக் கொடுத்திருந்தான்.

"ஆஹா. இவற்றை நீங்கள் இப்போதெல்லாம் ஆற்றில் பார்க்க முடியாது. பெட்டியில் என்ன இருக்கிறது என்று நான் பார்க்கலாமா?"

"நிச்சயமாக."

தொட்டிக்குக் கீழ்ப்புறம் இருந்த பெட்டியைத் திறந்தான் மிட்ச். உற்சாகமடைந்தவன், "இதில் ஒரு குளிர்விப்பானும், பிஹெச் கட்டுப்பாட்டு சாதனமும்[2] கூட இருக்கிறதே! பிரமாதம்!" என்றான்.

"இது எல்லாமே உனக்குத்தான்." மிட்ச்சின் ஆச்சரியங்கள் ஆலிஸுக்கு எரிச்சல் மூட்டின.

மிட்ச்சினால் தன் காதுகளை நம்பவே முடியவில்லை. அவள் நிஜமாகவேதான் சொல்கிறாளா என்று உறுதிப்படுத்திக்கொண்ட பிறகு, தன் வகுப்புத்தோழன் ஒருவனை அழைத்தான். விரைவிலேயே ஒரு பெரிய காரில், உறுதியான மூன்று இளைஞர்கள் வந்து சேர்ந்தார்கள். பரபரவென்று அந்த உபகரணத்தைக் காரின் பின்பக்கம் ஏற்றினார்கள். சுவரில் தொங்கும் டிஜிட்டல் புகைப்படச் சட்டங்களையும் அலமாரியிலிருந்த புத்தகங்களின் முதுகையும் ஜெஸ்ஸி அமைதியாகப் பார்த்துக்கொண்டிருப்பதை ஆலிஸ் கவனித்தாள்.

"உனக்குப் பிடித்த புத்தகம் ஏதும் இருந்தால் கூச்சப்படாமல் எடுத்துக்கொள்."

"ஹும்... நிஜமாகவா?"

"கொஞ்சம் புத்தகங்களை எடுத்துக்கொண்டுபோவதால் குறைந்து விடாது."

முடிவில் ஐஸாக் டினெசன்னுடைய சிறுகதைத் தொகுப்பின் மூலமொழிப் பிரதியை எடுத்துக்கொண்டாள் ஜெஸ்ஸி. தலையைச் சாய்த்து ஆலிஸ் கேட்டாள்:

2. pH Control – நீரின் உப்புத்தன்மையையும் அமிலத்தன்மையையும் ஒழுங்குபடுத்தும் சாதனம். (மொ–பெ)

“டேனிஷ் வாசிப்பாயா என்ன?”

“இல்லை இல்லை. சும்மா . . . ஒரு ஞாபகார்த்தமாக. பார்ப்பதற்கு டேனிஷ் நேர்த்தியாக இருக்கிறது.”

பெரிய காருக்குள் ஏறுமுன்பு, ஜெஸ்ஸி வந்து கேட்டாள். “பேராசிரியை ஷீஹ், உங்களை நான் வளாகத்தில் பார்க்கலாமா?”

“கூடாதம்மா.”

“நான் எழுதும் சமாசாரங்களை உங்களுக்கு அனுப்பலாமா என்று கேட்க நினைத்தேன். வேண்டாம் என்றாலும் முழுக்கப் புரிந்துகொள்வேன்.”

ஆலிஸ் முதலில் ஆமோதிப்பாகவும் பின்னர் வேண்டாமென்றும் தலையசைத்தாள். இப்போது உணர்ச்சிப் பரபரப்பேயின்றி அவளுக்குத் தெரிந்துவிட்டது, அந்தப் பெண் யாரென்று.

மிட்ச்சும் ஜெஸ்ஸியும் போன பிறகு, டோட்டோவின் அறைக்குள் நடமாடினாள் ஆலிஸ். கட்டிலில் துவண்டு வீழ்ந்தாள். ஒருகாலத்தில் அந்தப் பரிச்சயமான மணம் இருந்த கட்டில். இப்போது, மீன்கள் சாவது பற்றிய கவலை தேவையில்லை அவளுக்கு. தான் சாவது எப்படி என்பதைப் பற்றி மட்டுமே கவலைப்பட வேண்டும். அது ஒன்றும் பெரிய விஷயமில்லை என்றே தோன்றியது.

டோட்டோவைத் தாம் அழைத்துச்சென்ற மலையேற்றப் பாதைகளின் வரைபடம் விதானத்தில் இருந்தது. அதை உற்றுப் பார்த்தாள். இருவரும் சேர்ந்தே அதை வரைந்திருந்தார்கள். தங்கள் ரகசியத்திட்டங்களை அவர்கள் தீட்டும்போது, பெரும்பாலும் இவள் சமையல் செய்துகொண்டிருப்பாள். எப்போதுமே, மலையேற்றம்தான் அவர்களுக்குரிய விஷயமாய் இருந்தது. இத்தனை வருடங்களில், தாம் இவளை சம்மதிக்க வைக்க எவ்வளவோ முயன்றும், இவள் அவனுடன் போக மறுத்துவிட்டாள். தேவாலயத்துக்கும் போகமாட்டாளே.

“வாழ்க்கையில் சிலசமயம் மறுப்புச் சொல்லவும் ஒருவருக்கு இயல வேண்டும்” என்று நினைத்துக்கொண்டாள் ஆலிஸ்.

தனது முதன்முதல் மலையேற்ற அனுபவத்தை மறக்கவே மாட்டாள் அவள். மலை என்பதைவிட குன்று என்று சொல்லத்தக்க எம்ப்பரர் ஹால், தாய்ப்பெய்யின் தென்மேற்கில் இருந்த பாறைப்பாங்கான பிரதேசத்தில் அமைந்திருந்தது. அந்தக் காலகட்டத்தில் அனைத்துக் கல்லூரி இருபாலர் சுற்றுலாக்கள் பிரசித்தமாய் இருந்தன. வகுப்புத் தோழரின் வற்புறுத்தலால் ஆலிஸூம் ஒரு சுற்றுலாவுக்குள் மாட்டிக்கொண்டாள்.

விளையாட்டில் ஆர்வமே காட்டாதவளான அவள், ஏற்றத்தின் முதல் பாதிவரை சரியாய்த்தான் போய்க்கொண்டிருந்தாள். ஆனால் ஒரு சிறு கோவிலைக் கடந்து செல்லும்போது, ஒரு கயிற்றின் உதவியால்

கஷ்டப்பட்டுத் தொற்றியேற வேண்டியதாயிற்று. பற்றிக்கொள்ள எதுவுமே அற்ற ஓர் உச்சிக்கு வந்து சேர்ந்தாள்.

மற்றவர்கள் அவளுக்கு உற்சாகமூட்டியபடியே இருந்தனர். மறுப்பதற்கான தைரியமில்லாதவளாய் ஆலிஸ் இருந்த காலகட்டம். இன்னும் சில நிமிடங்களுக்குத் தொடர்ந்தவள், குளிரும் வியர்வையோடும் பெரும் பதற்றத்தோடும் உடைந்து போனாள். எந்தவொரு பெண்ணும் செய்திருக்கக்கூடியதுபோல, தீரனான ஆண்மகன் வந்து தனக்கு உதவும் விதமாகக் கூச்சலிடவில்லை அவள்.

கண்ணீர் உருளத் தொடங்கியது. எவ்வளவோ இடங்கள் இருக்க, இங்கே ஏன் வந்து தொலைக்க வேண்டும் அவர்கள்? ஒரு பையன் தன் கையை நீட்டினான். அவள் பற்றிக்கொள்ள மறுத்துவிட்டாள். அவன் பணிவானவனாகத்தான் தென்பட்டான் – ஆனால் அவனுடைய மண்டை காலியாய் இருந்தது (அவனுடைய மோட்டார்பைக்கில் பின்னால் அமர்ந்து சென்றபோது அவளுக்குத் தெரியவந்தது இது). பின்னர், அவள் தானாகவே கீழே இறங்கி வந்தாள் – பாதி நடந்தும், பாதி துவண்டும் வந்து சேர்ந்தாள். அதன்பிறகு மலையேறப் போகவேயில்லை.

வரைபடத்தில் நீலப் பாதைகளும் சிவப்புப் பாதைகளும் குறுக்குமறுக்காய் ஓடின; வெவ்வேறு நிறங்கள் கொண்ட கொடிகளால் அடையாளமிடப்பட்டிருந்தன. அந்த நிறங்களுக்கு என்ன பொருள் என்று அவளுக்குத் தெரியவில்லை; தாம்மும் டோட்டோவும் பார்த்திருக்கக் கூடிய மலைப்பாதைகளை யூகிக்கத்தான் முடிந்தது. அவர்கள் எவ்வளவு நேரம் இதில் செலவழித்தார்கள், இதை வரையும்போது அவர்களுடைய சிந்தனையில் என்ன ஓடியது என்பது யாருக்குத்தான் தெரியும்?

அந்தப் பாதைகளைத் தன் கண்களால் தொடர்ந்தாள். தான் மலையேறப் போனதேயில்லையே தவிர, அந்த வரைபடத்தைப் பலதடவை பார்த்திருக்கிறாள்; அவற்றின் வழியே ஏறிச் செல்வது பற்றி அவனுடன் திட்டமிட்டிருக்கிறாள் – அது ஒரு விளையாட்டு என்கிற மாதிரி. டோட்டோவையும் தாம்மையும் போலவே, அவளும் அந்த வரைபடத்தை அறிவாள். ஆனாலும், எப்போதுமே அவளுக்கு ஒரு விநோதமான எண்ணம் இருந்து வந்தது – சில பாதைகள் முழுக்கச் சரியாக வரையப்படவில்லை என்று; காரணம் இன்னதென்று அவளுக்குத் தெரியாதபோதிலும்.

பார்வை மங்கும்வரை உற்றுப் பார்த்துக்கொண்டிருந்தாள் ஆலிஸ். வெளியில் இருள் கவிய ஆரம்பித்துவிட்டது. விதானத்தில் இருந்த பாதைகள் மெல்லமெல்ல நிழலாக மாறி வந்தன. டோட்டோ ஓர் உயரமான முக்காலியில் அமர்ந்தோ, தாம்மின் தோள்களில் நின்றோ ஒரு பாதையைப் பிரதியெடுக்கும் காட்சி அவள்முன் தோன்றியது. கடைசியில், கால உணர்வு மந்தித்து, ஆழ்ந்த உறக்கத்தில் அமிழ்ந்துபோனாள்.

அன்றிரவு, சற்று நேரம் கழித்து ஒரு வலுவான பூமி அதிர்ச்சி நிகழ்ந்தது. ஜனங்களின் பால்ய ஞாபகங்களைக் கிளர்த்திவிடும் அளவுக்கு வலுவான அதிர்ச்சி. முதலில், அவள் அரைத்தூக்கத்தில் இருந்தாள்.

சொல்லப்போனால், பூமி அதிர்ச்சிகள் அடிக்கடி நடக்கும் இடமான ஹேவனில்தான் நீண்டகாலமாக வசித்துவந்திருக்கிறாள்; இதைவிட மோசமான அதிர்ச்சிகளையெல்லாம் பார்த்திருக்கிறாள்.

ஆனால், ஒரு நிமிடத்துக்கு அப்புறமும் நிலம் நடுங்கிக்கொண்டிருந்தது. நடுக்கம் மேலும் மேலும் வலுத்துவந்தது. ஆலிஸ் தன்னிச்சையாக எழுந்து அமர்ந்தாள். பாதுகாப்பான இடத்தில் ஒதுங்கவோ, வீட்டைவிட்டு ஓடவோ வேண்டும் என்று உள்ளுணர்வு பரபரத்தது. என்னவொரு விசித்திரம்! சாவதற்குத் தயாராகிவிட்ட ஒரு நபருக்கு, அது எந்தவிதமாக நேர்ந்தால் என்ன?

மீண்டும் படுத்துக்கொண்டாள் ஆலிஸ். எங்கிருந்தோ மந்தமான உறுமல் ஒன்று வந்துகொண்டிருப்பது தனக்குக் கேட்கிற மாதிரி உணர்ந்தாள் – என்னமோ மலையே நகரப் போவது மாதிரி இருந்தது அது. அவள் ஆரம்பப் பள்ளியில் படித்த நாட்களில் தாக்கிய மாபெரும் நிலநடுக்கத்தை நினைவுகூர்ந்தாள். அவளுடைய குடும்பத்தில் யாரும் இறந்துபோய்விடவில்லை; ஆனால் அவளுடைய பள்ளிக்கூடம் தரைமட்டமானது. அவளை மிகவும் நேசித்த அறிவியல் ஆசிரியை குமாரி. லின் மற்றும் வகுப்பில் அவள் அருகில் அமர்ந்திருப்பவனும், கண்ணாடி அணிந்தவனும், இவளுக்கு அடிக்கடி பரிசுகள் தருபவனுமான ஒரு மாணவன் இருவரும் நசுங்கி இறந்துபோனார்கள்.

முந்தைய நாள் பள்ளிக்கூடம் விட்டதும் மாணவர் ஊர்வலத்தில் இவளுடன்தான் அவன் நடந்து வந்தான்; ஐந்து பட்டுப்புழுக்களை இவளுக்குக் கொடுத்தான். ஐந்து நாட்களுக்குப் பிறகு, சரியாகக் கழுவப் படாத மல்பெரி இலைகளைத் தின்றதனாலோ என்னவோ, அத்தனை புழுக்களும் கறுப்புநிறத்தில் கொழகொழவெனக் கழிவை வெளியேற்றிவிட்டு இறந்துபோயின. அவற்றின் உடல்கள் உலர்ந்து சுருங்கிவிட்டிருந்தன. அந்த நிகழ்வு தொடர்பாக அவளுக்கு இருந்த ஆக அந்தரங்கமான இரண்டு ஞாபகங்கள் இவை.

ஒரு நில அதிர்ச்சி மரணபயங்கரத்தை உங்களுக்குள் தூண்டிவிடுவதற்கு, உங்களைக் கொன்றுதான் ஆகவேண்டுமென்பதில்லை; உங்களுக்கு நெருக்கமான சிலவற்றை – சுருங்கிப்போன தோலைத் தவிர வேறெதையும் மிச்சம் வைக்காமல் – உங்களிடமிருந்து பறித்துச் சென்றாலே போதும்.

கடகட ஒலி சில நிமிடங்களுக்கு நீடித்தது; பின்னர் உலகம் மீண்டும் அமைதியானது. ஆலிஸ் மிகவும் சோர்ந்திருந்தாள். உடனடியாக மீண்டும் உறங்கிவிட்டாள். அலைகளின் இரக்கமற்ற லயத்துக்கு அவள் கண்விழித்தபோது வெளிச்சம் இன்னும் படரத் தொடங்கியிருக்கவில்லை. எழுந்து, ஜன்னல் வழி வெளியே பார்த்தாள்.

பிரம்மாண்டமான ஒரு சமுத்திரத்தின் மத்தியிலுள்ள அத்துவானத் தீவில் தான் நின்றிருப்பதைக் கண்டாள். உற்சாகமான அலைகள் தொலைதூரம் கடந்து ஓயாமல் வந்துகொண்டிருந்தன, கரையை நோக்கி.

II

4

அட்டிலெய்'யின் தீவு

பனிமூட்டம் சமுத்திரத்தின் ஆழத்திலிருந்து எழுவதாகத் தோன்றியது. அனைத்தையும் ஊடுருவி நிரம்பும் வல்லமைகொண்ட சாட்சாத் *கபாங்*குக்கு நிகராக அது சகலத்தின் மீதும் படிந்து மூடியது. தான் நீருக்கடியில் இருப்பதாக ஒரு கணம் திகைத்தான் அட்டிலெ'ய். துடுப்புப் போடுவதைக் கொஞ்சநேரம் நிறுத்திவைக்கலாம். இவ்வளவு கடுமையான பனிமூட்டத்தில் துடுப்புப்போட்டு என்ன பயன்?

*வயோ வயோ*விலிருந்து புறப்பட்டபின், இந்த ஏழு நாட்களில், திறந்து கிடக்கும் சமுத்திரத்தில் துடுப்புகளால் பிரயோசனமில்லை என்பதில் அவனுக்குச் சந்தேகமே கிடையாது. மீன்பிடிப் பிராந்தியத்தைச் சுற்றிலும் கண்ணுக்குப் புலப்படாத எல்லையொன்றைத் தீவினர் நிறுவியிருந்ததில் ஆச்சரியமேயில்லை – அந்த எல்லையைத் தாண்டிப் போகிறவர்கள் திரும்பவே மாட்டார்கள்.

அவனுடைய உணவு மற்றும் நன்னீர் இருப்பு காலியாகி விட்டது என்பதைச் சொல்லவே வேண்டியதில்லை. மற்றைய இரண்டாம் மகன்களுடையது போன்றது அல்ல தன்னுடைய தலையெழுத்து என்னும் நம்பிக்கையை அவன் கைவிட்டு விட்டான் என்றாலும், அவனுடைய உடல் தளர்வுறவே இல்லை. அப்போதுதான் அவன் கடல்நீரை அருந்த முனைந்தான்.

நள்ளிரவை நெருங்கும்போது மழைபெய்ய ஆரம்பித்தது. மழையும் பனி மூட்டமும் சேர்ந்து, கடலுக்கும் ஆகாயத்துக்கு மான எல்லையை மங்க வைத்தன. மழையினூடே தான் கடல் வாசலைத் தாண்டிச் சென்றுவிட்டதாக நினைத்துக் கொண்டான் அட்டிலெ'ய். அதி உக்கிரமான மழைப்பொழிவும், பனிமூட்டமும் நிலவும்போது, சமுத்திரத்தில் ஒரு வாசல் இருப்பதாக ஐதீகம் உண்டு. அதன் மறுபுறம் *மெய்த் தீவு* இருக்கிறது. *கபாங்*கும் பிற நீர்க் கடவுள்களும் வாசம் செய்யும் அந்தத் தீவின் நிழலே *வயோ வயோ* என்னும் தீவு. வழக்கமாக,

இந்த மெய்த் தீவு கடலுக்கடியில் மறைந்திருக்கும். விதிவசமான சில வேளைகளில் மட்டுமே அலைகளுக்கு மேலாக எழுந்துவரும்.

தனது *தலவாக்கா*வுக்காகப் பிரத்தியேகமாகக் கட்டிய பனையோலைக் கூரையின் கீழ் தஞ்சமடைந்தான் அட்டிலெ'ய். அதன் கீழும் நீர் சொட்டிக் கொண்டுதான் இருந்தது – வெளியில் இருப்பதைவிட அதிகமாக உலர்ந்திருக்கவும் இல்லை. "வலுத்த மீன் ஓடிவிட்டது, வலுத்த மீன் ஓடி விட்டது' என்று முணுமுணுத்துக்கொண்டான். *வயோ வயோ* மொழியில் அதன் அர்த்தம் பின்வருமாறு: 'இதை மறந்துவிடு, இதை மறந்துவிடு.'

வாய்விட்டுச் சொல்லாவிட்டாலும், ஏற்கனவே தன் மனத்துக்குள் தெய்வ நிந்தனை புரிந்துவிட்டான்; இங்கே சமுத்திரத்தினுள் இருக்கும்போது, கடவுளைவிடவும் சமுத்திரம் மிகப் பெரியதாய் இருக்கிறதே என்று வியந்தபோது. சமுத்திரத்தை ஒரு கடவுள் எப்படி ஆட்சி செய்ய முடியும்? சமுத்திரமே கடவுள்தான்.

விடியும் தறுவாயில், தன்னுடைய *தலவாக்கா* மூழ்கிக்கொண்டிருப்பதை உணர்ந்தான். பிரயோசனமே இல்லாதபோதும், அவசியம் கருதி, தண்ணீரை வாரிவாரிக் கொட்டினான். ஓடம் கிட்டத்தட்ட அமிழ்ந்தே போனதும், அதை விட்டு நீங்கினான். *வயோ வயோ*வின் இளைஞர்களிலேயே முதல் தரமான நீச்சல் வீரன் அவன். அவனது கால்கள் மீன்வால்போல வளையக் கூடியவை. கைகள் மீனின் துடுப்புகள்போல நீரைக் கிழித்துச் செல்பவை.

ஆனால், திறந்து கிடக்கும் சமுத்திரத்தில், ஜெல்லிமீன்கூட ஒரு மனிதனைவிட வல்லமையுள்ளது – அட்டிலெ'ய் போன்ற ஒருவனைவிடவும். அளப்பரிய சிரமத்துடன் அவன் நீந்திக்கொண்டிருந்தான். எண்ணங்கள் எதுவும் எஞ்சியிருக்கவில்லை; நீந்துவதை நிறுத்திவிடலாமா என்ற எண்ணம்கூட. நீர்க்குட்டையில் தவறிவிழுந்து வெளியேறப் போராடும் எறும்புபோல இருந்தான் – நம்பிக்கையோ விரக்தியோ இன்றி தன் உயிருக்காகப் போராடும் எறும்புபோல.

மனத்தளவில் *கபாங்*குக்கு எதிரான பாவத்தைப் புரிந்துவிட்டாலும், வாய்விட்டு அவரிடம் பிரார்த்திக்கத்தான் செய்தான் அட்டிலெ'ய். "ஓ *கபாங்* தேவனே, சமுத்திரத்தை வற்றவைக்க வல்லவரே, ஒருவேளை நீர் என்னைக் கைவிடுவீரானால், என் உடலைப் பவளமாக ஆக்குவீராக. பின்னர் எங்கள் தீவை நோக்கி நகர்த்திச் செல்லுவீராக – ரசுலா கண்டெடுக்கும் விதமாக." பிரார்த்தனை முடிந்த மாத்திரத்தில் அட்டிலெ'ய் மூர்ச்சையுற்றான்.

மீண்டும் விழிப்புற்றபோது, இன்னமும் தான் கடலில் மிதந்துகொண் டிருப்பதைக் கண்டான். கிட்டத்தட்ட ஒரு தீவில் ஒதுங்கிவிட்டது பற்றிய கனவு நினைவுவருவதாகப் பட்டது. இந்தத் தீவின் விளிம்பில் சோகம் கப்பிய கண்களுடன் ஒரு வாலிபர் கூட்டம் நின்றிருந்தது. விலாக்களில் கரங்களுக்குப் பதிலாக துடுப்புகள் முளைத்த, வாழ்நாள் முழுவதும் பாறைகளில் உருண்டதுபோலத் தழும்புகள் நிரம்பிய உடல்கள் கொண்ட வாலிபர் கூட்டம்.

அட்டிலெ'ய்யின் *தலவாக்கா* அருகில் நெருங்கியதும், முடி நரைத்த இளைஞன் ஒருவன் இவனிடம் பேசினான்: "நீ வந்துவிடுவாய், எங்கள் இனத்தில் சேர்ந்துகொள்வாய் என்று நீலத் துடுப்புள்ள சூரைமீன் ஒருநாள் எங்களுக்குச் சொன்னது." பிற இளைஞர்கள் துயரம் தோய்ந்த பாடலொன்றைப் பாடத் தொடங்கினர், மெல்லிய துயரத்தின் அலையொன்று அப்போதுதான் உள்ளே நுழைந்தமாதிரி. தீவினர் கடலுக்குள் செல்லும்போது அடிக்கடி பாடும் பாடல் அது. தவிர்க்கவியலாதவனாக, தானும் உடன் சேர்ந்து பாடத் தொடங்கினான் அட்டிலெ'ய்.

சமுத்திர அலைகள் வருமானால்
தடுத்திடுவோம் எம் பாடலினால்
ஆனால் ஒரு புயல் எழுந்தாலோ
அழகுப் பெண்ணே, அறிவாய் நீ,
தூரை மீனுள் வளர்வோம் யாம்
தூரை மீனுள் வளர்வோம் யாம்.

இருளுக்கு ஆறுதல் உரைக்கும் விண்மீன்கள்போல, துக்ககரமான மழைத்துளிகள் கடல்மீது பொழிவதுபோல, அவர்களுடைய இளம் குரல்கள் ஒலித்தன. ஒற்றைக்கண் கொண்ட இளைஞன் ஒருவன் சொன்னான்: "பாருங்கள், அவனுடைய குரல் நம்முடையது போல இல்லை. வித்தியாசமாய் இருக்கிறது. தனக்கே சொந்தமான ஒரு தீவில் கரையேறுகிறவனுடையது மாதிரி." இந்தச் சமயத்தில், ஒரு அலை மோதியது. சமநிலை இழந்த அட்டிலெ'ய் தன்னுடைய கனவுப்பிரதேசத்திலிருந்து வீழ்ந்தான்.

தன்னுணர்வு தட்டியதும், தான் நிஜமாகவே ஒரு தீவில் ஒதுங்கியிருப்பதைக் கண்டான். எல்லைகள் அற்றதுபோலத் தென்பட்ட அந்தத் தீவு, மண்ணாலானது அல்ல; பலநிறமுள்ள விசித்திரப் பொருட்களின் குழம்பிய கலவையால் ஆனதுபோல இருந்தது. காற்றில் விநோதமான நாற்றம் நிரம்பியிருந்தது.

சூரியன் மறைந்துவிட்டது. அலைகள் அட்டிலெ'ய்யின் உடைகளையும் ஆபரணங்களையும் எடுத்துக்கொண்டு விட்டிருந்தன – கிட்டத்தட்ட நிர்வாணமாய் இருந்தான். ஆனால், அவனுக்கு மிகவும் வருத்தமளித்த சங்கதி, ரசுலா அவனுக்கு அளித்திருந்த *கிக்கி'யா* ஓயின் சீசாவைப் பறிகொடுத்ததுதான். ரசுலாவின் *கிக்கியா* ஓயின் பற்றிய எண்ணம், அவனுடைய வாயை மிக மிக வறளச் செய்தது.

நல்லவேளை, நம்ப முடியாதவிதத்தில், 'பேசும் புல்லாங்குழல்' தொலைந்து போகவில்லை; தன்னுணர்வை இழக்கும் சமயத்தில் அவன் தன் கையில் இறுக்கிப் பிடித்திருந்தான் அதை.

இது மறுபிறவியாய்த்தான் இருக்கவேண்டும் என்று நினைத்துக் கொண்டான். தீவு முழுவதும் நடந்தே அலைந்தான். பெரும்பாலான பகுதிகளில் தரை உறுதியாய் இல்லை என்பதைக் கண்டறிந்தான். சில இடங்கள் மெத்துமெத்தென்று இருந்தன – பொறிகள் போல. சிலசமயம்,

வளர்ந்த பல மனிதர்களின் ஆழத்துக்கு ஒருவர் புதைந்துவிடக்கூடும் – மீண்டெழ முனைவதற்கு முன்பே.

வட்டமான ஒரு பொருள் அவனுடைய கவனத்தை ஈர்த்தது. சூரியனை நோக்கிக் காட்டும்போது பிரகாசமான வானவில்போல ஒளி வீசியது. ஆனால், தன்னை நோக்கித் திருப்பினால், பழுப்புநிறமான, தழும்புகளும் கீறல்களும் கொண்ட ஒரு முகத்தைக் காட்டியது. நீரைக் கொண்டு இவ்வளவு கடினமான பொருளை உருவாக்க முடியுமா? என்று வியந்தான் – பிறகெப்படி என் தோற்றத்தை இது எதிரொளிக்கிறது?

பலவிதமான பலநிறப் பைகள் தீவு முழுவதும் கிடப்பதை, சீக்கிரமே கண்டறிந்தான் அட்டிலெ'ய். வயோ வயோவில் புழக்கத்திலிருக்கும் காடாத் துணிப் பைகளிலிருந்து வேறுபட்டவை. இவற்றில் நீரை அள்ள முடியும் – சிலவற்றில் அள்ளிய மாத்திரத்திலேயே நீர் ஒழுகும்; சிப்பி வகைகளும் நட்சத்திர மீன்களும் இதர சில்லறை சமாசாரங்களும் எஞ்சி உலர்ந்து நிற்கும். இது மாதிரியான பைகள் வயோ வயோவிலும் இருக்கத்தான் செய்தன. வெள்ளைக்காரர்கள் அவற்றை விட்டுச்சென்றார்கள் என்று முதியவர்கள் சொல்வார்கள்.

ஆனால், கடந்த சில வருடங்களாக அவை கடலில் மிதப்பதையும் பார்க்கலாம். தீவினர் அவற்றை நீர் நிரப்பி வைக்கப் பயன்படுத்தினர். அவை காலத்தின் அழிமானத்துக்குப் பாறைகளைவிடவும் அதிகமாகத் தாக்குப் பிடிக்கக்கூடியவை.

சிப்பிகள் சிலவற்றைப் பிளந்து பச்சையாக உண்டான். அவற்றின் உள்ளிருந்த நீரைக் குடிக்கவும் முயன்றான். துர்நாற்றம் இருக்கத்தான் செய்தது என்றாலும் அவை மாசுபடாதவையாய் இருந்தன. மிகவும் நன்றியுள்ளவனாக உணர்ந்தான் அட்டிலெ'ய். கிட்டத்தட்ட அழவே ஆரம்பித்துவிட்டான். நீர் இருந்தால் அவனால் உயிரோடு இருக்க முடியும்.

நடுமதியம்வரை தீவைத் துழாவிக்கொண்டிருந்தான். பல்வேறு பொருட்களினிடையே சிக்கியிருந்த இறால்களையும், மீன்களையும் கண்டான். வழியில் பலவற்றையும் பார்த்துக்கொண்டே போனான். அவன் அறியுமுன்பே சூரியாஸ்தமனம் ஆகிவிட்டது. ஈரநைப்புடைய, கிழிந்த சமாச்சாரங்கள் பலவற்றைச் சேகரித்திருந்தான் – ஆடைகள்போன்று தென்பட்டவற்றை. ஆனால், அவை அனைத்துமே மிகவும் மிருதுவானவை. அவனுக்குப் பரிச்சயமான, நார்ச்சணல் பின்னலாடைகள் போன்று இல்லவே இல்லை; ஆனாலும், உலர்ந்த பிறகு, உடுத்திக்கொள்ள உகந்தவையே.

சில சீசாக்களையும் பார்த்தான். அவற்றைச் சேகரிக்கத் தொடங்கினான் – காரணம், அவை மிதக்கக் கூடியவை. பளீரென்ற நிறத்தில் இருந்தன. ஒருவேளை ஒரு படகு அல்லது அதைப்போன்ற ஏதேனும் ஒன்றைக் கட்ட நேர்ந்தால், இவை உதவிகரமாக இருக்கக்கூடும்.

இதுவே மரணலோகமாக இருக்கலாம். இங்கே என்னவெல்லாம் தேவைப்படும் என்று யாருக்குத் தெரியும்?" சீசாக்களையும், பிற வித்தியாச மான பொருட்களையும் குவித்து வைத்தான். கடலில் மழை வராமல்

இருக்கட்டுமென்று பிரார்த்தித்தான். அப்போதுதான் மறுநாள் வெயில் வரும்; ஈரப்பதம் அகன்று, அத்தனையும் உலரும்.

இரவு நன்கு கவிந்த பிறகு, தான் நிஜமாகவே உயிரோடுதான் இருக்க வேண்டும் என்று ஊகித்தான் அட்டிலெ'ய். ஏனெனில் மரணலோகத்தைப் பற்றிய பழமொழி இவ்வாறு சொல்கிறது: அங்கே வருடத்தில் பாதிநாள் சூரியன் பிரகாசிக்குமாம்; மீதிப் பாதியில் இரவின் ஆட்சி நடக்கும். இந்தத் தீவில் காலத்தின் லயம், *வயோ வயோ*வில் உள்ளது போலவே இருக்கிறது; நிச்சயம் வருடத்தில் பாதி கழிந்துவிட்ட மாதிரித் தெரியவில்லை.

ஜனங்கள் பொதுவாகக் கற்பனை செய்கிற மாதிரி, சமுத்திரத்தின் மத்தியில் நிலவுகிற இரவு முழுமையாய் இருளடர்ந்து இருப்பதில்லை. மேகங்களினூடாக, விண்மீன்களின் ஒளியும், நிலவொளியும் உதிரத்தான் செய்யும். அபூர்வமாய் மின்னும் ஒளிகள் திடீரென்று தோன்றும்; சிலவேளை கண்கூசுமளவு இருக்கும் – யாரும் உறங்கக்கூட முடியாத அளவு. அந்த அற்புத நிகழ்வால் பீடிக்கப்பட்டவனாக, தீவின் விளிம்பில் அமர்ந்து, நிச்சயமற்ற தன் எதிர்காலம் பற்றிக் குமைந்துகொண்டிருந்தான் அட்டிலெ'ய்.

ஆகாயத்தில் நிலவு தாழ ஆரம்பித்தபோது, தான் தனியாக இல்லை என்னும் உணர்வு தட்டியது அவனுக்கு. திடீரென்று, அவனுடைய கனவில் தோன்றிய இளைஞர்கள் அத்தனைபேரும் அவனைச் சுற்றி நின்றிருந்தனர். வேதனையில் அமிழ்ந்திருந்தவனைப் புதிரான புன்னகையுடன் பார்த்துக்கொண்டிருந்தனர். உடலை லேசாக வளைத்து உள்ளங்கைகளை மேல்நோக்கி விரித்து *வயோ வயோ*விய பாணியில் அவர்களுக்கு வந்தனம் சொன்னான் அட்டிலெ'ய்.

அவர்களை விசாரிக்க முனைந்தபோது, தோளிலிருந்து அடிவயிறுவரை வெட்டுக்காயத்துடன் இருந்த ஒரு இளைஞன், இவனை முந்திக்கொண்டு பேசினான்: 'உன் யூகம் சரிதான்; நாங்கள் மனிதர்களல்ல. ஆவிகள். *வயோ வயோ*வின் இரண்டாவது மகன்கள் அனைவருடைய ஆவிகளும் இங்கேதான் இருக்கிறோம்."

"என்னை எதிர்பார்த்துக்கொண்டிருந்தீர்களா என்ன?"

"ஆமாம்."

"இதுதான் மரணலோகம் என்று நான் அறிந்திருக்க வேண்டும். அல்லது இது *நடுவழித் தீவோ?*"

"கடல் உன்னை ஆசீர்வதிக்கட்டும். நேர்மையாகச் சொல்வதென்றால், நாங்கள் எங்கே இருக்கிறோம் என்று எங்களுக்குத் தெரியாது. எல்லா இடங்களுக்கும் போயிருக்கிறோம்; ஆனால், இப்படி ஒரு தீவு இருப்பதை அறிந்ததில்லை. கொஞ்சகாலம் முன்புதான் இங்கே நகர்ந்து வந்தது இது." என்றான் கனவில் வந்த நரைமுடி இளைஞன்.

"ஆக, உங்களோடு என்னை அழைத்துச் செல்லப் போகிறீர்கள்?"

"இல்லை, நாங்கள் மரணதேவதைகள் அல்ல. எங்களோடு நீ இணைவதற்காகக் காத்துக்கொண்டிருந்தோம். ஆனால், நீ இன்னும்

உயிரோடிருக்கிறாய் என்பதால், எங்களால் காத்திருக்க மட்டும்தான் முடியும்." என்றான் மிகப்பெரிய வெட்டுக்காயத்துடன் இருந்தவன்.

"வயோ வயோவின் இரண்டாம் மகன்கள், மரணத்துக்குப் பிறகும் கடலை விட்டு நீங்க முடியாது" என்றான் நரைமுடித் தலையன். மற்றவர்கள் அனைவரும் ஆமோதித்து எதிரொலித்தனர்.

இரண்டாம் மகன்களின் ஆவிகள் பொய் சொல்லவில்லை; இந்தத் தீவை இப்போதுதான் அவர்கள் முதல் முறையாகக் காண்கின்றனர். "பல நாட்கள் முன்பாக நாங்கள் முடிவெடுத்தோம் – *பெட்ரெல் முகட்டில் சந்திப்பது*, எங்கள் சமூகத்தின் புதிய உறுப்பினரை, அதாவது உன்னை, வரவேற்க ஆயத்தமாவது என்று. அப்போது தான் நீ கரைசேர்ந்த இந்த மிதக்கும் தீவின் விளிம்பை முதன்முறையாகப் பார்த்தோம். நீ விடைபெற்ற நாளில், நாங்கள் *வயோ வயோவுக்கு* அவசரமாகத் திரும்பியிருந்தோம் – மூத்தோர்கள் இசைக்கும் பிரிவுபசார கீதத்தைக் கேட்பதற்காக. *கபாங்*கின் விவேகத்தையும் தீவின் செல்வங்களையும் உன்னுடைய தீரத்தையும் ரசுலாவின் அழகையும் அவர்கள் போற்றிப் பாடுவதைக் கேட்பதற்காக. ஒவ்வொரு நாளும் வைகறைப்பொழுதில் நாங்கள் மறுஅவதாரமெடுக்கும்போது, அதாவது விந்துத் திமிங்கிலமாக உருமாறியபோது, உன்னுடைய படகைத் துரத்தி வந்தோம் – அது மூழ்கும்வரை. எங்களைத் தவறாக எண்ணாதே. நாங்கள் இறந்தவர்கள்; இரண்டாம் மகன்களின் ஆவிகள். உதவி புரியாமலும், தீங்கு விளைவிக்காமலும், என்ன நடக்கிறது என்று அவதானிக்க வேண்டிய கடமையுள்ளவர்கள். ஒரு மீனின் வல்லமையை நீ வெளிப்படுத்துவாய், மரணமடையாமல் இருப்பாய் என்று நாங்கள் எதிர்பார்க்கவேயில்லை. வழி முழுவதும் உன்னைத் தொடர்ந்து வந்தோம்; ஒரு நீரோட்டம் உன்னை இந்தத் தீவில் கொண்டுவந்து சேர்ப்பதைக் கண்டோம்." என்று அந்தக் குழுவின் தலைவன்போலத் தென்பட்ட நரைமுடித் தலையன் சொன்னான்.

கொட்டாவி விடுவதுபோல் திறந்திருந்த வாயில் பற்களே இல்லாத மற்றொரு பருத்த இளைஞன் மேற்கொண்டு பேசினான்: "இந்தத் தீவு எத்தனை விநோதமானது என்பது பார்த்தவுடனே தெரிந்துவிட்டது. இது *கபாங்* நிறுவியிருக்கும் பொறி என்றே பட்டது; அல்லது அவர் நிகழ்த்தும் பரிசோதனையோ என்னவோ."

"ஆனால், நாங்கள் இன்னொன்றையும் கவனித்தோம்." என்றான் நரைமுடி இளைஞன்.

"அது என்ன?"

"இந்தத் தீவு நகர்ந்துகொண்டே இருக்கிறது; *வயோ வயோவின் ஆவிகளுடைய பிராந்தியத்துக்கும் அப்பால்* இது மிதந்துசெல்லக் கூடும் என்பது."

"*வயோ வயோவின் ஆவிகளுடைய பிராந்தியத்துக்கும் அப்பாலா?*"

"அதுவேதான். நாங்கள் கடந்து செல்ல இயலாத ஒரு சூட்சுமக்கோடு இருக்கவே செய்கிறது."

“அதாவது, இந்தத் தீவு அந்த எல்லைக்கோட்டைத் தாண்டிச் செல்லும்போதும் நான் உயிருடன் இருந்தால், *நீங்கள் என்னுடன் இருக்க மாட்டீர்கள்?*”

“கடல் உன்னை ஆசீர்வதிக்கட்டும். நீ அந்த எல்லைக்கு அப்பால் இறந்தால், முடிவற்ற சமுத்திரத்தில், கையறுநிலையில் உன் ஆவி அலைந்து கொண்டிருக்கும்.”

“அப்படியானால், நான் இப்போது நீரில் மூழ்கிச் செத்தால்தான் உங்களுடன் சேர்ந்துகொள்ள முடியும்?”

“ஒருபோதும் அப்படிச் செய்துவிடாதே. *வயோ வயோ*வைச் சேர்ந்த எவருமே, தற்கொலை செய்துகொண்டால், ஜெல்லிமீனாக மாறிவிடுவார்கள். ஜெல்லிமீன்களுக்கு ஒன்றையொன்று அடையாளம் காண முடியாது. உனக்கு ஜெல்லிமீனாக மாறுவதற்கு ஆசை இல்லைதானே?”

அட்டிலெ’ய்க்கு அப்படி ஒரு விருப்பம் கிடையாது. ஆனால், இப்போது இரண்டாம் மகன்களின் ஆவிகளுக்கு யோசனை எதுவும் தோன்றவில்லை. அட்டிலெ’ய் யோடு சேர்ந்து அவர்களும் விடிவதற்காகக் காத்திருந்தார்கள். வாஸ்தவத்தில், ஆவிகளைப் பொறுத்தவரை, விடியல் என்பதற்கெல்லாம் ஒரு அர்த்தமும் கிடையாது. பகல்பொழுதின் முதல் ஒளி தோன்றும்போது, அவர்கள் நீருக்குள் பாய்ந்து விந்துத் திமிங்கிலங்களாக மாறுவார்கள், அவ்வளவுதான். இரவில், தங்களுடைய ஆவி வடிவம் திரும்பக் கிடைத்த பிறகு, கடல்மீது அலைந்த வண்ணமிருப்பார்கள் – பாடிக்கொண்டும், வெவ்வேறு பிராந்தியங்களுக்குப் போய்க்கொண்டும், அடுத்த இரண்டாம் மகனின் வருகைக்காகக் காத்துக்கொண்டும். பகல்பொழுதில் உருமாறும் ஆவிகள், நிஜமான விந்துத் திமிங்கிலங்களாகவே இருக்கும். ஒரே ஒரு வேற்றுமை என்னவென்றால், விந்துத் திமிங்கில அவதாரங்கள் அழக்கூடியவை.

இரண்டாம் மகன்களின் ஆவிகளை விட்டு விலகி, எல்லைக்கோட்டை அமைதியாகக் கடந்து செல்லும்வரை அட்டிலெய்’யால் காத்திருக்க மட்டுமே முடிந்தது. எளிதில் விளங்காத, காற்றோ மழையோ அலையோ கனவோ, எதுவுமே மாற்றவியலாத வேகத்தில் போய்க்கொண்டேயிருந்தது தீவு. நிலவும் சூரியனும் மூன்று முறை இடம் மாற்றிக்கொண்ட பின்னர், மேல்மட்டத்துக்கு உயர்ந்த இரண்டாம் மகன்களின் ஆவிகளுக்குத் தீவின் விளிம்பே தட்டுப்படவில்லை. “*அட்டிலெ’ய்! அட்டிலெ’ய்!*” என்று கூவினார்கள். ஆனால், அவர்களின் ஓலங்கள் பறக்கும் மீன்களாக மாறின; நீருக்கு மேலே தாவி, ப்ளக்கென்ற ஒலியுடன் அலைகளில் வீழ்ந்தன.

“**இ**ப்போது நான் மட்டும்தான் இருக்கிறேன்”. செயலூக்கத்துடன் இருந்தால் மட்டுமே தன்னால் உயிர்பிழைத்திருக்க முடியும் என்ற உண்மையை அட்டிலெ’ய் உணர்வதற்கு சூரியனும் நிலவும் இரண்டு தடவை மாறிமாறி உதயமாக வேண்டியிருந்தது. மீன் பிடிக்கவும், மழைநீரை சேகரிக்கவும் முயன்றான். தீவில் அங்குமிங்குமாகக் கிடைத்த பல்வேறு சமாசாரங்களை வைத்து வெதுவெதுப்பான ஆடைகளை நெய்ய முனைந்தான். ஆனால்

தேர்ந்த மீனவனாய் அவன் இருந்தபோதிலும், நெய்வதில் கெட்டிக்காரன் அல்ல. தானே ஒட்டுப்போட்ட ஆடைகளை அணிந்தபோது, பகட்டான பறவையைப்போலத் தோற்றமளித்தான்.

வளையும்தன்மை கொண்ட ஒருவிதக் கழியைக் கண்டெடுத்துச் சில நாட்கள் கழித்து, பிரமாதமான யோசனையொன்று உதித்தது. அதன் ஒரு முனையைக் கூர்மையாகக் கடைந்து, நீள்தன்மை கொண்ட இன்னொரு பொருளை அதனுடன் இணைத்தான். இவ்வாறாக, தனக்கொரு ஈட்டியைத் தயார் செய்துகொண்டான். இதே முறையில் ஒரு *கவானா*வையும் செய்துகொண்டான். வெவ்வேறுவிதமான கச்சாப் பொருட்களாலான அது, *வயோ வயோ*வில் புழக்கத்திலிருந்தவற்றைவிட வளையும் தன்மை கொண்டதாகவும், இலகுவானதாகவும் இருந்தது.

ஒரு தினுசான பந்து ஒன்றும் கிடைத்தது. பழத்தின் கொட்டையைவிடக் கடினமானதாகவும், துள்ளக் கூடியதாகவும் இருந்த பந்து. *கவானா*வின் தாக்கும் தொலைவுக்கு அப்பால் பறக்கிற பறவைகளை நோக்கி எறிவதற்கு வாகானது. எப்படி நின்று எறிய வேண்டும் என்பதை, தான் கண்டெடுத்த ஒரு புத்தகத்திலிருந்து கற்றுக்கொண்டான் அட்டிலெ'ய். அந்தப் புத்தகத்தில் பலவண்ணப் படங்கள் இருந்தன. நேர்த்தியாக அச்சடிக்கப்பட்ட "வார்த்தைக"ளும் இருந்தன. (*வயோ வயோ* ஜனங்களுக்கு எழுத்து என்று ஏதுமில்லாதபோதிலும், கடல் முனியும், நில முனியும் பல "புத்தகங்கள்" வைத்திருந்தனர்.) தன்னைப்போன்றே பழுப்புநிறச் சருமம் கொண்ட மனிதன் ஒருவனது படத்தையும் அந்தப் புத்தகத்தில் கண்டான். அவன் நின்றிருந்த விதம் கச்சிதமானதாகவும் அவனது எறியும் கரம் ஒளிவீசுவதாகவும் அட்டிலெய்'க்குத் தோன்றின.

தான் உருவாக்கிய *கவானா*வை வைத்து நீர்க்கோழிகளையும் கடலாமைகளையும் பிடிப்பதற்கு மாலைப்பொழுதே ஆகச் சிறந்த வேளை. ஆரம்பத்தில் ஆமைகளைத் தடுமாறவைக்க மட்டுமே முடிந்தது. அவற்றின் கழுத்தைப் பற்றி இழுத்து, பிடரியிலிருந்து ரத்தத்தை உறிஞ்சினான். ஒருநாள், தீவின் மறுபக்கத்தில் பளபளக்கும் கத்தியொன்றைக் கண்டெடுத்தான். அவன் அதுவரை பார்த்தவற்றிலேயே அதிக பட்சக் கூர்மை கொண்ட கத்தி. (*வயோ வயோ*வில் கல்லால் ஆன கத்திகள் மட்டுமே உண்டு.)

கத்தியின் பயனாய், ஆமைக் கறி உண்ண முடிந்தது. கடல் வெள்ளரி போல, ஆனால் கெட்டியாக இருந்தது அது. சிலசமயம், அதன் அடிவயிற்றைக் கீறிப் பிளந்த பிறகும், தன் பக்கவாட்டுத் துடுப்புகளை அசைத்துக்கொண்டேயிருக்கும் ஓர் ஆமை – இன்னமும் நீருக்கடியில் இருக்கிற மாதிரி.

பிற்பாடு அட்டிலெய்'க்குத் தெரியவந்தது – தீவைச் சுற்றிலும் ஏகப்பட்ட கடல் ஆமைகள் இறந்து கிடந்தன. அவற்றைக் கசாப்பிட்டபோது, செரிக்காத பொருட்கள் பல அவற்றின் வயிற்றினுள் இருந்ததைப் பார்க்க முடிந்தது. "இந்தத் தீவின் ஒரு துண்டத்தை உண்டதால்தான் கடலாமைகள் இறந்தனவோ?" என்று ஆச்சரியப்பட்டான் அட்டிலெ'ய். தான் சேகரித்த

தண்ணீரைத் தவிர, தீவில் கிடைக்கும் எதையும் உட்கொள்ளாமல் இருப்பதே அவனுக்கு நல்லது.

அடிக்கடி முக்குளிக்க ஆரம்பித்த பிறகு, “தீவுக்கு அடியிலுள்ள தீவு” இந்தத் தீவைவிட மிகவும் பரந்தது என்பது புரிந்தது. அது கிட்டத்தட்ட நீருக்கடியில் உள்ள வலைப்பின்னல் போன்றது. “இன்னொரு வகையான கடல்” என்று சொல்லுமளவு பெரியது. இதைவிடவும் மேலாக அதை விவரிக்கத் தெரியவில்லை அவனுக்கு. அவனைப் பொறுத்தவரை, பெரிதாய் இருக்கும் எதுவுமே கடலுடன் ஒப்பிடத் தக்கதுதான்.

உப நீர்வாழ் உயிரினங்களான சிப்பித்தொகுதி சிடுக்கான கூளம் போன்று இருந்தது. ஆனால், ஒரு பேரலை அவற்றின் தற்காலிக ஒழுங்கைக் குலைத்துவிடக் கூடும். தீவானது ஒளி ஊடுருவக் கூடியதாகவும், தொடர்ந்து மாற்றமடைந்துகொண்டும் இருந்ததால், முக்குளிக்கும்போதெல்லாம், தான் தொலைந்துபோன மாதிரி அவன் உணர்ந்ததில் ஆச்சரியமில்லை. தீவில் இருப்பவற்றில் வாகான சகலத்தையும் இடம்பெயர்த்துச் சேகரித்தான்.

சீக்கிரமே அவனுடைய தொகுப்பு கணிசமாய் அதிகரித்தது. சில பொருட்கள் பயனுள்ளவையாய் இருந்தன; மற்றவை வெறும் சுவாரசியம் மட்டுமே தந்தன. விசித்திரமானவற்றையும், மனத்தை ஈர்த்தவற்றையும் மட்டுமே அவன் சேகரித்தான். இது *வயோ வயோ*விலும் நிலவிய பழக்கம்தான். அங்கே, அத்தனைபேருமே கிளிஞ்சல்களைப் பொறுக்கி, விடியலை நோக்கி அமைந்த வீட்டு முகப்பை அலங்கரிப்பார்கள். ஆரம்பத்தில் தன் பிரத்தியேக “அலங்காரச் சுவ”ரில் இந்த விநோதப் பொருட்களைத் தொங்கவிட்டான் அட்டிலெ’ய். ஆனால், ஒவ்வொருநாளும் ஒவ்வொரு திசையில் சூரியன் உயர்ந்ததால், இவற்றைச் சூரியனை நோக்கி அமைக்க வழியில்லாமல் போனது. தீவு சுழல்வதாகத் தோன்றியது.

கொஞ்சகாலம் போனதும், படங்கள் பொறித்த மெல்லிய சிறு பெட்டிகளைச் சேகரிக்கத் தொடங்கினான். உப்புத்தன்மை கொண்ட கடல்நீர் அந்தப் படங்களில் சிலவற்றை இன்னமும் அரித்திருக்கவில்லை; அவற்றில் அம்மணப் பெண்ணுருவங்களைக் காணமுடிந்தது. அந்தப் பெண்கள் இவனை மென்மையாகப் பார்த்தனர்; அவர்கள் திறந்து காட்டியவை போன்ற வெளிறிய வெண்முலைகளை அதற்கு முன்பு அட்டிலெ’ய் பார்த்ததேயில்லை.

அவர்களில் யாருக்கும் நிகரானவள் ரசுலா என்பதைச் சொல்லவே வேண்டியதில்லை. பாதியளவு அவள் அவர்களின் சாயல் கொண்டிருந்தாள்; மீதிப் பாதி, தீவின் அம்சங்கள் கொண்டது. எப்படியோ, இந்தக் கட்டத்தில், எந்தவொரு நிர்வாணப் பெண்ணுடலும், அட்டிலெ’ய்யின் பிறப்புறுப்பைப் புடைக்க வைத்து, அவனை *கவலூலு* செய்யத் தூண்டியது. ரசுலாவை நினைத்தபடி அவனும் செய்தான். ஒருவேளை, இதுவும் காதலின் ஒரு வகையோ என்று நினைத்துக்கொண்டான்.

அட்டிலெ’ய் “புத்தகங்க”ளையும் சேகரித்தான். நில முனியின் இடத்தில் அவன் “புத்தகங்க”ளைப் பார்த்திருக்கிறான். ஆனால், அவை

சொற்பமானவையே. ஒளி ஊடுருவக் கூடிய பைகளில் அவற்றை வைத்திருக்க வேண்டியிருந்தது – கிழியாமலும் நைந்து போகாமலும் பராமரிக்க. நில முனியின் 'புத்தகங்கள்" வெள்ளைக்காரர்கள் விட்டுச்சென்றதாகக் கூறப்படுவை. அவற்றில் இருந்த குறிகளை, வெள்ளைக்காரர்கள் "எழுத்து" என்று அழைப்பார்கள் என்றார் முனி. தீவினருக்கு எழுதும் வழக்கம் கிடையாது – மேலும் உலகம் என்பதை எழுத்துவடிவில் நினைவில் கொள்ள வேண்டுவதாக என்று அவர்கள் நினைக்கவில்லை. வாழ்வு என்பது கதைக்கும் பாடலுக்கும் இடைப்பட்டதொரு ரீங்காரம் என்று எண்ணினார்கள்; அவர்களுக்கு அதுவே போதுமானதாய் இருந்தது.

எழுத்தைக் கொண்டிருக்கும் எதுவுமே புத்தகம்தான் என்பது அட்டிலெ'ய்யின் கருத்து. அதில் இருக்கும் குறியீடுகள் எதுவாயிருந்தாலும்; படங்கள் இருந்தாலும் இல்லாவிட்டாலும், ஒரேயொரு பக்கமோ அடர்த்தியான தொகுப்போ எதுவானாலும் சரி. புத்தகத்துக்குப் புத்தகம் குறியீடுகள் மாறுபட்டன – ஆனாலும், அவற்றில் ஒரு பாங்கு ஒளிந்திருந்தது போலப்பட்டது.

அவற்றின் பிறப்பிடம் எது, தோற்றுவித்தவர் எவர் என்பதெல்லாம் அவனுக்குத் தெரியாததாலோ என்னவோ, அந்தக் குறியீடுகளின்மீது அட்டிலெ'ய்க்கு ஒரு புதிரான பயபக்தி இருந்தது. தீவிலிருந்த சில சங்கதிகளை, மரங்களின் தண்டுகள், செத்த மீன்கள், கற்கள் போன்றவற்றை, புரிந்துகொள்வதில் அவனுக்குச் சிரமமேதுமில்லை. ஆனால், பெரும்பாலான பொருட்கள் அவனுடைய அனுபவத்துக்கு வெளியிலுள்ள ஓர் உலகத்திலிருந்து வருபவை; அவனுடைய அறிவுக்கு அப்பாற்பட்டவை. புத்தகங்களில் இருந்த குறியீடுகள் அவன் பார்த்தவற்றிலேயே ஆகப் பிரமாதமானவை. காரணம், அவை வேவ்வெறு தினுசுகள் கொண்டவை.

வெள்ளைக்காரர்கள், அல்லது வேறு ஒருவிதமான தீவைச் சேர்ந்தவர்கள், *கொஞ்சங்கூடப் பிரயோசனமில்லாத* ஒன்றை எதற்காக உருவாக்கினார்கள்? அந்தக் குறியீடுகளை உறுத்துப் பார்த்தபோது அவன் உடம்பில் உஷ்ணமேறியது. சிறு நடுக்கம் தோன்றுவதைக் கவனித்தான்.

"கடல் உங்களை ஆசீர்வதிக்கட்டும். *கபாங்* காரணமின்றி எதையும் செய்யமாட்டார்." என்று முணுமுணுத்தான். புத்தகங்களை ஓரிடத்தில் குவித்துவைத்தான். ஆனால், குவியல் பெரிதாகிக்கொண்டே வந்ததில், சில புத்தகங்கள் மீண்டும் கடலுக்குள் அமிழ்ந்துபோயின.

ஆரம்பத்தில், சீர்குலைந்துகொண்டே போகும் தனது மனநிலையை இந்தச் சேகரிப்புகளின் நூதனத் தன்மை மீட்டெடுக்கும் என்று நம்பியிருந்தான். ஆனால், நெடுங்காலம் தனிமையில் கிடந்தவர்களுக்குத் தெரிந்திருக்கும்: தருணங்களுக்கிடையிலான இடைவெளி, கொட்டாவியின் பாழ்வெளி போலத் தோற்றமளிக்கலாம்; எவரும் மனத்தை மட்டுமே வைத்துக் கடந்துவிட முடியாத பாழ்வெளியைப் போல. ஞாபகங்களை வைத்து அந்தப் பாழ்வெளியை நிரப்ப முயன்றான் அட்டிலெ'ய். கடலில் கடுமையான உடல்வதையை அனுபவித்தபோதும், ஜெல்லிமீன் சம்பந்தமாகத் தனக்குள்ள ஒவ்வாமையின் காரணமாகவே தற்கொலைக்கு

முனையாதிருந்தான். பரிதாபகரமாக அவனை உயிருடன் வைத்திருந்த ஒரே விஷயம், ஞாபகங்கள். இச்சையிலிருந்து தன்னை விடுவித்துக்கொள்ள, *வயோ வயோ*வில் தான் கழித்த கடைசி இரவை நினைவுகூர்வான். சமுத்திரத்தை அறிந்துகொள்ள, தன் தகப்பன் மற்றும் மூத்தோர்களின் சொற்களை நினைத்துக்கொள்வான். காதலின் வழிகளை அறிவதற்கு, தீவின் பாடல்களை நினைவுகொள்வான்.

வயோ வயோ எந்தத் திசையில் இருக்கிறது என்பது அநேகமாக மறந்தே போய்விட்டது அவனுக்கு.

*வயோ வயோ*வைச் சேர்ந்த ஒருவன் கடலுக்குள் இருக்கும்போது மூர்க்கமான நீரோட்டத்தையோ, அல்லது வேறு ஏதேனும் சிரமத்தையோ எதிர்கொள்ள நேர்ந்தால், கண்களை மூடிக்கொள்வான்; தலையை உயர்த்தி, முதுகுத்தண்டை விறைத்துக் கொள்வான். காரணம், அனுபவஸ்தனுக்கு *வயோ வயோ* இருக்கும் திசையின் “வாசனை” தெரியும் என்றொரு கூற்று உண்டு. ஆரம்பத்தில், கடலின் முடைநாற்றம் மற்றும் மழை இவற்றுக்கிடையிலும், தீவின் அழுத்தமான நறுமணத்தை அட்டிலெ’ய் யால் உணர முடிந்தது. ஆனால், ஏழு பாடல்களுக்குப் பிறகு, அந்த வாசனையின் மெல்லிய இழை மட்டுமே எஞ்சியது.

மேலும் ஏழு பாடல்களுக்கு அப்புறம், சூரியாஸ்தமனத்தினருகில் எங்கோ இருக்கிறது *வயோ வயோ* என்று குத்துமதிப்பாய் அனுமானிக்க மட்டுமே முடிந்தது. ஆனால், *வயோ வயோ*வினர் அனைவருக்கும் போலவே, ஒவ்வொரு சாயங்காலமும் ஒவ்வொரு இடத்தில் அஸ்தமிக்கிறது சூரியன் என்று அட்டிலெ’ய்க்கும் தெரிந்திருந்தது. எனவே, சூரியாஸ்தமன திசையில்தான் *வயோ வயோ* இருக்கிறது என்பதும் நிச்சயமல்ல.

கடந்த சில நாட்களில், சமுத்திரக் காட்சிகளின் எல்லா வகைமாதிரிகளையும் பார்த்துவிட்டான் அட்டிலெ’ய். இத்தனை புதிரான வானிலையை அவன் வாழ்நாளில் அனுபவித்ததேயில்லை. ஒரு நேரம் தகித்தது; அடுத்த நிமிடம் உறைநிலைக்குப் போனது. அற்புதமாய் இருக்கும் ஆகாயம், ஒரேயொரு மீனைப் பிடிப்பதற்குள், படுமோசமாய் மாறியது. சிலவேளை, சடாரென்று இரவு கவிந்தது; சிலவேளை, பின்மதியப் பொழுதின்மீது முரட்டுத்தனமாய் இறங்கியது இருள். ஒரு நிமிடம் விண்மீன்கள் மின்னும்; அடுத்த கணம், கண்ணைக் குருடாக்கும் வெளிச்சத்துடன் சூரியன் உதிக்கும்.

ஒருமுறை, கடலுக்கு மேலே ஒரே சமயத்தில் ஒன்பது சூறாவளிகள் தோன்றுவதைப் பார்த்தான். மேகங்களுக்கிடையில் மின்னலைத் துரத்தியது இடியோசை. மேகங்களுக்குச் சிலந்திபோலக் கால்கள் முளைத்து, கடலை நோக்கி இறங்கிய மாதிரி இருந்தது. அவை நீரைத் தொட்ட மாத்திரத்தில், நீர்ச்சுழியொன்று சீறி உயர்ந்தது. சுழிக்காற்றுகளைப் பின்னொட்டித் தொடர்ந்தது புயல். தன்னைக் கொண்டுபோய் விடும்படி, அதுவே தனது அந்திமமாக இருக்கட்டுமென்று, *கபாங்*கைப் பிரார்த்தித்தவாறிருந்தான் அட்டிலெ’ய்.

ஆகாயம் தெளிந்தபோது, நீண்ட நிழலொன்று நாடாவைப் போலக் கடல்மீது கிடந்ததைப் பார்த்து ஆச்சரியப்பட்டான். இன்னும் கிட்டப் போய்ப் பார்க்க வேண்டுமென்று நீந்திச் சென்றான். எங்கிருந்து மிதந்து வந்தன என்று யாருக்கும் தெரியாத, வண்ணத்துப் பூச்சிகளின் சடலங்களால் ஆன நாடா அது. ஏகப்பட்ட பூச்சிகள். மிக நீண்ட தொலைவுக்குப் படிந்திருந்தன. தன்னுடைய ஓயா அலைச்சலை அவனுக்கு நினைவூட்டின. ஓ, இந்தத் துன்பம் எப்போதுதான் முடியும்?

அஸ்தமனமோ வைகறையோ நண்பகலோ இரவோ எதுவுமே உறைக்காத நிலைக்கு நகர்ந்துகொண்டிருந்தான் அட்டிலெ'ய். நிலாவும் விடிவெள்ளியும் இருக்கும் உயரத்தை அவதானித்து திசைகளை நிர்ணயம் செய்துகொள்ளும் முயற்சியையும் கைவிட்டுவிட்டான். உதிர்ந்த இலையைப் போல, கடலில் மிதக்கும் செத்த மீனைப் போல, உருண்டோடத் தன்னை ஒப்புக்கொடுத்தான். பசித்தால் உண்டான்; சோர்ந்தால், உறங்கினான். கொஞ்சகாலம், *வயோ வயோ* என்பதே துக்ககரமான ஒரு கற்பனை, தானே கற்பித்த ஒரு கட்டுக்கதை என்றுகூட எண்ணினான். ஆனால், தனது தாயகமான தீவை மீண்டும் காண்பதற்கு மிக மிக ஏங்கினான் என்பதையும் ஒப்புக்கொள்ளத்தான் வேண்டும்.

எந்தவொரு ஆவிக்கும் இருக்கக்கூடிய ஏக்கம்தான் இது. ஒரு திமிங்கிலத்தின் சாயலைப் பார்க்கும்போதெல்லாம், கடலை நோக்கி உரத்து அலறுவான் – இரண்டாம் மகன்களின் ஆவிகள் பகல்பொழுதில் விந்துத் திமிங்கிலங்களாக மாறும் என்பதை அறிந்திருந்ததால். இந்தவிதமாக அவன் கூவும்போது, வடக்குநோக்கி இடம்பெயரும் கழுகுகள்கூடத் துயரமுறும்.

ரசுலாவும் அவளுடைய தாயார் சாலியாவும் இங்கே இருந்தால் எவ்வளவு நன்றாய் இருக்கும் என்று எண்ணினான் அட்டிலெ'ய். தீவினரிலேயே, *மாசிமாகா'வ்*வை வரவழைக்கும் திறன் கொண்ட குரல்கள் அவர்கள் இருவருக்கும் மட்டுமே இருந்தன. (*மாசிமாகா'வ்* என்றால், *வயோ வயோ*விய மொழியில், 'கடல்போலப் பெருத்த உடல் கொண்ட திமிங்கிலம்' என்று பொருள்). நீரில் அந்தத் திமிங்கிலங்கள் இருக்கும் தோரணையைப் பொறுத்து எதிர்காலத்தைக் கண்டுசொல்வார் கடல் முனி.

உங்களுக்குத் தெரியாது, ஒருநாள் அட்டிலெ'ய் பாடி முடித்த பின்னர், ஒரு *மாசிமாகா'வ்* ஜோடி நிஜமாகவே தோன்றியது. தீவின் அருகில் அவை வால்களைப் பிணைத்துக்கொண்டு, தீவின் பலவீனமானதோர் இடத்தில் பள்ளம் உண்டாக்கின. நீர்மட்டத்துக்குமேல் அவை தோன்றியபோது, அவற்றின் உடல்கள் முழுக்கப் பல்வேறு வண்ணப் பொருட்கள் அப்பியிருந்தன – ஏதோ மதச் சடங்குக்குத் தயாராய் இருக்கும் விக்கிரகங்கள் மாதிரி.

ஒருமுறை, தீவினருகில் நீந்திக்கொண்டிருந்த மயில்மீன் ஒன்றை ஈட்டியால் குத்தினான் அட்டிலெ'ய். அது விலகிச் சென்றபோது, நீரோட்டத்தினுள் இழுபட்டான். பிடியை விட்டுவிடலாம் என்று எண்ணும் தறுவாயில், நீருள் பாய்ந்த வேகத்தால், மூர்ச்சையுற்றான்.

பிடியை விட்டுவிடு என்று மூளை சொன்னது; ஆனால், கை இறுக்கிப் பிடித்துக்கொண்டிருந்தது. இதற்குள், காயம்பட்ட மயில்மீன் தீவின் வலைப்பின்னலுக்குள் நீந்திப் போய்விட்டது; நீர்மட்டத்துக்கு உயரவும் தீவின் சில்லறை விநோதங்களுக்குள் அமிழ்வதுமாக இருந்தது.

அட்டிலெ'ய்யால் பிரார்த்தனை செய்ய மட்டுமே முடிந்தது – "ஓ *கபாங்* தேவனே, கடலை வறளச் செய்யும் வல்லமை கொண்டவரே, நீர் என்னைக் கைவிட்டு விட்டாலும்கூட, தயவுசெய்து, என்னுடைய சடலத்தைப் பவளமாக மாற்றிவிடுவீராக; என் தாயகத்தின் பக்கமாகத் தள்ளிச் செல்வீராக; ரசூலா என்னைக் கண்டெடுக்கட்டும்."

நீரினடியில் இருக்கும் தீவிலிருந்து வெளியேறுவதற்கு அந்த மீன் மீண்டும் மீண்டும் முயன்றது; முடியவில்லை. முழுக்கச் சேதமடைந்திருந்தது அது; அதன் தலை குப்பைகூளங்களால் மண்டியிருந்தது. படுமோசமாகக் காயமடைந்திருந்ததால், அதன் திராணி குறைந்துகொண்டே வந்தது. இன்னமும் ஈட்டியைப் பற்றிக்கொண்டிருந்த அட்டிலெ'ய் தன்னைப் புரட்டிப்போடவும், தீவின் ஒரு முனையைப் பிடித்துக்கொள்ளவும், சற்று மூச்சுவாங்கவும் வாய்ப்பளித்தது. பகல் பொழுதின் வெளிச்சத்தை மீண்டும் காண்பதற்கான உந்துதலை உள்ளூர உணர்ந்தான் அவன்.

மயில்மீனின் ஒரு சிறு பகுதியை மட்டும் தின்றுவிட்டு, மிச்சத்தைச் சேமித்து வைத்தான். மறுநாள், இவன் சேமித்துவைத்தது முழுக்கக் காணாமல் போயிருந்தது. எலும்புகளைக்கூடக் காணோம்.

*வயோ வயோ*வுக்கு எப்போது திரும்ப முடியும் என்று அறியாதவனாக, தனியாய் இருந்த அட்டிலெ'ய், காற்றுக்கும் மழைக்கும் பாதுகாப்பான ஓர் இடம் தனக்குத் தேவை என்று எண்ணினான். கொஞ்சமும் நீர் புகாத நீலத் துணி ஒன்றைக் கண்டெடுத்தான்; வளையக் கூடிய, ஆனால் உறுதியான கழிகள் சிலவற்றின்மீது அதை விரித்து, சிறிய கூடாரமொன்றைக் கட்டினான். விரைவிலேயே ஒரு சூறாவளியில் அது சின்னாபின்னமானது.

ஆகவே, தனக்கொரு சிறு வீட்டைக் கட்டுவது என்று அட்டிலெ'ய் தீர்மானித்தான். நிஜமான ஒரு புயலுக்கு அது தாக்குப்பிடிக்காதுதான். (அப்படியொரு புயலுக்கு, இந்த உலகில் எதுவுமே தாக்குப்பிடிக்காதுதானே?) ஆனாலும், கூடாரத்தைப்போல அற்பமானதாக அது இருக்காது – குறைந்தபட்சம். "பலவீனமான வீடு, பலவீனமான மனிதனை உருவாக்கு கிறது" என்று *வயோ வயோ*வில் ஒரு பழமொழி உண்டு. மழைக்குத் தாங்கக்கூடிய, கடல்நீரால் அரிக்க முடியாத பொருட்களாகப் பயன்படுத்தி, தன் வீட்டைக் கட்டினான்.

சமுத்திர நீரோட்டங்களில் அது இழுபட்டுச் செல்லும். ஒருவேளை, என்றாவது ஒருநாள் *வயோ வயோ* வரைக்குமே கூடச் செல்லும். அந்த நாளில் அவன் இறந்தே போயிருந்தால்கூட, அவனுடைய வீடு எஞ்சியிருக்கும். கடலில் அவனுக்கு நேர்ந்தது என்ன என்ற செய்தியைக் கொண்டுசெல்லும்.

வீடு கட்டுவதைப் பற்றித் தீவிரமாக யோசித்துக்கொண்டிருந்தபோது, அட்டிலெ'ய்க்கு ஒன்று புலப்பட்டது – எளிதில் அழுகாத பொருட்கள்

இந்தத் தீவில் ஏராளமாய்க் கிடைத்தன. கூடாரத்துக்குப் பயன்படுத்திய உலோகக் கழிகள், திமிங்கிலங்களின் தாடை, விலா எலும்புகள் மற்றும் ஈட்டி தயாரிக்கப் பயன்பட்ட ஒரு வகைக் கோல் ஆகியவற்றை வைத்துத் தூண்கள் கட்டினான். அந்தச் சட்டகத்தை வண்ண மயமான ஒரு துணியால் மூடினான். எத்தனை வலுவாக இழுத்தாலும் கிழியாத துணி அது.

முதலில், மூன்றுபேர் படுத்திருக்கப் போதுமான இடம் கொண்டதாக அதைக் கட்டினான். வீடு உருவமெடுத்து வரும் நாட்களில் சூரியனும் நிலவும் பரஸ்பரம் இடம் மாறிக்கொண்டே இருந்தன. பொருட்களைச் சேமிக்கும் கொட்டகை ஒன்றும், நீர் சேகரிக்கும் தொட்டியும்கூடக் கட்டினான். தொட்டிக்கு, *சகலோமா* என்று பெயரிட்டான் – 'கடலில் ஒரு கிணறு' என்று பொருள். தீவில் கிடைத்த பொருட்களாலேயே கட்டப்பட்ட அந்த வீடு, தீவின் சூழலோடு முழுக்கப் பொருந்திப்போனது – தொலைவிலிருந்து பார்ப்பவர்களுக்குத் தென்பட இயலாதவாறு வேண்டுமென்றே ஒளித்துவைத்துக் கட்டியதுபோல. தனது கைகளால் தானே கட்டிய வீட்டைக் காணும்போது, தன்னை உண்மையான தனவானாகக் கருதிக்கொண்டான் அட்டிலெ'ய்.

ஆனால், தீவைச் சுற்றிலும் இதர கடல்வாழ் உயிரினங்கள் செத்துக் கிடப்பதையும் கவனித்திருந்தான் அவன். ஆமையைப்போல, தீவின் பகுதியை அவை உண்டிருக்க வேண்டும் என்று அனுமானித்தான். தீவு, மிதக்கும் ராட்சதக் கூண்டு போலத் தோற்றமளித்தது சிலசமயம். நிழலான மாயம் போல, வேரற்ற தலம் போல, அனைத்து ஜீவராசிகளுக்குமான இடுகாடு போல.

தீவில் அவ்வப்போது கூடு கட்டி, முட்டையிடும் கடற்பறவையினங்கள் சிலவற்றைத் தவிர, வேறு எதுவுமே அங்கே உயிர்தரித்திருக்க முடியாது. தீவின் பகுதியை உட்கொண்டதால் இறந்த உயிரினங்கள் இறுதியில் தீவின் பகுதியாகவே மாறின. தானுமே தீவின் பகுதியாக ஆகி முடிந்து போகக்கூடும் என்று அட்டிலெ'ய்க்குத் தோன்றியது. ஆக, நரகம் என்பது இவ்விதமாகத்தான் இருக்கும் என்று நினைத்துக்கொண்டான். எனவே, இதுதான் மரணலோகம்.

வெகுதொலைவில், *தலவாக்கா*வை விடப் பலமடங்கு பெரியவையான கப்பல்களைப் பார்த்திருக்கிறான் அட்டிலெ'ய். அச்சுறுத்தும் அளவுக்கு ஓசையெழுப்பும் இரும்புப் பறவைகளையும்தான். "நரகத்தின் பறவைகளையும், வெள்ளைக்காரர்களின் பேய்க் கப்பல்களையும்" பற்றி நில முனி கூறியவற்றை நினைவுகூர்ந்தான்.

பிற மனிதர்கள் வசிக்கும் உலகங்கள் பற்றி அட்டிலெ'ய்க்கு எதுவுமே தெரியாது. அவன் கேள்விப்பட்டிருக்கிறான் – வெள்ளைக்காரர்களை முதன்முதலாகப் பார்த்தபோது, *வயோ வயோ* தீவினர் அவர்களிடம் கேட்டார்களாம் – "ஆகாயத்தில் உள்ள சாலைவழியாக இங்கு வந்து சேர்ந்தீர்களா?"

ஆகாயத்தில் உள்ள சாலை என்பது வானவில்லே. நில முனி சொன்னார்: "ஆவிகள் மட்டுமே அதைக் கடந்துசெல்லுமளவு இலகுவான எடை கொண்டவை" சிலசமயங்களில், தொலைவில் வானவில் இருப்பதைப் பார்ப்பான் அட்டிலெ'ய். ஒரு வெள்ளைக்காரனை எதிர்கொள்ள நேர்ந்தால் என்ன செய்வது என்று திகைப்பான். அவனிடம் இவன் எப்படிப் பேசுவான்? வெள்ளைக்காரனால் தன்னை *வயோ வயோ*வுக்குத் திரும்ப அழைத்துச் செல்லமுடியுமா?

அலட்சியமான தொனியில் நில முனி கூறிய இன்னொரு சங்கதி நினைவு வந்தது: "வெள்ளைக்காரர்கள் வரலாம்; போகலாம். ஆனால், நாம் வாழ்வது *வயோ வயோ*வின் சட்டதிட்டப் பிரகாரம்தான். நமக்கு வெள்ளைக்காரர்கள் தேவையில்லை. நமக்கு அவர்கள் விட்டுச்சென்ற பரிசுகள் தீங்குவிளைவிப்பவை: தீய வழியில் வந்த லாபங்கள். இந்த உதவாக்கரை கைக்கடிகாரம், கொஞ்சம் புத்தகங்கள், அப்புறம் ரசுலா போன்ற சில குழந்தைகள் – இவ்வளவுதான்." நில முனி பெருமூச்சு விடுத்துவிட்டுச் சொன்னார்:"ஆனால், நாம் அறிவதற்கில்லை; பூமியில் வசிக்கும் பிற மனிதர்கள் *வயோ வயோ*வை மறையச் செய்துவிடும் காலமொன்றும் வரக்கூடும்."

பூமியில் வசிக்கும் பிற மனிதர்கள் ... எல்லாருமே இவனை மறந்து விட்டார்களோ. ஆனால், அது முழு உண்மையாக இருக்க முடியாது. *வயோ வயோ*வில் இருக்கும் அனைவருக்குமே இவன் கடலுக்குள் போய்விட்டான் என்பது தெரியும். இவனை மறக்க முனைந்திருக்கிறார்கள் அவர்கள் – நினைவுகூராமல் இருக்க முயல்கிறார்கள். இந்த எண்ணம், இப்போதைவிட மரணம் இலகுவானது என்று அட்டிலெய்'க்குத் தோன்றச் செய்தது. தனக்குப் பரிச்சயமாயிருந்த ஒரேயொரு உலகத்தைவிட பிரம்மாண்டமானதான இன்னொரு உலகத்தில் தான் சிறைப்பட்டிருப்பதுபோல இருந்தது – அவனுக்கு விதிக்கப்பட்ட, பயங்கரமான மௌன தண்டனை என்பது போல. ஏன்? இரண்டாம் மகன்களுக்கான இந்தத் தலைவிதிதான், எல்லாம் வல்ல *கபாங்*கின் உத்தேசமா?

ஒரு "புத்தக"த்தில் ஒருவகைச் சுள்ளியால் சித்திரங்கள் வரையத் தனக்கு இயல்கிறது என்று கண்டறிந்த பிறகே, இந்த வேதனை சற்றுக் குறைந்தது. உண்மையில், அதுபோன்ற சுள்ளிகள் ஏகப்பட்டவை கிடைத்தன. தீவில் அங்கங்கே தோண்டுவதற்கும், வீட்டின் கட்டுமானத்தில் வெளித்தெரியாத பணிகளுக்கும் அவற்றைப் பயன்படுத்தினான். அவற்றில் ஒன்று, சில விஷயங்களின்மீது தடங்களை உருவாக்கியது குறித்து ஆச்சரியமடைந்தான்.

நாட்கள் செல்லச் செல்ல, அட்டிலெ'ய் எதிர்கொள்ள நேர்ந்த மகத்தான எதிரி, நிசப்தம். அவனுக்கு வந்தனம் சொல்லவோ, அவனுடைய நீச்சல் யுக்திகளைப் புகழவோ, அவனுடன் மல்யுத்தம் புரியவோ, நீருக்குள் பாய்வதில் அவனுடன் போட்டி போடவோ, இந்தத் தீவில் யாருமே இல்லை. குறைந்தபட்சம், தான் பார்ப்பதையும் யோசிப்பதையும் இந்தச் சுள்ளியால் அவன் வரைய முடியுமே.

இதுபோன்ற சுள்ளிகளுக்காகத் தீவு முழுக்க நிதானமாகச் சலித்தபோது, வெவ்வேறு அளவுகளிலும் நிறங்களிலும் அவை கிடைத்தன; அவற்றில்

சில பயன்படுத்த ஆரம்பித்த மாத்திரத்தில் வரைவதை நிறுத்திவிட்டன. புத்தகங்களில் தவிர வேறு சில பொருட்களின்மீதும் வரைய முடியும் என்பதையும் அவன் கண்டறிந்தான். தன்னுடைய சருமத்தின் மீதுகூட வரைய முடியும். ஒருநாள், ஒருவகை ஆவேசம் முற்றி, தீவின் காட்சிகளையும் ஒலிகளையும் தன்னுடைய குதிரைச்சதையில், தொடைகளில், அடிவயிற்றில், மார்பில், தோள்களில், கழுத்திலும் முகத்திலும், தனக்கு எட்டியவரை முதுகில், ஏன், உள்ளங்கால்களில்கூட வரையத் தொடங்கினான்.

தொல்படிவங்கள்போல, ஓவியங்களை ஒன்றன்மீதொன்றாக வரைந்து கொண்டே போனான். மழையில் அவை அழிந்தபோது, புதிய ஓவியங்களை வரைந்தான்.

இன்று காலையில் தீவைச் சுற்றி ஓடிக்கொண்டிருந்தான் அட்டிலெய். தொலைவிலிருந்து பார்க்கும்போது, அவன் அட்டிலெய் போலவே தென்படாதவனாக ஆகிவிட்டிருந்தான். வேறொரு தினுசான ஜீவராசி போலத் தோற்றமளித்தான். ஒரு ஆவிபோல, அல்லது, கடவுள் மாதிரி.

வு மிங்-யி

5

ஆலிஸின் வீடு

ஆலிஸூம் தாம்மும் சந்தித்த மூன்றாம் வருடம் டோட்டோ பிறந்தான். அது ஒரு விபத்து என்று நீங்கள் சொல்லலாம்; அல்லது தலைவிதி என்றுகூட. அவர்கள் இருவருக்கும் குழந்தை பெற்றுக்கொள்ளும் எண்ணமே கிடையாது. உடல்ரீதியாகவும், உளரீதியாகவும் அது சாத்தியம் என்றே அவர்கள் நினைக்கவில்லை. தவிர, இருவரில் ஒருவருக்குக்கூட, தன் வாழ்க்கைத் திட்டத்தின் பகுதியாக ஒரு குழந்தை இருந்ததில்லை. தாம்முக்கும் ஆலிஸூக்கும் எத்தனையோ விஷயங்களில் ஒத்துப் போனது கிடையாது – ஆனால், ஒரு குழந்தையை வாழ்க்கைக்குள் கொண்டுவருவது என்பது ஒருவகை தண்டனை; ஒருவிதத் துயரம் என்றுதான் இருவருமே எண்ணியிருந்தனர்.

டோட்டோ வரவிருக்கிறான் என்பது அவர்களுக்குத் தெரியவந்தபோது, ஆலிஸ் மற்றும் தாம்மின் வீட்டுக்கான ஏற்பாடுகள் முடிவாகியிருந்தன; ஆனாலும் அவனுடைய எதிர்காலத்தை வீட்டின் வடிவத்துக்குள் நுழைத்துக் கணக்கிடுவதற்கான காலம் கடந்திருக்கவில்லை. வீட்டின் அமைப்பைத் தானே வடிவமைத்திருந்தான் தாம். *எரிக் குன்னர் ஆஸ்ப்லுண்டின்* 'ஒன்றில் மூன்று' கோடைக்கால வீட்டுத் திட்டத்தில் சில அம்சங்களை எடுத்துக் கோத்து உருவானது வீட்டின் வெளிப்புறத் தோற்றம்.

வலப்புறச் சிற்றறையோடு இரண்டாம் மாடி ஒன்றைச் சேர்த்தான் தாம். மையச் சிறகில் இருந்த இரண்டு அடுக்கு களின் கூரையை மேலும் உயர்த்தினான். கோடைவீட்டின் மூல வடிவம், காட்டுக்குள் தாழ்வான பகுதியில் இருந்த அழகானதொரு குடில். தாம்மின் வடிவம் சற்று வித்தியாசமானதாகவே இருந்தது. கட்டட அமைப்புமே வித்தியாசமானதாகத்தான் இருந்தாக வேண்டும்; ஏனென்றால், கடற்பாறைகளுக்கிடையேயான கடற்பகுதியில்

கட்டியதால், கருமமே கண்ணான அலைமுகடுகளையோ மேற்கு பசிஃபிக் பிரதேசத்தின் தாறுமாறான காற்றுகளையோ ஆஸ்ப்லுண்ட் பொருட்படுத்த வேண்டியிருக்கவில்லை.

ஆலிஸுும், தாம்மும் தாங்கள் சந்தித்த கோடைகாலத்தில், டென்மார்க்கிலிருந்து ஸ்வீடனுக்கு ஒன்றாகப் பயணம் மேற்கொண்டார்கள். ஸ்டாக்ஹோமிலிருந்த மூன்றாவது நாள், ஆஸ்ப்லுண்டின் படைப்புகளில் ஒன்றான நகர நூலகத்துக்கு ஒரு பிரத்தியேக விஜயம் செய்தார்கள். நூலகத்தினுள் நுழைந்த மாத்திரத்தில், ஆச்சரியத்தால் மூச்சுத் திணறினாள் ஆலிஸ். புத்தக அலமாரிகள், க்ளாட் தெபுஸ்ஸியின் 'க்வார்ட்டெட் ஃபார் விண்ட்ஸி'ன் அழகான தாளலயத்துக்கு இசைய அமைக்கப்பட்டிருந்த மாதிரித் தோற்றமளித்தன. அடுக்கின்மீது அடுக்கு, தளத்தின்மீது தளம் என சொர்க்கத்தை நோக்கி அவை உயர்கிற மாதிரி இருந்தது. ஆலிஸ் பார்த்திருந்தவற்றிலேயே, பேரழகான "புத்தகக் காட்சிச்சாலை" அதுதான்.

ஹேவன் பிராந்தியத்தில் அழகான இயற்கைக் காட்சிகள் இருந்தன. ஆனால், கலாச்சார நிலக்காட்சி கொடூரமானது – சில பாரம்பரியச் சின்னங்கள் விதிவிலக்கு. புதிய ரயில்நிலையம் கோரமாய் இருந்தது. அருகில் இருந்த நூலகம் இன்னும் கோரம். பெய் – ட்டூவில் அழகான ஒரு நூலகத்தை தாய்ப்பே நகராட்சி நிர்வாகம் கட்டியிருந்தது என்பது ஆலிஸுுக்கு நினைவு வந்தது. அது ஒரு கொள்கலம் மட்டுமே; உள்ளீட்டின் தரம் சொல்லிக்கொள்கிற மாதிரி இல்லை.

மாறாக, நூலகம் என்பதன் மெய்யான பொருளை உள்வாங்கியிருந்தார் ஆஸ்ப்லுண்ட். புத்தகங்கள் அடுக்கிய வட்டச் சுவர் வரலாற்றைப் போன்ற சுமையென உங்கள்மீது இறங்குவதாகத் தோன்றினாலும், அது ஆணவமானதாகவோ அழுத்துவதாகவோ இல்லை. உச்சித் தட்டில் இருந்த புத்தகத்தை எடுப்பதற்காக நுனிக்காலில் நின்றபோது, மேலேயிருந்த வட்டக்கூடத்தைச் சுற்றிலும் திறந்திருந்த சிறு ஜன்னல்கள் சூரிய ஒளியை அனுமதித்ததால், தான் ஏதோ ஒருவகை மதச் சடங்கில் கலந்துகொள்வது மாதிரி உணர்ந்தாள் ஆலிஸ். கைகள் நடுங்கின. கைவிளக்கேந்திய சேடியைப் போல, புத்தகங்களின் சீமாட்டிபோலத் தன்னை உணர்ந்தாள்.

கதை அறையைப் பிரத்தியேகமாகப் பிடித்திருந்தது அவளுக்கு. காலத்தைப் பின்னோக்கித் திருப்பும் வல்லமை கொண்டதுபோலத் தென்பட்ட அறை அது. நூலகத்தினுள், தரைத் தளத்தில், குழந்தைகளுக்கான மூலையொன்றில் இருந்தது. உள்ளே நுழையும்போது, மலைக்குகையில் இருக்கும் தேவதைகளின் ராஜ்யம் போலப் பட்டது. அங்கிருந்த சுவர்களில், ஸ்வீடனின் நாட்டுப்புறக் கதைக் காட்சிகள் புடைப்புச் சிற்பங்களாய் இருந்தன.

கதைகளை வாசித்துக்காட்டுபவர்களுக்கான நாற்காலி அறையின் மத்தியில் கிடந்தது (தன்மீது அமர்கிற யாருக்குமே, மாயக் கதைகள் சொல்லும் திறனை வழங்கிவிடும் என்பதுபோலத் தென்பட்டது அது). நாற்காலியின் இருபுறமும் பிறைவடிவில் இருந்த பெஞ்சுகளிலோ,

அதற்கு முன்புறம் இருந்த தரையிலோ, குழந்தைகள் அமர்ந்திருந்தனர். புடைப்புச் சிற்பங்களின்மீது, கதகதப்பான ஒளி படிந்திருந்தது – சிறு காற்றடித்தாலும் போதும், அவற்றிலிருந்த குட்டிச்சாத்தான்கள் பேசத் தொடங்கிவிடும் என்பதுபோலப் பட்டது. கதைகேட்கும் குழந்தைகளின் கண்கள் மின்னின. வாழ்க்கையில் முதன்முறையாக, தனக்கே தனக்கு என்று ஒரு குழந்தை இருப்பது மோசமான விஷயமில்லை என்று பட்டது ஆலிஸுக்கு.

"இது மாதிரியான இடங்களில்தான் உத்வேகங்கள் உதயமாகின்றன" என்றாள் ஆலிஸ்.

அஸ்ப்லுண்டால் பீடிக்கப்பட்டிருக்கிறாள் அவள் என்பதை உணர்ந்ததும் தாம்முக்கு ஒரு யோசனை தோன்றியது. "நாளை செய்வதற்கான திட்டங்கள் ஏதும் உண்டா? இதே கட்டடக் கலைஞர் உருவாக்கிய இன்னொரு கட்டடத்தைப் பார்க்க விருப்பமா? அது பொதுக் கட்டடம் கிடையாது, தனியார் வசிப்பிடம்."

"திட்டங்கள் இருக்கத்தான் செய்தன; தற்போது அவை மாறிவிட்டன."

கூடாரமடித்திருந்த இடத்திலிருந்து மறுநாள் கிளம்பினார்கள். சுமார் இரண்டு மணிநேரம் பேருந்துப் பயணம். பேருந்து நிறுத்தத்திலிருந்து பத்து நிமிடங்களுக்கும் அதிகமாக நடை – காட்டுக்குள்ளிருந்த ஒரு பாதையை அடையும்வரை. கோடை காலம். இலைகளினூடாகச் சொட்டிய சூரியஒளி, பாதையின்மீது ஓர் அடையாளக் குறிபோல ஒளிவில்லைகளைப் படிய வைத்திருந்தது.

அந்தச் சூழல், தாம் வேறு அருகில் இருந்தானா, ஆலிஸை ஒரு சிறு பெண்ணாக உணரவைத்தது. காதலனின் புன்னகையை நூலாகக் கொண்டு தனக்கான வாழ்க்கையை நெய்துகொள்ளக்கூடிய இளம் பெண்போலத் தன்னை உணர்ந்தாள்.

காட்டின் இறுதியில், குன்றின்மேல் நிதானமாகச் சுழன்றேறும் பாதையொன்று இருந்தது. நீண்டநேர மலையேற்றம்தான். ஆனாலும், கொஞ்சம்கூடச் சோர்வு தட்டாதபடி, காட்சி பேரழகாய் இருந்தது. குன்றின் உச்சியில் ஒரு புல்வெளி திறந்து கிடந்தது – இடது பக்கம் பிடிவாதமானதாக, விட்டுக்கொடுக்காத தோரணையுடன் ஒரு பாறை முகடு. வலது பக்கம், பிரசித்திபெற்ற பாறையிடைக் கடற்கழியொன்று. நேரே எதிரில் அந்தக் கோடைகால வீடு.

உரிமையாளர் உள்ளே இல்லாதபோதும், சற்றுத் தொலைவிலிருந்து அதை சாவதானமாக அவர்களால் பார்க்க முடிந்தது. பிற்காலங்களில், அந்தத் தருணத்தை அடிக்கடி நினைவுகூர்வாள் ஆலிஸ் – ஒரு சாதாரண வீட்டை அல்ல, வேறேதோ விசேஷமான ஒன்றை, அன்றாட வாழ்வையே தான் பார்த்துவிட்டாள் என்பதுபோல.

"அதுமாதிரியான வீடு ஒன்றில் எப்போதாவது எனக்கு வசிக்கக் கிடைக்குமா?" கொஞ்சம் தந்திரமாகவும், தளுக்குடனும் கேட்டாள் ஆலிஸ்.

“நிச்சயமாக.” என்று இயல்பாகச் சொன்னான் தாம். ஒரு கணம், தான் தானேதானா என்று இருந்தது ஆலிஸுக்கு. பார்ப்பதற்கு இவ்வளவு இளமையாய்த் தெரியும் ஒருவனிடம் இந்தவிதமாகப் பேசும் பழக்கமே இல்லாதவள் அவள்.

தற்போது அவளுக்கு இருக்கும் ஒரே ஆறுதல், கடலை நோக்கிய இந்த வீடு மட்டும்தான். அவர்கள் சந்தித்த விதம் நினைவுவந்தது. பின்னோக்கிப் பார்க்கையில், அவளது காதலுணர்வுள்ள இயல்புதான் அப்படிக் குறும்புடன் நடந்துகொண்டது. அந்தக் கோடையில், முடிவற்று அலுப்பூட்டிய இலக்கிய முனைவர் பட்டத்தை முடித்தபிறகு, கிடைக்கும் வாய்ப்புள்ளது என்று அவளுக்குப் பட்ட ஒரு வேலைக்கு மனுச் செய்த பிறகு, ஒரு கூடாரத்தையும், புகைப்படக் கருவியையும், மடிக்கணினியையும் எடுத்துக்கொண்டு ஐரோப்பாவுக்குப் பயணம் மேற்கொண்டாள்.

வாஸ்தவத்தில், தன்னுடைய பயணங்களைப் பற்றி ஒரு புத்தகம் எழுதும் உத்தேசம் இருந்தது. *பெண் வழிப்போக்கரின் கதைகள்* என்று பெயர் வைக்கலாம். தன்னுடைய இலக்கிய வாழ்க்கையை அதன்மூலம் ஆரம்பிக்கலாம். அந்தப் புத்தகம் ஒருவேளை அபரிமிதமாக விற்பனையாகக் கூடும். அவள் கல்வித்துறைக்குள் நுழையவேண்டியிருக்காது.

கோப்பன்ஹேகனில் தரையிறங்கிய பிறகு, அவள் சென்ற முதல் இடம், புறநகர்ப் பகுதியில் இருந்த ஷார்லட்டன்லுண்ட் கோட்டையின் கூடாரமிட்டுத் தங்கும் பகுதி. அந்தப் பகுதி, மெய்யாகவே வரலாற்றுணர்வை வழங்கக் கூடியது. நீர்புகாத தார்ப்பாய்களால் மூடப்பட்ட மிகப் பெரிய பழங்கால பீரங்கி ஒன்று அங்கே இருந்தது. ஒரு குதிரைலாயம்கூட இருந்தது.

கோப்பன்ஹேகனில் தான் தங்கவிருக்கும் ஒருவார காலத்திலும் இங்கேயே தங்கிவிடலாம் என்று திட்டமிட்டாள் ஆலிஸ். ஒருநாள் சாயங்காலம் கடைசிப் பேருந்தைத் தவறவிட்டுவிட்டாள். மிகக் குறைவான ஜனத்தொகை கொண்ட புறநகர்ப் பகுதிக்கு நடந்தே திரும்ப வேண்டியதானது.

சற்று அசௌகரியமாக உணர்ந்தாள் ஆலிஸ். அதைவிட மோசம், அவள் தவறான இடத்தில் திரும்பிவிட்டாள். முகாமுக்கு வந்துசேர, வனப்பூங்கா ஒன்றைத் தாண்டி வரவேண்டியிருந்தது. வழக்கமான “பூங்கா”வைவிட மிகவும் பெரியது. கிட்டத்தட்ட இருள்வனம்போல இருந்தது. (ஏன், இருள்வனமேதான் அது.) நூற்றாண்டுகள், ஏன், ஆயிரம் வருடங்களோ, அதற்கும் மேலோ வயதான மரங்கள். பாதையை மறித்து வீழ்ந்திருந்த உருட்டுக்கட்டைகள். முதல்பார்வைக்கு அவை தட்டுப்படவும் இல்லை.

சாயங்கால வேளையில் வனப்பூங்கா வேறொரு உலகமாக இருந்தது. நாய்களை நடத்திச் செல்பவர்களோ, சிற்றோட்டம் போகிறவர்களோ யாருமே தென்படவில்லை. ஆந்தைகளின் அலறல் மட்டுமே கேட்டது. அவள் பதற்றமடைய ஆரம்பிக்கும் தருணத்தில், மங்கலான ஒளிக்கற்றையொன்று தொலைவில் தெரிந்தது. படபடவென்ற ஒலி கேட்டது.

இதுபோன்ற சூழ்நிலையில், சந்திக்க நேரும் எவர்மீதும் உடனடியாக ஐயம் உருவாகும் ஆலிஸுக்கு. அவளுடைய இதயம் தானாகவே விரைந்தோடத் தொடங்கியது. பாதையிலிருந்து ஒதுங்கி ஒளிய ஓர் இடம் பார்க்கவேண்டும் என்ற பதற்றம் தொற்றியது. எந்த அளவு நம்பமுடியாத வேகத்தில் அந்த உருவம் அருகில் வந்து சேரும் என்று அறிந்திருக்கவில்லை அவள்.

உயரமான, தாடி வைத்திருந்த, சற்றே சிறுவனின் சாயல் கொண்ட ஒருவன்; மோட்டார் சைக்கிளில் வந்தவன், இவளருகில் நிறுத்தினான்.

"ஹாய்."

"ஹாய்". என்று சமாளித்தாள் ஆலிஸ்.

"முகாமுக்கா போகிறீர்கள்?"

"ஆமாம்."

"ஏறுங்கள். நான் கூட்டிச் செல்கிறேன்."

"நானே போய்க்கொள்கிறேன்."

"பயப்பட வேண்டாம். இதோ, என் அலுவலக அடையாள அட்டை. நான் நேற்றே உங்களைப் பார்த்தேன். ஷார்லட்டன்லுண்ட் கோட்டை கூடாரத்தலத்தில் தங்கியிருக்கிறீர்கள்தானே? நான் அங்கேதான் பணிபுரிகிறேன். தனியாக நடந்துசெல்வது உங்களுக்கு அச்சமூட்டும். சீக்கிரமே இருட்டிவிடும். என்னை நீங்கள் நம்பலாம். இந்தக் காட்டுக்கு என் மோட்டார்சைக்கிளை அடையாளம் தெரியும்."

உண்மையில், ஆண்டின் இந்தப் பருவத்தில் ஒன்பது மணிக்கு முன்னால் இருட்டாது என்று ஆலிஸுக்குத் தெரியும். ஆனால், அவள் இதயம் இன்னும் படபடத்துக் கொண்டிருந்தது. தான் ஏன் இவ்வளவு குழம்புகிறோம் – பதற்றம்தான் காரணமா, அல்லது வேறு காரணம் ஏதும் இருக்கிறதா என்று நிர்ணயிக்க முடியவில்லை அவளால். அவனுடைய வண்டியின்மீது பார்வையை ஓட்டினாள். பின் இருக்கை இல்லாத வண்டி.

"இதிலா? என்னை எப்படிக் கூட்டிச் செல்வீர்கள்?"

தன்னுடைய முதுகுப்பையிலிருந்து, கழற்றி மாட்டக்கூடிய இருக்கையை எடுத்தான்; பின்னிருக்கைக்கான தண்டில் அதைப் பொருத்தினான். பிறகு சொன்னான்:

"நீங்கள் நூறு பவுண்டுக்குமேல் இருக்க வாய்ப்பில்லை. இது நூற்று நாற்பது வரை எடையுள்ளவரைச் சுமக்கும். பிரச்சினையேயில்லை."

ஆக, தனது முதுகுப்பையை நெஞ்சுப்பக்கம் மாட்டிக்கொண்டு, ஆலிஸையும் அவளுடைய சாமான் சுமையையும் அவன் ஏற்றிச் சென்றான். இருக்கையில் அமர்ந்திருந்த ஆலிஸ், தன் கைகளை அந்த மனிதனின் உறுதியான இடுப்பில் மென்மையாகப் பதித்துக்கொண்டாள். அவளுடைய இதயம் கொஞ்சம்கூட நிதானமடையவில்லை.

முகாமுக்குத் திரும்பிய பிறகும், அவர்கள் இருவரும் வெளியில் நின்று, இருட்டும்வரை பேசிக்கொண்டிருந்தனர். தன்னுடைய கூடாரத்திலிருந்து ஒரு கித்தாரை எடுத்துவந்தான். அவளுக்காகப் பாடினான் – அவள் சிறுவயதிலிருந்தே கேட்டு வளர்ந்த பாடல்களை. தொலைவிலுள்ள காற்றாலையின் மின்னியந்திரம் பார்வைக்கு மறையும்வரை இருட்டிய பிறகே அவர்கள் தத்தம் கூடாரங்களுக்குத் திரும்பினர்.

அவள் தாம்மைச் சற்று நன்றாக அறிந்த பிறகு (தாம் என்பது டென்மார்க்கில் பரவலாகப் புழங்கும் பெயர் என்று பிற்பாடு கண்டறிந்தாள்) அவளுக்குத் தெரிய வந்தது – அந்தத் தாடி ஏமாற்றிவிட்டது என. உண்மையில், அவனைவிட இவள் கொஞ்சம் மூத்தவள். மூன்று வருடங்கள்.

ஆனால், வாழ்க்கை அனுபவத்தைப் பொறுத்தவரை, நேர்மாறாக இருந்தது. அவன் ஆப்பிரிக்கா முழுவதும் வண்டியோட்டிச் சென்றிருக்கிறான். அட்லாண்ட்டிக்கின் குறுக்காக பாய்மரப் படகு செலுத்திக் கடந்திருக்கிறான். படகு உடைந்ததால், ஆளரவமற்ற தீவில் ஒதுங்கியிருக்கிறான். பாஜி பாணி குங்ஃபூ பயிற்சி பெற்றவன். மிக நீண்டதூர நெடுந்தொலைவோட்டக் குழுவுடன் சேர்ந்து சஹாராவின் குறுக்காக ஓடிக் கடந்திருக்கிறான்.

சுவாரசியமான உறக்கப் பரிசோதனை ஒன்றில் பங்கேற்றிருக்கிறான். 1972ஆம் வருடம் டெக்ஸாஸின் மிட்நைட் குகையில் நடைபெற்ற ஆராய்ச்சியை, பரிசோதனை நிலைகளில் சில மாற்றங்களுடன் மீண்டும் நிகழ்த்திப் பார்ப்பதற்காக நடந்தது அது. பூமிக்கடியில் முப்பது மீட்டர் ஆழத்தில் ஆறு முழு மாதங்களைக் கழித்திருக்கிறான்.

"பூமிக்கடியில் இருப்பது எப்படி இருக்கும்"

"எப்படி இருக்கும் அது? சொல்லப் போனால், உயிருள்ள ஜீவராசியின் உட்புறம் நேரத்தைக் கழிக்கிற மாதிரி இருக்கும்."

தாம் பரந்த அனுபவம் உள்ளவன்; சாகச விரும்பி. பிரச்சினைகளுக்குத் தீர்வு காண்பதும், சவால்களை வலிந்தேற்பதும், அவனைப் பொறுத்தவரை, கேளிக்கைகள். ஆலிஸ் பிறந்து வளர்ந்த தீவிலுள்ள ஆண்களிடம் பரவலாக இல்லாத குணாம்சங்கள் இவை. இவையனைத்துமே அவளைக் கிறுகிறுக்கச் செய்தன. அதிலும், தாம்முடைய சாந்தமான, மின்னும் கண்கள்.

"ஏகப்பட்ட காரியங்களைச் செய்திருக்கிறீர்கள்! அடுத்தது என்ன?"

"மலையேற்றம். ஆனால், அது டென்மார்க்கில் அல்ல. டென்மார்க் மலைகளே இல்லாத தேசம். தொழில்முறை மலையேற்றத்துக்கு வாரம் மூன்றுநாள் ஜெர்மனி சென்று பயிற்சியெடுக்கிறேன். மலையேற்றக் கருவிகள் வாங்குவதற்குப் பணம் சேர்க்கவே இங்கே பணிபுரிகிறேன்."

டேனிஷ் மொழியில் ஒரு சொல்லும் தெரியாது என்பதால், அவனுடன் ஆங்கிலத்தில் மட்டுமே உரையாட முடிந்தது இவளுக்கு. இருவருமே அவரவர் தாய்மொழியைப் பயன்படுத்தவில்லை. எனவே. எப்போதுமே தயங்கித்

தயங்கிப் பேசினார்கள். ஆனால், அவர்கள் என்ன மொழியில் பேசினார்கள் என்பது முக்கியமே இல்லை. அவனுடன் பேசும்போதெல்லாம் அவள் மனம் தன்னிச்சையாய் அலைந்து திரியும் – கவிதை வரிகளெல்லாம்கூட நினைவில் எழும். "நிழலிலிருந்து நிழலுக்குச் செல்வது மிகமிக அயர்ச்சி தரும்". ம்ஹூம், இது நன்றாய் இல்லை, என்று நினைத்துக்கொண்டாள் ஆலிஸ்.

சிலவேளை, முன்னறிவிப்பில்லாமலே மாண்டரின் மொழிக்குத் தாவிவிடுகிறவளும், சிறியவளுமான, ஸ்திரபுத்தியில்லாத இந்தப் பெண்ணிடம் தாம்முக்கும் ஈர்ப்பு இருந்தது. கடற்கழியில் ஓடம் செலுத்திச் செல்வதாய் இருந்த தனது அடுத்த திட்டத்தைக் கைவிட்டான். ஆலிஸைச் சந்திப்பது என்பது, எந்தவொரு முரட்டு சாகசத்துக்கும் நிகரான பரபரப்பும் கணிக்கவியலாத தன்மையும் கொண்டதாக இருந்தது. பார்க்கப்போனால், மேலதிக அபாயம் கொண்டிருந்தது.

ஆலிஸின் சுற்றுலா வழிகாட்டியாகச் செயல்பட முன்வந்தான் தாம். தன்னுடைய கூடாரத்தை அவனும், அவளுடையதை அவளும் தூக்கிச் சென்றனர். அவரவர் முதுகுப்பைகளை அவரவர் சுமந்து சேர்ந்து சென்றனர். இருவரிடமும் குழந்தைகள்போலக் குதியாட்டமும் பரபரப்பும் நிரம்பியிருந்தன.

மூன்று வாரங்களுக்குப் பிறகு, வட ஐரோப்பியப் பயணத்தை முடித்துக் கொண்டு, தன்னுடைய விமானத்தைப் பிடிப்பதற்காக கோப்பன்ஹேகன் வந்து சேர்ந்தாள் ஆலிஸ். தாம் அவளை வழியனுப்ப வருவதாகத்தான் இருந்தது. ஆனால், விமானநிலையத்தில் அவள் தன்னுடைய சாமான்களை யும், அவன் தன்னுடையவற்றையும் இழுத்துச் சென்றபோது, அவள் விமானமேறும் தறுவாயில் கடைசிநிமிட முடிவொன்றை எடுத்தான் அவன். அறிமுகமற்ற பிரதேசமான தைவானுக்கு அவளுடன் செல்வது என்று. தைவான் எப்படித்தான் இருக்கிறது என்று பார்ப்பதற்காக.

ஆலிஸ் செல்லவிருந்த விமானம் முன்னமே நிரம்பியிருந்தது. அதனால், தாம் அடுத்த விமானத்திலேறிச் சென்றான். வீட்டுக்குச் செல்வதற்குப் பதிலாக, விமான நிலையத்திலேயே நாள்முழுவதும் காத்திருந்தாள் ஆலிஸ் – பாங்காக்கிலிருந்து அவனுடைய இணைப்பு விமானம் வந்து சேர்வதற்காக. அந்த மாலைப்பொழுதில், வெளியேறும் வாயிலருகே ஒருவரையொருவர் பார்த்துக்கொண்ட தருணத்தில், இருவருடைய இதயங்களிலும் தொங்கிக்கொண்டிருந்த கேள்விக்கு பதில் கிடைத்தது. இருவரின் மனங்களிலும் இருந்துவந்த சந்தேகமும் நொறுங்கியது.

வீடுதிரும்பிய ஆலிஸ் தபால்பெட்டி நிரம்பியிருக்கக் கண்டாள். அவற்றில் இருந்த ஒரு கடிதம், ஆசிரியப் பணிக்காக அவள் அனுப்பியிருந்த விண்ணப்பம் ஏற்கப்பட்டதாகத் தெரிவித்தது. ஆக, தயக்கமேயின்றி, உடனடியாக ஹேவன் செல்வதற்கு ஆயத்தமானாள் ஆலிஸ். தான் மனுச்செய்த ஒரே பல்கலைக்கழகம் இதுதான் என்பதற்கான காரணத்தை நினைவுகூர்ந்தாள் அவள். கற்பனாவாத மனோபாவம் மீண்டும் செயல்பட்டிருந்தது – அவளின் ஒரு பாதி சமுத்திரக்கரையில் வசிக்க விரும்பியது; மறுபாதி, எழுத்தாளராகும் கனவை உயிர்ப்பித்துக்கொள்ள விரும்பியது.

இவை நடப்பதற்கு, தன்னுடைய வசிப்பிடத்தைத் தேர்ந்தெடுத்தாக வேண்டும் என்று எண்ணினாள். ஜனக்கூட்டத்தைவிட்டுத் தொலைவில் இருக்கவும் வேண்டும்: ஜனங்களை அவதானிக்கப் பொருத்தமான அளவு தொலைவிலும் இருக்கவேண்டும். ஹேவனுக்கு ஆலிஸ் அவசரமாய்க் கிளம்புவதற்கு முந்தைய வாரமே, ஒரு மலையேற்றக் குழுவுடன் தொடர்பு ஏற்படுத்திக்கொண்டிருந்த தாம், க்ரேட் ஸ்னோ மலையில் ஏறுவதற்காகப் புறப்பட்டுப் போயிருந்தான்.

தாய்ப்பெய்க்குத் திரும்பியவன், ஹேவன் அப்படியாக்கும், இப்படியாக்கும் என்று ஆலிஸ் சொல்லிக்கொண்டேயிருப்பதைக் கேட்டதால், காரியங்கள் எப்படி நடக்கின்றன பார்க்கலாம் என்று, தானும் அவளுடன் செல்ல முடிவெடுத்தான்.

ஆரம்பத்தில், கல்வி வளாகத்திலிருந்த ஆசிரியர் தங்குமிடத்தில் அவர்கள் வசித்தனர். ஆனால், சட்டபூர்வமான தம்பதி இல்லை என்பதால், மிகச்சிறிய, ஒற்றையருக்கான வசிப்பிடம்தான் அவர்களுக்கு ஒதுக்கப் பட்டது. சாதாரணமாகவே, தைவானின் பொதுத்துறை நிறுவனங்கள் வடிவமைக்கும் வசிப்பிடங்கள் வசிப்பதற்கு லாயக்கில்லாதவையாக இருக்கும். கோடைகாலத்தில் மிக மோசமான இறுக்கம் நிலவும் – அதிகாலைவேளைகளில் காற்று குளிர்ந்திருக்கும்போதும், மெல்லிய பூந்துகில் போர்வைகூட நனைந்திருக்கும்.

மலைகள் கொண்ட தீவில், சமவெளிக்காரனான தாம் எங்கெங்கும் சென்று ஏறிக்கொண்டிருந்தான். உள்ளூர் நண்பர்களுடன் சேர்ந்து பாறையேற்றப் பயிற்சி ஆரம்பித்திருந்தான். ஒரு மெய்யான மலையேற்றக்காரனாக ஆவதற்கு, மிகவும் தாமதமாகவே முனைந்திருந்தான் என்றாலும், அவனுடைய மனோநிலை இப்படித்தான் இருந்தது: எவ்வளவு உயரம்தான் போக முடிகிறது என்று பார்த்துவிடுவோமே.

“இந்த இடம் புழுக்கமாக இருக்கிறது; ஸ்காண்டிநேவியாபோல இல்லை.”

“அப்படிச் சொல்லு. இது வெப்பப்பிரதேசத் தீவு. ஹேய், நீ பணத்துக்காகக் கவலைப்பட வேண்டியதில்லை.”

“நான் டென்மார்க்குக்கு அனுப்பிய அந்தக் கட்டுரை, சுற்றுலாப் பத்திரிகையொன்றில் பிரசுரமாகியிருக்கிறது. இப்போதைக்கு நான் வசதியாய்த்தான் இருக்கிறேன். நான் இவ்வளவு தூரம் மெனக்கெட்டு வந்தது உனக்கு ஒத்தடம் கொடுப்பதற்காகத்தான் என்று நிஜமாகவே நினைக்கிறாயா என்ன?” வலதுகண்ணைச் சிமிட்டினான் தாம். தன்னிடம் கபடத்துடன் பேசும்போது அவன் இப்படிச் சிமிட்டுகிறான் என்பதைக் கண்டு வைத்திருந்தாள் ஆலிஸ். எனவே, அந்தப் பத்திரிகையைப் பார்க்கக் கேட்கவோ, அவனுடைய நிதிநிலை அல்லது குடும்பப் பின்னணி பற்றி மேற்கொண்டு விசாரிக்கவோ முனையவில்லை.

ஒருவனுடன் வசிப்பதற்கு, அவனுடைய குடும்பத்தைப் பற்றித் தெரிந்து கொள்ள வேண்டியதில்லை என்பது பிரமாதமான விஷயமல்லவா? என்று

ஆலிஸ் யோசித்துக்கொண்டிருந்தபோது, அவன் தனது சமீபத்திய ஆர்வமான பாறையேற்றம் பற்றி உற்சாகமாகமாகப் பேசிக்கொண்டிருந்தான்: “ஒரு முகட்டில் தொற்றியிருக்கும்போது, ஆகாயத்தின் ஒரு பகுதியைத்தான் பார்க்க முடியும். சொற்பமான உனது திராணியைப் பாதங்களில் உணர்வாய். பாறைப் பிளவுகளில் விரல்களை நுழைத்திருப்பாய். ஆனால், நீ பார்க்கிற, நுகர்கிற எதையுமே இன்னொருவருடன் பகிர்ந்துகொள்ள முடியாது. எப்போதாவது அப்படி உணர்ந்திருக்கிறாயா? உன் இதயம் துடிப்பது உனக்கே கேட்கும். சிரமப்பட்டு மூச்சுவிடுகிறோம் என்பதை உணர்வாய். பாறைமுகட்டில், சில ஆயிரம் மீட்டர்கள் உயரத்தில் இருக்கும்போது, எந்த நேரமும் நீ இறந்து போகலாம்; அதுதான் அந்த உணர்வு.”

தாம்மின் விழிகள் பளபளத்தன இப்போது. “அதாவது, கடவுளின் நேரடிப் பார்வையிலிருந்து ஒரு தருண இடைவெளியில் நீ இருக்கக்கூடும்”

ஆலிஸ் அவன் கண்களை ஊடுருவிப் பார்த்தாள்; எப்போதுமே அவளை வசீகரித்து வந்திருப்பவை அவை. இப்போதும்தான். ஆனால், எப்படியோ, முன்னர் தாம்மை நோக்கி அவளை ஈர்த்த குணநலன்கள் இப்போது அவளைக் கவலைக்குள்ளாக்கின.

நாட்கள் செல்லச்செல்ல, அவள் மேலும் மேலும் பதற்றத்துக்காளானாள். கவர்ச்சியான இந்த வாலிபன், எப்போது வேண்டுமானாலும் எழுந்து அவளை விட்டுச் சென்றுவிடக்கூடும். அவனைப் போக விடவே அவள் விரும்பினாள். ஆனால், அவனுடைய குறிப்பிட்டதொரு **பா**வம் – துயரார்ந்த, ஆழம் மிக்கது என்றாலும் கள்ளமில்லாத **பா**வம் அது – அவளுக்கு மிகவும் பிடித்திருந்தது. புழுக்கம் நிறைந்த இந்த வசிப்பிடத்தின் அழுகல்தன்மை தன் இதயத்துக்குள்ளும் கசிந்துவிட்ட மாதிரி உணர்ந்தாள். என்ன செய்வதென்றே தெரியவில்லை.

கீ என்ற பெயருடைய உள்ளூர் எழுத்தாளரை நீண்டகாலமாக ஆராய்ந்து வந்திருந்தாள் ஆலிஸ். அவருடைய மிகவும் இளைய மனைவியின் நெருங்கிய சிநேகிதியானாள். கீயின் இரண்டாவது மனைவி, ஒரு நேர்காணலின்போது அவரிடம் காதல் கொண்டாள். (அந்தக் கதையை இன்னொருநாள் வைத்துக்கொள்ளலாம்). குட்டையான முடி அவளுக்கு. நிதானமாகப் பேசினாள். சாதாரணக் காலணிகளில் விருப்பம் உள்ளவள். அழகி என்று சொல்லிவிட முடியாது என்றாலும், ஒருவிதமான புத்துணர்வு கொண்டவள். பால் ஆஸ்டரின் புனைகதைகள் அவளுக்குப் பிடித்தவை.

காதல், மனிதர்களை விநோதமான முடிவுகள் எடுக்கச் செய்கிறது. முப்பது வருட இடைவெளி என்னும்போது, காமத்தைவிட்டு மேலெழுகிறது. எந்தவொரு மண வாழ்விலும் நேரக்கூடிய சிரமங்களைப் புறமொதுக்கு கிறது. தன் மனைவியுடன் தெய்வீகக் காதல் கொண்டவர் என்று நினைத்துக்கொண்டிருந்தவர்கள், அந்தக் கிழவர் இவளைத் திருமணம் செய்துகொள்வதற்காகத் தன் மனைவியை விவாகரத்து செய்தபோது அதிர்ந்துபோனார்கள். ஒன்று, ஓர் இளம் விதவையையும் கையெழுத்துப்

பிரதிகளின் குவியலையும் மிச்சம்வைத்துவிட்டு, கீ இறந்துபோவார்; அல்லது, அவருடைய இலக்கியப் பீடிப்பிலிருந்து விழிப்புற்று, இந்தக் கிழவருடன் தனியாக வாழ்வதில் அலுப்புக் கொள்வாள் அவருடைய இரண்டாம் மனைவி என்று நண்பர்கள் கருதினார்கள். யாருமே, கீயின் இளம் மனைவி அவருக்கு முன்பாக ஓர் எட்டு எடுத்துவைத்து உலகத்தை விட்டே போய்விடுவாள் என்று யூகித்திருக்கவில்லை.

ஒருநாள், திடீரென்று எங்கிருந்தோ வந்த பேரலை ஒன்றினால் அடித்துச்செல்லப்பட்டாள் கீயின் மனைவி. நடைப்பயிற்சிக்காகக் கடற்கரை வந்திருந்தார்கள் அப்போது. முந்தைய தினம், மிக வலுவான ஆழ்கடல் புவியதிர்ச்சி ஒன்று நிகழ்ந்திருந்தது என்று சொல்லப்பட்டது; உள்ளூரில் உயரமான அலை தாக்கியது மேற்படி அதிர்ச்சியின் விளைவே. முழங்கால் மட்டத்துக்கு நீர் பாய்ந்து வெள்ளம் பெருக்கெடுத்தபோது, உள்ளூர்ச் சுற்றுலா அமைப்பு நிறுவியிருந்த தற்காலிகப் பொதுக் கழிவறையினுள் இருந்தார் கீ. எட்ட இருந்த கரைப்பகுதியில், திடீர் அலை தாக்கி, சப்தமின்றித் தன் இளம் மனைவியை இழுத்துச் செல்வதை ஜன்னல் வழியாகப் பார்த்துக்கொண்டிருக்க மட்டுமே அவரால் முடிந்தது.

நேரடியாகப் பார்த்த சாட்சிகள் இல்லாத காரணத்தால், கிட்டத்தட்ட இரண்டு வாரங்கள் புலனாய்ந்துவிட்டு, அது ஒரு விபத்தே என்று முடிவு செய்து, வழக்கை இழுத்து மூடிவிட்டது காவல்துறை. அதற்கு மறுநாளே கீ தற்கொலை செய்துகொள்வார் என்று அவர்கள் எதிர்பார்க்கவே இல்லை. இது ஒன்றும் விசேஷமான காரியமல்ல, மிகமிகச் சாதாரணமானது என்ற தோரணையில் அவருடைய தற்கொலை நிகழ்ந்திருந்தது. கதவுகளையும் ஜன்னல் கதவுகளையும் அடைத்துவிட்டு, தம்முடைய கையெழுத்துப் பிரதிகளையும், கடிதங்களையும் எரித்திருந்தார் அவர். தமது எழுத்துக்கள் வெளியிட்ட புகையை உள்ளிழுத்ததால் மூச்சுத் திணறி இறந்துபோனார்.

மிகவும் இளம் வயதினளான ஒருத்திக்காகத் தன் தாயை விட்டு நீங்கியதால் கீயின் ஒரே மகன் வென்யாங் அறக்கோபம் கொண்டிருந்தான். வாய்த்தகராறு செய்துவிட்டு, தாயைத் தாய்ப்பெய்க்கு அழைத்துச்சென்று விட்டான். அங்கே விளையாட்டுச் சாமான்கள் விற்கும் வியாபாரத்தில் ஈடுபட்டான். தகப்பனாரின் மரணத்துக்குப் பிறகு, ஆலிஸுடன் கலந்தாலோசித்த பிறகு, அவருடைய சொத்துக்களை விற்க முடிவெத்தான் வென்யாங்.

"எனக்கு எதுவுமே வேண்டாம், இந்த வீடு வேண்டாம், நிலம் வேண்டாம். அவருடைய தொகுக்கப்பட்ட படைப்புகள் சம்பந்தமான எல்லா முடிவுகளையும் நீங்களே எடுக்கலாம் பேராசிரியர் ஷீஹ். படைப்புகளுக்கான விற்பனைஉரிமை வருவாயும், இந்த வீட்டை விற்றுக் கிடைக்கும் தொகையும் என் அம்மாவுக்குச் சேர்ந்தால் போதும்" எழுத்தாளருடைய முன்னாள் மனைவியின் கணக்கு விவரங்களை ஆலி ஸிடம் கொடுத்துச் சென்றான்.

உண்மையில், கீயின் நூலகத்தைக் காலி செய்வது எளிதாக இருந்தது. அதற்கென்று ஓர் அலுவலகத்தை நியமிக்குமாறு, பல்கலைக்கழகத்தைச்

சம்மதிக்க வைக்க வேண்டியிருந்தது – அவ்வளவுதான். ஹேவனில் உள்ள நிலவிற்பனை முகவர் யாரும் அந்த வீட்டை விற்றுத் தந்துவிட முடியும். அவர் அவ்வப்போது மட்டுமே சென்று வந்த, ஒரு சிறிய கூரைக்குடில் மட்டுமே உள்ள, மரவரிசை வேலிகொண்ட கடற்கரை நிலத்துண்டு, கீயின் சொத்துக்களில் ஒன்று. அதன்மீது ஆலிஸுக்கு ஆசை இருந்தது. தன்னுடைய "ஆசிரியப் பணிக் கணக்"கில் இருந்த தொகை முழுவதையும் கீயின் முன்னாள் மனைவிக்கு மாற்றினாள் ஆலிஸ்.

இப்படித்தான், தான் தற்கொலை செய்துகொள்வதற்கு முந்தைய தினம், கீ எழுதிவைத்திருந்த நாட்குறிப்பைப் படிக்கும் வாய்ப்பு ஆலிஸுக்குக் கிடைத்தது. பேரலை உருவாகி வந்த விதத்தை இவ்வாறு விவரித்திருந்தார்: "முதல் பார்வைக்கு அது வெறும் அலை போலவே இல்லை; திடீரென்று, ஓசையின்றி, கடலே பொங்கி எழுந்துவந்தது. அதை நான் நன்றாகப் பார்ப்பதற்கு முன்பே, வந்த இடம் நோக்கித் திரும்பிவிட்டது. ஓசை எதுவும் எழவில்லை. சில விஷயங்களைக் கைப்பற்றியது; அதை மட்டுமே செய்தது."

அந்தக் காலகட்டம் முழுக்க, மாண்ட் ப்ளாங்க்கில் ஏறவிருந்த அனைத்துலகக் குளிர்காலப் பயணத்தை முன்னிட்டு, சமோனிக்ஸில் இருந்தான் தாம். பல வாரங்களுக்குப் பிறகு, திடீரென்று அவர்களுடைய வசிப்பிடத்தின் சமையலறைக்குள் புகுந்தவன், காலை உணவு தயாரிக்கத் தொடங்கினான்.

"ஹாய்."

"ஹாய்."

"வெங்காயம் சேர்த்த பன்றி இறைச்சி ஆம்லெட் செய்யட்டுமா?"

"தாராளமாய்."

இதுபோன்று மீண்டும் சேரும் சந்தர்ப்பங்களுக்குப் பழகிவிட்டிருந்தாள் ஆலிஸ். எதையுமே பொருட்படுத்தாதமாதிரிப் பாவனை செய்வாள்; இவ்வளவு பலவீனமாய் இருக்கிறோமே என்று தன்மீதே ஆத்திரம் கொள்வாள். அவர்கள் சாப்பிடும்போது, தன்னுடைய சாகசம் பற்றி அவளிடம் சொன்னான் தாம். இந்தமுறை, கிட்டத்தட்டப் பனிக்குருடு ஆகிவிட்டான். (1786ஆம் வருடம் மாண்ட் ப்ளாங்க்கில் ஏறிய முதல் மனிதரான மிக்கேல்–காப்ரியல் பக்கார்டுக்கு அஞ்சலி செலுத்தும் விதமாக, தன் பனிக்காப்புக் கண்ணாடிகளை அவன் வேண்டுமென்றே கழற்றிவிட்டிருப்பான் என்பது அவளுடைய சந்தேகம். எப்போதுமே, பக்கார்டு போன்ற சாகசவீரர்களின் "கிட்டத்தட்ட மரண" அனுபவங்களை மீண்டும் நிகழ்த்திப் பார்த்துக்கொண்டிருந்தான் தாம்.) சரளமாக, வீடு வடிவமைத்தல் தொடர்பாகப் பேச்சை மாற்ற முனைந்தாள் ஆலிஸ்.

"அப்படியானால், சமோனிக்ஸுக்கு என்னை எப்போது அழைத்துச் செல்லப் போகிறாய்?"

“நீ எப்போது விரும்பினாலும்.”

“அங்கே வீடுகள் அழகாய் இருக்குமா?”

“அங்கே நான் பார்த்த வீடுகளில் தங்கும் அருகதை உனக்கு மட்டுமே உண்டு.”

“அந்தக் கோடைகால வீட்டை இன்னும் உனக்கு நினைவிருக்கிறதா?”

அவள் வேகமாக இடைமறித்தாள்.

“நிச்சயமாக. வசீகரமான சிறு குடில்.” அவளுடைய கடைவாயோரத் துக்குச் சற்றுத் தள்ளி அப்பியிருந்த பழக்கூழை மென்மையாக முத்தமிட்டான்.

“அதுபோன்ற ஒரு வீட்டைக் கட்ட விரும்புகிறேன்.”

“நீயா?”

“கொஞ்சம் நிலம் வாங்கியிருக்கிறேன்.”

“கொஞ்சம் நிலம் வாங்கியிருக்கிறாயா? அதாவது, வீடு கட்டுவதற்காக ஒரு துண்டு நிலம் வாங்கியிருக்கிறாய்?”

சமுத்திரத்துக்கு மிகவும் அருகாமையில் இருந்தது நிலம். சிறிய கடற்கரைக் காட்டின் அருகே. பெரும்பாலும் பாறைகள் மண்டிய கடற்கரை. மெல்லிய மேல்மண் அடுக்கு கொண்டது. பண்ணைநிலம் என்றே பதிவு செய்யப்பட் டிருந்தாலும், அதில் அதிகம் விளைவிக்க முடியாது. கீயின் கையெழுத்துப் பிரதிகளை ஊன்றிப் படித்தாள் ஆலிஸ். என்றாலும், முதலில் இந்தச் சொத்தை அவர் ஏன் வாங்கினார் என்ற ஞானம் மட்டும் கிட்டவேயில்லை.

நிலத்தின் விளிம்பிலிருந்து, கடலை நோக்கி எட்டுவைத்து நடக்க ஆரம்பித்தான் தாம். பின்னர் தன் ஆடைகளைக் கிழித்தெறிந்துவிட்டு, அம்மணமாக நீரில் குதித்தான். நீண்டகாலம் பிரிந்திருந்த காதலியுடன் மீண்டும் இணைய நேர்ந்ததைக் கொண்டாடும் விதமாக, இறுக்கமான அணைப்பையும், இனிமையான காதலையும் அவளுக்கு அளிக்க வேண்டும் என்று நினைக்கிறவன்மாதிரித் தென்பட்டான். நிலத்தின் மத்தியில் ஊமையாக நின்று, அவனுடைய சுருண்ட, மணல் படிந்த குழல்கள் நீரில் உயர்ந்தும் தாழ்ந்தும் செல்வதைக் கவனித்துக்கொண்டிருந்தாள் ஆலிஸ். எந்த நிமிடமும் தான் இழக்கவிருக்கும் நினைவுச்சின்னத்தைப் பார்ப்பது போல.

கடற்கரைக்குத் திரும்பி வந்தவன், ஒரு நீண்ட முத்தத்தை அவளுக்கு வழங்கிவிட்டு, “அந்தக் கோடைக்கால வீடு போன்ற ஒன்றை நாம் கட்டுவோம்” என்றான்.

கட்டுமானக் கலை தொடர்பான ஒரு கொத்துப் புத்தகங்களை நூலகத்திலிருந்து இரவல் வாங்கி, ஆராய்ச்சியைத் தொடங்கினான். அநேகமாய், மலையேறுவதற்குப் போகவே இல்லை. ஆலிஸ் அவனை

முழுக்க நம்பினாள். அவன் ஒரு மேதை இல்லை; என்றாலும், உத்வேகம் கொண்டவன். தன்னுடைய நோக்கம் முழுவதையும் செலுத்தும் பட்சத்தில், ஆரம்பித்த எதையும் அவனால் முடித்துவிட முடியும். ஆனால், இப்படிப்பட்ட ஆசாமியை அவளால் சமாளிக்க முடியுமா?

“வெளித்தோற்றம் அந்தக் கோடைவீட்டைப் போலவே இருக்கட்டும்; ஆனால், வீட்டின் உள்ளமைப்பு முழுக்க வேறுவிதமாய் இருக்கவேண்டும். இந்தச் சூழலுடன் பொருந்திப்போகக் கூடிய ஒரு வீட்டைக் கட்டுவதே என் விருப்பம்.” என்றான் தாம். வீட்டை லேசாகத் திசைதிருப்பி வைத்தான். ஸ்காண்டிநேவிய கடற்கழியை நோக்கி இருந்த ஆஸ்ப்லுண்டின் வீடு, இப்போது பசிஃபிக் சமுத்திரத்தைப் பார்த்து இருந்தது. ஆனால், வலுவான சமுத்திரக் காற்றுக்கு முகம் கொடுக்காமல், முப்பது டிகிரி கோணத்தில் இருந்தது.

மேலும், நீரில் பட்டு எதிரொளிக்கும் சூரிய ஒளி, வீட்டில் உள்ளவர்களுக்கு இடைஞ்சலாக இல்லாமல் இருக்கவேண்டும். காலையில் படுக்கையைவிட்டு எழுந்திருப்பதற்கு அவர்கள் விரும்பும்வகையில், வசதியான சூழலை உருவாக்க வேண்டும். முப்பது டிகிரித் திருகல், வீட்டின் ஒவ்வொரு மூலையையும் ஒளிரச் செய்யும். போதுமான அளவு வெளிச்சத்தை, கண் கூசாத வகையில் அளிக்கும். வலது பக்கச் சிற்றறையின் பரணை ஒரு மீட்டர் அளவுக்கு உயர்த்தினான் தாம் – ஜன்னல் வழியே பசிஃபிக்கின் முழுத்தோற்றம் காணக் கிடைக்கும் விதமாக.

தாம்முடைய விளக்கத்தைக் கேட்டபிறகு, தான் அந்த ஜன்னலின் அருகே அமர்ந்து எழுதுகிற மாதிரிக் கற்பனை செய்தாள் ஆலிஸ். அதைக் ‘கடல் ஜன்னல்’ என்றே அழைக்க விரும்புவதாகச் சொன்னாள். ஆஸ்ப்லுண்டின் மூலவடிவத்தில், சிற்றறைகளுக்கு இடையே குறுக்குவசமாகச் சிறு சிறு நடைகழிகள் இருப்பதற்கான காரணத்தையும் தாம் விளக்கினான்: ஒவ்வொரு சிற்றறையும் பாதியளவு விலகியிருப்பதான சுதந்திரத்தையும், சிநேகமான சுமுகத்தையும் ஒருங்கே கொண்டிருக்கும். “வலது பக்கச் சிற்றறையில் நீ வசிப்பாய். இடதுபக்கம் உள்ளது எனக்கு. அதைச் சற்றே பின்னோக்கி நகர்த்தியிருக்கிறேன் – நானும் கடலைப் பார்க்க இயலும் விதமாக.” இந்தத் தொலைவுணர்வு அவளுக்குப் பிடித்திருந்தது.

மைய அறையின் உள்ளேயும் வெளியேயும் பல்வேறு தாவரங்களை இட்டான். வெளியிலிருந்து பார்க்கும்போது, வசீகரமான, வெப்பப் பிரதேச வசிப்பறை பார்வைக்குப் படும். கொஞ்சம் தந்திரமாகவே, கடற்கரையோரம் இருந்த அனைத்து *பி&பி*க்களிலும் சென்று தங்கினான். முழுமையான தன்னம்பிக்கையுடன் ஆலிஸிடம் வந்து சொன்னான்: “வீடு கட்டும் பலபேருக்கு, வீடுகளில் மனிதர்கள் “வசிக்கிறார்கள்” என்பதே புரியாது என்று நினைக்கிறேன். குறிப்பாக, தைவானில், *பி&பி*யாகப் பயன்படும் விதத்தில் மட்டுமே வீடுகளைக் கட்டுகிறார்கள். ஏனென்றால், பெரும்பாலான விருந்தாளிகள் ‘ஓர் இரவுக்கு’ மட்டுமே தங்கிச் செல்கிறவர்கள். பத்து இருபது வருடங்கள் நீ வசிக்கவிருக்கிற வீடு என்பது வேறுவகையானது. நீண்ட, மிக நீண்ட காலம் நாம் வசிக்கத்தக்க இல்லம் ஒன்றைக் கட்டுவதே என் விருப்பம்”.

இந்தக் கடைசிப் பிரகடனம் ஆலிஸை அவன்மேல், மீண்டுமொருமுறை, கண்மூடித்தனமான காதல் கொள்ளச் செய்தது.

கிழக்குத் தைவானின் வெப்பமான வானிலை காரணமாக, ஆஸ்ப்லுண்டின் மூல வடிவங்களில் இருந்த, புகழ்பெற்ற கணப்பிடங்களைக் கட்ட வேண்டிய அவசியமில்லை. தைவானிலிருந்த *பி&பிக்கள்* பலவற்றில் அமைக்கப்பட்டிருந்த போலிக் கணப்பிடங்கள் அபத்தமாகவும், பாசாங்கானவையாகவும் தாம்முக்குப் பட்டன.

ஆனால், ஆலிஸின் வழிகாட்டுதலில் அவன் மயங்கிவிட்டான். முற்காலத் தைவானில் எங்கெங்கும் காணப்பட்ட கிராமப்புற 'அடுப்புக் கலாச்சாரத்'தில் மயங்கி, நவீன காலச் சமையலறையில் பாரம்பரிய அடுப்பையும் சேர்த்தான்.

"நாம் நிஜமாகவே அதைப் பயன்படுத்த முடியும். நயமான உள்ளூர்ச் சமையல் செய்ய முடிந்த வீடுதான் உண்மையான இல்லம் ஆகிறது."

மின்சார அமைப்பில் இன்னும் ஒரு முழுவருடம் கழித்தான். பல்வேறு வகை வணிக மாதிரிகளின் சூரிய அடுப்புகளை ஒப்பிட்டான். உத்தரக்கழிகளை மாற்றியமைத்து, சரிவான எறவாணங்களின் உச்சிகளை சூரியத்தகடுகளால் மூடினான். மூன்று முன்முற்றங்களுக்கும் ஒவ்வொரு சூரியப் பந்தல் அமைத்தான். அதன் கீழே ஆசுவாசமடைய முடியும்; தியானம் செய்யலாம்; குட்டித்தூக்கமும் போடலாம்.

இணையதளங்களில் சென்று, ஒரு ஜெர்மானிய நிறுவனத்திடமிருந்து, சிறியதொரு உப்புநீக்கும் எந்திரத்தை வாங்கினான். உப்புநீரும் நன்னீரும் வழங்கக்கூடிய இரட்டை அமைப்பை வடிவமைத்தான். உப்புநீருக்குத் தாக்குப் பிடிக்கும் பொங்காம் எண்ணெய் மரம், வெண்ணிறத்தில் பூக்கும் மாங்குரோவ்கள் போன்ற தாவரங்களை ஜன்னல் வழியே தெரிகிற மாதிரி வெளிப்புறத்தில் நட்டான். மரங்களின் வளர்ச்சி விகிதத்தைக் கூடக் கணக்கிட்டான்; இப்போதிலிருந்து ஐம்பது வருடங்கள் வரை, முதிர்ந்த மரங்களின் நிழல் சூரியத்தகடுகளின்மீது வீழாதிருக்கும்வண்ணம்.

ஒன்றரை வருடங்கள் கழித்து, மின்சார மற்றும் நீர்க்குழாய்களின் வரைபட வடிவத்தையும், முப்பரிமாண மாதிரியையும் மூல வரைபடத்தையும் உருவாக்கி முடித்திருந்தான். அந்தச் சிறிய வீட்டின் பகுதிகளை அவன் ஒருங்கிணைப்பதை கவனித்துக்கொண்டும், அதைப் பற்றி அவன் கூறுவதைக் கேட்டுக்கொண்டும் இருந்தாள் ஆலிஸ். எந்நேரமும் அவளுடைய இதயம் பலவீனமாகத் துடித்துக்கொண்டிருந்தது. அசட்டையாய், பேரின்ப உணர்வுடனிருந்தாள் – குழாயைத் திருகியதும் தண்ணீர் கொட்டுவதைப் பார்த்துக்கொண்டிருக்கிறவள் மாதிரி.

கட்டுமான வேலை ஆரம்பிப்பதற்கு முன்னால், வங்கியிலிருந்து பெருமளவு கடன் வாங்குவதற்காகத் தன் சொத்துக்கள் முழுவதையும் அடமானம் வைத்தாள். வீட்டைக் கட்டுவது மூச்சுமுட்டும், எழுச்சியற்ற கல்வித்துறை வாழ்க்கையிலிருந்து அவளைக் கொஞ்சம் விடுவித்தது. ஒரு குறிப்பிட்ட இலக்கை நோக்கித் தன்னை நிலைநிறுத்திக்கொள்ள உதவியது.

அஸ்திவாரம் தோண்டத் தொடங்கிய நாளன்று, தலைசுற்றல் காரணமாக மருத்துவமனைக்குச் சென்றாள். கருத்தரிப்புக்கான பரிசோதனையை மேற்கொள்ளுமாறு ஆலோசனை சொன்னார் மருத்துவர்.

பின்னாட்களில் ஆலிஸ் சொல்வாள்: டோட்டோவுக்கும் அந்த வீட்டுக்கும் ஒரே வயதுதான். அடிப்படையான உண்மை அது. டோட்டோவின் வருகை குறித்து தாம் முக்கு இருந்த மனநிலை, எந்த ஒரு தகப்பனின் மனநிலையையும் போன்றே இருந்தது. கிளர்ச்சியுற்றிருந்தான். வலது பக்க, இடது பக்கச் சிற்றறைகளில் டோட்டோவுக்காக ஓர் இடம் ஒதுக்கியிருந்தான் – தாயும் தகப்பனும் அவனுடன் தனியாக நேரம் செலவிடுவதற்காக.

கட்டடம் ஆரம்பிப்பதற்கு முன்னரே, டோட்டோ கருவில் உருவானான். கட்டுமானம் முடிவதற்கு முன் பிறந்தே விட்டான். ஆலிஸ் தோட்டத்தில் செடிகளை ஊன்றி முடிக்கும்போது அவனுக்கு மூன்று மாதம் ஆகியிருந்தது. கூரைச் சார்ப்பின் கீழ் அவனைக் கிடத்திவிட்டு, வண்ணத்துப் பூச்சிகள் உண்பதற்கான பச்சிலைகளை நடத் தொடங்கினாள் அவள்.

மிங் என்ற ஒருவர் அவளுக்குப் பழக்கம். பல்கலைக் கழகத்தில் சக ஊழியர். வண்ணத்துப்பூச்சிகளைப் பற்றிச் சில இலக்கியக் கட்டுரைகள் எழுதியவர். கடற்கரையோர நிலத்தில் வளர்ப்பதற்கு உகந்த தாவர இனங்கள் பற்றியும், அவற்றைப் பயிரிடுவது பற்றியும் ஒரு பட்டியல் தருமாறு அவரிடம் ஆலிஸ் கேட்டுக்கொண்டாள்.

இறுகிப் போயிருந்த புழுதிச்சாலையை புல்டோசர் வைத்து நெகிழச் செய்தான் தாம். அந்தப் பாதையின் இருபுறமும் காற்றுத் தடுப்பு ஏற்படுத்தினான் – கடற்கரை நோக்கிச் செல்வதற்கு, இருபுறமும் மரங்கள் கொண்ட பாதையை அமைத்தான்.

ஆனால், வீடு கட்டிமுடிக்கப்பட்ட வருடத்தில் சில உக்கிரமான சுழிக்காற்றுகள் தொடர்ச்சியாக நேர்ந்தன. பழைய சாலையிலிருந்து பத்துமீட்டர்கள் உள்நாட்டுப் புறம் நகர்த்திக் கட்டப்பட்ட புதிய கடற்கரைச் சாலையின் அஸ்திவாரம் அரிப்புக் கண்டது. அதன் பிறகு, எதிர்பாராத விதமாக, ஒட்டுமொத்தச் சாலையும் வெகுசீக்கிரமே தகர்ந்து போயிற்று.

பொதுப்பணித் துறைக்கு வேறு வழியில்லை – இன்னும் முப்பது மீட்டர்கள் பின்வாங்கி, இன்னமும் அதிக உயரத்தில் ஒரு புதிய "கடற்கரை" நெடுஞ்சாலையை நிர்மாணிக்க வேண்டியதாயிற்று. சில இடங்களில் மலையைக் குடைய வேண்டியிருந்தது. 2009, ஆகஸ்ட் 8ஆம் தேதி தைவானைத் தாக்கிய பெருவெள்ளத்திற்குப் பிறகு, பத்து வருடம் கழித்து அந்தத் தீவு கடலுக்குள் மூழ்கியிருக்குமா, அல்லது எந்த அளவு அமிழும் என்பது சூடான விவாதப் பொருளாயிற்று.

ஆனால், ஜனங்களில் அநேகர், "அது நடப்பதற்கு வாய்ப்பேயில்லை" என்றே இன்னமும் கருதினர். வெள்ளம் பறித்துச் சென்ற உயிர்கள், மனிதர்களால் சமாளிக்க முடியாத பேரிடர் எதுவுமே கிடையாது

என்ற குருட்டு நம்பிக்கையை தப்பிப் பிழைத்தவர்களிடம் ஏற்படுத்தும் என்றே ஆலிஸ் நம்பினாள். பேரிடரை மனிதமையப்படுத்தி, இயற்கையின் "குரூரத்தையும், மனிதாபிமானமின்மையையும்" பற்றிப் புலம்பியதுடன் ஒதுக்கிவிட்டனர்.

இந்த விஷயத்தில் ஆலிஸின் சிந்தனையோட்டத்தைக் கேட்டபிறகு, சிலசமயம் தன்னுடைய டென்மார்க்கியப் பார்வையை முன்னிறுத்துவான் தாம்: "உண்மையில், இயற்கை குரூரமானதே கிடையாது. குறைந்தபட்சம், மனித இனத்திடம் அது தன்னுடைய குரூரத்தைக் காட்டுவதில்லை. இயற்கையானது எதிர்த்துப் போரிடுவதும் கிடையாது. ஏனென்றால், பிரக்ஞைபூர்வமான நோக்கம் இல்லாத ஒன்று, "எதிர்த்துப் போரிட" முடியாது. தான் செய்ய வேண்டியதைச் செய்கிறது இயற்கை. அவ்வளவுதான். கடல் உயர்கிறதா, உயரட்டுமே. நேரம் வரும்போது நாம் வீட்டை நகர்த்துவோம். எல்லாம் சரியாகிவிடும். உரிய நேரத்தில் நாம் அகன்றுவிடாத பட்சத்தில் நேரக்கூடிய ஆக மோசமான விளைவு என்ன, கடல் நம்முடைய நீர்க் கல்லறையை நிர்மாணிக்கும்; மீன்களுக்கு உணவாவோம். இந்தவிதமாக யோசித்தால், அதுவொன்றும் அத்தனை மோசமில்லை, இல்லையா?"

"அத்தனை மோசமில்லையா?"

முதலில், அவன் இன்னதுதான் சொல்கிறான் என்று புரிந்துகொள்ளச் சிரமப்பட்டாள் ஆலிஸ். பார்க்கப்போனால், தன் கைவசமிருந்த அனைத்தையும் இந்தச் சொத்தை வாங்குவதில் முதலீடு செய்திருக்கிறாள். கடனாளிகூட ஆகியிருக்கிறாள். ஆனால், போகப்போக அவளுக்குப் புரிகிற மாதிரி இருந்தது. முடிவில், தன்னுடைய வாழ்க்கையை அவள் நடத்திப்போக வேண்டும்: ஓட வேண்டியிருக்கும்போது ஓட வேண்டும்; எதிர்த்துப் போராட வேண்டியிருக்கும்போது போராட வேண்டும். தனக்கான வேளை வரும்போது மேய்ச்சல்வெளி வானம்பாடியைப் போல செத்துப்போக வேண்டும்.

சென்ற வருடத்தில், தான்தோன்றித்தனமான ஞாபகங்களைப்போல நடந்துகொண்டது கடல். சட்டென்று அவள் வீட்டுவாசலுக்கு வந்து சேர்ந்தது. போன வருடக் கிறிஸ்துமஸ் தினத்திலிருந்து, அலை உயரம் அதிகரித்திருக்கும்போது, முன்வாசல் வழியாக அவளால் வீட்டுக்குள் போக முடியவில்லை. ஒரு நாளுக்கு இரண்டு தடவை தற்காலிக வீட்டுச் சிறைக்குள் அடைபட்டுக் கிடந்தாள் – இரண்டு மணிநேரம் கழித்து விடுதலை பெற்றாள்.

அலை வீச்சு உயர்ந்திருக்கும்போது, கடல் நீர் சாக்கடைக்குழி வரை வரும் – வீட்டைச் சுற்றிச் சூழும். பின்வாங்கும்போது, பலவிதமான பொருட்களைப் பின்வாசலில் விடுத்துச் செல்லும். செத்துப்போன முள்ளம்பன்றி மீன்கள், அற்புதமான வடிவங்களில் வந்து ஒதுங்கும் மரக்கட்டைகள், கப்பலுடைய உடற்பகுதியின் ஒரு துண்டு, திமிங்கில

எலும்புகள், கிழிந்த துணிகள் இத்தியாதி இத்தியாதி. மறுநாள், அலை தாழ்ந்திருக்கும்போது வீட்டிலிருந்து வெளியேறுவதற்கு, கதவைத் திறந்து, பல்வேறு செத்த சமாசாரங்களை மிதித்துக்கொண்டு வந்தாக வேண்டும்.

உள்ளூர் நிர்வாகம், அவள் அபாயகரமான கட்டடத்தில் குடியிருக்கிறாள்; காலி செய்துகொண்டு வேறு இடத்துக்குப் பெயர்ந்துவிட வேண்டும் என்று ஆலிஸிடம் தெரிவித்தது. ஆனால், ஆலிஸ் பிடிவாதமாக இருந்தாள்: "வெள்ளத்தினால் கட்டடம் இடிந்துவிழுமானால், நான் பொறுப்பேற்றுக்கொள்வேன். தயவுசெய்து என்னுடைய சுதந்திரத்தில் ஆக்கிரமிக்காதீர்கள். இங்கே வசிப்பதற்குச் சட்டபூர்வமான உரிமை எனக்கு உண்டு." பரபரப்புக்குப் பேர்போன பத்திரிகையொன்று, கடற்கரையில் சூரியவீட்டில் துறவுவாழ்க்கை வாழும் பேராசிரியை பற்றித் தகவல்கட்டுரைகூட வெளியிட்டது. அதைப் பிரசுரித்ததற்கான ஒரே காரணம், கட்டட வடிவமைப்புக் கலையில் தாம்முக்கு இருந்த மேதமை பற்றிக் கட்டுரையில் இடம்பெற்றிருந்ததுதான். ஆகாயத்தில் சூரியனின் போக்கிற்கேற்பத் தானும் சுழலக்கூடிய சூரிய ஒளித் தகடுகள் பற்றியும் அதில் இருந்தது.

டாஹூ, தாம், தென் தைவானின் டை–ட்டுங்கைப் பூர்விகமாகக் கொண்டவரான, ஆலிஸின் புனூன் நண்பர், உள்ளூர் மதுச்சாலையின் உரிமையாளரும் பங்கா இனத்தவளுமான ஹஃபே ஆகியோர் பலமுறை முயன்றனர் – அந்த இடத்தைவிட்டு அகல்வதற்கு ஆலிஸைச் சம்மதிக்க வைக்க. இறுதியில், முயற்சியைக் கைவிட்டனர்.

"காட்டுப் பன்றியின் பல்லைப்போலக் கடினமானதாய் இருக்கிறது உன் மண்டை" என்றான் டாஹூ.

"மிகச் சரியாகச் சொன்னாய். நான் அப்படித்தான் இருக்கிறேன்."

உயிருள்ள பிராணியொன்றின் உடலுக்குள் இருக்கிற மாதிரித் தன்னுடைய வீட்டில் அமர்ந்து, பனிமூட்டம் படர்ந்த கடலைப் பார்த்துக் கொண்டிருந்தாள் ஆலிஸ். இந்தச் சிறுவீடு அற்புதமானது. கடந்த சில வருடங்களில்போல ரம்மியமான பொழுதுகளைத் தன் வாழ்நாள் முழுவதும் அவள் அனுபவித்ததில்லை. எவ்வளவு ரம்மியம் என்றால், துல்லியமான மென்கண்ணாடிக் கோளம் போல, ஒரேயொரு பழுப்பு இலைகூட இல்லாத பச்சைநிறச் செடிபோல இருந்தது வாழ்க்கை. நிஜமென்று நம்ப முடியாத அளவுக்கு மிக நன்றாக, மிகக் கச்சிதமாக இருந்தது.

முடிவாக, கடல் ஜன்னல் அருகில் அமர்ந்து அவள் எழுதவேயில்லை. அந்த இடத்தில் சும்மா உட்கார்ந்திருப்பாள் – அமைதியாக. கடலுக்கு ஞாபகம் என்ற ஒன்று கிடையாதுதான் – ஆனால் அது சில விஷயங்களை நினைவில் வைத்திருக்கிறது. அலைகளும், பாறைகளும் காலத்தின் தடயங் களைச் சுமந்திருக்கின்றன.

சிலவேளை, அதை இழிவாகக் கருதுவாள் – அது கொண்டுவந்து சேர்த்த நினைவுகள் மற்றும் வேதனைக்காக. சிலவேளை, வேறு வழியில்லாததால், கடலை நம்புவாள்; அதைச் சார்ந்திருப்பாள், தூண்டில் இரை இல்லாத

கொக்கியை எதிர்கொள்ளும் மீனைப்போல. புண்படுத்தும் என்று நன்றாகத் தெரிந்தே அதை நோக்கிச் செல்லும் மீன்போல.

அமைதியாக அதே இடத்தில் படுத்திருந்தாள் ஆலிஸ்–நிலவொளியைத் தன் இமைகளில் உணர்ந்தவண்ணம். எங்கோ தொலைவில் நொறுங்கும் கண்ணாடிபோல, செவிப்பறைகளில் அலையோசை மோதிக்கொண்டிருந்தது – வெளியே, விண்மீன்கள் அளவு பெரிய மழைத்துளிகள் வீழ்ந்துகொண்டிருந்தன; புழுக்கமான, நிம்மதியற்ற, பொங்கிப் பெருகும் காற்றை பூமிக்கு மேலங்கியாக அணிவித்தவாறு.

அந்த வருடத்தில் மிகப்பெரிய பூமி அதிர்ச்சி நேர்வதற்கு வாய்ப்பிருக்கிறது என்று வானிலை ஆய்வுமையம் முன்னரே கணித்திருந்தது. இருந்தாலும், இன்று மாலை பூகம்பம் தாக்கியபோது, "அது வந்தேவிட்டது" என்று பலரும் மனமுடைந்து போயினர்.

நிலம் அதிர்ந்தபோது, வீட்டின் ஒவ்வொரு அங்குலமும் முக்கிக்கொண்டும் முனகிக்கொண்டும் இருந்தது. ஆனால், ஆலிஸ சகலத்தையும் அது புதைத்துவிடட்டும், இன்றோடு அத்தனையும் முடிந்துவிடட்டும் என்று தயாராக இருந்தாள். பிற்பாடு பூகம்பத்தின் தீவிரம் அதிகரித்தபோதுதான், உள்ளுணர்வு உந்த, தஞ்சமடையும் ஆவல் ஊறியது. தன்னுடைய தற்கொலைத் திட்டம் நினைவில் எழுந்தபோது, இறுக்கமான புன்சிரிப்பு தவிர்க்க முடியாமல் மலர்ந்தது.

தாம் வடிவமைத்துக் கட்டிய வீடு, அவள் அனுமானித்திருந்ததைவிட உறுதியாய் இருந்தது. உத்தரங்கள் லேசாக நெளிந்ததைத் தவிர, நொறுங்கிவிழ மறுத்து, நன்றாகவே நின்றன. அடுத்தநாள் காலை அலைகள் உயர்ந்தபோது, தண்ணீர் வீட்டைச் சூழ்ந்தது மட்டுமல்லாமல், கிட்டத்தட்ட நெடுஞ்சாலைவரை எட்டியது. சாலையிலிருந்து பார்ப்பதற்கு, வீடு கடலில் மிதக்கிற மாதிரித் தோற்றமளித்தது.

ஆலிஸ் ஜன்னலருகில் சென்று வெளியே பார்த்தாள். கடல்நீர் வீட்டைச் சூழ்ந்து விட்டிருந்தது. முதல்மாடியின் பாதிவரை. சுவரில் மோதிய அலைகள் அவள் முகத்தில் நீரைத் தெறித்தன. படிக்கட்டுவரை திரும்பிப்போனாள்–கீழே ஒரு ஏரி தெரிந்தது. அவளும் தாம்மும் ஒன்றாய்ப் படுத்திருந்த, சிவப்பு ஓடுகள் பதித்த தரையில் மீன்கள் நீந்தின. மிகப்பெரிய மீன்வளர்ப்பகத்தினுள் நுழைந்துவிட்டதுபோல இருந்தது. லேசாகத் தலைசுற்றியது அவளுக்கு. நிலைநிறுத்திக்கொள்வதற்காக, மாடிப்படியருகே உள்ள சுவரில் மாட்டியிருந்த செம்மரப் படச்சட்டகத்தைப் பற்றிக்கொள்ளக் கையை நீட்டினாள்.

டோட்டோ பிறந்தவுடன் எடுத்த, அவனது பிஞ்சுக் கால்தடங்களின் படத்தை, சட்டகத்தின் ஒரு பக்கத்தில் ஒட்டியிருந்தார்கள். நம்பிக்கை, வேதனை, நெஞ்சுறுதி ஆகியவற்றை அவள் தனக்கே நினைவூட்டிக் கொள்வதற்கான சின்னங்கள் அவை. ஆனால், தற்போது, விவரிக்க முடியாத விதத்தில் தனது நிர்க்கதி நிலையானது, தீவின் மேலே, எப்போதுமே மறைந்துகொண்டிருக்கும் நீலவானம்போல. எங்கோ ஒளிந்துகொண்டு விட்டது என்று பட்டது அவளுக்கு.

தான் ஏற்கனவே இறந்துவிட்டதற்கான அறிகுறி இது என்று எண்ணினாள் ஆலிஸ். இந்தவிதமாக யோசனை ஓடியபோது, அவள் தற்கொலைக்கு முனைந்தாளா இல்லையா என்பது ஒரு விஷயமாகவே படவில்லை.

அலைகளால் மோதுண்டு, காற்றால் தாக்குண்ட வீட்டின் நடுக்கமும், சமுத்திர அலைகளும், துக்கமும் ஒருசேரத் தாக்கியதால் கிட்டத்தட்ட நிதானமிழந்தாள் ஆலிஸ் – இரண்டுமுறை. புத்துணர்வூட்டும் காற்றைச் சுவாசிப்பதற்காக ஜன்னலுக்கு வெளியே தலையை நீட்டினாள். ஜன்னலுக்கு நேரே, அலையில் மிதந்துவந்த மரத்துண்டின் மீது நடுங்கியபடி ஒட்டியிருந்த கறுப்பு நிழல் கவனத்தில் பட்டது.

அது ஒரு பூனைக்குட்டி மாதிரித் தென்பட்டது. இல்லை, வெறுமனே தென்படவில்லை, *நிஜமாகவே* பூனைக்குட்டிதான். துயரம் படிந்த கண்களால் இவளையே பார்த்துக்கொண்டிருந்தது. விசித்திரமாக, அதன் ஒரு கண் நீலமாகவும், மற்றது பழுப்பு நிறத்திலும் இருந்தன.

ஜன்னலுக்கு வெளியில் குனிந்து, உடல் லேசாக அதிர்ந்துகொண்டிருந்த பூனைக்குட்டியைத் தூக்கி எடுத்தாள். சும்மா மிரட்டுவதாகக் காட்டிக் கொள்ளும் அளவுக்குக்கூடத் திராணியில்லாத அளவு பயந்திருந்தது அது. அவளுடைய கரங்களில் மிருதுவாகச் சுருண்டுகொள்ள மட்டுமே செய்தது.

"ஓஹியோ" என்று பூனைக்குட்டியிடம் சொன்னாள். தாம்மிடமும் டோட்டோவிடமும் வேடிக்கையாக ஜப்பானிய மொழியில் காலைவணக்கம் சொன்ன காலைப்பொழுது ஞாபகம் வந்தது. தனது மலையேற்ற உடையில், குறுவடிவ வாலிபன்போலத் தெரிந்தான் டோட்டோ. நீரில் நனைந்ததால் இன்னமும் நடுங்கிக்கொண்டிருந்தது பூனைக்குட்டி – துடிக்கும் இதயம் போல. நிலநடுக்கம் இன்னும் ஓயவில்லை என்கிற மாதிரி உணர்ந்தாள் அவள்.

துவாலையை எடுத்து, பூனைக்குட்டியைத் துவட்டினாள். தற்காலிகமாய் அதைத் தங்கவைக்க ஒரு அட்டைப்பலகைப் பெட்டியைத் தேடி எடுத்தாள். கொஞ்சம் பிஸ்கட்டுகள் கொடுத்தாள். பூனை தின்னவில்லை, பதற்றத்துடன் அவளைப் பார்த்துக்கொண்டே இருந்தது.

நிலநடுக்கம் எந்த அளவு பெரிதாய் இருந்தது? எத்தனை உயிர்கள் மாண்டன? எந்தவிதத்திலும் ஆலிஸால் தெரிந்துகொள்ள முடியாது. அவளுடைய பகுத்தறியும் திறன் மீண்டுவிட்டது. ஆனால், தொலைக்காட்சியோ, கைபேசியோ, போக்குவரத்து ஓசையோ இல்லாமல், உலகத்தின் கோடியில் உள்ள ஆளரவமற்ற தீவில் தனியாக இருப்பதாக உணர்ந்தாள். அவளால் செய்யமுடிந்ததெல்லாம், இந்தக் குட்டிப் பூனையின் மீது கவனத்தைக் குவிப்பது மட்டுமே.

அது – அதாவது, அவள் – நன்றாக உலர்ந்துவிட்டாள்; படுமோசமான நிலைமையைத் தாண்டியாயிற்று என உணர்ந்துவிட்டவள் மாதிரித் தெரிந்தாள். தன் மிருதுவான முன்னம்பாதங்களை வயிற்றுக்குக் கீழே சொருகிக்கொண்டு, புசுபுசுவென்ற ரோமப் பந்துபோல உறங்கிவிட்டாள். அலுப்பு மட்டுமே காரணம். அவ்வப்போது அவளுடைய பின் பாதங்கள்

கூட்டுவிழிகள் கொண்ட மனிதன் ❦ 71 ❦

அதிரும்; ஏதோவொரு கீறலின் வழி உடலுக்குள் கனவொன்று புகுந்து விட்ட மாதிரி.

திடீரென்று இன்னொரு உறுமல் வெடித்த ஓசை. நிலநடுக்கத்தின் தொடர்விளைவாக இருக்கலாம். எதிர்வினையாற்றும் திறனை ஆலிஸின் உடல் மீட்டுக் கொண்டுவிட்டது. பூனைக்குட்டி உறங்கிக்கொண்டிருந்த பெட்டியைத் தன்னிச்சையாகப் பற்றிக்கொண்டாள் – ஒளிந்துகொள்ள ஒரு இடம் தேடும் நோக்கத்துடன்.

சில கணங்களுக்கு முன்புதான் இறந்துபோவதைப் பற்றி எதிர்பார்த்துக் கொண்டிருந்தாள்: ஆனால், இப்போது, உடலளவிலாவது, அவள் உயிரோடிருந்தாக வேண்டும்.

III

III

6

ஹஃபேயின் செவன்த் சிசிட்

கடற்கரையோரம் செவன்த் சிசிட் மிகப் பரவலாக அறியப்பட்டிருந்ததற்கு ஹஃபேதான் காரணம் என்பதில் சந்தேகமேயில்லை. ஹஃபே இப்போது அழகாக இல்லை என்பது உண்மைதானா? இல்லை, அப்படிச் சொல்வதற்கில்லை. அதிகபட்சம், கடந்த சில வருடங்களில் கொஞ்சம் பருத்திருக்கிறாள் என்று வேண்டுமானால் சொல்லலாம். இன்னும் கச்சிதமாகச் சொன்னால், கொஞ்சம் உபரிச் சதை சேர்ந்ததில், அவளுடைய ஒளிரும் தருணங்கள் இன்னமும் எஞ்சியிருக்கவே செய்தன. அவளுடைய அழகைக் காண்பது அத்தனை சுலபமில்லை என்று மட்டும் சொல்லலாம்.

உண்மையைச் சொல்வதென்றால், ஹஃபேயின் சமையல் தனித்துவமானதே. என்றாலும், பங்க்கா சமையல் முறையில் பரவலாகக் காணப்படும் காட்டுக் கீரையை எந்நேரமும் பயன்படுத்தியதால், அவளுடைய சமையலின் ருசியைப் பற்றிய அபிப்பிராயங்கள் விதவிதமாய் நிலவின. ஆனால், பானங்கள் பற்றி அவ்வளவு எதிர்மறையான கருத்துக்கள் இல்லை. ஹஃபே வடிக்கும் மதுவகைகளை யார்தான் குறைசொல்வார்?

அட்டைப்பலகைப் பெட்டிகளில், உயரமான பலநிற சீசாக்களில் உள்ள சிறுதானிய ஒயின் அல்லது ப்ளம் பழ ஒயின் மட்டுமே சுற்றுலாப் பயணிகள் வாங்கக் கூடியவை. ஆனால், நீங்கள் ஹஃபேயிடம் கேட்டால், அது சிறுதானிய ஒயினே அல்ல, பெட்டியில் வைக்கப்பட்ட வெறும் சாக்லேட்டுகள்தாம் என்றே சொல்வாள். செவன்த் சிசிட்டுடைய வாடிக்கையாளர்களைக் கேட்டால், அது சிறுதானிய ஒயினே அல்ல, குரங்கு மூத்திரம் என்று சொல்வார்கள்.

சிறுதானிய ஒயின் என்பது, ஜாடிகளில் நிரப்பப்பட்டு, நீங்கள் உணவுண்ணப் பயன்படுத்தும் அகலக் கிண்ணங்களில் ஊற்றி அருந்த வேண்டியது. இந்த மாதிரிப் பொட்டலம் கட்டி

வைக்கப்பட்டால், அதை சிறுதானிய ஒயின் என்று எப்படி அழைப்பீர்கள்? செவன்த் சிசிட்டில் கிடைக்கும் சிறுதானிய ஒயினானது, புல்லின் நறுமண முள்ள தித்திப்புக் கொண்டது. முழுக்க வடிகட்டப்படாத சக்கைகள் மிதப்பது. இதமாக உள்ளிறங்குவது, போதையூட்டுவது. முழுமையானது, வீரியமுள்ளது. அடிவயிற்றில் இறங்கிய மாத்திரத்தில் ஒளியுமிழ்வது. வெம்மை தருவது.

சிறுதானிய ஒயின் தவிர, செவன்த் சிசிட்டில் இன்னொரு கவர்ச்சிகர மான அம்சம் உண்டு; அதன் ஜன்னல்கள். அல்லது, சமுத்திரக் காட்சி என்றும் சொல்லலாம். வேளாண்மை நடந்திராத கடற்கரை நிலமான ஓமாவில் மூங்கிலாலும், கரும்பட்டுத் துணிபோன்ற நறுமண மலர்ச்செடிகளாலும், ஃபார்மோஸாவில் கிடைக்கும் சம்பங்கி மற்றும் உள்ளூர் மலைகளிலிருந்து வெட்டியெடுத்த சிலேட்டுப் பலகைகளாலும் கட்டப்பட்டது அந்தக் குடில்.

நான்கு புறங்களிலும் ஜன்னல்கள் இருந்தன. ஒவ்வொரு ஜன்னலிலும் பசிஃபிக் சமுத்திரத்தின் ஓயாத அலைகளைக் காண முடியும் – வெவ்வேறு கோணங்களில். உள்ளலங்காரம், உள்ளூர்ப் பூர்வகுடிக் கலைஞர்களால் உபயமாகச் செய்து தரப்பட்டது. ஆனால், எந்தக் கலைஞனின் படைப்பு எது என்று ஹஃபேயிடம் கேட்டால், "கலைஞனா? அப்படியென்றால்? இதைவிட உருப்படியாகச் செய்வதற்கு எதுவும் இல்லாத ஆசாமிகள், வயிற்றுப்பாட்டுக்காக விட்டுச்சென்றவை இதெல்லாம். கலைஞனாமே, கலைஞன்." என்பாள்.

மேசைகளின் மேற்பரப்பில், செய்திகளைச் செதுக்கிப் போயிருந்தார்கள் வாடிக்கையாளர்கள். மூன்றாம் தரக் கவிஞர்கள் செதுக்கிய செய்யுள்களும் ஏராளம். அவற்றில் சில, நம்பமுடியாத அளவுக்கு அழகுணர்ச்சி அற்றவை. சிலவற்றை சும்மா தாண்டிச் சென்றுவிடலாம். சிலவோ, வெளிப்படையான இலக்கியத் திருட்டுகள். மேலதிக அசட்டுக் களஞ்சியமாக, ஒவ்வொரு மேசையிலும் ஒரு தட்டில் பாக்கு இருந்தது. யாரும் அதை எடுத்து மெல்லவில்லையென்றால், வேறு பாக்கு கொண்டு வைக்க முனையவே மாட்டாள் ஹஃபே. ஆகவே, நீங்கள் ஏழாவது சிசிட்டுக்குப் போக நேர்ந்தால், என்ன வேண்டுமானாலும் செய்யுங்கள்; அந்தப் பாக்கை மட்டும் ருசி பார்க்காதீர்கள்.

இந்தத் தகவல்கள் கிடக்கட்டும், பெரும்பான்மையான வாடிக்கையாளர் களுக்கு அந்த இடமே விசேஷமான ஒன்று அல்ல. ஆனாலும், அழகாகப் பெருத்த தன் உடலுடன் ஹஃபே இங்குமங்கும் சென்றுவருவதால், எப்படியோ ஒருவித ரம்மியமான சூழல் அங்கே நிலவியது. தரையில் படிந்திருந்த மெல்லிய மணல்படலம், ஜனங்களை சகஜமாக உணரச் செய்தது.

வழக்கமாக அங்கே வருகிறவர்களுக்கு, ஹஃபே கவனித்துக் கொண்டிருக்க, குடித்துவிட்டுத் தான்மட்டுமே பேசிக்கொண்டிருப்பது ஒருவித ஆறுதலளிக்கும் சடங்கு. ஹஃபேயை நோக்கிப் பேசுவதன் மிகச் சிறந்த அம்சம், குடித்த பிறகு அவர்களை மேவிவிடும் திடீர்ச் சோகத்தை அவள் மதிப்பிட முனைய மாட்டாள் என்பது. தான் ஈடுபடவே

மாட்டாள் என்றாலும், நீண்ட இமைமுடிகள் கொண்ட அவளுடைய விழிகள், உங்களுடைய அந்தரங்க சோகத்தை அவளைவிடவும் நன்றாக இன்னொருவர் புரிந்துகொண்டுவிட முடியாது என்ற உணர்வைத் தரும்.

ஆனால், நிஜமாகவே, ஹஃபே தான் ஒருத்தியாகவே அந்த இடத்தை நடத்திச் செல்வதை யாராலுமே எளிதில் புரிந்துகொள்ள முடியவில்லை. இரவில் ரகசியமாக வந்துசேரும் குட்டித் தெய்வங்கள்தாம் அவளுக்குச் சமையலில் உதவியிருக்க வேண்டும். சுற்றுவேலைகளைச் செய்து தந்திருக்க வேண்டும்.

சிலசமயம், வாடிக்கையாளர்கள் முணுமுணுப்பதையும், குறைப்பட்டுக் கொள்வதையும் கேட்டு, பாடத் தொடங்குவாள் ஹஃபே. விசித்திரம் என்னவென்றால், அவளுக்கு தைவானிய மொழியோ, ஆங்கிலமோ பேசத் தெரியாது. ஆனால் எந்த மொழியில் வேண்டுமானாலும் பாட முடிகிறவள்போலத் தென்படுவாள். அவற்றைப் பாட எப்படிக் கற்றாள் என்று யாருமே எப்போதுமே கேட்டதில்லை; ஏனென்றால் அவள் பாடிய பாடல்கள் யாருக்குமே நினைவிருந்ததில்லை.

அவளுடைய குரல், பாடலின் சாரத்தை அவர்களுக்குள் செலுத்தியது. காற்றில் ஊதப்பட்ட விதையாக அது மாறும். உங்கள் இதயத்தில் எங்கே அது வீழும் என்று ஒருபோதும் உங்களுக்குத் தெரியாது; எப்போது முளைவிடும் என்றும் தெரியாது. வாடிக்கையாளர்கள் தாய்ப்பெய்க்குத் திரும்பியிருப்பார்கள்; ஒரு சுரங்கப் பாதையில் வண்டியில் போய்க்கொண் டிருக்கும்போது, அவர்களுடைய மனங்களில் ஹஃபேயின் குரல் பாட ஆரம்பிக்கும்; சுரங்கப் பாதையின் ஓசைகளை அடங்கவைத்துவிடும். அப்புறம், மற்ற பயணிகள், ஒருவர் ஜன்னலுக்கு வெளியே பார்ப்பதை, கண்கலங்குவதை, காண்பார்கள்.

ஆனால், அடிக்கடி பாட மாட்டாள் ஹஃபே. யாராவது வேண்டும்போது, அல்லது மதுக் கூடத்தில் அமர்ந்து,

ஹஃபே, எங்களுக்காக ஒரு பாட்டுப்பாடு.

என்று சொல்லும்போது, அவளுடைய பதில் இது: “உனக்கு நூறு பணம் கொடுக்கிறேன், எனக்காக *நீ* ஒரு பாட்டுப் பாடேன்?” ஹஃபேயைப் பாடச் சொல்லி வேண்டியவர்கள் யாரும், அதன்பிறகு அவள் பாடுவதைக் கேட்டதே கிடையாது.

செவன்த் சிசிட்டின் வாடிக்கையாளர் பரப்பு எளிமையானது; பெரும்பாலும், கிராமத்து நண்பர்கள், உள்ளூர் *பி&பி*க்களிலிருந்து வரும் சுற்றுலாப் பயணிகள், டி பல்கலைக்கழக மாணவர்களும், ஆசிரியர்களும் என. உள்ளூர் *பி&பி*க்களிலிருந்து அனுப்பப்படும் வாடிக்கையாளர் களைப் பொருட்படுத்தாமல் இருக்க முயன்றாள் ஹஃபே. ஆனால், வழிப்போக்கர்களை இதமாக உபசரிப்பாள்.

தானே ஒரு *பி&பி* நடத்தவில்லை அவள். தனியாக இருந்ததோ, அவளுக்குப் பணத்தேவை இல்லையென்பதோ காரணமில்லை. முதன்மையான காரணம், இங்குள்ள *பி&பி*க்கள் அவை இருக்க வேண்டிய

விதமாக இல்லை என்பதே. தாய்ப்பெய்யைச் சேர்ந்த பாசாங்குக்காரர்களால் நடத்தப்பட்ட சிறு தங்கும் விடுதிகளாகவே இருந்தன. அதுபோன்ற இடங்களில் தங்குவதைத் தேர்ந்தவர்கள், அலுப்பூட்டக்கூடியவர்களாக, மிகமிகச் சாதாரணமானவர்களாக இருந்தனர். இதமான, கவனத்தைக் கவர்கிற வாடிக்கையாளர்களைவிட, நாசூக்கற்ற, சளசளவென்று பேசுகிறவர்களே அதிகம்.

கூச்சல்போடும் தங்கள் குழந்தைகளை வாயை மூடச் சொல்லாத மத்தியதர வர்க்கக் குடும்பங்களும், சாயங்காலம் முழுவதும் இசைப்பதிவு களுடன் பாடிக்கொண்டே இருக்க விரும்பும் பெரும் குலக்குழுவினரும் அந்த இடங்களுக்கு வந்து சேர்வார்கள். அப்புறம், அப்போதுதான் ஒருவரையொருவர் பார்க்க ஆரம்பித்திருக்கும் தம்பதியர். விடுமுறையைக் கழிப்பதற்காக வந்திருப்பார்கள்; ஆனால், தாழிட்ட அறைக்குள் நாள் முழுவதையும் படுக்கையில் செலவழிக்கிற மாதிரி ஆகிவிடும். இதுபோக, நடுவயதுத் தம்பதியர் சிலரும் இருப்பார்கள்தான். அவர்களில் சிலர், இந்த விடுமுறைக்காலம் தமக்குள்ளிருக்கும் சுவாலையை ஊதிக் கிளர்த்தும் என்று நம்பியவர்கள்; மற்றவர்கள் சும்மா இணையுடன் இருப்பார்கள். இவர்களில் யார் எந்த மாதிரி என்பதை ஒரு பார்வையில் சொல்லிவிடக் கூடியவள் ஹஃபே.

அவள் *பி&பி* நடத்தாததற்கு இன்னொரு காரணம், வாடிக்கையாளர் களுடன் படமெடுத்துக்கொள்வதை வெறுத்தாள் என்பது. ஆரம்பத்தில் அவர்களைப் படமெடுத்துக்கொள்ள அனுமதித்தாள்தான். ஆனால், அவர்களில் சிலர் அந்தப் படங்களை இணையத்தில் பதிவேற்றினர். இன்னும் சிலர் அவளுக்கே அவற்றை அனுப்பவும் செய்தனர். ஒன்று அல்லது இரண்டு மணிநேரமே தான் அறிந்திருந்த மனிதக் கும்பலுடன் தான் படத்துக்குப் போஸ் கொடுத்ததைக் காண்பது அவளுக்கு அருவருப்பூட்டியது; எரிச்சலூட்டியது. ஞாபகமறதி உள்ளவளான ஹஃபே, அவர்கள் இன்னாரென்று நினைவுபடுத்திக்கொள்ளவே சிரமப்படுவாள்.

ஆக, வழக்கமான வாடிக்கையாளர்கள் அவளை ஒரு *பி&பி* ஆரம்பிக்கச் சொல்லித் தூண்டியபோது, "அட, நான் அதற்கு லாயக்கானவள் இல்லை. இதோ பார், *பி&பி* நடத்துகிறவர்களில் அநேகம்பேரும் லாயக்கானவர்கள் கிடையாதுதான். வேறுபாடு என்னவென்றால், நான் லாயக்கில்லை என்பது எனக்குத் தெரியும்; தாங்கள் லாயக்கில்லை என்பது அவர்களுக்குத் தெரியாது."

நேர்மையாய்ச் சொன்னால், பல்கலைக்கழகத்தைச் சேர்ந்த சில பேராசிரியர்கள் மற்றும் மாணவர்களை ஹஃபே பொருட்படுத்தமாட்டாள். குறிப்பாக, அசட்டுத்தனமான வகுப்பு ப்ராஜெக்ட்டுக்கான களப் பணியாக வந்துசேரும் மாணவர்களை. கிராமத்திலிருந்த பழங்கால ஆசாமிகள் இந்தப் பல்கலைக்கழக ஆட்களுக்குக் கதைகள் சொல்ல முன்வந்ததற்கு ஒரேயொரு காரணம்தான் உண்டு என்று ஹஃபே அறிவாள். தனிமை அவர்களை அமுக்கிவிட்டது; பழைய நாட்களுக்காக ஏங்க வைத்துவிட்டது என்பதுதானே தவிர, கலாசாரப் பாரம்பரியம் அல்லது அதுபோன்ற ஆரவாரமான கருத்துக்கள் காரணமல்ல.

திறந்து கிடக்கும் குழாயிலிருந்து நீர் கொட்டுவது போல அவர்களைக் கதை சொல்ல வைத்தது தனிமையேதான். அடிக்கடி அவள் நினைத்துக் கொள்வாள் – எப்போதாவது தான் ஒரு ஆய்வுக்கட்டுரை எழுத நேர்ந்தால், கலாசாரத்தின் நிஜமான வேர், தனிமையே என்று வாதிட வேண்டும்.

அடிக்கடி அங்கே வருகிற ஒரு வாடிக்கையாளர் ஆலிஸ்; அது மட்டும் நிச்சயம். கடந்த வருடத்தில் செவன்த் சிசிட்டுக்கு எப்போதாவது ஒருமுறை தனியாக வருவாள்; ஆனால், அதிகாலைப் பொழுதில், அந்த இடம் காலியாக இருக்கும்போது. செவன்த் சிசிட் மூடப்படுவதே இல்லை என்பது மிகச் சில வாடிக்கையாளர்களுக்குத்தான் தெரியும்.

அல்லது, இப்படிச் சொன்னால் இன்னும் சரியாக இருக்கும் – கடலை நோக்கி இருக்கும் பக்கத்தில், ஒரு சிறு கதவை எப்போதுமே திறந்து வைத்திருப்பாள் ஹஃபே. வழக்கமாக வருகிறவர்கள், கதவில் உள்ள துவாரத்தில் கை நுழைத்து, தாழ்ப்பாளை நீக்குவர். உள்ளே வந்து தங்களுக்குத் தேவைப்பட்ட எந்தவொரு வேளையிலும், ஒரு தம்ளர் ஒயின் நிரப்பிக்கொள்வர்; அல்லது ஒரு கோப்பை காஃபி தயாரித்துக் கொள்வர். உணவகம் மூடித்தான் இருக்கும்.

திறந்திருக்கும் நேரங்களில் தவிர, பிற வேளைகளில் ஹஃபே வெளியே சென்றிருக்கலாம்; அல்லது தன்னுடைய அறையில் உறங்கிக்கொண்டிருக்கலாம். ஆனால், செவன்த் சிசிட்டின் இரண்டாவது விதி, “உங்கள் வீட்டில் இருப்பதுபோல இருக்கலாம்; ஏனென்றால், பங்க்கா மனையின் நோக்கமே, நண்பர்களை மகிழ்விப்பதுதான்.” வாடிக்கையாளர்களுக்கு எப்போதுமே கதவு திறந்துதான் இருக்கும் என்பதை அறியாமல் முரட்டுத்தனமாக உள்ளே வருகிற எவனும் திருடனாய்த்தான் இருப்பான் என்பது ஹஃபேயின் எண்ணம்.

ஆலிஸ் ஏன் வாடிக்கையாளர் ஆனாள் என்பதற்கான காரணம் எளிமையானது: கடற்கரைப்பகுதி வீட்டிலிருந்து செவன்த் சிசிட்டுக்கு ஐந்து நிமிடத்துக்கும் குறைவான நடைதான். ஆரம்பத்தில் ஆலிஸ் தனியாக வந்துகொண்டிருந்தாள்; அப்புறம் அவளும் தாம்மும் சேர்ந்து அடிக்கடி வந்தார்கள். *கலங்கரை விளக்கம்* என்று எல்லாரும் அழைத்த, இடது கோடி மேஜையில்தான் எப்போதும் அமர்வார்கள். அந்தப் பெயர் வந்ததற்குக் காரணம், ஹஃபே அந்த மேஜையில் சின்னஞ்சிறு விளக்கு ஒன்றை வைத்திருப்பாள்; வானிலை தெளிவாக இருக்கும் பட்சத்தில், தொலைவிலிருக்கும் கப்பல்களுக்குக்கூட இரவில் தெரியும் விதமாக.

ஸலாமா காஃபியை விரும்புவாள் ஆலிஸ். தாம் எப்போதும் சிறுதானிய ஒயின் அருந்துவான். தாம் நேரம் செலவழிக்கக் கஞ்சத்தனம் காட்டியதே இல்லை; அக்கம்பக்க கிராமத்தவர்களுக்கு அவர்களுடைய வீட்டில் இதையும் அதையும் பொருத்துவதற்கு உபகாரம் செய்துகொண்டிருப்பான். அவன் வெளிப்படையானவன்; கெட்டிக்காரன்.

பங்க்கா மொழியைப் பேசப்போகும் முதன்முதல் டென்மார்க்கினன் அவனாகவே இருக்கலாம் என்று நினைத்தாள் ஹஃபே. ஆக, டோட்டோ

பிறந்தபோது, கடற்கரையோரம் வசித்த எல்லாருமே அவர்களுக்காக சந்தோஷப்பட்டார்கள். குழந்தை வளர்ப்பு தொடர்பாக நிலவிய தைவானிய சமூகக் கட்டுகளுக்கு அவகாசமில்லையாதலால், டோட்டோ பிறந்து ஆறு மாதங்களுக்குள்ளாகவே அவனை எல்லா இடங்களுக்கும் தூக்கிப் போனான் தாம். டோட்டோவின் நீல நிறக் கண்கள் பேரழகானவை. ஆனால், அவற்றில் ஒரு மறைமுக ஆழம் இருந்தது – கள்ளமில்லாதவையாகவும் வயதானவையாகவும் ஒரே நேரத்தில் தோற்றம் தரும் ஆழம்.

தாம் காணாமல் போனபிறகும்கூட, சிலவேளைகளில் செவன்த் சிசிட்டுக்கு ஆலிஸ் வருவாள். எப்போதுமே, பிற வாடிக்கையாளர்கள் இல்லாத சமயமாகப் பார்த்துத்தான் வருவாள். வரும்போதெல்லாம் கலங்கரை விளக்கம் இருக்கும் தன் வழக்கமான மேஜையில் அமர்ந்து கடலை வெறித்துக்கொண்டிருப்பாள்.

ஒரு இரவில், நேரம் ரொம்பவே அதிகமாகிவிட்டது. ஆலிஸ் விளக்கைக்கூடப் போடவில்லை – ஹஃபேயை எழுப்பிவிடுவோமோ என்று. ஆறிய காஃபியை ஊற்றிக்கொண்டு, கடலோர இல்லத்தின் திக்கில் ஜன்னல்வழியாக நோக்கியபடி ஆலிஸ் அமர்ந்திருப்பதைத் தன்னுடைய அறையிலிருந்து பார்த்தாள் ஹஃபே. இல்லை, இப்போது கடல்மட்டம் உயர்ந்துவிட்டதால், அந்த வீட்டின் பெயர் மாறிவிட்டது – *கடல் வீடு* என்று அழைக்கப்படுகிறது.

ஆலிஸ் ஒருவித குறளிப்பொறிக்குள் காலடி வைத்துவிட்டாள் என்று ஹஃபேவுக்குத் தெரிந்தது. தற்போதைக்கு கவனித்துக்கொண்டு மட்டுமே இருக்கிறாள்; அவளை வெளியே மீட்பதற்கான மார்க்கத்தைப் பற்றி சிந்தித்தபடி. இந்த மாதிரியான ஒரு சூழ்நிலையில், அந்தப் பொறியை மூர்க்கமாகத் திறந்தால், அது ஆலிஸை இரண்டாகப் பிளப்பதில் போய்த்தான் முடியும் என்பதும் ஹஃபேவுக்குத் தெரியும்.

இறுதியில், தன்னுடைய இரவு உடையை அணிந்துகொண்டு, வெளியே போய் ஆலிஸுடன் இருந்து ஏதாவது குடிக்கலாம் என்று முடிவெடுத்தாள் ஹஃபே. ஓசையின்றி, புதிதாய்க் காஃபி தயாரித்தாள். இருளில் இருவரும் கண்ணுக்குக் கண் பார்த்துக்கொள்ளவும் இல்லை. அலையொதுக்கிய மரத்துண்டில் நண்பர் ஒருவர் செதுக்கித் தந்த மெழுகுவத்தித் தண்டை எடுத்து வந்து, அதில் ஒரு மெழுகுவத்தியை ஏற்றிவைத்தாள் ஹஃபே. இருவரும் உறுத்துப் பார்ப்பதற்கான ஒரு சமாசாரமாய் அமைந்தது அது.

ஹஃபேவுக்கு விசித்திரமான உணர்வு தட்டியது – *கவாஸ்* நெருங்கிக் கொண்டிருக்கிறது. அவளுக்கு அதில் உறுதியான நம்பிக்கை இருந்தது. இரண்டுபேரும் சுடரொளியைப் பார்த்தனர், அப்புறம் கடலைப் பார்த்தனர். கடைசியில் ஆலிஸ் சொன்னாள்: “ஸாரி, ஹஃபே. மறுபடியும் அதிரடியாக நுழைந்துவிட்டேன், இன்னொரு கோப்பை காஃபியைத் திருடிக் குடிப்பதற்காக.”

“எப்போது வேண்டுமானாலும் வரலாம் நீ. இங்கே இருக்கிற எல்லாமே உன்னுடையதுதான்.”

ஆலிஸின் ஆன்மா அவள் உடலைவிட்டு நீங்கிவிட்டது. முன்னொரு காலக் கதகதப்பை அசைபோட்டபடி, சும்மா உட்கார்ந்திருந்தாள் அங்கே. அவள் முழுக்கவே நிதானமடையும் நாளில், புதிய வாழ்க்கையொன்று ஆரம்பமாகலாம், ஒருவேளை. அல்லது அந்த நாளே எல்லாவற்றுக்குமான இறுதி நாளாகவும் இருக்கலாம். சிறுதானியம் மாதிரித்தான், சூழ்நிலையைப் பொறுத்து முற்றலாம் அல்லது மட்கலாம். அந்த நிலையில்தான் ஆலிஸ் இருக்கிறாள் என்று ஹஃபேயால் சொல்ல முடியும். சொல்ல மட்டும்தான் முடியும்.

"ஹஃபே, அநாவசியமாய் மூக்கை நுழைக்கிறேன் என்று நினைத்துக் கொள்ளாதே, உனக்கு எங்காவது ஒரு குடும்பம் இருக்கிறதா?" தன் கைகளில் இருந்த கோப்பையைத் திருப்பிப் பிடித்தாள் ஆலிஸ். "அதைப் பற்றிப் பேச விருப்பமில்லையென்றால், நான் கேட்டதையே மறந்துவிடு."

"ஆமாம், என்னைப் பெற்றவர்கள் இருந்தார்கள்; ஒரு ஆளை நான் காதலித்தேன் ஒருமுறை. ஒரு குழந்தை பெற்றுக்கொள்வதைப் பற்றி அடிக்கடி யோசித்துப் பார்த்திருக்கிறேன் – தகப்பனாக யார் இருந்தாலும் பரவாயில்லை என்று."

ஆலிஸ் வெளியே கடலைப் பார்த்துக்கொண்டிருந்தாள், ஹஃபேயையும்தான். சில சமயம் ஒருவருடைய கண்களைப் பார்த்துப் பேசாமலிருந்தால் தேவலை என்று அவர்கள் இருவருக்குமே தெரியும். "ஏய், இந்த உலகத்தில் யாருமே தனியாக இல்லை என்பது உனக்குத் தெரியும். இப்போது என்னைப் பார்க்காதே; நான் பிராயத்தில் இருந்தபோது, நூறு பவுண்டு எடை இருந்தேன். நான் நடந்து போனால், அத்தனை ஆண்பிள்ளைக் கண்களும் என்னை நோக்கித் திரும்பும். ஆனால், இப்போது காலம் கடந்துவிட்டது; என்னிடமிருந்த அனைத்தையும் இழந்துவிட்டேன் – உபரியாய் சில பவுண்டுகள் சதையைச் சம்பாதித்திருக்கிறேன் என்பதைத் தவிர." ஹஃபே குதூகலமாகச் சிரித்தாள். அவளுடைய சிரிப்பு தொற்றக் கூடியது. ஆலிஸும் பதிலுக்குச் சிரித்துவைத்தாள் – நாகரிகம் கருதி.

"ஆனால் உன்னிடம் இந்த உணவுவிடுதி இருக்கிறது."

ஹஃபே தலையாட்டினாள். ஆமாம், உருவக மொழியில் சொன்னால், எண்ணங்களையும் ஞாபகங்களையும் மாட்டிவைப்பதற்கான எலும்புக்கூட்டை செவன்த் சிசிட் ஹஃபேவுக்கு வழங்கியிருக்கிறதுதான்.

இருவரும் *ஸலாமா* காஃபி அருந்திக்கொண்டிருந்தார்கள். பிரேஸீலியக் காஃபிக் கொட்டைகள், கொஞ்சம் சோளம் மற்றும் மலைகளில் கிடைக்கும் நறுமணப் பச்சிலைகளின் கலவை அது. முன்னுதாரணமான வாடிக்கையாளர், முதல் மிடறை அருந்தும்போது அதன்மீது அதிக கவனம் செலுத்தமாட்டார்; ஒவ்வொரு மிடறும் இறங்க இறங்க, *ஸலாமா* என்ற பொறிக்குள் இன்னும் இன்னுமென்று தான் உள்ளிழுக்கப்படுவதை எதிர்பார்த்திருக்க மாட்டார். கடைசி மடக்கைக் குடித்த பிறகும், கோப்பையில் மீந்திருக்கும் நறுமணத்தை வாடிக்கையாளர்கள் நுகர்வார்கள்; மழைக்காடுகளின், அந்தியிருளின், கதம்ப மணம். காட்டுத் தீ அடங்கியபிறகு எழும் தீய்ந்த மணம். அதன் பிறகு, செவன்த் சிசிட்டில்

ஸலாமாவைத் தவிர வேறு எதையுமே அருந்தமாட்டார்கள். இதற்கு விதிவிலக்கே கிடையாது.

ஆலிஸ் கோப்பையைத் தன் நாசிக்கடியில் வைத்து நுகர்ந்தாள். அவளுடைய முகம் மலர்ந்தது – எப்போதும் அடைத்தே கிடந்த ஜன்னல், தற்சமயம் சிறிது வெளிச்சத்தை நுழைய விடுகிற மாதிரி.

மரப்பல்லியொன்று காஃபித் தம்ளர் அருகில் வந்தபோது, ஹஃபே இன்னமும் கடலை வெறித்துக்கொண்டிருந்தாள். அவள் கண்களில் மெல்லிய ஒளி உதித்தது. நீண்டதொரு கனவிலிருந்து விழித்தவள் மாதிரி, பாடத் தொடங்கினாள்.

நீண்ட நெடுங்காலத்துக்கு முன்னால்
நகாவவும் ஸ்ராவும் வந்துசேர்ந்தார்கள்
சிலாங்காஸன் சிகரத்திலிருந்து.
பங்க்கா இனம் தொடங்கிய இடமான
கிவிட்டைப் பார்ப்பதற்கே வந்தார்கள்.
ஏனென்றால்,
நகாவவின் குழந்தைகளில்
ஒவ்வொன்றும் ஒவ்வோர் இனத்தை
ஸ்தாபித்தது.

தபங் மாஸ்ரா வடக்கே,
சிவிடியனில் கடற்கரையோரமொரு
நதிக்கரையில் குடியமர்ந்தது.
தொமாய் மாஸ்ரா சபாட்டிலுள்ள
பள்ளத்தாக்கில்
இன்றுவரை நின்றிருக்கும்
கல்தூண்கள் இரண்டை நிறுவியது.
கலாவ் பனே வீட்டிலேயே தங்கிவிட்டாள்
தனது நாட்களை
கிவிட்டில் கழித்தாள்.
திரிந்தலையக் கிளம்பிய கரோ கரோல்
டஃபாலாங் வரை போய்ச் சேர்ந்தாள்.

தாய் நகாவ் தகப்பன் ஸ்ரா இவர்களின்
பெருமைக்குரிய குழந்தைகளாகவே
என்றும் இருப்போம்.
காற்றை நுகரவும் ஓடையின் தடமறியவும்
கடலை நோக்கி இருக்கவும் செய்வோம்.
பங்க்கா சந்ததியரின்
சிதறிக் கிடக்கும் வித்துக்கள்
அங்கெல்லாம் வளர்வதைப்
பார்க்கலாம் நீங்கள்.

பங்க்கா மொழியில் ஒரு சொல்லும் ஆலிஸுக்குத் தெரியாது. ஸ்வரங்களைப் பின் தொடர்வதும்; மலைத்தொடர்கள், மரங்கள், இலைகள், பள்ளத்தாக்கினூடே வீசும் காற்று என மனத்தில் தன்னிச்சையாகக் காட்சிகள் உருவாக அனுமதிப்பதும் மட்டுமே அவளால் செய்ய முடிந்தது. மேசையிலிருந்த காஃபிக்கோப்பைகளைச் சுற்றிலும் மெலிதாக நீர்ப்படலம் படிந்திருந்தது.

புவி அதிர்ச்சிக்குப் பிறகு, கொஞ்சகாலம் ஹஃபே ஆலிஸைப் பார்க்கவில்லை. அவள் ஆலிஸைப் 'பார்க்கவே' இல்லை என்று அர்த்தமல்ல. அவர்கள் நேருக்குநேர் பேசிக்கொள்ளவில்லை, அவ்வளவுதான்.

ஜன்னல் வழியாகப் பார்த்தே, ஆலிஸ் வீட்டில் இருக்கிறாளா இல்லையா என்று ஹஃபேயால் சொல்லிவிட முடியும். அதற்கான அறிகுறிகள் உண்டு. உதாரணமாக, இரண்டாவது தளத்தின் ஜன்னல் திறந்திருந்தால், ஆலிஸ் வெளியே போயிருக்கவில்லை என்று ஹஃபே அறிந்துகொள்வாள். ஒருநாள் காலை, கடல்நீர் வீட்டைச் சுற்றி ஓடி, சுவர்களில் நீர்த்தடங்களைப் பதிந்தவாறிருந்தபோது, ஆலிஸ் ஜன்னல் வழியாக எட்டிப்பார்ப்பதைக் கண்டாள் ஹஃபே.

முதல் தளத்தில் வரிசையாய்க் கிடந்த முக்காலிகளில் முதலாவதன் மேல் குதித்தாள் அவள். பிறகு இரண்டாவது முக்காலிக்கு, அப்புறம் மூன்றாவதுக்கு என்று கடும் புயலில் சிக்கி, சமுத்திரத்தின்மீது நிற்க முயலும் கடற்பறவைபோலப் பக்கவாட்டில் அல்லாடியபடி தாவினாள். சிறியதும் பெரியதுமான பல்வேறு பைகளைச் சுமந்துகொண்டு, அந்திப் பொழுதில் வீடு திரும்பினாள். முக்காலிகள் அத்தனையும் அலைகளால் மோதுண்டு நகர்ந்து போய்விட்டிருப்பதைக் கண்டாள்.

அருகில் சென்று, உதவி ஏதும் தேவையா என்று ஆலிஸைக் கேட்கத்தான் விரும்பினாள் ஹஃபே. ஆனால், தனக்கு யாரும் உதவுவது ஆலிஸுக்குப் பிடிக்காது என்பது ஞாபகம் வந்ததால், சும்மா பார்த்துக்கொண்டிருந்தாள். ஆலிஸ் ஒரு பலகையை இழுத்துவந்தாள். அதன் மீது தன் பைகளைக் கிடத்தி, மெல்ல ஜன்னலை நோக்கி நகர்த்திப் போனாள். ஜன்னல்வழியாக உள்ளே குதித்தபின்பு, பைகளை ஒவ்வொன்றாக உயர்த்தி எடுத்துக்கொண்டாள்.

இப்படியானதொரு வீடு இன்னமும் வசிப்பதற்கு லாயக்கானதுதானா? என்று ஆச்சரியப்பட்டாள் ஹஃபே.

அதைவிட, ஆலிஸிடம் உருவாகியிருப்பதாகத் தோன்றும் மாற்றம் பற்றிய ஆர்வம் அதிகமாக இருந்தது அவளிடம். சில இரவுகளுக்கு முன்னால், விரக்தியின் ஆழத்தில் சிக்கிய மஞ்சள்மார்பு வானம்பாடியை நினைவூட்டினாள் ஆலிஸ். ஆனால், இப்போது சற்றுத் தொலைவிலிருந்து பார்க்கும்போது, கொஞ்சம் வேறுவிதமாய் இருப்பதாகத் தோன்றினாள். எப்படி என்று ஹஃபேயால் சொல்ல முடியாதுதான், ஆனால், குறைந்தபட்சம் தற்போதைக்கு, ஆலிஸ் சிரமதசையிலிருந்து விலகிவிட்டாள் என்றே பட்டது.

உங்களுக்கு உயிர்வேட்கை இருக்கிறதா என்பதை உங்களைச் சுற்றியுள்ளவர்களால் கணித்துவிட முடியும்; முன்னறிவிப்பு ஏதும் இல்லாமல் இறந்துபோகிறவளைச் சுற்றி அவள்மீது அக்கறைகொண்ட எவருமே இருந்திருக்கவில்லை என்று பந்தயமே கட்டலாம். இந்த எண்ணம் தோன்றியவுடன், ஹஃபேவுக்கு யாரிடமாவது பேச வேண்டும் என்ற உந்துதல் ஏற்பட்டது. ஆனால், செவன்த் சிசிட்டுக்கு அன்று முழுவதும் ஒரேயொரு வாடிக்கையாளர்கூட வரவில்லை. தன்னை சமாதானப் படுத்திக்கொள்வதற்காக, சிறு பாடல் ஒன்றைப் பாடத் தொடங்கினாள்.

பாடும்போதே வார்த்தைகளைக் கோத்தாள். அந்தப் பாடல், இளம் பங்க்கா கன்னியான ஹஃபே என்பவளைப் பற்றியது.

இவளுடைய குரல் ஒருவேளை கேட்டிருக்கலாம் – பாடத் தொடங்கிய கொஞ்ச நேரத்தில் ஆலிஸ் ஜன்னலைத் திறப்பதைக் கண்டாள் ஹஃபே. கறுப்பும் வெளுப்புமான பூனைக்குட்டி ஒன்றை உயர்த்திக் காட்டி, இவளை நோக்கிக் கையசைத்தாள்.

ஓஹியோ. ஆலிஸின் உதட்டசைவு, அவள் 'ஓஹியோ' என்று சொல்கிற மாதிரித்தான் தென்பட்டது ஹஃபேக்கு; ஆனால், அவளால் உறுதியாகச் சொல்ல முடியாது.

7

ஆலிஸின் ஓஹியோ

நிலம் அதிர்ந்ததற்கு மறுநாள், மிகுந்த சிரமத்துடன் நடந்துவந்து ஆலிஸ் வீட்டுக் கதவைத் தட்டினான் டாஹு. இரண்டாம் தள ஜன்னலுக்கு வெளியே ஆலிஸ் தலையை நீட்டியதும் ஆசுவாசப் பெருமூச்சு விட்டான். மேலே சாலையில் நின்றிருந்த அவனுடைய மகள் உமாவ் கையாட்டினாள்.

"நல்லவேளை, நீ பத்திரமாய் இருக்கிறாய். காலையில் முதல் வேலையாய் இரண்டுதடவை இங்கே வந்தேன் – உன்னைப் பார்க்க முடியவில்லை. உன்னுடைய கார் வெளியில் போயிருக்கிறது என்பதைக் கவனித்தேன். அதனால் எல்லாமே சரியாக இருக்கிறது என்று அனுமானித்துக்கொண்டேன். என்றாலும் என்னால் நிம்மதியாக இருக்க முடியவில்லை. அதனால்தான் நீ இருக்கிறாயா என்று பார்ப்பதற்காகத் திரும்பிவந்தேன்."

"அது அவ்வளவு மோசமாக இருந்ததா என்ன? நில அதிர்ச்சியைச் சொல்கிறேன்."

"இல்லை, அவ்வளவு மூர்க்கமாக இல்லைதான். ஆனால், ஏகப்பட்ட சேதத்தை ஏற்படுத்திவிட்டது. டாய்ட்டுங்கில் கடலோரப் பகுதிகள் பலவும் வெள்ளத்தில் மூழ்கிவிட்டது. தரையில் பெரும்பள்ளம் உருவானதுகூடக் காரணமாய் இருக்கலாம். என்னுடைய பூர்விக கிராமத்தில் மறுகுடியமர்த்துதல் பற்றிக் கிட்டத்தட்டப் பத்துவருடமாய்ப் பேசிக்கொண்டிருக்கிறார்கள். இந்தமுறை நாங்கள் நிஜமாகவே இடம் பெயரவேண்டி வரலாம். பூகம்பவியலாளர்கள் முன்கணித்துவந்த மாபெரும் நில அதிர்ச்சி இது அல்ல என்கிறது வானிலை மையம். இது ஒரு முன் அதிர்ச்சியாக இருக்கவும் கூடுமாம். துர்ச்சகுனம் மாதிரி. இந்த முறை இரண்டு டஜன் ஆட்கள் காயப்பட்டார்கள், இரண்டு அல்லது மூன்றுபேர் இறந்திருக்கலாம்."

இறந்தவர்களுக்காக துக்கம் அனுசரிக்கத்தான் விரும்பினாள் ஆலிஸ். ஆனால், மனம் மரத்துப்போயிருந்தது. கடந்த பத்துவருடங்களாக மேலும் மேலும் நில நடுக்கங்களும், வெள்ளங்களும் நிகழ்ந்துகொண்டே இருக்கின்றன. சிலசமயம், யாரும் குடையெடுத்துப் போக யோசிக்க வேண்டிய அவசியம் கூட இல்லாத சின்னஞ்சிறு தூறல், பெருமழையாக மாறும். அல்லது, பருவம் தப்பிய சூறாவளிகள் மூன்று அடுத்தடுத்துத் தாக்கும். நதிச்சவாரிக்கான ஏகப்பட்ட இடங்கள் மண்சரிவுகளால் மூடுண்டன; தடுப்புச் சுவருக்கு வெளியிலுள்ள அணுகுசாலைகள் தாமே நீர்வழிகளாய் மாறியிருக்கின்றன. கடலோரம் உருவான புதிய கரைகளும், நாலுமுனை காங்க்ரீட் அலைத் தடுப்புக்களும் சமுத்திர நீரோட்டங்களைக்கூடத் தாறுமாறாக்கி விட்டன; ஆண்டு முழுவதுமே நீரின் வெப்பநிலையும் மாறிவிட்டது என்று மீனவர்கள் சொன்னார்கள். ஆனால், நாம் அவற்றுக்கெல்லாம் பழகிவிட்டோம், இல்லையா? என்று நினைத்துக்கொண்டாள் ஆலிஸ்.

"மேலே வருகிறாயா? ஜன்னல் வழியாக உள்ளே வரலாம். உமாவ் ஏறிவிடுவாளா?"

"ஹா. வீட்டுக் கதவு இனிமேல் திறக்காதோ? என்னுடைய இடத்துக்கு வந்துவிடுகிறாயா ...? அதாவது, அது இதைவிடப் பாதுகாப்பான இடம் என்கிறேன்."

"நான் நன்றாகத்தான் இருக்கிறேன். வீடு இன்னமும் இருக்கிறதுதானே. இங்கேயே இருக்கிறேன்."

"நல்லது." டாஹுவுக்கு ஆலிஸை நன்றாகவே தெரியும். அவள் முடிவெடுத்து விட்டாள் – அவன் என்ன சொன்னாலும் எடுபடாது. "அப்படியானால், நான் ஏதாவது செய்துதர வேண்டுமா?"

ஒரு நொடி சிந்தித்துவிட்டு ஆலிஸ் சொன்னாள்: "ஆகட்டும், நீ நகருக்குள் போவாயானால், எனக்குக் கொஞ்சம் மளிகைச் சாமான்கள் வாங்கிவர முடியுமா?"

"அது பிரச்சினையில்லை."

அதேநேரம், பூனை கத்தத் தொடங்கியது.

"அதென்ன?"

"பூனைக் குட்டி. கறுப்பு வெள்ளைக் கோட் அணிந்திருக்கிறது. நிலநடுக்கம் நடந்த அன்று காலையில் அவளை எடுத்துக்கொண்டேன்."

"நலமாய் இருக்கிறதா?"

"பிரமாதமாக இருக்கிறாள். ஒரு விநாடி பொறு." ஆலிஸ் மறைந்தாள்; சீக்கிரமே மீண்டும் ஜன்னலில் உதித்தாள். கறுப்புவெள்ளை உடலும், கறுப்பு முகமூடி மாட்டிய மாதிரிக் கருநிறத் தலையும் கொண்ட தீனமான பூனைக்குட்டி ஒன்றை ஏந்தியிருந்தாள். பூனைக்குட்டியின் வலது முன்பாதத்தை உமாவ்வைப் பார்த்து ஆட்டி, "பார், உமாவ்! ஹாய் சொல்லு ஓஹியோ."

“ஓ, பூனைக்குட்டியா?” என்று ஆச்சரியப்பட்டாள் உமாவ். எந்தக் குழந்தையுமே, அது எத்தனை கூச்ச சுபாவியாகத்தான் இருக்கட்டுமே, விலங்கினத்தில் ஒன்றைப் பார்த்த மாத்திரத்தில் வேறொரு ஆளாக ஆகிவிடு கிறது. உமாவ்வால் தன்னைக் கட்டுப்படுத்திக்கொள்ள முடியவில்லை.

“ஆ, அவளுடைய கண்கள் வித்தியாசமான நிறம் கொண்டவை!”

“ஆமாம், வித்தியாசமானவைதான். வெவ்வேறு வானிலைகள் மாதிரி. ஒரு பக்கம் நல்லது; மறுபக்கம் மோசம். டாஹுர், நீ நகருக்குள் போகும்போது, ஒரு பை பூனை உணவு வாங்கிவருகிறாயா? உமாவ், நீ எப்போது வேண்டுமானாலும் வந்து இவளோடு விளையாடலாம்.”

கையசைத்துவிட்டு உமாவ் கேட்டாள்: “நாம் நிஜமாகவே திரும்பி வருகிறோமா?”

“நிச்சயமாய்.” மீண்டும் சாலைக்குத் திரும்பி, உமாவ்வின் கையைப் பிடித்திருந்தபோது, இன்னொரு தடவை கேட்டுப் பார்க்கலாம் என்று நினைத்தான் டாஹுர். “நிலநடுக்கம் எப்போது வேண்டுமானாலும் தாக்கலாம் என்பது உனக்கே தெரியும். கோடை வந்துவிட்டால், சூறாவளிகள் வீசும். இந்த வீடு இனிமேலும் பாதுகாப்பானது இல்லை. எங்களுடைய கிராமத்துக்கு வந்துவிடுவதைப் பற்றி நீ யோசிக்க வேண்டும்.”

கொஞ்ச நேரம் கழித்து நீர் வடிந்துவிடும் என்றே நினைத்தாள் ஆலிஸ். அப்படி நடக்கவில்லை. அன்று மதியம், டப்பாக்களில் அடைத்த பல்வேறு உணவுப் பொருட்களைக் கொண்டுவந்தான் டாஹுர். உமாவ் ஓஹியோவோடு நெடு நேரம் ஆனந்தமாக விளையாடினாள். இப்போது, டாஹுரும் ஆலிஸும் ஏதும் பேச இயலாதவர்களாக, இன்னது செய்வதென்று அறியாதவர்களாக ஆகிவிட்டிருந்தார்கள். பூனைக்குட்டியையும் சிறுமியையும் வெறுமனே வேடிக்கை பார்த்துக்கொண்டிருந்தார்கள்.

“ஷீஹ் அத்தை, வெவ்வேறு நிறமுள்ள கண்கள் உலகத்தை ஒரேவிதமாகப் பார்க்குமா?”

ஆலிஸ் தோளைக் குலுக்கினாள். அந்தக் கேள்வி அவளுடைய அறிதலுக்கு அப்பாற்பட்டது. “ஒவ்வொரு கண்ணாலும் அதேவிதமாகப் பார்க்கும் யாராவது இருக்கிறார்களா?”

இந்தக் கேள்வியைப் பற்றித் தீவிரமாக யோசித்துப் பார்ப்பவள் போல் இருந்தாள் உமாவ்.

அடுத்த சில நாட்களுக்கு, அலைமுகடுகள் தணிந்திருந்தபோது, ரப்பர் பூட்சுகளை அணிந்துகொண்டு, நீர் கொண்டுவருவதற்காக மட்டுமே ஆலிஸால் வெளியே போக முடிந்தது. அலைமுகடு உயர்ந்திருக்கும்போதும் வெளியில் செல்வதற்கு வாகாக, குட்டையானது முதல் உயரமானதுவரை முக்காலிகளை வரிசையாக அமைத்தாள். வெளியில் செல்ல விரும்பும்போது, ஜன்னலுக்கு வெளியே இறங்கி முதல் முக்காலியின்மேல் கால் ஊன்றலாம். பின்னர் அடுத்ததுக்குத் தாவலாம். அப்புறம் மூன்றாவதுக்கு.

காற்றில்லாத ஒரு நாளில், ஆலிஸின் எண்ணவோட்டம் நீருக்கடியில் இருக்கும் உயிரினங்களை நோக்கிப் பாயும் கடற்பறவைபோலத் தென்பட்டிருக்கவேண்டும். பிரச்சினை என்னவென்றால், அலைகள் முக்காலிகளைப் புரட்டிப் போடும். திரும்பி வரும்போது, எல்லாவற்றையும் மீண்டும் அவள் வரிசையாக அமைக்க வேண்டிவரும். ஒருநாள் அவள் கவனித்தாள் – இப்போதெல்லாம் முக்காலிகள் புரண்டு வீழ்வதில்லை; இரும்புப் பிடிப்புகளை யாரோ அமைத்திருக்கிறார்கள்; கடல்படுகையின் பாறைகளில் அந்தப் பிடிப்புகளை ஊன்றியிருக்கிறார்கள். அவள் வெளியே போயிருக்கும்போது டாஹுதான் வந்து இதைச் செய்திருக்க வேண்டும்.

உண்மையில், கடல் மேலும் மேலும் நெருங்கி வருகிறது என்பதை தாம் பல வருடங்களுக்கு முன்பே கவனித்திருந்தான். வீட்டைக் கட்டிக்கொண்டிருக்கும்போது மிக அருகில் இருக்கும் உச்சபட்ச நீர்மட்டம் 28.75 மீட்டர்கள் என்று அளந்து வைத்திருந்தான். ஒரு வருடத்துக்குப் பிறகு, கரையோரத்தைக் கடல் கொஞ்சம் அரித்துவிட்டிருந்ததாகத் தோன்றியது. ஒவ்வொரு மாதமும் அளந்து பார்க்க ஆரம்பித்தான் தாம். “வெகு சீக்கிரமே கடல் இங்கே வந்துவிடும். ஆனால், இதே வீதத்தில்தான் வந்து சேருமென்றால், வீடு வெள்ளத்தில் மூழ்கும் நாட்களில் நாம் போய்ச்சேர்ந்து நீண்ட காலம் ஆகியிருக்கும்.” என்றான்.

கடற்கரையோரம் இருந்த நீர்ச் சாரத்தில் உப்பு அதிகரித்துவிட்டது. குடிக்க முடியாததாக ஆனதால், ஜனங்கள் சீசாக்களில் அடைத்த குடிநீரை விலைக்கு வாங்க வேண்டிவந்தது. பல வருடங்களுக்கு முன்னால், ஆழ்கடல் நீருக்கான மானியங்களை வழங்க முன்வந்தது அரசாங்கம். ஆழ்கடல் நீரைக் குழாய்கள் மூலம் உறிஞ்சியெடுத்து, உப்புத்தன்மையை அகற்றிச் சுத்திகரிக்க மானியம். விலையுயர்ந்த சுத்திகரிப்பான்களைச் சிலர் தமது வீடுகளிலேயே நிறுவினர்.

பதிலுக்கு எதையும் வழங்காமலே இயற்கையைச் சுரண்டும் பெருநிறுவனங்களுக்கு அரசாங்கம் அளிக்கும் ஆதரவைச் சகித்துக்கொள்ள முடியாதவளான ஆலிஸ், மேற்சொன்ன மானியங்களை உறுதியாக நிராகரித்துவிட்டாள். இதே நிறுவனங்கள்தாம் தடுப்புச்சுவர் அமைக்கவும், மணலை வாரிக்கொட்டவுமான பணிகளில் முதலீடு செய்து அளப்பரிய லாபம் ஈட்டியவை என்பது ஒரு பக்கம். இன்னொரு பக்கம், ஆரம்பத்திலிருந்தே, ஆழ்கடல் தரையிலிருந்து நிலத்தடி நீரை உறிஞ்சுவதால் கடலோரச் சுற்றுச்சூழலுக்கு எள்ளளவு பாதிப்பும் இல்லை என்று எடுத்துச் சொல்லும் ஒரு நிபுணர் கும்பலின் ஆதரவையும் அவர்கள் ஈட்டி வந்தனர்.

ஆனால், அரசியல் புலனாய்வாளர்கள் சிறுகச் சிறுக இந்தத் திட்டத்தின் பிரச்சினைகளை வெளிப்படுத்த ஆரம்பித்தனர். ஆழ்கடல் நீர் உறிஞ்சுதல் ஆழ்கடல் நிலத்தடி நீரின் தன்மைகளைச் சீர்கெடுக்கலாம் என்று சில நிபுணர்கள் ஐயம் கொண்டனர்; கடல்நீரின் உப்பு அடர்த்தியில்

நுட்பமான மாற்றங்களை இது ஏற்படுத்தும், வெப்பச்சலனத்தையும், கடற்படுகையில் உள்ள மணலில்கூட மாற்றத்தையும் உருவாக்கும் என்று கருதினர். இந்தக் காரணத்தால்தான் மீன்கள் அகன்றுபோய் விட்டன என்று மீனவர்கள் எண்ணினர். ஆனால், பின்விளைவுகள் இப்படித்தான் இருக்கும் என்று அறுதியாய்க் கூறும் தைரியம் யாரிடமும் இல்லை. தவிர, எந்தவொரு சுற்றுச்சூழல் அமைப்பிலும் இருக்கக்கூடிய சார்நிலைக் குழப்பங்கள் மனித யூகங்களுக்கு அப்பாற்பட்டவை.

தாம்மும் டோட்டோவும் காணாமல் போய் நீண்டகாலம் ஆகிவிட்டது; ஆனாலும், அவ்வப்போது ஓடையிலிருந்து நீர் சேந்திவரும் குடும்பவழக்கத்தை ஆலிஸ் தொடர்ந்தாள் – நிலநடுக்கம் ஏற்படும்வரை. மால்ட்ரெக்ட்டியின் மரத்தவளைகளை இரவில் புகைப்படம் பிடிப்பதற்காக ஆலிஸின் சக ஊழியனான மிங் அவர்களை அழைத்துச் சென்றபோது இந்த ஓடையைக் கண்டுபிடித்திருந்தார்கள்.

புதிதாகக் கட்டப்பட்ட ஸீ வ்யூ ஓட்டலிலிருந்து அதிகத் தொலைவில் இல்லை என்றாலும், புழக்கப் பாதையிலிருந்து விலகி இருந்தது ஓடை. ஒரு படத்தை எடுப்பதற்காக மலைப்பிளவில் தொற்றியிறங்கும்போது மிங் சொன்னான்: “இந்த ஓட்டலை வடிவமைத்தவர் எவராயிருந்தாலும், அவர் படுபயங்கரமான ரசனை உள்ளவர் என்று உங்களுக்குத் தோன்றுகிறதா? ஐரோப்பியக் கட்டடங்கள் இந்த மாதிரி இருக்காது, அப்படித்தானே தாம்? தைவானியக் குழந்தைகள் இதுபோன்ற ரசனையற்ற தலங்களில் விடுமுறையைக் கழிக்க நேர்வது உண்மையிலேயே அவமானகரமானது என்று சிலசமயம் எனக்குத் தோன்றும். ரசனையற்ற பதின்பருவத்தவராக, அப்புறம் வாலிபர்களாக அவர்கள் உருவெடுப்பார்கள். ஆர்வமூட்டக்கூடிய உயிரினங்கள் மிக மிக அருகில் இருந்தாலும், யாருமே கவனிப்பதில்லை.”

“சரியான அவநம்பிக்கைவாதி நீ.” என்றாள் ஆலிஸ்.

“நான் அவநம்பிக்கைவாதி இல்லை, மானுட வெறுப்பாளன்.”

“உனக்கே அது தெரிந்தால் சரி.”

“ஆனால், இந்த ஓட்டல் வடிவமைப்பின் படுமோசமான ரசனை பற்றி நீ சொல்வதோடு நான் முழுக்க உடன்படுகிறேன்.” என்றான் தாம்.

அது மட்டமான ரசனை கொண்டிருந்தால்தான் என்ன? வாடிக்கையாளர்கள் வராமலா இருக்கிறார்கள்? பதற்றக் கோளாறால் துன்புறுகிறவன் போல நடந்துகொள்கிறான் மிங் என்று பட்டது ஆலிஸுக்கு. எல்லாவற்றைப் பற்றியும் எதிர்மறையான கருத்துள்ளவன்; எழுத்து இன்னமும் பதற்றமானவனாக ஆக்கிவிட்டது அவனை. கடைசியாக அவனுடைய நாவல் வெளிவந்து பல வருடங்கள் ஆகிவிட்டது; தற்போது எழுத்தாளருக்கான மனத்தடையால் பீடிக்கப்பட்டிருக்கிறான்.

அவனால் எழுத முடியவில்லை என்பது அவளுக்குத் தெரியும். ஆனால், அவன் உருவாக்கியிருந்த புனைவுலகத்தின்மீது விமர்சனம் வைக்கும் மிகச்சில வாசகர்களின் அபிப்பிராயங்கள்மேல் அளவுக்கதிகமான

கவனத்தைச் செலுத்துகிறான். மேலும், தற்போதைய விமர்சனச் சூழல் பற்றி மிக அதிகமாக உணர்ச்சிவசப்படுகிறான். ஆலிஸைப் பொறுத்தவரை, காத்திருப்பதைத் தவிர வேறு வழியில்லை. நல்ல நாவலாசிரியர்கள், தப்பிக்கும்கலை வித்தகர்களைப் போன்றவர்கள். எந்தவிதமான சிடுக்கிலிருந்தும் அவர்களால் வெளியேறிவிட முடியும்; மோசமான எழுத்தாளனோ, நீருக்கடியில் சிக்கியவன்போல – யாராலும் அவனைக் காப்பாற்ற முடியாது.

மறுநாள், ஆலிஸும் தாமும் ஓடைக்கு அருகில் உள்ள திறந்தவெளியில் முகாமிட்டுத் தங்கினார்கள். உடன் மிங் இல்லாததால், சூழ்நிலை மிகமிக அமைதியாய் இருந்தது. ஓடைநீரில் தயாரித்த தேநீரைப் பருகினார்கள். பார்ப்பதற்கு ரம்மியமாய்க் காட்சியளித்த இரவு வானத்தின் விண்மீன்களை அண்ணாந்து பார்த்தார்கள். கடந்த இரண்டு வருடங்களாக, சீனாவிலிருந்து வீசும் புழுதிப்புயல்கள் அடிக்கடி நிகழ்கின்றன. ஒப்பீட்டளவில் தெளிவாக இருக்கக் கூடிய கீழைத் தைவானின் ஆகாயமேகூட தற்சமயம் கலங்கித் தெரிகிறது. இத்தனை தெளிவாக விண்மீன்கள் தெரியும் இரவு வானத்தை அவர்கள் பார்த்து நீண்டகாலம் ஆகிவிட்டது. மனத்தை இளகவைக்கும் காட்சி அது–நல்லுணர்வோடும், சகிப்புத்தன்மையுடனும் பிரபஞ்சம் இந்தக் கோளை இன்னமும் கவனித்துக்கொண்டுதான் இருக்கிறது என்கிற மாதிரி.

“என் வாழ்நாளிலேயே எனக்குக் கிடைத்த ஆகச் சிறந்த தேநீர் இதுதான்.” என்றான் தாம்.

“அப்படியானால், தேநீருக்காக ஓடைத் தண்ணீர் கொண்டுவர நான் நிறைய வரவேண்டியிருக்கும் இங்கே . . . ?”

“தூரம் அதிகம்.”

“அதெல்லாமில்லை.”

“அதிகம்தான்.”

“அதிகமில்லை.”

தாம் புன்னகைத்தான். அத்தோடு அந்த விஷயத்தை விட்டுவிட்டான். ஆலிஸும் புன்னகைத்தாள். பிற்பாடு, தாம் தானே அவ்வப்போது இங்கு வந்து ஓடைநீர் சேந்தி வருவான்.

உண்மையில், உலகத்தில் எந்த இடமுமே வெகு தொலைவிலும் இல்லை; மிக அருகிலும் இல்லை. திடீரென்று வாய்த்த ஞானத்தில் ஒரு முரண் இருந்ததை உணர்ந்தாள் ஆலிஸ்.

இந்தச் சில நாட்களில், இந்தக் கடினமான காலகட்டத்தில், ஆலிஸும் அந்தப் பூனையும் ஒருவருக்கொருவர் உதவிக்கொள்ளும் விதமாக, நுட்பமான பரஸ்பர நம்பிக்கையைக் கட்டியமைத்து வந்தார்கள். ஆலிஸின் முன்னிலையில் தன் அடிவயிற்றைக் காட்டிக்கொண்டு உறங்குவதில் பூனைக்கு அசௌகரியம் ஏதுமில்லை. அவளை ஒரு மிருகவைத்தியரிடம் கொண்டு சென்று முழுமையாகப் பரிசோதிக்க முடிவெடுத்தாள் ஆலிஸ்.

நிலநடுக்கத்துக்குப் பிறகு, தீவைச் சுற்றிலுமிருந்த நகரங்களிலுள்ள பத்துக்கு ஆறு வீடுகளில் மின்சாரம் இல்லை – சூரியசக்தி அல்லது காற்றாலை மின்சாரம் இருந்த வசிப்பிடப் பகுதிகள் மட்டுமே தப்பியிருந்தன. சிறுகச் சிறுக மின்வசதி திரும்பியபோதும், அவசரகால மின்வசதி கொண்ட மிருகவைத்தியசாலையை மிகவும் தேடித்தான் கண்டுபிடிக்க வேண்டியிருந்தது.

“திடகாத்திரமான ஆரோக்கியமான பூனை இது. இவளுடைய விழிகள் ஒவ்வொன்றும் ஒவ்வொரு நிறத்தில் இருப்பது மிகவும் விசேஷம். வெகு அபூர்வம். தெருவில் திரியும் ஒரு பிராணியிடம் இப்படி ஒரு அம்சத்தை நான் பார்த்ததேயில்லை.” ஓஹியோவுக்குத் தடுப்பூசி போடுவதற்கு முன்னால் இப்படிச் சொன்னான் அந்த இளம் மிருகவைத்தியன்.

“விளைவுகள் இன்னமும்கூட மோசமாய் இருந்திருக்கக் கூடும்தான்; ஆனாலும், இந்த நிலநடுக்கத்தில் ஏகப்பட்ட வீடுகள் இடிந்துவிட்டன. உங்கள் வீடு பத்திரமாய் இருக்கிறதா, இளம்பெண்ணே?’

“இருக்கிறது.” இன்னமும் இளம்பெண் இல்லை ஆலிஸ். ஆனால், அவளுடைய தொண்டையில் இருக்கும் வளையங்களைக் கவனிக்காத ஆண்கள், அவளுடைய வயது இருபத்திச் சொச்சம் என்றே அனுமானிக் கிறார்கள். அதிகபட்சம் முப்பது என்று. அவள் ஒல்லியாக இருப்பதும், படங்களோ வடிவங்களோ அற்ற வெள்ளை டீ ஷர்ட்டுகளையே விரும்பி அணிபவள் என்பதும் காரணமாய் இருக்கலாம், ஒரு வேளை. சிலசமயம், தொலைவிலிருந்து பார்க்கும்போது, இளநிலைப் பட்ட மாணவிபோலத் தெரிவாள். நாற்பது வயதைக் கடந்துவிட்டபோதும் இருபது வயதுக்காரியாய்த் தோற்றமளிப்பதில் ஆலிஸுக்குப் பெருமிதம் இருந்ததில்லை. யாரும் எப்போதும் மாற்ற முடியாத ஓர் உண்மை அது.

முதலில், பூனையை அங்கேயே விட்டுவிடலாம்; யாராவது சுவீகரித்துக் கொள்ளட்டும் என்றே ஆலிஸ் திட்டமிட்டிருந்தாள். ஆனால், பதிவுசெய்யும் இடத்தில் இருந்த செவிலி, பூனையின் பெயர் என்ன என்று கேட்டபோது, “ஓஹியோ என்று அழைக்கிறேன்” என்று வாய்தவறிச் சொல்லிவிட்டாள். சற்றே சந்தேகப்படுகிறவள்மாதிரித் தெரிந்தாலும், அந்த ஜப்பானியச் சொல்லின் மூன்று அட்சரங்களுக்குச் சீன எழுத்தில் எவற்றைப் பயன்படுத்துவது என்று தெரியாமல், குறிப்பட்டையில் இவளையே எழுதச் சொன்னாள் அந்தச் செவிலி. பெயரை எழுதும்போது, ஒரே கூரைக்குக் கீழ் தானும் ஓஹியோவும் வசிக்க முடியுமா என முயன்று பார்த்தால் என்ன என்று ஏனோ அவளுக்குத் தோன்றியது. “ஓஹியோ” என்று அழைத்தவண்ணமிருந்தாள்; அந்தச் சோனிப் பூனைக்குட்டியும் பெட்டிக்கு வெளியில் தலையை நீட்டியது – தன்னுடைய பெயரைச் சொல்லிக் கூப்பிடுவதற்கு பதிலளிக்கிறமாதிரி. பதற்றமாகவே பார்த்துக்கொண்டிருந்தது அது – இந்தப் புதிய சூழ்நிலையில் ஆலிஸை மட்டுமே தான் நம்புகிற மாதிரி. ஆலிஸ் ஒவ்வொருமுறை “ஓஹியோ” என்று முணுமுணுத்தபோதும், அவளுடைய குட்டி வால் துடிக்கும். இனம்புரியாத ஏதோவொன்று

ஆலிஸிடம் கிளர்ந்தது–வெகுநாளாக மௌனமும், தற்கொலை எண்ணமும் நிலவிவந்த அவளுடைய இதயத்தை வாழ்வுக்கு மீட்கும் விதமாக.

ஊசிகளைப் போட்டு முடித்தபிறகு, பூனையின் கழிவுகளை உறிஞ்சிகொள்ளும் சிறு களிமண் உருண்டைகள் நிரம்பிய கலம் ஒன்றையும் மிருகக் குழந்தையுணவு கொஞ்சமும் வாங்கினாள் ஆலிஸ். அதற்கு ஒரு விளையாட்டு எலும்பும்கூட வாங்கினாள். அடையாள அட்டை தனது உடம்பினுள் பதிக்கப்பட்டபோது, தான் ஏன் ஒருவருக்குச் சொந்தமாக இருக்க வேண்டும் என்பதோ, தனக்கு எதற்காக ஒரு பெயர் என்பதோ அந்தப் பூனைக்குக் கொஞ்சமும் புரிந்திருக்காது. ஏற்கனவே தன்வசமுள்ள உடமைகளைக் கழித்துக்கட்டுவதில் முனைந்திருக்கும்போது இந்தக் குட்டி உயிருக்காகப் புதிய “சொத்து” ஒன்றில் ஏன் முதலீடு செய்கிறோம் என்பது ஆலிஸுக்கும் புரியவில்லை.

மிருக வைத்தியசாலையை விட்டு வெளியே வந்தபோது, நிலநடுக்கம் தொடர்பான சமீபத்திய செய்தியை தொலைக்காட்சியில் பார்த்தாள். டாஹு சொன்ன மாதிரியே, இது வெறும் விசை வெளிப்பாடு மட்டுமே அல்ல என்றே பூகம்பவியலாளர்கள் சந்தேகித்தார்கள். அடுத்த செய்தி, ஆலிஸுக்கே புதியதாக இருந்தது: பசிஃபிக் சமுத்திரத்தில் உள்ள மாபெரும் குப்பைச் சுழி உடைந்துகொண்டிருக்கிறதாம்; அதன் பெரியபகுதி ஒன்று இவள் வசிக்கும் கடற்கரை நோக்கி வந்துகொண்டிருக்கிறது.

அந்தச் சுழியை ஆகாயத்திலிருந்து எடுத்த படங்களைப் பார்த்தபோது, தன் கண்களையே அவளால் நம்ப முடியவில்லை. தனது காதுகளையும் நம்ப முடியவில்லை–சர்வதேசச் செய்தி அமைப்பை மேற்கோள் காட்டிய அந்த அறிக்கை, துக்கமும் சிரிப்புமான தொனியில் பின்வருமாறு தெரிவித்தது: மேற்சொன்ன குப்பைச் சுழியில், அநேகமாய் அனைவருமே தங்கள் வாழ்நாளில் எறிந்த குப்பைகள் அனைத்தையுமே காணமுடியும்.

வீடு திரும்பிய ஆலிஸ், டோட்டோவின் படுக்கையறைக்குள் போனாள். பூனைகள் பற்றிய சித்திரக் கலைக்களஞ்சியத்தை எடுத்துப் பார்ப்பதற்காக. டோட்டோ பிறந்தவுடனே, அவனுக்கு வளர்ச்சிக்குறைபாடு இருப்பது கண்டறியப்பட்டது. சின்னஞ்சிறு பையனாக இருக்கும்போது மர்மமான தசையிறுக்கம் ஒன்று அடிக்கடி நேரிடும். அவனுடைய அறிவுத் திறத்தில் பிரச்சினையேதும் இல்லை; ஆனால், மூன்று வயது ஆகும்வரை, முழு வாக்கியங்களை எப்போதாவதுதான் பேசுவான். மாண்டரின் மொழியிலோ, ஆங்கிலத்திலோ, டேனிஷிலோ அவனால் பேச முடியவில்லை – எப்போதாவது மம்மி என்றோ டாடி என்றோ அழைப்பதைத் தவிர.

அவனைப் பொறுத்தவரை, பேசுவது என்பது, அவனது தொண்டைக்குழிப் பாதையில் மிகப்பெரிய சங்கதி ஒன்றை அழுத்தித் தள்ள முயல்வது. மருத்துவ நிபுணர்கள் பலரிடமும் கொண்டுபோய்க் காட்டினார்கள். பெரும்பாலான சந்தர்ப்பங்களில், டோட்டோவின் பேச்சு அவயவங்களில் குறைபாடு ஏதும் இல்லை என்றே மருத்துவர்கள் சொன்னார்கள்; அநேகமாய் அவனுக்கு மூளையில் இனம் தெரியாத கோளாறு ஏதோ இருக்கலாம் என்றார்கள். அல்லது, மனம் சார்ந்த

உடல் கோளாறு ஏதேனும் இருக்கலாம். பிரசவத்துக்குப் பின்னான மனஅழுத்தம் ஏதும் இருந்திருக்கவில்லை என்பது நிச்சயம் என்றார்கள்.

ஆலிஸூம் தாம்மும் முழுக்க முழுக்க முன்னுதாரணமான பெற்றோர். டோட்டோவைத் தனியாக விட்டதேயில்லை. அவன் முன்னால் சண்டைபோட்டதும் அறவே இல்லை. அப்படியானால், மனம் சார்ந்த உடல்நலக் கோளாறு ஏதும் இருக்க வாய்ப்பேது? டோட்டோவால் பேசவே இயலவில்லை என்றும் இல்லைதான். உண்மையில், ஆச்சரியகரமான சமாசாரங்களைப் பேசினான் – சிலவேளை. ஒருமுறை தாம்முடன் மலையேறும்போது, அபூர்வமான கலைமான் வண்டு ஒன்றைப் பிடித்தான். ஆல்ப்ஸ் பிராந்தியத்தில் இருக்கும் மஞ்சள்பாதப் பெண்வண்டு அது. கொஞ்சநாள் அதைப் பேணிவந்தான். அது இறந்தபிறகு, அதை ஒரு வகைமாதிரியாக ஆக்கி வைத்துக்கொண்டான். ஒருநாள், காலைஉணவின் போது, பாலூட்டுப் பெட்டிக்குள்ளிருந்து டோட்டோ சொல்வது தாம்முக்கும் ஆலிஸூக்கும் கேட்டது: “நீங்கள் பார்ப்பவற்றை இனி என்னால் பார்க்க முடியாது”

மொழிசார்ந்த அக்கறைகள் இல்லாதபோதிலும், டோட்டோவுக்கு அபாரமான பார்வைக்கூர்மை இருந்தது. ஸ்பாகெட்டி சாப்பிடுவதற்காக வெளியில் சென்றிருந்த வேளையில், மெனு எழுதும் பென்சிலை எடுத்து, மேசைவிரிப்பாக இருந்த தாளில், தாம்மின் மலையேற்றப் பாதையை வரைந்தான் அவன் என்பது ஆலிஸூக்கு ஞாபகம் வந்தது. அது ஒரு பாதையின் வரைபடம் என்பதை உணர மிக நீண்ட நேரம் பிடித்தது ஆலிஸூக்கும் தாம்முக்கும். இறுதியில், கடல் உணவான மீன்சாறு சூப் அருந்திக் கொண்டிருக்கும்போது, தாம் ஆச்சரியப்பட்டான்: “ஏய், இது நெங்காவ் குறுக்குப் பாதை அல்லவா?” ஆனந்த மிகுதியால் இருவருக்கும் அழுகை வந்துவிட்டது. அந்த அழுக்கு விரிப்பைப் பணியாள் எடுத்துச் செல்ல அனுமதிக்கவில்லை அவர்கள். வீட்டுக்கு எடுத்துச் சென்று சட்டம்போட்டு வைத்தார்கள். டோட்டோவின் அறைச் சுவரில் அது இன்னமும் தொங்கிக்கொண்டிருக்கிறது.

ஆறுவயதிலிருந்தே, தாம் மலையேறப் போகும்போது டோட்டோவும் உடன் சென்றான். ஆனால், அவன் இன்னமும் ஒரு சிறுவனாய் இருந்ததாலோ என்னவோ, தகப்பன் அளவுக்கு மலையேற்றக் கிறுக்கு பிடித்திருக்க வில்லை. இருப்பினும், அசாத்தியமான உடல்வலு கொண்டிருந்தான். அதற்கு நிகராக மனவலுவும் இருந்தது. பல்வேறு புத்தகங்களில் தான் பார்த்திருந்த மலையேற்றப் பாதைகளைப் பரிசோதிப்பதும், பூச்சிகளை இனம் காண்பதற்காகத் தனது களக் குறிப்புகளைக் கொண்டு செல்வதும் மட்டுமே அவனுடைய விருப்பமாக இருந்ததோ என்று தோன்றியது. சில சமயம், தன்னுடைய அறையில் அமர்ந்து களக் கையேடுகளை நாள்முழுவதும் வாசித்துக்கொண்டிருப்பான்.

பூச்சிகளின் கோட்டுருவங்களைத் தத்ரூபமாகப் பென்சிலால் வரைய முடியும் அவனுக்கு; உணர்கொம்புகள் ஒவ்வொன்றையும் துல்லியமான வேறுபாடுகளுடன், அவற்றின் நிஜமான நீளத்தில் வரைய முடியும்.

தாம்மும் ஆலிஸூம் தங்களால் முடிந்த அளவுக்குக் களக் கையேடுகள் வாங்கிக் கொடுத்தார்கள் அவனுக்கு. அலமாரிகளில் நூற்றுக்கணக்கானவை இருந்தன. பல்வேறு மொழிகளிலும் (தாம் அவனுக்கு டேனிஷ் மொழியில் சிலவற்றை வாங்கித் தந்திருந்தான்). சாதாரணப் பூச்சி, பறவை, நட்சத்திர மீன் மற்றும் சிலந்திகள் பற்றிய கையேடுகள் இருந்தன. பாதத் தடங்கள், பாலூட்டிகளின் கழிவுகள், மரப்பட்டைகள், தட்டாரப் பூச்சி மற்றும் தும்பி வகைகளின் சிறகுகள், பெரணிச் செடி விதைகள் இத்தியாதி இத்தியாதிகளுக்கான சிறப்புக் கையேடுகளும் இருந்தன.

களக் கையேடுகள்மீது ஆலிஸூக்கு அவ்வளவாக ஆர்வம் இல்லை யென்றாலும், அவை அபாரமானவை என்றே எண்ணிவந்திருந்தாள். களக் கையேடுகள் இலக்கியப் படைப்பிலிருந்து மாறுபட்டவையாய்த் தென்பட்டன. புனைவின் வனத்துக்குள் நடந்து செல்ல வழிகாட்டும் மோப்பத் தடங்கள் ஏதுமில்லை; அவற்றில் கூறியதுகூறல் பாவகரமானது. மனிதகுலத்தின் அடையாளம் காணும் திறனால் உருவானதே இயற்கை அறிவியல் என்று தோன்றினாலும், உலகின் எண்ணற்ற உயிரினங்களை வகைப்படுத்துவதற்கான கோட்பாடுகளை உருவாக்குவதும், அவற்றைப் பிரித்துக் காட்டும்போதே, அவற்றுக்குள் இருக்கும் நுட்பமான உடலியல் ஒற்றுமைகளை அழுத்திச் சொல்வதும் முக்கியம்.

களக் கையேடுகளில் கவித்துவமான அம்சமொன்று இருந்ததை உள்ளூர அறிந்திருந்தாள் ஆலிஸ். அவற்றை ஊன்றிப் படித்தால், மனிதகுலம் உலகத்தை அறிவதற்குப் பயன்படுத்தும் கோட்பாடுகள் எவையெவை என்பதை அடையாளம் காண்பதோடு, மனித இயல்பு பற்றியேகூடச் சில குறிப்புகளைத் தெரிந்துகொள்ளலாம். யார் கண்டார், ஒருகாலத்தில் குறிப்பிட்டவகையான கவிஞனாக டோட்டோ உருவெடுக்கலாம். இந்தப் பூச்சிகளுக்குக் கவிதைபோல் ஒலிக்கும் வரிகள் சிலவற்றை அவன் வழங்கியிருக்கவில்லை?

டோட்டோ வளர வளர இன்னும் அதிகமான உயிரினங்களை அடையாளம் கண்டான் என்று பட்டது ஆலிஸூக்கு. ஒவ்வொருமுறை அவர்கள் வெளியே செல்லும்போதும், டோட்டோ சற்று உயரமாக வளர்ந்தான்; சற்று முதிர்ந்தான். உலகத்தை அதன் வியக்கத்தக்க நுணுக்கங்களோடும், உச்சபட்ச சீர்மையோடும் துழாவியறிய ஆரம்பித்திருந் தான். டோட்டோ வாசித்த அதே புத்தகங்களை ஆலிஸூம் வாசித்தாள்; அதே பூச்சிகளை நினைவுகூர்வாள். தனக்குக் கேள்விகள் தோன்றும்போது மிங்குக்கு மின்னஞ்சல் அனுப்புவாள். தனியனான மிங், உடனடியாக பதில் அனுப்புவான். அவளால் சமாளிக்க முடியாத ஒரே விஷயம், மலையேற்றம் மட்டுமே. தண்ணீர் கொண்டு வருவதற்காக, ஊரைச் சுற்றிலுமிருந்த குன்றுகளில் அவளால் ஏறமுடியும். ஆனால், குறிப்பிட்ட அளவுக்குமேல் உயரமாய் இருக்கும் மலைகள் தொடர்பாக அவளுக்கு அச்சம் இருந்தது.

இரண்டாம் வகுப்புப் படிக்கும்போது டோட்டோவுக்கு நேர்ந்த ஒரு விபத்தை அவள் மறக்கவே மாட்டாள். புதருக்குள் விளையாடிக்கொண்டிருந்த

ஒரு நாளில், அவனைப் பாம்பு கடித்துவிட்டது. கடித்த பாம்பு என்ன இனம் என்பது தெரியாமல், முறிவு மருந்தூசி போடுவதற்குப் பல்வேறு மருத்துவமனைகளுக்கு அவனைக் கொண்டுபோனார்கள். அவற்றில் எதுவுமே பலனளிக்கவில்லை. கிட்டத்தட்ட ஒரு வாரம், நினைவிழந்து கிடந்தான். தான் கேள்விப்பட்டிருந்த கடவுளர் அத்தனை பேரிடமும், வலு முழுவதையும் கூட்டிப் பிரார்த்தனை செய்தாள் ஆலிஸ் – அவன் விழித்தெழும்வரை.

சிலசமயம் அவளுக்குத் தோன்றும், அந்தச் சந்தர்ப்பத்தில் அவன் நிஜமாகவே இறந்துவிட்டான் என்று. பின்னர் வெகுகாலத்துக்கு அவனை வெளிப்புற விளையாட்டுகளில் பங்கேற்க அனுமதிக்க மாட்டாள். ஆனால், டோட்டோ போன்ற ஒரு சிறுவனுக்கு இதுவொரு சித்திரவதையாகவே இருந்தது. அதைவிட முக்கியம், தாம் அதை ஆதரிக்கவில்லை. எத்தனை அபாயகரமானதாக இருந்தாலும், காட்டுக்குள் உயிர்தரித்திருப்பதற்கு டோட்டோ முடிந்த அளவு முயல வேண்டும் என்பதே அவன் எண்ணம்.

பூனைகள் தொடர்பான *சித்திரக் கலைக்களஞ்சியத்தைப்* புரட்டிக் கொண்டிருந்தாள் ஆலிஸ்; டோட்டோ இன்னமும் தன் பக்கத்தில் அமர்ந்து தன்னுடைய விளக்கங்களைக் கேட்டுக்கொண்டிருப்பதுபோலக் கற்பனை செய்தவாறு. இந்தக் கலைக்களஞ்சியம் கடைப்பிடித்த வகைப்படுத்தும் முறைமை மிகவும் சுவாரசியமானது. மேலுடலின் நீளத்தையும் முகத்தின் வடிவத்தையும் நீங்கள் சரிபார்த்து அறிந்துகொள்ள முடியும். பக்கங்களைப் புரட்டிக்கொண்டே போனபோதும், ஓஹியோவின் சாயல் உள்ள பூனையைக் காணமுடியவில்லை. பூனை மிகவும் குட்டியாக இருந்ததும், அவளுக்கென்று பிரத்தியேகமான காட்டும் அம்சங்கள் இன்னமும் தோன்ற வில்லை என்பதும்தான் காரணமா? “ஒரு சாதாரணமான, சின்னஞ்சிறு கறுப்பு வெள்ளை “மீ–க்கு–ஸ்ஸி”தான் இது” என்று சொன்னாள் அந்தச் செவிலி. “மிக்ஸ்” என்ற ஆங்கிலச் சொல்லுக்கான தோராய மாண்டரின் வடிவம் அது. கலப்பினம் என்பதே அதன் பொருள்.

ஆனால், ஆலிஸ் அறிந்தவரை, வீட்டுப்பூனைகளில் கலப்பினம் கிடையாது. பார்க்கப்போனால், எந்த ஒரு வீட்டுப்பூனை இணையும் கூடிக் கலந்து கலப்பினங்களின் குப்பையை உருவாக்க முடியாதா என்ன? ஜனங்கள் பூனைகளை இனங்களாகப் பிரிப்பதே அவற்றின் உலகத்தைப் புலனாய்வு செய்வதற்கும், பூனைகளில் ஏற்றத் தாழ்வுகளை உண்டாக்கவும்தானோ என்று தோன்றியது. அந்த வழிமுறையின் தர்க்கம் மனிதவயமானது. பூனைகளுக்கோ, அவற்றின் பிரத்தியேக தர்க்கமும், தரவரிசையும் உண்டு. தமது சொந்த விதிகளின்படி அவை விளையாடின.

ஆக, இயற்கை பற்றிய அனுமானங்கள் அனைத்தும், உண்மையில் இயற்கையின் விதிகளேதானா? அல்லது வெறும் மனித விதிகளா?

அட, இது ஒருவகையில் ஆலிஸின் இலக்கியப் பயிற்சி அவளை இடறி வீழ்த்தும் மொழியியல் குப்பைச் சுழி. இப்படி அவள் உணருவதற்கு

முன்பாக, மத்தியானப் பொழுது முழுவதும் பூனைகள் பற்றிய சித்திரக் கலைக்களஞ்சியத்தையும் அலமாரியில் இருந்த பிற களக் கையேடுகளையும் புரட்டிப் பார்ப்பதிலேயே கழிந்துவிட்டது. இப்போது அவளுக்கு ஓர் உணர்வு தட்டியது: உலகமே ஒரு களக் கையேடு மாதிரித்தான் தொகுக்கப் பட்டிருக்கிறது – தான் உணர்ந்தவிதமாக அல்ல. உலகம் தற்செயல் நிகழ்வுகளால் நிரம்பியது என்று ஓர் இளம்பெண்ணாக இருக்கும்போது தான் கருதியது தவறாகவேகூட இருக்கலாம். உலகம் என்பதே சீராகவும், நுட்பமாகவும் வடிவமைக்கப்பட்டதாக இருக்கலாம்; உண்மையில் அனைத்துமே தலை விதியின் திருகலாக இருக்கலாம்.

அடுத்த நாள், ஓஹியோவைக் கவனித்தபடி வீட்டிலேயே இருந்தாள் ஆலிஸ். இமைகள் கனத்து மூடியிருக்க, அங்கங்கள் ஊசலாட, ஓஹியோ புத்தக அலமாரியில் தூங்குவதை; ஜன்னல்வழியாக உள்ளே பறந்துவந்த இலைப்பூச்சியின் அருகில் ஓஹியோ பம்மிப் பம்மிச் செல்வதை; மிகுந்த கவனத்துடன் தன் அகலமான வட்டக் கண்களை முழுக்கத் திறந்து ஆலிஸை ஓஹியோ உற்றுப் பார்ப்பதை என்று ஒரு பூனையின் பல்வேறு நடவடிக்கைகளைச் சும்மா அவதானிப்பதில் அவ்வளவு தூரம் மூழ்கிப் போக முடியும் என்று அவள் நினைத்தே பார்த்ததில்லை.

“பிரமாதம்.” என்று பெருமூச்சு விட்டாள் ஆலிஸ். ஒரு பூனையை வளர்க்கும்போது, எல்லாமே மாறியாக வேண்டியிருக்கிறது. குழந்தையைப் பேணுவது மாதிரித்தான். அன்று சாயங்காலம், தன் கைகளுக்குள் ஓஹியோவைப் பொதிந்துகொண்டு உறங்கினாள். ஓஹியோ சீறிக்கொண்டே இருந்தது – அது என்ன கனவு கண்டதோ, யாருக்குத் தெரியும். ஆனால், அன்று பின்னிரவில், தானே ஒரு கனவு கண்டாள்.

இப்படித் தனியாகவே இருந்துகொண்டிருப்பதைச் சகிக்க முடியாமல், ஒரு மாதம் முன்புதான் ஜப்பான் சென்றுவந்தாள் ஆலிஸ். “கனவுகளைப் பறித்தெடுக்கும்” சிகிச்சைக்காக. கனவுகளைப் பறித்தெடுத்தல் என்பது, பல வருடங்களுக்கு முன்பு, அனைத்துலக உயர்நிலைத் தொலைதொடர்பு ஆய்வகத்திலுள்ள கணக்கீட்டு நரம்பியல் சோதனைச்சாலையின் இயக்குநரான பேராசிரியர் யுகியாஸு காமிட்டானி தலைமை வகித்த குழு ஒன்று உருவாக்கிய தொழில்நுட்பம். காந்த ஒத்ததிர்வுத் தோற்றுருவாக்கத்தை (எம் ஆர் ஐப் பயன்படுத்தி மனிதர்களின் கனவுகளை அவர்கள் பதிவு செய்தனர். ஆரம்பத்தில், மூளைச் செயல்பாடுகளை ஜியோமித வடிவங்களாகவே அவர்களால் காட்சிப்படுத்த முடிந்தது. சிறுகச் சிறுக கனவலைகளின் தரவுகளை பிம்பங்களாக ஆக்கிக் காட்டினர். அந்த பிம்பங்கள் புகைப்படங்களோ, சலனப்படங்களோ அல்ல – காட்சியலைகள் இல்லாத தொலைக்காட்சித் திரையில் தோன்றும் புதிரான வடிவங்கள்.

ஆனால், இந்தச் சிகிச்சைமுறை தெருவில் போகும் எவரொவருக்கும் கிடைக்கக்கூடியது அல்ல. அது ஒரு மருத்துவ சிகிச்சை. எனவே, ஒரு மருத்துவ நிபுணரின் சிபாரிசுடன் மட்டுமே மேற்கொள்ளப்படுவது. காற்றலையிலும், இணையத்திலும் மண்டிக் கிடக்கும் கனவு விளக்க

சமாசாரங்களுக்கு எதிர்நடவடிக்கையாகவே இந்த ஆராய்ச்சியை மேற்கொண்டார் காமிட்டானி. ஆனால், இந்தச் சேவையைத் தாம் வழங்க ஆரம்பித்தபிறகு, தொலைக்காட்சி மற்றும் இணையத் தயாரிப்பாளர்கள் தன்னைப் பிரதியெடுத்து தங்களுடைய பிரத்தியேக "கனவைப் பறித்தெடுத்தல்" காட்சிகளை நடத்துவார்கள் என்று அவர் எதிர்பார்த்திருக்கவில்லை. அவரால் செய்ய முடிந்தது, இந்த மாதிரியான பிம்பங்களின் பயன்பாட்டைக் கட்டுப்படுத்தும் சட்டம் கொண்டு வருவதற்கான பிரச்சாரத்தை நடத்துவது மட்டுமே. ஆனால், அதற்குள்ளேயே சூழ்நிலை வெகுவாகக் குழம்பிப்போய் விட்டது. சொல்லப்போனால், இந்த நாளில், இந்த யுகத்தில் யாருக்குமே பறித்துப் பற்றிக்கொள்ள ஏதாவது வேண்டித்தானே இருக்கிறது.

ஆலிஸுக்கு இந்தச் சிகிச்சையை அறிமுகப்படுத்தியது, ரெய்க்கோ மட்ஸுஸாக்கா. டோக்கியோ பெண்கள் பல்கலைக்கழகமொன்றில் மொழிபெயர்ப்பாளராகவும், பேராசிரியாகவும் பணியாற்றியவள். பல வருடங்களுக்கு முன், ரெய்க்கோவும் ஆலிஸும் மிங்கின் நாவலொன்றை ஜப்பானிய மொழிக்கு மொழிபெயர்க்கக் கூட்டாகப் பணியாற்றியிருந்தார்கள். இலக்கியத்தில் பேரார்வம் கொண்டவர்களான இரண்டு இளம் அறிஞர்களும் இணையவழி நண்பர்கள் ஆனார்கள். சீன – ஜப்பானிய மொழிபெயர்ப்பின் நுட்பங்கள் பற்றி விவாதிப்பதற்காகத் தொடர்பு கொண்டார்கள். உதாரணமாக, தைவானியச் சொலவடையான "பெரிய வண்டியாய்ச் செய்துவிடுவது" என்பதை ரெய்க்கோவால் புரிந்துகொள்ள முடியவில்லை. தைவானியர்கள் எப்படிச் சிறிய சரக்கு வண்டிகளை வாங்கி, அதன்மூலம் பணக்காரர்கள் ஆக முயன்றார்கள் என்பதை விளக்கினாள் ஆலிஸ். ரெய்க்கோவின் சார்பாக, அந்த வண்டியின் என்ஜின் எத்தனை கன அடி உள்ளதாக இருக்கும், எந்த மாடலாக இருக்கவேண்டும் என்றெல்லாம் நாவலின் ஆசிரியரிடம் கேட்டறிந்தாள். ஆண் பாத்திரங்கள் பற்றிய தகவல்களையும் அனுமானித்துச் சொன்னாள் ஆலிஸ் – ஏனெனில், ஜப்பானிய ஆண் 'நான்' என்று சொல்வதில் பல தினுசுகள் உண்டு என்று ரெய்க்கோ சொல்லியிருந்தாள். சீன மொழியில் இருப்பதைவிடவும் பலமடங்கு சிக்கலாக இருக்கும் விஷயம் அது.

சக அறிஞர் ஒருவர் மூலம் ஆலிஸின் நிலையைக் கேள்விப்பட்ட ரெய்க்கோ, ஸ்கைப்பில் அவளை அழைத்தாள். முதலில், அந்த சிகிச்சையைப் பொருட்படுத்தவே விரும்பவில்லை ஆலிஸ். ஆனால், பின்னர் ரெய்க்கோ சொன்ன ஒரு சங்கதி அவள் மனத்தை மாற்றிவிட்டது. "கனவைப் பறித்தெடுத்தல் சிகிச்சை உன்னுடைய பிரச்சினைகளுக்குத் தீர்வளிக்காமல் போகலாம்; ஆனால், ஏகப்பட்ட பேருக்கு, தங்கள் வாழ்க்கை இன்னமும் வாழத்தகுதியானதுதான் என்பதற்கான சிறுசிறு தடயங்களை அல்லது விஷயங்களைக் கண்டறிய உதவுகிறது"

பலவருடங்கள் கடிதத் தொடர்பு கொண்டிருந்தாலும், ஆலிஸ் டோக்கியோவுக்குப் போனபோதுதான் இருவரும் முதன்முறையாக நேரில் சந்தித்தனர். ரெய்க்கோவுக்கு வட்ட முகம். மத்திமமான உடல்பருமன்.

முழுக்க ஜப்பானியத்தனமான புன்னகை கொண்டவள். சற்றே அதீதமான உணர்ச்சிப்போக்குடையவள். ப்ளாஸ்டிக் வார்ப்பட ஃப்ரேம் கொண்ட கண்ணாடி அணிந்திருந்தாள் (கையால் வளைத்துச் செய்யப்பட்ட, விலை அதிகமான கண்ணாடி என்று மட்டுமே ஆலிஸால் புரிந்துகொள்ள முடிந்தது) அத்துடன், சற்றே கவர்ச்சியான மீன்வலைக் காலுறைகளும் அணிந்திருந்தாள். இந்த அலங்காரம் கொஞ்சம்கூட ஒன்றுடன் ஒன்று பொருந்தவில்லை என்று ஆலிஸுக்குப் பட்டது. மீன்வலை உடுத்தித் திரியும் அறிஞர்கள் அதிகம் பேர் இருக்க மாட்டார்கள், இல்லையா?

சிகிச்சைக்கு ஒரு வாரம் தேவைப்படும். முதல்நாளில், உளவியலாளர் ஒருவருடனான அமர்வு ஏற்பாடு செய்யப்பட்டது. அன்று சாயங்காலம், ஐந்து நட்சத்திர ஓட்டல்போல இருந்த மருத்துவமனையிலேயே தங்கினாள் ஆலிஸ். ஒரே வித்தியாசம், மெத்தையிலும் தலையணையிலும் மூளை அலைகளைக் கண்டறியும் கருவிகள் பொருத்தப்பட்டிருந்தன. இரண்டாம் மூன்றாம் நாட்களில், ஏதோ விடுமுறையைக் கழிக்க வந்தது போலவே இருந்தது. யோயோகி பூங்காவுக்கும், உயெனோ மிருகக்காட்சி சாலைக்கும் மறுவிஜயம் செய்தாள். டமாகாவா மிருகக்காட்சி சாலைக்கும் திரும்பவும் போக விரும்பினாள் – டோட்டோவை அவள் அங்கேதான் எடுத்துக்கொண்டாள் – ஆனால், துரதிர்ஷ்டவசமாக அது மூடப்பட்டிருந்தது. தப்பியோடும் விலங்குகள் தொடர்பான சோதனைப் பயிற்சி ஒத்திகைக்காக. நாலாவது நாள், ஆலிஸின் கனவுப் பரப்பிலிருந்து முதல் மூன்று நாட்களில் கிடைத்த தரவுகள் தொகுக்கப்பட்டன.

தனது கனவுப்பரப்பைப் பார்த்த மாத்திரத்தில், தான் இங்கு வந்தது பற்றி விசனப்பட்டாள் ஆலிஸ். திரையில் தெரிந்த புள்ளிகளுக்கும் கோடுகளுக்குமான அர்த்தம் மருத்துவருக்கோ, தொழில்நுட்பப் பணியாளருக்கோ புரியவில்லை. ஆலிஸுக்குப் புரிந்தது. ஞாபகம் வேலை செய்யும் விதம் அது: பலசமயம், ஒன்றின் அர்த்தம் என்ன என்பதை உங்களால் மட்டுமே அடையாளம் காணமுடியும். கனவுப் பரப்பைப் பார்த்த பிறகு, அனுபவம் வாய்ந்த ஆலோசகர் ஒருவருடனான அமர்வு இருப்பதுதான் வழக்கம். ஆனால், ஆலிஸ் ரெய்க்கோவுக்கு வந்தனம் சொல்லிவிட்டு தைவானுக்கு விமானமேறிவிட்டாள்.

விமான நிலையத்துக்கு வழியனுப்ப வந்த ரெய்க்கோ, அவள் ஏன் அவ்வளவு அவசரமாக ஊர்திரும்புகிறாள் என்று கேட்கவில்லை. மிக உயர்ந்த விலை கொண்ட, கண்ணைக் கவர்கிற, இறுக்கமான ஊதாநிறக் கால்சராய்க்கு மாறியிருந்தாள் ரெய்க்கோ என்பதை மட்டும் ஆலிஸ் கவனித்தாள்.

டோக்கியோ மருத்துவமனையில் அவர்கள் பதிவுசெய்த கனவிலிருந்து விழித்தாள் ஆலிஸ். தூக்கம் முழுக்கக் கலையாமலே, படுக்கைக்கு மேலே இருந்த சுவர்க் கடிகாரத்தில் நேரம் பார்த்தாள். அதிகாலை நான்கு மணி. ஓஹியோ ஆழ்ந்த தூக்கத்தில் இருந்தது. பூனைகளுக்கு இவ்வளவு தூக்கம் தேவைப்படுமா! தான் தள்ளிவிட்ட மின்னணுப் புகைப்படத் தொகுப்பின் அருகே உறங்கிக்கொண்டிருந்தது. டோட்டோவின் குழந்தைக்காலப்

புகைப்படத்துடன் தொடங்கும் தொகுப்பு அது என்பது ஆலிஸுக்குப் பார்க்காமலே தெரிந்தது. ஓஹியோவை எழுப்பிவிடாமல் எடுக்கக் கை நீட்டினாள் ஆலிஸ். ஆனால், அதை எட்ட முடியவில்லை. தனது மனத்தின் கண்களில், நன்கு அறிந்திருந்த பிம்பங்களை ஓட்டிப் பார்க்க மட்டுமே முடிந்தது.

சட்டென்று, எங்கோ இருக்கும் மரணமற்ற உலகில் டோட்டோ அடைபட்டிருக்கக் கூடும் என்று தோன்றியது. புகைப்படத்தில் இருப்பது போலவே அவன் உயிருடன் இருக்கலாம்; மரணம் நுழையவே முடியாத ஓர் இடத்தில். அப்படியோர் இடத்தில்தான் டோட்டோ இருக்கிறானா, வகைமாதிரிகள் வைத்திருக்கும் தன் பெட்டியைச் சுமந்துகொண்டு? தான் முன்னர் பார்த்திராத ஒன்றைத் தேடிக்கொண்டிருக்கிறானா?

IV

VI

8

ரசுலா, ரசுலா, நீ நிஜமாகவே கடலுக்குள் செல்வாயா?

அட்டிலெ'ய் கடலுக்குள் போவதற்கு முன்பு, ஒரு சீசா நிறைய அருமையான *கிக்கி'யா* ஓயின் தயாரித்திருந்தாள் ரசுலா. நயமான உள்ளூர்ச் சரக்கு. ஒரு குறிப்பிட்ட வகைக் கிழங்கின் வேர்த்தண்டுப்பகுதியைத் தங்கள் வாய்களில் நொதிக்க வைத்து, பெண்களும் குழந்தைகளும் தயாரிக்கும் பிசுபிசுப்பான மது. இந்தத் தயாரிப்பு முறையில், சிலசமயம், மூன்று நாட்கள் மென்றுகொண்டேயிருக்க வேண்டிவரும். மெல்லுபவருடைய உமிழ்நீரின் சேர்மானத்தை, மணத்தைப் பொறுத்து ஓயினின் ருசியும் வேறுபடும். ரசுலாவின் வாய்க்குள் தயாரான கனிந்த ஓயின், தீவின் புகழ்பெற்ற ஒன்றாய் இருந்தது – அவள் சிறுமி என்பதால். கிழங்கின் மாவுச்சத்தும், அவளுடைய உமிழ் நீரும் கலந்து, ஆண்களை வசீகரிக்கும் நறுமணத்தை உருவாக்கின. உங்களை போதையில் ஆழ்த்துவதற்குப் பதிலாக, விவரிக்கவே முடியாத படபடப்பைத் தூண்டுவதாக இருக்கும் அது. அதை அருந்திய சில ஆண்கள், தங்களுடைய எதிர்காலமே கண்முன் தோன்றி மறைந்ததாகக் கூடத் தெரிவித்தனர்.

அட்டிலெ'ய் தனது விதையை ஊன்றிய பிறகு, அவனுக்காக மென்று தான் தயாரித்திருந்த ஓயினை எடுத்துக் கொடுத்தாள். தன்னுடைய மணமும், பார்வையும், அந்தரங்க பாகங்களின் வெதுவெதுப்பும் நினைவிலிருக்கும் விதமாக நிதானமாய் அதை அருந்தும்படிச் சொன்னாள்.

ஆனால், இப்போது அட்டிலெ'ய் எங்கே இருக்கிறான்?

தீவிலிருந்த ஆண்கள் அனைவருக்குமே ரசுலாவின்மீது ஆசை உண்டு; ஆனால், அவளை அணுகும் தைரியம் யாருக்கும் இல்லை. அவளுடைய தகப்பன் யாரென்று யாருக்குமே தெரியாது. அவளுடைய *யினா*வான (*வயொ வயோ* மொழியில், தாயார் எனப் பொருள்படும் சொல்) சாலியா அந்தத் தீவின் ஆகச் சிறந்த நெசவாளி. ஆனால், கணவன் என்ற பாதுகாப்பு இல்லாததால், தனக்கென ஒதுக்கப்பட்ட நிலம் இல்லை அவளுக்கு. பெண்கள் கடலுக்குள் செல்லவும் அனுமதி கிடையாது. நிலத்தை, மீனை, உயிர்வாழத் தேவையான இன்ன பிற பொருட்களை அடைய அவளுக்கிருந்த ஒரே மார்க்கம், கிராமத்தில் பொதுச் சேவை செய்வது. தீவினருக்கான உப்புப்புல் செருப்புக்களைப் பின்னித் தருவதையே பிரதானமான வேலையாகச் செய்துவந்தாள்.

காடுகளில் தாவரக்கொடிகளைப் பொறுக்குவதிலும், கடலோரம் உப்புப்புற்களைச் சேகரிப்பதிலும் சாலியாவுக்கு உதவியாய் இருந்தாள் ரசுலா. கொடிகள் காலணிகளின் அடிப்பாகத்துக்கு; உப்புப்புல், மேற்பகுதிக்கு. சாலியாவின் நெய்யும் திறமை காலணிகளோடு நின்றுவிடவில்லை; அவளால் மீன்வலைகளும் நெய்ய முடியும். தீவைச் சுற்றிலுமிருந்த நீர்ப்பரப்பில் திரிந்த, மீன்களிலேயே வலிமை வாய்ந்த *இமா இமா* மீன்கூட அவளுடைய வலைகளிலிருந்து தப்ப முடியாது. தீவு முழுமைக்கும் தேவையான மொத்த வலைகளையும் இத்தனை ஆண்டுகளில் சாலியாவே நெய்து முடித்திருப்பாள்.

நாள்முழுவதும் கடினமாக உழைத்து மீன் பிடித்துத் திரும்பும் ஆண்கள், பெரும்பாலும் சாலியாவின் வீட்டைக் கடந்து சுற்றுவழியில் செல்வார்கள். வீட்டைப் பழுது பார்க்கும் வேலைகளில் உதவுவார்கள். ஓரிரு மீன்களையோ, கடல் வெள்ளரியையோ ருசியான ஆக்டோபஸ்ஸையோ கொடுத்துவிட்டுப் போவார்கள். தனக்கு முதன்முறையாக மாதவிடாய் கண்ட பிறகுதான் ரசுலாவுக்குத் தெரியவந்தது – அவர்கள் வந்து செல்வது வெறும் காலணிகளுக்காகவோ, மீன் வலைகளுக்காகவோ, கதைகள் சொல்லும் ஆசைக்காகவோ மட்டுமல்ல, தன் தாயாரின் கரங்களுக்காகவும்தான் என்று. தாயாரின் கரங்களைப் பற்றிய அவர்களது பாராட்டுமொழிகளை ரசுலா கேட்டிருக்கிறாள்:

> வைக்கோலுக்கு உயிர்கொடுப்பவை அவை;
> மூர்க்கமான பனிப்புயலையும் தணித்துவிடுபவை.

இளமைக்காலத்தில் சாலியாவும் ரசுலாவைப்போலவே அழகியாய் இருந்தாள். இவளைவிடவும் வனப்புடன் இருந்தாள் என்றும் சொல்லலாம். ஏனெனில், தூய *வயோ வயோ*விய அழகு சாலியாவுடையது. *வயோ வயோ* மொழியில் *சாலியா* என்றால், "நயமிக்க, டால்ஃபின் போன்ற வளைவுகொண்ட முதுகுத்தண்டு" என்று பொருள். கன்னியாய் இருந்த போது, கடற்கரையில் கிராமத்துக்கு எதிர்ப்புறமாய்ப் பார்த்தபடி, கூந்தலை முதுகில் தவழவிட்டு அமர்ந்தாளானால், தீவின் இதயமே வெடித்துவிடும்.

நிலாவைச் செந்தூக்காய்த் தூக்கியபடி பறக்கும் கடற்குருவிகளை வேடிக்கை பார்ப்பதும், புதிதாக உதிர்ந்த நண்டு ஓடுகளைச் சேகரிப்பதும் ரசுலாவுக்குப் பிடித்தமான காரியங்கள். ஆனால், தற்போது அவள்

காயம்பட்ட சிறகுகளோடிருக்கும் கடற் பறவைபோல ஆகியிருந்தாள். கடலை வெறித்துப் பார்த்துக்கொண்டிருக்கும், தீவை விட்டு நீங்க முடியாத, கடற்பறவைபோல. அவள் படும் வேதனை என்ன என்பதை சாலியாவால் முழுக்கப் புரிந்துகொள்ள முடிந்தது. சாந்தமாகத் தன் குழந்தையை அவதானித்துக்கொண்டிருந்தாள் – அவளுடைய ஆன்மாவுக்குள் இன்னொரு சின்னஞ்சிறு உயிர்ப்பொறி உதித்துவிட்டதோ என்ற ஐயத்தோடு.

தான் நேசித்த ஆண்மகனோடு வாழ்நாள் முழுவதையும் கழிக்கவியலாமல் போவது, *வயோ வயோ*வின் பெண்கள் பலருக்கும் விதிக்கப்பட்ட தலையெழுத்துதான். ஆனால், அவனுடைய குழந்தையைச் சுமப்பது, *கபாங்*கின் கருணையேதான். ஏனென்றால், அது ஒரு ஆண்குழந்தையாய் இருக்கலாம்; ஆண்குழந்தை என்பது, ஒரு புதிய வாழ்க்கையை அவர்கள் ஆரம்பிக்க உதவக்கூடியது.

ஒருநாள், தாயும் மகளும் வாசல்படியில் அமர்ந்து காலணிகள் தைத்துக் கொண்டிருக்கும்போது, திடீரென்று ரசுலா ஆரம்பித்தாள்:

"யினா, பெண்கள் கடலுக்குப்போக அனுமதியில்லையே, ஏன்?"

"மூத்தோர் வகுத்த சட்டம் அது. இயற்கையின் விதி. பெண்கள் கடற்கரைக்கு கிளிஞ்சல் பொறுக்கப் போகலாம்; அவ்வளவுதான். அதிலும்கூட, முதுகெலும்பு உள்ள கிளிஞ்சல்களைத் தொடவே கூடாது என்பதை மறந்துவிடாதே."

"இந்த விதியை எதற்காக உருவாக்கினார்கள்? யாராவது மீறினால் என்ன ஆகும்?"

"ஓ, என் பிரிய நானா, (மகள் என்பதற்கான *வயோ வயோ*வியச் சொல்) உனக்கே தெரியுமே, இந்த விதியை மீறுகிறவள் முதுகெலும்புள்ள முள்ளெலியாக மாறிவிடுவாள் – யாருமே அவளை நெருங்கத் துணிய மாட்டார்கள்."

"முதுகெலும்புள்ள முள்ளெலியாக யாராவது மாறுவதை நிஜமாகவே நீ பார்த்திருக்கிறாயா?"

"முள்ளெலிகள் எங்கெங்கும் இருக்கின்றன."

"இல்லை யினா, நான் என்ன கேட்டேனென்றால், நிஜமான, உயிருள்ள ஒருவர் முள்ளெலியாக மாறுவதை நீ எப்போதாவது பார்த்ததுண்டா?"

"இல்லை நானா. வேறு யாரும்கூடப் பார்த்திருக்க மாட்டார்கள். ஏனென்றால், இந்த மாற்றம் நேர்வதற்கு முன்பாகவே அவள் கடலுக்குள் மூழ்கியிருப்பாள்."

"நான் உன்னை நம்பவில்லை, யினா." நீண்ட பெருமூச்சு விட்டாள் ரசுலா. அவள் பார்வை தொலைதூரத்தில் படிந்திருந்தது. சாலியா ரசுலாவைப் பார்த்தாள்; அவளுடைய பெருமூச்சுக்குத் தன்னுடைய இதயத்தினுள் பதில் பெருமூச்சு விடுத்தாள். என் மகளே, இப்படி

ஒரு ஜோடி முத்துக் கண்களை நீ அடைய வேண்டும் என்று நான் விரும்பியிருக்கவில்லை – என்று எண்ணியபடி.

“நான் உன்னை நம்பவில்லை யினா. எனக்கே எனக்கு என்று ஒரு *தலவாக்கா* கட்டப்போகிறேன்.”

“என்ன? ம்ஹூம், நீ கட்ட முடியாது. பெண்பிள்ளைகள் தமக்கென்று *தலவாக்கா* கட்டிக்கொள்ளக் கூடாது.”

“எனக்கு ஒரு *தலவாக்கா* கட்ட வேண்டும்.”

ரசுலா ஒரு முடிவெடுத்துவிட்டால், கடலின் தரையில் பதிந்த பாறைபோல அசைக்கமுடியாதவளாகிவிடுவாள் என்று சாலியா அறிவாள். எனவே, மேற்கொண்டு எதுவும் பேசவில்லை.

ஆண்மகன் ஒருவன் *தலவாக்கா* கட்டும்போது, அருகில் நின்று அமைதியாகக் கவனித்துக்கொண்டிருப்பாள் ரசுலா. சிலசமயம் நலெ’ய்டாவுடன் அரட்டையடிக்கும்போது, *தலவாக்கா* கட்டுவதன் நுட்பங்கள் பற்றி ஏகப்பட்ட கேள்விகள் கேட்பாள். நலெ’ய்டாவுக்குத் தன்மீது ஆழமான காதல் உண்டு என்பது அவளுக்குத் தெரியும். அட்டிலெ’ய்யின் குழந்தையை அவள் கருவுற்றிருந்தால், அட்டிலெ’ய்யின் மூத்த சகோதரனாக அவளைப் பேணும் பொறுப்பு அவனையே சேரும். *வயோ வயோ*வின் இன்னொரு நியதி இது. ஆனால், அவளுக்கு நலெ’ய்டாவின்மீது காதல் இல்லை. அட்டிலெ’ய்யும் நலெ’ய்டாவும் *யிகாஸா*வும் (சூரியன்) *நலூஸா*வும் (சந்திரன்) போன்றவர்கள். அவள் அட்டிலெ’ய்யின் உஷ்ணமான மனநிலையைத்தான் நேசித்தாள்; நலெ’ய்டாவின் சந்திர இயல்பை அல்ல. தான் என்ன உணர்கிறாள் என்பது குறித்து அவள் ஏதும் செய்வதற்கில்லை. ஆனால், அவளுடைய இதயத்தை கடலுக்கு எதிராகத் திருப்ப யாராலும் முடியாது. பின்னந்தி வேளையில் நலெ’ய்டா தன்னைப் பார்க்க வருவதற்கு அனுமதித்தாள்; காரணம் அவன் சொல்லும் கடல் கதைகளைக் கேட்பதில் அவளுக்கு விருப்பம் உண்டு; கடலில் படகு செலுத்துவது பற்றி இன்னமும் நிறைய அவனிடம் கேட்டுக்கொள்ள வேண்டும்.

ஆனால், அவன் சம்பந்தமான இன்னொன்றையும் ஒப்புக்கொள்ளத்தான் வேண்டும்: மூக்கைத் தவிர, பிற அம்சங்கள் அனைத்திலும் அட்டிலெ’ய் போலவே தோற்றமளிக்கும் நலெ’ய்டா, உருப்படியாகப் பேசுவான். “கடலைப் பற்றிக் கற்றுத்தர முடியாது; உன் சொந்த வாழ்க்கையைக் கொண்டு நீயே கற்க வேண்டும்.” என்பான். பிரம்மாண்டமான மீனை மீனவன் விரும்புவது போலவே, ரசுலாவை நலெ’ய்டா நேசித்தான். இருந்தாலும், பெண் விருந்தாளிகளை *தலவாக்கா*வில் இட்டுச் செல்வதற்கு எதிரான நம்பிக்கையை உடைக்கும் துணிச்சல் அவனுக்கு இல்லை.

யாரிடமும் சொல்லாமல், தானே கட்டுமானப் பொருட்களை சேகரிக்கவும் தயார் செய்யவும் தொடங்கினாள் ரசுலா. வீட்டிலிருந்து கணிசமான தொலைவில் காட்டுக்குள் இருந்த ஓர் இடத்தை சமன் செய்தாள். இன்னமும் முழுக்க உருவாகாத, சிசுப்பருவத்தில் இருந்த

*தலவாக்கா*வைப் பகல் பொழுதில் மூடிவைத்தாள். ரகசியமாக அதை உருவாக்குவதற்காக இரவில் மட்டுமே அங்கே வருவாள். நெய்வது கடினமாய் இல்லை; சாலியாவின் லாகவமான கைகள் அவளுக்கு வாய்த்திருந்தன. பெரிய கிளைகளைக் காட்டுக்குள்ளிருந்து நகர்த்துவது மிகவும் கடினமாய் இருந்தது. கைகளிலும் கால்களிலும் சிராய்ப்புகளுடனும், மேலதிகப் பொறுமையுடனும் அதைச் செய்தாள். ரசுலாவின் *தலவாக்கா* உருவெடுத்து வந்தது. கடல் முள்ளெலியின் எலும்பிலிருந்து உருவாக்கிய அரத்தைப் பயன்படுத்தி, இறுதிக்கட்ட வேலைகளைச் செய்தாள். கடலில் செல்லும் அட்டிலெ'ய்யின் சித்திரத்தை மேல்பலகையில் செதுக்கினாள்.

தீவு சிறியது. ஆனாலும், உச்சபட்ச ரகசியத்துடன் எல்லா வேலைகளையும் செய்தாள் ரசுலா. எனவே, கடலுக்குள் போகும் அவளுடைய திட்டம் யாருக்குமே தெரியாமல் இருந்தது. நலெ'ய்டா காதலால் கண்ணிழந்திருந்தான். அந்த வீட்டுக்கு விஜயம் செய்த மற்றவர்களின் பார்வையை, தகிக்கும் காமம் மறைத்தது. இந்த விவகாரத்தை அறிந்த ஒரேயொரு ஜீவனான சாலியா மௌனம் அனுசரித்தாள் – ரசுலா தானே விட்டுவிடுவாள் என்ற நம்பிக்கையில். ரசுலாவின் நிலையிலிருந்தும், வாசனையிலிருந்தும் அவள் கருவுற்றிருப்பதை அறிந்திருந்தாள். குட்டி அட்டிலெ'ய் தனக்குள் இருப்பதைக் கண்டறியும்போது தானாகவே விட்டுவிடுவாள் என்று அனுமானித்துக்கொண்டாள்.

நிலவு மூன்றுமுறை இறந்து மறுபடியும் உயிர்பெற்றது. அடுத்த நாள் அதிகாலையில் போர்வைக்கடியில் நுழைந்து தாயிடம் சொன்னாள்: "யினா, நாளைக்கு நான் கடலுக்குள் போகிறேன்."

"கடலுக்குள்ளா போகிறாய்?'

"ஆமாம். என்னுடைய *தலவாக்கா* தயாராகிவிட்டது. கடலைப் பற்றிப் பல கதைகள் கேள்விப்பட்டிருக்கிறேன். அட்டிலெ'ய் என்னுடைய ஆசிரியர். நலெ'ய்டாவும்தான். இருவரும் எனக்கு நன்றாகக் கற்றுத்தந்திருக்கிறார்கள். கடலுக்குள் போனதே கிடையாது என்றாலும், அதன் வழிகளை நான் அறிவேன். இப்போது நான் விழைவதெல்லாம், பாதுகாப்பாகவும், ஆரோக்கியமாகவும் இருக்கும் அட்டிலெ'ய்யை நான் காண்பதற்கான உனது ஆசிகளும் பயணத்துக்கான உணவும்தான்."

"அட்டிலெ'ய் இறந்து போய்விட்டான் நானா."

"அவன் இறக்கவில்லை. எனக்குத் தெரியும். உள்ளூர நான் உணர்கிறேன்."

"நானா, உன்னுடைய உடம்புக்குள் ஒரு குட்டி ஆன்மா இருப்பதை உணர்கிறாயா? அட்டிலெ'ய் உன் அடிவயிற்றில் இருக்கிறான்."

"எனக்குத் தெரியும் யினா. என்னுள் வளரும் அட்டிலெ'ய்யை அட்டிலெ'ய்யிடம் காட்ட விரும்புகிறேன்."

"அட்டிலெ'ய் எங்கே இருக்கிறான் என்பது உனக்குத் தெரியுமா நானா?"

"கடலில்தான் எங்கோ இருக்கிறான் என்று எனக்குத் தெரியும்."

“கடல் மிகவும் பெரியது நானா. உன்னையே அழித்துக்கொள்கிறாய். உன் அடிவயிற்றில் இருக்கும் அட்டிலெ'ய்யையும் மரணத்தை நோக்கி இழுத்துச் செல்கிறாய்.”

“நேசமில்லாத இந்தத் தீவில் உயிரோடு இருப்பது, மரணத்துக்குச் சமம் என்று உனக்கே தெரியும், யினா.”

“உன்மீது எனக்குப் பிரியமில்லை என்று நினைக்கிறாயா நானா?”

ரசுலா அழவில்லை. மூழ்கிக்கொண்டிருக்கும் கப்பலைப் போல அவள் மேலும் மேலும் கனத்துவந்தாள். உள்ளே பாயும் நீர், வெளியேறவில்லை.

“மன்னித்துவிடு யினா, என்னை மன்னித்துவிடு.”

இராமத்தவரை வைத்து ரசுலாவைத் தடுத்திருக்க முடியும் சாலியா. அவள் அப்படிச் செய்யவில்லை. தன் மகளைக் கட்டுப்படுத்தினால் கண்முன்னே கரைந்து போவாள் என்பது அவளுக்குத் தெரியும். இருக்கட்டும் இருக்கட்டும், ரசுலா கடலில் சாகவேண்டும் என்பது *கபாங்*கின் ஏற்பாடு போலும்; சமுத்திர அலையே அவளுக்கான சமாதி.

வற்புறுத்துவதை விட்டுவிட்டாள் சாலியா. மறுநாள் நள்ளிரவில் *தலவாக்கா*வைக் கடற்கரைவரை நகர்த்திச்செல்ல உதவி செய்தாள். தள்ளும்போதே தன்னுடைய ஆன்மா மணலில் புதைகிற மாதிரி உணர்ந்தாள். நிலவொளியில் யாரோ கடற்கரையில் நின்றிருப்பதைப் பார்த்து இருவரும் அதிர்ச்சியடைந்தனர்.

கடல் முனிதான் அது. கடலைப் பற்றி கடல் முனி அறியாத எதுவும் இல்லை என்பது வெளிப்படை. சூழ்நிலை கட்டவிழ்வதைக் கவனித்துக்கொண்டிருந்தார் அவர்; அதன் போக்கில் நடக்கட்டும் என்று விட்டுவைத்திருந்தார். அருகில் வந்து, ரசுலாவும் சாலியாவும் *தலவாக்கா*வைக் கடலுக்குள் தள்ளுவதற்கு உதவி செய்தார். மாபெரும் மீனொன்றின் தலையோட்டைக் கலத்தின் முன்பகுதியில் பொருத்தி *மனா* என்ற ஆசீர்வாதச் சடங்கை நிகழ்த்தினார். *மனா* நிகழ்த்தப்பெறாத *தலவாக்கா* கடலில் இருக்கும்போது பார்வையை இழந்துவிடும்; தன்னை மீன் என்று தவறாக நினைத்துக்கொள்ளும். துரிதமாகப் போகும்போது, திடீரென்று அலைகளின் கீழ் புதைந்துவிடும். நிஜமாகவே மீனாக மாறிவிடும்; அதன் பிறகு மீண்டும் மேல்மட்டத்தில் மிதக்கவே செய்யாது.

“*கபாங்* பேசிவிட்டார்; எப்போதுமே மீன் திரும்பிவரத்தான் செய்யும்.” கடல் முனியின் சொற்கள்கூட சாலியாவுக்கு ஆறுதலளிக்கவில்லை. அவரால் இயன்றது, தீவின் இந்தப் பழமொழியைச் சொல்வது மாத்திரமே.

கர்ப்பிணியாகவும், *தலவாக்கா*வை இயக்க அறிந்திராதவளுமான ரசுலாவால், காற்றை எதிர்த்துச் செல்ல முடியவில்லை. அட்டிலெ'ய் சொன்ன மாதிரி, “தன் விதைக்கொட்டைகளால் காற்றின் திசையை

அறியவும்" அவளால் முடியவில்லை. படகைச் செலுத்துவதை நிறுத்தி விட்டாள்; *கபாங்கிடம்* தன் இதயத்தை ஒப்படைத்தாள். தன் உடலை, மோனேவிடம் சமர்ப்பித்தாள் – அதாவது, கடலின் அலைகளிடம்.

கடல் முனியின் ஆசிகளை அவள் பெற்றிருந்ததாலோ என்னவோ, தொடர்ச்சியாக மூன்று நாட்களுக்குக் கடல் சாந்தமாக இருந்தது. இயற்கைக்கு அப்பாற்பட்டு, தட்டையாக இருக்கும் உள்நாட்டுச் சமதரைபோல. ஆனால், ரசுலா கடலை நேருக்கு நேர் எதிர்கொள்வது இதுவே முதல் தடவை. எங்கே திரும்ப வேண்டும் என்று அவளுக்குத் தெரியவில்லை; கரையே தெரியாத இம்மாபெரும் விரிவில் அட்டிலெய்யை எங்கே என்று தேடுவாள்? அவளுடைய தேடல், அவளை விசையுடன் உந்தியது; தன்னிலை மறக்கச் செய்தது. அது ஒரு பீடிப்பாக, சமாளிக்க முடியாத எண்ணமாக ஆகிவிட்டது; அவளைப் புதைக்கத்தான் போகிறது. உலர்ந்த பழங்கள், கருவாடு, தேங்காய், சமைத்த ரொட்டிப்பழம் என "கடலுக்கான இருப்பு" உணவுகள் எல்லாம் தீர்ந்து கொண்டு வந்தன. கடற்பாசிப் பையில் வைத்திருந்த தண்ணீர் கிட்டத்தட்டக் காலியாகிவிட்டது. அவளிடம் சிப்பியோட்டுத் தூண்டில் ஒன்று இருந்தது; ஆனால் மீன் பிடிப்பது அவள் யூகித்திருந்த அளவு எளிதானதாய் இல்லை.

அட்டிலெய் எங்கேதான் இருக்கிறான்?

மூன்று நாட்கள் நிலவிய ரம்மியமான வானிலையை அனுபவித்து மகிழ்ந்தாள் ரசுலா – ஆனால், மூன்று நாட்கள் மட்டுமே. பின்னர் வானிலை மாறியது. நீர்ப் புடைப்புகள் எங்கிருந்தோ தோன்றின. வயோ வயோவிய இரண்டாம் மகன்களின் ஆவிகள் வெளிப்பட்டு, இடப்புற மாகத் துடுப்புப்போடும்படி அவளை எச்சரிக்க விரும்பினர். ஆனால் ரசுலா இரண்டாம் மகன் இல்லையாதலால், அவர்களைப் பார்க்கவோ, அவர்களுடைய குரல்களைக் கேட்கவோ இயலவில்லை. ஆவிகள் செய்யமுடிந்ததெல்லாம், விந்துத் திமிங்கிலங்களாக மாறி அவளுடைய தலவாக்காவுக்கு இணையாக நீந்திச் செல்வது மட்டுமே. கவனக் குறைவினால் இன்னும் பெரிய அலைகளை அவர்கள் உயரச் செய்தனர்.

ஆனால், இரண்டாம் மகன்களின் ஆவிகளுக்குக்கூடத் தெரியாது, இந்தத் தீவுக்கன்னியை அந்த அலைகள் இன்னொரு தீவின் கரையில் கொண்டு சேர்த்துவிடும் என்று. முதல் பார்வைக்கு, இந்தத் தீவும் அட்டிலெய் சென்று இறங்கிய தீவைப் போலவே இருந்தது. மிகவும் அதிர்ஷ்டவசமாக, ரசுலா கரையேறுவதற்கு வாகாக. இந்தத் தீவின் முனை பிறைவடிவமாக இருந்தது. அவளுடைய தலவாக்கா சென்று ஊன்றிக்கொண்டது; மேற்கொண்டு நகராமல் நின்றுவிட்டது. உறக்கத்தில் ஆழ்பவள்போல ரசுலா மூர்ச்சையுற்றாள்.

தான் கிளம்பிவந்தபிறகு, சாலியா ஒரு வாரம் ஓயாமல் அழுதுகொண் டிருந்தாள் என்று ரசுலாவுக்குத் தெரியாது. முடிவாக அவளுடைய அழுகையில் ரத்தம் வெளியேறியது. இறுதியில், ஏழாம் நாளின் பின்னந்தி வேளையில் கடற்கரையில் வீழ்ந்தாள், சின்னஞ்சிறு சிப்பி போல, யாருக்கும் சொந்தமற்ற துடுப்புப்போல. சாலியாவின் உடலை ஆடவர்கள் கண்டபோது

முதுகுத்தண்டு இன்னமும் டால்ஃபினுடைய முதுகுபோல அழகாக வளைந்துதான் இருந்தது; கிட்டத்தட்ட, தீவின் ஆண்கள் அனைவருமே அவளுடைய இறுதிச் சடங்கில் கலந்துகொண்டனர். தங்களுடைய இதய ஆழத்தில், தங்களுடைய மனைவிமாரின் மரணத்துக்காக வருந்துவதைவிட அதிகமாக சாலியாவுக்காக வருந்தினர்.

இரண்டாம் மகன்களின் ஆவிகளுக்குக்கூடத் தெரிந்திராத இன்னொரு விஷயம், ரசுலா சென்று இறங்கிய தீவு அட்டிலெ'ய்யின் தீவு போலவே தென்பட்ட போதிலும் (இரண்டுமே விசித்திரமான எண்ணற்ற பொருட்களால் ஆனவை) அதே தீவு அல்ல என்பது. உண்மையில், ரசுலாவின் தீவு எதிர்த்திசை நோக்கி நகர்ந்து போனது.

9

ஹஃபே, ஹஃபே, நாம் நீரோட்டத்தோடு செல்கிறோம்

சிலசமயம், நான் ஒரு முழுச் சுற்றை முடித்துவிட்டேன்; கடைசியில் கடற்கரைக்கே மீண்டும் திரும்பிவிட்டேன் என்று எனக்குத் தோன்றும்.

நான் ஏழுமாதக் குழந்தையாக இருக்கும்போது, வேலைதேடிக் கிராமத்தை விட்டு நீங்கி நகரத்துக்கு வந்தபோது, என்னையும் தன்னுடன் தூக்கிவந்தாள் *இனா*. (பங்கா மொழியில் தாய் என்று பொருள்) இனாவின் ஆண்மகன் அவளைக் கைவிட்டுச் சென்றுவிட்டான்; எங்கே போனான் என்று யாருக்கும் தெரியாது. ஆனால், நகரத்தில் அவ்வளவாக வேலை கிடைக்கவில்லை; ஆகவே, இனா என்னை தைய்ப்பெய்க்குக் கொண்டு சென்றாள். முதலில், குழந்தை பார்த்துக்கொள்ளும் ஆயாவாகப் பகுதிநேர வேலை கிடைத்தது. பின்னர் அத்தனைவிதமான வேலைகளும் கொஞ்சம் கொஞ்சம் பார்த்தாள் – கடைவாயில் எச்சில் ஒழுகும் முதியோர்களைப் பேணும் மருத்துவமனைத் தாதியாக, அடுக்கக வீடுகளின் முன்விற்பனைத் திட்டத்துக்கு விளம்பரப் பலகைகளைத் தூக்கிக்கொண்டு நிற்பவளாக என.

ஆனால், சின்னஞ்சிறு குழந்தை என்றாலும், அதைப் பராமரிப்பதற்கு எவ்வளவு செலவாகும் என்பதைக் குறைவாக மதிப்பிட்டுவிட வேண்டாம். நிஜமாகவே, ஏகப்பட்ட பணம் தேவைப்படும். முடிவில், பதிவுசெய்யப்பட்ட இசையுடன் இணைந்து பாடும் வசதியுள்ள மதுக்கூடமொன்றில் உபசாரப்பெண்ணாக வேலைக்குச் சேர்வதைத் தவிர வேறு வழியில்லாமல் போனது. வாடிக்கையாளர்கள் அனைவருமே கிழட்டு வெறியர்கள். அவர்கள் அருகில் அமர்ந்து கடலை கொரிப்பது, பியர் அருந்துவது மற்றும் அரட்டையடிப்பதற்கு மேலாக அவள் வேறு எதுவும் செய்ய வேண்டியிருக்கவில்லை. சிலபேர் அவளுடைய கைகளை, மார்க்காம்புகளை, புட்டத்தை நைச்சியமாகத் தொடுவார்கள்; ஆனால், அந்த மட்டில்தான்.

பின்னாட்களில், இந்த ஆசாமி கிழட்டு லையோவுடன் வாழ ஆரம்பித்தாள் இனா. கிழட்டு லையோ எந்நேரமும் குடித்துக்கொண்டு, இவளைக் குத்துப் பயிற்சி மூட்டைபோலப் பயன்படுத்த ஆரம்பித்தார். அந்தச் சமயத்தில் நான் ஆரம்பப் பள்ளி செல்ல ஆரம்பித்திருந்தேன்; அப்போது நடந்தவை பலவும் நினைவிலிருக்கிறது. ஓர் ஓடையின் அருகில் நாங்கள் வசித்தோம். தண்ணீர் அதிகம் இல்லாத ஓடை. கேட்கவே விநோதமாக இருக்கிறது அல்லவா? ஆமாம், அந்தச் சமயத்தில், தண்ணீர் அதிகம் இல்லாத ஓடையொன்றின் அருகில்தான் நாங்கள் வசித்தோம்.

எனக்கு ஒரு வயது ஆவதற்கு முன்பே எங்கள் பூர்வீக கிராமத்தை விட்டு வெளியேறிவிட்டேனா, கிராம வாழ்க்கை எப்படி இருக்கும் என்றே எனக்குத் தெரியாது. கிராமத்தைப் பற்றி இனா ஏதாவது சொல்லும் ஒவ்வொரு முறையும், எனக்கு ஒன்றுமே புரியாது. ஏனென்று தெரியவில்லை, அந்தச் சமயத்தில் என்னைக் கிராமத்துக்கு மீண்டும் அழைத்துச்செல்வது பற்றி இனாவுக்கு யோசனை ஏதும் இல்லை. சில சமயம் கிராமத்தினருகில் இருக்கும் ஓடையைப் பற்றிச் சொல்லுவாள் – அதிலிருந்த தண்ணீர் கலங்கலாக இருக்கும் என்பதால், அதை *மக்கோட்டா'ய்* என்று அழைப்பார்கள்.

தைய்ப்பெய்யில் எங்கள் வசிப்பிடத்துக்கு அருகில் இருந்த ஓடையின் கரை முழுக்க வெளிறிய வெள்ளிப்பூக்கள் மலர்ந்திருந்தன. தொலைவில் உள்ள கட்டடங்களை மட்டும் பொருட்படுத்தாதிருந்தால் அது எங்கள் கிராமம்போலவே காட்சியளிக்கிறது என்பாள் இனா. ஆகவே, அவ்வப்போது நான் ஒன்றரைக்கண்ணால் பார்க்க முயல்வேன் – பின்னணியில் இருக்கும் கட்டடங்களைத் தவிர்த்து, வெள்ளிப்பூக்களை மட்டும் காண்பதற்காக. ஒருவேளை பூர்வீக ஊர் இப்படித்தான் இருக்குமோ என்று எனக்குள் எண்ணிக்கொள்வேன்.

ஒருமுறை, வெள்ளிப்புல் குச்சங்களை சேகரித்து எனக்குக் கஞ்சி தயாரித்துத் தரத் திட்டமிட்டாள் இனா. நான் பிறந்தபோது அவளுக்குப் பால் நிறையச் சுரக்கவில்லை என்பதால், பிறந்தவுடனேயே இதைத்தான் எனக்கு அருந்தக் கொடுத்ததாகச் சொன்னாள். மக்கோட்டா'ய்க்கு அருகில் வளர்ந்திருந்த வெள்ளிப்புல் குச்சங்களைப் பறித்து எனக்கு மாற்று உணவாக சூப் தயாரிப்பாளாம். அந்தச் சமயத்தில் நான் இன்னும் குழந்தையாக இருந்தேன் என்பதால் நினைவுகள் வளர்ந்திருக்கவில்லை. ஆனாலும் ஏனோ, தாய்ப்பெய்யிலுள்ள ஓடையருகில் இருந்த வெள்ளிப்புல்லை வைத்து இனா தயாரித்த கஞ்சியின் ருசி வித்தியாசமாய் இருந்தது – ஊரில் இருந்ததைப்போல இல்லை. எனக்கு ஒரு வயதாய் இருக்கும்போது குடித்த சூப்பின் ருசி நினைவிருந்தது என்று சொன்னால் நம்பமாட்டீர்கள். ஆனால், எனக்கு நினைவிருந்தது. நிஜமாகவே நினைவிருந்தது.

அந்தச் சமயத்தில் நாங்கள் வசித்த வீடு, கிழட்டு லையோ ஓட்டை உடைசல் சாமான்களை வைத்துக் கட்டியது. அவர் ஒரு சரக்குவண்டி ஓட்டுநர். கடுமையாக உழைத்தார். வேலை கிடைக்காத நாட்களில், பாலத்துக்கு அடியில் சென்று காத்திருப்பார் – வாடகைக்கு யாராவது கூப்பிடுவார்களா என்று. செய்வதற்கு வேலை இருந்தால் வேலைபார்க்கிற

மனோபாவம் கொண்டவர் அவர் – ஆனால், பெரும்பாலான நாட்களில் வேலை கிடைக்காது. மதுக்கூடத்தில் பணிபுரியும்போது அவரைச் சந்தித்த தாகச் சொல்வாள் இனா. என்னுடைய அபிப்பிராயத்தில், குடிக்காத வேளைகளில் மிகமிகப் பணிவாக இருப்பவர் கிழட்டு லையோ. ஒல்லியாக, சிறுவடிவினராக இருந்தார் – கடுமையாக உழைப்பவர் மாதிரி அல்ல.

ஆனால், போதையேறியதும் கைமீறிப் போய்விடுவார்; சின்னச்சின்ன விஷயங்களுக்குக்கூட இனாவைத் தாக்குவார்.

அப்போதெல்லாம், இனா ஏன் திருப்பியடிக்க மாட்டேனென்கிறாள் என்று எனக்குப் புரியாது. அவளால் அவரை வீழ்த்தியிருக்க முடியும் – பங்கா பெண்களான நாங்கள் வலுவானவர்கள் என்பதுதான் உனக்கே தெரியுமே. அவர் அந்த அளவு அடிப்பதற்கு அவள் ஏன் இடம்கொடுத்தாள்? அதைவிடவும் பெரிய மர்மம் என்னவென்றால், மறுநாள் விடிவதற்கு முன்பே எழுந்து, எதுவுமே நடக்காத மாதிரி அவருக்கு உணவு சமைத்து வைப்பாள். இனாவால் தன்னுடைய சம்பாத்தியத்தில் என்னை வளர்த்திருக்க முடியும். எதற்காக இப்படிப்பட்ட ஆளுடன் அல்லாடினாள்?

அந்த நாட்களில் எனக்குப் புரியாத ஏதாவது நடந்ததென்றால், ஓடிப்போய், ஓடை நதியுடன் கலக்கும் இடத்தில் உள்ள பெரிய பாறைமீது அமர்ந்துகொள்வேன். பாடுவேன். இனா எனக்குச் சொல்லித்தந்த பாடல்கள், தொலைக்காட்சியில் கேட்டவை, வகுப்புத்தோழர்கள் இரவல் தந்த குறுந்தகடுகளில் இருந்தவை, குரலுக்கு இடைவெளிவிட்டுப் பதிவுசெய்யப்பட்ட பின்னணி இசையை ஒலிப்பவை. வார்த்தைகளை ஞாபகம் வைத்துக்கொள்வதில் நான் கெட்டிக்காரி. எனக்குப் புரியாத வார்த்தைகள்கூட ஞாபகம் இருக்கும். தற்பெருமைக்காகச் சொல்லவில்லை, நிஜமாகவே நான் நன்றாய்ப் பாடுவதாகத்தான் எல்லாரும் சொன்னார்கள். நயமாகப் பாடுவேன், என் பாட்டைக்கேட்டால் சிறுதானியங்கள் முளைவிடும் என்பார்கள். ஆனால், தாய்ப்பெய்யிலுள்ள தற்காலிகப் பழங்குடி கிராம ஜனங்கள் சிறுதானியம் பயிரிடுவதில்லை. ஓடைப் படுகையில் வளர்ந்த ஒரே தாவரம் வெள்ளிப்புல் மட்டுமே; அதை நீ மெனக்கெட்டு வளர்க்க வேண்டியதில்லை. மட்டுமீறி வளரும் அது – முழுக்க வெட்டியெடுக்க முடியாது.

ஆரம்பப்பள்ளிக் காலத்தில், நான் வெகு சீக்கிரமே எழுந்துவிடுவேன். ஏனென்றால், நீண்டதூரம் சுற்றிக்கொண்டு பள்ளிக்கூடம் போவது எனக்குப் பிடிக்கும். கிட்டத்தட்ட ஐந்து மணிக்கெல்லாம் வீட்டைவிட்டுக் கிளம்பிவிடுவேன் என்று நினைவு. என்னிடம் கைக்கடிகாரம் கிடையாது. எனவே, துல்லியமாகத் தெரியாது. என் மணிக்கட்டில் ஒரு கடிகாரத்தை வரைந்துகொள்வேன் – 6:10 என்று மணி காட்டுவதாக. ஒருவித மாயசக்தி என்னிடம் இருந்ததாகத் தோன்றும்; என்னுடைய வகுப்புத் தோழர்கள் இப்போது மணி என்ன என்று கேட்டால், திகைப்பூட்டும் வகையில் கச்சிதமாகச் சொல்வேன். அசாத்தியமானவளாய் இருந்தேனாக்கும். காலம் எனக்குள்ளே எங்கோ வசித்த மாதிரித் தோன்றியது; என்னுடைய உடம்புக்குள், முன்னும் பின்னும் முன்னும் பின்னும் நடந்து திரிகிற மாதிரி.

எனக்குப் பக்கத்து வகுப்பில் இருந்தவனான அந்த உயரமான, கறுப்பான பையன் கூடைப்பந்து விளையாடுவதைப் பார்த்துக்கொண்டிருக்கப் பிடிக்கும் எனக்கு. அவன் பெயர் ஸ்பைடர். நீளமான கைகளும் கால்களும் கொண்டவன். அவனுடைய அசைவுகள் கொஞ்சம் வேடிக்கையாய் இருக்கும். ஆனால் விளையாடுமிடத்தில், மிகவும் தீவிரமாய் இருப்பான். உடம்பு பிரமாதமாய் வளையும். இன்றுவரை, அந்த மாதிரித் தீவிர பாவம் கொண்ட மனிதர்களை என்னால் எதிர்த்து நிற்கவே முடியாது. ஒருவன் குண்டாக இருக்கிறானா, ஒல்லியா; உயரமானவனா, குள்ளமா; பணக்காரனா, ஏழையா என்பதெல்லாம் பொருட்டேயில்லை. ஏதேனும் புரியாமல் போகும்போது புருவத்தைச் சுருக்குகிறானா, தான் செய்வதில் கவனம் குவித்திருக்கிறானா – அவன்தான் எனக்கானவன். ஸ்பைடரை சாயங்காலம் 6:10 வரை வேடிக்கை பார்த்துக்கொண்டிருப்பேன் – காரணம் அதிகபட்சம் 6:30க்குள் அவன் வீடு திரும்பிவிடவேண்டும் என்று அவனுடைய தகப்பனார் விதித்திருந்தார்.

கிட்டத்தட்ட 6:10 ஆகிவிட்டது என்று உணரும்போது, என்னுடைய கைக்கடிகாரத்தைப் பார்க்கிற மாதிரிப் பாசாங்கு செய்வேன். ஸ்பைடர் விளையாட்டுத் தலத்தை விட்டு வெளியேறுவான்; சட்டையால் கசமுசவென்று வியர்வையைத் துடைத்தபடி. ஒரு குறிப்பிட்ட தூரம்வரை நாங்கள் ஒரே பாதையில்தான் வீடு திரும்புவோம். தன் சைக்கிளை எனக்குப் பின்னால் சற்றுத் தள்ளியே நகர்த்திவருவான் ஸ்பைடர், எனக்கு இணையாக அல்ல. சாலைப் பிரிவில் நான் நிற்பேன்; என்னை நோக்கி விகாரமாகப் புன்னகைத்து, வீட்டுக்குப் போ, நாளைக்குப் பார்க்கலாம் என்று சொல்லிக்கொண்டே ஸ்பைடர் என்னைத் தாண்டிச் செல்வான். இந்த நேரத்தை அவனுடன் செலவிடுவதற்காக நாள் முழுவதும் காத்திருந்திருப்பேன். அவனானால், புன்னகை புரிந்து நாளைக்குப் பார்க்கலாம் என்பான்.

எப்போதுமே காலை ஐந்துமணிவரை வேலை செய்வாள் இனா. வீட்டுக்கு வந்து, தான் தூங்கப்போவதற்கு முன்னால் எனக்குக் காலை உணவு தயார் செய்வாள். முந்தைய நாள் சாயங்காலம் நான் எத்தனை மணிக்கு வீடு திரும்பினேன் என்று கேட்டுத் தெரிந்துகொள்ள விரும்புவாள். 6:10க்கு என்றே எப்போதும் சொல்வேன். சிலசமயம், இரவுச் சாப்பாட்டுக்காக இனா எனக்குக் கொடுக்கும் பணத்தை மிச்சம் பிடித்து, சருமத்தை வெளுக்கச் செய்யும் க்ரீம்களுக்குச் செலவிடுவேன்; காரணம், என்னுடைய சருமம் மிகவும் கறுப்பு என்று எனக்கு நினைப்பு. பதிலாக, அண்டைவீடு எதிலாவது இரவு உணவு சாப்பிடுவேன். எங்கள் அண்டைவீட்டார்கள் என்னிடம் மிகவும் பிரியமாக இருப்பார்கள். வந்து சாப்பிடக் கூப்பிடுவார்கள். அப்படித்தான் அது இருந்தது. அண்டை அயலில் உள்ள குழந்தைகள் வெவ்வேறு வீடுகளில் சாப்பிட்டுக்கொண்டு திரிவார்கள். அந்த வருடம் நிலவிய ஒரு வதந்தி எனக்கு நினைவிருக்கிறது – ஆற்றோர சைக்கிள் பாதையோ எதுவோ ஒன்றைப் பாவப் போகிறார்கள் என்றும், எங்கள் கிராமம் இல்லாமல் போகும் என்றும் வதந்தி. வெளிமனிதர்கள் அநேகர்

எங்கள் கிராமத்துக்கு வந்தனர். அரசாங்கத்தை எதிர்த்துப் போராட எங்களுக்கு உதவ விரும்பியதாய்க் கூறினர்.

கிராமத்தில் மிகவும் செயலூக்கம் உள்ள ஒருவர் இருந்தார். டாஃபெங் என்று பெயர். "நகரத் தலைவ"ராக அவரைத்தான் நாங்கள் தேர்ந்தெடுத்தோம். ஒரு தடவை அவர் மேடையில் ஏறி, ஒலிவாங்கியைப் பிடித்து அறிவித்தது எனக்கு நினைவிருக்கிறது: "நகர மீட்டுருவாக்கம் என்பது, நம்மையெல்லாம் வீட்டை விட்டு, வசிப்பிடத்தை விட்டு வெளியேற வைப்பதுதான். சரிதானே?" மேடைக்கு முன்னால் நின்றிருந்த அனைவரும், "ஆமாம்." என்றார்கள். அப்புறம் அவர் சொன்னார், "புல்டோசர்களுக்கெல்லாம் நாம் அஞ்சமாட்டோம். அதை ஓட்டுகிறவனும் ஒரு மனிதன்தான். சரியா?"

"ஆமாம்."

"ஆக, நம்மை அச்சுறுத்துவது அந்த மனிதன்தான்; அவன் நம்மைப் பாதுகாக்க இங்கே வந்திருப்பதாகச் சொல்கிறானா, இல்லை வீடுகளை இடித்துத் தள்ளுவதற்கா என்பது பொருட்டேயில்லை. ஏனென்றால், அவன் ஏன் என்று காரணம் சொல்வதேயில்லை. ஏனென்றால், அவனுடைய ஹான் சீன 'ஏன்' என்பதும், நம்முடைய பூர்வகுடி 'ஏன்' என்பதும் ஒரே பொருள் கொண்டவை அல்ல."

கீழேயிருந்த அத்தனைபேரும், "சரிதான்" என்று கூவினார்கள். அவருடைய சொற்கள் இன்னமும் நினைவிருக்கிறது. சிலசமயம் போராட்டக்காரர்கள் வந்து விழிப்புணர்வுக் கூட்டங்கள் நடத்துவார்கள்; என்னை மேடையேறிப் பாடச் சொல்வார்கள். இனா எனக்குச் சொல்லித் தந்திருந்த பாடல்களை நான் பாடும்போது, இளையவர்கள், முதியவர்கள் எல்லாரும் அழுவார்கள். கண்ணீர் மழைபோலப் பொழியும்.

பலதடவை, நீரையும் மின்சாரத்தையும் அரசாங்கம் தடை செய்தது. கிராமத்திலுள்ள வீடுகளைத் தரைமட்டமாக்கியது. இறுதியில், கிராமத்தவர்களில் சிலர் அரசாங்கத்தின் கட்டுமானத் "திட்டங்களில்" பணிக்குச் சேர்ந்தனர். அந்தப் போராட்டங்களில் எதுவுமே நல்லது செய்யவில்லை என்று எனக்குப் பட்டது. அரசாங்கம் மிகப் பெரியது; நாங்கள் மிக மிகச் சிறியவர்கள். ஆனாலும், சிலவேளை, அவர்களால் எங்களை எதுவுமே செய்ய முடியவில்லை. புல்டோசர்களும், மண்வாரி இயந்திரங்களும் வெளியேறும்வரை நாங்கள் காத்துக்கொண்டிருப்போம்; அப்புறம் சென்று ஓட்டை உடைசல் சாமான்கள், தேர்தல் சுவரொட்டிகள், வளைந்தும் நெளிந்தும் இருக்கும் நார்ப்பலகைகள், தகரத் தகடுகள், உடைந்த மரத்துண்டுகள் இவற்றால் திரும்பக் கட்டுவோம்.

அந்த வீடுகள் பார்க்க அழகாக இருக்காது; ஆனால் அவற்றில் வசிக்க முடியும். அவற்றில் வசித்த ஜனங்கள் பழங்குடி கிராமங்கள் பலவற்றிலும் இருந்து வந்தவர்கள். எல்லாருமே பங்க்கா இனத்தவர் அல்ல. தன்னைப் போன்றவர்கள் பல பேர் இருக்கிறார்கள் என்று சொல்வாள் இனா. எங்கே போகிறோம் என்றே தெரியாமல் ஓடிவந்தவர்கள்; தைப்பெய்க்குள்

தடுமாறி நுழைந்துவிட்டு, வீடு திரும்புவதற்கு பேருந்துச் சீட்டு வாங்கும் அளவுக்குக்கூட போதுமான பணம் கையில் இல்லாதிருந்தவர்கள். "அந்தப் பயல்கள் நம்மை வேறு எங்காவது போய்விடச் சொல்கிறார்கள், நாம் எங்கே போவது? அரசாங்கத் திட்டங்கள் கட்டுகிற, மூச்சுத் திணறவைக்கும் அடுக்குமாடிக் குடியிருப்புகளில் வசித்துப் பழக்கமில்லை நமக்கு. அந்த ஹான் சீன உரிமையாளர்களில் சிலபேர் நம்மைக் 'காட்டுமிராண்டிகள்' என்பார்கள். நம்மைத் தாழ்வாக நடத்துவார்கள்." வீட்டை உடனடியாகத் திரும்பக் கட்டுவதற்குக் கிழட்டு லையோ இனாவுக்கு உதவினார். நானறிய, இனா அவரைவிட்டுப் பிரிந்துபோகாமல் இருந்ததற்கான ஒரே காரணம் அதுமட்டும்தான்.

ஒருமுறை, வீடுகளைத் திரும்பக் கட்டுவதற்காக ஓடைக்கருகில் இருக்கும் கிராமத்துக்கு எல்லாரும் திரும்பியிருந்த கொஞ்ச நேரத்தில், கிழட்டு லையோ வீடு திரும்பினார். குடித்திருந்தார். இனாவைத் துரத்தித் துரத்தித் தாக்கத் தொடங்கினார். நான் மேசையில் வைத்திருந்த *வார்த்தைக் கடல்* அகராதியை எடுத்து, அவளைத் தலையிலும் தோள்களிலும் தாக்கினார். சுவரிலிருந்த எதன்மீதோ சிராய்த்துக் கொண்டதால் போலும், இனாவுக்கு ரத்தம் கசியத் தொடங்கியது. தலைமுடி பிசுபிசுவென்று செந்நிறமாக மாறியது. எனக்கு வெறியேறிவிட்டது. கிழட்டு லையோவை உதைக்க ஆரம்பித்தேன். *வார்த்தைக் கடல்* அகராதி, ஒரு தேர்வை நன்றாக எழுதியதற்காக ஆசிரியர் ஒருவர் வழங்கிய பரிசு. "வு ச்சுன்–ஹுவா வளர்ந்து பெரியவளாகும்போது, அவள் ஒரு ஆசிரியர் ஆகலாம்" என்று வகுப்பைநோக்கிச் சொல்லியிருந்தார் ஆசிரியர். ஆக, கிழட்டு லையோ அந்த அகராதியால் என் முகத்தில் அடித்தார். படு மோசமான ஆள், தெரியுமா? என் தலையில் நல்ல அடி. ஒரு தழும்புகூட மீந்தது. பார், மங்கலாய்த்தான் இருக்கிறது என்றாலும், அதை உன்னால் பார்க்க முடியும்.

அந்தச் சமயத்தில், அடி ஏன் அவ்வளவு பலமாகப் பட்டது என்பதற்கு நான் யோசித்த காரணம், சீன எழுத்துக்கள் புரிந்துகொள்ளக் கடினமானவை என்பதுதான். இப்போதும்கூட, நான் பாடுவது, என் வலதுபக்கம் எனக்கே சரியாகக் கேட்காது. இனா அழுவதை அன்று இரவுதான் முதன்முதலாகப் பார்த்தேன். அவளுடைய அழுகை ஒலி, வெளியிலிருந்த ஓடையின் ஓசையுடன் கலந்தது–என் இதயத்தில் இரண்டு நதிகள் பொங்குவதுபோல.

இனா என்னிடம் அடிக்கடி சொல்வாள்: "சிலசமயம், நமக்கு அருகில் இருக்கும் இந்த ஓடை மக்கோட்டா'ய்தான் என்று பாவனை செய்துகொள்ளப் பார்ப்பேன்; ஆனால் இது அது அல்ல; அதைப் போலத் தெரிவது, அவ்வளவுதான்." ஒரு ஓடைக்கரை, வசிப்பதற்கு உகந்த இடமல்ல என்று எண்ணினேன் – ஏனென்றால், இரவில் தூக்கம் வராமல் போனால், மரங்களும் பாறைகளும் அழும் ஒலி கேட்கும். அதைக் காற்று ஓடையில் முன்னும் பின்னுமாக எதிரொலிக்கும்; ஜனங்களின் இதயத்தில் வேதனை மூட்ட முனைகிற மாதிரி.

அன்றிரவு நான் உருண்டுகொண்டும் புரண்டுகொண்டும் இருந்தேன். உறங்க முடியவில்லை. மறுநாள் காலை வெகுசீக்கிரமே எழுந்துவிட்டேன் – வெளிச்சம் வருவதற்கு முன்பே. என்னுடைய பாறைமீது அமர்ந்து பாடத் தொடங்கினேன். சூரியன் உதிப்பதற்கு முன்பாக, மூன்று பாடல்கள் வரை பாடியிருப்பேன். திடீரென்று ஓடையின் மேலே பொன்னிறத் தட்டாரப்பூச்சிகள் கூட்டமாய்த் திரண்டன … வண்ணத்துப் பூச்சியைப் போலத் தோற்றமளிக்கும் ஒருவகைத் தட்டாரப்பூச்சி. வழக்கமாக அவற்றைத் தனியாகவோ, ஜோடியாகவோ மட்டுமே காணமுடியும் – அதாவது, அவற்றைக் காண முடிந்தால். ஆனால், அன்று காலையில் அவை பெரும் கூட்டமாகக் காணக் கிடைத்தன. அனைத்தும் சேர்ந்து பள்ளிக்கூடத்துக்கோ கூட்டத்துக்கோ அல்லது வேறெங்குமோ போகிற மாதிரி. நான் கண்களை மூடினாலும் அந்தக் கூட்டத்தில் இருந்த ஒவ்வொரு கண்ணையும் என்னால் பார்க்க முடிந்தது. தட்டாரப் பூச்சிகள் பச்சைநிறக் கண்கள் கொண்டவை; அவற்றின் கண்களுக்கு உலகம் பச்சைநிறமாய்த் தெரியுமோ என்று சிலசமயம் நான் வியந்ததுண்டு.

அன்று காலை பள்ளிக்குச் செல்லும்போது நடந்ததை என்னால் மறக்கவே முடியாது. எங்கிருந்தோ திடீரென்று வந்துசேர்ந்த ஸ்பைடர், "ஏய், வகுப்புக்கு நேரமாகிவிட்டது" என்றான். அப்புறம் தன் வேகத்தைக் குறைத்து, எனக்குப் பின்னால் பேசிக்கொண்டே தன் சைக்கிளை உருட்டிவந்தான்.

பள்ளியின் வாசலைக் கிட்டத்தட்ட நெருங்கியிருந்தோம். அவன் எனக்கு இணையாக முன்னேறினான். "இப்போது நீ நிஜமாகவே நன்றாகப் பாடினாய்" என்று சொல்லிக்கொண்டே சைக்கிளில் அரைச் சவாரியும் அரை ஓட்டமுமாக என்னைத் தாண்டிப் போனான். பிறகு, பள்ளிக்குப் பின்புறம் உள்ள சைக்கிள் நிறுத்துமிடத்தின் புழுதிப் படலத்துக்குள் மறைந்தான். சைக்கிளை நின்றவாறே ஓட்டிப்போனான். ஆகாயத்தில் கிளம்ப இருக்கிறவன் மாதிரி அவனுடைய தோள்கள் முன்னும் பின்னுமாய் ஆடின. "நீ நிஜமாகவே நன்றாகப் பாடினாய்" என்று அவன் சொல்வது இதுதான் முதல்தடவை. பறக்கவிருக்கும் பறவை மாதிரி உணர்ந்தேன்.

அன்று மத்தியானம் மழைபெய்யத் தொடங்கியது. பெரும் பொழிவு. எங்களுடைய குடிசைகளின் தகரக் கூரைகளில் யாரோ கற்களைப் பொழிவதுபோல. ஜன்னலைத் திறந்து வெளியே பார்த்தாள் இனா. ஆகாயம் இரவைவிட இருண்டிருந்தது. காலை மூன்று மணி அளவில், எங்களைப் பார்ப்பதற்காகத் திரும்பிவந்தார் கிழட்டு லையோ. அவருடைய தோற்றம் கறுத்திருந்தது. "ஹஃபேயை ஒரு தங்கும் விடுதிக்கு அழைத்துப்போய்விடு. ஸ்கூட்டரை எடுத்துப்போ. இந்தா, ஐநூறு பணம். உன் சாமான்களைத் தயார் செய். தங்குவதற்கு ஒரு இடம்பார்த்ததும் என்னைக் கூப்பிடு. நானும் உடனே வந்துவிடுகிறேன்." என்று இனாவிடம் சொன்னார்.

"என்ன பிரச்சினை?" என்று இனா கேட்டாள்.

"எனக்குத் தெரியவில்லை. மழை கடுமையாகப் பொழிகிறது. வெள்ளம் வந்துவிடுமோ என்று பயமாய் இருக்கிறது. வானொலியில் சொல்வதை

இப்போதுதான் கேட்டேன், இந்த மழை ஓயவே போவதில்லையாம். அதனால்தான் உடனே திரும்பி வந்தேன். இப்போதைக்கு வேறு இடத்துக்குச் சென்று பத்திரமாக இருப்பதே நல்லது என்று நினைக்கிறேன்."

"உங்களுக்காகக் காத்திருக்கிறோம். எல்லாரும் சேர்ந்துபோவோம்." என்றாள் இனா.

"வேண்டாம். என் சிநேகிதன் மோ என்னை மோட்டார்சைக்கிளில் கூட்டி வருவான். நீங்கள் முதலில் போய்விடுங்கள்."

உச்சபட்சமாக மழைகொட்டியபோது, நானும் இனாவும் நகர்ப்புற விடுதியொன்றில் பாதுகாப்பாகப் போய்ச்சேர்ந்திருந்தோம். ஐம்பது வருடங்களுக்கு முந்தைய ஃப்ளாஸ்க்குகளை இன்னமும் பயன்படுத்திவந்த விடுதி அது! ஈரம் சொட்டும் உடைகளுடன் தொலைக்காட்சிச் செய்தியை முடுக்கினோம். செய்தி குதித்துக்கொண்டிருந்தது. எங்கள் கிராமத்தை, வெள்ளம் வருவதை, கண்டோம். திரையில் எங்கள் கிராமம் குதித்துக்கொண்டிருந்தது.

மறுநாளும் தொடர்ந்தது மழை. கிழட்டு லையோவின் ஸ்கூட்டரில் என்னைக் கிராமத்துக்கு இட்டுச் சென்றாள் இனா. இல்லை, கிராமத்துக்கு என்று சொல்லக் கூடாது; ஏனென்றால், கிராமமே காணாமல் போயிருந்தது. மாபெரும் சகதிக்குட்டையாக மாறியிருந்தது. வலதுபுறக் கரையையே உடைத்திருந்தது மழை. அந்தப் பகுதியில் இருந்த உயரமான கட்டிடங்களின் கீழ்ப்பகுதியை வெள்ளம் சூழ்ந்திருந்தது. நீர் இன்னமும் வடியவில்லை. தண்ணீர் நீங்கள் பூர்வகுடியா, ஹான் இனமா என்று பார்ப்பதில்லை. அந்தப் பிரதேசத்தைத் தடுப்புகள் அமைத்து மறித்திருந்தது காவல்துறை. யாரையும் உள்ளே விடவில்லை. மழை மேலும் மேலும் பெய்துகொண்டே இருந்தது. அது எந்த அளவுக்குத் தீவிரமாய் இருந்ததென்றால், தேடுதல் மற்றும் மீட்புக் குழு புயல் அடித்து மூன்றுநாட்களுக்குப் பிறகுதான் உள்ளே போகவே முடிந்தது. மணல், சகதி, மற்றும் பாறையிடுக்குகளிலிருந்து சடலம் சடலமாக இழுத்துப் போட்டார்கள். நைந்தும் சிதைந்தும் போயிருந்த உடல்களை. பலவற்றுக்கு எலும்புகள் உடைந்திருந்தன; சில உடல்கள் அடையாளம் தெரியாத அளவு திருகிப்போயிருந்தன – அது முன்னர் ஓர் ஆளாக இருந்தது என்றுகூட உங்களால் சொல்ல முடியாது. நான் இனாவுடன் நடந்து சென்றேன். தன் கைகளால் என் கண்களை மறைத்து மூடினாள் அவள். ஆனால், நான் கண்களைத் திறந்தே வைத்திருந்தேன்.

அவளுடைய விரலிடுக்குகள் வழியாக, முழுக்க ஊதி வீங்கியிருந்த ஓர் உடலைக் கண்டேன். ஸ்பைடரின் உடைகளை அணிந்திருந்தது அது. அந்த உடம்பின் கால்களில், ஒரு காலின் ஒரு பகுதி முறிந்து, கால் நீளம் குறைந்திருந்தது. ஆனால், தோள்கள் அப்படியே இருந்தன. அந்தத் தோள்களில் நான் தலைசாய்த்ததே இல்லை; என்றாலும், எனக்கு அவற்றை நன்றாகத் தெரியும். என்னுடைய ரத்தம் உறைபனியாக மாறிவிட்டமாதிரி இருந்தது; இதயத்தின் உட்புறத்தில் புழுக்கள் அரித்துத் தின்கிறமாதிரி. ஓசையெழாமல் அழுதுகொண்டேயிருந்தேன்.

மழை ஓயவில்லை. விடாமல் பத்து நாள் பெய்துகொண்டேயிருந்தது என்று கிராமத்தவர் நினைவுகூர்வார்கள். அந்த நாட்கள் முழுக்க, இனா

ஒரு சொட்டுக் கண்ணீர்கூடச் சிந்தவில்லை. ஓடையோடு நடந்தவாறே என்னிடம் சொன்னாள்: “ஹஃபே, ஹஃபே, நாம் நீரோட்டத்தோடு செல்கிறோம்”

காட்டுப்பன்றிபோலப் பிடிவாதமாய் இருந்தாள் அவள். ஓடையிலிருந்த பாறைப் பிளவுகளையும் தட்டையான பகுதிகளையும் தேடுதல் மற்றும் மீட்புக் குழுவைவிடக் கவனமாக சோதித்துத் தேடினாள். மூன்று உடல்களை அந்தக் குழு கண்டடுக்க உதவினாள். மூன்றுமே பிரேதங்கள்: தப்பிப்பிழைத்தவர்களல்ல. அந்த நாளில் கிராமத்தில் தங்கியிருந்த அத்தனைபேரும் சடலங்களாகிவிட்டார்கள் என்று தோன்றியது. ஆனால், கிழட்டு லையோவை எங்குமே காணவில்லை. அவர் அந்தக் கிராமத்தைச் சேர்ந்தவர் இல்லை என்பதால், வேறெங்காவது நழுவிவிட்டிருக்கலாம் என்றாள் இனா. அவள் நடந்துகொண்டேயிருந்தாள், எனக்குக் கிட்டத்தட்ட மூச்சடைக்கும் வரை. “இனிமேலும் நடக்க மாட்டேன்; இனிமேலும் நடக்க மாட்டேன்” என்று அவளிடம் சொன்னேன். தேடுதல் மற்றும் மீட்புக்குழுவிடமிருந்து ஒரு கூடாரத்தை இரவல் வாங்கி அதில் என்னைத் தூங்கவைத்தாள் இனா. பிறகு வெளியில் சென்று மறுபடியும் நடந்துகொண்டே இருந்தாள். அவள் தூங்க வருவதற்கு வெகு நேரம் ஆகிவிட்டது. மறுநாள் அதிகாலையில் எழுந்து என்னிடம் மீண்டும் சொன்னாள்: “ஹஃபே, ஹஃபே, நாம் நீரோட்டத்தோடு செல்கிறோம்”

மழை நின்ற பதினைந்தாவது நாள் சாயங்காலம் என்று நினைவிருக்கிறது. நள்ளிரவில் விழித்துக்கொண்ட இனா வெளியே போனாள். அவள் எழுவதை உணர்ந்ததால், நானும் விழித்துக்கொண்டேன். யாரிடமோ அவள் பேசுகிறமாதிரி, தெளிவில்லாமல் கேட்டது. ஆனால், இந்த மாதிரியான இடத்தில், இவ்வளவு அகாலத்தில் அவள் யாரிடம் பேசப்போகிறாள்? தைரியத்தை வரவழைத்துக்கொண்டு, நான் எட்டிப் பார்க்குமளவு கூடாரத்துணி தூக்கியிருந்த மூலைக்குத் தவழ்ந்து போனேன். இனாவுக்கு முன்னால் யாரோ நின்றிருந்தார்கள். அது ஒரு ஆண். பருமனான, உயரமான மனிதன். அவனை என்னால் தெளிவாகப் பார்க்க முடியாவிட்டாலும், அவன் ஒரு இளைஞனாகத்தான் இருக்கவேண்டும் என்று எனக்குப் பட்டது. ஆனால், இளமையாய்த் தெரியும் நடுவயதினனாகவும் இருக்கலாம். ஒரு நிழலைப்போல இருந்தான் – ஒருகணம் பெரிதாக, மறுகணம் சிறிதாக. அவர்கள் பேசுவதைக் கேட்டேன். எதைப் பற்றியோ பேசுகிறார்கள் என்று பட்டது. ஒரு கணம் அவனுடைய கண்கள் என் கண்களைச் சந்தித்தன. அந்தக் கண்கள்... அதை நான் எப்படிச் சொல்வேன்? ஆ, அதைச் சொல்வது மிகக் கடினம். ஒரு புலி, வண்ணத்துப்பூச்சி, மரம் அப்புறம் ஒரு மேகம் என எல்லாமே ஒரே சமயத்தில் உன்னைப் பார்த்துக்கொண்டிருக்கிற மாதிரி. அடச் சீ, இது பைத்தியக்காரத்தனமாய் இருப்பது எனக்கே தெரிகிறது.

உடனடியாக உருண்டு என்னுடைய இடத்துக்குப் போய்விட்டேன். தூங்குகிற மாதிரிப் பாசாங்கு செய்தேன். ஆனால், அந்த மனிதனின் கண்கள் என் தலைக்குள் அடைத்திருந்தன. இனா உள்ளே திரும்பிவந்தாள்; பல வாரங்களுக்குப் பிறகு முதல் தடவையாக அழுதுகொண்டிருந்தாள். எழுந்து உட்கார்ந்து, என்ன விஷயம் என்று கேட்டேன். அவள், “*கவாஸ்* பேசிவிட்டது. என்னுடன் வா.” பங்கா மொழியில் *கவாஸ்* என்றால்

முன்னோர்களின் ஆவி என்று அர்த்தம். "அவர் எங்கே இருக்கிறார் என்று தெரிந்துவிட்டது" என்றாள் இனா.

இடுப்பளவு ஆழம் வரை ஓடைக்குள் துழாவிச் சென்றபோதும், ஒரு பெரிய பாறைமீது தாவியபோதும், அதிலிருந்து இன்னொரு பாறைக்குத் தாவியபோதும் என் கைகளைப் பிடித்திருந்தாள் இனா. அன்றைக்கு நிலா அத்தனை பிரகாசமாய் இல்லை; ஆனால், பாறைகளைப் பார்க்கப் போதுமான வெளிச்சம் இருந்தது. எங்களைப் பார்க்கும் யாருக்கும், ஒரு ஜோடி பிசாசுகள் என்றே தோன்றியிருக்கும். இருட்டில் தீர்மானமாக நடந்தாள் இனா – பறக்கும் அணிலின் கண்கள் கொண்டவள் மாதிரி. மெனக்கெடுதலும் இல்லை, தயக்கமும் இல்லை.

சூரியோதய வேளையில், ஒரு பாறாங்கல்லின்மேல் நின்றாள். ஆழமான, இருளடர்ந்த குளத்தை ஊடுருவிப் பார்த்துவிட்டு, தலைகீழாக அதனுள் பாய்ந்தாள். நான் அதிர்ந்துபோனேன். உயிருள்ள பிராணிபோல அவளது கருங்கூந்தல் நீர்ப்பரப்பில் பரவியது; பிறகு அமிழ்ந்தது. நீருக்கடியில் அவளுடைய பாவாடையின் விளிம்பு விரிந்தது – வெண்ணிற மலர்போல. பாறைமேல் நான் அழுதுகொண்டே நின்றேன். சட்டென்று, குளிரை உணர்ந்தேன். மறுபடியும் மழை பெய்கிறது. மழைத் துளிகள் என் பிடரியில் விழுந்து முதுகோடு வழிந்தன. இப்போது நினைத்துப் பார்த்தால், அவள் உள்ளே இருந்தபோது, ஓடை முழு அமைதியில் ஆழ்ந்திருந்தது. எவ்வளவு நேரம் நின்றிருந்தேன் என்றே தெரியாது. என் இனாவின் வெள்ளையுடை மர்மமான ஆழங்களிலிருந்து மீண்டெழுந்தது. அவளுடைய கருங்கூந்தல் மேற்பரப்பில் மிதந்தது. கண்களைத் திறந்து வாயால் மூச்சுவிட்டுக்கொண்டே சொன்னாள்: "நான் ... பார்த்தேன் ... கிழட்டு லையோவின் ... முகத்தை ..."

மீட்புக்குழு எங்களிடம் கொடுத்திருந்த வாக்கி–டாக்கியில் நாங்கள் இருக்குமிடத்தைத் தெரிவிக்கும்படி என்னிடம் சொன்னாள் இனா. உடனடியாக அவர்கள் வந்துவிட்டனர். எங்கே பார்க்கவேண்டும் என்று அவர்களுக்குச் சொன்னாள். கிழட்டு லையோவின் பிரேதத்தை அவர்கள் மேலே கொண்டுவந்தனர். பாறைகளுக்கடியில் ஆழத்தில் இருந்த பிளவொன்றில் அவர் சிக்கிவிட்டிருந்தார். பெரிய காட்டுப்பன்றி போல அவருடைய உடல் வீங்கிப் பருத்திருந்தது.

"இப்போது மணி என்ன?" என்று கேட்டாள் இனா. என்னிடம் கைக்கடிகாரம் கிடையாது என்பது அவளுக்கு மறந்திருந்தது.

என் மணிக்கட்டில் வரைந்துவைத்திருந்த கடிகாரம் 6:10 என்றது. எனவே அவளிடம் 6:10 என்றேன். ஆற்றுப் பள்ளத்தாக்கு முழுவதும் மஞ்சுமூட்டம் படர்ந்ததுபோல அந்தக் காலைப்பொழுதில் இருந்த சாம்பல் நிற ஆகாயத்தை நான் மறக்கவே மாட்டேன் . . . இப்போது உன்னிடம் சொல்லும்போதுகூட, என்னால் தெளிவாகப் பார்க்க முடியாதமாதிரித்தான் படுகிறது – நிஜமாகவே.

மஞ்சுமூட்டம் என்று நான் நினைத்தேன், ஆனால் உண்மையில் அது மணல். மழை நின்றவுடன் சூரியன் உதயமானது. மணலாக

மாறிவிட்டிருந்தது தரை. நான் மஞ்சுமூட்டம் என்றுதான் நினைத்தேன், ஆனால், அதனூடே நீ நடந்தால் உன் முகத்தைக் கீறிவிடும். கரையை நோக்கி, பேசாமல் நடந்தாள் இனா. பின்தொடரச் சிரமப்பட்டேன்; கொஞ்சநேரத்துக்கு என்னால் அவளைப் பார்க்கவே முடியவில்லை. ஒட்டு மொத்த உலகத்திலும் எஞ்சியிருக்கும் ஒரே ஆள் நான் மட்டும்தான் என்பதுபோல உணர்ந்தேன்.

ஆலிஸ் தன் காஃபிக்கோப்பையைக் காலி செய்திருந்தாள். ஹஃபேயைப் பார்த்தாள். சட்டென்று, தான் படித்த சில நாவல்களிலிருந்த சில விஷயங்கள் இறுதியில் தனக்குப் புரிந்துவிட்டமாதிரி உணர்ந்தாள். மதுக்கூடத்தை நோக்கி நடந்து போனாள் ஹஃபே. ஆலிஸுக்கு இன்னொரு கோப்பை ஊற்றிக் கொண்டுவந்தாள். அதைவிடச் சிறப்பான ஒன்று தோன்றியது; கோப்பையைத் திரும்ப எடுத்துக்கொண்டு, "இவ்வளவு காஃபி குடிப்பது உனக்கு நல்லதல்ல. உனக்கு ஒரு கிளாஸ் ஒயின்தான் தேவை." என்றாள்.

ஹஃபேயின் கிண்டல் ஆலிஸிடம் ஒரு வறண்ட புன்னகையை வரவழைத்தது.

"சிலசமயம் எனக்குத் தோன்றும், கிராமத்தை விட்டு வெளியேறும் போது தன்னுடன் எதையுமே இனா எடுத்துவராததற்கு, எதையும் கொண்டுவராதிருப்பதே பாதுகாப்பானது என்று எண்ணியதுதான் காரணம். அன்பைக்கூட எடுத்துவரவில்லை அவள். உன்னை எந்நேரமும் அடித்து வதைக்கும் ஆளைக்கூட உன்னால் நேசிக்க முடியும் என்பதை நான் புரிந்துகொண்டது அதுதான் முதல்முறை." என்றாள் ஹஃபே. ஒருவேளை, தன்னுடைய இனாவைப் பற்றி நினைவுகூரும்போது, ஒரு முத்தாய்ப்பாக, தனக்கே இதைச் சொல்லிக்கொண்டிருக்கக் கூடும் – ஆலிஸிடம் அல்லாமல்.

ஆலிஸ் தலையாட்டினாள். ஹஃபே சொன்னதில் தனக்கு உடன்பாடு இருந்ததால் அல்ல; தனக்கே ஒரு சங்கதி புதிதாக உதித்ததால். வாழ்க்கையைப் பற்றிய புத்தம்புதிய கோட்பாடு: அதாவது, வாழ்க்கை தன்னைப்பற்றிய எந்தவிதமான முன் தீர்மானத்தையும் அனுமதிப்பதில்லை. பெரும்பாலான நேரங்களில் அது உன்னிடம் விட்டெறிவதை நீ ஏற்றுக்கொண்டாக வேண்டும். ஒரு உணவகத்துக்குள் செல்கிறாய்; நீ என்ன சாப்பிட வேண்டும் என்பதை அதன் உரிமையாளர் தீர்மானிக்கிறார் என்கிற மாதிரி. பார்வையைத் தழைத்து, ஹஃபேயின் பாதங்களைப் பார்த்தாள் ஆலிஸ். முதன்முதல் முறையாக. சாதாரணமாக, காலணிகளோ, பூட்சுகளோ அணிந்திருப்பாள் ஹஃபே – ஆனால், நடு ராத்திரியில், உறக்கத்திலிருந்து எழுப்பப்படும்போது அல்ல.

இப்போது அவளுடைய கால்விரல்கள் தெரியும்வண்ணம் சாதாரணச் செருப்புகள் அணிந்திருந்தாள். அவளுடைய கால் கட்டைவிரல்கள் இரண்டாகப் பிளந்தவைபோல் இருந்தன. ஒவ்வொரு காலுக்கும் உபரியாக ஒரு குட்டிக் கட்டைவிரல் இருந்த மாதிரி. வழக்கமான கட்டைவிரலைவிடச்

சிறியதாக. தடுமாற்றத்தைத் தவிர்ப்பதற்காக, வெளியே பார்த்தாள் ஆலிஸ். ஜன்னல் முழுக்க அந்துப்பூச்சிகள் மண்டியிருந்தன. விதவிதமான நிறங்களில். பலவற்றின் இறகுகளில் இருந்த விழிப்புள்ளிகளின் வடிவ அளவும் வெவ்வேறாக. அவையனைத்துமே எதையோ உறுத்துப் பார்த்துக் கொண்டிருப்பதுபோல.

அதே சமயம், கிட்டத்தட்ட ஒன்றைப் பார்த்துவிட்டாள். சமுத்திரத்தி லிருந்து வெளிவந்த ஒன்றை. ஏதோவொன்று கடற்கரையை நோக்கி வருகிறது; அவர்களைப் பார்த்து.

10

டாஹு, டாஹு, இப்போது எந்த வழியாய்ப் போவது?

"என் குறியைக்கூட உங்களால் வளைக்க முடியாது! நீங்களெல்லாம் என்ன மாதிரித் தேடுதல் மற்றும் மீட்புக்குழு?" ப்ளாக் பியரை எட்டிப்பிடித்துக் கடந்த டாஹு, மீண்டும் முன்னால் போக ஆரம்பித்தான். தேடுதல் குழுவின் இளம் உறுப்பினர்களிடம், தீங்கற்ற நகைச்சுவைப் பேச்சு உதிர்ப்பது டாஹுவின் வழக்கம். அவர்களுக்கும் அது பழகியிருந்தது. பெரும்பாலும், தேடுவதால் பிரயோசனமில்லை என்று ஆகும் போதுதான் இதுபோன்று நகைச்சுவையிடம் புகலடைவான் டாஹு என்று அவர்களுக்குத் தெரியும். தங்கள் உத்வேகத்தை உயர்த்திக்கொள்ளவும், ஊக்கத்தை அதிகரித்துக்கொள்ளவும் ஒரு வெடிச்சிரிப்பு அவர்களுக்குத் தேவைப்படும்போது. இப்போது அப்படி ஒரு தருணம்.

வழிநடத்திச் செல்வதிலும், தேடுவதிலும் பொறுப்பு வகித்தவன் ப்ளாக் பியர். ஆனால் இப்போது அவனுடைய பாவம் வேட்டையாடப்பட்டவனுடையது – வேட்டைக் காரனுடையது அல்ல. அவன் நம்பிக்கையிழந்துவிட்டான் என்பது டாஹுவுக்குத் தெரியும். மலைத்தொடரில் இருக்கும் போது, சகிப்புத்தன்மையைவிட நம்பிக்கைதான் முக்கியம்; உங்கள் மனத்தில் அது வறண்டுவிட்டதென்றால், உடல் உடனடியாக உணர்ந்துவிடும். உங்களுடைய அவயவங்கள் கைவிட ஆரம்பிக்கும். நீங்கள் தடுமாறுவது மலைக்குத் தெரிந்துவிடும். அப்போதுதான் அது அபாயகரமானதாகும். ஆகவே, முன்னணியில் இருந்த ப்ளாக் பியரை இடம் மாற்றிவிட்டு அமைதியாக முந்திச்சென்றான் டாஹு. ப்ளாக் பியரின் முதுகில் தட்டி, கொஞ்சநேரம் படுத்து ஓய்வெடு என்று சைகை செய்தான்.

ப்ளாக் பியரையோ அல்லது வேறு யாரையுமோ நீங்கள் குற்றம் சொல்ல முடியாது. ஏனென்றால், தேடுதல் வேட்டையின் ஆறாவது நாள் இன்று. இதுவரை அவர்கள் எதையுமே கண்டுபிடிக்கவில்லை – தாம், அல்லது டோட்டோவின்

தடயத்தையோ அல்லது வேறு பாதத்தடங்களையோ காணவில்லை. அதுதான் மிகமிக விசித்திரம். டாஹூவுக்குத் தேவை சின்னஞ்சிறு தடயம், ஆகக் குட்டியானதொரு துப்பு. அதுபோதும், அவர்கள் எந்த வழியாய்ப் போயிருக்கிறார்கள் என்று சொல்லி விடுவான் அவன்.

"டாஹூ, இப்போது எந்த வழியாய்ப் போவது?" என்று கேட்டான் ப்ளாக் பியர். டாஹூவிடம் பதிலில்லை. பன்னிரண்டு மணிநேரத்துக்கு முன்னால் அவர்கள் பார்த்த சாம்பர் மான் எந்த வழியாய்ப் போயிருக்கும் என்று சொல்லக் கூடியவன் அவன். இப்போது ஏன் முடியவில்லை? எந்தப் பக்கம் தேட வேண்டுமென்று ஏன் அவனால் யோசிக்க முடியவில்லை? தானே பொறுமையிழந்துகொண்டிருந்தான்; ஆனாலும் அவனுடைய அனுபவம், பொறுமையாய் இருக்கச் சொன்னது. ஏனென்றால் மனம் தளர்ந்தால் அவனுடைய யூகத்திறன் குன்றிவிடும். அவனால் சிந்திக்க முடிந்த ஒரே சாத்தியக்கூறு, தாம் எப்படியோ ஒரு மலைமுகட்டிலிருந்து தவறி விழுந்திருப்பான் என்பதுதான். ஆனால், கீழேயிருக்கும் அடர்ந்த மரக்கூரைக்குப் பின்னால் ஏதேனும் ஒன்று கிடைத்திருக்க வேண்டும். அல்லது வீழ்ச்சியின் அழுத்தம் ஏற்படுத்திய தடயம்: முறிந்த கிளைகள் தெரிந்திருக்கும். ஏனென்றால் அவற்றின் நிறம் வேறுபட்டிருக்கும். ஆனால் எதுவுமே இல்லை. ஒரு தடயமும் இல்லை. எதையுமே கண்டுபிடிக்காமல் இன்னொரு குழுவும் பள்ளத்தாக்கின் வழி தேடிப்போயிருக்கிறது.

"அவர்கள் இந்தப் பாதை வழி போகாமலே இருந்திருக்க வாய்ப்புண்டா?" என்று கேட்டான் மாஷெட்டி. குழுவின் இன்னொரு உறுப்பினன்.

"யாருக்குத் தெரியும்? மழைகூடக் காரணமாய் இருக்கலாம். சனியன், எப்போதையும்விடக் கடுமையாய்ப் பெய்தது." என்றான் டாஹூ.

ஹெலிகாப்டரிடமும் சாதகமான தகவல் ஏதும் இல்லை. தாம் மின் அலைபரப்புக் கருவி முழுக்கத் தோற்றுவிட்ட மாதிரி இருந்தது. ஒன்பது நாட்களாக எந்த சமிக்ஞையும் இல்லை. ஆரம்ப சமிக்ஞைகள் தாம் பதிவு செய்திருந்த பாதையிலிருந்தே வந்திருந்தன. பின்னர் அவர்கள் வழிதவறியிருக்க வேண்டும். கருவி தோற்று விடுவதற்கு வாய்ப்பேயில்லை என்றுதான் டாஹூ கருதினான். ஏனென்றால், தாம் போன்ற அனுவப்பட்ட மலையேறிகள், ஒன்றுக்கு மேற்பட்ட கருவிகள் கொண்டு வந்திருப்பார்கள். தவிர, இந்நாளைய அலைபரப்புக் கருவிகள் சூரிய சக்தியால் இயங்குபவை. தற்போதைய தொழில்நுட்பத்தில் பன்னோக்கு சாதனம் இயங்காமல் போவதற்கு வாய்ப்பேயில்லை.

அது அசாத்தியமானது இல்லை என்றும் சொல்லத்தான் வேண்டும். ஆனால், தொடர்ச்சியான துர்ச்சகுனங்கள் முன்னறிவித்தது இந்தத் துயர நிகழ்வைத்தானா என்று திகைக்காமல் இருக்க முடியவில்லை டாஹூவுக்கு. அல்லது, ஆக மோசமான விஷயம் இனிமேல்தான் வரவிருக்கிறதா.

மலையில் தேடுவதற்கும் மீட்பதற்குமான ஒரு குழுவை அமைக்குமாறு அவனுக்கு அழைப்பு வந்த சமயத்தில், வெள்ளிப்புறக்கள் அப்போதுதான்

பூத்திருந்தன. நீண்ட பயணம் ஒன்றை மேற்கொள்வதற்கு உரிய தருணமல்ல அது என்பது *புனூன்* ஜனங்களின் நம்பிக்கை. மேலும், கிளம்புவதற்கு முன்னால் ஆலிஸை அழைத்தபோது, அவனுடைய மகள் உமாவ் தும்முவது தொலைபேசியில் கேட்டது. அவன் வெளியே வந்தபோது, இன்னொரு *சுஹைஸஸ் ஹஸமும்*, அதாவது அபசகுனமும், நேர்ந்தது. *ஹாஸ் – ஹாஸ்* (ஜப்பானிய வெண்விழிகள்) பறவைக்கூட்டம் இடதுபுறமாகப் பறந்துபோனது. நிகழச் சாத்தியமான அத்தனை துர்ச்சகுனங்களும் ஒரே சமயத்தில் நடந்து முடிந்த மாதிரி. என்றாலும், கடந்த சில வருடங்களாக டாஹூ சந்தேகப்பட ஆரம்பித்திருந்தான் – *மஸாமு* (மூடநம்பிக்கைகள்)வைப் பின்பற்றலாகுமா என்று. பார்க்கப்போனால் *ஹாஸ் – ஹாஸ்* பறவைகள் இடதுபக்கம் நோக்கிப் பறப்பது தொடர்பான நம்பிக்கை அபத்தமானதுதான். மலையில் ஏகப்பட்ட *ஹாஸ் – ஹாஸ்* கூட்டங்கள் பறந்து திரிகின்றன. இடதுபக்கம் போவது சர்வசாதாரணம். "தவிர, நாம் வாழ்வது எந்தக் காலகட்டத்தில், எந்த யுகத்தில்?" என்று தன்னையே கேட்டுக்கொண்டான் டாஹூ. இது போன்ற ஒரு மூடநம்பிக்கை காரணமாக தங்களுடைய அசல் திட்டத்தை அவர்கள் ரத்து செய்திருந்தால், அதுவும்கூடக் கொஞ்சம் . . . ?

தன் மனத்தில் உதித்த அனுசிதமான சொல்லை அவசரமாகத் தணிக்கை செய்தான். பார்க்கப்போனால், அவன் ஒரு *புனூன்*. மூடநம்பிக்கைகளை நம்பாமல் இருப்பது என்பதே மாபெரும் மூடநம்பிக்கைதான் – அவனுடைய மரியாதைக் குறைவான மொழியைச் சொல்லவே தேவையில்லை. அவனுடைய தகப்பனார் மட்டும் இப்போது இருந்திருந்தால், என்னதான் வனச் சூழலியலில் முதுகலைப் பட்டம் பெற்றிருந்தாலும், மலையில் திரியும் ஆவிகளை அவன் மதிக்கத்தான் வேண்டும் என்று நிச்சயமாய்ச் சொல்லியிருப்பார்.

"மலையே இல்லாவிட்டால், நீ கற்பதற்குக் காடுகள் எங்கே இருக்கும்? காடு என்பது நாம் வேட்டையாடுவதற்கும் வணங்குவதற்குமானது. நாம் ஆராய்வதற்கானது அல்ல." தமது கணீர்க் குரலில் அப்பா சொல்கிற மாதிரி அவனால் கற்பனை செய்யமுடிந்தது.

ஆனால், இது வாழ்வா, சாவா பிரச்சினை என்பதால் கிளம்பிவிட்டான் டாஹூ. துரதிர்ஷ்டவசமான ஏதேனும் அவனுக்கு நேர்ந்துவிட்டாலும், மூடநம்பிக்கைகளை மதிப்பதைவிட, கடமையைச் செய்வது முக்கியம். அதிலும் இந்தப் பயணத்தில் அவனுடைய கடமை தாம் சம்பந்தப்பட்டது எனும்போது . . . அல்லது இதை ஆலிஸுக்காகச் செய்கிறான் அவன்.

மூனையும் ஸ்டோனையும் தன்னுடைய மோட்டார்சைக்கிளில் வந்து ஏறிக்கொள்ளச் சொல்லிக் கூவினான். வண்டியின் வாயுத்தொட்டி மீது ஒன்று; மற்றது பின்னிருக்கையில். மூனும் ஸ்டோனும், ஃபார்மோஸா மலைப்பிரதேசக் கறுப்பு நாயினத்தவை. நெஞ்சில் பிறைக்கீற்றுடன், ஃபார்மாஸா கருங்கரடி போலவே தோற்றமளிக்கும் மூன். ஸ்டோனுக்குக் கோணல்வாய். காரணம், முதன்முறையாக வேட்டைக்குப் போனபோது, காட்டுப் பன்றியொன்றின் தந்தம் அதன் உதட்டைக் கிழித்துவிட்டது. வேட்டை இலக்கு எவ்வளவு பெரியதாக, பலம்வாய்ந்ததாக இருந்து தாக்கினாலும், நின்ற இடத்தைவிட்டு ஒரு அங்குலம் கூட நகராது ஸ்டோன்.

மலைவனத் தோப்புகளுக்குள் டாஹுவின் விசுவாசமான தோழர்கள் அவர்கள். ஆனால், இப்போது அவர்களும் மலையில் சுற்றிச்சுற்றி வருகிறார்கள். அவ்வப்போது இருவரும் தலையை உயர்த்துவார்கள் – தாங்கள் தேடும் இலக்கின் மணம் வானத்தில் மிதக்கிற மாதிரி.

சிலசமயம் எங்கே போவது என்பதோ, தான் இருக்கும் இடத்துக்கு எப்படி வந்து சேர்ந்தோம் என்பதோ ஒருவனுக்குத் தெரியாமல் போகும். பத்து வருடங்களுக்கு முன்பு, இங்கே ஹேவனுக்கு வந்து சேர எப்படி முடிவெடுத்தான் என்பதை டாஹு நினைத்துப் பார்த்தான். எல்லாம் மில்லட்டால் வந்ததுதான். மதிப்பு மிக்க பொதுப் பல்கலைக் கழகம் ஒன்றிலிருந்து வனச் சூழலியல் முதுகலைப் பட்டம் பெற்றிருந்த சமயம். அவனுடைய கிராமத்துக்கு அது ஓர் அபூர்வ நிகழ்வு. உண்மையில் அதற்கு முன் நடந்தேயிராதது. "என்னது, காட்டைப் பற்றிப் படிக்கக் கல்லூரியா? மீன் பிடிப்பதற்கு ஒன்றும் கிடையாதா? 'துப்பாக்கியால் சுடுவதற்கும்' முதுகலைப் படிப்பு உண்டோ?" என்று டாஹுவின் நண்பர்கள் கேலி செய்வார்கள். பூர்வகுடிகள், தங்கள் தாய்மொழி தொடர்பான அல்லது சமூகவியல் தலைப்புகளில் பட்டம் பெற முனைந்திருந்தபோது, டாஹுவுக்கு வனவியலில்தான் ஆர்வம் மிகுந்திருந்தது.

புதிதாக எதையும் ஆரம்பிப்பதற்கு முன்பே, கட்டாய ராணுவ சேவையை முடித்துவிட வேண்டும் என்று விரைந்து முடிவெடுத்தான் டாஹு. ஒருமுறை, அவனையும் அவனுடைய பட்டாளத்தையும் ஏதோ சில்லறை வேலையாக ஹேவனுக்கு அனுப்பினார்கள். வந்த இடத்தில் இவர்கள் குடிக்கத் தொடங்கினார்கள். பிறகு கிளம்பி, ரயில் நிலையத்துக்கு முன்னால் இருந்த "கண்ணியவான்களின் அழகு நிலையம்" ஒன்றிற்கு விஜயம் செய்ய முடிவுசெய்தார்கள் – "விசேஷ மசாஜ்" ஒன்றுக்காக. தங்களுக்கு மசாஜ் ஏதும் தேவைப்படவில்லை என்பது அவர்களுக்கே தெரியும். உண்மையில் அவர்களுக்குத் தேவைப்பட்டது, அறிவிப்புப் பலகை இடக்கரடக்கலாய்த் தெரிவித்த, "எண்ணெய்வழி போதையின் நச்சு நீக்கம்".

மங்கலான வெளிச்சமிருந்த படிக்கட்டை நோக்கி நடக்கும்போது தன் இதயம் வழக்கத்தைவிட வேகமாகத் துடிப்பதைக் கவனித்தான் டாஹு. குடித்திருந்ததால் போலும். சின்னச் சின்னதாகத் தடுக்கப்பட்ட அறைகள் கொண்ட, இருண்ட முற்றமொன்றுக்கு இட்டுச் சென்றது அந்தப் படிக்கட்டு. அவனுடன் இரண்டு தோழர்கள் இருந்தனர். ஆளுக்கொரு அறை வழங்கப்பட்டது. சுமார் பத்துநிமிடங்கள் கழித்து, ஓர் இளம்பெண் கதவைத் தட்டினாள். "நான் வேலையைத் தொடங்கலாமா?" டாஹு ஆமோதிப்பாய்த் தலையசைத்தான் – இன்னும் அவளை நன்றாகப் பார்த்திருக்கக்கூட இல்லை.

குடிக்கும்போதே அவனுடைய நண்பர்கள் பொதுவான வழிமுறையை விளக்கியிருந்தனர். "அழகுநிபுணி அரைமணிநேரமோ, ஒருமணிநேரமோ அடிப்படையான எண்ணெய் மசாஜ் அளிப்பாள். பிறகு உன்னைப் புரண்டு படுக்கச் சொல்வாள்; விளக்கைத் தணிப்பாள். இப்போது உனக்கு 'விசேஷ சிகிச்சை' தொடங்கும். வேளை வரும்போது வெட்கப்பட்டுக் கொண்டிருக்காதே. சந்தோஷமாய் அனுபவி."

மசாஜ் மேசையில் குப்புறப் படுத்திருக்கும்போது, சுவாசிப்பதற்கான துளை வழி அந்தப் பெண்ணின் குதிஉயரச் செருப்புகளுக்கு வெளியே நீட்டியிருந்த கால் விரல்களைப் பார்த்துக்கொண்டிருந்தான் டாஹு. அவை பேரழகாய்ப் பொலிந்தன – விசேஷமாய்ப் படைக்கப்பட்டவை மாதிரி. டாஹுவின் நாடித்துடிப்பு கொஞ்சமும் நிதானப்படவில்லை. அதிவேகத்தில் வேடனால் துரத்தப்படும் சாம்பர் மான் போல உணர்ந்தான். அவன் எங்கிருந்து வருகிறான், வருமானத்துக்கு என்ன செய்கிறான் என்று விசாரித்தாள் அந்தப் பெண். அவளுடைய பாவம் விட்டேற்றியாய் இருந்தாலும், குரல் மிகவும் மிருதுவாக இருந்தது. பாதையற்ற வனத்தினூடே நடந்து செல்கிற மாதிரி உணர்ந்தான் டாஹு. அவர்கள் பேசிக்கொண்டிருக்கும்போது அவனுக்குத் தெரியவந்தது – அவளும் இவனைப்போலவே டாய்–ட்டுங்கைச் சேர்ந்தவள்தான்.

ஆனால், "விசேஷ சிகிச்சை"யின்போது, டாஹு மிகவும் பதற்றமடைந்திருந்தான். முழுமையாய் விறைக்கவில்லை அவனுக்கு. முதுகைக் காட்டி அமர்ந்து, அவனுக்குக் கரமைதுனம் செய்துவித்தாள் அந்தப் பெண். ஆனாலும், மணி ஒலித்தபோது அவனுக்கு விந்து வெளியேறியிருக்கவில்லை. அவளை அவன் தொட்டிருக்கக்கூட இல்லை. இடுப்புவரை நீண்டிருந்த அவளது கூந்தலைப் பார்த்துக்கொண்டு மட்டுமே இருந்தான். அந்தக் கோணத்தில் அவள் மிகவும் இளமையாய்த் தெரிந்தாள். சுமார் இருபது வயது மதிக்கலாம். ஆனால், தங்கள் வயது என்ன என்று அவர்கள் பேசிக்கொண்டிருந்தபோது, அவள் வெளிப்படையாய்ச் சொன்னாள்: அவளுடைய வயது இருபத்தெட்டு.

"குழந்தை முகம்."

"ஆமாம், குழந்தை முகம்."

"ம். உன் பெயர் என்ன?"

"நான் மில்லட். எட்டாம் நம்பர். சீக்கிரமே உங்களுக்கு மறுபடியும் சேவை செய்ய வாய்ப்புக்கிடைக்கும் என்று நம்புகிறேன்." தொலைத்தொடர்பு நிறுவன வாடிக்கையாளர் சேவையகப் பெண்ணின் உருப்போட்ட வசனம்போல இருக்கிறது என்று டாஹுவுக்குத் தோன்றியது.

இப்போதுதான் அவளை முதல் தடவையாக உற்றுக் கவனித்தான். ஊதாநிறக் குட்டையுடையும், கைகளில், தளர்வான காப்புகள் சிலவும் அணிந்திருந்தாள். தைப்பெய் தெருக்களில் சாதாரணமாய்க் காணப்படும் இளம்பெண் மாதிரி இருந்தாள். வட்டமான, அதிக சதைப்பிடிப்பற்ற முகம். ஏனோ பிடிவாதம் தெரிந்த நாசி. தோலின் நிறத்தை வைத்துச் சொன்னால் பூர்வகுடிப் பெண்போலத் தோன்றவில்லை, ஆனால் கண்கள் நிச்சயம் பூர்வகுடிச் சாயல் கொண்டவைதாம். புறப்படும்போதும் அவளுடைய கால்விரல்களையே பார்த்துக்கொண்டிருந்தான் டாஹு. அவை மேலதிக நாணம் கொண்டவையாய்த் தென்பட்டன, தாம் உள்ளே வந்ததற்காக வருத்தம் தெரிவிப்பவைபோல. என்ன அழகான விரல்கள்! என்று நினைத்துக்கொண்டான்.

அதன் பிறகு, தானாகவே அடிக்கடி ஹேவனுக்குக் காரோட்டிச் சென்றான். தலையைக் குனிந்தவாறு உள்ளே செல்வான். நிர்வாகியிடம்,

"நம்பர் எட்டு, மில்லட்." என்று சொல்வான். சிறுகச் சிறுக இருவரும் ஒருவருக்கொருவர் நெருக்கமாயினர். சிலவேளை, நள்ளிரவில் ஏதாவது கொறிப்பதற்காக டாஹுவுடன் வெளியே போய்வருவாள் மில்லட். தனக்கு மோசமான வாடிக்கையாளர் யாராவது வந்தால், இவனிடம் சொல்லிப் புலம்புவாள். சில ஆட்கள், தங்களால் 'இலக்கைத் தாக்க' இயலவில்லை என்றால் தள்ளுபடி கேட்பார்களாம். "ஆண்பிள்ளை பிறப்பதற்கு, திருமணத் தரகனால் உத்தரவாதம் தர முடியாது. சரிதானே?" என்று சுமாரான தைவானீஸில் கேட்டாள் மில்லட் – ஒரு சிகரெட்டை எடுத்தவாறு. "சர்வநிச்சயமான சமாசாரங்கள் என எதுவுமே வாழ்க்கையில் கிடையாது." என்றாள். அவளுடைய சருமம் மிகவும் மிருதுவானதாயிருந்தது இப்போது. நெடுங்காலமாக உள்ளறைகளிலேயே பணிசெய்கிறவள் என்பதால் இருக்கலாம்.

இரவு ஷிஃப்ட்டில் எட்டு முதல் காலை ஆறு வரை வேலைபார்த்துவிட்டு, பகல் பொழுதில் தூங்கும் வழக்கம் உள்ளவள் மில்லட். ஆராய்ச்சி நிலையமொன்றில், புனூன் குடிகளுக்கும் வனங்களுக்குமான உறவுநிலை பற்றிய ஆராய்ச்சிப் பணிக்கு மனுச்செய்வதுவே டாஹுவின் அசல் திட்டம். ஆனால், ஆரம்பப்பள்ளியில் மாற்று ஆசிரியராகப் பணிபுரியத் தன் பூர்விக கிராமத்துக்குத் திரும்ப முடிவெடுத்தான். அந்த முடிவையும் மாற்றுவான், மில்லட்டை மேலதிகத்தடவைகள் சந்திப்பதற்காக ஹேவனில் வசிக்க முடிவுசெய்வான், அங்கே வாடகைக்கார் ஓட்டுநன் ஆவான் என்று யாரேனும் நினைத்தாவது பார்த்திருப்பார்களா? வேலை முடிந்துவரும் மில்லட்டை அழைத்துச் செல்வதற்காக அழகுநிலையத்தின் வாசலில் காலை ஆறு மணிக்குப் போய்க் காத்திருப்பது அவனுக்கு மிகப் பொருத்தமான செயலாகப் பட்டது.

ஆரம்பத்தில் மில்லட் அவனுடன் படுக்கையைப் பகிர்ந்துகொள்ள மறுத்தாள். வாடிக்கையாளரிடம் மயங்க வேண்டாம் என்று மூத்த பெண்கள் அத்தனைபேருமே எச்சரித்திருந்தார்கள். "சுகம் அனுபவிப்பதற்காக மட்டுமே என்ற உறுதி உனக்கு இல்லாத பட்சத்தில், அவனுடன் படுக்கைக்குப் போகாதே. போகத்தான் போவேன் என்றால், வேண்டுமளவு புலம்பவும் முனகவும் செய்யலாம் – 'நான்தான் அப்போதே சொன்னேனே" என்பதை மட்டும் கேட்டுக்கொண்டிருக்கலாம்" என்று, மில்லட்டைத் தன் இறக்கைகளுக்குள் பொதிந்து வைத்திருந்த மூத்த பெண்ணான லிங் சொன்னாள். போதைப்பொருள் அதிகமாக எடுத்துக்கொண்ட கணவன் அகால மரணமடைந்ததன் காரணமாக, தன் குழந்தைகள் இருவரையும் வளர்க்க வேண்டி, தொழிலில் இறங்கியவள் லிங். வாடிக்கையாளருக்குச் சேவை செய்யும்போது, விளக்கை அணைத்துவிடுவாள்; அவர்களைப் பார்க்கவே மாட்டாள்.

ஆனால், நாட்கள் செல்லச் செல்ல, டாஹு தன் இதயத்துக்குள் நுழைவதை மில்லட்டால் தடுக்க முடியவில்லை. பொறுமையாகக் கேட்டுக்கொண்டிருக்கக் கூடியவன், இருட்டில் தடவாதவன், வேலை முடிந்ததும் கூட்டிச் செல்வதற்காக கிட்டத்தட்ட தினந்தோறும் வந்துகொண்டிருந்தவன் டாஹு. மில்லட் தன்னுடைய அலைபேசி எண்ணையும், அழகுநிலையத்துக்கு அருகில் இருந்த தனது அடுக்ககக் குடியிருப்புக்கான

சாவியையும் டாஹுவிடம் கொடுத்தாள். கடந்த சில வருடங்களாக, தன் தந்தையின் கடன்களை அடைப்பதில் தாய்க்கு உதவுவதிலேயே மில்லட்டின் வாழ்க்கை கழிந்திருந்தது. அடுக்ககக் குடியிருப்புக்கும், "அலுவலக"த்துக்குமாகத் தனது நேரத்தைப் பங்கிட்டிருந்தாள். சில சமயம், மதிய உணவை வீட்டுக்கே வாங்கி வந்துவிடுவான் டாஹு. மில்லட் துயில்வதை அமைதியாகப் பார்த்துக்கொண்டிருப்பான். பொய் இமைமுடிகளைக் களைந்த மாத்திரத்தில், பழைய மில்லட்டாக அவள் மாறி விட்ட மாதிரி உணர்ந்தான். புத்தம்புதிதாய் முளைத்தவை போன்ற கால் விரல்களுடன், கிட்டத்தட்டக் கச்சிதமான பெண்ணாக மாறிவிடுவாள். மஸாஜ் மேசையின் சுவாசத் துவாரத்தினூடாக அவனால் பார்க்க முடிந்த ஒரே அங்கம் அந்தக் கால்விரல்கள்தாம்.

டாஹு வாடகைக்கார் ஓட்டினாலும் மலைகளைப் பற்றிய ஏக்கம் இருந்துகொண்டேதான் இருந்தது. எனவே, வேறு சில மலையேற்ற ஆர்வலர்களைச் சந்திக்கத் தொடங்கினான். தேடுதல் மற்றும் மீட்புக்குழு ஒன்றில் இணைந்துகொண்டான். மலைகளில் அவசரநிலையொன்று உருவாகும்போது, வாடகைக் காரை மேலே ஓட்டிச் சென்று, மீட்பு நடவடிக்கையில் பங்குகொள்வான். மலைகளைப் பற்றியும் காடுகளைப் பற்றியும் அவனுக்கிருந்த அறிவின் காரணமாக, விரைவிலேயே பெரும் பெயர் பெற்றான். மலைகளில் நேரவிருந்த விபத்துகள் பலவற்றைத் தவிர்க்க உதவியிருக்கிறான். வாழ்வின் பல்வேறு புலங்களைச் சேர்ந்தவர்கள் அந்தக் குழுவில் இருந்தனர்: சுற்றுலா வழிகாட்டிகள், உயர்நிலைப் பள்ளி ஆசிரியர்கள், கூழ் விற்பவர், இரவு அங்காடியில் கஷாயம் விற்பவர் என. வந்து கூடும்படி அழைப்பு கிடைத்தவுடனே, செய்துகொண்டிருக்கும் வேலையை அப்படியே போட்டுவிட்டு ஒரு குழுவாக வந்து கூடுவார்கள். ஓய்வுகாலங்களில், மலையேற்றத் தோழர்களாய் இருப்பார்கள். அவர்களில் பலரும் மலையேற்றத்தில் தன்னளவில் மாவீரர்கள். ஹான் சீனர்கள் சிலர், சிலர் பூர்வகுடிகள் – பங்கா, அமிஸ், புனூன், சாக்கிஸாயா மற்றும் ட்ருக்கு இனத்தவர். மலைகளின் மீதான காதலைப் பகிர்ந்துகொண்டவர்கள். உலகின் அத்தனை பணத்தையும் கொட்டிக்கொடுத்தாலும் அவர்களில் ஒருவர்கூட மலைகளை விட்டுவிட மாட்டார்.

மில்லட்டுடன் கழித்த நாட்களுக்காக மிகவும் ஏங்கினான் டாஹு. ஆனால், அதை எண்ணித் தழுதழுக்க மாட்டான். அப்படி உணர்ச்சிவசப்பட்டால், எளிதில் நொறுங்கிவிடக்கூடிய, அபாயகரமான அந்த நினைவுகளை அழிக்கவோ, மறுபரிசீலனை செய்யவோ வேண்டிவந்துவிடுமோ என்றுதான். மில்லட்டுக்காக மிகவும் ஏங்கினான் – ஆனால், மறப்பதற்குக் கடுமையாக முயன்றான் – நிகழ்காலம் கடந்த காலத்தினுள் அகப்பட்டு சிடுக்காவதை அவன் விரும்பவில்லை.

இரவு வந்தது. இன்னமும் தடயம் எதுவும் கிடைக்கவில்லை. மலையேறுவதற்காக தாம் பதிவு செய்திருந்த மலைத்தொடர் அத்தனை கடினமானது அல்ல. ஆனால், புகழ்பெற்ற வேறுபல ஏற்றங்களைவிட அதிகத் தந்திரமான சிகரங்கள் பலவற்றுடன் பிணைந்திருந்தது.

"புகழ்பெற்ற ஏற்றங்கள்" அனைத்துமே அதிகமானவர்கள் பயணம் செய்தவை; மலையேற்றக்காரர்களின் தொடர்வரிசை எப்போதும் அவற்றில் இருந்துகொண்டிருக்கும். பெரும்பாலும் நீங்கள் புறப்படும் இடத்திலிருந்து, முகடு அதிகத் தொலைவிலிருக்காது. மலைமீது புதிய பாதையைக் கண்டறிவது என்ற சாரமான அனுபவம் காணாமல் போய்விட்டது; ஏறிச் செல்லுதல் என்ற வெறும் உடற்பயிற்சி மட்டுமே எஞ்சியிருக்கிறது.

இந்த மலைகள் அப்படியில்லை. இவை மர்மமானவை. நிஜமான மலைகளைப் போலவே, உள்ளுணர்வு கொண்டவை. நிஜமான மலையொன்றில் நீங்கள் ஏற ஆரம்பித்தவுடனே பொதுப்புத்தி செல்லுபடியாகாமல் போய்விடும் என்று டாஹுவுக்கு அடிக்கடி தோன்றும். அவன் சென்ற மீட்புப் பணிகளில், குறைபாடுகள் தோன்றவே செய்யும். ஒரு தடவை இப்படித்தான், பல மாணவர்கள் *நான்ஹு* மலையில் சிக்கிக் கொண்டார்கள். மலைகளில் நிலவிய வெப்பநிலை கிட்டத்தட்ட உறைநிலையாக இருந்தபோது, பாதை நெடுக, கழித்த துணிமணிகள் கிடப்பதை மீட்புக்குழு கண்டது. இளம் மீட்பாளன் ஒருவன் கேட்டான்: "இது ஒருவேளை அபாய சங்கேதமாய் இருக்குமோ?"

"அப்படி இருக்க வேண்டியதில்லை. தைவானிலும், பிற அயல்நாடு களிலும் பதிவாகியுள்ள ஏகப்பட்ட சந்தர்ப்பங்கள் உண்டு – காணாமல் போன மலையேறிகள் அதிக உடைகளுடன் இல்லாமல் இருந்திருக்கிறார்கள். உடல்வெப்பக் குறைவு, ஜனங்களுக்குத் துடிப்பான யோசனைகளை வழங்கக் கூடியது. இது அபாய சங்கேதம் என்று எனக்குப் படவில்லை. இது அவர்கள் தொலைந்து போயிருக்கிறார்கள் என்பதன் அடையாளம்தான்; அவர்கள் திசையறிவை இழந்துவிட்டார்கள், சரியான மன நிலையில் இல்லை. நாம் அவசரமாகப் போய்ச் சேர வேண்டும்." டாஹு சொன்னது சரிதான். மாணவர்களை இவர்கள் கண்டுபிடித்தபோது, அவர்கள் கிட்டத்தட்ட சுயநினைவின்றிக் கிடந்தார்கள்; கிட்டத்தட்ட அம்மணமாக.

டாஹு சில சமயங்களில் சர்வதேசத் தேடுதல் மற்றும் மீட்புப் பயிற்சி வகுப்புகளுக்குப் போயிருக்கிறான். அதுபோன்ற சந்தர்ப்பங்களில் சந்திக்கக் கிடைத்த நண்பர்கள் சொல்லியிருக்கிறார்கள்: ஜனங்கள் தொலைந்து போய், நாட்கணக்காக யாரையும் பார்க்கக் கிடைக்காமல் இருக்கும்போது, மீட்புக் குழுவினரை வேண்டுமென்றே தவிர்ப்பார்கள் – காரணம் அவர்களுக்கு மிகைக் கற்பனைக்கும், பிரமைக்கும், நிஜத்துக்கு மான வேறுபாடு தெரியாமல் ஆகியிருக்கும். சிலருக்கு உடம்பில் தெம்பு இருக்கத்தான் செய்யும்; ஆனாலும், கூப்பிட்டால் எதிர்வினை அளிக்க மாட்டார்கள். பயந்த மிருகங்கள்போல ஒளிந்துகொள்ளவும் செய்வார்கள் சிலர். ஆகவே, தற்போதைய தேடுதல் வேட்டையில், சிலவேளை டாஹு அவர்களுடைய பெயரைச் சொல்லிக் கூப்பிட்டான். மற்றபடி, தடயங்களுக்காக அவதானித்தபடி அமைதியாய் இருந்தான். மற்றத் தேடலாளர்களையும் அடக்கி வாசிக்கச் சொன்னான். மிகப் பல தடவை, *இங்கே ஏதோ இருக்கிறது* என்ற உணர்வு தட்டும்; ஆனால், அது மின்னற் பொழுதில் மறைந்துவிடும்.

பல நாட்கள் கழித்து, மீட்புக்குழு தன்னுடைய முயற்சிகளுக்கு எந்தப் பலனும் கிட்டாமல் திரும்பியது – ஒரு பிரேதம்கூடக் கிடைக்க வில்லை. டாஹூவுக்கும் ஆலிஸூக்கும் இது பலத்த அடி. டாஹூவால் தாங்கிக்கொள்ளவே முடியாத விஷயம் எதுவென்றால், ஆலிஸின் கண்களில் தெரிந்த ஏமாற்றம்தான். ஏனெனில், சம்பவம் நடந்த ஒரு மாத அளவில், ஆர்வலர்களின் குழுக்கள் பலவும் மலைகளுக்குப் போய்த் திரும்பின – முன்னேற்றம் ஏதும் இன்றி. அது எப்படி சாத்தியம்? டாஹூவுக்குப் புரியவேயில்லை. தினத்தாள்கள் அதை தீர்க்கப்படாத மர்மம் என்று விவரித்தன. பார்க்கப் போனால், வழக்கமான மலையேற்ற விபத்து என்பது மலையில் ஆட்கள் இறந்து போவதுதான். எப்போதுமே ஒரு உடல் கிடைத்துவிடும். ஆனால் இந்த முறை, மழையாக மாறி ஆற்றினுள் வீழ்ந்த மேகங்களைத் தேடிப் போகிற மாதிரி ஆகிவிட்டது; அடையாளம் காணவோ, தடயத்தைத் தேடவோ முற்றிலும் இயலாததாக.

பெரும்பாலும் இதுபோன்ற புதிரான சமாசாரங்களில் நடப்பது போலவே, தேடுதல் மற்றும் மீட்புப் பணிகள் சுணங்கிவிட்டன. உலகமானது, கற்பனை செய்ய முடியாத அளவு பிரம்மாண்டமானது; சிலர் காணர்மல் போவதால் மட்டும் தன் இயக்கத்தை நிறுத்திவிடாது. ஆனால், தொடர்ந்து தனக்கிருக்கும் ஐயங்களாலும், ஆலிஸூக்குக் கொடுத்த வாக்குறுதியின் காரணமாகவும், கடைசியாய் இன்னொரு முறை மலைகளில் தேடிப்பார்க்க முடிவெடுத்தான் டாஹூ. இந்த முறை ஒரு புதிய வழித் தடத்தையும், புதிய யோசனைகள் சிலவற்றையும் முயன்று பார்க்கப் போகிறான்.

தைவானின் பூர்வகுடி இனங்கள் அனைத்துமே மலைகளில் வசிப்பவை அல்ல; ஆனால், புனூன்கள் நிச்சயம் மலைவாசிகள்தாம். பெற்றோருக்கு இரண்டாம் மகனான டாஹூ தன்னுடைய சித்தப்பாவின் பெயரையே கொண்டிருந்தான். “டாஹூ” என்றால் சீயக்காய் என்று பொருள். நேரடித்தன்மையும் நெகிழ்திறனும் கொண்ட பச்சிலை அது. டாஹூவின் சுபாவத்துக்குக் கிட்டத்தட்டப் பொருத்தமானது. ஆனால், அவன் எத்தனை திடமானவனாய் இருந்தாலும், உமாவ்வை நேருக்கு நேர் பார்க்க சிரமப்பட்டான். உமாவ்வைக் கருத்தரித்த பின், மில்லட் எவ்வளவு நிலையற்றவளாய் இருந்தாள் என்பது நினைவு வந்தது. அழகுநிலையத்தில் மேற்கொண்டு பணிபுரிய முடியாமல் போனதால், மாதத்துக்கு நூறாயிரம் புதிய தைவான் டாலர்கள் என்ற அவளது வருமானம் திடீரென்று நின்றுபோனது. ஆனால் இந்த ஊரில் மில்லட் போன்ற ஓர் இளம்பெண்ணுக்கு வாழ்க்கையில் இருந்த ஒரே மகிழ்ச்சி, நிறைய ஒப்பனைகள் செய்துகொள்வதுதான். தவிர, தொழில்புரியும்போது, பிற மஸாஜ் பணியாளர்களைப் போலவே மில்லட்டும் போதைப் பொருட்களைப் பயன்படுத்த ஆரம்பித்திருந்தாள். அதை விட்டுவிடும்படி பலதடவை வற்புறுத்தியிருக்கிறான் டாஹூ. அவனுடைய மென்மை மற்றும் நம்பகத்தன்மையைச் சார்ந்து இருப்பவளாகத் தென்பட்டாலும், அவற்றைவிடவும் முக்கியமானவை வாழ்க்கையில் உள்ளன என்றே எண்ணினாள் மில்லட். டாஹூவை எதிர்த்து வாதாடுவாள். அவன் விருப்பமில்லாமல் கேட்டுக்கொள்வான். மில்லட்டால் இதேவிதமாகத் தொடர முடியவில்லை. அவள் தன்னை மறக்க விரும்பினாள். அதற்கு

ஒரே வழி, வாடிக்கையாளர் ஒருவரிடமிருந்து ரகசியமாக போதைப் பொருட்களை வாங்குவது.

தன்னளவில், டாஹ௴வும் உறுதியாய் இல்லை. ஆனால், தான் பலவீனமாய் இருப்பதாகக் காட்டிக்கொள்ள அவனுக்கு விருப்பமில்லை. ஆக, தகராறுகளைத் தவிர்ப்பதற்காக, நீண்ட நேரம் காரோட்டப் போனான். ஒருநாள் அவன் வீடு திரும்பியபோது, ஸ்கூட்டர் இல்லை. கதவைத் திறந்தான். தொட்டிலில் உமாவ் விசும்பிக்கொண்டிருப்பது கேட்டது. வேறு யாரும் இல்லை. மில்லட் வைத்துவிட்டுப் போயிருந்த குறிப்பைக் கண்டான். அவள் அதிகம் எழுதியிருக்கவில்லை. *நான் தைய்ப்பெய் போகிறேன். உமாவ்வை நன்றாகப் பார்த்துக்கொள்ளவும்.* அவளைக் கண்டுபிடிப்பது சுலபமாய்த்தான் இருந்திருக்கும். ஆனால் அவன் தேடிப் போகவில்லை. மாறாக, *கேர்ஃபோரில்* பாதுகாப்பு இருக்கை ஒன்றை வாங்கிப் பொருத்தி, வாடகைக்காரைத் தொடர்ந்து ஓட்டினான். பணி வேளைகளில் உமாவ்வைப் பயணியர் இருக்கையில் கிடத்தி, அவளுடன் பேச்சுக்கொடுத்துக் கொண்டிருந்தான்.

தகப்பன் சொல்லும் கதைகளைக் கேட்கும்போது, உமாவ்வின் கண்கள் சாம்பர் மான்களின் கண்களைப்போல மினுங்கும். ஆனால், கதை முடிந்த மாத்திரத்தில் கல்போல ஆகிவிடும். உமாவ் தூங்கியதும் அவளுடைய பிஞ்சு நெஞ்சு ஏறித் தாழும். சிலவேளை சுவாசத்தின் கதி மாறிவிடும். விழித்துக்கொண்டு வெடித்து அழ ஆரம்பிப்பாள். சின்னஞ்சிறு குழந்தையாக இருக்கும்போதே, சில விஷயங்கள் அவளுக்குத் தெரிந்திருந்த மாதிரித் தென்பட்டது. காயம் பட்ட பறவை மாதிரி இருந்தாள். வளர்ந்த பிறகு தன் மகள் எதிர்கொள்ளவிருக்கும் உலகம் பற்றி ஒவ்வொரு நாளும் கவலைப்பட்டான் டாஹ௴ – ஏனெனில், நிஜமான கானகத்தில், காயம் பட்ட பறவைக்கு மரணம் தவிர்க்கவியலாதது.

வழித்தடத்தில் தனியாக நடந்தான் டாஹ௴. பிறகு கால்போன போக்கில் செல்லத் தொடங்கினான். நீளும் பாதை தன் தனித்துவத்தை இழந்து வந்தது. இறுதியில் வெறும் விலங்குத் தடமாக ஆகியது. தான் “மலையின் உட்புறம்” நுழைந்துவிட்டது அவனுக்குப் புரிந்தது. பலப்பல பாதங்கள் நடந்து இறுகிய மலைப்பாதைகளின் சாயலே இல்லாத பாதை. கயிறு கட்டி ஏறுகிறவர்கள் அடித்து, விட்டுச்சென்ற பிளாஸ்டிக் முளைகள் அறவே இல்லாதது. வனத்துக்குள் உள்ளும் புறமுமாக ஓடிவந்தன மூனும், ஸ்டோனும். இலக்கு எங்கே உள்ளது என்பதைத் தங்கள் எஜமானனுக்குத் தெரிவிக்க அவை குரைக்கும். உன்னிப்பான, துணிச்சலான ஃபார்மோஸா மலைநாய்களைத் தேர்ந்தெடுப்பதைவிட ஒரு புனூன் இனத்தவனுக்கு முக்கியமானது வேறேதுமில்லை. அவை வெறும் வேட்டை நாய்களல்ல, தனிமையில் உங்களது துணைவர்கள். டாஹ௴வின் தகப்பன் சொல்லியிருக்கிறார்: நாயின் கண்களையும் வாலையும் நன்றாகக் கவனி. வால் விறைப்பாக இல்லையென்றால், நாய் துணிவற்றது என்று பொருள். கண்கள் மின்னவில்லையென்றால் அது புத்திசாலியில்லை. அல்லது, அந்த நாயால் நிதானமடைய முடியாது என்று அர்த்தம். நிதானமாய் இல்லாத நாய்க்கு, கானகத்தில் இருக்கும் அபாயங்களைக் காண முடியாது.

காட்டுக்குள் விரைவாகச் செல்வது டாஹ்ரூவின் தனித் திறன். நண்பர்களிடம் விளையாட்டாய்ச் சொல்வான்: ஐந்தடி எட்டங்குலத்துக்குமேல் ஒரு புனூன் இனத்தவன் உயரமாய் வளர்ந்தால், அது அவனுக்கு ஒரு ஊனமே. ஏனென்றால், நீ அதிக உயரம் கொண்டிருந்தால், மரங்களுக்கூடே எளிதாகப் போய்வர முடியாது. மூனும் ஸ்டோனும் அவனுக்கு ஒரு தப்படி முன்னால் போய்க்கொண்டிருந்தன. அவை ஒரு நீராதாரத்தைக் கண்டறிந்துவிட்டன; காட்டுக்குள் வெள்ளிபோலச் சலசலக்கும் நீரோடை. உங்களுடன் பேசுவதுபோல ஒலிப்பது. தனது சிறிய சமையல் அடுப்பை வெளியில் எடுத்து ஒரு குவளை தேநீர் தயாரித்தான் டாஹ்ரூ. மலையேறி வரும்போது தன்னுடன் கொண்டுவந்த பிரச்சினைகள் அனைத்தையும் மறந்தவன் போல, தேநீரை அருந்தியபடியே காட்சியைக் கண்ணால் பருகினான். அந்த இடம் அமைதியானதாக இல்லைதான். காட்டுக்குள் எப்போதுமே அமைதியாய் இருக்காது – அதிலும் நீர்த் தலத்துக்கு அருகில். தண்ணீரைக் கண்ட மாத்திரத்தில், பல ஜீவராசிகள் தமக்கேயுரிய தனித்துவமான பாடல்களைக் கூச்சமில்லாத ஆனந்தத்துடன் பாடும் என்பதை டாஹ்ரூ அறிவான்.

ஒருமுறை அவர்கள் வேட்டைக்குப் போயிருந்தபோது அப்பா ஒரு கதை சொன்னார். அப்பாவுடன் வேட்டைக்குப் போக அவனுக்குப் பிடித்திருந்ததற்கு, அவர் நல்ல கதைசொல்லி என்பதும் முக்கியக் காரணம். முதுகில் தொங்கும் துப்பாக்கியுடன், வழியிலுள்ள பொறிகளைப் பரிசோதித்தபடியே கதைசொல்லும் அவரைப் பார்ப்பது வேறெதையும் விட அவனுக்குப் பிடித்தமானது. அவர்கள் ஒரு ஓடையருகில் ஓய்வெடுத்துக் கொண்டிருந்தார்கள். அப்பா சொன்னார்: “டாஹ்ரூ, உனக்குத் தெரியுமா, அந்தக் காலத்தில் ஓடைகள் பேசியதில்லை.”

“பிற்பாடு இந்த அளவுக்கு ஏன் பேச ஆரம்பித்தன ?”

“அதாவது, மலையின் ஆழத்தில் இருந்த பழைய கிராமங்களில் வாழ்க்கை மிகமிகக் கடுமையானதாய் இருந்தது. ஜனங்கள் வேட்டையாடியும் பயிர்செய்தும் கடுமையாக உழைத்தனர். ஆடுவதில் அவ்வளவாக ஆர்வமில்லை அவர்களுக்கு; ஆனால், சிலவேளைகளில் பாடினார்கள். அவர்கள் பாடியதை யாரும் பதிவு செய்ததில்லை. ஒருநாள் ஒரு பையனும் பெண்ணும் மலையேறிப் போனார்கள், ஏதோ வேலையாய். உண்மையில், நீண்டகாலமாய் அவர்கள் ரகசியமாய்க் காதலித்து வந்தனர். சேர்ந்து மலைக்குப் போக வாய்ப்புக் கிடைத்ததில் இருவருக்குமே மிகுந்த மகிழ்ச்சி. முறைவைத்துப் பாடிக்கொண்டே ஏறிப் போனார்கள். ஒரு ஓடையருகில் வந்து சேர்ந்தார்கள். ஓடையின்மேலே மரத்தண்டுப் பாலம் ஒன்று இருந்தது. மிகமிகக் குறுகலானது. ஆனாலும், இரண்டுபேரும் அதை ஒன்றாய்க் கடக்கவே முயன்றார்கள். துரதிர்ஷ்டவசமாக, அந்தப் பையன் சரியாய்க் கவனம் செலுத்தவில்லை: அல்லது அந்தப் பெண் சரியாய்க் கவனம் செலுத்தவில்லை. வேறெதையோ யோசித்துக் கொண்டிருந்திருக்கலாம், இல்லையா ? காரணம் எதுவாயிருந்தால் என்ன, கடந்து கொண்டிருக்கும்போது அந்தப் பெண் மரத்தண்டிலிருந்து கீழே விழுந்தாள். அவளைக் காப்பாற்ற முயன்றவன், தானும் ஓடைக்குள் விழுந்துவிட்டான்.”

“இறந்துபோனார்களா?”

“அது சாவு போன்றதில்லை, டாஹூ. ஒன்றை நீ புரிந்துகொள்ள வேண்டும்: சில சமயம், ஜனங்கள் உயிருடன் இல்லை, ஆனால், அதற்காக அவர்கள் இறந்துவிட்டார்கள் என்பதும் இல்லை. இந்த ஜோடியின் நிலையும் அதுதான். அப்புறம் அவர்கள் ஓடையின் குரலாக ஆகிவிட்டார்கள்.”

ஜனங்கள் சாகவில்லை; அதற்காக அவர்கள் இறந்திருக்க வேண்டிய அவசியமும் இல்லையா? டாஹூவுக்குப் புரியவில்லை.

“அதிலிருந்து, ஓடை எப்போதுமே கிசுகிசுக்கும் ஒலி எழுப்புகிறது என்று எல்லாரும் சொல்கிறார்கள். கேள், இது இனிமையாகத்தானே இருக்கிறது? பிற்பாடு, புனூன் ஜனங்கள் நிலத்தில் வேட்டையாடும்போது அல்லது வேலை செய்யும்போது, சில தடவையோ, பல தடவையோ, அல்லது எப்போதுமேயோ ஓடையின் ஒலியை நெடுநேரம் கேட்பார்கள். பிறபாடு சில புனூன்கள் அந்த ஒலியைப் போலி செய்தார்கள்; அப்படித்தான் *பிசுஸ்–லிக்* (ஒத்திசைவு) புழக்கத்தில் வந்தது.”

டாஹூவின் தகப்பன் நல்ல பாடகர்; வேட்டைக்காரர். ஆனால், சமவெளி வாழ்வில் தோல்வியுற்றவர். அடிக்கடி உளத்தொய்வுக்கு ஆளாவார். சுயகட்டுப்பாட்டை இழந்துவிடுவார். சின்னச் சின்ன விஷயங்களுக்கு தொழிற்சாலையில் உள்ளவர்களுடன் சண்டையில் இறங்குவார். எனவே, விடுமுறை நாட்களில் துப்பாக்கியை எடுத்துக்கொண்டு மலையிலுள்ள காட்டுப்பன்றிகளை எதிர்கொள்ளக் கிளம்பிவிடுவார். பழங்கால புனூன் வேட்டைக்காரர்களின் புகழையும் வீரத்தையும் பற்றி நினைவுகூர்வார். முதன்முதலாகத் தன்னை ஒரு வேட்டைக்கோஷ்டியுடன் அழைத்துச் சென்றபோது அப்பாவின் கண்களில் இருந்த பார்வையை டாஹூ எப்போதுமே நினைவில் வைத்திருப்பான். நாய்கள் இரையிருக்கும் இடத்தைக் குறிவைத்தன. அந்த இடத்தை வளையம்போலச் சுற்றி வளைக்கும்படி வேட்டைக்காரர்களை இயக்கிக்கொண்டிருந்தார் அப்பா. பாதையைப் பார்க்க முடியாத அளவு வியர்வை கண்ணுக்குள் சொட்டியது டாஹூவுக்கு. தனக்குரிய இடத்துக்குத் தொற்றியேற, காதுகளையும் உள்ளுணர்வையுமே நம்பவேண்டியதாகிவிட்டது. அவனைச் சுற்றிலும் துப்பாக்கிகள் வெடித்தன. காட்டுக்கு மேலாகப் பறவைகள் பறப்பது போலவும், வட்டமடிப்பது போலவும், சிலவேளை திரும்பிப் பார்க்காமல் போய்விடுவது போலவும் இருந்தது அவற்றின் ஒலி.

டாஹூவுக்குப் பாட வேண்டும்போலிருந்தது. ஆனால், உடன் பாடுவதற்கு யாரும் இல்லை. சில வரிகள் பாடிய பிறகு, அது சரியாக வரவில்லை என்று பட்டது. உற்சாகத்தை வரவழைத்துக்கொள்வதற்காக, மூனுக்கும் ஸ்டோனுக்கும் உலர்ந்த கறிப்பட்டைகள் சிலவற்றை எடுத்துப் போட்டான். தனக்கு நீர்க்கொடிகள் சிலவற்றைப் பறித்துக்கொண்டான். தேநீர் விழுங்கி அவற்றை உள்ளே தள்ளினான். கானகத்தில் மூனும் ஸ்டோனும் நெருக்கமாய் இருந்தன. யோசித்துப் பார்த்து, இன்னும் கொஞ்சம் உயரத்தில் இன்று சாயங்காலம் கூடாரமடித்துவிட வேண்டும் என்று தீர்மானித்தான்

அவன். தனக்குள் அவன் உத்தேசித்திருந்த இடத்தில் மண்சரியும் அபாயம் ஏதும் இருக்கக் கூடாது; அது நீர்த் தலத்துக்கு அருகாமையில் இருந்தது. மூனையும் ஸ்டோனையும் பார்த்துச் சொன்னான்: "அட, விட்டுத் தள்ளுங்கள். இன்றிரவு நன்றாய்த் தூங்குவோம். நாளைக் காலை தேட ஆரம்பிக்கலாம். நிலவுக்குக்கூட ஓய்வு தேவைப்படும்; சரிதானே?"

ஆகாயத்தை, விண்மீன்களை, மரங்களை அண்ணாந்து பார்த்தான் டாஹூ. கிராமத்தில் ஒரு முதியவர் சொன்னது நினைவுக்கு வந்தது: "ஆகாயத்தோடும், நட்சத்திரங்களோடும், மேகங்களோடும், வனத்துடனும் அடிக்கடி பேச வேண்டும். ஏனென்றால் அவை *டிஹானின்* (ஆவிகளின் காவலர்) உடைய அவதாரங்களாய் இருக்கலாம். அவர்களுடன் நீ பேசவில்லை என்றால், நீ தனியாக இருக்கும்போது *ஹானிட்டோ* (தீய ஆவிகள்) உன்மீது வந்து இறங்கிவிடும்." டாஹூ அவர்களுடன் பேசத்தான் விரும்பினான்; என்ன பேசுவதென்றுதான் தெரியவில்லை.

அக்கம்பக்கத்தில் நாய்க் குரைப்பு போன்ற மண்ட்ஜாக் மானின் ஒலியும், பூச்சிக்கூட்டத்தின் ரீங்காரமும் கிரீச்சொலியும் கேட்டன. மங்கிய பழுப்பு நிறம் கொண்ட ஆந்தைக் குஞ்சு அந்துப் பூச்சிகள் சில எங்கிருந்தோ தோன்றி, அவனுடைய இரவு விளக்கின் ஒளியில் சுற்றிலும் தவழ ஆரம்பித்தன. கொஞ்சநேரம் கழித்து, மேலும் மேலும் என்று ஏகப்பட்ட பூச்சிகள் சேர்ந்துவிட்டன என்பதை அறிந்தான் டாஹூ. அவற்றில் சில, ராட்சதப் பூச்சிகள், அவன் குழந்தையாய் இருந்தபோது பார்த்தவைபோல இருந்தன. பூச்சிகள் பற்றி நிறைய அறிந்தவனான மலையேற்றத் தோழன் ஒருவன் இவற்றை சக்கரவர்த்தி அந்துப் பூச்சிகள் என்று சொல்லக் கேட்டிருக்கிறான். வெளிறிய மயில்கழுத்து நிறம் கொண்ட, அழகிய நீண்ட வால் கொண்ட, இன்னொரு அந்துப்பூச்சியும் இருந்தது – இந்திய லூனா என்று அழைக்கப்படுவது. சிறகுகளில் விழிப்புள்ளிகள் கொண்ட பிற அந்துப் பூச்சிகளும் இருந்தன – எண்ணற்ற கண்கள் இவனை வெறித்துப் பார்ப்பதுபோல. அம்மாதிரியானவை, சாதாரணமாக ராட்சத பட்டுப்புழு அந்துக்கள்தாம். அவை அதிகம் பறந்து திரிவதில்லை. மரத் தண்டுகளில் அமைதியாக ஒட்டிக்கொண்டிருக்கும் – மரப்பட்டையின் பகுதிகளே போல.

திடீரென்று, மங்கலான தொலைதூர நிழலுருவங்கள் மெல்ல நெருங்கி வருகிற மாதிரி உணர்ந்தான் டாஹூ. இன்னும் தெளிவாய்ப் பார்க்கவேண்டுமென்று பார்வையை உயர்த்தினான் – மழை பெய்து கொண்டிருப்பது மட்டுமே புலனானது. மழையின் ஒவ்வொரு திரியும் ஒளிர்ந்தது – நிலவே மழையாகிவிட்ட மாதிரி; நிலவே இவனைச் சுற்றிலும் பொழிந்துகொண்டிருப்பதுபோல.

V

11

கடற் சுழி

தான் செய்யும் வேலைகளிலேயே ஹஃபேவுக்கு மிகவும் பிடித்தது, காலையில் முதல் காரியமாக செவன்த் சிசிட்டைச் சுத்தம் செய்வதுதான். வெளியே கடல்நீரின் கதம்ப நறுமணமும், உள்ளேயிருக்கும் கடற்கோரைப் பாய்கள் மற்றும் மர நாற்காலிகளும் பிஸ்கட் மணத்தை நினைவூட்டும். ஒருவித குழந்தைத்தனமான வாசனை; தன்னுடைய கவலைகளைக் கொஞ்சநேரம் மறந்திருக்க வைப்பது.

ஜூலை மாத முதல் ஞாயிற்றுக் கிழமையன்று, ஒரு ஜோடிப் புதிய முகங்களை செவன்த் சிசிட்டில் கண்டாள் ஹஃபே. உணவகத்தைத் திறந்த மாத்திரத்தில், ஓர் ஆணும் ஒரு பெண்ணும் உள்ளே நுழைந்தனர். கலங்கரை விளக்க மேசையில் அமர்ந்தனர். புகைப்படக் கருவியொன்றைப் பொருத்தியவர்கள், காலை முழுவதும் அகலவில்லை. ஒளிப்பதிவாளர்கள் அணியும் கையில்லாத அரைச்சட்டை அணிந்திருந்தான் அவன்; ஏகப்பட்ட பைகள் கொண்ட உள்சட்டை. மிகப்பெரிய முதுகுப்பை ஒன்றும் சுமந்திருந்தான். பெரிய, உறுதியான உடல்வாகுள்ளவன். கறுப்பு நிறம். ஒட்ட வெட்டிய முடி. ஒற்றை மடிப்பு கொண்ட இமைகள். உடற்பயிற்சிகளில் ஆர்வம் கொண்டவனாக, நுட்பங்களில் கவனம் செலுத்தக்கூடியவனாகத் தென்பட்டான்.

அந்தப் பெண் ஒல்லியாய் இருந்தாள். விழிகளுக்குக் கனமாக ஒப்பனையிட்டிருந்தாள் – அவை உண்மையானவை அல்ல என்றேகூடத் தோன்றுமளவு. வெள்ளிநிற உயர்குதிக் காலணிகள் அணிந்திருந்தாள் – இந்த மாதிரி இடத்தில் தொலைக்காட்சிக்காகவே உருவெடுத்தவள் போலிருந்தாள். ஆனாலும், எனக்கு என்ன தோன்றுகிறதென்றால், அவள் அழகாய் இருந்து தொலைக்கிறாள் – ஆனால், ஒப்பனையில்லாமல்தான் என்று அரைமனதாகச் சொல்லிக் கொண்டாள் ஹஃபே.

அந்தப் பெண் வந்து உட்கார்ந்தவுடனே தன் கைக்கணினியை முடுக்கியிருந்தாள். அப்போதிலிருந்து அதன் திரையையே உறுத்துப் பார்த்துக்கொண்டிருந்தாள் – தன்னுடைய இணையைப் பார்க்க விரும்பாதவள் மாதிரி. அவன் ஒரு தொலைநோக்கியையும், ப்ராண்ட் பெயர் தெரியாதபடி மெனக்கெட்டு வில்லை ஒட்டியிருந்த தொழில் முறை ஒளிப்பதிவுக் கருவியையும் நிறுவியிருந்தான். ஹஃபேவுக்கு ஒரேயொரு பார்வை போதுமானதாய் இருந்தது – அவர்கள் நிச்சயம் பறவைஅவதானிப்புக்கு வந்தவர்கள் அல்ல என்று அறிவதற்கு. பறவை அவதானத்துக்கு அடிக்கடி போகும் அவளது நண்பர்கள் சிலர் சொல்லியிருக்கிறார்கள் – நீரோட்டம் இறங்கி வரும் வழியில் உள்ள சில தொழிற்சாலைகள், நீரைத் தங்கள் தடுப்பணைகளுக்குள் திருப்பிவிட்டு, கழிவு நீரை ஆற்றுக்குள் வெளியேற்றுவதை, அதன் காரணமாக கழிமுகத்தின் மீன்வளம் குலைவுற்றுவிட்டதை, முகத்துவாரத்தில் பறவைவேட்டை இன்னமும் நரகமாக ஆகி விட்டதை. தவிர, இன்றைக்குக் கலங்கரை விளக்கத்திலிருந்து பார்க்கும்போது பறவைகளையே காணவில்லை; சாம்பல் நிற விஸ்தாரம் மட்டுமே கண்ணில் பட்டது.

“விடுமுறையைக் கழிக்க வந்திருக்கிறீர்களா?”

“இல்லை. தொழில்ரீதியாக வந்திருக்கிறோம். சமுத்திரத்தை அவதானிப்பதுதான் இன்றைக்கு எங்கள் வேலை.” என்றான் அவன்.

“நல்லது, இங்கே உள்ள கடலைப் பல வருடங்களாகப் பார்த்து வருகிறேன். சாமானியமான வேலை அல்ல அது. தாராளமாகப் பாருங்கள்.” என்று நகைச்சுவையாகச் சொன்னாள் ஹஃபே. அவர்கள் ஒருவேளை ஆலிஸின் வீடு பற்றிய செய்தித் தொகுப்புக்காக இங்கே வந்திருக்கலாம். கடந்த இரண்டு வருடங்களில், ஏகப்பட்ட ஊடகக்காரர்கள் இங்கே வந்திருக்கிறார்கள். இசை ஒலிக்கும் கருவியை முடுக்கி, பழையகாலக் குறுந்தகடு ஒன்றை ஒலிக்க விட்டாள். பூர்வகுடிப் பாடகி பனாய்யின் “ஒருவேளை, ஒருகாலத்தில்…” என்ற பாடல். அந்த நாள் இளைஞர்களிடத்தில் நிஜமாகவே புகழ்பெற்றிருந்தாள் பனாய். ஒருமுறை கடற்கரையில் பனாய் பாடும் நிகழ்ச்சியை நேரடியாகவே கேட்டிருக்கிறாள் ஹஃபே. வீரியமானதாய் இருந்தது அது. இந்தப் பாடலைப் பாடும்போது, சகஜமாய் இருப்பதுபோலக் காட்டிக்கொள்ள விரும்பினாலும், அதில் ஒரு கனத்த அதிர்வு இருந்தது – ‘ஒருகாலம்’ என்பது வரவே வராது என்கிற மாதிரி.

> நீங்களுமே ஒருவேளை, பரபரப்பான இந்தத் தீவைவிட்டுப் போய்விட
> விரும்பலாம் ஒருநாள்.
> நீங்களுமே ஒருவேளை, உங்கள் மனத்தில் வைத்திருக்கும் அந்தக்
> குழந்தைப் பிராயத் தலத்தைப் பார்க்க விரும்பலாம் ஒருநாள்.
> “சொர்க்கம் போன்ற ஓர் இடம்” என்பாளே அம்மா… ஒருவேளை, ஒருநாள்.

இன்றைய ஸ்பெஷல் என்ன என்று கேட்டான் அவன். *த்ரீ ஹார்ட்ஸ்* என்று சொன்னாள் ஹஃபே. ஏனென்றால், தாழைச்சாறு, வெள்ளிப்புல் சாறு, சங்குப்பூச் சாறு இவற்றைக்கொண்டு அவள் தயாரிப்பது அது. முந்தைய நாளே காய்கறிகளைச் சேகரித்திருந்தாள். பிரதான உணவுக்கு, காட்டுப்பன்றித் தொடைக்கறி அல்லது அவித்த மீனை நீங்கள்

தேர்ந்தெடுக்கலாம். அந்த ஆள் காசாளரிடம் வந்து தன்னுடைய பெயர் அட்டையைக் காட்டினான். அவள் எதிர்பார்த்தபடியே, ஏதோவொரு தொலைக்காட்சி ஊடகத்தின் காட்சிப் பத்திரிகையாளன் அவன். அந்தப் பெண், கள நிருபராய்ப் பணியாற்றுகிறவள்.

"என்னை ஹான் என்று அழைக்கலாம்."

"நான் லிலி." என்றாள் கனத்த விழியொப்பனை பூண்டவள். நீண்ட போலி இமைமுடிகளும், மயில்கழுத்து நிறக் கண்களும் கொண்டிருந்தாள்.

"நீங்கள் எதைப்பற்றிச் செய்தி சேகரிக்கிறீர்கள்? எங்கள்மீது கவனம் குவிவதில் எங்களுக்கு விருப்பமில்லை."

"அட, எங்களைத் தவறாக எண்ணாதீர்கள் அம்மணி. இது ஒரு அபாரமான உணவகம். காட்சிச் செய்திக்கு உகந்தது. ஆனால், நாங்கள் தற்சமயம் நயமான உணவகங்கள் பற்றிய செய்தித்தொகுப்பில் ஈடுபட்டிருக்க வில்லை. இங்கு வந்திருப்பதே, குப்பைத் தீவு இந்த இடத்தில் வந்துதான் மோதப்போகிறது என்று கேள்விப்பட்டதால்தான்."

"என்ன தீவு?"

"செய்திகளிலெல்லாம் இதே பேச்சுத்தானே. உண்மையில் அது ஒரு தீவு அல்ல. குப்பைக் கடற்சுழி என்றுதான் சொல்லுவேன். ஆ, இங்கே தொலைக்காட்சிப் பெட்டி இல்லை போலிருக்கிறது."

"இல்லை." ஹஃபேவுக்குப் பிடிக்காத சமாசாரங்களில் தொலைக்காட்சி யும் ஒன்று. தினத்தாள்களுக்கும் அவள் சந்தா கட்டுவதில்லை.

லிலி தன் போலி இமைமுடிகளைச் சிமிட்டிவிட்டு விளக்கத் தொடங்கி னாள்: "ஜனங்கள் வீசும் குப்பைகளைச் சமுத்திர நீரோட்டங்கள் இழுத்துச் சென்று பிரம்மாண்டமான மிதக்கும் குப்பைக் குவியலாகச் சேர்க்கின்றன என்று சுமார் முப்பது வருடங்களுக்கு முன்னால் விஞ்ஞானிகள் கண்டறிந்தார்கள். கற்பனை செய்யக்கூட முடியவில்லை, இல்லையா? மிக மிக ஆச்சரியமான விஷயம்: அந்தக் குப்பைக் குவியல் இந்தத் திக்கில் மிதந்து வருகிறது. மொத்த உலகமும் அதைக் கவனித்துக்கொண்டிருக்கிறது. நீங்கள் எங்களுக்கு உதவ வேண்டும், அம்மணி."

"நான் உங்களுக்கு என்ன செய்யவேண்டும் என்கிறீர்கள்?" இதில் மிக மிக ஆர்வமூட்டும் அளவுக்கு என்ன இருக்கிறது என்பது ஹஃபேவுக்குப் புரியவில்லை.

"நாங்கள் இங்கேயிருந்து படமெடுத்துக்கொள்கிறோம். இங்கிருந்து பிரமாதமான கோணம் கிடைக்கிறது. வேளை வரும்போது உங்களைப் பேட்டியெடுக்க விரும்புகிறோம். உங்கள் கருத்துக்களைப் பகிர்ந்து கொள்ளலாம்."

"மன்னியுங்கள், நான் தொலைக்காட்சியில் வர விரும்பவில்லை" என்று கையாட்டி மறுத்தாள் ஹஃபே. "வேறு செய்தியாளர்களும் வருவார்களோ?" என்று ஆவலாகக் கேட்டாள்.

பிற்பகல் வாக்கில், உள்ளூர் விடுதிகளும் *பி&பி*க்களும் செய்தியாளர்களால் நிரம்பிவழிந்தன. வெளிநாட்டு நிருபர்கள்கூடப் பலர் வந்திருந்தனர். ஹெலிகாப்டர்களும், பாராகிளைடர்களும் அவ்வப்போது பறந்து சென்றன. எல்லாவகை உருவங்களும் அளவுகளும் நிறங்களும் கொண்ட பத்திரிகையாளர்கள் கடற்கரையில் கூடியிருந்தனர். சிலர் கூடாரங்கள்கூட அமைத்துக்கொண்டிருந்தனர். ஆனால், ஹானையும் லிலியையும் தவிர, மற்ற யாரையும் உபசரிக்க மறுத்துவிட்டாள் ஹஃபே. இவர்களுமே போய்விட்டால் தேவலை என்றே எண்ணினாள் – ஆனால், இவளாக அவர்களைத் துரத்த மாட்டாள். புதிய வாடிக்கையாளர்களை மட்டுமே திருப்பியனுப்புவாள். விடுதியின் விதிமுறைகளைக் கேட்டு ஹானும் லிலியும் சிலிர்த்துப் போனார்கள். "இந்த விதமாக எங்களுக்குப் பிரத்தியேகமான பதிவுகள் கிடைக்கும். எந்தச் செய்தியானாலும், இப்போதெல்லாம் எல்லாரும் அதே ஆட்களைத்தான் பேட்டி யெடுக்கிறார்கள். காமிராக் கோணங்கள்கூட ஒரே மாதிரித்தான் இருக்கின்றன. தனித்துவமான எதுவும் கிடைக்காமல் எங்கள் உயிரே போகிறது."

தைப்பெய்யிலிருந்த செய்தியகத்துடனும், தலைக்குமேல் பறந்துகொண்டிருந்த ஹெலிகாப்டருடனும் தொடர்பில் இருப்பதற்காக கைக்கணினியை இன்னமும் பிடித்திருந்த லிலி, "செய்தி ஹெலிகாப்டர் கடலுக்குமேல் பறந்து சென்று, குப்பைச் சுழியின் விளிம்பைப் பார்வையிட்டிருக்கிறது. ஆனால், சமீபகாலமாக கரையோர அலையோட்டங்கள் தீவிரமாய் இருக்கின்றன. கரையை நெருங்காதபடி குப்பைகளை எதிர்த்துத் தள்ளுகின்றன. எனவே, அது இன்ன நேரத்தில்தான் வந்து மோதும் என்று நம்மால் சொல்ல முடியாது. நாங்கள் கருத்துக்கேட்ட நிபுணர்கள், *லுஸானில்* உருவாகிக்கொண்டிருக்கும் காற்றழுத்தத் தாழ்வு மண்டலம் வடக்கு நோக்கி நகர ஆரம்பிக்கும்போது காற்றின் போக்கு குப்பைச் சுழியின் விளிம்புகளைச் சிதைவுற வைக்கும் என்று கணித்தார்கள். அதன் ஒரு பகுதி ஜப்பானுக்குப் பரவலாம்; இன்னொரு பகுதி இங்கே வரலாமாம்."

"ஹெலிகாப்டரில் ஏறிப் போ. உனக்குத் தேவையான காட்சிகளைப் படம் பிடிக்கலாம்." என்றாள் ஹஃபே.

"நிச்சயமாக. ஆகாயத்திலிருந்து பிடிக்கப்பட்ட காட்சிகள் ஏற்கனவே எங்களிடம் உண்டு. ஆனால், கடந்த சில நாட்களாக காற்றின் வேகம் அதிகமாய் இருக்கிறது. செய்தி ஹெலிகாப்டருக்கு எரிபொருள் நிரப்ப அதிகம் செலவாகிறது. அதனால், அதை எந்நேரமும் பறக்க வைக்க முடியாது. குப்பைச் சுழி கரையில் மோதும் அந்தத் தருணத்தைப் படம்பிடிப்பதே எங்கள் விருப்பம். அப்புறம், அந்த நிகழ்வுக்கு உள்ளூர் எதிர்வினைகள் என்ன என்று அறிவது." என்று ஹான் சொன்னான். "அது இருக்கட்டும், இந்தப் பகுதியில் படகு ஏதாவது வாடகைக்குக் கிடைக்குமா?"

"*ஆ லுங்* உங்களை அழைத்துச்செல்லக் கூடும். அவனுடைய எண்ணைத் தருகிறேன்." ஆ லுங் என்ற உள்ளூர் ஆசாமி மரச் சிற்பங்கள் செய்பவன்; கரையோரம் மீன் பிடிப்பவன்.

தனக்குப் பரிச்சயப்பட்ட கடற்பகுதியை முடிந்தவரை உற்றுப் பார்த்தாள் ஹஃபே. லிலியும் ஹானும் எதைப்பற்றிப் பேசுகிறார்கள் என்றே புரியவில்லை; சிறுவயதில் புரியாதிருந்த எண்கணிதக் கணக்கு போல இருந்தது. அலைகள் இழுத்துச் சென்றுவிடும், சமுத்திரம் விழுங்கிச் செரித்துவிடும் என்ற அனுமானத்தில் அவர்கள் வீசி எறிந்தவை அத்தனையும் இப்போது மெல்லமெல்ல மிதந்து கரை திரும்புகின்றனவா?

"அதோ அங்கேயிருக்கும் வீட்டில் யாராவது வசிக்கிறார்களா?" கலங்கரை விளக்கின் பார்வையில் இருந்த ஒற்றைவீட்டைச் சுட்டிக் காட்டிக் கேட்டாள் லிலி.

அவர்கள் கேட்பது ஆலிஸின் வீட்டைத்தான் என்றறிய ஹஃபே திரும்பிப் பார்க்க வேண்டியிருக்கவில்லை.

"நிச்சயமாக."

தன்னால் புரிந்துகொள்ள முடியாத விஷயங்கள் அலையோட்டத்தோடு வந்து சேர்வதற்குப் பழக்கப்பட்டுவிட்டாள் ஆலிஸ்.

ஓஹியோ கிடைத்தது, ஒரு கதவு திறந்து ஒளியின் ரேகை உள்ளே வந்ததுபோல இருந்தது. ஒவ்வொரு காலையிலும், ஓஹியோவின் மியாவ் ஒலி கேட்டே எழுவாள். அதற்குச் சாப்பாடு ஊற்றிவிட்டு, கடலைப் பார்த்த ஜன்னலருகில் இருக்கும் தனது எழுதுமேசையில் அமர்ந்து வெளியில் பார்த்துக்கொண்டிருப்பாள்; அல்லது, மனத்துக்குப் பட்டதை குறிப்பான இலக்கேதுமின்றிக் குறிப்பெடுப்பாள். கணிப்பொறியில் எழுதுவதைவிட, நோட்டுப்புத்தகத்தில் எழுதுவாள். கடலிடம் பிரார்த்திப்பது அல்லது இறைஞ்சுவது போன்ற சடங்காக அவள் எழுதவில்லை. ஓஹியோவின் வரவு அவளுக்கு ஒரு நம்பிக்கையை வழங்கியிருந்தது; தற்செயலின் ஆக்கபூர்வச் செயல்பாடு ஓஹியோவை அவளிடம் கொண்டுவந்து சேர்த்தது என்றால், அதுவே டோட்டோவை வேறொன்றிடம் வழங்கியிருக்கலாம். அவனை உள்ளே சேர்த்துக்கொண்ட வேறொன்றிடம். இந்த சாத்தியக்கூறு, அவளுடைய தற்கொலை எண்ணத்தைச் சிதறடித்தது – தற்போதைக்காவது.

ஆரம்பத்தில், தன்னைவிடப் பொருத்தமான ஒருவரிடம் ஓஹியோவைச் சேர்ப்பிப்பது பற்றி யோசித்தாள். அல்லது, விலங்குகளைப் பராமரிக்கும் மையத்திடம் ஒப்படைப்பது என்று. ஆனால், மிருகவைத்தியரிடமிருந்து வாங்கிவந்த வளர்ப்புப் பிராணி வைப்பிடத்தில் ஒவ்வொரு முறை ஓஹியோவை விட்ட பிறகும், அவளை வெளியே எடுத்து அவளுடைய தலையை வருடுவதைத் தவிர்க்கமுடியாமல் ஆனது. ஓஹியோ தனது மினுமினுக்கும் நாவால் இவளை நக்குவாள்.

தன்னை வளர்ப்புப் பிராணியாகப் பேணும் இந்த நபருக்குத் தான் தேவைப்படுகிறோம் என்பதைப் புரிந்துகொண்டதாகத் தென்பட்ட ஓஹியோ, ஆலிஸ் எழுதிக் கொண்டிருக்கும்போது, கொஞ்சமும் கூச்சமில்லாமல் அவள் மடியில் வந்து உட்காரும். அல்லது இன்னும்

அடாவடியாக, அவளுடைய நோட்டுப்புத்தகத்தின் மீதே அமரும். ஆலிஸால் தன்னைத் தள்ளிவிட முடியாது என்று அந்தக் குட்டிப்பெண்ணுக்குத் தெரிந்திருந்தது. ஆலிஸால் செய்ய முடிந்ததெல்லாம், தொடர்ந்து எழுதுவது; அல்லது, கடலை வெறுமனே வெறிப்பது.

இவள் சிறுமியாய் இருந்த காலத்தில் இருந்த அதே நிறத்தைக் கொண்டிருக்கவில்லை கடல். இன்னும் சற்று இருண்டும், சாம்பல் நிறம் பூண்டும் இருந்தது. தனது பிரத்தியேக ஒளியால் அது ஒளிர்வது அபூர்வமாகிவிட்டது - தற்செயலாகத் தெருவில் எதிர்கொள்ள நேரும் பேரிளம்பெண்ணைப்போல; கொஞ்சநாள் மணவாழ்க்கையில் ஈடுபட்டிருந்து, தற்சமயம் பெருக்க ஆரம்பித்துவிட்ட பெண்ணைப் போல.

சிலசமயம், ஆலிஸ் சிந்தித்துக்கொண்டே இருப்பாள்; எழுதிக்கொண்டே இருப்பாள்; அப்படியே எழுதுமேசையில் கவிழ்ந்து உறங்கிவிடுவாள். ஏதோவொரு கட்டத்தில், தன்னை உலுக்கிக்கொண்டு ஜன்னல் வழியே பாய்ந்து வெளியேறிவிடும் ஓஹியோ. இது நல்லதுதானா என்று கவலைப்படுவாள் ஆலிஸ். ஆனால், பின்னர் தெரியவந்தது, முக்காலியிலிருந்து முக்காலிக்குத் தாவி, கடற்கரையைச் சென்றடையும் வித்தையைப் பழகியிருந்தது ஓஹியோ. நீந்தவும் கற்றுக்கொண்டிருந்தது. பின்பக்க ஜன்னல்வழி பார்த்தபோது, புல் மண்டிய புதருக்குள் கண்மூடித்தனமாக நுழைவது தெரிந்தது.

தற்செயலாய்த்தானோ என்னவோ, தற்கொலை எண்ணம் எழும்பும்வரை அவளால் தாள முடிந்த தனிமையின் அளவான இரண்டு அல்லது மூன்று மணிநேரம் கழிந்து, மேற்கொண்டு அந்தத் திசையில் அவளுடைய சிந்தனை முன்னேறும்போது, ஓஹியோ அவசரமாக உள்ளே வருவாள். உலகை நீத்துவிடுவது பற்றிய ஆலிஸின் சிந்தனையை விலக்கிவைப்பதாக இருக்கும் அவளுடைய மியாவ். மரணத்தை நோக்கி இட்டுச் செல்லும் கண்ணுக்குத் தெரியாத வாசலை மெனக்கெட்டு யாரோ தாழிட்டுவிட்ட மாதிரி இருக்கும்.

கல்வியகத்தில் நுழைந்து வெகுநாட்களுக்கு, தன்னுடைய செயலாக்கத்தை அதிகரிக்கும் விதமாக, கணிப்பொறியைப் பயன்படுத்தி வந்தாள் ஆலிஸ். பிற்பாடு, பேச்சை அடையாளம் கண்டு தானே தட்டச்சு செய்துகொள்ளும் யுக்தி பரவலானபோது, அதையும் மேற்கொண்டாள். ஆகவே, மீண்டும் கையால் எழுதப் போனபோது, அபத்தமாக உணர்ந்தாள் - ஏகப்பட்ட அட்சரங்களை எப்படி எழுதவேண்டும் என்பதே மறந்திருந்தது. வெட்டித்திருத்துவது இன்னமும் பிரச்சினையானது. செய்ததை நிராகரித்து ஒரே க்ளிக்கில் பழைய நிலைக்குத் திரும்பக் கொண்டுசெல்ல முடியாது. சிலசமயம், கடைசி வரியில் ஏதாவது பிழை வந்துவிடும்; தாளைக் கசக்கிப் போட்டு விட்டு, முதலிலிருந்து ஆரம்பிக்க வேண்டிவரும்.

ஆனால் இந்த அனுபவம் அவளுக்குப் பிடித்திருந்தது; அட்சரங்கள் தாளில் உருவெடுப்பதற்கு முன்னால், அவளுடைய மனத்தில் சற்று

அதிகநேரம் தங்கியாக வேண்டியிருந்தது. புல்லின் தண்டுகள் நிலத்திலிருந்து எழும்பி, புல்வெட்டியால் அவற்றை அவள் தரித்துப் போட்டு, மீண்டும் அவை வளர்வதற்காகக் காத்திருக்கிற மாதிரி, ஒவ்வொரு கோடாக மனத்தில் உருவாக வேண்டியிருந்தது. எத்தனை தீவிரமாக முயன்று பார்த்தாலும், சிறு பெண்ணாய் இருந்தபோது, புனைகதைகள் எழுதுவதைத் தான் விரும்பியது ஏன் என்று அவளால் ஞாபகப்படுத்திப் பார்க்க முடியவில்லை. ஒரு வேளை, அந்தத் தீவுக்கு வலசை வருவதை நிறுத்திவிட்ட பறவைகள் போல, அந்த உணர்வும் திரும்பிவராதபடி போய்ச்சேர்ந்துவிட்டதோ என்னவோ.

கடந்த சில வருடங்களில் வார்த்தை இயந்திரமாகத் தான் மாறிவிட்டதை உணர்ந்தபோது, கடுமையான முன்கோபியானாள் ஆலிஸ். தன்னுடைய மதிப்புரைக்காக வந்த அறிவார்ந்த கட்டுரைகள்மீது கோபத்தைக் காட்டினாள். இந்த மாதிரியான குப்பைகளை உற்பத்தி செய்வதற்காகவா சம்பளம் வாங்குகிறீர்கள்? எவ்வளவு தைரியம்! என்று நினைத்துக்கொள்வாள். இறுதியில், ஆழங்காண முடியாத அளவுக்கு முரட்டுத்தனமானவள் என்று கல்வித்துறை வட்டாரங்களில் பெயர் வாங்கினாள். "கட்டுரைகளை அவளுக்கு அனுப்பாதீர்கள்" என்று மற்றவர்கள் கிசுகிசுத்துக் கொள்வார்கள். மீன்வளர்ப்புச் சாலையில் துஷ்ட மீன்கள் தனியான தொட்டிகளில் விடப்படுவது மாதிரி, விரைவிலேயே தனித்து ஒதுக்கப்பட்டாள்.

நல்லதொரு நோட்டுப்புத்தகம் வாங்குவதற்காக, சில நாட்களுக்கு முன்பு நகரத்திலுள்ள புதிய புத்தகசாலைக்குப் போயிருந்தாள். கணிப்பொறிகள் புழக்கத்துக்கு வந்ததால் அங்காடிகளில் இருக்கும் நோட்டுப்புத்தகத்தின் எண்ணிக்கை குறைந்துவிடவில்லை. எண்ணற்ற பேருக்கு, கையில் ஒரு குறிப்பேட்டை வைத்துக்கொண்டு தோன்றும்போதெல்லாம் குறித்துக்கொள்வதில் இன்பம் இருந்தது. அந்தக் கடையில் தேர்ந்தெடுக்க ஏகப்பட்ட வகைமாதிரிகள் இருந்தன. எழுத்துக்கள் ஏதுமில்லாத நீலநிற அட்டை கொண்ட நோட்டுப்புத்தகத்தின் மீது ஆலிஸின் விருப்பம் படிந்தது. உள்ளேயிருந்த "காகிதம்" தொட்டுப்பார்ப்பதற்கு நன்றாக இருந்தது. குமாஸ்தா விளக்கினான்: "ஜெர்மனியில் தயாரானது. மிகவும் வாகானது. திருத்தம் செய்வதற்கான திரவமும் ஒரு குப்பி வாங்கிக்கொள்ளுங்கள். தாவரத்திலிருந்து எடுக்கப்பட்டது அது. அழிக்கவும் திரும்ப எழுதவும் பயன்படும். அழுத்த வேண்டியதில்லை, சாதாரணமாக அழித்துவிடும். சணல் நாரிலிருந்து செய்யப்பட்ட காகிதம் இது. ஆனால், மரபான காகிதம் போன்றே இருக்கும்."

"பிரமாதம். அசல் காகிதம்போலவே இருக்கும் போலிக் காகிதம்."

"இல்லை, இல்லை பெண்ணே. இது நிஜமான காகிதம்."

சரிதான். அந்தக் குமாஸ்தா சொன்னதுதான் சரி. ஒருவேளை, ஒருவித அறிவுக் கண்ணிச் சிறைக்குள் அவள் சிக்கியிருக்கலாம்; காகிதம் பற்றிய முன்முடிவுடன் வந்திருக்கலாம். "காகிதம் மாதிரி" இருக்கும் எந்த ஒன்றையும் போலியாகவே, காகிதத்துக்கு மாற்று என்றோ

கருதியிருக்கலாம். ஒட்டுமொத்த உலகமுமே இந்தக் காகிதம் போன்ற சேர்மானங்களால் கட்டமைக்கப்பட்டதாக அவளுக்குப்பட்டது. ஆனால், எப்படி என்று அவளால் சொல்ல முடியவில்லை – குறைந்தபட்சம், வீட்டுக்குத் திரும்பி, இன்னொரு எண்ணம் உதிக்கும்வரை.

சுமார் ஒரு டஜன் வருடங்களுக்கு முன்பு, ஜனங்கள் "பசுமை வாழ்க்கை" அல்லது "நிதானமான வாழ்க்கை" என்கிற மாதிரி விஷயங்களை முன்னிறுத்தத் தொடங்கினர். ஆனால், சமீபத்திய மோஸ்தர்தான் அது. இந்தத் தீவில் வசிப்பவர்கள், பொதுவாகவே, எது பிரபலமாய் இருக்கிறதோ அதைப் பின்பற்றுகிறவர்கள். அது முக்கியமானது என்பதற்காக அல்ல – அதுதான் சமீபத்தியது என்பதற்காக. "இதுதான் புத்தம் புதியது" என்று சொல்வதே தைவானியர்களை மயக்கிவிடும். அல்லது, கேட்பவர்களை யெல்லாம் தன்னோடு இழுத்துச்செல்லும் மாயப் புல்லாங்குழலின் இன்னிசை மெட்டு போன்று இறங்கச் செய்யும்.

ஆனால், அதுபோன்ற புதுப் பொலிவு கொண்ட கருத்துக்கள் அத்தனைக்கும் தற்காலிக பதிலொன்றை வழங்குகிற மாதிரி இருந்தது இந்தக் காகிதம். ஆனால், இது ஒரு மின்னணு பதில் அல்ல. நிஜமாகவே தேவைப்படுகிற அட்சரங்களுக்காக, ஒரு சமயத்தில் ஒரு கோடு மட்டுமே என எழுதுவது; காலங்காலமாகப் பாதுகாத்து வைக்கத் தகுதி கொண்டது.

"ஆம், அதுவேதான்; அந்த அர்த்தத்தில் – என்று படுகிறது."

ஒரே தடவையில் நிறைய நோட்டுப்புத்தகங்கள் வாங்கினாள் ஆலிஸ். கடலைப் பார்த்த ஜன்னலருகில் அமர்ந்து, எலி வால் உருவத்தில் கவிதைகள் எழுதினாள் – "அற்புத உலகில் ஆலிஸி"ன் நகல் போல. சிலவேளை, அயர்ந்து தூங்கும் ஓஹியோவை வரைவாள். அல்லது, டோட்டோவின் பூச்சிக் குறிப்புகளைப் பிரதி செய்வாள். செவ்வயிறு கொண்ட மலைப்பிரதேசத் தூக்கணாங்குருவி *(மவுண்ட் லி)*, சிறகுகளுக் கடியில் கோடுகள் கொண்ட சீனப் பட்டாம்பூச்சி *(நான் ட்டௌ பிராந்தியத்தின் தொண்ணூற்றிரண்டாவது சிகரம்)* ஆபரண வண்டு *(சியாயி பிராந்தியத்தின் ப்ளம் மலை)* நள்ளிரவில் பளபளக்கும் கலைமான் வண்டு *(மிஸ்டரி ஏரி)* நிலாப் பார்க்கும் கலைமான் வண்டு *(லாலா மலை)*... சில பூச்சிகளுக்கு வசீகரமான பெயர்கள் இருப்பதைக் கண்டறிந்தாள் ஆலிஸ். அவையனைத்தும் முழுமையாக மனத்தில் பதியும்வரை மேலும் மேலும் பரிச்சயமாகி வந்தன. இப்போது அவளுடைய மனத்தில் ஒரு காடும், ஒரு மலையும் வந்து சேர்ந்துவிட்டதுபோல் ஆனது.

இன்று, மறுபடியும் புனைகதை எழுத முயல்வாள் ஆலிஸ். கொஞ்ச நேரம், இந்தத் தாளில் கதைகள் எழுதலாம் என்று நினைத்தாள். ஒன்றை எழுதி முடித்து, அதை அழித்துவிட்டு இன்னொன்றை எழுதி என மீண்டும் மீண்டும் எழுதிக்கொண்டேயிருக்கலாம். ஒருநாள், தான் ஒரே கதையை வாசிப்பதாக எண்ணுவான் ஒரு வாசகன் – நிஜத்தில் எண்ணற்ற கதைகளை வாசித்துக்கொண்டிருப்பான். ஆனால், தற்சமயம், அவளுடைய மனத்தில் இருந்ததெல்லாம் ஒரு திறப்புதான்:

தற்போது அவள் காணும் கானகத்தை யாருமே பார்த்ததில்லை
நாவலொன்றில் வரும் கானகம் போல
நிஜமான காட்டில் வளர்ந்திருக்கும் கானகத்தை.

அவ்வளவுதூரம்தான் அவளால் போக முடிந்தது. பரவாயில்லை, ஒரு குறிப்பான முடிவை மனத்தில் வைத்து அவள் எழுதிக்கொண்டிருக்கவில்லையே. தவிர, ஒற்றை வாக்கியமே முழுமையான கதையாகக் கருதப்படவும் முடியுமே. பேனாவைக் கீழே வைத்துவிட்டு, ஜன்னல் வழியே தலையை நீட்டினாள் – அருமையான வானிலையை ஆனந்தமாய் அனுபவிக்கும் விதமாக. ஆனால், அவளுடைய பார்வையில் பட்டதே வேறு. அவளுடைய வீட்டிலிருந்து செவன்த் சிசிட் வரையிலான வழி நெடுக கொஞ்சப் பேர் கூடாரங்கள் அமைத்துக்கொண்டிருந்தார்கள். சிலர் நேரடியாக அவளுடைய வீட்டைக் குறிவைத்தேகூட ஒளிப்பதிவுக் கருவிகளை நிறுத்தியிருந்தார்கள். அவளால் தன் கண்களை நம்ப முடியவில்லை. கருவிகளின் பார்வையில் வீட்டிலிருந்த பெண் தலையை வெளியே நீட்டியது தென்பட்டதும், புதிய இலக்கு ஒன்று சிக்கிவிட்ட மாதிரி இருந்தது. ஒருவருக்கொருவர் ஒத்திசைத்தவர்கள் மாதிரி ஒரே சமயத்தில் அவளை நோக்கித் திரும்பினார்கள்.

சற்றுக் குழம்பினாள் ஆலிஸ் – சூரியனின் பிரகாசம் மற்றும் நீரின் கண்கூச வைக்கும் ஒளி காரணமாக. விசித்திரமான அதிர்வாக மாறியிருந்தது வெளிச்சம்; அவளைக் கட்டிப்போட்டது, குழப்பியது. அவளுடைய நெஞ்சு வெடிக்கிற மாதிரி இருந்தது. அவளுக்குள்ளிருந்த ஏதோவொன்று தப்பித்துச் செல்ல ஏங்கியது. மனத்தின் தடுமாற்றத்துக்கு நடுவே, திடீரென்று ஜன்னலுக்கு வெளியே பாய்ந்தாள் – டால்ஃபினைப் போல.

இப்போதெல்லாம் எங்கே போனாலும், அன்றொருநாள் மலையில் பார்த்த காட்சியை நினைத்துக்கொள்வான் டாஹு. பால்போன்ற மூடுபனி படர்ந்த பள்ளத்தாக்கு. மழையைப்போல அத்துவானத்திலிருந்து உதித்த ஓர் இளைஞன்.

யாராவது நிஜமாகவே மலைகளுக்குத் “திரும்பிப் போக” முடியுமா? டாஹு உமாவ்வைக் கவனித்துக்கொண்டிருந்தான்; அவள் தன் கேசத்தை அவிழ்த்து விட்டிருந்தாள், முன்பக்க முடி சமமான அளவில் இருக்கிறதா என்பதை உன்னிப்பான, குவிந்த கவனத்துடன் பரிசோதிப்பதற்காக. *தி ஓல்ட் ஷண்டோங் நூடுல் ஹவுஸில்* அவர்கள் சாப்பிட்டுக்கொண்டிருந்தார்கள். வழக்கமாக வருகிற இடம்தான். வழக்கம் போலவே ஆர்டர் செய்தான் டாஹு: ஒரு தட்டு நூடுல்ஸும், ஒரு கோப்பை கறியுருண்டை சூப்பும். மாட்டுக்கறிக் கொழுக்கட்டை சூப் சாப்பிட்டாள் உமாவ். அவளுக்கு புனூன் குடிச் சாயல்கள் இருந்தபோதிலும், மிகமிக வெளுப்பான நிறம் கொண்டவள். அவளைப் போன்ற பூர்வகுடிக் குழந்தைகள் நகரத்தில் பிறந்து அங்கேயே வளர்ந்தவர்கள். அவர்கள் பார்த்த தொலைக்காட்சி நிகழ்ச்சிகளிலும், சந்தித்த குழந்தைகளிடமும் தைவான், அமெரிக்கா,

ஜப்பான், கொரியா மற்றும் இன்னும் சில நாடுகளின் மோஸ்தர்களும், நடையுடை பாவனைகளும் கலந்து கிடந்தன. தங்களுடைய நடையுடை நாகரிகங்களையும் வாழ்க்கைமுறைகளையும் இணையதளங்களிலிருந்து கற்றுக்கொண்டனர். உமாவ்வின் தலைமுறை, புனூன் குடிகளிலேயே ஒரு புது இனமோ என்று ஆச்சரியப்பட்டான் டாஹூ. உமாவ் தன் கேசத்தை மறுபடியும் முடிச்சிட்டுக்கொண்டு மேஜையின் விளிம்பில் இருந்த கீபோர்ட் வாத்தியத்தைப் போட்டுச் சாத்த ஆரம்பித்தாள். அவளுடைய வாசிப்பில் இடைவெளி வருவதற்காகக் காத்திருந்து டாஹூ கேட்டான்: "இது என்ன மெட்டு?"

"ஹேப்பி ப்ளாக்ஸ்மித்."

"ஓ, ஹேப்பி ப்ளாக்ஸ்மித்."

சில வருடங்களுக்கு முன்னால், குழந்தைக் கல்வியின் சமீபத்திய நடைமுறைகளையொட்டி, உமாவ்வை பியானோ வகுப்புக்கு அனுப்பினான் டாஹூ. அவளுக்குப் பிடித்த சமாசாரமாகத் தென்பட்டது அது. ஆனால், டாஹூவுக்கு ஒன்றுமே தெரியாது. "ஹேப்பி ப்ளாக்ஸ்மித்"தை இயற்றியவர் யார் என்பதோ, அதன் ஸ்வரங்கள் என்னவென்றோ அவனுக்குத் தெரியாது. தன்னுடைய வாழ்நாளில் ஒரு கொல்லரை அவன் சந்தித்ததேயில்லை என்பதால், கொல்லர் ஒருவர் சோகமாய் இருப்பதற்குப் பதிலாக, மகிழ்ச்சியாய் ஏன் இருக்கவேண்டும் என்று வியந்தான். அதைப்பற்றி யோசிக்கும்போது, அவன் பார்த்திருந்த திரைப்படங்கள் சிலவற்றில் கொல்லர்கள் மிகவும் வாட்டத்துடன் இருந்தனர்; குறைந்தபட்சம் இரும்படிக்கும்போதாவது. எப்படியோ, இப்போதெல்லாம் கொல்லர்கள் என்று யாரும் எஞ்சியிருக்கவில்லை.

தொலைக்காட்சியில், அழகான பெண்ணொருத்தி நம்பமுடியாத செய்திக் கதையொன்றை விவரித்துக்கொண்டிருந்தாள் – வழக்கமான மாண்டரின் மொழியில். ஒலியின் அளவு மிகவும் உயர்த்திவைக்கப்பட்டிருந்தது. ஆனாலும் ஒலிபெருக்கி உடைந்த மாதிரி இருந்தது – ஒலி உடைந்து உடைந்து கேட்டது. தெளிவற்ற ஒலிபெருக்கியிலிருந்து, "குப்பை" "தீவு" மற்றும் "பசிஃபிக்" போன்ற சில வார்த்தைகளை மட்டுமே கிரகிக்க முடிந்தது. நிகழ்ச்சி நடத்தும் பெண்ணின் குரல் கரகரத்தும் கிரீச்சிட்டும் இருந்தது. என்ன காரணமோ, இந்நாள் தொலைக்காட்சி நிலையங்கள் இப்படிப்பட்ட உரத்த குரல் ஆட்களையே நிகழ்ச்சிகளை நடத்த வைக்கின்றன.

தி ஓல்ட் ஷண்டோங் நூடுல் ஹவுஸ் ஒரு சிறிய, மலிவான உணவகம். ஆனால், இந்த மாதிரியான இடங்களில்தான் ருசியான தொடுகறிகள் கிடைக்கும். உரிமையாளன் ஷண்டோங்கிலிருந்து வந்தவனே அல்ல. உள்ளூர்க்காரன். ஹேவனிலேயே பிறந்து வளர்ந்தவன். அவனுடைய மகன் ஷண்டோங்கைச் சேர்ந்தவளான ஒரு பெண்ணைத் திருமணம் செய்துகொண்ட பிறகு, பெயரை மாற்றினான். அவள் வந்ததற்குப் பிறகு கொழுக்கட்டைகளின் ருசி மாறிவிட்டது என்று நினைத்தான் டாஹூ. ஆனால், மேலடுக்கு மட்டும்தான் மாறியிருக்கிறது, உள்ளேயிருக்கும் பூரணம் மாறவில்லை என்று பிற்பாடு உணர்ந்தான்.

தொலைக்காட்சியின் ரிமோட் கண்ட்ரோலை எடுத்து ஒலியைக் கொஞ்சம் குறைத்தான் டாஹூ. மேஜையிலிருந்த எண்ணெய்ப்பிசுக்கடைந்த செய்தித்தாளை எடுத்து விரித்தபோதுதான் தெரிந்தது, தொலைக்காட்சியில் சற்றுமுன் பார்த்த செய்திதான் அதன் முதல்பக்கச் செய்தி என்று. தலைப்பு இப்படி இருந்தது: *கடற்கரையில் நெருக்கடி! குப்பைக் கடற்சுழி தைவானைச் சுற்றிவளைக்கப் போகிறது.*

(நமது நிருபர்) குப்பைக் கடற்சுழி தைவானை உறிஞ்சியிழுக்கப் போகிறது. 1997இல், சமுத்திரவியலாளர் சார்லஸ் ஜே மூர்தான் முதன்முதலில் கண்டு சொன்னார்: வடக்குப் பசிஃபிக்கில் ஒரு மிகப்பெரிய பாதையில் ப்ளாஸ்டிக் குப்பைகள் பரவியிருக்கின்றன. உலகின் ஆகப்பெரிய குப்பைமேடு என்று அதை விவரிக்கலாம். மற்றவர்கள், அதை *ப்ளாஸ்டிக் கண்டம்* அல்லது *குப்பைக் கடற்சுழி* என்று அழைத்தனர். சுழித்தோடும் ஆழ்கடல் நீரோட்டங்களால் அந்தச் சுழி அதே இடத்தில் இருந்துவந்தது – கலிஃபோர்னியாவின் கடற்கரையிலிருந்து ஜப்பான் போகும் வழியில் 500 கடல்மைல்களுக்கு அப்பால்.

ஒரு வருடம், லாஸ் ஏஞ்சலீஸிலிருந்து ஹவாய்க்கு ட்ரான்ஸ்பாக் படகுப்போட்டியின் துவக்கத்தில் பங்கேற்கப் போகும் வழியில் குப்பைச் சுழியைத் தாம் எவ்வாறு கண்டுபிடித்தார் என்பதை மூர் விவரித்திருக்கிறார். அந்தப் பெரிய போட்டிக்கு முதல்நாள் தம்மையறியாமல் கலத்தை “வட பசிஃபிக் பெருஞ்சுழலோட்ட”த்தினுள் செலுத்தியிருக்கிறார். ஒரு மாற்றுப் பரிமாணத்தின்மீது மோதிவிட்டோமோ என்று தோன்றியிருக்கிறது. பெருஞ்சுழலோட்டத்தில் சமுத்திரம் மெதுவாகச் சுழல்கிறது – கொஞ்சம் காற்றும், அதீதமான உயர் அழுத்த அமைப்பும் காரணம். பொதுவாக மாலுமிகள் அதைத் தவிர்த்து விடுவார்கள். தாம் குப்பைகளால் சூழப்பட்டதைக் கண்டு மூர் திகைத்து விட்டார். நாளுக்கு நாள் அதனூடாகத் துழைந்து சென்றது கலம். மறுபக்கத்தை அடைய சுமார் ஒருவாரம் பிடித்தது. அந்தச் சமயத்தில் மூருக்கு ஒரு நம்பிக்கை இருந்தது – உடைந்த கப்பல்களின் சிதிலப் பொருட்கள் நூறு மில்லியன் டன்களுக்கும் அதிகமாக வட பசிஃபிக்கில் சுற்றிக்கொண்டிருந்தன; கிழக்கு மற்றும் மேற்குக் குப்பைத் தொகுதிகளாக ஹவாயை சூழ்ந்திருந்தன. அது 1997இல். இப்போது அது இன்னமும் பிரம்மாண்டமானதாகிவிட்டது. குறைந்தபட்சம் இருநூறு மில்லியன் டன்களாக.

எண்ணெய்த் தொழிலில் ஈடுபட்டிருந்த குடும்பத்தின் சொத்துக் களுக்கு வாரிசான திரு.மூர், தனது தொழில் ஆதாயங்களைப் பின்னர் விற்றுவிட்டு, சூழலியல் செயல்பாட்டாளராக ஆனார். *அல்காலிட்டா மரைன் ரிசர்ச் இன்ஸ்டிட்யூட்டை* நிறுவினார். அவரைப் பொறுத்தவரை, குப்பைச் சுழியைக் கட்டுப்படுத்துவது என்பது உலக வெப்பமயமாதலை எதிர்த்து மனிதகுலம் நிகழ்த்தும் போருக்கு நிகரான குறியீட்டு முக்கியத்துவம் கொண்டது. இந்தப்

போராட்டத்தை முன்னின்று நடத்துவதில் அவருக்குச் சம்மதமே. வரலாற்றளவில், வட பசிஃபிக் பெருஞ்சுழலோட்டத்தினுள் நுழையும் குப்பைகள் மட்கிவிட்டன என்று அல்காலிட்டாவின் முன்னாள் ஆராய்ச்சி இயக்குநரான மார்க்கஸ் எரிக்ஸன் சொல்கிறார். ஆனால், நவீன ப்ளாஸ்டிக்குகளும் கூட்டுப் பொருட்களும் மிகவும் நீடித்த ஆயுள் கொண்டவை; அரைநூற்றாண்டுக்கு முன்பு வீசியெறியப்பட்ட பொருட்கள்கூட இன்றைய குப்பைச் சுழிக்குள் கொஞ்சமும் குலையாமல் கிடக்கின்றன. அந்தக் குப்பையின் சேர்மானங்களை ஆராயவும், அவற்றை "முற்றாக அழிக்கக் கூடிய கரைப்பான்களைக் கண்டுபிடிக்கவும் முனைந்திருக்கும் விஞ்ஞானிகளுக்காக ஏகப்பட்ட தொண்டு நிறுவனங்கள் நிதி ஒதுக்கியிருக்கின்றன. ஆனால், மேற்படி ஆராய்ச்சி பிடியேதும் சிக்காமல் நீண்டுகொண்டே போகிறது. காரணம், ப்ளாஸ்டிக்கைக் கரைக்கக்கூடிய கரைப்பான் எதுவும் நச்சுத்தன்மை கொண்ட வேதிப்பொருட்களை நீரில் சேர்க்கும்; சுழியினுள்ளும், அதனைச் சுற்றிலும் உள்ள கடல் உயிரினங்களின் மரணத்தை துரிதப்படுத்தும்.

அறிவியல்பூர்வமான ஆய்வின் பிரகாரம், குப்பையின் ஐந்தில் ஒருபகுதி கப்பல்களாலும், எண்ணெய்த் துரப்பணங்களாலும் உண்டாவது. மீதிப் பகுதி, பசிஃபிக் வளையத்தில் உள்ள நாடுகளால் சமுத்திரத்தில் கொட்டப்படுவது. ப்ளாஸ்டிக் குப்பைத் துண்டுகள் ஒளி கசியும் தன்மை கொண்டவை என்பதாலும், நீர்மட்டத்துக்கு நேர் கீழே கிடப்பதாலும், துணைக்கோள் புகைப்படங்களில் அகப்படுவதில்லை. கப்பலின் வெளிச்சுவரையொட்டி அவை மிதந்து வரும்போது மட்டுமே காணமுடியும். கடற்சுழியை உருவாக்கியிருக்கும் சின்னஞ்சிறு ப்ளாஸ்டிக் துகள்கள் ரசாயனக் கடற்பஞ்சு போலச் செயல்படுபவை: ஹைட்ரோகார்பன்கள் மற்றும் டி டி ட்டி போன்ற அபாயகரமான வேதிப்பொருட்களை உறிஞ்சுகிறவை. மேற்படிப் பொருட்கள் பின்னர் உணவுச் சங்கிலியினுள் நுழைந்துவிடும். இறந்த கடற்பறவைகள் மற்றும் கடல் ஆமைகளின் வயிற்றினுள் சிகரெட் லைட்டர்கள், பற்குச்சங்கள், ப்ளாஸ்டிக் ஊசிக்குழல்கள் போன்றவற்றைக் கண்டெடுத்திருக்கிறார்கள்; இவற்றை அவை உணவு என்று விழுங்கியிருக்கின்றன. டாக்டர் எரிக்ஸன் கூறியபடி, சமுத்திரத்தினுள் போகிறவை, இந்தப் பிராணிகளினுள் செல்கின்றன; பின்னர் உங்கள் உணவுத்தட்டுக்கு வந்து சேருகின்றன. அவ்வளவு எளிமையான விஷயம் இது.

பத்தாண்டுகள் செயல்பட்ட பிறகு, அல்காலிட்டா மரைன் ரிசர்ச் இன்ஸ்டிட்யூட் திவாலானது. குப்பைக் கடற்சுழியோ, சமுத்திரத்தில் இன்னமும் மிதந்து கொண்டிருக்கிறது. ஆனால், இப்போது அது பல பகுதிகளாகப் பிரிந்துவிட்டது. அவற்றிலொன்று வட பசிஃபிக்கின் குறுக்கே மேற்கு நோக்கி நகர்ந்து செல்கிறது. தைவான் அதன் பாதையில் கிடக்கிறது. பல வருடங்களுக்கு முன்பு, சூழலியல் ஆதாரங்கள் அமைச்சகமும், அமெரிக்க

அரசாங்கமும் விவாதித்தன – நெருக்கடி நிலை எழும்போது குப்பைக் கடற்சுழியைக் கடைந்து கலைக்கவோ, திசை திருப்பிவிடவோ சாத்தியப்படுமா என. ஆனால், அந்த வேலை மிகமிகப் பெரியது. ஒருவேளை அந்தக் குப்பைகளை ஒதுக்கித் தள்ளிவிட முடிந்தாலும், கழிவுகளை எங்கே புதைப்பது என்று யாருக்கும் தெரியவில்லை. தற்போதைய சூழ்நிலையில், குப்பைச் சுழியின் ஒரு பகுதியை தைவான் நோக்கித் தள்ளிச் செல்கிறது *குரோஷியோ* நீரோட்டம். கிழக்குக் கடற்கரை வாசிகளுக்கு இடத்தைக் காலிபண்ண அறிவுறுத்தித் தாக்கீது அனுப்பியிருக்கிறது அமைச்சகம். ஏனென்றால், குப்பைச் சுழியினுள் இருக்கும் மட்காத கழிவுகளில் என்னவிதமான தீங்கிழைக்கும் பொருட்கள் இருக்கக்கூடும் என்பது யாருக்குமே தெரியாது.

நம்பமுடியாத சங்கதி இது, என்று டாஹு நினைத்துக்கொண்டான். “ஒரு குப்பைத்தீவு இந்தவழியாக வந்துகொண்டிருக்கிறதாம்” என்று உமாவ்விடம் சொன்னான்.

“என்ன குப்பைத் தீவு?”

“இதோ இந்த மாதிரிச் சரக்குகளாலானது” என்று பிளாஸ்டிக் மேசைவிரிப்பை இழுத்துக்காட்டிச் சொன்னான் டாஹு. “இது மாதிரியான பொருட்களை சமுத்திரத்தில் எறிந்துகொண்டேயிருக்கிறோம். சிறுகச் சிறுக ஒரு குப்பைமேடு உருவாகிவிடுகிறது. போதுமான அளவு பெரியதானதும் ஒரு தீவாக மாறிவிடுகிறது.”

“அந்தத் தீவில் என்னுடைய காலணிகளும் இருக்குமா?”

“இருக்கலாம்.”

“உங்களுடைய பைனாக்குலர்ஸ்?”

“அதுவும்தான்.”

“அம்மாவின் தலைப்பட்டி?”

டாஹு பதில் சொல்லவில்லை. உமாவ் இன்னும் சிறு பெண்ணாய் இருக்கும்போது எங்கிருந்தோ ஒரு தலைப்பட்டியைக் கண்டெடுத்தாள். பார்த்த மாத்திரத்தில் அது மில்லட்டுடையது என்று இவனுக்குத் தெரிந்துவிட்டது. இவன் வீசியெறிய மறந்துவிட்ட சிறு பொருள் அது. ஒருவேளை வேண்டுமென்றேகூட எறியாமல் விட்டிருக்கலாம். அது அம்மாவுடையதா என்று கேட்டாள் உமாவ். அவன் தலையசைத்து மறுத்தான். அம்மாவுடையதுதான் என்றாள் உமாவ். அவளுடையது இல்லை என்றான் இவன். “அம்மாவுடையதேதான்.” என்றாள் அவள். இவன் பதில்சொல்வதற்கு முன்பே அதை வைத்துவிட்டாள். ஆனால், அது வெள்ளத்தில் எங்கோ மிதந்துபோய்விட்டது. உமாவ் அதையெல்லாம் மறந்துவிட்டாள் என்றே நினைத்திருந்தான் டாஹு.

தன்னுடைய பைனாக்குலர்ஸைப் பற்றிய பேச்சு வந்ததும், அன்றைய தினம் என்ன நடந்தது என்று நினைவுகூர்ந்தான் டாஹுு.

மீட்புப் பாதையின் வழியாக ஆலிஸை மலையேற்றிக் கூட்டிக்கொண்டு போனதற்குப் பிறகு, திடீரென்று டாஹுுவுக்கு ஒரு உள்ளுணர்வு – இன்னொரு பாதையை முயன்று பார்க்கலாமே என்று. தனியாகத் தான் மட்டும் மேலேறிப் போனான். துரதிர்ஷ்டம்தான் மிச்சம். அவனுக்கு மிகவும் எரிச்சலூட்டியது அவனது நம்பகமான பைனாகுலர்ஸை இழந்ததுதான். கிட்டத்தட்டப் பத்து ஆண்டுகள் அவனுடனே எப்போதும் இருந்து வந்திருந்தது அது. முதுகுப்பைக்குள் பொருட்களை ஒழுங்கு படுத்திக் கொண்டிருந்தபோது, ஒரு கணம் அவனது கவனம் தப்பியதால் ஓடைக்குள் விழுந்துவிட்டது. தன்னுடைய மாணவக் காலத்தில், திடீர் நூடுல்களைத் தவிர வேறெதையும் சாப்பிடாமல் பணத்தை மிச்சம் பிடித்து அவன் வாங்கியது. பெயர்பெற்ற நிறுவனத் தயாரிப்பு. குன்றின் முகட்டுக்கு நேர் கீழே விழுந்ததால் அதை மீட்டெடுக்க வாய்ப்பேயில்லை என்று பட்டது. உடனடியாய்க் கிளம்பிய ஆத்திரத்தால், அன்றையத் தேடுதலை முடித்துக்கொள்வதென்று முடிவெடுத்தான் டாஹுு. மலையடிவாரத்தில் பறித்துவந்த வெற்றிலையை எடுத்து அதன் முனைகளைச் சேர்த்து மடித்தான். தன்னுடைய பட்டாளக் கத்தியைப் பயன்படுத்தி, இலையின் இரண்டு முனைகளிலும் துளையிட்டான். பின்னர் ஒரு துண்டு மூங்கிலைக் கூர்படுத்தினான். இலையில் இட்ட துளைகள் வழி மூங்கிலைச் செலுத்தி, தானே வடிவமைத்த தட்டு ஒன்றைச் செய்தான். மேலேறி வரும் வழியில் அம்பு மூங்கில் குருத்துகளைப் பறித்து வந்திருந்தான். இப்போது அவற்றை ஒவ்வொன்றாகத் தயார் செய்தான்: நுனியை முதலில் ஒடிக்க வேண்டும். பின்னர் அடிப்பாகத்தைத் திருகி நீள்வச நாடா போலக் கிழித்தெடுக்க வேண்டும். அப்புறம் மொத்த உறையும் கழன்று வந்துவிடும். சூப் தயாரிப்பதே அவன் நோக்கம்.

தீ மூட்டத் தயாரான சமயத்தில், பள்ளத்தாக்கின் விளிம்பை நோக்கி ஒரு மனித உருவம் வருகிற மாதிரித் தென்பட்டது.

வழக்கமாக, இந்த மாதிரி சந்தர்ப்பங்களில் மூனும் ஸ்டோனும் துரத்த ஆரம்பிப்பார்கள். ஆனால், அந்த மாலை நேரத்தில் இரண்டும் ஒரு தசையைக்கூட அசைக்கவில்லை – தாங்கள் எதையுமே கவனிக்காதது மாதிரி இருந்தன. டாஹுு சத்தம் போட்டான். அப்போதுதான் என்ன நடக்கிறதென்று அவை திடீரென்று உணர்ந்த மாதிரி இருந்தது. டாஹுு அவனைப் பின் தொடர்ந்தான். ஆனால் ஓடவில்லை. ஒருவேளை அந்த நபர் ஒரு மலையேறியாய் இருந்தால், இவன் அவனைப் பயமுறுத்திவிடக் கூடாது. விபத்தை ஏற்படுத்திவிடக் கூடாது. மாறாக, இவன் அவனிடம் பேச முயன்றான்: "யாரங்கே, என்ன வேண்டும்? நான் இங்கே வேட்டையாட வந்திருக்கிறேன். பிரமாதமான டீ வைத்திருக்கிறேன். ஒயின்கூட இருக்கிறது. என்னோடு சேர்ந்து கொஞ்சம் பருகலாமா?"

இவனும் இவனது நாய்களும் அந்த மனிதனை அணுக முயன்றனர். ஆனால், அவன் இடைவெளியை சீராகப் பேணினான். பார்வைக்கு அவன்

நடுத்தர உடலமைப்பு கொண்டிருந்தான்; ஆனால், நல்ல சதைப்பிடிப்புள்ள வாலிபனாகவும் தென்பட்டான். டாஹ¯ தன் முயற்சியைக் கைவிடத் தயாரானான் – அவனும் தன்னை மாதிரி, தனியாக மலையேறும் வழக்கம் உள்ளவன்போல என்று தோன்றியது. அவனைத் தனியாக விட்டுவிடலாமே? ஆனால், டாஹ¯ நின்றபோது, அந்த மனிதன் இவனை நோக்கிக் கையாட்டியதாக நிச்சயமாக *உணர்ந்தான்.* தான் அதற்கு எதிர்வினையாற்றச் சந்தர்ப்பம் ஏற்படும் முன்பே, மூனும் ஸ்டோனும் அவனைத் துரத்திச் சென்றன. டாஹ¯ அவற்றைப் பின் தொடர வேண்டியதாயிற்று.

வெளிப்படையாகத் தெரிவித்துக்கொள்ளாமலே, அந்தத் துரத்தல் ஒருவர்பின் ஒருவர் என்ற வரிசையில் அமைந்தது: அந்த ஆள், ஸ்டோன், மூன், கடைசியாக டாஹ¯. கிட்டத்தட்ட அரைமணி நேரம் அது நீடித்தது. அந்த மனிதன் ஒரு புதருக்குள் அமிழ்ந்துகொள்ளும் வரை. சுமார் ஒரு டஜன் மீட்டர்கள் பிந்தியிருந்த டாஹ¯வுக்கு, மங்கலான நிலவொளியில், அந்த ஆளின் அசைவுகளைத் துலக்கமாகப் பார்க்க முடிய வில்லை. புதரை அடைந்த டாஹ¯, ஒரு கணம் தயங்கிவிட்டு, குனிந்து அதனுள் நுழைந்தான். சற்று மேலே, மூனும் ஸ்டோனும் ஆவேசம் வந்த மாதிரிக் குரைத்தன – திடீரென்று எதையோ தாங்கள் பார்த்துவிட்ட மாதிரி. மழை வலுத்துப் பெய்யத் தொடங்கியது. மேலிருந்த மரஉச்சிக் கூரையின்மீது மழைத்துளிகள் அறைந்தன. நீர்புகாத ஜாக்கெட்டை வேகமாக அணிந்துகொண்டான் டாஹ¯.

புதருக்குக் கீழே இருந்த திறப்பு ஒரு புனுனுக்கேகூடத் தாழ்வானதுதான். டாஹ¯ வெகுவாகக் குனிந்திருந்தான் – கைகளை ஊன்றி நகரும் அளவுக்கு. கொஞ்ச தூரம், கிட்டத்தட்டத் தவழ்ந்தே சென்றான். இறுதியில் அவனால் நிமிர்ந்து நிற்க முடிந்தது. அந்த நேரம் பார்த்து, நிலவை மறைத்தது ஒரு கருமேகம். இருட்டில் துழாவிப் பார்த்தான் டாஹ¯. மிகப்பெரிய பாறைவெளியின் அடிப்புறத்துக்கு வந்து சேர்ந்திருப்பதை உணர்ந்தான். மூனும் ஸ்டோனும் எங்கோ ஓடிவிட்டன. எனவே, முன்னாலிருக்கும் பாதை சமதளமாகத்தான் இருக்கிறதா என்பதைக் கையால் தடவியே உணர வேண்டியிருந்தது. ஆனால், அது அப்படி இல்லை என்பது தெரிந்தது. அவனுக்கு நேர்முன்னால் ஒரு பள்ளம் இருந்தது. ஒரு மனிதன் இரண்டு கைகளையும் அகல வசத்தில் நீட்டி நிற்கும் அளவிற்கானது. ஒருபக்கம் சைப்ரஸ் மரத்தின் மாபெரும் வேர் இருந்தது. மரத்தின் நிழல், பள்ளத்தைப் பார்ப்பதை இன்னமும் கடினமாக்கியது. இருளில் மிக ஆழமானதாக, அடித்தரையே அற்றதாகத் தோன்றியது பள்ளம். ஒரு கணம் சுவாசம் சீர்கெட்டதால், மழைத்தண்ணீர் நாசிக்குள் புகுந்து கடுமையாக இருமினான். மார்பு வலித்தது. இந்தப் பள்ளத்தைக் காட்டுவதற்காகத்தான் அந்த மனிதன் இவனை ஈர்த்தானோ?

மூனையும் ஸ்டோனையும் கூப்பிட்டான் டாஹ¯. உடனடியாக அவை வந்து சேர்ந்தன. கூடாரத்துக்குத் திரும்பிச் சென்று ஆணிகள் பதித்த பாதமுள்ள காலணிகளை, தாம்புக்கயிறை, தலைவிளக்கை எடுத்துவர முடிவெடுத்தான். கீழே என்ன இருக்கிறது என்று பார்த்தாகவேண்டும்.

“டாடி, பாருங்கள்.” என்று அவனை நடப்புக் காலத்துக்கு இழுத்துவந்தாள் உமாவ். தொலைக்காட்சியைச் சுட்டிக்கொண்டிருந்தாள். டாஹுு நிமிர்ந்து பார்த்தான். அது செவன்த் சிசிட் இல்லை? உடனடியாக டாஹுுவால் அறிய முடிந்தது: அது கலங்கரை விளக்க மேசையிலிருந்து தெரியக்கூடிய காட்சி.

காட்சி ஆலிஸின் வீட்டைக் கடந்து நகர்ந்தது. அந்த இடத்தில் சில கணங்கள் நின்றது. ஜன்னலில் ஒரு தலை உதித்தது. அது ஆலிஸேதான்.

எதிர்வினையாற்ற அவகாசமில்லாதவள்போலத் தென்பட்ட ஆலிஸ், ஜன்னலுக்கு வெளியே குதித்து கடலுக்குள் வீழ்ந்தாள். நீர் தெறித்த அறிகுறி எதுவும் திரையில் தெரியவில்லை. நன்கு பழக்கப்பட்ட டால்ஃபின் கச்சிதமாக நீரில் பாய்ந்ததுபோல இருந்தது அது.

வ*யோவயோ*விலிருந்து தான் வந்து எவ்வளவு காலம் ஆகியிருக்கிறது என்பதைக் கணக்கிட, அட்டிலெ’ய் பாடினான். கடல்முனி கூறியபடி, பண்டைக்காலத்தில் தீவினர் ஒவ்வொரு விண்மீனுக்கும் ஒவ்வொரு பாடல் எழுதினார்கள். ஆனால், ஆகாயத்தில் ஏகப்பட்ட விண்மீன்கள் இருந்ததால், தீவின் பாடல்கள் அனைத்தையும் நிஜமாகவே கற்பதற்கு எவராலுமே முடியாது. புதிய பாடல் ஒன்றைப் பாடினேன் என்று சொல்கிறவன் நிச்சயம் பொய்யனே. ஏனென்றால், அந்தப் பாடல் ஏற்கனவே இருந்ததுதான்; திடீரென்று இப்போது ஞாபகம் வந்திருக்கிறது என்றே தீவினர் எண்ணுவார்கள். *வயோ வயோ* தீவில் புழங்கிய அத்தனை பாடல்களுமே பழைய பாடல்கள். பரிச்சயமேயற்ற தீவின் இன்னிசையைக் கேட்ட மாத்திரத்தில், சிலசமயம் நீங்கள் அழ ஆரம்பித்துவிடுவது அதனால்தான்.

இந்த நாட்களில், சூரியன் பிறக்கும் தருணத்திலிருந்து, அது மரிக்கும் தருணம் வரை தீவுப் பாடல்களைப் பாடிக்கொண்டேயிருந்தான் அட்டிலெ’ய். எத்தனை பாடல்கள் பாடினோம் என்பதே அவனுக்கு நினைவில் இல்லாத அளவுக்குப் பாடிக்கொண்டேயிருந்தான். அவற்றில் எவையெல்லாம் தன் பெற்றோரும் கிராமத்தவரும் கற்றுத் தந்தவை, எவையெல்லாம் தானே மேம்படுத்தியவை என்பதும் அவனுக்குத் தெரியாது. அவன் பாடிய பாடல்கள் சமுத்திரம்போல விரிந்துகொண்டே போயின. பாடிக்கொண்டிருக்கும்போது, ரசுலா இங்கே இருந்துவிட்டால் சகலமுமே நன்றாக ஆகிவிடும் என்று நினைத்துக்கொள்வான். அவள் இவனுடைய இன்னிசையோடு இசைந்திருப்பாள்; இருவரும் இணைந்து ஒரு புதிய பாடல் பாடுவார்கள்.

முதலில் அவன் கவனிக்கவில்லை – ஆனால், ரசுலாவின் பகுதியைப் பாடுவதற்காக, தன் தொண்டையைக் கிள்ளி அழுத்திக்கொள்ளத் தொடங்கினான். பாடல் முடிந்தபிறகு, கடற்காற்றின் ஓசை அவனைக் காலியான குகைபோல உணரச் செய்தது. அல்லது கடற்கரையில் ஏதோவொரு நண்டு உதிர்த்துச் சென்ற, ஒளிகசியும் ஓடு போல.

அதே சமயம், தன்னுடைய உடல் மாற்றமடைந்து வருவதைக் கவனித்தான் அட்டிலெ'ய். ஈறுகளில் அடிக்கடி ரத்தம் கசிந்தது. மூட்டுகளிலும் வலியெடுத்தது. முன்புபோல சரளமாக நீந்த முடியவில்லை. சிலசமயம், தலைசுற்றியது – நிலப்பரப்பில் நேர்வதுபோல. (கடலுக்குள் இருக்கும்போது அட்டிலெ'ய்க்குத் தலைசுற்றல் வந்ததே கிடையாது.)

பல நாட்கள் கழித்து, இடது காலில் *வயோ வயோ* தீவை அவன் வரைந்து வைத்திருந்த இடத்தில் சீழ்பிடித்த காயம் ஒன்று இருப்பதைக் கண்டான் அட்டிலெ'ய். அது ஒரு துர்சகுனம் என்று தோன்றியது. பிற்பாடு வானிலை வெம்மையாகிக்கொண்டே போனது. அவனுடைய "வீட்டில்" மறைந்திருந்துகூட அவனால் அந்த வறண்ட மதிய வெப்பத்திலிருந்து தப்பிக்க முடியவில்லை. அதைவிட மோசம், ஒட்டு மொத்தத் தீவுமே கண்கூசும் பிரகாசத்தைப் பீய்ச்சியடித்தது. சமுத்திரத்தின் பச்சை வாடையுடன் சேர்ந்து, சகிக்க முடியாத அழுகிய நாற்றத்தை வெளியிட்டது. அட்டிலெ'ய் தொடர்ந்து வாந்தியெடுத்தான். அவனுடைய உடல் மேலும் மேலும் பலவீனமாகிக்கொண்டே போனது. தீவின் பரப்பில் பூச்சிகளின் எண்ணிக்கை வெகுவாக அதிகரித்திருப்பதையும் கவனித்தான் அவன். எங்கெங்கும் ஈக்களும் கொசுக்களும் மண்டியிருந்தன. நீரோட்டங்கள் தாறுமாறாகிவிட்டிருந்தன. தீவு வேறொரு உலகத்தை நெருங்கிக்கொண்டிருக்கிறதா என்ன?

*வயோ வயோ*வைத் தவிர இன்னொரு உலகமும் இருக்கிறது என வெகுகாலம் முன்பே, கடல் முனியிடமிருந்து அறிந்திருந்தான் அட்டிலெ'ய். கடந்த இரண்டு நாட்களாக அந்த உலகைத் தான் நெருங்குகிறோம் என்று அவனுக்குத் தோன்றிக்கொண்டே இருந்தது. அந்த எண்ணத்தை அடக்கிக் கொள்ள முயன்றான். அதேவேளை, வெள்ளைக்காரர்கள் எங்கிருந்து வந்தார்களோ, நரகப் பறவையும் பேய்க் கப்பலும் எங்கே வேகமெடுத்தனவோ, அந்த இடத்தைத் தான் நெருங்கிக்கொண்டிருப்பதற்கான சாத்தியத்தையும் எதிர்பார்த்துக்கொண்டே இருந்தான். பிரச்சினை என்னவென்றால், இந்த இன்னொரு உலகத்தையும் இன்னமும் *கபாங்*தான் ஆள்கிறாரா? அட்டிலெ'ய்க்குக் கொஞ்சமும் தெரியவில்லை, கேட்டுத் தெரிந்துகொள்ள ஆளும் இல்லை. ஆகவே, இந்தத் தீவுக்கு ஆட்கள் அடிக்கடி வந்துசெல்கிறார்கள் என்று கண்டறிந்த மாத்திரத்தில், அவர்கள் எவ்வளவு தொலைவில்தான் இருந்தாலும் பரவாயில்லை என்று, நீருள் மூழ்கி தீவுக்கு அடியில் காத்திருந்தான் அவன்.

தீவில் ஏகப்பட்ட "கிணறுக"ளைத் தோண்டி வைத்திருந்தான். கீழே கடல் வரை செல்லும் ஆழம் கொண்டவை. ஒரே கணத்தில் அவனால் அவற்றினுள் சென்று மறைந்துகொள்ள முடியும். என்றாலும், எப்போதாவது ஒருதடவை, வேற்று இனத்தவரின் பொறியில் சிக்கிப் பிடிபட்டுக் கொண்டு செல்லப்படுவதாகக் கற்பனை செய்துகொள்வான். இப்படி நிகழ்ந்துவிடும் என்ற எண்ணம் அவனைத் தன் பிடியில் வைத்திருந்தது – ஒரு சுகவீனம் போல.

இப்போதெல்லாம் நரகப் பறவையும் பேய்க் கப்பலும் மிக அடிக்கடி தோன்றுகின்றன! கிட்டத்தட்ட நாள்தோறும் அவற்றைப் பார்த்தான்.

பல தடவை, நீருக்கடியில் இருக்கும்போது, தலை முதல் பாதம்வரை இறுக்கமான கறுப்பு உடை அணிந்த மனிதர்களை அவன் எதிர்கொள்ளவே செய்தான். அவர்கள் தன்னைப் பார்த்தார்களா என்று அட்டிலெ'ய்க்குத் தெரியாது. ஒளிந்துகொள்ள ஒரு இடம் பார்க்க மட்டுமே செய்தான். அவர்களைவிட நன்றாக நீச்சல் அறிந்தவன்தான், ஆனால் அவர்கள் கையில் பிடித்திருந்த ஒளிரும் பொருட்கள், வழுக்கிச் செல்லும் கடற்பாம்புகள் போல இங்கு மங்கும் ஒளி பாய்ச்சின என்பதால், அவர்கள் தன்னைப் பார்த்திருக்கக் கூடும் என்றே நம்பினான். அவர்கள் என்னைத்தான் தேடுகிறார்களா? அது சாத்தியமேயில்லை, ஏனென்றால், உலகத்திலேயே *வயோவயோ*வினருக்கு மட்டுமே தெரியும், நான் ஒருவன் இருப்பது. சரிதானே? இல்லை, *கபாங்*கும் அறிவார்; கடலும் அறியும் என்று நினைத்துக்கொண்டான் அட்டிலெ'ய்.

அவனுடைய அசௌகரியம் உச்சத்தைத் தொட்ட நாள் இன்று. கடுமையாக உஷ்ணமடைந்திருந்தான்; நிற்பதற்குக்கூடத் தெம்பில்லை. தலையில் ஒற்றைச் சிறகு கொண்ட நரகப் பறவையொன்று தன்னைப் பார்த்துவிட்டது என்று உள்ளூர எண்ணினான். அந்தப் பறவை எங்கெங்கும் சுழிக் காற்றுகளை எழுப்பிக்கொண்டு எழுந்தது; வடமேற்கில் சென்று நின்றது. தீவில் உறுதியான தரை உள்ள இடங்களில் ஒன்று அது என்று அட்டிலெ'ய்க்குத் தெரியும். நடந்து சென்றால் அந்த இடத்தை அடைய ஓர் இரவும் ஒரு பகலும் பிடிக்கும். அட்டிலெ'ய் ஒளிந்திருக்கும் இடத்திலிருந்து வெகுதொலைவில் இருந்தது என்றாலும், தன்னை வெகுசீக்கிரம் கண்டுபிடித்துவிடுவார்கள் என்று அவனுக்குத் தெரியும். மறுநாள் அந்தத் திசையிலிருந்து ஓசைகள் கேட்டபோது அவன் ஆச்சரியப்படவே இல்லை. தனது கடைசிச் சொட்டுத் திராணியைச் சேகரித்துக்கொண்டான். தன்னுடைய ஈட்டித் துப்பாக்கியை எடுத்துக்கொண்டான். தனது வீட்டின் அருகில் இருந்த 'நிலச் சந்தின்' மூடியை அகற்றினான். கடல்வரை இட்டுச் செல்வது அது. அதனுள் தலைகீழாகப் பாய்ந்தான்.

உடனடியாகப் பொழிய ஆரம்பித்தது – பெரிய பெரிய ஆலங்கட்டிகள் நீரின் மேல் அசட்டுத்தனமாகப் பாயும் மீன்களை வீழ்த்தின. திகைத்துப்போன உயிரற்ற மீன்கள் ஒரே கணத்தில் சமுத்திரத்தில் நிரம்பின. செத்த மீன்கள் நிரம்பிக் கொதிக்கும் கடலில் மிதந்துகொண்டிருந்தான் அட்டிலெ'ய் – தானே ஒரு பிரம்மாண்டமான மீனாக உருமாறிவிட்டதுபோல.

12

இன்னொரு தீவு

இந்தக் கோடைகாலத்தைத் தீவினர் என்றுமே மறக்கமாட்டார்கள். இருண்ட காலையொன்றில், பொழுது புலரும் தறுவாயில், எல்லாம் ஆரம்பித்தது. ஹேவனின் தெற்குப் பகுதியில் ஆலங்கட்டி மழை பொழிய ஆரம்பித்தது. தங்களுடைய ஆழ்ந்த கனவுகளிலிருந்து எழுப்பப்பட்ட ஜனங்கள், வெளியே வந்து தங்கள் ஜன்னல்களினருகில் நின்று வெளியே பார்த்தனர். பார்வைக்குச் சுருங்கிவிட்டதாகத் தெரிந்த உலகைக் கண்டு மிரண்டார்கள். தெருவிளக்குகளின் வெளிச்சத்தில், ஆலங்கட்டிகள் கடற்கரையைத் தாக்கின. வெள்ளி – நீல ஒளி கொண்ட சின்னஞ்சிறு கோள்கள் மாதிரி அவை ஒளிர்ந்தன. நெளிந்த தகரக் கூரைகளை, தார்ச்சாலையை, கடற்புரத்தில் உள்ள கற்படிகளை, தெருவிளக்குகளை, சாலையோரம் நிறுத்தப்பட்டிருந்த கார்களை ஆலங்கட்டிகள் தாக்கும் ஓசை காதைச் செவிடாக்குவதாக இருந்திருக்கும்; ஆனாலும், அந்தக் காலைக்காட்சி பற்றிய ஜனங்களின் ஞாபகத்தில், அந்தப் பொழுது ஊமைப்படம்போலவே இருந்தது. எதையுமே கேட்டதாக யாரும் நினைவுகூரவில்லை.

செவன்த் சிசிட்டின் கூரையில் மழைப்பொழிவு பல பொத்தல்களை இட்டது. ஹஃபேயின் காபிப் பாத்திரத்தில் விடியலின் முதல் ரேகை பாய்ந்தது, அதை உலுக்கியதுபோல இருந்தது. கடற்கரையின் மணற்பரப்பில் கூடாரமடித்திருந்த பத்திரிகையாளர்களில் பலரும் காயமடைந்தனர். மூத்த நிருபர்களுக்கு நகரத்திலுள்ள ஐந்து நட்சத்திர விடுதிகளில் தங்கும் வசதி செய்யப்பட்டிருந்தது. ஆகவே, கடற்கரையில் இருந்தவர்களில் பெரும்பாலானவர்கள் இளைஞர்கள். ஆனால், தான் ஏதோ மாஹ் – ஜோங் விளையாடுவதுபோல ஒளிப்பதிவுக் கருவியில் பாசாங்கு செய்துகொண்டிருந்த மூத்த நிருபர் ஒருத்தி, முந்தைய இரவு ஐந்து நட்சத்திர விடுதிக்குத் திரும்ப முடியாமல் போனது. அதே உடையில் இருந்தவள், கூடாரத்துக்கு வெளியில் எட்டு வைத்த மாத்திரத்தில் ஆலங்கட்டியால் தாக்குண்டாள்.

உடனடியாக மருத்துவமனைக்குக் கொண்டு செல்லப்பட்டாள். செய்தித்தாள்களுக்குத் தீனியானது இந்தச் சம்பவம். ஒருகாலத்தில் க்ரீச்சிடும் குரலில் சளசளத்தவள், பின்னர் வழக்கத்துக்கு விரோதமாக அமைதியாகிவிட்டாள் என்று சொல்லப்பட்டது. அந்தச் சம்பவத்துக்குப் பிறகு, மிருதுவானவளாக, சரளமானவளாக ஆகிவிட்டாள். விரைவிலேயே அவளுடைய வழக்கமான பணிகளிலிருந்து விடுவிக்கப்பட்டாள்.

கடற்கரையில் இருந்த குழுக்கள், ஆலங்கட்டிகளைச் சமாளித்தபடியே நேரலையில் செய்தி அனுப்பிக்கொண்டிருந்தனர். எனவே, தேசம் முழுவதிலும் அந்தக் காலைவேளையில் செய்தி பார்த்தவர்கள் மிகக் குழப்பமான காட்சிகளையே கண்டனர்; துலக்கமற்ற காட்சிகள், தலைக்குமேல் பல்வேறு பொருட்களைப் பாதுகாப்புக்காக உயர்த்திப் பிடித்திருந்த செய்தியாளர்கள் என. பார்த்தவர்கள் பலருக்கும் காலைச் செய்தி ஒரே சமயத்தில் அதிர்ச்சியூட்டுவதாகவும் களிப்பூட்டுவதாகவும் அமைந்தது.

ஆலங்கட்டி மழை ஆரம்பித்த மாத்திரத்திலேயே ஓய்ந்துவிட்டது. ஆனால், ஆலங்கட்டியின் காரணமாக, எல்லாரும் எதற்காகக் காத்திருந்தார்களோ அந்தத் தருணத்தைத் தவற விட்டுவிட்டார்கள்; குப்பைக் கடற்சுழி மிகப் பல ராட்சத அலைகளாகக் கடற்கரையில் மோதிய தருணத்தை. ஆனால், அனைவருமே சாலையில் தொற்றியேறிப் பிரளயத்திலிருந்து தப்பியதற்கும் அந்த மழையே காரணம். மழை நின்றதற்குப் பின்வந்த தருணங்களில், புயல் மேகங்களின் உருவம் மாறிக்கொண்டேயிருந்தது. வெண்மை, காரீய நிறம் மற்றும் ஊதா – சாம்பல் நிற மேகங்கள் பிரம்மாண்டமான மழைமேகமாக மாறின. மிதக்கும் மாயக்கதை போன்ற மேகம் அது. உணர்ச்சிமயமாகிக் களைத்த காவிய வரி போன்றது.

பிற்பாடு அதை நினைவுகூர்ந்த கடலோர கிராமப் பூர்வகுடிகள், அப்படியொரு மேகக்கூட்டத்தைத் தாங்கள் அதுவரை பார்த்ததேயில்லை என்று சொன்னார்கள். சூறாவளிக்கு முன்பாக இருப்பதைவிடத் துடிப்பு மிகுந்ததாக ஆகாயம் காட்சியளித்தது என்றும் சொன்னார்கள். பிரமிப்பூட்டும் இந்தக் காட்சியை ஒளிப்பதிவாளர்கள் படம் பிடித்துக்கொண்டிருந்தார்கள். அவ்வளவு நேரமும், அந்த ராட்சத அலை அதிகாலையின் மங்கிய வெளிச்சத்தில் கரை நோக்கி உருண்டுகொண்டிருந்தது. ஆலங்கட்டி மழையின்போது தாங்கள் எதையுமே செவிமடுத்ததாக ஞாபகம் வராதது ஏன் என்பதற்கான விளக்கமாகவே அந்த அலை இருந்தது என்று பலரும் நினைத்தார்கள்: அதன் தோற்றுவாய் அருகே இருந்தபோதிலும், ஆலங்கட்டி மழையின் ஓசையெல்லாம் அலையினால் உண்டான சப்தவிசையுடன் ஒப்பிட்டால், ஒன்றுமேயில்லை.

அந்த அலை பேரண்டத்தின் குரலில் பேசியது. உதயமாகியிருந்த நிலவு, காலம் தொடங்கிய நாளிலிருந்து மௌனமாகத் தான் சேகரித்து வந்திருந்த ஒலியை, ஒரே சமயத்தில், ஒரே வெடிப்பில் ஒட்டுமொத்தமாக வெளிவிட்ட மாதிரி இருந்தது. அந்தப் பேரோசை கடலிலிருந்துதான் வருகிறது என்பதை ஜனங்கள் உணர்ந்தபோது, அலை ஏற்கனவே அவர்கள்மீது கவிந்து விட்டிருந்தது.

ஆலங்கட்டி மழையை நேரலையாகத் தருவது செய்திக் குழுக்களுக்குக் களிப்பூட்டுவதாக இருந்தது. ஆகவே, அந்த மாபெரும் அலை இறுதியில் கரையைத் தாக்கி, கண்ணில் பட்டதையெல்லாம் வாரிச் சென்றபோது அவர்கள் செய்வதறியாது திகைத்து நின்றார்கள் – தங்கள் பாதங்கள் சாலையில் தளைப்பட்ட மாதிரி.

முதலில், செவன்த் சிசிட்டின் கூரை வழியே ஆலங்கட்டி மழை பொழிந்திறங்கிய தருணத்தைப் பற்ற முடிந்தது குறித்து லிலியும், ஹானும் உற்சாகமடைந்தார்கள். ஆனால், ஹஃபே கடலைப் பார்த்தபோது, எதுவோ ஒன்று சரியாக இல்லை என்று உணர்ந்தாள். செய்தியாளர்கள் இருவரையும், பாதுகாப்பாக மாடியறைக்குப் போய் விடும்படி துரத்தினாள். அவளுடைய துல்லியமான பங்க்கா உள்ளுணர்வு சரிதான் என்பது சீக்கிரமே தெரியவந்தது – கடல் மட்டம் திடீரென்று உயர்ந்துவிட்ட மாதிரி அந்த அலை தாறுமாறாக வந்து மோதியபோது. பின்வாங்கும்போது, செவன்த் சிசிட்டைக் கிட்டத்தட்டக் கடலுக்குள் இழுத்துச் சென்றது அது. அலை அத்துடன் விட்டுவிடாது என்பதை அறிந்ததால், சந்நதம் வந்தது போல அலறிக்கொண்டிருந்த லிலியைச் சாலைநோக்கித் தூக்கிச் செல்லுமாறு ஹானிடம் சொன்னாள் ஹஃபே. தன்னுடைய ஒளிப்பதிவுக் கருவியைத் தவிர சகலத்தையும் கீழேபோட்டுவிட்டு, லிலியைத் தன் முதுகில் சுமந்து கடற்கரையை வகிர்ந்து மேலேறிப் போனான் ஹான்.

இனாவும் தானும் இருக்கும் புகைப்படத்தைக் கவுண்ட்டர் மீதிருந்து எடுத்துக்கொண்டு, கடலை நோக்கி இருந்த கடல் இல்லத்தின் சுவர் இடிந்துவிழுவதற்குச் சற்று முன்னால் வெளியேறினாள் ஹஃபே. அவளுடைய பச்சிலை மருந்து ஜாடிகள், காஃபிச் சேகரிப்பு, சிறுதானிய ஒயின் வடிக்க அவள் பயன்படுத்திய குடுவை, அவளுடைய மெத்தை, கடிதமெழுதப் பயன்படும் தாள்கள் ஒரு கற்றை, தைய்ப்பெய்யிலுள்ள ஓடையிலிருந்து அவள் கொண்டுவந்திருந்த ஒரு கல் ஆகிய அத்தனையும் மணலில் சிதறின. அதன் மறுவினை போல, கடல் இல்லமே பாதியளவு வீழ்ந்துவிட்டிருந்தது – டோட்டோவின் புகைப்படங்கள், சுவர் அலமாரியில் இருந்த புத்தகங்கள், ஒஹியோவின் சிறு அட்டைப்பலகைப் பெட்டி, தாம்மின் மலையேற்றக் கயிறுகள், ஆலிஸ் தானே பதிப்பித்த, அவளுடைய முதன்முதல் நூலான பால்யகாலக் கவிதைப் புத்தகம், நன்கொடைத் தொட்டியில் சேர்ப்பிக்க அவளுக்கு அவகாசமில்லாமல் போன பழந்துணிகள் சில என அந்த இல்லத்திலிருந்த சகலமும் கடற்கரையில் கொட்டப்பட்டு, கரைமீது அலை கொண்டுவந்து வாரித்தட்டிய நாற்றமெடுத்த பிளாஸ்டிக் கழிவு அவியலுடன் கலந்தன. உலகின் குப்பை முழுவதும் இங்கே வந்து சேர்ந்துவிட்டமாதிரி இருந்தது.

தணிவதற்கு முன்னால் ஓரிரு முகடுகளை மட்டுமே உயர்த்திக் காட்டிய அலை, கடற்கரை மீண்டும் தென்பட அனுமதித்தது. ஆனால், விகாரமான குப்பைகூளக் குவியலுக்குள் புதைந்திருந்த கடற்கரையோ, தொலைதூரக் கோள் எதிலோ தாங்கள் தரையிறங்கியதான தவறான எண்ணத்தை ஜனங்களுக்கு ஏற்படுத்துமளவுக்கு, தலைகீழாக மாறிவிட்டிருந்தது. ஹான்

சாலையை அடைந்தான். பக்கத்திலுள்ள பூர்வகுடி கிராமத்திலிருந்து வந்து வேடிக்கை பார்த்துக்கொண்டிருந்தவர்களில் ஒரு கோஷ்டியிடம் லிலியை ஒப்படைத்தான். உடனடியாக மீண்டும் அந்த விசித்திரக் காட்சியைப் படம் பிடிக்கத் தொடங்கினான். ஆலிஸின் கடல் இல்லத்துக்கு அருகில் தென்பட்ட காட்சியில், இறந்து கிடந்த பறவையொன்றைக் கவனித்தான். அதைக் கிட்டத்தில் பார்க்குமளவு பெரிதாக்கினான். அபூர்வமான சீன நாரை அது. ஒருகாலத்தில் மிகுந்த ஆர்வத்துடன் பறவைகளை அவதானிப்பவனாக இருந்தவன் என்பதால், சராசரிக் காட்சி ஊடகத்தினனைவிட அதிக நேரம் அந்தக் காட்சியைக் காட்டுவதற்கான அந்தரங்கக் காரணங்கள் அவனுக்கு இருந்தன. முழுக்க நனைந்த கறுப்பு–வெள்ளைப் பூனையொன்று, இடிந்த சுவரின் பிளவு வழியே தொற்றியேறி, காட்சிச் சட்டகத்தின் இடது புறத்திலிருந்து வலதுபுறம் நீந்திச் சென்று சேரும்வரை அந்தக் காட்சியைக் காட்டினான்.

கடல் இல்லக் காட்சியில் ஆலிஸ் இல்லை. மருத்துவமனைப் படுக்கையில் அவளுக்குப் பிரக்ஞை மீண்டிருந்தது – மேற்படிக் காட்சியின் நேரலையைத் தொலைக்காட்சியில் அப்போதே காணும் விதமாக. சில கணங்கள் தயங்கியபின், அந்த நேரத்தில் உள்ளே வந்த இளம் செவிலியைப் புறம் தள்ளிவிட்டு, முன்வாசலை நோக்கிப் பாய்ந்தாள் – அப்போதுதான் எதையோ பார்க்க நேர்ந்துவிட்டவளைப் போல்.

VI

IV

13

அட்டிலெ'ய்

மலைப்பாதையில் நடந்துகொண்டிருந்த ஆலிஸ், ஏதோவொரு மணம் வீசுகிற மாதிரி உணர்ந்தாள். அதை எப்படி விவரிப்பது? சூரிய ஒளியின் வெதுவெதுப்பும், கடல்நீரின் படிகத் தன்மையும், பச்சை மீனின் கவிச்சியும், கஸ்தூரியின் கடுமையும் கலந்த மணம் அது. ஒருபோதும் ஒன்றோடொன்று இசைந்து போகாத, ஒன்றுக்கொன்று முரண்பட்ட நாற்றங்களின் பழங்காலக் கலவை.

இப்போது ஆலிஸுக்குத் தெரிந்தது, அது இளமையின் மணம். மிகவும் அழுத்தமாக இருந்தது – அவளருகில் அவன் இல்லாதபோதும் அவனை நுகர முடிகிற அளவுக்கு. ஆலிஸின் அணைப்பிலிருந்து வெளியேறுவதற்காக நெளிந்து கொண்டிருந்தது ஓஹியோ. கீழே விட்டால் ஓடிவிடும் என்று அஞ்சி, இறுக்கிப் பிடித்திருந்தாள் ஆலிஸ். சற்று மெதுவாக நடந்தாள். பூனைகள் உண்மையிலேயே மிருதுவான சின்னஞ்சிறு ஜீவன்கள். ஓஹியோவைத் தன் கையில் பற்றியிருந்தபோது, சிறார் வகுப்புப் படித்த காலத்தில், பள்ளியிலிருந்து வீடு திரும்பும் வழியில் தான் பார்த்த கறுப்புப் பூனைக்குட்டியின் நினைவு வந்தது அவளுக்கு.

யாரிடமும் சொல்லாமல் மூன்று தினங்கள் அதைப் பேணினாள். மூன்றாவது நாள் வீடு திரும்பியபோது, அந்தப் பூனைக்குட்டி காணாமல் போயிருந்தது. ஆனால், வீட்டில் இருந்த யாருமே, அம்மாவோ அப்பாவோ, அண்ணனோ அதைத் தூக்கி வீசியதாக ஒத்துக்கொள்ளவில்லை. ஆலிஸ் சாப்பிட மறுத்துவிட்டாள்; உடல்நிலை மிகவும் மோசமாகி, மயக்கமடைந்தாள்; மருத்துவமனைக்குக் கொண்டு சென்று, ரத்தநாளத்தில் நேரடியாக மருந்து செலுத்தவேண்டியதாயிற்று. ஒருநாள் சாயங்காலம் மருத்துவமனைப் படுக்கைக்கு அருகில்,

கண்ணீருடன், குயான்யின் போதிசத்துவரைத் தலையிடுமாறு வேண்டியபடி தாயார் நிற்பதைக் கண்டபிறகுதான் அரிசிக் கஞ்சி குடிக்க ஆரம்பித்தாள். பூனைக்குட்டி திரும்பி வரவேயில்லை. அது முதல், தெருவில் ஏதாவது கறுப்புப் பூனையைப் பார்க்கும்போதெல்லாம், அது ஓடிப்போன அல்லது தூக்கிவீசப்பட்ட பூனையேதான் என்று அவளுக்குத் தோன்றும்.

இறுதியில் அவளும் அந்த இளைஞனும் கடலோர இல்லத்தின் பார்வையெட்டும் தொலைவில் வந்து சேர்ந்தார்கள். இன்னும் கொஞ்சதூரத்தில் இருந்தபோதே ஜனக்கூட்டம் இருப்பதைக் கண்டவன், அதைக் கவனிக்கும்படி ஆலிஸிடம் சைகை செய்தான். செய்தியாளர்களும் ஜனங்களும்தான் – கடற்கரையைச் சுத்தம் செய்ய வந்தவர்கள். ஆலிஸ் தயங்கினாள். பின்னர் அருகிலிருந்த மேடான பகுதிக்குச் சென்று, தனது பகட்டான மஞ்சள் நிறக்கார் எங்கே நிற்கிறதென்று கண்டறிந்தாள்.

"டாஹூ எனக்காக பாட்டரிக்குச் சார்ஜ் ஏற்றிவைத்திருக்கிறான் போல" என்று தனக்குத்தானே சொல்லிக்கொண்டாள்.

ஆழ்ந்து மூச்சிழுத்தாள். குறுகிய காலத்தில் எத்தனை எத்தனை துர்விளைவுகள்! எதுவோ அவளைப் பின்னாலிருந்து தள்ளுவதுபோல. பாதை வழுக்கியது. தூறல் போட்டுக்கொண்டிருந்தது. வெறுங்கண்ணால் பார்க்கவியலாத அளவுக்கு மெல்லிய தூறல். ஜப்பானிய வெண்விழிப் பறவைக் கூட்டமொன்று வலதுபுறத்திலிருந்து வந்து ஆலிஸையும் அந்த இளைஞனையும் கடந்து சென்றது.

காமிராக்கள் தன்னுடைய ஜன்னலை நோக்கிக் குவிந்த தினத்தில் என்ன நடந்தது என்பதைத் துலக்கமாக நினைவுகூர முயன்றாள் ஆலிஸ். ஆத்திரத்தினாலோ, தான் தப்பிக்க நினைத்ததாலோ அல்ல. தன்னுடைய வாழ்வை முடித்துக்கொள்ள அவள் முயன்றதுவும் அல்ல. நடை போன ஓஹியோ திரும்புவதற்காகக் காத்திருந்தாள் அவள். காத்திருப்பதற்கு ஒரு காரணம் இருக்கும் பட்சத்தில், நீங்கள் உயிருடன் இருப்பது மிகவும் முக்கியம். ஒருவேளை, தன்னுடைய உடலின் மீதான கட்டுப்பாட்டைத் தற்காலிகமாக அவள் இழந்திருக்கலாம்.

ஆலிஸ் எப்போதுமே இப்படித்தான் இருந்திருக்கிறாள். இதேமாதிரியான சமாசாரங்கள் பல்கலைக்கழகத்திலும் சிலதடவை நடந்திருக்கிறது அவளுக்கு. ஒருதடவை அவளுடைய இளம்நண்பன், காதலர் தினத்தன்று அவளைக் காத்திருக்க வைத்துவிட்டான். குழப்பமடைந்த ஆலிஸ், பில்லுக்கான தொகையைச் செலுத்திவிட்டு, தரை வரை நீண்டிருந்த ஃப்ரெஞ்சு ஜன்னலில் மோதி வெளியேறினாள் – உணவகத்தில் இருந்த அனைவரும் திகைக்கும் விதமாக. வீடு திரும்பியதும், இன்னமும் சரியான மனநிலைக்குத் திரும்பியிருக்கவில்லை அவள், சமையல் வாயுவைத் திறந்துவிட்டாள் – அவளுடைய குடும்பத்துக்குப் பேரச்சம் ஊட்டும் விதமாக. அவளுடைய அதீத எதிர்வினை அளவுக்கு மிஞ்சியது என்று பட்டதால், பிரிந்துவிடலாம் என்று தெரிவித்தான் அவளுடைய காதலன்.

சிறுமியாக இருந்த காலத்தில் தன் பாட்டியுடன் மிகவும் நெருக்கமாக இருந்தாள் ஆலிஸ் என்பதை நினைவுகூர்ந்த அவளது தாய், கொஞ்சகாலம் அவள் பாட்டியுடன் போய் இருக்கட்டும் என்று முடிவெடுத்தாள்.

வருவதாய்ச் சொல்லியிருந்த நேரத்துக்கு அவன் ஏன் வந்து சேரவில்லை என்பதைத் தெரிந்துகொள்ளவேயில்லை ஆலிஸ். அவன் எப்படியிருப்பான் என்பதுகூட அவளுக்கு ஞாபகமில்லை. மீன்பிடி கிராமத்தில் வசித்தது மட்டும்தான் அவளுக்கு நினைவிருக்கிறது. சும்மா கண்களை மூடினால் போதும், அந்தக் காட்சிகள் அவள் மனத்தில் உதித்துவிடும். அவளை நோக்கிச் சரிந்து வரும். கிராமத்துத் தெரு; அந்தத் தெருவின் முனையில், கடலைப் பார்த்துக் கட்டப்பட்டிருந்த கடல் அம்மன் *மட்சு*வின் கோவில்; எருமைமாட்டு வண்டித் தடங்கள் குறுக்கும் மறுக்கும் செல்லும் ஈரத்தரை; சமுத்திரக் காற்றின் பச்சைவாடை . . . பின்னாட்களில் கடற்கரையில்தான் குடியிருக்க வேண்டும் என்று அவள் பிடிவாதம் பிடித்ததற்கு இந்தக் காட்சிகள்தாம் மூல காரணமோ?

சிறுமியாக இருந்த ஆலிஸைத் தன் வீட்டுக்கு இட்டுச் சென்றபோது, ஆலிஸைச் சிப்பி பொறுக்கக் கூட்டிச் செல்வாள் பாட்டி. அலமாரித் தட்டுகளிலிருந்து சிப்பிகளை அள்ளி, சணல்நார்க் கோணிகளில் கட்டி, நீர்எருமை வண்டிகளில் ஒவ்வொன்றாகக் கிடத்துவாள். மண்ணில் நகர்ந்து போகும் வண்டி முழுக்க வேறுமாதிரியானதாக இருக்கும். அதீத மிருதுத்தன்மை கொண்ட, உயிருள்ள ஒன்றின்மீது உருண்டு செல்கிற மாதிரி இருக்கும். உண்மையில், வனத்தின் தரையில் நடப்பது போன்றிருந்தது அது என்பதை ஆலிஸ் உணர்வதற்கு வெகு காலமாயிற்று.

பல்கலைக்கழகத்துக்கு ஆலிஸ் போன சமயத்தில், ஏதோ ஒரு பெட்ரோலிய ரசாயன நிறுவனம், தெற்கே இன்னொரு சிறு கிராமத்தில் சுத்திகரிப்பு ஆலை அமைப்பதற்காக நிலம் கையகப்படுத்தியிருந்தது. ஆலை கட்டிமுடிக்கப்பட்ட பின்னர், வாழ்க்கை மாறிவிட்டது. பாட்டியின் சிப்பிக் களத்தில் வருடந்தோறும் மென்மேலும் தூர் சேர்ந்துவந்தது. அவ்வப்போது சமுத்திரத்தின்மீது எண்ணெய்ப்படலம் மிதக்கும். ஆகாயம் எப்போதுமே கலங்கலாக இருக்கும். அலமாரி அடுக்குகளைப் பார்த்து வரவோ, சிப்பிகளைச் சேகரிக்கவோ, சிலநாட்களுக்கொரு தடவை நீர் எருமையை உறைபனிக் கடலுக்குள் இழுத்துச் சென்றாள் பாட்டி. சிப்பி பொறுக்குவது கடினமானது; சமுத்திரத்திலிருந்து வீசும் குளிர்காலக் காற்று மிகவும் குளிர்ந்து இருந்தது. ஆனால், சக்கரங்கள் மண்ணில் இன்னும் ஆழமான தடங்களைப் பதிக்க, சிப்பிகள் நிறைந்த வண்டியில் ஏறித் திரும்பிவரும்போது, உங்களுக்குள் அவ்வளவு ஸ்திரமான, திருப்தியான உணர்வு நிலவும்.

சிப்பி சேகரித்து வந்தபிறகு, ஒரு மத்தியானப் பொழுது முழுவதும் நாற்காலியில் அமர்ந்து அவற்றைத் “தோலுரித்து”க் கொண்டிருப்பாள் பாட்டி. பார்ப்பதற்குக் கடினமாய்த் தெரியும் அந்தச் சிப்பிகள், உள்ளுக்குள் மிருதுவாய் இருப்பவை. மிகச் சில மாதங்களிலேயே, சிப்பி சூப், சிப்பி ஆம்லெட், சிப்பி வறுவல், சேற்று நண்டு, வீட்டின் புழக்கடையில் பயிரிடப்பட்ட சேனைக் கிழங்கு ஆகியவற்றுக்குப் பழகிவிட்டாள் ஆலிஸ்.

நாட்கள் கடந்து சென்றன, ஒரு கட்டத்தில் காதலனின் முகமும் அதே விதமாய்க் கடந்துசென்றுவிட்டது.

பாட்டியின் வீட்டில் கழிந்த நாட்களில் அவளுடைய ஆளுமையே ஒரு நுட்பமான விதத்தில் மாற்றம் கண்டுவிட்டது என்று பின்னாட்களில் அவளுக்குத் தோன்றும். அந்த இடைவெளிக்குப் பிறகு அவள் திரும்பி வந்தபோது, வகுப்புத்தோழர்கள் அனைவருமே அவள் மாறிவிட்டிருந்தாள் என்பதை உணர்ந்தனர்.

தாம்மும் ஆலிஸும் கடலோர இல்லத்தைக் கட்ட ஆரம்பித்த வருடத்தில், ஆலிஸின் அண்ணன் அழைத்து, பாட்டி இறந்துவிட்ட செய்தியைச் சொன்னான்.

"எதனால் இறந்தாள்?"

"முதுமையினால்தான்."

"முதுமையினால்தான்" என்றாள் ஆலிஸ், உச்சாடனம் செய்கிற மாதிரி. உண்மையில் பாட்டிக்கு நுரையீரலிலும், சிறுநீரகத்திலும் கோளாறுகள் இருந்துவந்தன – பத்து ஆண்டுகளுக்கும் மேலாக. கிராமத்து ஜனங்களில் பெரும்பாலானோர் இதே காரணத்தினால்தான் இறந்துபோனார்கள். ஆக, ஒரு விடுமுறைநாளில், தீவின் மறுபுறத்தில் இருந்த மீன்பிடி கிராமத்துக்கு தாம்மும் ஆலிஸும் புறப்பட்டுப் போனார்கள். கிராமத்தினுள் கார் ஓட்டிச் செல்லும்போது, திறந்திருக்கும் வாசல்களையே காணவில்லை. அங்கே யாரும் இருப்பதாகவே தெரியவில்லை. கடற்கரையிலிருந்து பார்த்தபோது, வடக்குத் திசையில் இன்னொரு பெட்ரோலிய ரசாயன நிறுவன ஆலை கட்டப்பட்டிருப்பதைக் கண்டார்கள். அந்த ஆலைக்கு எதிராய்ப் பல ஆண்டுகள் நடந்த போராட்டங்கள் லேசாக நினைவு வந்தன ஆலிஸுக்கு. ஆனால், இறுதியில் அது கட்டப்பட்டு விட்டது. பறவை அவதானிகள் ஏகப்பட்ட பேர் தங்கள் தொலைநோக்கிகளை அள்ளிப் போட்டுக்கொண்டு கடற்கரைக்கு வருவது வழக்கம்; தங்களுடைய வாழ்வில் மாபெரும் மாற்றங்கள் நிகழவிருப்பதை எதிர்பார்க்கிற மாதிரி. ஆனால், பின்னாட்களில் பெட்ரோலிய ரசாயன ஆலைகள் வந்தபிறகு, பறவைகள்கூடத் தங்கள் திசையை மாற்றிக்கொண்டுவிட்டன, என்பது மிங்கின் கருத்து.

ஆலைகளுக்குத் தொழிலாளிகளே தேவைப்பட்டனர் – பழைய ஆட்கள் அல்ல. ஒருமுறை ஆலிஸ் பார்த்துவரப் போனபோது, அண்டை அயலார்கள் படும் அவதிகளைப் பற்றி நீண்ட பாராயணம் செய்தாள் பாட்டி. வழக்கமாக அதிகம் பேசாதவளான பாட்டி, அன்றைக்கு ஓயாமல் பேசிக்கொண்டிருந்தாள் – இப்படி இன்னொரு வாய்ப்புக் கிடைக்காது என்று அஞ்சியவள் மாதிரி. ஆலிஸ் கேட்டுக்கொண்டிருந்தாள் – பாட்டிக்கு முன்பே உலகத்தை விட்டுப் போன முதியவர்கள் அனைவரும், தனிமையினால்தான் இறந்தார்களோ, தனிமைதான் பிற நோய்க்குறிகளை உருவாக்கியதோ என்று சிந்தித்தபடி.

தாம் கடற்கரை மணலில் நின்றிருந்தான். பெரும்பகுதி மணலில் புதைந்திருந்த சிப்பி அடுக்கு, அவன் குதிரைச்சதை உயரமே இருந்தது. பாட்டியின் வீடு, நீர்எருமைக் கொட்டகை, காலிச் சிப்பி அடுக்குகள் என அனைத்துமே நினைவுகூர ஏதும் இல்லாத பழங்காலச் சின்னங்களின் தொகுப்புபோலத் தென்பட்டன. பராமரிக்க ஆளில்லாததால், காட்டுப் புதர்களும், புழுதி மண்ணும் சிறுகச் சிறுக அவற்றை ஆக்கிரமித்து வந்தன.

தாம் சொன்னான்: "ஒருகாலத்தில் வசீகரமான மீன்பிடி கிராமமாக இருந்திருக்கும்போல. இப்போது, இங்கே பழங்காலம் பற்றிய திரைப்படம் வேண்டுமானால் எடுக்கலாம், அவ்வளவுதான்."

ஆலிஸ் அவனை முறைத்தாள். "உண்மையில், இந்தக் கிராமத்தைச் சூறையாடிவிட்டார்கள்." வெகுநேரமாக ஈரமண்ணில் அழுந்தியிருந்ததாலோ என்னவோ, புறப்படும் நேரம் வந்தபோது, அவளுடைய பாதங்கள் வெகுவாகப் பதிந்துபோயிருந்தன. அவற்றை வெளியில் இழுக்க தாம் கைகொடுக்க வேண்டியிருந்தது. தொலைவிலிருந்த புகைபோக்கிகள் கருநிறப் புகையை ஏப்பம் விடுவதைப் பார்த்தபோது, பாதங்கள் ஈரமண்ணில் அழுந்திவிடாமல் இருப்பதற்காகப் பாட்டி எப்போதும் அணியும், கட்டைவிரலுக்கென்று தனிப் பகுதிகொண்ட, தடித்த பாதப் பகுதிகொண்ட பாதணிகள் ஆலிஸுக்கு ஞாபகம் வந்தன.

அன்றைக்கு சமுத்திரத்தில் குதித்தபோது தன் தலை எதன்மீதோ மோதியது போல உணர்ந்தாள் ஆலிஸ். தோள்களும் கால்களும் உடனடியாக மரத்துப்போயின. தண்ணீர் மிகமிகக் குளிர்ந்து இருந்தது. அப்புறம் எல்லாமே இருண்டுவிட்டது. மருத்துவமனையில் கண்விழித்ததும், அவளுக்கு நினைவு வந்த முதல் விஷயம், ஓஹியோ. நாசமாகியிருந்த கடலோரம் தொலைக்காட்சிச் செய்தியில் காட்டப்பட்டுக் கொண்டிருந்தது. ஆனால், இன்ன இடம் அது என்று தெரியாவிட்டாலும், அங்கே ஓஹியோ இருந்தது.

"என்னைத் தேடிக்கொண்டிருப்பாள் அவள். நிச்சயம் தேடுவாள். என்னைக் கண்டுபிடிக்க முயல்கிறாள் ஓஹியோ." தனக்கு நேரடியாக ரத்த நாளத்தில் மருந்தேற்றச் செலுத்திவைத்திருந்த ஊசியைப் பிடுங்கியெடுத்தாள் ஆலிஸ்; ஐயோ! ஊசி போட்டுக்கொள்வது அவளுக்குப் பிடிக்கவே பிடிக்காத விஷயம். அவள் மட்டும் விழித்திருந்து, ஊசி போடப் போவதாக மருத்துவர் தெரிவித்திருந்தால், கட்டாயம் ரகளை செய்திருப்பாள். கொஞ்சம் ஓடினாள், மெனக்கெட்டுச் சுற்றிவளைத்து ஓடினாள்–எதிர்ப்பட்ட செவிலியின் பார்வையில் படாமல் இருப்பதற்காக. வாசலை அடைந்ததும், நடைபழகப் போகும் சாதாரணநோயாளிபோலப் பாவனை செய்தாள். அதிர்ஷ்டவசமாக, அவள் தன்னுடைய சொந்த டி ஷர்ட்டையே அணிந்திருந்தாள். ஆனால், ஜன்னலிலிருந்து குதித்தபோது அணிந்திருந்ததை அல்ல.

டாஹுதான் இதை எனக்காகக் கொண்டுவந்திருக்க வேண்டும். மருத்துவமனை உடைகளை அணிய எனக்குப் பிடிக்காது என்று

அவனுக்குத் தெரியும், என்று நினைத்துக்கொண்டாள் ஆலிஸ். தன்னிடம் பணமேயில்லையே என்றுணர்ந்து பதற்றம் தொற்றுவதற்கு முன்பே, வாடகைக்கார் ஒன்றில் ஏறியிருந்தாள் அவள். கடல் இல்லத்துக்குத் தான் போய்ச் சேரும்போது டாஹுு அங்கே இருப்பான் என்று உறுதியாய் எதிர்பார்த்தாள். ஆனால், கடற்கரையில் நிலவிய பெருங்குழப்பத்தைப் பார்த்தபிறகு, அந்தக் காரோட்டி அவளிடம் பணமே கேட்கவில்லை.

“இங்கேயா வசிக்கிறீர்கள், அம்மணி? இனி நீங்கள் இங்கே இருக்க முடியாது. வீடுகள் அனைத்திலும் வெள்ளம் புகுந்துவிட்டது. கார் வாடகையை மறந்துவிடுங்கள், அது என்னுடைய உபயமாக இருக்கட்டும்.”

“இல்லை, நான் கொடுக்கத்தான் செய்வேன். என்ன, என்னிடம் பணம்தான் இல்லை.” அவருடைய ஓட்டுநர் உரிம, தொலைபேசி எண்களை வாங்கிக்கொண்டு வாக்களித்தாள்: “நாளை அனுப்பி வைக்கிறேன்.”

மூனும் ஸ்டோனும்தான் அவளை முதலில் பார்த்தன. அவற்றின் குரைப்பு டாஹுு மற்றும் சில காவல் அதிகாரிகளின் கவனத்தை ஈர்த்தது. டாஹுு நேரே அவளிடம் வந்தான். அவனுடைய சட்டை வெகுவாகச் சுருக்கம் கண்டிருந்தது. கண்களின் கீழே உருவாகியிருந்த பைகள் வெளிப்படையாகத் தெரிந்தன. துரதிர்ஷ்டமான வாழ்க்கை வாய்க்கப் பெற்றவன்போல இருந்தான். அங்கே ஆட்கள் இருந்தனர் – காவல்துறையினராகவோ, பேரிடர் மீட்புக் குழுவினராகவோ இருக்கலாம். கடல் இல்லத்தைச் சுற்றிலும் ஒரு மஞ்சள் நாடா வளையமிட்டு, யாரும் உள்ளே வராதபடி தடுத்திருந்தனர்.

“கடல் இல்லத்திலிருந்து வீழ்ந்த பொருட்களுக்காக ஓர் இடத்தை அவர்கள் சுத்தப்படுத்தி வைத்திருக்கிறார்கள். மீட்க முடிந்த சகலமும் அங்கே உள்ளன. நான் கவனித்துக்கொண்டிருந்தேன்.” என்றான் டாஹுு. அவள் இங்கே என்ன செய்கிறாள், மருத்துவமனையில் ஏன் இல்லை என்றெல்லாம் அவன் கேட்கவில்லை. ஆலிஸுுக்கு அது ஆச்சரியமாய் இல்லை, ஏனென்றால் அவனுடைய இயல்பே அதுதான். டாஹுு! சில சந்தர்ப்பங்களில் ஆண்கள் அதிகாரம் செலுத்தவேண்டும் என்று பெண்கள் விரும்புவார்கள் என்பது உனக்குத் தெரியவே தெரியாதா?

ஆலிஸ் முன்னெப்போதும் அனுபவித்திராத அழுகல் நாற்றம் காற்றில் நிரம்பியிருந்தது. ஒருவேளை, அலையால் கரைக்கு அடித்துவரப் பட்டவற்றோடு, கடற்பாசியும் கலந்ததால் உண்டான மணமாக இருக்கலாம்.

“ஓஹியோவைப் பார்த்தாயா?”

டாஹுு தலையை ஆட்டினான். ஓஹியோவை அவன் மறந்தேபோய் விட்டான் என்று அதற்கு அர்த்தமா, அல்லது தான் ஓஹியோவைப் பார்க்கவில்லை என்கிறானா என்று குழம்பினாள் ஆலிஸ். கடலோர கிராமத்தவர் கடற்கரையில் கூடி நின்று பேசிக்கொண்டிருந்தனர். அவளைப் பார்த்துப் பலரும் கையாட்டினர். ஆனால், அவ்வளவு தொலைவிலிருந்து பார்த்தபோது, அவர்கள் மகிழ்ச்சியற்று இருந்தார்களா, உற்சாகம் குன்றி இருந்தார்களா, வேறேதுமா என்று சொல்ல முடியாதிருந்தது. அவர்களுடைய

உணர்வுகள் என்னவாக இருந்திருந்தாலும், ஆக மோசமான ஒன்றுக்குத் தயாராய் இருப்பவர்களாகவே தென்பட்டனர்.

உண்மையில், இரண்டு ஆண்டுகளுக்கு முன்னால் கடல் மட்டம் உயர ஆரம்பித்தபோது, கடற்கரையின் இந்தப் பகுதியிலிருந்து மேடான பகுதிக்கு இடம்பெயராதிருந்தவர்கள், கடல் இல்லம் மற்றும் செவன்த் சிசிட்டின் உரிமையாளர்கள் மட்டுமே. எனவே, மிகச் சில வீடுகள் மட்டுமே எஞ்சியிருந்தன. ஒவ்வொருவருமே, சமுத்திரத்தை விட்டு முடிந்த அளவு தொலைவில் இருக்கவே முயன்றார்கள் – அது ஏதோ கொள்ளைநோய் என்பதுபோல.

குன்றுகளில் வசிப்பது பாதுகாப்பானதாய் இருக்க வேண்டிய அவசியமில்லை. உதாரணமாக, மிகப்பெரிய கடலோர உல்லாசப் பூங்காவையும் தங்கும்விடுதியையும் அவர்கள் கட்டியபோது, மலையின் சரிவுப்பகுதியை நெகிழ்த்திவிட்டனர் – எனவே, நெடுஞ்சாலையின் தோள்பகுதியில் சில இடங்கள், கனத்த மழைக்குப் பிறகு தாழ்ந்திறங்கிவிடும். டாஹு சொன்ன மாதிரி, "இங்குள்ள மலைகள் அத்தனையுமே எப்போது வேண்டுமானாலும் நிலைதடுமாறி வீழ்ந்துவிடுகிற மாதிரித்தான் இருக்கின்றன."

ஆலிஸ் கடல் இல்லத்தை நோக்கி நடந்தாள். கடலோரக் காவலரும், வேறு சில காவல்துறையினரும் அவளிடம் கேள்விகள் கேட்பதற்காக அணுகினார்கள். ஆனால், அவள் அவர்களைப் புறக்கணித்தாள். டாஹுவிடம் மட்டுமே பேசினாள். "ஹஃபே பத்திரமாய் இருக்கிறாளா?"

"நன்றாய் இருக்கிறாள். தற்போதைக்கு என்னுடைய இடத்தில் தங்கியிருக்கிறாள். நீயும் அங்கேயே வந்துவிடலாமே."

ஆலிஸ் மௌனமாய் இருந்தாள். அப்புறம் கேட்டாள்: "டாஹு, நீ எனக்கு ஒரு உபகாரம் செய்வாயா?"

"நிச்சயமாக."

"என்னுடைய காரைச் சார்ஜ் செய்து இந்தப் பகுதியில் நிறுத்திவைக்க வேண்டும். அதைச் செய்வாயா? நான் வந்து அதை ஓட்டிச் சென்றுவிடுவேன்."

"கட்டாயம் செய்கிறேன். ஆனால், நீ எங்கே போகப் போகிறாய் என்று என்னிடம் சொல்லவேண்டும்."

"ம். சொல்கிறேன், ஆனால், இன்னொரு சந்தர்ப்பத்தில் அவசியம் சொல்வேன். இங்கேயிருக்கும் நமது நண்பர்கள் எல்லாரும் நலமாய் இருக்கிறார்களா?"

"எல்லாருமே நலமாய் இருக்கிறார்கள். ஆனால், திடீர் ஆலங்கட்டி மழையும், அலையும் துர்ச்சகுனங்கள் என்று எல்லாரும் கவலைப்படுகிறார்கள்."

துர்ச்சகுனங்கள். போதுமான அளவுக்கு துர்ச்சகுனங்களைப் பார்த்தாகிவிட்டது. மிகமிக அதிகமாகவே. எண்ணிக்கையை நினைவுவைத்துக்கொள்ள முடியாத அளவுக்கு. ஆஸ்லோவில் தாம்முடன் சென்று வாங்கிய நீலநிற முதுகுப்பையை எடுத்து, தனக்குத் தேவைப்படக் கூடிய பொருட்களை

அதில் பொதிய ஆரம்பித்தாள் ஆலிஸ். தடுப்புவளையத்தைத் தாண்டிச் சென்றபோது, கடல் இல்லத்தின் அருகில் வீட்டு முதலுதவிப் பெட்டி கிடந்ததைக் கண்டாள் – இல்லத்தின் ஒரேயொரு சுவர்தான் இடிந்திருந்தது. நல்லவேளையாக, அவளுடைய பணப்பையும், பண அட்டைகளும் கூடக் கிடைத்தன. அவற்றை ஒரு இழுப்பறையில் வைத்திருந்தாள். ஓஹியோ உறங்குவதற்காக அவள் வாங்கியிருந்த பாயும், டோட்டோவின் புகைப்படங்கள் கொண்ட நீர் புகாத ஹார்ட் டிஸ்க்கும்கூட இருந்தன. பொருட்களைப் பொறுக்கிக்கொண்டே இருந்தாள் – தன்னுடைய வாழ்வு இங்கேதான் இருக்கிறது, இந்த இடம் முழுவதும் சிதறிக்கிடக்கிறது என்று எண்ணுகிறவள் மாதிரி. கண்ணீர் முட்டும்போது, தன்னைத் திசைதிருப்பிக்கொள்ள முயல்கிறவள்போல அவசரமாகப் பேசினாள்:

“என்னதான் நடந்தது? இவ்வளவு பொருட்களும் எங்கிருந்து வந்தன?”

“கடலிலிருந்துதான். அனைத்தையும் குப்பைக் கடற்சுழி கொண்டுவந்து போட்டது. குப்பைக் கடற்சுழி பற்றி செய்தித்தாள்களில் வந்ததெல்லாம் நினைவிருக்கிறதா? உலகமெங்கிலும் வீசியெறியப்பட்ட ப்ளாஸ்டிக் கழிவுகள் சமுத்திர நீரோட்டத்தோடு மிதந்துவந்து, கொஞ்சங்கொஞ்சமாகச் சேகரமாகி, கடைசியில் . . .”

“ஓ, அதுவா. எனக்கு ஞாபகமிருக்கிறது. அது பெரிய செய்தி அல்லவா. மேற்படி விஷயத்தில் தான் ஏதோ செய்யப்போவதாக அரசாங்கம் சொல்லவில்லை?”

“அரசாங்கத்தை நம்புகிறாயா என்ன?” பின்னர், ஏதோ நினைவு வந்தவனாக, தன்னுடைய தொடையில் அறைந்துகொண்டான் டாஹ¬. “ஓஹியோ என்பது நீ கண்டெடுத்த கறுப்பு – வெள்ளைப் பூனையா?”

“ஆமாம். உனக்கு ஞாபகமிருக்கும் என்று நினைத்தேன்.”

“அட, நிச்சயமாய். திடீரென்று நீ வந்து சேர்ந்ததும், எனக்கு மிகுந்த ஆசுவாசமாய் இருந்ததா, அந்த இடத்திலேயே மனம் கொஞ்சம் அயர்ந்து நின்றுவிட்டது. நீ என்ன கேட்டாய் என்றே எனக்குப் புரியவில்லை. ஓஹியோவைப் படம்பிடித்த காமிராக்காரன் ஒருவன் இருக்கிறான் . . .”

“நல்லதுதான். அதை மருத்துவமனையில் பார்த்தேன். செய்தியில் காட்டினார்கள்.”

“நான் போய் அவனைக் கண்டுபிடிக்கிறேன். அலைத் தாக்குதலுக்கு முன்னால் அவன் ஹஃபேயின் விடுதியில்தான் தங்கியிருந்தான். ஆள் எப்படியிருப்பான் என்று எனக்குத் தெரியும்.” என்று சொல்லிவிட்டு கூட்டத்துக்குள் விரைந்து சென்றான் டாஹ¬.

செவன்த் சிசிட்டின் பக்கம் நோக்கினாள் ஆலிஸ். பாறைமீது இருந்த அது, குளிரில் தனித்து விடப்பட்டதாகத் தென்பட்டது. பாதி ஆயுட்கால உழைப்பு அது; ஹஃபேயின் இதயமும் ஆன்மாவுமானது. ஆலிஸ¬க்குக் கடல் இல்லம் எப்படியோ, அதேபோல ஹஃபேயின் அங்கமேதான் அது.

ஆலிஸ் தன் பொருட்களைக் கட்டிமுடிக்கும் தறுவாயில், உயரமான, ஒட்ட முடி வெட்டிய ஒருவனுடன் திரும்பிவந்தான் டாஹு. தலையசைத்து வந்தனங்களைப் பரிமாறிக்கொண்டனர். பிறகு, தன்னுடைய காமிராவின் திரையைத் திறந்தான் அவன். அந்தக் காட்சிப் பதிவில், குப்பைக் கழிவுகள் மண்டிய கடற்கரையில், அவ்வப்போது குரல் விடுத்தபடி நடந்துகொண்டிருந்தது ஓஹியோ. மிகவும் கலக்கமடைந்திருந்தது என்று வெளிப்படையாகத் தெரிந்தது. தொலைக்காட்சிச் செய்தியில் காட்டப்பட்ட அதே பதிவுதான் அது. அதன் இன்னொரு பகுதி, தொலைக்காட்சியில் வெளியாகவில்லை: கடற்கரையிலிருந்து சாலைக்குத் தாவும் ஓஹியோ. ஆலிஸ் அடிக்கடி நீர்சேந்தப் போகும் ஓடையின் திசையில் உள்ள பாதையை நோக்கி நடந்தது. பதிவின் முடிவில், நாணல் புதருக்குள் மறைந்து போனது.

“நான் ஒரு பூனை விரும்பி. இந்தக் காட்சி வசீகரமாய் இருந்தது. எனவே, அதைக் கொஞ்சநேரம் படம்பிடித்துக்கொண்டிருந்தேன். அந்த வழியாய்த்தான் அது போயிருக்கும் என்றே தோன்றுகிறது.”

“நன்றி, டாஹு. நான் ஓஹியோவைக் கண்டுபிடிக்கப் புறப்பட்டு விட்டேன்.”

“நானும் கூட வருகிறேன்.”

“வேண்டாம். நான் நன்றாய்த்தான் இருக்கிறேன். இங்கே உன் உதவி தேவைப்படும். உன்னால் முடியுமானால், என்னுடைய வீட்டிலிருந்து வெளியே விழுந்திருக்கும் பொருட்களைக் கொஞ்சம் ஒழுங்குபடுத்து. ஹஃபேயை நன்றாகப் பார்த்துக்கொள். இங்கிருக்கும் நம் நண்பர்களுக்கு ஏதாவது உதவி தேவைப்படுகிறதா என்று பார். அட, நான் என்ன சொல்லிக்கொண்டிருக்கிறேன்? இதையெல்லாம் நீதான் ஏற்கனவே செய்துகொண்டிருக்கிறாயே?”

“இருக்கட்டும். ஆனால், நீ எங்கே தங்கப்போகிறாய் என்பதை எனக்குச் சொல்லியாகவேண்டும். இப்படியே சும்மா உன்னைப் போக விடமாட்டேன்.”

அவள் போவதைத் தடுத்து நிறுத்த விரும்பினார் ஒரு காவலர். எனவே அவள் இறைஞ்சலுடன் டாஹுவைப் பார்த்தாள்.

டாஹு ஒரு திட்டத்தை முன்வைத்தான். “இந்தா, இதைக் கொண்டுபோ.” என்று தன்னுடைய கைபேசியை எடுத்து அவளிடம் கொடுத்தான். அப்புறம், அவள் சார்பாகத் தானே எடுத்துச்சொன்னான்: “பரவாயில்லை, அவள் போகட்டும். அவளுக்கு எதுவும் நேர்ந்துவிடாது. பாருங்கள், அவள் நன்றாய்த்தான் இருக்கிறாள். நிலையத்துக்கு வந்து தனக்கு ஏற்பட்ட இழப்புகள் பற்றி அவள் தெரிவிப்பாள் என்பதற்கு நான் பொறுப்பு.” காவலர்கள் அனைவருக்குமே டாஹுவைத் தெரியும். இந்த ஆள் ஆலிஸைப் பார்த்துக் கையாட்டினான் – மேற்கொண்டு வாதம் செய்ய விரும்பாதவனாக.

டாஹ¬ ஆலிஸை நோக்கிச் சொன்னான்: "நான் அழைக்கும்போது நீ எடுத்துப் பேச வேண்டும், சரியா?" தலையாட்டிவிட்டு, துள்ளி நகர்ந்தாள் ஆலிஸ். மூனும் ஸ்டோனும் அவளைப் பின்தொடர்ந்தன.

"திரும்பிப் போங்கள். திரும்பிப் போங்கள். கடற்கரைக்குப் போங்கள்." என்று அவற்றை அவள் துரத்தினாள்.

ஓடையை நோக்கிப் போகும் பாதையில், "ஓஹியோ! ஓஹியோ!" என்று கூவிக்கொண்டே நடந்தாள் ஆலிஸ். இருள் அடர்ந்து வந்தது. தூறல் போட ஆரம்பித்தது. நீர்புகாத உறையைத் தன் முதுகுப்பை மீது போர்த்தினாள். மழைக்கோட்டை மாட்டிக்கொண்டாள். பாதை மிகவும் வழுக்கலாக இருந்தது. ஆனால் ஓராயிரம் தடவை அந்தப் பாதையில் நடந்திருக்கிறாள். கூடிய சீக்கிரம் ஓஹியோவைக் கண்டுபிடித்துவிட வேண்டும் என்பது மட்டுமே அவள் சிந்தனையில் இருந்தது. ஏனென்றால், இரவில் குளிர் அடர்ந்துவிடும்; அவளுக்கு ஏதாவது ஆகிவிடலாம். ஓஹியோ ஓஹியோ என்று கூப்பிட்டுக்கொண்டே இருந்தாள் ஆலிஸ். வளைவில் திரும்பியதும்தான் தெரிந்தது, பக்கவாட்டு இறக்கத்தின் மிகப்பெரிய பகுதி சரிந்து, பாதையை மூடிவிட்டிருந்தது. இன்னும் கொஞ்சம் வெளிச்சம் மிச்சமிருந்ததால், அந்தப் பிராந்தியத்தை மதிப்பிட்டு விட்டு, ஏறிக் கடந்து செல்ல முயன்றாள். ஆனால், பார்வைக்குத் தெரிந்ததைவிட சரிவின் உயரம் அதிகமாய் இருந்தது. ஆகையால், பாதையின் மறுபக்கத்தில் இருந்த நாணற்புதருக்குள் நுழைந்து செல்ல முயன்றாள். அப்போதுதான், இறகுகள் அடித்துக் கொள்ளும் ஒலி கேட்டது.

சில கணங்களுக்குப் பிறகு, கொத்துக்கொத்தாக, இல்லை, நூற்றுக்கணக்கான வண்ணத்துப் பூச்சிகள் அல்லது அந்துப்பூச்சிகள் எழுந்து பறந்தன. ஆலிஸ் அவற்றைத் தொந்தரவு செய்யும்வரை நாணல் களுக்குள் அவை மறைந்து கிடந்திருக்க வேண்டும். சரிவின் மறுபக்கம் நோக்கி, ஒழுங்கற்ற ஆனால் ஒருங்கிணைக்கப்பட்ட தினுசில் பறந்து சென்றன. அவற்றின் நிறமென்ன என்று தெரியாத அளவுக்கு ஆகாயம் இப்போது இருண்டுவிட்டது. ஒவ்வொன்றும் தனது உள்ளங்கை அகலம் உள்ளவை என்பதை மட்டுமே அவளால் காண முடிந்தது. திடீரென்று அது நிகழ்ந்துவிட்டதால், ஆலிஸால் அலறாமல் இருக்க முடியவில்லை. அலறிய அதே வேளையில், ஒரு பூனையின் மியாவ் ஒலி கேட்டது. அதே சமயம் குரைக்கும் மானின் குரல் போலவும் ஒலித்தது. அந்த ஒலி மிகவும் அருகாமையில் கேட்டது – கிட்டத்தட்ட அவளது பாதத்தினடியிலிருந்து வருகிற மாதிரி.

தரையில் புட்டம் படிய மல்லாந்து வீழ்ந்திருந்த ஆலிஸ், தன்னைப் பிணைத்திருந்த கொடிகள் மற்றும் தண்டுகளிலிருந்து விடுவித்துக்கொண்டு, சரிவின் மறுபுறம் போனாள். அவள் பார்த்த முதல் காட்சி, அவளை வரவேற்பதற்காகப் புதரிலிருந்து எழுந்த ஓஹியோதான். அப்புறம், மண் நிறமுள்ள சருமம் கொண்ட ஒரு வாலிபன்; பதின்வயதினன்; அவன் தரையில் விழுந்து கிடந்ததைப் பார்த்தபோது, அவளுடைய இதயத் துடிப்பு ஒருகணம் நின்றது. மண்ணும் பாறைகளும் அழுத்தியதால்

நகர முடியாமல் கிடந்தான் அவன். மிரண்ட கண்களில் கண்ணீர் தேங்கியிருந்தது.

ஆலிஸின் மனத்தில் ஒரு சித்திரம் எழுந்தது – ஒரு சமயம் டாஹு பிடித்துவந்த குரைக்கும் மானின் சித்திரம். தாம்மும் அவனும் அந்த விலங்கைத் துப்பாக்கியால் சுட்டுக் கொன்றிருந்தார்கள். ஒருவர் மாற்றி ஒருவர் சுமந்து மலையிலிருந்து கீழே கொண்டு வந்தனர். பொறியில் மாட்டி யிருந்த மானின் புகைப்படத்தை ஆலிஸிடம் காட்டினார்கள். இன்னும் உயிருடன் இருந்தது அது. அதன் கால் ஒன்று உடைந்திருந்தது. கண்களில் நிராசை இருந்தது. அதன் உயிர் ஆசையை ஆலிஸால் உணர முடிந்தது. அன்றிரவு அவர்களுக்கு இரவுணவு தயார் செய்ய மறுத்துவிட்டாள். அந்த ஆடவர்களின் தடித்தனத்தைக் கண்டு ஆத்திரமுற்றிருந்தாள்; அந்தப் புகைப்படத்தை ஒரு வெற்றிக்கோப்பை போல, உரையாடுவதற்குச் சுவாரசியமான சங்கதியாக அவர்கள் கொண்டுவந்திருந்ததிலும்தான்.

அந்தக் குரைக்கும் மானிடமிருந்த அதே பாவம், மண் சரிவில் சிக்கியிருந்த இந்த இளைஞனிடமும் இருந்தது.

14

ஆலிஸ்

தன் முன்னால் அந்தப் பெண்மணி தோன்றியபோது, அட்டிலெ'ய்க்கு நில முனி பயிற்றுவித்திருந்த உறுமல் சடங்கு நினைவுவந்தது. நில முனிவர் சொல்லியிருந்தார்: உன்னால் புரிந்துகொள்ள முடியாத எதையேனும் எதிர்கொள்ள நேரும்போது, படபடக்கும் உனது இதயத்தில் இருக்கும் திராணி அனைத்தையும் சேகரித்துக்கொண்டு உறுமு; உன்னுடைய உண்மையான ஆன்மாவின் குரலில் பேசு; தீய சக்திகள்கூட ஓடிவிடும். அட்டிலெ'ய் இப்போது உறும முயன்றான்; ஆனால் வாயைத் திறந்து முடிந்தவரை ஓலமிட முனைந்த மாத்திரத்தில், காலில் வலி துடித்தது – யாரோ கல் கத்தியால் தன் ஆன்மாவைத் துண்டுபோட்டு, மீன் கூழாக மசித்துவிட்ட மாதிரி. அவ்வளவு வலி! ஆகவே, சில தடவைகள் உறுமிவிட்டு, அழ ஆரம்பித்தான்.

நில முனி சொல்லியிருந்தார்: "ஒரேயொரு கண்ணீர்த் துளி வீழ்ந்தாலும், அது சரணடைவதாகிவிடும்; உதவிக்காக மன்றாடுவதாகிவிடும்; அத்தனை சடங்குகளையும் பயனற்றவை ஆக்கிவிடும்."

அட்டிலெ'ய்யின் உறுமல் சடங்கைக் கண்டு பயந்தவள் மாதிரித்தான் அந்தப் பெண் முதலில் தென்பட்டாள். ஏனென்றால், க்றீச்சிட்டு, மண் மேட்டிலிருந்து கீழே விழுந்து விட்டாள். பின்னர் தட்டுத்தடுமாறி மீண்டும் எழுந்து, அட்டிலெ'ய்யின் கண்களுக்கு மிகவும் விசித்திரமாகத் தெரிந்த அந்த விலங்கைத் தழுவிக்கொண்டாள். பின்னர், அட்டிலெ'ய்யால் தனக்கு ஆபத்து ஏதுமில்லை என்று அறிந்ததாலோ என்னவோ, அவனைப் பரிசோதிக்கத் தொடங்கினாள். அவனுடைய கால் சிக்கியிருக்கிறது என்பதை உணர்ந்ததும், அவளுடைய முகத்தில் ஒரு கரிசனம் உதித்தது. சற்றுக் கழித்து, அவனுக்கு தைரியம் சொல்கிற மாதிரி, பிரயத்தனப்பட்டு ஒரு புன்னகை புரிந்தாள். பிறகு, கற்கள் நிறைந்த மண்ணை அவனுடைய காலின் மேலிருந்து

அகற்ற உதவ ஆரம்பித்தாள். வலியின் காரணமாகவோ, வேறேதோ புதிரான காரணத்தினாலோ, அட்டிலெய் கண்ணீர் உகுத்தவாறிருந்தான். தன்னுடைய சொந்த இடத்துக்குத் திரும்ப முடியாதபடி தடுத்து நிறுத்தப்பட்ட கடல் ஆமைபோல இருந்தான் அவன்.

அட்டிலெய் கற்பனை செய்திருந்த, அல்லது புத்தகங்களில் பார்த்திருந்த வெள்ளையர்களைப்போல இல்லை அந்தப் பெண்மணி. வேறொருவிதமான, ஜெல்லிமீனுடையதைப்போல ஒளி ஊடுருவும் சருமம் கொண்டிருந்தாள். உயரமானவள் இல்லை; சொல்லப்போனால், அட்டிலெய்யைவிட ஒரு பிடி குள்ளமாகவே இருப்பாள். அவனை விடுவித்த பிறகு, அவள் பேசிக்கொண்டும் சைகைகள் புரிந்துகொண்டும் இருந்தாள். ஆனால், அவனுக்கு ஒன்றுமே புரியவில்லை. அவனுக்குப் புரிந்ததெல்லாம், அந்தப் பெண்மணி தனக்குத் தீங்குசெய்யக் கூடியவள் அல்ல என்பது மட்டுமே. அவளுடைய அசைவுகளும், குரலின் தொனியும் இதை எடுத்துரைத்தன. பதிலுக்குச் சில வார்த்தைகள் சொல்ல முயன்றான் அட்டிலெய். அவளுக்கும் புரியத்தான் இல்லை. அப்புறம், நன்றி தெரிவிக்கும் விதமாக, அங்கே கிடந்தபோது வலியை மறப்பதற்காகத் தான் கற்ற பறவையொலிகளை எழுப்பத் தொடங்கினான். தன்னுடைய உதடுகளை இறுக்கி, உதடுகள் மற்றும் தொண்டை வழியாகக் காற்றை வெளியேற்றி ஒலியெழுப்பினான். சிலசமயம் முழக்கம் போலவும், சிலசமயம் நடுக்கம் காட்டுவதாகவும் இருந்தது அது. நன்றியறிவித்தலின் ஒலி. அந்தப் பெண் அட்டிலெய்யை ஆச்சரியத்துடன் பார்த்தாள் – மனித மொழியில் பேசும் பறவையைப் பார்ப்பவள்போல.

"ஒலியானது எந்த நிலத்தின் மீதும் பறந்துசெல்லக் கூடியது; எந்தவொரு கடலின் மீதும் நிகழும் அலையைப்போல" என்று கடல் முனி சொன்னது அட்டிலெய்க்கு நினைவு வந்தது. சந்தேகமேயில்லை, கடல் முனி உண்மையிலேயே ஞானிதான்.

தன்னை யாராவது கண்டுபிடித்துவிடப் போகிறார்கள் என்ற அச்சத்தால் சமுத்திரத்தினுள் பாய்ந்த பிறகு என்ன நடந்தது என்பதை அட்டிலெய்யும் நினைவுகூர்ந்தான். அவனுடைய உடலில் அசாதாரணமான உஷ்ணம் ஏறியிருந்தது. ஒப்பீட்டளவில், தண்ணீர் குளிர்ந்திருந்தது. எனவே, விறைத்திருந்த நீரில் குதித்தபோது, தோலுரியும் அளவுக்கு வெம்மையாய்ப் பட்டது. உயிர்தப்புவதற்காக நீந்தினான் – சுறாவின் பார்வையில் அகப்பட்ட காயமுற்ற சீலா மீனைப்போல. எவ்வளவு காலம் என்பதையே உணராமல் நீந்தினான். நெஞ்சில் கடுமையான வலி தோன்றி, தொண்டை வழியே உயிர் பாய்ந்து வெளியேறத் தயாராகும்வரை. அப்புறம், ஒரு மகத்தான விசை பின்னாலிருந்து பாய்ந்தது. மாபெரும் அலையொன்று வரவிருப்பதை உணர்ந்தவனாக, அசைவற்றுக் கிடந்தான் – அலை தன்னைத் தூக்கிவீச அனுமதிக்கும் விதமாய். அந்த அலை தன்னை நிலப்பகுதி நோக்கித் தள்ளுவதைத் தெளிவாக உணர்ந்தான் அவன். தீவிலிருந்த விசித்திரப் பொருட்கள் அவனைச் சூழ்ந்திருந்தன. பாதங்களுக்கடியிலும், அக்குள்களிலும்,

முதுகிலும், கண்ணெதிரிலும் கடலும் கரையும் கலந்த கலவைக்குள் அமிழ்ந்திருந்தான் அட்டிலெ'ய். தீவின் இன்னொரு துண்டுதான் அவனும் என்கிற மாதிரி.

தரையில் மோதும்போது தன் உயிர் பிரிந்துவிடும் என்று நினைத்தான். ஆனால், அதிர்ஷ்டவசமாக, அலை பின்வாங்கியபோது உயிர் அவன் உடம்பிலேயே தங்கிவிட்டிருந்தது. ஒரு பெரும் பாறையினுள் ஒளிந்து கொண்டான். அந்தப் பாறை மிகவும் விநோதமாக இருந்தது: உள்ளீடற்றதாய் இருந்தது அது. அதைச் சுற்றிலும் அதேபோன்ற பாறைகள் இருந்தன – பாறைகளுக்கும் மனிதர்களைப்போலவே ஒன்றைப்போலொன்று பாசாங்கு செய்யும் வித்தை கைவரப் பெற்றிருந்த மாதிரி.

நீண்ட நேரம் நீருக்குள் கிடந்ததாலோ என்னவோ, இப்போது அவன் நடுங்கிக்கொண்டிருந்தான். வறண்ட நிலம் நோக்கி ஓடும் தன்னிச்சையான ஆசை அவனுக்குள் எழுந்தது. உயிர்தப்புவதற்கு அது ஒன்றே வழி என்பதுபோல. விசித்திரமான உடையணிந்த, விசித்திரமான உபகரணங்களை வைத்திருந்த மனிதர்கூட்டம் தொலைவில் தெரிந்தது. கவனமாய் அவர்களைத் தவிர்க்க முனைந்தான் அட்டிலெ'ய். நகரும்போது, முடிந்தமட்டிலும் நாணல்போலப் பாவனை செய்தான்.

ஒருகொத்து நாணல்களுக்குள்ளே இருந்தபோது, அந்த இடத்தைக் கணிப்பதற்கான முதல் சந்தர்ப்பம் அவனுக்குக் கிட்டியது. நிஜமாகவே விசித்திரமான இடம்தான் அது; ஒருபுறம் இருந்த தரைப்பகுதி மிகமிக உயரமாய் இருந்தது. உயர்ந்த பகுதிக்கு அப்பால் இருந்த தரை இன்னும் உயரமாய் இருந்தது – கிட்டத்தட்ட ஆகாயத்தை நோக்கிப் போவதுபோல. இதை நான் சொன்னால், நில முனி நம்பவே மாட்டார். ஆனால், இதுவும் நில முனியின் பிரதேசம்தானா? இவ்வளவு விஸ்தாரமான நிலப் பகுதி இருப்பது அவருக்குத் தெரிந்தாவது இருக்குமா?

மேடான பகுதியை நோக்கி ஓடத் தொடங்கினான் அட்டிலெ'ய். ஓடிக்கொண்டேயிருந்தான் – தான் சொல்வதை இனியும் தன் உடம்பு கேட்காது என்று உணரும்வரை. தூண்டிமுள்ளில் சிக்குவதற்கு மீனுக்கு எடுக்கும் நேரம்தான்; எதுவோ தன் காலை அழுத்துவதாக உணர்ந்தான். அதை அவன் அறிவதற்கு முன்பே, அவனால் நகர முடியாமல் ஆகியிருந்தது.

"பிடிபட்டுவிட்டேன்! கற்கள் பலவற்றால் பிடிக்கப்பட்டுவிட்டேன். ஓ, வணக்கத்திற்குரிய *கபாங்* அவர்களே, கருணைகூர்ந்து என்னைக் காப்பாற்றுங்கள்." என்று முணுமுணுத்தான்.

அசையாமல் ஒருக்களித்துப் படுத்திருக்க மட்டுமே அவனால் முடிந்தது. வலியை விரட்ட மூத்தவர்கள் சொல்லித்தந்த உத்தி அவனுக்கு நினைவுவந்தது: உன்னை ஒரு மீன் என்று நினைத்துக்கொள். பெரியவர்கள் அடிக்கடி சொல்லியிருக்கிறார்கள்: ஜீவராசிகளிலேயே, வலியைக் கண்டு அஞ்சாதது மீன் மட்டுமே. ஏனென்றால், தூண்டிமுள்ளில் மாட்டிய மீன், உயிர் போவதற்கு முன்னால், மீனவனோடு நீண்ட நேரம் வலுவாகப் போராடும். அதுவே ஒரு மனிதன் தூண்டிலில் மாட்டினானென்றால், இமைப் பொழுதுக்குள் சரணடைந்துவிடுவான்.

"ரத்த ஓட்டம் நிற்கும் வரை வயோ வயோக்காரன் விட்டுக்கொடுக்க மாட்டான்; மீனைப் போலத்தான். ஏனென்றால், நாம் கடலின் ஜனங்கள்." என்று சொல்வார் கடல் முனி.

தரையில் படுத்தபடியே இந்தப் புதிய உலகத்தைக் கவனமாக அவதானித்தான் அட்டிலெய். நிறங்கள், மணங்கள், ஒலிகள் என தனது ஒவ்வொரு அம்சத்திலும் வயோ வயோவிலிருந்து வேறுபட்டதாக இருந்தது இது. கடலிலிருந்த தீவிடமிருந்தும் மாறுபட்டதாகத்தான் இருந்தது. ஆக, உலகம் என்பது இப்படித்தான் இருக்கிறது: ஒன்றின் ஊடாக நீங்கள் கடந்து செல்கிறீர்கள்; மறுபக்கம் வெளிவருகிறீர்கள் – அங்கே உள்ள உலகம் கிட்டத்தட்ட அதே மாதிரித்தான் இருக்கிறது. ஆனால், அதுவே அல்ல. இந்த ஞானம் தனக்குக் கிட்டியதைப் பற்றி மிகுந்த மகிழ்ச்சியடைந்தான் அட்டிலெய்.

அப்புறம் அந்தப் பெண்மணியின் காலடியோசை கேட்டது. அப்புறம் அந்தப் பெண்மணியையே பார்த்துவிட்டான்.

மண் தளையிலிருந்து அட்டிலெய்யை விடுவித்த பிறகு, சொன்னதையே திரும்பத் திரும்பச் சொல்லிக்கொண்டிருந்தாள் அந்தப் பெண். அவளுடைய சைகைகளிலிருந்து, தன்னை அசையாமல் இருக்கச் சொல்கிறாள் என்று அவன் யூகித்துக்கொண்டான். அவளுக்காகக் காத்திருப்பதற்காக அங்கே இருக்கவில்லை அவன். உண்மையில், அவனுக்கு வேறு வழியில்லை; கால் உடைந்திருந்தது; காலுடைந்த ஒருவனுக்குப் போக்கிடம் இல்லை. இன்னும் மோசம் என்னவென்றால், உடைந்த காலுடன் இருக்கும் ஒருவன் நல்ல மீனவனாக ஆகவே முடியாது. நீருள் பாயும் திறனும் பாதிக்கப்பட்டிருக்கும்.

"இனி ஒருபோதும் உண்மையான வயோவயோக்காரனாக நான் ஆவதற்கு வாய்ப்பில்லை." என்று நினைத்துக் கொண்டான் அட்டிலெய் – கவானாவில் அகப்பட்ட நீர்ப்பறவைபோல நிராசையுற்றவனாக.

15

டாஹூ

ஆலங்கட்டி மழை கூரையினூடாக வரத் தொடங்கிய போது, சூடான மின்னல் தாக்கியமாதிரி உணர்ந்தாள் ஹஃபே. அவளது எலும்புகளில்கூட மயிர்க்கூச்செரிந்தது. தாய்ப்பெய்யில் இருந்த கிராமத்தை வெள்ளம் அழித்ததற்கு முந்தைய நாள் இரவில் அடைந்த அதே உணர்வு. ஏறிட்டுப் பார்த்தாள் – அந்த முட்டாள் செய்தியாளர்கள் இருவரும் இன்னமும் படம் பிடித்துக்கொண்டிருந்தனர். சிந்திப்பதற்கு அவகாசமில்லை அவளுக்கு. மாடிக்குப் போய்விடுங்கள் என்று அவர்களைப் பார்த்துக் கூவினாள். ஆனால், என்ன நடக்கிறது என்றே அவர்களுக்குத் தெரிந்தமாதிரி இல்லை.

"சீக்கிரம் போங்கள் – அப்புறம் போகவே முடியாமல் ஆகிவிடும்." ஹஃபே கத்தினாள். அலை தாக்குவதற்குச் சற்று முன்பாக.

இரண்டாவது அலை இன்னும் மோசமாக இருக்கும் என்று அவளுடைய அனுபவம் சொன்னது. எனவே, முதல் அலை பின்வாங்கியபோது, அவர்களைச் சாலையை நோக்கி ஓடச் சொன்னாள். ஹான் தன்னுடைய காமிராவை எடுத்துக்கொண்டான். லிலியை உப்புமூட்டை தூக்கிக் கொண்டு, பின்னால் திரும்பிப் பார்க்காமல் கரையை நோக்கிச் சிரமப்பட்டு நடந்தான். அவன் பின்னோடே ஒட்டி நடந்தாள் ஹஃபே. கிட்டத்தட்ட அவள் குதிகாலையொட்டி சப்தமில்லாமல் இன்னொரு முறை பெருக்கெடுத்தது அலை.

இந்தமுறை அலையின் ஓசைதான் ஜனங்களைச் செயலிழக்கச் செய்தது.

சாலையின்மீது – அல்லது அதன் அஸ்திவாரத்தின் பெரும்பகுதி அடித்துச் செல்லப்பட்டுவிட்டதால், மீந்திருந்த மிச்சத்தின்மீது – நின்று மிகச் சரியான நேரத்தில் பின்னால் திரும்பிப் பார்த்தாள் ஹஃபே. செவன்த் சிசிட்டின்

சுவர்களிலொன்று இடிந்துவிழுந்தது – பின்வாங்கும் அலையின் தாளத்துக்கு இசைவதுபோல.

“ஓ, இனா.” என்று கடலை நோக்கி முணுமுணுத்தாள் அவள்.

வெள்ளம் வந்ததற்கு அடுத்த வருடம், ஹஃபேயின் இனா அவளைக் கிழக்குக் கடற்கரைக்கு மீண்டும் அழைத்துச் சென்றாள். கிராமத்துக்குத் திரும்பிச் செல்வதற்கு பதிலாக, நகரத்திலேயே தங்கிவிட இனா முடிவெடுத்தாள். ஒரு மஸாஜ் பார்லரில் வேலைக்கு விண்ணப்பித்தாள். பணியகமாகவும் விளங்கக்கூடிய அடுக்கக வீடு ஒன்றை வாடகைக்கு அமர்த்திக்கொண்டாள். ஒவ்வொரு நாளும் ஹஃபே விழித்தெழும்போது, அவளுக்கான காலையுணவைத் தயார் செய்திருப்பாள் இனா. அப்போதுதான் வேலையை முடித்திருப்பாள். முந்தின நாள் இரவில் இருந்த அதே மாதிரி இருக்கும் அவளது தலைமுடி.

சில சமயம், ஹஃபே வியந்துகொள்வாள் – உன்னுடைய வாழ்க்கையை நீ தேர்ந்தெடுத்துக்கொள்ள முடியும் என்று சொல்கிறார்களே, அது சரிதானோ? நிஜமாகவே உன்னால் தேர்ந்தெடுத்துக்கொள்ள முடியுமா? தனது இனாவை இழந்தபிறகு, அவளுடைய பாதச்சுவடுகளைத் தொடர்வதன்றி, ஹஃபேயால் வேறு என்னதான் செய்துவிட முடியும்? அந்தச் சில வருடங்களை அதே வழியில் தொடர்ந்திருக்காமல், செவன்த் சிசிட்டைக் கட்டுமளவு பணத்தை அவ்வளவு சீக்கிரம் சேமித்திருக்க முடியுமா? வாழ்க்கை என்பதே, சிலசமயம், கொடுக்கல் – வாங்கல்தான். உன்னுடைய ஒன்றைப் பெற்றுக்கொள்வதற்காக, என்னுடைய ஒன்றை உனக்குக் கொடுக்கிறேன். அல்லது, தற்போது என்னிடம் இல்லாத ஒன்றுக்காக எதிர்காலத்திடமிருந்து கடன் வாங்குகிறேன். சிலவேளை, வியாபாரம் முடிந்தபிறகு, நீங்கள் கைவிட்ட ஏதோ ஒன்று திரும்பக் கிடைத்துவிடுகிறது – என்று சிலசமயம் அவளுக்குத் தோன்றும்.

செவன்த் சிசிட் இடிந்து விழுவதைப் பார்த்து அவள் ஒருசொட்டுக் கண்ணீர்கூடச் சிந்தவில்லை. ஒருவேளை, ஒருநாள் அந்த வீட்டைத் திரும்பிக்கொடுக்க வேண்டியிருக்கும் – மிகப் பொருத்தமாக, கடலிடமே கொடுக்க வேண்டிவரும் என்று அவள் உள்ளூர உணர்ந்திருந்தாளோ என்னவோ.

அன்று, செவன்த் சிசிட்டிலிருந்து வெளியே விழுந்த பொருட்களைச் சுத்தம் செய்ய ஹஃபேக்கு உதவிவிட்டு, ஆலிஸின் காரைப் பள்ளிக்கூடத்துக்கு ஓட்டிச்சென்றான் டாஹு. பாட்டரியைச் சார்ஜ் செய்து, மறுபடியும் ஓட்டிவந்து நிறுத்தினான். பிறகு நடந்துவந்து, ஹஃபேயின் அருகில் அமர்ந்தான். சாப்பாட்டு டப்பா ஒன்றை அவளிடம் கொடுத்தான். இவ்வளவு நேரமும், தன்னுடைய வீடு இருந்த இடத்தைக் கண்கொட்டாமல் பார்த்துக்கொண்டிருந்தாள் ஹஃபே.

“உனக்குத் தங்குவதற்கு இடமிருக்கிறதா?” என்று கேட்டான் டாஹு.

ஹஃபே இல்லையென்று தலையசைத்தாள்.

“அப்படியானால், இப்போதைக்கு எங்களுடன் தங்கிவிடு. தெற்கே டாய்–ட்டுங்கில் ஒரு புனூன் இன கிராமத்துக்கு நான் இடம்பெயர்ந்திருக்கிறேன். அந்த கிராமத்தவர் பாரம்பரிய வீடுகளைக் கட்டுகிறார்கள். நானும் ஒன்று கட்டியிருக்கிறேன். ஆனால், அந்த வீடுகளில் யாரும் வசிக்க வரவில்லை இன்னும். என்னுடைய வீட்டில் நான் தங்கிக்கொள்வேன், நீயும் உமாவ்வும் என்னுடைய மாமன் அனுவுடன் இருக்கலாம். அவருடைய வீட்டில் குளிர்சாதனம் இருக்கிறது, எனவே இன்னமும் வசதியானது. ஆலிஸ் திரும்பிவந்து, தங்குவதற்கு இடம் இல்லை என்னும் பட்சத்தில், அவளையும் அங்கேயே வந்து தங்கச் சொல்லிவிடுவேன்.” என்று அவசர அவசரமாய்ச் சொன்னான் டாஹு.

ஹஃபே தலையாட்டி மறுத்தாள். “நான் விடுதியில் சென்று தங்கிக்கொள்வேன்.”

“கையிருப்பை விரயம் செய்யாதே ஹஃபே. சாப்பாட்டுக்குச் சிரமப்படாதே. திரும்பக் கட்டியெழுப்பக் கொஞ்சம் காலம் எடுக்கும். கொஞ்சம் பணத்தை மீத்து வைத்திருந்தால், செவன்த் சிசிட்டை மீண்டும் உருவாக்கிவிடலாம்.”

ஹஃபே ஒரு வார்த்தையும் பேசவில்லை; வேறெந்தவிதமாகவும் பதில் சொல்லவில்லை.

“நாம் இன்னும் உயிருடன்தான் இருக்கிறோம், இல்லையா?” தான் சேகரித்திருந்த பொருட்களைப் பின்னிருக்கையில் திணித்தான் டாஹு. பின்னர், பயணியர் இருக்கைப் பக்கம் உள்ள கதவைத் திறந்தான். பின்னர் பல வருடங்கள் கழித்து நினைவுகூர்ந்தாள் ஹஃபே – அந்தச் சமயத்தில் டாஹுவின் உபகாரம் அவளுக்கு எவ்வளவு பயனுள்ளதாய் இருந்தது என்று. ஏனென்றால், அப்போது அவளால் எந்த முடிவையும் எடுக்க முடியவில்லை. தனக்காகக் கதவைத் திறந்துவிடக் கூடிய யாராவது ஒருவர் நிஜமாகவே அவளுக்குத் தேவையாய் இருந்தது.

கடற்கரையோரமாகத் தெற்கு நோக்கிப் போனார்கள். ஓட்டுநர் திக்கில் திரும்பிப் பார்த்தாள் ஹஃபே. மெல்லிய துயரம் படிந்த டாஹுவின் பக்கவாட்டுத் தோற்றத்தைத் தாண்டி, ஜன்னல் வழியாகக் கடலைப் பார்த்தாள். இப்போதுதான் அவளுக்குத் தெரிந்தது – குப்பைக் கடற்சுழியோ அல்லது வேறெந்தப் பெயரோ கொண்ட அது, கடலோரத்தை முழுக்க நிரப்பிவிட்டிருந்தது. சூரிய ஒளியில் குப்பை மின்னியது – ஆபரணங்களால் இறுகியதுபோல. வழிமுழுக்கவே ஹஃபேயிடம் டாஹு எதுவுமே பேசவில்லை. அவனுடைய மகள் உமாவ் பின்னிருக்கையில் ஹஃபேயின் குளறுபடியான சாமான் குவியலின்மீது தூங்கிக்கொண்டிருந்தாள்.

டாய்–ட்டுங்கில் உள்ள டீயர் கவுண்ட்டியைக் கிட்டத்தட்ட நெருங்கிவிட்ட சமயத்தில், ஹஃபே சொன்னாள்: “குறைந்தபட்சம் என்னிடம் காஃபி மெஷினாவது இன்னமும் இருக்கிறது.” டாஹு வெடித்துச் சிரித்துவிட்டான்.

“நீ ஏன் கிராமத்துக்குத் திரும்பிச் செல்கிறாய்?” என்று ஹஃபே கேட்டாள்.

“ரொம்ப நாளாக வெளியே இருந்துவிட்டேன். நகரத்தில் போய்க் கல்வி கற்க வேண்டும் என்ற திட்டத்துடன்தான் கிளம்பினேன். பட்டப்படிப்பு முடிந்ததும் கிராமத்துக்குத் திரும்பி, ஆரம்பப்பள்ளி ஆசிரியராக வேண்டும் என்று விரும்பினேன். என்னுடைய மனைவியிடம் காதலில் வீழ்வேன் என்று எதிர்பார்த்திருக்கவில்லை. நான் கிராமத்தைவிட்டு மீண்டும் வெளியேற அவள்தான் காரணம்.” அடங்கிய குரலில் தன்னையும் மில்லெட்டையும் பற்றி ஹஃபேயிடம் சொல்லத் தொடங்கினான் டாஹு. கிட்டத்தட்ட வளைவுகளே அற்று இருந்த, முன்னால் நீண்ட நெடுஞ்சாலையைத் துழாவின தலைவிளக்குகள்.

“ஹேவனில் வாடகைக் கார் ஓட்டி நான் இன்னும் கொஞ்சம் அதிகமாகச் சம்பாதிக்கலாம்தான். ஆனால், சமீபகாலமாக நான் இப்படிச் சிந்திக்கிறேன்: அதையெல்லாம் மறந்துவிடு, என்ன. கிராமத்தைப் பொறுத்தமட்டில் ஒரு நல்ல விஷயம் என்னவென்றால், எப்போது வேண்டுமானாலும் நீ அங்கே திரும்பிப் போகலாம்; நீ என்ன வேலையில் இருந்தாலும் சரி, நல்ல வரவேற்பு கிடைக்கும். நீபாட்டுக்குப் போகலாம். இன்னொரு விஷயம் இங்கே எனக்கு ஒரு மாமா இருக்கிறார்; அனு மாமா. இளைஞராய் இருந்தபோது அவர் நகரத்துக்குப் போனார். பட்டமேற்படிப்புப் படித்தார், என்னைப் போலவே. ஒரு வருடம் திரும்பி வந்தபோது இந்தப் பிரமாதமான நிலத்தில், இறந்தவர்களின் சாம்பற்தாழிகளை வைக்கும் இடத்தைக் கட்டுவதற்கு ஒரு கூட்டுறவுச் சங்கம் விரும்புகிறதாகக் கேள்விப்பட்டார். அனு மாமா இந்த நிலத்தை வாங்கக் கடன் வாங்கினார். நண்பர்களிடம் கொஞ்சம், வங்கியில் கொஞ்சம். *ஃபாரஸ்ட் சர்ச்* என்று அவர் அழைக்கும் அந்த இடத்துக்கு வருகை தருகிறார். நகரத்து ஆசாமிகளுக்கு புனூன் வாழ்முறைகள் பற்றி, சிறுதானியங்களை நாங்கள் பயிரிடும் முறைகள் பற்றி, நாங்கள் எப்படி வேட்டையாடுவோம், வீடுகளை எப்படிக் கட்டுகிறோம் என்பது பற்றியெல்லாம் வகுப்பெடுக்கிறார். இப்படியே நாட்கள் ஓடிவிட்டன. சமயம் கிடைக்கும்போதெல்லாம் நானும் வந்து உதவிகள் செய்கிறேன். இப்போது நல்லவிதமாக நான் இங்கேயே வந்துவிடப் போகிறேன். தவிர, உமாவ்வுடன் விளையாட கிராமத்தில் சிறார்கள் இருக்கிறார்கள்.”

“இதை ஆலிஸிடம் தெரிவிக்கவில்லை, இல்லையா?”

“இன்னும் இல்லை. நானே சமீபத்தில்தான் முடிவெடுத்தேன்.”

எல்லாமே இப்போதுதான் ஆரம்பிக்கின்றன, என்று நினைத்துக் கொண்டாள் ஹஃபே.

அவர்கள் கிராமத்தை அடையும்போது சாயங்காலம் ஆகிவிட்டிருந்தது. உமாவ்வை மெல்ல உலுக்கி எழுப்பினான் டாஹு. அனைவருக்குமான இரவுணவை கிராமத்து நண்பர்கள் ஆயத்தம் செய்துகொண்டிருந்தனர். ஹஃபேவுக்கும் டாஹுவுக்கும் மட்டுமல்ல, கடற்கரையைச் சுத்தம் செய்யும் பணியில் ஈடுபட்டுத் திரும்பியிருந்த பழங்குடியினர் சிலருக்கும் சேர்த்துத்தான்.

அப்போது, குழந்தைத்தனமான அசட்டுச் சிரிப்புடன், சற்றுப் பருமனான நடுவயது ஆசாமியொருவர் அருகே வந்து டாஹுவின் முதுகில் ஓங்கித் தட்டினார். டாஹு அவர்களை அறிமுகப்படுத்தினான்: "அனு, புனூன்." ஹஃபேயைச் சுட்டிக் காட்டி, "ஹஃபே, பங்க்கா" என்றான்.

அனு சளசளவென்று பேசக்கூடியவர். மனம் தளர்ந்து, எதையுமே கேட்டுக்கொள்ளப் பிடிக்காமல் இருந்த ஹஃபேயை தனது பேச்சைக் கவனிக்கவைத்தார். ஃபாரஸ்ட் சர்ச்சைத் தான் நிறுவியது ஏன் என்று அவளிடம் விளக்கிச் சொன்னார். அதில் தமக்கு இருந்த பிரச்சினைகள், இன்னும் எவ்வளவு கடன் பாக்கியிருக்கிறது, இவருடைய வீட்டைக் கையகப்படுத்த வங்கி எத்தனைதடவை முயன்றது, என்கிற மாதிரி.

"என் வீடு கிட்டத்தட்ட ஏலம்வரை சென்றது, பலதடவை."

"அப்புறம் ஏன் ஏலத்தில் போகவில்லை?"

"யாருக்கும் ஆர்வமில்லை. இந்த இடத்தில் அதை வாங்க யார்தான் விரும்புவார்கள்? புனூன் ஜனங்கள் மட்டும்தான் இங்கே வசிக்க விரும்புவார்கள். ஹா ஹா! வங்கியின் துரதிர்ஷ்டமேதான். எனக்கு இந்தக் கடனை வழங்கிய கடன் அதிகாரிக்கு வேலைபோய்விட்டது என்று கேள்விப்பட்டேன்!" சிரித்துக்கொண்டே சொன்னார் அவர். ஹஃபேயும் சேர்ந்து சிரித்தாள்.

"இரண்டுவிதமான ஆட்கள்தாம் அனுவுக்குக் கடன் கொடுப்பார்கள்: தேவதைகளும், மடையர்களும்." என்றான் டாஹு.

சீக்கிரமே, குடித்துவிட்டுத் தரையில் படுத்துவிட்டார் அனு. நகர மறுத்துவிட்டார். அவருடைய நண்பர்களும் உறவினர்களும் வீட்டுக்குப் போனார்கள். விருந்தினர் அறைக்கு ஹஃபேயை இட்டுச் சென்றான் டாஹு. அதில் இரண்டு ஒற்றைப் படுக்கைகள் இருந்தன. ஒன்று, ஹஃபேக்கு. மற்றது உமாவ்வுக்கு.

படுக்கையில் கிடந்த ஹஃபேக்குத் தூக்கம் வரவில்லை. உமாவ்வுக்கும் உறக்கம் வராது என்று அவள் எதிர்பார்க்கவில்லை. உமாவ் படுக்கையில் எழுந்து உட்கார்ந்திருந்தாள் – வெளியில் தெரியும் நிலா வெளிச்சத்தைப் பார்த்தபடி.

"ஹஃபே அத்தை, ஃபாரஸ்ட் சர்ச்சில் நடந்துவிட்டு வருவோமா?"

"சர்ச்சிலா? இப்போதேவா?"

"ஆமாம். இப்போதுதான்."

"உன்னிடம் சாவி இருக்கிறதா?"

உமாவ் வியப்புடன் பார்த்தாள். "காட்டுக்குச் சாவிகள் ஏது?"

சாலையின் இறுதிவரை அவர்கள் நடந்துபோனார்கள். கீழேயுள்ள ஆற்றுப் பள்ளத்தாக்கை நோக்கியிருந்த மேட்டுநிலம் ஒன்றைக் கடந்தார்கள். ஓங்கி உயர்ந்த இரண்டு மரங்களின் முன்னால் வந்து நின்றார்கள். உமாவ் சொன்னாள்: "இதுதான் நிலைவாசல்." அனைத்தையுமே தான் தவறாகப்

புரிந்துகொண்டதை உணர்ந்தாள் ஹஃபே. *ஃபாரஸ்ட் சர்ச்* என்பது மரங்கள் அடர்ந்த ஒரு நிலப்பகுதி. அதைச் சுற்றிலும் ஒரு வேலிகூடக் கிடையாது. ஒரு ஜோடி விலங்குகளாக மாறிவிட்டவர்கள்போல இருவரும் அங்கேயே நின்றனர்.

"ஒரு நிஜ தேவாலயம் இருக்கும் என்று நினைத்தேன்."

"அது என்ன நிஜ தேவாலயம் என்கிறீர்கள்? போலி தேவாலயங்களும் உண்டா என்ன?"

"அப்படிச் சொல்லவில்லை நான் ..." என்றாள் ஹஃபே. "இதனுள்ளே என்ன இருக்கிறது?"

"நடக்கும் மரங்கள்." என்றாள் உமாவ்.

16

ஹூஃபே

"முன்னொரு காலத்தில், ஒரு சிறு பெண் இருந்தாள். வயலில் வேலைக்குப் போகும் போதெல்லாம் தன்னுடன் ஒரு கூடையை எடுத்துப் போவாள். ஆனால், மிகவும் மர்மமான முறையில், தன்னுடைய கூடைக்குள் யாரையும் பார்க்க அனுமதிக்க மாட்டாள். ஆனால், எல்லாவற்றிலும் மூக்கை நுழைக்கிற அண்டைவீட்டான் ஒருவன் இருந்தான்; இவள் எப்போது வேலைக்குப் போனாலும், உழுவதற்கும் நடுவதற்கும் வசீகரமான இளைஞன் ஒருவன் இவளுக்கு உதவுகிறானே என்று ஆச்சரியப்பட்டான். அந்தப் பெண்ணைத் தொடர்ந்து சென்று, அவளுடைய இனாவிடம் சொல்லிவிட்டான்."

"அந்தப் பெண் என்ன நடவு செய்தாள்?"

"சிறுதானியங்கள் என்று நினைக்கிறேன்."

"என் அப்பா சொல்கிறார், சிறுதானியங்களை நீங்கள் நடவேண்டியதே இல்லையாம்; விதைகளைச் சும்மா தூவினால் போதுமாம்."

"ஒருவேளை, அந்தப் பெண் வசித்த இடத்தில், கற்களை அகற்றிவிட்டு, மண்ணைப் புரட்டி விதைகளை நடவேண்டி யிருந்திருக்கலாம்."

"தனக்கு ஒருவர் உதவி செய்கிறார் என்பதை அவள் ஒத்துக்கொண்டிருக்கமாட்டாள் என்று தோன்றுகிறது."

"சரியாக யூகித்தாய். நீ கெட்டிக்காரி, உமாவ். எல்லா வற்றையுமே அந்தப் பெண் மறுத்தாள். தன் மகளின் கூடையைப் பற்றி வேடிக்கையான ஓர் உணர்வு இருந்தது அவளுடைய இனாவுக்கு. அந்த வம்புக்கார அண்டைவீட்டான் சொன்ன வசீகரமான இளைஞனுக்கும் இந்தக் கூடைக்கும் ஏதோ தொடர்பு இருக்கிறது என்று அவளுக்கு சந்தேகம். ஒருநாள் அந்தப் பெண்ணுக்கு உடம்பு சரியில்லாமல் போனது. தலையணைக்கருகில் கூடையை வீசிப்போட்டுவிட்டு, படுக்கையில் படுத்துவிட்டாள். ஆவலோடிருந்த அவளது இனா, அவள் ஆழ்ந்து உறங்கும்வரை காத்திருந்தாள்.

கூடையின் மூடியை அகற்றி, உள்ளே பார்த்தாள். தன் கண்களை அவளால் நம்பவே முடியவில்லை; கூடைக்குள் ஒரு மீன் இருந்தது. இரண்டடி நீளமும், ஏழங்குல அகலமும் கொண்ட மீன்.”

“அப்படியென்றால் எவ்வளவு பெரியது?”

“இவ்வளவு.” என்று தன் கைகளால் உமாவ்வுக்குக் காட்டினாள் ஹஃபே. உமாவ் திருப்திப்பட்ட மாதிரிதான் இருந்தது. “என்னுடைய அப்பா இதைவிடப் பெரியதையெல்லாம் பிடித்திருக்கிறார்.”

“அம்மாக்காரி அந்த மீனைச் சமைத்துச் சாப்பிட்டுவிட்டு, எலும்புகளை மீண்டும் கூடையில் போட்டுவைத்தாள். மகள் எழுந்ததும் மீனைக் காணவில்லை என்று கண்டவள், தன் தாயிடம் சென்று கேட்டாள். “என்னுடைய மீன் எங்கே, இனா?” அவளுடைய அம்மா கத்தத் தொடங்கினாள். “நன்றி கெட்ட பெண்ணடி நீ. அன்றைக்கு *மோச்சி* அரிசிக் கஞ்சி சமைத்தபோது தொட்டுக்கொள்ள எதுவும் இல்லை. நீயானால், ஒரு பெரிய மீனை ஒளித்துவைத்திருக்கிறாய். உனக்குத்தான் எவ்வளவு தைரியம்!”

“மகளுக்கு ஆத்திரம் வந்திருக்குமே, அவளுடைய அம்மா அத்தனையையுமே தவறாக அல்லவா புரிந்துகொண்டிருக்கிறாள்.”

“தன்னுடைய இனாவிடம் அவளுக்குக் கோபம் உண்டாகியிருக்கலாம்; அல்லது வேறேதாவது காரணம் இருந்திருக்கலாம். எப்படியோ, தன் இனா செய்த காரியத்தைக் கேள்விப்பட்டதும் அவள் மிகவும் சோகமாகிவிட்டாள். கூடையில் இருந்த எலும்புகளை எடுத்து விழுங்கி இறந்து போனாள். பிறகுதான் தெரிந்தது, அந்த வசீகரமான இளைஞன், மனித உருவில் இருந்த மீனாம்.”

“மீன் உருவில் இருந்த வசீகரமான இளைஞன் என்று ஏன் சொல்லக் கூடாது?” என்று கேட்டாள் உமாவ்.

“அப்படிச் சொல்வதும் பொருத்தம்தான். இந்தக் கதையை என்னுடைய இனா சொன்னாள். ஆனால், அதை ஏன் இப்படி மாற்றிச் சொல்லக் கூடாது என்று அவளிடம் நான் கேட்கவில்லை. உமாவ், நீ மிகவும் புத்திசாலி.”

டாஹு கிண்டலாகச் சிரித்தான். பங்கா இனத்தவரும் சரி, புனூன் இனத்தவரும் சரி, கதைகள் கட்டுவதில் மிகவும் விருப்பமுள்ளவர்கள். சிறுவனாய் இருந்தபோது தன் தகப்பனாரிடம் டாஹு கேட்டான்: “இந்தக் கதையை யாரிடம் கேட்டீர்கள்?”

“பெரியவர்களிடம்.”

“பெரியவர்களுக்கு இந்தக் கதையை யார் சொன்னது?”

“அவர்களைவிடப் பெரியவர்கள்.”

“ஆனால் அவர்களைவிடப் பெரியவர்களும் ஒருகாலத்தில் குழந்தைகளாய் இருந்தவர்கள்தானே?”

“ஆமாம், டாஹு.”

“அப்படியானால் அவர்களும் இந்தக் கதையைக் கேட்டுத்தான் அறிந்திருப்பார்கள்.”

டாஹுவின் தகப்பன் யோசித்துப் பார்த்தார். பிறகு சொன்னார்: "டாஹு சொல்வது சரிதான். ஆக வயதான பெரியவர்களும்கூட ஒரு காலத்தில் குழந்தைகளாய்த்தான் இருந்திருப்பார்கள். ஒரு கதையானது, குழந்தைகளை அதுவரை போகாத இடங்களுக்குக்கூட இட்டுச்சென்று விடும். அவர்களது முன்னோர்களைவிட மூத்தவர்களுக்கு நடந்ததைக்கூட எடுத்துச் சொல்லும்."

ஹஃபே அவளுக்குக் கதை சொல்லும்போது உமாவ் நிஜமாகவே உன்னிப்பாய்க் கேட்கிறாள் என்பதை டாஹு கவனித்தான். மற்றவர்களோடு அப்படி இருக்க மாட்டாள். நிஜமாகவே ஹஃபேயை நம்புகிறவளாகத் தென்பட்டாள். இவர்களுடன் தங்குவதற்கு ஹஃபே வந்த முதல்நாளில் டாஹு கொஞ்சம் கவலைப்பட்டான். நள்ளிரவில் ஃபாரஸ்ட் சர்ச்சுக்கு ஹஃபேயை உமாவ் அழைத்துச் சென்றாள் என்று மறுநாள் கேள்விப்பட்டபோது, அவன் மனம் நிம்மதியடைந்தது. அங்கே உள்ள புனித மரங்கள் அச்சத்தையும் மலைப்பையும் எச்சரிக்கையையும் அளிக்க வல்லவை என்பது அவனுக்குத் தெரியும். அந்த மரங்களைப் பார்த்த ஒருத்திக்குத் தன் உயிரை மாய்த்துக்கொள்ளும் விருப்பம் எழாது.

கடந்த சில நாட்களில், டீயர் கவுண்ட்டிக்கும் ஹேவனுக்கும் எத்தனை தடவை போய்ப்போய் வந்திருப்பான் என்று அவனாலேயே சொல்ல முடியாது. கடற்கரையோரம் வீசிய துர்நாற்றம் மோசமாகிக்கொண்டே போனது. கடுமையான முடைநாற்றம் நிலவியது. கிழக்குக் கடற்கரையோரமாய் அலைத் தடுப்புக்காக நிறுவப்பட்ட நான்கடுக்கு காங்க்ரீட் திண்டுகள், சுத்தம் செய்யும் பணியை இன்னும் கடினமாக்கின. உள்ளூர்ப் பள்ளிகளிலும், பல்கலைக்கழகங்களிலும் இயங்கிவந்த சுற்றுச்சூழல் குழுக்களின் கிளைகள் கடற்கரையைச் சுத்தம் செய்யும் பணியில் தங்களையும் ஈடுபடுத்திக் கொண்டன. வழிநெடுகிலும் இளைஞர்கள் குப்பையைக் கைமாற்றி அகற்றுவதைப் பார்ப்பது உணர்ச்சிகரமாய் இருந்தது. என்ன, போதுமான அளவு வாகனங்கள்தாம் இல்லை. கடற்கரை அவ்வளவு சீக்கிரம் தன்னுடைய பழைய நிலைக்குத் திரும்பும் என்று தோன்றவில்லை.

டாஹுவின் நடுநிலைப் பள்ளி வகுப்புத் தோழன் அலி, ஆழ்கடல் நீர் நிறுவனமொன்றின் முதன்மை மேற்பார்வையாளனாக இருந்தான். சமீபத்தில் அறிமுகமான சுவாசக் கருவியைப் பொருத்திக்கொண்டு, சுத்திகரிக்கும் களப்பணி நடந்த பகுதியை மேற்பார்வையிட வந்தான். "உனக்குத் தெரியுமா, செய்தித்தாள்களில் இன்னும் இந்தச் செய்தி வரவில்லை, தொண்ணூறு சதவீதம் நீரேற்றுக் கருவிகளும் குழாய்களும் நொறுங்கிப்போய்விட்டன. குப்பைக் கடற்சுழியின் கழிவுகளுக்குள் இந்தக் குழாய்கள் புதைந்து கிடக்கின்றன. நீரடிக் காமிராவை வைத்து நாங்கள் அவதானித்தோம்; அது அவ்வளவு ரம்மியமான காட்சி அல்ல. கடலின் தரை வீணாகிவிட்டது."

"பிரதேச அரசாங்கம் சொல்வதை விடவும் மோசமா?"

"டாஹு, அசட்டுத்தனமாக இருக்காதே. பிரதேச அரசாங்கம் எப்படி உண்மையைச் சொல்லும்? என்னுடைய கவலையெல்லாம், என்

முதலாளி பசிஃபிக்கில் உள்ள குழாய்களை அப்படியே விட்டுவிட்டு வெளியேறிவிடுவாரே என்பதுதான்."

"மற்றவர்களைப் பற்றி எதுவும் சொல்ல மாட்டேன், உன்னுடைய முதலாளி நிச்சயம் அப்படிச் செய்யக் கூடியவர்தான்."

"ஆண்டவனே. பிரதேச மேயர் ஒருநாள் ராஜினாமா செய்துவிட்டுப் போனாலும் போய்விடுவார்."

முன்பெல்லாம் கரையோரம் வாழும் ஜனங்களிடத்தில் ஓர் அச்சத்தை விளைவிக்கும் வல்லமை கொண்டிருந்தது கடல். அவர்களின் தலைவிதியை மாற்றும் வல்லமையும்தான். இப்போதோ, மறதிநோய் பீடித்த, பற்கள் சில உதிர்ந்த, கிழவனாக மாறிவிட்டது. வெயிலில் உலர்ந்த லேசான ப்ளாஸ்டிக் பைகளைக் காற்று வாரித் தட்டியது. அவை பூக்கள்போல இருந்தன; சகிக்க முடியாத அளவுக்கு அழுகிய பூக்கள். இவ்வளவு காலமும் ஹேவனிலேயே வசித்து வந்திருந்தவன் என்பதால், தன்னைப் பாதி பங்க்கர்வாகவே உணர்வான் டாஹ்ரு. இப்போது தனது பங்க்கா நண்பர்களைப் பற்றிக் கவலைப்பட்டான். அவர்கள் பிழைப்புக்கு என்ன வழி? வெகுகாலமாகவே அச்சுறுத்தலுக்கு ஆளாகி வந்திருக்கும் அவர்களது மீன்பிடிக் கலாசாரம் என்னவாகும்?

கனத்த பிளாஸ்டிக் குழாய்த் துண்டு ஒன்றைப் பொறுக்கினான் அலி. பல பத்துவருடங்களாக சமுத்திரத்தில் மிதந்துகொண்டிருந்திருக்கலாம் அது. "கண்ணாடி சீசாக்களை நம்மால் எளிதாக சமாளித்துவிட முடியும்; இந்தப் பழையகாலப் பிளாஸ்டிக் குழல்களை என்ன செய்வது என்று யாருக்குமே தெரியவில்லை. உனக்குத் தெரியுமா, கடந்த சில வருடங்களில், கடற்சுழியில் இருக்கும் குப்பையின் அளவைக் குறைப்பதற்காக ஏகப்பட்ட நிதியை ஒதுக்கியிருக்கிறது அரசு. ஆனால், அது உண்மையில் ஒரு ஊழல்தான். யோசித்துப் பார். அகற்றப்பட்ட குப்பையை எங்கே புதைப்பது? தீவில் இருக்கும் எரிதொட்டிகள், பள்ளங்கள், மேம்படுத்தப்பட்ட குப்பை பிரிக்கும் வசதிகள் என அத்தனையுமேகூட அந்தக் குப்பை முழுவதையும் செரிக்கப் போதுமானவை அல்ல. *இலானும் தைய்ப்பெய்*யும் தங்கள் இதயபூர்வமான நல்லெண்ணம் காரணமாக இந்தக் குப்பையை வரவேற்கப் போகின்றன என்று நினைக்கிறாயா? சேச்சே. ஜப்பானும் சைனாவும் தங்களுடைய பொறுப்பை அடுத்தவர்களிடம் தள்ளிவிட்டு வந்தன. ஆனால், குப்பை நியாயமாக நடந்துகொண்டுவிட்டது. இப்போது சமுத்திர நீரோட்டங்கள் குப்பைச் சுழியை உடைத்துவிட்டன. ஒவ்வொருவருமே அவரவரை நோக்கி வருவதைப் பெற்றுக்கொண்டாக வேண்டும்."

இருட்டுவதற்கு முன்பு போன இறுதித்தடவையில், ஆலிஸின் பளிச்சென்ற மஞ்சள் நிறக் கார் இவன் நிறுத்தியிருந்த இடத்தில் இல்லை என்பதைக் கண்டான். அவள் எடுத்துச் சென்றிருக்க வேண்டும். அதே நேரத்தில் அவனுடைய கைபேசி ஒலித்தது. நிச்சயம் அது ஆலிஸேதான்.

"டாஹ்ரு, உன்னுடைய வேட்டைக் குடிலில் நான் தங்குவதற்கு அனுமதிப்பாயா?"

"நிச்சயமாக. ஆனால், அதைப் பயன்படுத்தி நீண்டகாலமாகிறது. ஆனாலும், அதில் தங்க முடியும் என்றுதான் நினைக்கிறேன்."

"பிரமாதம். நன்றி டாஹு."

"நீ அங்கே வசிக்க விரும்புகிறாயா என்ன?"

"அது ... ஒருவிதத்தில் அப்படித்தான்."

"அது ரொம்ப வசதியான இடமல்ல."

"இல்லை, அது போதும். என்னிடம் ஒரு கூடாரம் இருக்கிறது. மலையேற்றக் கருவிகள் அனைத்தும் இருக்கின்றன. என்னைப் பற்றிக் கவலைப்பட வேண்டாம். அது சரி, ஹஃபே எப்படி இருக்கிறாள்?"

"அவள் நன்றாய்த்தான் இருக்கிறாள், செவன்த் சிசிட்தான் இடிந்துபோய் விட்டது."

"பார்த்தேன். கடல் இல்லத்துக்கும் அதுவேதான் நடக்கும் என்று நினைக்கிறேன்."

"இருக்கலாம், ஒருவேளை. நேரம் வரும்போது எல்லாமே தகர்ந்துதான் போகும். இப்போது எங்கே இருக்கிறாய்?"

"உன்னுடைய குடிலுக்கு அருகில்."

"நான் வந்து ஏதாவது உதவி செய்யட்டுமா?"

"வேண்டாம். உதவி எதுவும் வேண்டாம். எனக்கு உதவியெதுவும் தேவையில்லை. டாஹு, நான் சொல்வதைக் கேள், கொஞ்சகாலம் நான் தனியாக இருக்க விரும்புகிறேன். நான் தயாரான பிறகு, நானே வந்து உன்னைப் பார்ப்பேன்."

அன்று சாயங்காலம் கிராமத்துக்கு டாஹு திரும்பி வந்தபோது, நடக்கும் மரங்களைப் பார்க்க மறுபடியும் ஹஃபேயைக் காலையில் கூட்டிச் சென்றதாக உமாவ் தெரிவித்தாள். "பகலில் அது வேறு மாதிரி இருக்கிறது." நடக்கும் மரங்கள் என்பது, உண்மையில், சில அத்தி மரங்கள், ஃபீபி மரங்கள், மற்றும் வசந்தகால மேப்பிள் மரங்களின் தொகுதி. குறிப்பாக அழும் அத்தி மரங்கள் கொண்டது. அத்தி மரங்களின் விழுதுகள் தரைநோக்கி வீழ்ந்து, ஊன்றி, தாங்கும் வேர்களாக மாறும். கிராமத்தவர் ஒருகாலத்தில் அத்திமரங்களை எல்லையைக் குறிக்கப் பயன்படுத்தினர். பின்னர்தான் அறிந்தனர், அவற்றால் "நிமிரவும் நடக்கவும்" முடியும் என்று.

"வசந்த காலம் மட்டும் வரட்டும், நிச்சயம் உனக்கு ஒரு ஆச்சரியத்தைக் காட்டுவேன்."

"அதாவது காட்டுக்குள் ... அப்படித்தானே?"

"ஆம்."

"அங்கே வண்ணத்துப்பூச்சிகள் இருக்கும்." என்று குறுக்கிட்டாள் உமாவ்.

"ஆமாம், இருக்கும். குளிர்காலத்தில், வேறொரு வகையான காக்கை வண்ணத்துப் பூச்சிகள் இங்கே குவியும். கொஞ்சநாள் அவை புழுக்களாக இருந்தபிறகு, கூட்டுப் புழுக்களாக மாறும். எங்கு பார்த்தாலும் பொன்னிறக்

கூட்டுப்புழுக்கள். பிற்பாடு தங்களுடைய புழுக்கூடுகளிலிருந்து எழும். கொத்துக்கொத்தாக சிறகடித்துப் பறக்கும் வண்ணத்துப்பூச்சிகள். ஆ! பார்ப்பதற்கு எத்தனை அற்புதமான காட்சி...”

“நிஜமாகவா! அடுத்த வருடம் வந்து நானே அவற்றைப் பார்ப்பேன்.”

“நீ இங்கேயே இருந்துவிடலாம். நமது கிராமத்துக்கு உபரியாக இன்னொரு ஜோடிக் கைகள் கிடைக்கும். ஏற்கனவே ஏகப்பட்ட சுற்றுலாப் பயணிகள் வந்துபோகிறார்கள். இந்தக் காட்டையும் மலையையும் நம்பித்தான் நாம் உயிர்வாழ்கிறோம்.”

ஹஃபே பதில் சொல்லவில்லை. டாஹு தான் கொஞ்சம் அதிகமாகப் பேசிவிட்டோமோ என்று நினைத்தான். ஆனால், சொன்னதை இனி அழிக்க முடியாதே.

சில நாட்கள் கழித்து, ஃபாரஸ்ட் சர்ச் எதிரே உள்ள பாரம்பரிய வீட்டில் பொருட்களை ஒழுங்குபடுத்திக்கொண்டிருந்தபோது, ஹஃபேயை எதிர்கொண்டான் டாஹு. அவளால் உறங்க முடியவில்லை. மக்காச்சோளத்தை ஜன்னலருகே காயப்போடுவதற்காகக் கட்டிக்கொண் டிருந்தபோது அவர்கள் உரையாட ஆரம்பித்தார்கள். கடந்த வாரம் முழுவதும் கடற்கரையைச் சுத்தம் செய்வதற்கு உதவியதில், சோர்ந்து போயிருந்தான் டாஹு. ஹஃபே இதை உணர்ந்திருந்தாள்.

“அயர்ந்துவிட்டாய், இல்லையா?”

“ஆமாம்.”

“சோர்ந்திருப்பவர்களிடம் ஒரு குறிப்பிட்டவிதமான மணம் இருக்கும்.” டாஹுவின் தோள்களில் கைபதித்து மசாஜ் செய்யத் தொடங்கினாள்.

“அப்படியா என்ன? நான் இதுவரை கேள்விப்பட்டதில்லை.”

“நான் தொழில் அறிந்தவள். தெரியுமா! ஹேவனில் மசாஜ் செய்பவளாக வேலை செய்திருக்கிறேன்.” தொலைதூரத்திலிருந்து ஃபாரஸ்ட் சர்ச்சினூடே ஊதும் காற்றின் ஒலி கேட்டது. டாஹுவின் முதுகில் மோதிய இளம்காற்று, மெய்யாகவே அவனுடைய தசைகளைத் தளர்த்தியது. “மசாஜ் செய்யும் கலையை நான் நிஜமாகவே கற்றிருக்கிறேன். என்னுடைய இனா சொல்லிக்கொடுத்தாள். மசாஜ் நிலையத்தில் இருந்த மற்றப் பெண்களும்தான். தொடுவுணர்வு ஏகப்பட்ட விஷயங்களை எடுத்துச்சொல்லும். மூட்டுகளிலும், தசைநார்களிலும் உயிருள்ள விலங்கு ஒன்று ஓடிக்கொண்டிருக்கிற மாதிரி ஆதார சக்தி திமிறுவதை உணர முடியும். மசாஜ் வழங்கும் ஒருத்தி, அந்த இடங்களில் தன்னுடைய விரல்களாலும் முழங்கைகளாலும் மூட்டுகளாலும் அழுத்தி, அவற்றைத் தளர்த்துவாள். நான் விளையாட்டுக்காகச் சொல்லவில்லை, சில சமயம் கறுப்பு நிற ஆவி ஒருவனின் உடலிலிருந்து வெளியேறுவதைக்கூடக் காணமுடியும். ஆனால், அவற்றை நுகர்ந்தால் அடுத்த நாள் கடுமையாய் வெளிறிவிடுவாய்.”

“நிஜமாகவா? அமானுஷ்யமான விஷயம் மாதிரி தொனிக்கிறது.”

"இது நிஜம். அமானுஷ்யமெல்லாம் இல்லை."

"வாடிக்கையாளர்கள் எப்படிப்பட்டவர்கள்?" டாஹூவுக்குத் தெரியும் என்றாலும் கேட்டான்.

"எல்லாருமே ஆண்கள்தாம். கர சேவைக்காக வருகிறவர்கள். மசாஜ் என்பது அதை நோக்கிப் போகிற சமாசாரம்தான்."

ஹஃபே இவ்வளவு வெளிப்படையாகச் சொன்னது, டாஹூவுக்கு ஆச்சரியமாய் இருந்தது. வாஸ்தவத்தில், இரண்டு வகையான மசாஜ் சேவகர்கள் இருக்கிறார்கள். மிகச் சிலர், நிஜமான சேவகர்கள். ஆனால், பெரும்பாலானவர்கள், மற்ற வகையைச் சேர்ந்தவர்கள். அவன் என்ன யோசிக்கிறான் என்பது ஹஃபேக்கு வெளிப்படையாகத் தெரிந்திருக்கும். டாஹூ கூசினான்.

"அட, அது ஒன்றும் பெரிய விஷயமில்லை. இன்னொரு விதமாக உழைத்து, பணம் சம்பாதிக்கும் வேலைதான் அது."

"நீ சொல்வது சரிதான்." என்ன பதில் சொல்வது என்று டாஹூவுக்குத் தெரியவில்லை. எனவே, சிரித்துவிட்டுச் சொன்னான்: "அந்த மாதிரியான இடத்துக்கு நான் போயிருக்கிறேன்." சொன்ன மாத்திரத்தில், தவறான ஒரு சங்கதியைச் சொல்லிவிட்டோம் என்று உணர்ந்தான்.

"அன்றைக்கே சொன்னாயே. நாம் காரில் வந்தபோது. மில்லட்டைப் பற்றிச் சொன்னாய்."

"சொன்னேனா என்ன? ஹா. மில்லட்டைப் பற்றிச் சொன்னேனா?"

"ம்ம். அதுசரி, பங்க்கா மொழியில் *ஹஃபே* என்றால் என்ன பொருள் என்று உனக்குத் தெரியுமா?"

"உறுதியாய்த் தெரியும். செவன்த் சிசிட்டுக்கு முதன்முதல் தடவை நான் வந்தபோதே நினைத்தேன். அட, இது ஒரு தற்சயல் அல்லவா? *ஹஃபே* என்றால் சிறுதானியம் என்று அர்த்தம்."

தாவரமொன்று அழுகிற ஒலிபோல, திடீரென்று ஹஃபே பாட ஆரம்பித்தாள். பங்க்கா மொழியில் பாடினாள். பாடும்போதே தன் கற்பனையில் பாடல் வரிகளை மேம்படுத்தியவாறு:

கவனிக்கப்படாது, பார்வைக்கும் படாது
சரளமாய்த் தொலைந்துபோன
குட்டி சிறுதானிய மணி,
ஆகஸ்ட் மாத மழையினடியில்
மிகமிக சன்னமான காற்றிலும்
வீழ்ந்துவிடக் கூடும்.
நீ உள்ளே வந்தாய், நீ வெளியே போனாய்,
என் கைக்கடிகாரம் 6:10 என்றது.
கல்லறையில் புதையுண்ட தானிய மணி
மீண்டும் வாழ எண்ணி
முளைவிட முனைந்த நேரம் அது.

VII

17

அட்டிலெ'ய்யுடைய தீவின் கதை

"என் பெயர் லாசு கியாடிமனு அட்டிலெ'ய். "என்றேன். "என்னை அட்டிலெ'ய் என்றே அழைக்கலாம்."

"என்னை ஆலிஸ் என்று அழைப்பார்கள்" அவள் இதைத்தான் சொன்னாள் என்று நினைக்கிறேன்.

கொஞ்சம் உணவையும், தற்காலிக வீட்டையும் அவள் கொண்டுவந்திருந்தாள். அது கொஞ்சம் அடைசலாகத்தான் இருந்தது; ஆனால், நாங்கள் மழையில் நனைய மாட்டோம். கேசி கேசி தீவில் நான் கட்டியிருந்த வீட்டின் சாயல் சற்று இருந்தது அதற்கு. விநோத மணமுள்ள களிம்பு ஒன்றை என் காயத்தில் பூசினாள். வேறு சில பரிகாரங்களை விழுங்கச் சொன்னாள்.

அவள் மரவீட்டில் வசிக்கிறாள்; நான் தற்காலிக வீட்டில். முதலில் என்னைத்தான் மரவீட்டில் இருக்கச் சொன்னாள்; ஆனால் என் உயிரைக் காப்பாற்றியவள் என்பதால் அவளுடையதைவிட வசதியான வீட்டில் நான் வசிக்க முடியாது. அது வயோ வயோவின் மரபு அல்ல. ஆரம்பத்தில் நான் சொன்ன எதையுமே அவளால் புரிந்துகொள்ள முடியவில்லை. ஆனால், மெல்லமெல்ல, பேச்சின் அளவீடுகளையும் பின்னொட்டுகளையும் நாங்கள் அடையாளம் காணத் தொடங்கினோம். அடுத்தவர் சொல்வதன் உள்ளார்ந்த அர்த்தத்தைப் புரிந்துகொண்டோம்.

அந்த விசித்திரமான கறுப்பு–வெள்ளைப் பிராணி, "பூனை" என்று அழைக்கப்படுவது. ஆலிஸ் அதை 'ஒஹியோ' என்று கூப்பிட்டாள். "ஒஹியோ என்றால் என்ன அர்த்தம்?" என்று நான் கேட்டபோது, என் கேள்வி புரிந்த மாத்திரத்தில் வார்த்தைகளாகப் பொழிந்து தள்ளினாள் ஆலிஸ். ஆனால், அதை அனுமானித்துப் புரிந்துகொள்வது கடினமாக இல்லை – ஒஹியோ என்பது காலையில் ஒருவருக்கு நீங்கள் தெரிவிக்கும் வந்தனம்.

"ஓஹியோ." அந்தப் பெயரை உச்சரிக்க முயல்கிறேன், என்னுடைய நாக்கில் அது விகாரமாக ஒலிக்கிறது. நான் அழைப்பது கேட்டும், அந்தப் பூனை சாதாரணமாக விலகிப் போகிறாள்.

"உன்னைப் பற்றிச் சொல்லு. வயோ வயோக்காரர்கள் என்ன சொல்கிறார்கள்?" இதைத்தான் அவள் கேட்க விரும்புகிறாள் என்று நினைக்கிறேன். எங்களுடைய தீவின் பெயர் *வயோ வயோ* என்று அவளிடம் சொல்லியிருக்கிறேன்.

"*ஐ-வகுடோமா-சிலியாமலா*" என்று சொல்வோம்.

"இதற்கு என்ன அர்த்தம்?" தோள்களை உயர்த்தியும் தாழ்த்தியும் கேட்கிறாள். *வயோ வயோவில்* மாதிரியே இங்கும், "இது எனக்குப் புரியவில்லையே." என்றுதான் பொருள் என்று நான் புரிந்துகொள்கிறேன்.

தொலைவிலிருக்கும் கடலைச் சுட்டி, என் கைகளை அகல விரித்துக் காட்டுகிறேன், இன்று கடல் அமைதியாய் இருக்கிறது என்று குறிப்புணர்த்தும் விதமாக. கடல் இன்று புனிதமாகவும், சாந்தமாகவும் தோன்றுகிறது. உறங்கும் விலங்கைப் போல அல்லது இறந்த திமிங்கிலம் போல. "இன்று கடலின் நிலை இதமாக இருக்கிறது."

"*ஐ-வகுடோமா-சிலியாமலா*"

"*ஐ-வகுடோமா-சிலியாமலா*" அவள் திருப்பிச் சொல்கிறாள். ஆனால், அவளுக்கு இந்தச் சொற்கள் கொஞ்சம் கடினமாக இருக்கின்றன.

இந்த மாதிரியான வாழ்க்கைக்குப் பழக்கப்படாதவளாகத் தென்படுகிறாள் ஆலிஸ். இரவில் அவளால் தூங்க முடிவதில்லை என்பதை அடிக்கடி கவனித்திருக்கிறேன். அவளிடம் விநோதமான ஒரு பெட்டி இருக்கிறது: அதை நீங்கள் அழுத்தியதும், உலகின் ஒரு பகுதியைத் தனக்குள் கொண்டுவந்துவிடுகிறது. தான் பார்க்கிற அனைத்தையும் ஞாபகம் வைத்திருக்கும் கண்ணைப் போல. பூக்கள், பறவைகள், மூட்டைப்பூச்சிகள் என்று "பிம்பங்க"ளைப் பிடித்துவைக்க அந்தப் பெட்டியைப் பயன்படுத்துகிறாள். அப்புறம் தன் புத்தகத்தில் இருக்கும் "பிம்பங்க"ளுடன் அவற்றை ஒப்பிடுகிறாள். அந்தப் புத்தகங்களில் அவள் பார்த்த "பிம்பங்க"ளின் "பிம்பங்கள்" இருக்கின்றன. அதுபோன்ற ஒரு சித்திரத்தை வரைவதற்கு ஆசையாய் இருக்கிறது. நிஜமான பொருளைப் போலவே தத்ரூபமாக இருக்கும் பிம்பத்தின் சித்திரத்தை வரைவதற்கு.

"மேசைகள்" "நாற்காலிகள்" என்றழைக்கப்படும் பொருட்களையும் கொண்டு வந்திருக்கிறாள். அவற்றை மரவீட்டுக்கு வெளியில் போடுகிறாள். வானிலை ரம்மியமாக இருக்கும் பட்சத்தில், மேசைமுன் ஒரு நாற்காலியில் அமர்ந்து, ஒரு "பேனா"வைப் பயன்படுத்தி, ஒரு புத்தகத்தில் வார்த்தைகள் போன்று தென்படுகிறவற்றை எழுதுகிறாள். (கடைசியில் எனக்குத் தெரியவந்தது – கேசி கேசி தீவில் தங்கியிருந்தபோது வரைவதற்கு நான் பயன்படுத்திய சுள்ளிகள்தாம் "பேனா" என்று அழைக்கப்படுகின்றன). எப்போதுமே நீண்டநேரம் எழுதுவாள்; அவ்வளவு நேரமும் அவள் கண்கள் கனவில் ஆழ்ந்திருக்கும்.

என்ன எழுதுகிறாள் என்று கேட்டேன். "கதை எழுதுவதாக"ச் சொன்னாள்.

"எதற்காகக் கதை எழுதுகிறாய்?"

"ஒரு உயிரைக் காப்பாற்றுவதற்காகக் கதை எழுதுகிறேன்." என்று சொன்னாள் என்றுதான் நினைக்கிறேன்.

என்னுடைய சருமத்தில் இருக்கும் படங்களைப் பார்ப்பதற்கும், அவற்றுக்குப் பொருள் என்ன என்று கேட்பதற்கும் அவளுக்குப் பிடித்திருக்கிறது. ஒவ்வொரு படத்துக்கும் பின்னால் உள்ள கதையை அவளிடம் சொல்லியிருக்கிறேன். என் தோளில் உள்ள கதை, முதுகில் உள்ள கதை, முழங்கையில் உள்ள கதை என்று. ஆனால், அவளுக்கு என் கதைகள் புரிகிறதா இல்லையா என்று எனக்குத் தெரியாது. என்னுடைய உடல்மீது உள்ள படங்களில் சில மங்கிவிட்டன. அவற்றின்மேல் புதிய படங்களை வரைகிறேன். என் அடிவயிற்றின் இடதுபுறம் உள்ள படம், ஆலிஸ் என்னைக் காப்பாற்றிய தினத்தைப் பற்றியது. நான் தரையோடு அழுந்தியிருந்தபோது என் கண்களில் தெரிந்த அவளுடைய பிம்பத்தை, அவள் எனக்குக் கொடுத்திருந்த பேனாவை உபயோகித்து வரைந்தேன். அவளுக்குப் பின்னால் இருந்த மரங்களையும் வரைந்திருந்தேன். அந்தப் படத்தைப் பார்த்தவுடன் அவள் சோகமாகிவிட்ட மாதிரித் தெரிந்தது.

நான் இதுவரை சாப்பிட்டேயிராத பண்டங்களை அவள் எனக்கு ஊட்டினாள். அந்த மலைப்பிரதேசத்துக்கு நான் பரிச்சயமாகி வந்தேன். எனவே, என் கால் தேறியபோது, கொஞ்சம் மரம் சேகரித்து அந்த வீட்டைச் சற்றுப் பெரியதாக ஆக்க முயன்றேன். ஒரு பந்தல் அமைத்தேன் – மழை பெய்யும்போதுகூட அவள் வெளியில் அமர்ந்து எழுதுவதற்கு வசதியாக.

சிலசமயம், காலையில் முதல் வேலையாக நண்டுகள் எலிகள் போன்ற சமாசாரங்களைக் கொண்டுவந்து மரவீட்டின் வாசல்படியில் போட்டுவிடும் ஓஹியோ. ஆலிஸுக்கு வெகுமானமாக அவற்றை வழங்க விரும்புகிறது என்று நினைக்கிறேன்.

எழுதாமல் இருக்கும் வேளைகளில், என்னுடன் பேசப் பிரியப்படுவாள் ஆலிஸ். ஆரம்பத்தில் மற்றவர் என்ன சொல்கிறார் என்றே எங்களுக்குத் தெரியாமல் இருந்தது. மெல்ல மெல்ல அர்த்தத்தை "உணரு"வதில் நாங்கள் தேறிவந்தோம். அவள் தன்னுடைய கதைகளைச் சொல்லுவாள். நான் என்னுடையவற்றை. *வயோ வயோ, ரசுலா*, என்னுடைய *யினா, கடல் முனி* மற்றும் *நில முனி*, கரைதட்டிய திமிங்கிலங்கள் என்று. அவளுக்குப் புரிகிறதா இல்லையா என்பதைப் பொருட்படுத்த வேண்டியதேயில்லை என்றே நினைக்கிறேன். ஏனென்றால், *வயோ வயோ* தீவினரைப் பொறுத்தமட்டில், சொற்களை நுகர முடியும்; தொடமுடியும்; கற்பனை செய்துகொள்ள முடியும்; பிரமாண்டமான மீனை உங்கள் துணிச்சலால் தொடர்வதுபோல, நெருக்கமாய்த் தொடரவும் முடியும்.

என்னுடைய கதைகளைச் சொல்லவும், ஆலிஸ் அவளுடைய கதைகளைச் சொல்லும்போது கேட்கவும் எனக்குப் பிடித்திருக்கிறது. அவளுடைய குரலின் ஒலியையும், ஓஹியோவைக் கொஞ்சும்போது

அவள் முகத்தில் இருக்கும் பாவத்தையும் பிடித்திருக்கிறது. சில சமயம் அவளுடைய குரல் என்னுடைய *யினா*வை நினைவுபடுத்துகிறது; மற்ற வேளைகளில் ரசுலாவின் குரலை. ஆக, மழை மிகவும் வலுவாகப் பெய்யாத பட்சத்தில், ஒவ்வொரு நாள் காலையிலும் நாங்கள் ஒன்றாக அமர்ந்து கடலைப் பார்த்துக்கொண்டிருப்போம். "*வயோ வயோ*வைப் பற்றிச் சொல்லட்டுமா, அதன் பிம்பம் உன் மனத்தில் வளரட்டும்."

எங்களுடையது போர்வீரர்களின் தீவு. கனவுகள் சேகரமாகும் இடம். இடம் பெயரும் மீன்கூட்டம் தங்கிச் செல்லும் இடம். உதயமாகிற சூரியனும், அஸ்தமிக்கிற சூரியனும் ஒருங்கிணையும் இடம். நீரும் நம்பிக்கையும் இளைப்பாறிப் போகும் இடம். பவளத்தால் நெய்யப்பட்ட தீவு. கடற்பறவை எச்சங்கள் மண்டியது. *கபாங்* தனது கண்ணீரால் *வயோ வயோ*வில் ஒரு சிறு ஏரியை நிறுவியிருக்கிறார். பாடுபட்டு நாங்கள் உயிர்வாழ்வது அந்த ஏரியைச் சார்ந்தே.

ஆரம்பத்தில் அத்தனையுமே ஒன்றையொன்று போலி செய்தன: தீவு கடல் ஆமையை; மரங்கள் மேகங்களை; மரணம் பிறப்பை என. ஆகவே, எல்லாமே கிட்டத்தட்ட ஒன்றுபோலவே இருந்தன. பூர்விகத்தில் எங்கள் இனம் ஆழ்கடலில் வசித்தது. எங்கள் நகரத்தை ஓர் அகழியில் கட்டியெழுப்பினோம். ஒளி கசியும் இறால்வகையொன்றை எங்கள் உணவுக்காக வழங்கினார் *கபாங்*. ஏராளமாய்க் கிடந்த நீரடி நிலத்தில், கவலை என்பதே எங்களுக்கு இல்லாதிருந்தது. ஆனால், கடல் இனங்களிலேயே அதிபுத்திசாலியான இனம் நாங்கள் என்பதால், இறால் மீனைவிடவும் சுவை வாய்ந்த பொருட்கள் அநேகம் இருந்தன என்று கண்டுபிடித்தோம். இனம் பெருக்கியும், உணவூட்டியும், இடம் பெயர்ந்தும், எங்கள் அபிலாஷை ஒவ்வொன்றையும் திருப்திப்படுத்துமளவு தடையின்றி எங்கள் நகரத்தை விரிவாக்கியும் செயல்பட்டோம். பிற சமுத்திர இனங்கள் அனைத்தையும் கிட்டத்தட்ட விரட்டியே விட்டோம். இறுதியில், *கபாங்*கின் சினத்தை உசுப்பிவிட்டோம்.

கபாங் எங்களை தண்டிக்கத் தீர்மானித்தார். சமுத்திரத்தின் இரண்டு கோடிகளிலும் இருந்த கடலடி எரிமலைகள் ஒரு நாள் இரவில் சீறின. பிரம்மாண்டமான கருமேகம் எங்கள் நகரத்தைச் சூழ்ந்தது. ஆழத்திலிருந்து எங்கள் முன்னோர் வெளிவந்தனர். ஆனால், அதே நேரத்தில் தோசி தோசி மீன்கூட்டம் ஒன்று அந்த வழியாக நீந்தி வந்தது. அவற்றின் துடுப்புகள் பிரகாசமாக மின்னியதில், கிட்டத்தட்ட அனைத்து முன்னோர்களின் கண்களும் பார்வையிழந்தன. பார்வையற்றவர்களுக்கு எங்கே திரும்ப வேண்டும் என்று தெரியாமல் போனது. பார்வையிழக்காத பழங்குடியினர் சிலரே, பார்வையிழந்தவர்களைக் கவனித்துக்கொள்ள வேண்டியதாயிற்று. பார்வையிருந்தவர்களில், போர்வீரன் *சாலினி* ஒரு தோசி தோசி மீனை ஈட்டியால் குத்தினான். மூத்தோர் உண்பதற்காக அதைக் கொடுக்க விரும்பினான் அவன். பிறகுதான் தெரிந்தது, அதன் துடுப்புகள் ஒவ்வொன்றிலும் ஐயமின்றி *கபாங்*கின் முத்திரை இருப்பது. அப்போதுதான், தாங்கள் *கபாங்*கின் சினத்தைத் தூண்டிவிட்டதே

ஜனங்களுக்குத் தெரிந்தது. இது அவர் அளித்த தண்டனையே என்று புரிந்தது. இப்போது மிச்சமிருக்கும் ஒரே மீட்சி அவரிடம் மன்னிப்புக் கேட்பதுதான். அசாத்தியமான மழை மற்றும் மஞ்சுமூட்டத்தினூடாக, கடல் வாசல் வரை தனியாக நீந்திச் செல்வதென்று முடிவெடுத்தான் மாவீரன் சாலினினி. ஏனென்றால், மறுபக்கம் நிஜமான தீவு ஒன்று இருப்பதாக ஒரு கூற்று உண்டு. *கபாங்*கின் வாசஸ்தலம். சாலினினி அங்கே சென்று, *கபாங்*கிடம் பிரார்த்திக்க விரும்பினான். அவருடைய கருணையை ஈட்டிவிட முடியும் என்று நம்பினான். ஜனங்கள் வசிப்பதற்குப் புதிய இடம் ஒன்றை அவர் வழங்குவார் என்றும்தான்.

சூரியன் ஓராயிரம் தடவை வாழ்ந்து மரிப்பதற்கான காலத்துக்கு சாலினினி நீந்திச் சென்றான். அவனுடைய சருமம் உரிந்துவிட்டது. செவித்திறனை இழந்தான். முதுகுத்தண்டு முறிந்தது. ஆனால், வானவில் மட்டும் தொலைவிலேயே இருந்தது. இறுதியில், சகலமும் அறிந்தவரான *கபாங்*, சாலினினியின் உறுதியால் மனம் கனிந்தார். அந்த ஜனங்களுக்கு இன்னொரு வாய்ப்பை வழங்கத் தீர்மானித்தார். பின்வருமாறு சொன்னார்:

உங்களுக்கு ஒரு தீவை வழங்குவேன். ஆனால், அதில் வளரும் மரங்களை விட உங்கள் எண்ணிக்கை அதிகரிக்கக் கூடாது. மிகக் குறுகிய காலத்தைத் தாண்டிக் கடலுக்குள் உயிர்வாழும் திறனை நீங்கள் இழப்பீர்கள். விஸ்தாரமான, கரையற்ற, திறந்த சமுத்திரத்திலிருந்து நாடுகடத்தப் படுவீர்கள். தீவில் இருக்கும் கைதிகளாக, தனித்திருப்பதையும் மூழ்குதல் பற்றிய அச்சத்தையும் அறிவீர்கள். ஒரு காலத்தில் நண்பனாக இருந்த கடல், எதிரியாகும். முன்னர் அது கொடுத்து வந்தது; இப்போது எடுத்துக்கொள்ளும். இருந்தாலும், கடலைச் சார்ந்தே நீங்கள் இருக்க வேண்டிவரும். கடலை நம்ப வேண்டியிருக்கும். அதை வணங்கியாக வேண்டும். கவனியுங்கள், ஓ ஜனங்களே, என்னுடைய பாடல் மழையாக மாறும். எனது பார்வை மின்னலாகும். கடல் நீர்போல எல்லாவற்றிலும் மேவும் என்னுடைய மனம். நான் இப்போது உதிர்க்கும் சொற்கள், ஆழத்திலுள்ளவர்களின் ஆன்மாவாகும். அவர்கள் உங்களைக் கவனித்துக் கொண்டிருப்பார்கள்; வழிநடத்துவார்கள்.

அதன்பிறகு, எங்கள் நீரடி முன்னோர் கடலிலிருந்து வெளியேறி, *வயோ வயோ*விற்கு வந்துவிட்டார்கள். *கபாங்*கின் இந்தச் சொற்கள் எங்கள் கடற்சடங்குகளில் ஆகப் புனிதமான பிரார்த்தனையாக ஆகின.

ஒரு நாள், எவ்வளவு வருடங்களுக்குப் பிறகு என்று யாருக்குமே தெரியாது, பிரம்மாண்டமான பறவையொன்று தீவில் வந்திறங்கியது. தன் அலகுகளால் இறகுகளைக் கோதியது. அதிலிருந்து ஏழு பறவைக்குஞ்சுகள் உதிர்ந்தன. ஒவ்வொரு குஞ்சும் ஒவ்வோர் இனத்தின் தலைவராகின. நிலத்தில் பிழைத்திருப்பதற்கான திறன்களை எங்கள் முன்னோருக்குப் பயிற்றுவித்தன. தீவை நீங்கிச் செல்லும்போது அந்தப் பறவைகள் ஒவ்வொன்றும் ஒவ்வொரு விழிக்கோளத்தை விடுத்துச் சென்றன. ஒவ்வொரு இனமும் ஒவ்வொன்றைப் பாதுகாக்கவும் பேணவும் வேண்டும். புயல் வீசிய ஒரு நாளில், ஏழு கண்களும் ஒரே நேரத்தில் பிளந்து திறந்தன. அவற்றில் இரண்டு கண்கள், கைகளை, இரண்டு கால்களைக்

குஞ்சுபொரித்தன. ஒன்று தலையையும், ஒன்று உடல் பகுதியையும் ஒன்று இனப்பெருக்க உறுப்பையும் பொரித்தன. அந்த ஏழு விழிகளின் குறுமுட்டைகளும் இணைந்து கறுப்புநிற மாமனிதனாக உருவெடுத்தன. துயரம் படிந்த முகத்தோற்றம் கொண்ட அந்த மனிதன் தன்னைக் கடல் முனி என்று அழைத்துக்கொண்டான்.

கடல் முனிக்கு ஏகப்பட்ட விஷயங்கள் வாய்த்திருந்தன: அவருடைய கண்கள் உறங்கும்போதுகூட மூடுவதேயில்லை, மீனைப்போல. நீருள் பாயும்போது கடற் படுகையில் உள்ள மலைகளையும் பள்ளத்தாக்குகளையும் கடற்பாசிப் பெருவனத்தின் எல்லைகளையும் மனனம் செய்துகொள்வார். வயோ வயோவைச் சுற்றிலும் இருந்த பாறைகளில் இருந்த வெடிப்புகள் அனைத்தையும் பரிச்சயம் செய்துகொண்டார். நீந்திச் செல்பவர்கள் அந்த வெடிப்புகளில் உள்ள நீரடிக் காற்றுப் பைகளிலிருந்து சுவாசிக்கலாம். கடலின் மனநிலையைக்கூட அவரால் முன்கூர்ந்து சொல்ல முடியும். அது நியாயமாக இருக்குமா, அநியாயமாகவா; உற்சாகம் மிகுந்து இருக்கிறதா, சோர்ந்தா என்றெல்லாம் சொல்ல முடியும். மழைப்பொழிவையும் சமுத்திர ஒழுக்கையும்கூட சூசகமாய்க் காண முடியும். ஒவ்வொரு நாளும் தீவை மூன்றுமுறை உலா வருவார். ஒவ்வொரு கடற்பறவையும் கொண்டுவரும் செய்திகளையும், காற்றின் ஒவ்வொரு வீச்சையும், ஒவ்வொரு சின்னஞ்சிறு கிளிஞ்சலையும் தாம் உன்னிப்பாய்க் கவனித்தாக வேண்டும் என்பார். ஒருமுறை சொன்னார்: கரையொதுங்கும் ஒவ்வொரு திமிங்கிலமும் எதிர்காலம் பற்றியும், தீவின் தலைவிதி பற்றியும் பெறுமதி மிக்க ஞானத்தைக் கரையில் விட்டுச் செல்லும்.

கடல் மற்றும் கடற்கரையின் ஒவ்வொரு பிராந்தியமும், தனக்கேயுரிய நறுமணமும் நிழலும் ஒளிர்வும் கொண்டது என்பதை அவர் அறிவார். அவருடைய ஞானம் இடம்பெயரும் சமுத்திர இனங்களிலிருந்து வருவதால் அது எட்டாத இடமே கிடையாது. அவருடைய மந்திரங்கள் இறகு போன்றவை. ஒவ்வொன்றும் தனித்துவமானவை; நிகரற்றவை. அலைகள் கொண்டுவரும் சங்கேதங்கள் மிகவும் பலவீனமானவை என்பதால், கடல் முனி எப்போதுமே கரையில் நின்றிருப்பார், பட்ட மரம்போல. வெயிலால் வெளுத்த அவரது சடை மினுமினுக்கும். சாப்பிடவோ, ஏதும் அருந்தவோ மாட்டார். புன்னகை புரியவும் மாட்டார்.

ஆனால், முனிவர்த்தன்மை பாரம்பரியமாக வருவது அல்ல. ஆரம்பத்தி லிருந்தே, தீட்சை பெறுவதாலும், கற்றறிவதாலும் அடையப்படுவது. கடல் முனியின் குழந்தைகள் தம் தகப்பனாரை 'அப்பா' என்று அழைக்க முடியாது. ஏனெனில், கடல் முனி தீவுக்குரியவர். ஒரு குடும்பத்தின் தலைவராகவோ, குழந்தைகளின் தகப்பனாகவோ அவர் இருக்க முடியாது. நில முனியும் அப்படியேதான். ஒவ்வொரு முனிவரும் தீவின் எந்தப் பையனை வேண்டுமானாலும் தேர்ந்தெடுத்து, தாம் அறிந்த சகலத்தையும் அவனுக்குப் பயிற்றுவிக்கலாம். ஒவ்வொரு பையனுமே பெரியவனாக வளர வாய்ப்பு இருப்பதற்கில்லை என்பதால், ஒன்றுக்கு மேற்பட்ட சீடர்களைத் தேர்ந்தெடுப்பார் அவர். என்னுடைய அப்பா ஒரு கடல் முனி. கடல் முனியாக ஆவதற்கு, முந்தைய கடல் முனியிடம் முழுமையான

பயிற்சியை அவர் பெற்றிருக்கவேண்டும். என்னுடைய இரட்டைச் சகோதரனோடும், தீவுப் பையன்கள் ஐவரோடும் சேர்ந்து நானும் கடல் முனியிடம் பயிற்சி பெற்றேன். கடல் சம்பந்தமாக அறிவதற்கு உள்ள சகலத்தையும் நாங்கள் கற்றோம்.

என் அப்பாவுக்கு ஒரு கால் கிடையாது. ஆனால், பிறவியிலேயே புத்திசாலி அவர். பல பேருக்கு அவரைப்பற்றி உயர்வான அபிப்பிராயம் கிடையாது என்றாலும், முன்னாள் கடல் முனியின் அபிமானத்தைப் பெற்றிருந்தார். ஊனமுற்றவர் என்று தெரிந்திருந்ததால், தமது நல்ல காலை விட ஆணுறுப்பு வலிவானதாகும்வரை, தம் நீச்சல் உத்திகளைப் பட்டைதீட்டி வந்தார். கடல் முனி திமிங்கில விலா எலும்பைத் தன் ஊன்றுகோலாகப் பயன்படுத்தினார். ஒரேயொரு காலை வைத்துக்கொண்டு, ஈடிணையில்லாத நீச்சல்வீரராக இருந்தார் அவர். அவருடைய நல்ல கால்தான் அவருடைய வால்பக்கத் துடுப்பு என்கிற மாதிரி.

ஒவ்வொரு தலைமுறையிலும், தற்போதைய கடல் முனி தமக்கு முன்பு பதவியிலிருந்தவரிடமிருந்து கடலின் வரைபடம் ஒன்றைப் பெற்றுக்கொள்வார் என்று சொல்லப்படுகிறது. தமது முதுகுக்கு நேர் கீழே அதை ஒளித்துவைத்துக்கொள்வார். அந்த வரைபடம் ஞானத்தின் திரட்சி; *கபாங்* அளிக்கும் வரம். காலத்துக்கிசைய அது மாறிவரும்; கணந்தோறும் தீவைச் சுற்றிலும் நிலவும் கடல் அறிகுறிகளைக் காட்டும் விதமாக. ஆனால், கடல் வரைபடம் தோன்றுவதற்கு, தீவினரும் கடல் முனியும் தாளமுடியாத வேதனையை அனுபவித்தாக வேண்டும். பிடிப்பதற்கு மீன்கள் இல்லாமல் போய், ஜனங்கள் பட்டினி கிடக்க நேரும்போது, கடல் முனி எங்காவது தனியே சென்றுவிடுவார்; தன்னை வதைத்துக்கொள்ளும் வழியொன்றைக் கண்டுபிடிக்க. அவருடைய ஆன்மா மரணத்தை நெருங்கும்போதுதான், கடல் வரைபடம் உதிக்கும். மீன் கிடைக்கக்கூடிய பகுதியை மீனவர்களுக்குக் காட்டும்.

ஒவ்வொரு வருடமும், இடம்பெயரும் மீன் கூட்டம் வரும்போது, தீவின் ஏழு இனங்களிலுமிருந்து ஏழு படகுகள் கொண்ட அணிக்குத் தலைமையேற்றுச் செல்வார் கடல் முனி. கடற் சடங்குக்குத் தலைமை தாங்குவார். சமுத்திர இனங்களோடு சேர்ந்திருக்கவும், *வயோ வயோ* ஜனங்கள் உயிர்வாழ வேண்டி தங்களையே தியாகம் செய்த அவர்களுக்கு நன்றி செலுத்தவும் ஓர் இரவு ஒரு பகல் தலைகுப்புறக் கடலில் மிதப்பார் அவர். ஏழு இனங்களின் சார்பான ஏழு மீனவர்கள் முறைவைத்து வலைகளை வீசுவார்கள். ஆனால் ஒரேயொரு மீனைக்கூடப் பிடிக்க அவர்களுக்கு அனுமதியில்லை – உபரியாக மீன் பிடிப்பதில்லை என்ற உடன்படிக்கையை வலியுறுத்தும் விதமாய்.

கடற் பாடல்களின் அத்தனை வகைகளையும் கற்றறிந்தவர் கடல் முனி. ஆனால், பெரும்பாலான நேரம் சம்பந்தாசம்பந்தமில்லாமல் பேசுவார். இன்னது சொல்கிறார் என்று புரிந்துகொள்வது, சமுத்திர அலையைப் பற்றுவதுபோலக் கடினமானது. கடற்பறவைகளின் ஒலிகளையொட்டி *வயோவயோ*வின் மொழியை ஆதிக் கடல் முனி உருவாக்கினார் என்று பெரியவர்கள் சொல்வார்கள். சன்னமான

அலை வளைய மடிப்புகள், இடைவெளிகள் கொண்ட பொங்குதல், விசும்பல் போன்று மிருதுவான அலைமுறிகள், மினுமினுக்கும் நுரை, காற்றால் எழுந்து புரளும் அலைகள், மீன் தொகுதிகள் நீந்திக் கடப்பதால் திடீரென எழும் ஆழ்கடல் ஓட்டங்கள், ஆழமற்ற பரப்புகளில் எழும் சிற்றலைகள், கடலடி எரிமலைகள் விளைவிக்கும் சுனாமிகள் என ஆயிரத்துக்கும் மேற்பட்ட அலைவகைகள் பற்றி அவரால் விவரிக்க முடியுமாம். மீன்களின் வகைகள் போலவே, பல்வேறு உருவங்களும் அளவுகளும் கொண்டவைதாம் அலைகள் என்பதாலும், கடற்பறவைகளின் எச்சரிக்கைகள் மனிதக் காதுகளுக்கு அப்பாற்பட்டவை என்பதாலும், பெரும்பாலான ஜனங்களுக்கு அலைவடிவின் மொழியும், பறவைப் பாடல்களும் அதீதமானவை. அவற்றைப் புரிந்துகொள்ளக் கூடியவையாக மாற்றக்கூடிய ஒரேயொருவர் நில முனி மட்டுமே. வேட்டைக்காரரும், மாலுமியும், மொழியைப் பழக்குபவரும் அவரே.

நான் சிறுவனாய் இருக்கும்போது என்னுடைய அப்பா சொல்லியிருக்கிறார்: நீண்ட நெடுங்காலத்துக்கு முன், கடல் முனியும், நில முனியும் ஒருவரேதானாம் – கடல் முனியின் மனைவி ஒருமுறை இரட்டைக்குழந்தைகள் பெற்றெடுக்கும்வரை. ஒருவர் முந்தி ஒருவர் பிந்தி என்றில்லாமல், அவளுடைய கர்ப்பக்குழாய் வழியே பக்கம்பக்கமாக அவர்கள் பிதுங்கி வெளியேறினர். ஒருவருடைய கண்கள் நீல நிறமானவை; அடுத்தவரின் கண்கள் அடர்ந்த பழுப்பு நிறம். சமமான சாமர்த்தியமும் சுதாரிப்பும் கொண்டிருந்தாலும், இருவரின் திறமைகளும் வேறுபட்டன. தீவினர் நன்றாக வாழ வேண்டுமென்றால், கடலின் அறிகுறிகளைக் கவனிப்பதைவிடவும் அதிகமான கவனம் அவர்களுக்குத் தேவை என்று கடல் முனிக்குத் தெரிந்திருந்தது. இந்தக் காரணத்துக்காகவே *கபாங்* அவருக்கு இரண்டு மகன்களை அளித்திருக்கிறார் – ஒருவனுக்கொருவன் சளைக்காதவனாக.

நீலக் கண்கள் கொண்டவன், தன் தகப்பனின் கட்டுப்பாடற்ற இயல்பும், கடற் பாடல்களும் வாய்க்கப் பெற்றான்; பழுப்பு நிறக் கண்கள் கொண்டவனோ, கடலை நிலமாக்கும் உத்தி தன்னிடம் இருப்பதாக அறிவித்தான்: மிகக் கடினமான, ஒளி ஊடுருவும் தன்மை கொண்ட சீசா ஒன்றை அவன் கண்டறிந்திருந்தான் (பின்னாளில் நான் தரையிறங்கிய *கேசி கேசி* தீவில் அந்த வகை சீசாக்கள் எங்கெங்கும் கிடந்தன). உண்மையில், மூன்று சீசாக்கள் இருந்தன. அவற்றில் பன்றிக்கொழுப்பு, கன்னிப்பெண்களின் பருவமயிர், தீவின் ஆக வளமான மண்ணின் ஒரு துளி ஆகியவற்றை நிரப்பினான். சீசாக்களைக் கரைக்குக் கொண்டுவந்தான். தொண்ணூற்றொன்பது தடவைகள் தீவைத் தனியாகச் சுற்றி வந்தான். அவன் நடந்தபோது விண்மீன்கள் நகர்வதை நிறுத்தின; கடல் சீறுவதை நிறுத்தியது. ஆனால், தீவின் தாவரங்கள் மூர்க்கமாய் வளர்ந்தன.

கடல் முனி அறிவித்தார்: "இந்தத் தீவு போதுமான அளவுக்குப் பெரியதாய் இருப்பதாலும், இங்குள்ள ஜீவராசிகள் வளர்ந்தும், பெருகியும் இருப்பதாலும், *வயோ வயோ*வினர் மேற்கொண்டு எதற்கும் பேராசைப்பட மாட்டார்கள்." இவ்வாறு கூறி விட்டு, மீன்கண்கள் அளவிலான துண்டுகளாய்

அந்த சீசாக்களை நொறுக்கித் தூள் தூளாக்கினார். அதே சமயம் ஒரு சட்டமும் விதித்தார்: தீவில் வசிக்க ஏதுவான பிரதேசம் கொஞ்சமாய் இருப்பதால், ஒவ்வொரு குடும்பமும் ஒரு ஆண்குழந்தையை மட்டுமே வைத்துக்கொள்ளலாம்; இரண்டாவது மகன், அவன் பிறந்ததிலிருந்து நூற்றியெண்பதாவது பௌர்ணமியன்று ஒரு தலாவாக்காவில் ஏறித் தனியாகக் கிளம்பி விட வேண்டும். திரும்பிப் பார்க்கக் கூடாது, அவன் ஒரு முனியின் மகனாக இருந்தாலும்கூட.

மொழிப் புலமையோடு, ஓவியத் திறமையும் வாய்ந்தவர் நில முனி. அவருடைய ஓவியங்கள் நிஜமாகவே நடந்தவைபோலவே இருக்கும். அல்லது, நிஜமாகவே நடந்துகொண்டிருப்பவை அவர் வரையும்போது நின்றுபோன மாதிரி. அவர் திறமையாக வீடுகட்டக் கூடியவர். வயோவயோவினருக்கு புல், மண், மீன்தோல் ஆகியவற்றைப் பயன்படுத்தி வீடு கட்டக் கற்றுத்தந்தவர். மீன் பசையால் பொருட்களை எப்படி ஒட்டுவது என்றும் சொல்லித் தந்தார். மீன் பசை தயாரிக்க, மீனின் கண்கள், தோல், எலும்புகள் மற்றும் துடுப்புகளைக் கொதிக்கவைக்க வேண்டும்; அந்தக் கலவை தாவரச் சாற்றின் நிறத்தை எட்டும்வரை. ஒருவேளை அந்தப் பசையின் காரணமாகத்தானோ என்னவோ, எங்கள் வீடுகள் பகலில் ஒளிரும்; இரவில் சூரியன் சந்திரன் ஆகிய இரண்டின் ஒளியையும் எதிரொளிக்கும் – தமக்குள் பிசாசுகள் ஒளிந்திருப்பதுபோல.

மிகச் சில இடங்களில் மட்டுமே மரம் பயன்படுத்தப்படும். ஏனென்றால் அது ஒரு அபூர்வ வஸ்து. நில முனி அடிக்கடி நினைவூட்டுவார்: எங்கள் தீவு சிறியது; எங்கள் பொக்கிஷமான மரங்கள் நிதானமாக வளர்பவை – மனிதர்களைவிட விவேகமானவை என்னுமளவு நிதானமாக வளர்பவை. மனிதன் எவனும், தன்னுடைய சொந்த உபயோகத்துக்கான எதையேனும் செய்துகொள்வதற்காக, அவற்றைக் கண்மூடித்தனமாக வெட்டக் கூடாது.

நில முனிவர் அடிக்கடி பயன்படுத்தும் வார்த்தை, கேசி. இந்தச் சொல்லுக்குப் பல்வேறு அர்த்தங்கள் உண்டு; ஆனால், பிரதானமாக, ஒருவனுக்குப் புரியாதவற்றைக் குறிக்கப் பயன்படுவது. அவர் அடிக்கடி கேசி கேசி, கேசி கேசி என்று சொல்வார். எங்கெங்கும் கேசி இருக்கிறது என்பார். அப்புறம், கடல் முனியோ நில முனியோ கூடப் புரிந்துகொள்ள முடியாத விஷயங்கள் உலகத்தில் உண்டு என்பார்.

வயோ வயோவை விட்டு நான் நீங்கிய தினத்தில், நில முனியும் கடல் முனியும் சேர்ந்து, புறப்பாட்டுக்கான சடங்குகளை நடத்தினர். கடல் முனியான என் தந்தை தீர்க்கதரிசியும் ஞானியும் ஆவார். நான் இரண்டாவது மகன். இரண்டாவது மகன்கள் ஆய்வுக்கான பயணத்தின், முடிவற்ற முதிர்ச்சியின்மையின், தெய்வீகப் படையலின் பிரதிநிதிகள்.

நான் கேசி கேசியில் வந்து இறங்குவேன் என்று எதிர்பார்க்கவேயில்லை. அந்த மிதக்கும் தீவுக்கு அப்படித்தான் பெயர்சூட்டியிருந்தேன். புரிந்துகொள்ள முடியாத சாமான்களால் நிரம்பிய இடம் என்று பொருள். அளவில்லாத கேசி கேசிக்களை அங்கே கண்டேன். ஒரு தீவு உருவாவதைக் கூடப் பார்த்தேன். கடலிலிருந்து கரும் புகை வெடித்துக் கிளம்பியது.

கந்தகத்தின் துர்நாற்றத்தை நுகர்ந்தேன். டஜன் கணக்கான தடவைகள் சூரியனும் சந்திரனும் மாறி மாறி உதித்து மறையும்வரை எரிமலைக் குழம்பு ஊறிப் பெருகியது. கொதிக்கும் கடல் சீறியது. எரிமலைச் சாம்பல் எங்கெங்கும் பறந்தது. பின்னர், மேகங்களிலிருந்து மின்னல் வெட்டியது. கடைசியில், ஒரு புதிய தீவு அலைகளின்மேல் மிதந்தது.

கபாங்கின்மீது ஆணையாய்ச் சொல்கிறேன்: ஒரு புதிய தீவு பிறப்பதை என் கண்களால் நேரடியாகப் பார்த்தேன்.

எவ்வளவு நேரம் கடந்தது என்று தெரியவில்லை; ஆனால், உன்னுடைய தீவை நெருங்கும்வரை *கேசி கேசி* மிதந்து நகர்ந்துகொண்டேயிருந்தது. மிதக்கும் தீவில் யாரோ வந்து இறங்கிவிட்டார்கள் என்று கண்டறிந்த மாத்திரத்தில், வெளியேறிச் செல்வதற்காக நீரில் குதித்தேன். கடல் என்னை இங்கே, உன்னுடைய தீவுக்கு, கொண்டுவந்தது. அங்கே உன்னை, எனது ரட்சகரைக் காணும் அதிர்ஷ்டம் எனக்கு வாய்த்தது.

மிதந்து அலைந்த நாட்களில், *கபாங்கைக்* கேட்டுக்கொண்டே இருந்தேன்: ஏன் நான் இரண்டாவது மகன், என்னுடைய சகோதரன் மூத்தவன்? நிமிடக்கணக்கில் முன் பின்னாக இந்த உலகத்தில் பிறந்த இரட்டையருக்கு இவ்வளவு மாறுபட்ட தலைவிதி எப்படி அமைந்தது? எங்களுடைய தாயின் வயிற்றில் இருந்தபோதே, "இந்த உலகில் இருவரும் சேர்ந்தே" இருந்ததாகத்தானே அர்த்தம்? முதலாவது, இரண்டாவது மகன்களைத் துல்லியமாகப் பிரித்துக் காட்டுவது எது? இந்தக் கேள்விகளுக்கெல்லாம் பதில் கிடையாது என்பது எனக்குத் தெரியும்; ஏனென்றால், நாங்கள் வயோவயோவில் சொல்கிற மாதிரி, தூண்டில்முள்ளில் மாட்டும்வரை பெருங்கடலின் விஸ்தீரணத்தில் எந்த இடத்தில் நீந்திக்கொண்டிருக்கும் அந்த மீன் என்று யாருக்குமே தெரியாது. நான் இரண்டாவது மகன், *கேசி கேசியில்* இருந்தபடி மிதந்து மிதந்து இங்கே வந்து சேர்ந்திருக்கிறேன் – இவையெல்லாம் மாற்ற முடியாதவை.

18

ஆலிஸூடைய தீவின் கதை

இதுவரை நான் சந்தித்த எவரையும் போல இல்லை இந்தப் பையன். ஒரு புனைகதையிலிருந்து வந்தவன்போல அல்லது வேறு ஒரு உலகிலிருந்து வந்த ஆத்மாவைப்போல இருக்கிறான். இவனுடைய நடத்தை ஒரே சமயத்தில் நூதனமாகவும், வசீகரமாகவும் இருக்கிறது. கால் முழுக்கக் குணமாகவில்லை என்பதால் நடமாட்டம் குறைவாகவே இருக்கிறது. பெரும்பாலான வேளைகளில், ஒரு பாறையில் அமைதியாக அமர்ந்து, தொலைவில் தெரியும் கடலை வெறித்தவாறிருக்கிறான். சிலசமயம் என்னை முழுக்கப் புறக்கணித்துவிட்டு, அதிவிசித்திரமான நிலைக்குப் போய் விடுகிறான்; பெருமூச்சுகள், முனகல்கள், இளிப்புகள் அனைத்தும் கலந்த கலவை நிலைக்கு.

எங்களுக்கிடையிலுள்ள மொழிச் சுவரைத் தாண்டி அவன் இன்னதுதான் சொல்கிறான் என்று புரிந்துகொள்வதற்கு எனக்குக் கொஞ்சம் நேரம் எடுக்கிறது. பெரும்பாலும் ஒருவரையொருவர் புரிந்துகொள்வதற்கு சைகைகளையும் பாவனைகளையும் சார்ந்திருக்க வேண்டியிருக்கிறது. இந்த வகையில் தொடர்புகொள்வது எப்போதுமே மேலோட்ட மானது என்றே எனக்குத் தோன்றுகிறது; முழுக்க முழுக்க வேறான மொழியைப் பேசும் நபரிடம் நீங்கள் மிகக் குறைவாகவே உரையாட முடியும். திடீரென்று, பரஸ்பர மௌனத்தைவிடவும் தீவிரமான தனிமையை உணர்கிறேன்.

வயோ வயோ என்று அழைக்கப்படும் தீவிலிருந்து வருவதாகச் சொல்கிறான் இந்தப் பையன். தன்னுடைய தீவை விட்டு ஏன் கிளம்பினான், குப்பைக் கடற்சுழியுடன் மிதந்து இங்கே வந்தது ஏன் என்பதைத்தான் என்னிடம் சொன்னான் என்பது நிச்சயம். குப்பைக் கடற்சுழியும் ஒரு தீவு என்றே அவன் எண்ணுகிறான், அதை *கேசி கேசி* என்று அழைக்கிறான். ஆனால், தன்னுடைய மொழியில் *கேசி கேசி* என்றால் என்ன என்பதற்கு அவன் தரும் விளக்கம் எனக்குப் புரியமாட்டேனென்கிறது.

அவன் பேசும்போது கவனமாய்த்தான் கேட்கிறேன்; என்றாலும் அவன் பேசுவதைப் புரிந்துகொள்ள முடியவில்லை. எனவே, தன்னுடைய கதைகளைச் சொல்லி வரும்போது மிகச் சிக்கலான தருணங்களுக்கு வந்து சேர்கையில், மாபெரும் பள்ளத்தாக்குகளை நான் தாவிக் கடக்க வேண்டி வருகிறது.

ஆனால், "என் பெயர் அட்டிலெ'ய்" என்று அவன் சொன்னபோது, உடனடியாக எனக்குப் புரிந்துவிட்டது.

○ ○ ○

அட்டிலெ'ய்யை நான் காத்திருக்கச் சொன்ன இடத்துக்குத் திரும்பிவந்த போது, அங்கே யாருமே இல்லை. தேடுவதை விட்டுவிடலாம் என்று நான் முடிவெடுக்கும் தறுவாயில், ஒரு மரத்தின் பின்னாலிருந்து அவன் வெளிப்பட்டான். மரத்தண்டின் பகுதிபோல இருந்தான். அது என்னைக் கடுமையாக அச்சுறுத்தியது. நான் அவனுக்குத் தீங்கு எதுவும் செய்ய நினைக்கவில்லை; என்னுடன் வேறு யாரையும் கூட்டி வரவில்லை என்பதை உறுதிப்படுத்திக்கொள்ளவே அப்படிச் செய்தான் என்பது வெளிப்படை. அவன் படுமோசமாகக் காயப்பட்டிருந்தான் என்பதே எனக்கு மறந்துவிட்டது. அடிபட்ட காலோடும்கூட, வனாந்தரத்துக்குள் கலந்து மறையும் திறன் கொண்டவனாகத் தென்பட்டான்.

நம்பமுடியாத அளவுக்கு வலி தாங்குபவனாகவும் இருந்தான். இளமையில் நான் கொஞ்சம் செவிலியர் பயிற்சி பெற்றிருந்தேன். அவனுடைய கணுக்கால் பிசகியிருக்கக்கூடும் என்று எனக்கு உடனடியாகத் தெரிந்துவிட்டது. சில இடங்களில் உடைந்தும் இருக்கலாம். ஆனால், நான் திரும்பிவந்தபோது, பிசகியிருந்த மூட்டு உரிய இடத்துக்கு வந்துவிட்டிருந்தது. பல்லைக் கடித்துக்கொண்டு அவனாகவே அதைச் சரிசெய்துகொண்டிருக்க வேண்டும். டாஹ¬வின் வேட்டைக் குடிலுக்கு அவனை அழைத்துவருவதற்கு, முதலில் நான் கைலாகு கொடுக்கப் போனேன். ஆனால் தானாகவே நொண்டிநடந்து வருவேனென்று முரண்டு பிடித்தான். காயம் பட்ட மிருகம் போல இருந்தான். தனது சுற்றுப்புறம் பற்றிய எச்சரிக்கையோடு இருந்தான். தற்காலிகச் சிம்பு ஒன்றை வைத்து அவனுடைய காலை இழுத்துக் கட்டினேன். தெம்பு திரும்புவதற்காகக் கொஞ்சம் வைட்டமின்களைக் கொடுத்தேன். நோய்த்தொற்றைத் தடுக்க, நோய்முறிவு மருந்துகள் கொடுத்தேன்.

நானும் தாம்மும் விலைக்கு வாங்கியிருந்த பண்ணை நிலத்துக்கு மிகவும் அருகிலிருந்தது டாஹ¬வின் வேட்டைக் குடில். விடுமுறை நாட்களில் நாங்கள் அங்கே சென்று, தோட்டத்தைத் திருத்துவோம். இரவுணவுக்கு அந்தக் குடிலில் தங்குவோம். அங்கே அட்டிலெ'ய்யைத் தங்க வைத்த பிறகு, இன்னொரு தடவை கடற்கரைக்குச் சென்றேன் – என்னுடைய வீட்டின் நிலைமை என்ன என்று பார்த்துவர.

கடல் முழுக்க மாறிவிட்டிருக்கிறது. தொலைவிலிருந்து பார்க்கும்போது இன்னமும் அது நீலமாய்த்தான் தெரிகிறது; அல்லது, குப்பை காரணமாக,

பல நிறம் கொண்டிருக்கிறது. ஆனால், நாள்தோறும் கடலருகில் இருந்து வந்தவள் என்பதால், அதனுடைய உணர்ச்சிகளை என்னால் உணர முடிகிறது. இப்போது வலியும் துயரமுமே வடிவானதாகத் தென்படுகிறது கடல்.

நகரில் சாப்பிடும்போது, பத்திரிகை ஆசிரியருக்கு மிங் எழுதியிருந்த கடிதத்தைப் படித்தேன். சமீபத்திய சம்பவத்தை "திருப்பிச் செலுத்துவது" என்று குறிப்பிட்டிருந்தான். "சம்பவம் பற்றிய ஊடகப் பதிவுகளில், தீவு பாதிக்கப்பட்டிருப்பதாகவே சொல்லப்படுகிறது; தீங்கிழைக்கப்பட்ட மனிதன் என்கிற மாதிரி. உண்மையில் குப்பைக் கடற்சுழி உருவாவதற்கு நாமும் பங்களித்திருக்கிறோம் என்பதைப் பற்றிய பேச்சே இல்லை. நம்முடைய தீவின் அளவை எண்ணிப் பார்த்தால், நாம் மிகப் பெரிய பங்காற்றியிருக்கிறோம். கடந்த காலங்களில், வளர்ச்சிக்கு நாம் கொடுக்க வேண்டிய தவிர்க்கமுடியாத விலையைக் கொடுப்பதைத் தவிர்த்திருக்கிறோம். நமக்கான செலவுகளை, நம்மைவிடவும் வறியவர்களான பிராந்தியங்களைக் கொடுக்க வைத்திருக்கிறோம். இப்போது திருப்பிச் செலுத்தும் நேரம். வட்டிக்கான ஓலையை அனுப்பி வைத்திருக்கிறது கடல்."

உணவுப் பொருட்களும், காரில் போட்டுவைக்கத் திறந்தவெளிக் கூடாரமொன்றும் வாங்குவதற்காகப் பேரங்காடி ஒன்றுக்குப் போனேன். நான் அறியுமுன்பே ஆகாயம் இருண்டு வந்தது. மலைப்பாதையில் விரைந்து ஏறியபோது, கையில் விளக்கு இருந்தபோதிலும், சில தப்படிகளுக்கொரு முறை என் கால் இடறியது. நான் பதற்றமடைய ஆரம்பிக்கும்போது, மரங்களினூடே ஒரு நிழல் வெட்டியது. என் இதயத் துடிப்பு ஒரு கணம் நின்றது. அப்புறம் அந்த நிழல் நொண்டுவதைக் கண்டேன். அட்டிலெ'ய்தான் அது. அவன் திரும்பி எனக்கு முன்னால் நடந்தான்; என் பார்வையிலிருந்து விலகாமலே. அந்தப் பையன் எனக்கு வழிகாட்டுகிறான்.

அட்டிலெ'ய்யின் கால் மெல்லத் தேறிவருகிறது. ஒரு நாள் என்னுடைய மேசையில் நான் எழுதிக்கொண்டிருந்தபோது, வாசல்படியில் ஆர்வமேயில்லாமல் அமர்ந்திருந்தவன், ஒரு கல்லை எடுத்தான். திடீரென்று அவனுடைய தசைகள் அனைத்தும் இறுகின. தன்னுடைய உடலின் ஒரு அங்கத்தை எறிவதுபோல, அந்தக் கல்லை வீசி எறிந்தான். ஒரு பச்சைப் புறாவை அடித்திருந்தான். என்னிடம் சாப்பாட்டுக்குத் தேவையான அளவு பணம் இருக்கிறது, எனவே நாம் பறவைகளைக் கொல்ல வேண்டியதில்லை என்பதைக் கொஞ்சநேரம் விளக்கிச் சொன்னேன். ஆனால் அவனுக்குப் புரிந்தமாதிரித் தெரியவில்லை. இரவுகளில் மலைப்பிரதேசத்தின் சேர்ந்திசை ஒலி பற்றி அவன் எப்போதுமே சுதாரிப்பாய் இருப்பான்; இரைக்காகக் காத்திருக்கும் விலங்கைப்போல.

சிலவேளை, கோள்களின் சங்கீதத்தைக் கேட்டுக்கொண்டிருப்பவன் மாதிரி, வெகுதொலைவில் ஆழ்ந்திருப்பான். சிலநேரம் விசித்திரமானதொரு நிலையில் இருப்பான் – வலது உள்ளங்கையை உயர்த்தியும், இடது காலை லேசாக வளைத்தும். என்ன செய்கிறான் என்று கேட்பேன். ஒரு வார்த்தையும் சொல்ல மாட்டான். தன்னை ஒரு மரமாக ஆக்கிக்கொண்டு விட்டானோ என்று தோன்றும்.

எனக்குப் பேராச்சரியம் தரும் விதமாக, குடிலின் அருகில் உள்ள எந்தவொரு பறவையின் குரலையும் அவனால் மீண்டும் ஒலித்துக்காட்ட முடியும். அவன் பார்த்திராத பறவைகளின் குரலைக் கூட. ஒரு பறவையின் குரலை ஏழெட்டுத் தடவைகள் கேட்டுவிட்டானென்றால், அந்தப் பறவையே ஏமாறும் அளவுக்கு அவனால் போலி செய்ய முடியும்.

ஒரு தடவை, பாதையோரம் அமர்ந்திருந்தபோது, கொண்டையுள்ள பூங்குருவியின் குரலை ஒரு நிமிடம் போலக் கேட்டான். நுரையீரல் வலு மொத்தத்தையும் திரட்டி, அதன் குரலைப் போலவே கூவினான்; மனித உருவும், கொண்டையுள்ள பூங்குருவியின் குரலும் கொண்ட பிராணியாக மாறிவிட்டவன் போல. பெண் கொண்டைப் பூங்குருவிகளைத் தாழப் பறக்கவைத்த குரல். அவை அவனிடம் காதல் கொண்டுவிட்டன போலும்.

தனது எண்ணங்களையும் நோக்கங்களையும் தெரிவிக்க ஓர் இனம் பயன்படுத்தும் மொழி, மற்றொரு இனத்துக்கு கோட்டானின் அலறல் போலவோ, குரைக்கும் மானின் குரல் போலவோ கேட்கும். ஃப்ரெஞ்ச்சு அல்லது ரஷ்ய மொழியைக் கற்பதுபோல, வாரத்துக்கு இரண்டு வகுப்புகளுக்குச் செல்வதும், தொடர்ந்து அவற்றைப் படிப்பதும்போல, பறவைமொழியையும் படித்துவருவோமானால், இறுதியில் பறவைகளுடனும் நம்மால் பேச முடியுமோ? இந்த எண்ணமே, *வயோ வயோ* மொழியைக் கற்றுவிட வேண்டும் என்ற உறுதியை எனக்குத் தருகிறது.

ஆனால் மொழி கற்பது என்பது நீண்டகாலப் பணிச்சுமை. ஒருதடவை, அட்டிலெ'ய்யிடம் *வயோ வயோ* எங்கே இருக்கிறது என்று கேட்டேன். அவனுக்குப் புரிந்த மாதிரித் தெரியவில்லை. ஒரு கையின் விரல்களைப் பிரித்து, மறு கையின் சுண்டு விரலையும் மோதிர விரலையும் கூட்டினான் – குறிப்பிட்ட எண்ணிக்கை எதையோ குறிப்பிடுகிறவன் மாதிரி. அவனிடம் ஒரு பேனாவையும் காகிதத்தையும் கொடுத்து *வயோ வயோ*வை வரைந்துகாட்டச் சொல்லலாமே என்று எனக்குத் தோன்றியது. அவன் தன்னுடைய சின்னஞ்சிறு உலகத்துக்குள் போய்விட்டான். மேலோட்டமான ஒரு ஓவியத்தைத்தான் நான் எதிர்பார்த்தேன் – அவனோ தன்னுடைய முழு ஆர்வத்தையும் அதில் செலுத்தினான்.

சிலசமயம் தனது விரல்களால் வரைகிறான்; சிலசமயம் பற்களால். சிலசமயம் தன் கண்ணீர்த் துளிகளால்கூட வரைகிறான். ஒரு படத்தை வரைந்து முடித்தவுடன், இன்னொரு தாள் கேட்பான். இப்போது என்னால் சொல்ல முடியும் – இந்தப் படங்களை ஒருங்கிணைத்து அவன் ஒரு கதையாக்கப் போகிறான் என்று. முதல் படம், ஜெல்லிமீனை சில சின்னஞ்சிறு படகுகளுக்கருகில் மிதக்க விடும் முதியவருடையது. அதற்கு என்ன அர்த்தம் என்று என்னால் சொல்ல முடியாது; ஆனால், நகரத்துக்குள் போய் அவனுக்கொரு ஓவியக் குறிப்பேடு வாங்கிவர வேண்டும் என்று நினைக்கிறேன். அப்போதுதான் அவன் தன் உடலில் வரைந்து கொள்ளாதிருப்பான். இந்த விதமாக, *வயோ வயோ* பற்றிய படங்களுடன் கூடிய கதைத்தொகுப்பு ஒன்று என்னிடம் இருக்கும், இறுதியில்.

ஒருவேளை, அவன் என்னை முழுமையாகப் புரிந்துகொள்ள முடியும் என்று எனக்குப் படவில்லை என்பதாலோ என்னவோ, அவனோடு

அடிக்கடி பேச்சுக் கொடுக்கத் தோன்றுகிறது. திறந்த ஜன்னலின் வழி பேசுவது போன்றது அது.

இதுவும் ஒரு தீவுதான். தைவான் தீவு. பழங்காலத்தில் இதை ஃபார்மோஸா என்று அழைத்தனர். பார், இதுதான் தைவானின் பறவைப் பார்வைக் காட்சி. இதற்கு முன்னால் ஒரு புகைப்படத்தை நீ ஒருவேளை பார்த்திருக்க மாட்டாய், அல்லவா? அது சரிதான். ஒருவேளை *கேசி கேசி*யில் புகைப்படங்கள் ஏகப்பட்டதைப் பார்த்திருப்பாய். ஆனால், அவை அனைத்துமே தெளிவில்லாமல் இருந்திருக்கும் – கடல்நீரில் அமிழ்ந்தவை என்பதால். பறவைப் பார்வை என்றால் என்ன? மேகங்களுக்கு மேலே இருந்து கீழே உள்ள தைவானை ஒரு பறவை பார்ப்பது போன்றது.

பார், தீவின் இந்தப் பக்கம் சமுத்திரம் இருக்கிறது. இந்தப் பக்கமும், இந்தப் பக்கமும், இந்தப் பக்கமும்கூட. நாலுபுறமும் சமுத்திரத்தால் சூழப்பட்டிருக்கிறது. ஆகவே, இதை நாங்கள் தீவு என அழைக்கிறோம். ஆக, ஒரு தீவில் ஜனங்கள் எந்தப் பக்கம் திரும்பினாலும் சரி, அவர்கள் எப்போதுமே கடலைப் பார்ப்பார்கள்.

எனக்கு அறிவியல் பற்றி அதிகம் தெரியாது, ஆனால், பள்ளியில் கொஞ்சம் புவியியல் படித்திருக்கிறேன். புவியியலாளர்களைப் பொறுத்தவரை, தைவான் தீவு அதன் தற்போதைய வடிவத்தை எட்டியது இரண்டு முதல் ஆறு மில்லியன் ஆண்டுகளுக்கு முன்புதான். அது எத்தனை ஆண்டுகள் என்று உனக்குத் தெரியுமா? நீண்ட, மிக நீண்ட காலத்துக்கு முன்பு, சரியா? மிக மிக நீண்ட காலம். புவியியலாளர் என்றால் யார்? இப்படிச் சொல்வது தவறாகக்கூட இருக்கலாம், ஆனால், புவியியலாளர் என்பவர், எனக்கு நீ சொல்லிக்கொண்டிருந்த *வயோ வயோ*வின் நில முனியைப் போன்றவர் – ஓரளவு.

கறாராகச் சொல்வதென்றால், என்னைப் போன்றவர்கள் தைவானுக்குத் தாமதமாக வந்து சேர்ந்தவர்கள். இருநூறு ஆண்டுகளுக்கு முன்னால், இங்கு வந்து சேர்வதற்காகக் கடலைக் கடந்து வந்தவர்கள். சில ஆண்டுகளுக்கு முன்பு, ஜனங்களுக்கு இப்படிச் சொல்வது பிடித்திருந்தது: ஓர் உருவகமாக, உலகின் சரித்திரத்தை ஒரேயொரு நாளாகக் குறுக்க முடியுமென்றால், நள்ளிரவுக்குச் சில விநாடிகள் முன்பாகத் தோன்றியதே மனித இனம். தீவில் முதன்முதலாக வசித்தவர்களைப் பூர்வகுடிகள் என்கிறோம். என்னுடைய இரண்டு நல்ல நண்பர்களான டாஹூவும், ஹஃபேயும் பூர்வகுடிகள். வெவ்வேறு இனங்களைச் சேர்ந்தவர்கள் என்றாலும், என்னுடைய மூதாதையர் வருவதற்குக் கொஞ்சகாலம் முன்பாகவே அவர்களுடைய மூதாதையர் இந்தத் தீவுக்கு வந்துவிட்டார்கள்.

இந்த இடத்தில்தான் நீ கடற்கரைக்கு வந்து சேர்கிறாய்.

உள்ளூர்ப் பல்கலைக்கழகத்தில் போதிப்பதற்காக, பத்து வருடங்களுக்கு முன்னால் நான் இங்கே இடம்பெயர்ந்தேன். அந்த இடம் இங்கிருந்து அதிக தூரமில்லை. கீழே அதோ இருக்கும் வீட்டைப் பார்க்கிறாய்

அல்லவா? இடிந்து விழுந்து, கடலால் கைப்பற்றப்பட்ட வீடு? என் கணவனும் மகனும் நானும் அந்த வீட்டில்தான் வசித்துவந்தோம்.

ஏற்கனவே சொன்ன மாதிரி, நான் கிழக்குக் கடற்கரையைச் சேர்ந்தவள் அல்ல. வடக்கே, தைப்பெய் என்று அழைக்கப்படும் நகரத்திலிருந்து வந்தவள். அதற்கும் முன்னால், என் தாயும் தந்தையும் மேற்குக் கடற்கரையில் பிறந்தவர்கள். இளமைக் காலத்தில், ஜப்பானில் ஒரு தொழிற்சாலையில் பணிபுரியச் சென்றார் என் தந்தை. வடமேற்கில் உள்ள, *குவெய்–ஷான்* என்று அழைக்கப்படும் இடமே அவரது பூர்விகம். மத்திய தைவானின் *ஃபாங்–யுவானிலிருந்து* வந்தவள் என் தாய். தனது வாழ்நாள் முழுவதும் கடலம்மனான *மட்சுவின்* மீது நம்பிக்கை கொண்டிருந்தாள் அவள்.

குடும்பத்துடன் ஏற்பட்ட தகராறின் காரணமாக, தன் பூர்விகச் சொத்தை என் தந்தை பறிகொடுத்துவிட்டார். ஆகவே, தாய்ப்பெய்க்குச் சென்று தன்னுடைய பிரத்தியேக ஜீவனோபாயத்தைத் தேடவேண்டியதானது. சிப்பிக்களம் என்னுடைய தாயின் குடும்பத்தைப் போஷிக்க இயலாததாக ஆனது. எனவே, ஒரு தொழிற்பூங்காவில் பகுதிநேர ஊழியராக அவள் பணிபுரிய நேர்ந்தது. அவளுடைய வீட்டிலிருந்து, ஒரு விதத்தில், சற்றுத் தொலைவில் அமைந்த இடம் அது. கொஞ்சநாள் அங்கே வேலை பார்த்தாள்; அப்புறம், வேலையைவிட்டு நீக்கிவிட்டார்கள்.

இறுதியில் என் அம்மாவுமே தைப்பெய்க்குக் குடிபெயர்ந்தாள். என்னுடைய பெற்றோர் எப்படிச் சந்தித்தார்கள் என்பது எனக்குத் தெரியாது. அவர்கள் என்னிடம் சொன்னதேயில்லை. தங்களுடைய வாலிபப் பிராயத்தில், கிட்டத்தட்ட நாடோடிகள்போல, தாங்கள் இடம் விட்டு இடம் பெயர்ந்ததாக என் அம்மா சொல்லியிருக்கிறாள்; எங்கெல்லாம் வாழ்க்கை நடத்த முடியுமோ, அங்கெல்லாம் சென்றார்கள்.

என் அப்பாவும், அம்மாவும் போய்விட்டார்கள். அவர்கள் இறந்தவிதத்தைப் பற்றிப் பேச எனக்கு விருப்பமில்லை; என்னுடைய சகோதரனைப் பற்றியும்தான். அது என்னை மனம் குலையச் செய்துவிடும். 'போய்விட்டார்கள்' என்று நான் சொல்வதன் பொருள் புரிகிறதா, உனக்கு? யாராவது இறந்துவிட்டால், *வயோ வயோ*வினர் அதை எப்படிக் குறிப்பிடுவார்கள்? இறந்துவிட்டார்கள் என்றா, அல்லது கிளம்பிச் சென்றுவிட்டார்கள், காலமாகிவிட்டார்கள், வேறொரு நல்ல இடத்துக்குப் போய்விட்டார்கள் என்றா? என்னவென்று? *இவா குகி?*

(டோட்டொவின் பலூன்போல ஊதிப் பெருக்கவைக்கும் பூமிக்கோளத்தை ஊதத் தொடங்குகிறேன். இது ஒரு அற்புதமான பொருள். போதுமான காற்றை உள்ளே திணித்துவிட்டால் போதும், உருண்டையாக ஆகிவிடும். கிட்டத்தட்ட சரியான அளவீடுகள் கொண்டது; அதன் சொற்களும், நிறங்களும் இருளில் ஒளிர்பவை. காலியாகியிருந்த உலகினுள் நான் ஊதிக்கொண்டேயிருக்கிறேன் – அது ஒரு முரசுபோல உறுதியாகும்வரை.)

இந்தப் பந்தைப் பார்த்தாயா? இதுதான் பூமி. நாம் வசிக்கும் கோள். இல்லை இல்லை, இது என்னுடையது மட்டுமே இல்லை – உன்னுடையதும் என்னுடையதும்தான். பார், நாம் வசிக்கும் இந்த இடம் வானத்தில்

உள்ள ஒரு விண்மீன்போல இருக்கிறது. நாம் பூமியில் வாழ்வதால்தான், விண்மீனை அப்படி அழைக்கிறோம். இந்தப் பந்து, பூமியின் குறுவடிவம். என்னுடைய மகனுக்காக வாங்கினேன். இருட்டில்கூட ஒளிர்கிறது பார்! இரவில் ஒளிரக்கூடிய விசேஷப் பூச்சு இதன்மீது இருப்பதுதான் காரணம். இந்த உலகத்தில் சில பொருட்கள் ஒளிரக் கூடியவை; சில ஒளிராது. சில, நிலவைப் போன்றவை. மற்றவை சூரியன் போன்றவை. நிலவுக்கு நீங்கள் என்ன சொல்வீர்கள்? *நலுஸா* என்றா? சூரியனுக்கு? அதுதான், பகலில் தோன்றுகிறதே அது, *யிகாஸாவா?*

நாம் வசிக்கும் இந்த இடம், உண்மையில் ஒரு சிறு தீவு. சிலசமயம், ஒரு விதத்தில் தீவின் அளவு என்னவாய் இருக்கவேண்டும் என்பதை நாம் முடிவு செய்வதற்கில்லை என்று தோன்றும். இருநூறு வருடங்களுக்கு முன்னால் என் முன்னோர் இந்தத் தீவில் வந்து இறங்கியபோது, இந்த இடத்திலிருந்து இந்த இடத்தை நடந்து அடைய (மத்திய மலைத்தொடரிலிருந்து கிழக்குக் கடற்கரைவரை என் விரலால் ஒரு பாவனைக்கோடு வரைந்து காட்டினேன்) மாதக்கணக்காய் ஆகியது. அந்தப் பயணத்தை மேற்கொள்ள, தங்கள் உயிரையே பணயம் வைத்தனர். ஓரளவுக்கு, இங்கே மிதந்து வந்து சேர உன்னுடைய உயிரை நீ பணயம் வைத்தது மாதிரி. உண்மையில், ஏராளமானவர்கள் இங்கே படகுகளில்தான் வந்து சேர்ந்தனர். எனக்கு அடிக்கடி தோன்றும், நகரிலிருந்து நகருக்கு, கிராமத்திலிருந்து கிராமத்துக்கு நடந்தே சென்றாய் என்றால், இந்தத் தீவு நிஜமாகவே மிகப் பெரியதாகிவிடும்.

நாங்கள் காதலித்துக்கொண்டு மட்டுமே இருந்த நாட்களில் தாம் மிடம் சொன்னேன்: “இந்தத் தீவில் வாழ்ந்தவர்கள் கூடிய சீக்கிரம் எந்த இடத்தையும் சென்றடைய வேண்டும் என்று விரும்பியதால்தான், தீவு இன்றிருக்கும் நிலையை எட்டியதோ என்னவோ.”

நீ இங்கே மிதந்து வந்த நாளில், நில அதிர்ச்சி ஏற்பட்டது. அசாதாரண மான அலையொன்று எழுந்திருந்தது. உங்கள் தீவில் நில அதிர்ச்சிகள் உண்டா? நிலம் எப்போது அதிர்கிறது? அங்கேயும் அவை இருக்கத்தான் வேண்டும். நிச்சயம் இருக்கும். இங்கே நில அதிர்ச்சிகள் வெகு சகஜம். சூறாவளிகளும் உண்டு. சூறாவளிப் பருவம் வரும்போது, உன்னை இங்கே கொண்டுவந்து சேர்த்த குப்பைக் கடற்சுழி ஒட்டுமொத்தத் தீவையும் சூழ்ந்துவிடுமோ என்று எனக்குக் கவலையாய் இருக்கிறது.

நீ பதின்பருவத்தவன் என்று யூகிக்கிறேன் – அதிக பட்சம் பதினாலு பதினைந்து வயது இருக்குமா? எனக்கும் ஒரு குழந்தை இருந்தான். இன்னமும் நம்மோடு இருந்திருந்தால், அவனுக்குப் பத்து வயது ஆகியிருக்கும். முதலில் எனக்குக் குழந்தை பிறப்பதை நான் விரும்பவில்லை, காரணம், அவன் எந்தவிதமான எதிர்காலத்தை எதிர்கொள்ள நேரும் என்று தெரியவில்லை. நாங்கள் வந்து சேர்ந்து குழப்படியாக்கிய தீவை அவன் வாரிசுரிமையாகப் பெறுவதில் எனக்கு விருப்பமேயில்லை. ஆனால், தாம்மும் நானும் ஒரு குழந்தையைப் பெற்றெடுக்கத்தான் செய்தோம்.

கடந்த சில வருடங்களாகவே மழை அதிகம். சில இடங்களில், ஒரே நாளில் பலநூறு மில்லிமீட்டர் பொழிவு இருக்கும். சூறாவளி

இல்லாத நாட்களில். கோடையில் அதீத வெப்பம். நீண்டகாலம் நீடிக்கும். அப்புறம், கிட்டத்தட்ட ஒவ்வொரு நாளிலும் மழை. என்னுடைய நண்பன் மிங் சொன்னான்: பறவை ஆர்வலர்களாகிய அவனது நண்பர்கள் சிலர் கண்டறிந்தார்களாம், வலசை போகும் சில பறவையினங்களுக்கு கடற்கரையை அடையாளம் காணவே முடியவில்லை – அந்த அளவு வேகமாக இது மாறிவருகிறது. பறவைகள் தரையிறங்குவதற்குத் தயங்குகின்றன. மோசமான ஸ்திதியில் இருக்கிறதுதான் – ஆனாலும் எங்கள் பூர்விக இடம் இது.

உனக்குக் காட்டுவதற்காக இதையும் கொண்டுவந்திருக்கிறேன். இதோ. இது ஒரு மின்னணுப் புகைப்படச் சட்டகம். இது காட்சிப்படுத்தும் விஷயங்களுக்குப் புகைப்படம் என்று பெயர். அதனுள்ளிருக்கும் புகைப்படங்கள் கடந்த காலத்தின் பிம்பங்கள். உனக்கு சுவாரசியமாகப் படவில்லை? இவர்கள்தாம் என்னுடைய ஜனங்கள். தைப்பெய்யில் இந்த இடத்தில்தான் அவர்கள் கடைசியாகக் குடியமர்ந்தார்கள். *ச்சுங் ஹ்வா மார்க்கெட்* என்று அழைக்கப்பட்ட இடம். நான் சின்னஞ்சிறுமியாய் இருந்தபோது, நாங்கள் மிகவும் வறியவர்களாய் இருந்தோம். என்னையும் என் சகோதரனையும் பள்ளிக்கு அனுப்புவதற்காக, தங்களால் முடிந்த அளவு கடுமையாய் உழைத்தனர் என் பெற்றோர். கல்வி பெற்றுவிட்டால், வாழ்க்கையில் நாங்கள் நன்றாய் இருப்போம் என்பது அவர்களது எண்ணம். மின்சாதன வழங்கல் கடையொன்றில் என் அப்பா தொழில் பழகினார். முதலாளியோடு சேர்ந்து குளிர்சாதனங்களைப் பழுதுபார்க்க அவர் வெளியில் போகும்போது, முட்டைவடிவ கடற்பஞ்சுக் கேக்குகளைச் சந்தையில் விற்கப்போவாள் அம்மா.

மூன்றாவது தளத்தில் ஒரு அறையை எங்களுக்கு அளித்திருந்தார் என் அப்பாவின் முதலாளி. இந்தக் குடிலின் அளவு இருக்கலாம் அந்த அறை. கேக் தயாரிப்பைப் பார்த்துக்கொள்வதற்கு பதிலாக, வீட்டுக்குள்ளேயே இருந்து எங்களைப் படிக்கச் சொல்வாள் அம்மா – விடுமுறை நாட்களில் தவிர. உண்மையில் எனக்கும் என் சகோதரனுக்கும் கேக் தயாரிப்பதில் ஆர்வம் உண்டு. ஒருபக்கத்தை அவிக்க வேண்டும், புரட்டிப் போட வேண்டும், பிறகு அடுத்த பக்கத்தை அவிக்க வேண்டும். பிரமாதமான மணம் கொண்டவை! அடுத்த முறை நகரத்துக்குள் போகும்போது, உனக்குக் கொஞ்சம் வாங்கி வருகிறேன்.

பார், இதுதான் *ச்சுங் ஹ்வா மார்க்கெட்டி*லிருந்த என் வீடு. ஒரேயொரு கட்டில்தான் இருந்தது. அம்மா, அப்பா, என் சகோதரன் மற்றும் நான் என எல்லாரும் அந்த ஒரேயொரு கட்டிலில்தான் உறங்குவோம். சிறுமியாய் இருந்தபோது அந்த வீட்டை விட்டுப் போய்விடுவதாகக் கனவு காண்பேன்.

இது தாம், என் கணவன். இது எங்கள் மகன் டோட்டோ. அந்தச் சமயத்தில் பாலகனாய்த்தான் இருந்தான்.

உங்கள் தீவில் மலைகள் உண்டா? இப்போது நாம் இருக்கும் இந்த இடத்துக்கு மலை என்று பெயர். புகைப்படத்தில் இருக்கும் உயரமான, கூர்மையான இடம்தான் மலை.

இந்த வரைபடம் "தொட்டுணரக் கூடிய" நிலப்பரப்பு வரைபடம். தொட்டுப்பார். கொஞ்சம் புடைத்தும், புசுபுசுவென்றும், ஈரமாகவும் இருக்கிற மாதிரி இல்லை? சில இடங்கள் கடினமாக இருக்கும். அந்தக் காலத்தில், கூர்மையான ஒன்றை வரைபடத்தில் வரைந்துவிட்டால் போதும், அது மலையாகிவிடும். ஆனால், இப்போது இதைத் தொட்டுப்பார்: மலை என்றால் தொடுவதற்கு இப்படித்தான் இருக்க வேண்டும். தைவான் சிறிய தீவு. ஆனால், இங்கேயுள்ள மலைகள் அசாத்தியமானவை. என்னுடைய கணவனுக்கும், மகனுக்கும் மலையேற்றம் மிகவும் பிடிக்கும். ஒருநாள் மலையேறப் போனார்கள்; அப்புறம் திரும்பி வரவேயில்லை.

என் இனிய நண்பனாகிய டாஹு, தாம்மின் உடலைக் கொஞ்ச காலத்துக்கு முன் கண்டுபிடித்தான். ஆனால், என் மகன் காணாமலே போய்விட்டான். கானகத்தில் காற்றில் பறந்த இலையைப்போல, திரும்பியே வரவில்லை. அவர்கள் சும்மா போய்விட்டுத் திரும்பிவரத்தான் போனார்கள், மலை அவர்களை நிரந்தரமாக வைத்துக் கொண்டுவிடும் என்று எதிர்பார்க்கவில்லை – என்று சிலசமயம் நினைத்துக்கொள்வேன்.

அதிலிருந்து, கடலோரம் இருக்கும் அந்த வீட்டில் நான் தனியாகத்தான் வசித்தேன். முதலில், அதை "*கடலோர இல்லம்*" என்று அழைத்தோம். பிற்பாடு கடல் மட்டம் உயர்ந்துவிட்டது. மற்றவர்கள் "*கடல் இல்லம்*" என்று அழைக்கத் தொடங்கி விட்டார்கள். நான் இப்போது "*ஆலிஸின் தீவு*" என்று அழைக்கிறேன்.

உண்மையைச் சொல்வதென்றால், என்னுடைய அம்மா இறந்தபோது உணர்ந்ததைவிட, என் மகனை இழந்தபோது அதிக துக்கத்தை அனுபவித்துவிட்டேன். உன் தாயார் நொறுங்கிப் போயிருப்பாள். என் மகன் மட்டும் இன்னும் இருந்திருந்தால், சில வருடங்களில் உன் உயரம் வந்துவிடுவான். ஒன்று தெரியுமா, உன்னை மாதிரியே நானும் இரண்டாவது குழந்தைதான் – பெண்களைக் கணக்கில் எடுப்பாய் என்றால்.

ஆ, வானத்தில் ஒரு மேகம்கூட இல்லை. இவ்வளவு தெளிவான ஆகாயத்தை நாங்கள் பார்த்து நீண்டகாலம் ஆகிவிட்டது. இன்றைய சாயங்காலத்தில் *நலுஸா* மிகவும் அழகாகவும், பிரகாசமாகவும் இருக்கிறது. *வயோ வயோ* தீவினரும் இதே *நலுஸா*வைத்தான் காண்பார்கள். *கேஸி கேஸியில்* நீ பார்த்த நலுஸாவும் இதே *நலுஸா*தான் என்பதை உணர்கிறாயா, அட்டிலெ'ய்?

சிலவேளை, நான் ஓயாமல் பேசிக்கொண்டே இருக்கிறேன். நான் சொல்லும் அனைத்தையும் அவன் புரிந்துகொள்வான் என்றுதான் நினைக்கிறேன். புரிந்துகொள்வது என்றால், மொழியின் அளவில் அல்ல; வேறொரு அர்த்தத்தில்.

ஒருநாள் காலையில், அவன் "ஓஹியோ, குட் மார்னிங்." என்றான். (இதை எப்படிச் சொல்வது என்று சொல்லிக்கொடுத்திருக்கிறேன்.) பதிலுக்கு நான் சொன்னேன். *ஐ வகுடொமா சிலியாமலா*, (இன்று கடல் மிகவும்

சுமுகமாக இருக்கிறது.) அடுத்தவர் மொழியைப் பயன்படுத்துவதற்கும், இரண்டு மொழிகளையும் கலந்து பேசவும் நாங்கள் பழகிவிட்டோம்.

அட்டிலெ'ய்யோடு பேசுவதில் ஒரு விஷயத்தைக் கவனித்தேன்: வந்தனம் கூறும் வாக்கியங்களைக் கேள்வியாக மாற்றுகிறான். சதா என்னைக் கேட்பான்: *ஐ வகுடொமா சிலிஸாலுகா?* – "இன்று கடலில் வானிலை இதமாக இருக்கிறதா?" என்று பொருள். மற்றவர் இதற்கு, *ஐ வகுடொமா சிலியாமலா* என்று பதிலளிக்க வேண்டும். முதலில் எனக்குப் புதிராக இருந்தது. நாங்கள்தான் கடலுக்குள் போகவில்லையே? கடலில் வானிலை இதமாக இருந்தால் என்ன, இல்லாவிட்டால் என்ன. ஆனாலும், நீங்கள் "மிகவும் இதம்" என்றுதான் பதில் சொல்லியாக வேண்டும். சிலசமயம், வானிலை நன்றாக இல்லாதபோது, மழை பெய்யும்போதோ, தொலைவிலிருந்து தீவைக் குரோதத்துடன் அலைகள் கவனித்துக்கொண்டிருக்கும்போதோ கூட, அட்டிலெ'ய் புன்னகைப்பான். "கடலில் வானிலை மிகப் பிரமாதமாய் இருக்கிறது" என்றே சொல்வான்.

அன்றைக்கு நிஜமாகவே மிகுந்த சந்தோஷமாய் இருக்கிற மாதிரித் தென்பட்டான். அவனுக்கே அவனுக்கு என்று பேனாவும் தாள்களும் கொடுத்திருந்தேன் என்பதால் இருக்கலாம். "கடலில் வானிலை சுமுகமாய் இருக்கிறதா" என்று என்னைக் கேட்டுக்கொண்டே இருந்தான். நானும் பதில் சொல்லிக்கொண்டிருந்தேன். மூன்று நிமிடம் கழித்து, ஆறாவது தடவையாக மீண்டும் கேட்டான். ஏழாவது தடவை, கேள்வி ஐந்து நிமிடத்துக்குள்ளாகவே வந்துவிட்டது.

அவனை அலட்சியம் செய்வதல்ல என் நோக்கம்; ஆனால் என் மனம் அலைந்துகொண்டிருந்தது. என்னுடைய பதில் கிடைக்காததால், அவமானப்படுத்தப்பட்டவனாகத் தென்பட்டான் அட்டிலெ'ய். தன்னுடைய ஆகச் சிறந்த தோழமை தன்னை மட்டம் தட்டிவிட்ட மாதிரி. என்னை எதிர்த்துப் பேசினான்:

"மிக இதமாக இருக்கிறது என்று நீ பதில்சொல்ல வேண்டும்."

"அதுதான் ஏற்கனவே சொல்லிவிட்டேனே."

"கடலில் வானிலை இதமாக இருக்கிறதா?" என்று ஒருவர் உன்னைக் கேட்கும்போது, உனக்குக் காதில் விழுகிறது இல்லையா? உனக்குக் கேட்கும்போது, "மிக இதமாக இருக்கிறது" என்று நீ பதில் சொல்லத்தான் வேண்டும்."

"இப்போது போலக் கடுமையாய் மழை பெய்யும்போதுகூட அதேவிதமாகத்தான் பதில் சொல்ல வேண்டுமோ?"

"ஆமாம்."

"உனக்கு பதில் சொல்ல விருப்பமில்லாவிட்டாலும் கூட?"

"ஆமாம்."

மெல்லமெல்ல மழையைக் கொண்டுவருவதுபோல இருந்த கடலை நாங்கள் இருவரும் வெறித்துப் பார்த்தோம். அடிக்கடி அலைகள் உருண்டு

வந்துகொண்டிருந்தன. பத்து அலைகள் வரும்வரை மௌனம் காத்த அட்டிலெய், இன்னொரு தடவை கேட்டான்: "இன்று கடலில் வானிலை இதமாக இருக்கிறதா?"

"மிக மிக" என்று பதிலளித்தேன். முதன்முறையாக, நானுமே அவனைத் திருப்பிக் கேட்க முடியுமே என்று உணர்ந்தேன். "இன்றைக்கு உன்னுடைய கடலில் வானிலை இதமாக இருக்கிறதா?"

"ஆமாம். அதீத இதம்."என்று பதிலளித்தான்.

ஏனென்று எனக்குத் தெரியவில்லை, ஒரே சமயத்தில் இருவருமே அழ ஆரம்பித்தோம்.

19

டாஹூவுடைய தீவின் கதை

இந்தக் குப்பைகள் அனைத்தையும் "தரம் பிரிக்க" முனைந்தபோது வெளிப்பட்ட விசித்திரமான, நொறுங்கியிருந்த பொருட்களைப் பார்த்து நான் திகைத்துப் போனேன். ஸ்கூட்டரின் உடற்பகுதி, இழுத்துச் செல்லும் வாகுள்ள பெட்டி, கர்ப்பத்தடை உறைகள், ஊசிகள், மார்க் கச்சுகள், நைலான்கள், இத்யாதி. இவற்றின் உரிமையாளர்கள் யார், இவற்றை அவர்கள் எறிய நேர்ந்த சூழ்நிலைகள் என்ன என்று ஆச்சரியமாய் இருக்கும். ராணுவத்தில் இருந்தபோது ஒரு தோழனிடம் கட்டிய பந்தயம் நினைவு வந்தது: துப்பாக்கிநுனிக் கத்திப் பயிற்சிக்கு துணிச்சலாக நான் மார்க்கச்சு அணிந்து வந்துவிட்டால், ஒட்டுமொத்தப் படைப்பிரிவுக்கும் தன் செலவில் மது வாங்கித் தரவேண்டும் அவன். ஆமாம், அதை நான் செய்துகாட்டிவிட்டேன்;

தலைவெடிக்கச் சிரித்தோம் நாங்கள் எல்லோரும். அன்று சாயங்காலம், நள்ளிரவுக் குறுந்தீனிக்காக என் சகா ஒருத்தனுடன் பதுங்கிப் பதுங்கி வெளியேறிப் போன போது, இளஞ்சிவப்பு அலங்காரப் பட்டி கொண்ட அந்தக் கச்சைக் கழற்றி, சமுத்திரத்தில் எறிந்தேன். அதுவும் இந்தக் குப்பைகடற்சுழியுடன் மிதந்து திரும்பி வந்துவிட்டதோ என்று கிறுக்குத்தனமாக சிலசமயம் தோன்றும்.

சிதைவுற்று அழியாத ஒரே மூலப்பொருள் ப்ளாஸ்ட்டிக் மட்டுமே என்று செய்தி அறிக்கைகளால் தவறாக நம்பவைக்கப்பட்டவர்கள் அநேகம் பேரைக் காண்கிறேன். இந்தச் சில நாட்களில் நான் அவதானித்திருக்கிறேன் – பொதுவாக, செயற்கை இழைகளுக்குமே வியப்பூட்டும் அளவில் நீண்ட ஆயுள் உண்டு. பிளாஸ்ட்டிக் பைகளிலும், மெத்துமெத்தென்ற டப்பாக்களிலும் கொஞ்சம்கூடச் சிதையாமல் இருக்கும் ஏகப்பட்ட பொருட்கள் உள்ளன. மோதிரங்கள், கண்ணாடிகள், கைக்கடிகாரங்கள், செல்பேசிகள் – போன்றவற்றைக் கண்டிருக்கிறேன். இவைபோன்றவை,

“சீர்கெடாமல் இருக்கும், மதிப்புவாய்ந்த” பொருட்கள் என வகைப்படுத்தப் படுபவை. யாரோ ஒருவர் தங்கத்தைக் கண்டதாகக்கூடக் கேள்விப்பட்டேன்! அதனால்தான், இப்போதெல்லாம் கடற்கரையில் வெளியாட்கள் அதிகமாகக் காணப்படுகிறார்கள். குப்பையில் புதையல் கிடைக்கலாம் என்று அவர்கள் எதிர்பார்க்கிறார்கள்.

ஆனால், பூர்வகுடி கிராமங்களில் வசிப்பவர்களைப் பற்றித்தான் நான் அதிகமாகக் கவலைப்படுகிறேன். வாழ்வாதாரமாக, கடற்கரையோரம் பயிர்செய்தலையும் மீன்பிடித்தலையும் முன்பு சார்ந்திருந்தவர்கள். இப்போதோ, கடற்கரையில் கிடக்கும் குப்பையைப் பொறுக்கி வாழ்ந்தாக வேண்டும். ஒரு தொழிலைக் கைவிடுவது கடினமான காரியம். ஒருவித வாழ்க்கைமுறைக்குப் பழகியிருந்தீர்களென்றால், அதை மாற்றிக்கொள்வது கடினம். இதையேதானே மில்லட்டும் என்னிடம் சொன்னாள்.

நாங்கள் சேர்ந்திருந்ததபோது, மில்லட்டை இங்கே அழைத்து வந்திருக்கிறேன். கடற்கரையின் இதே பகுதியில், சிலதடவை நடக்கப் போயிருக்கிறோம். ஒரு முறை, அவளுடைய தோடுகளில் ஒன்று விழுந்து விட்டது. கடற்கரை முழுவதும் தேடினோம். தொலைந்தது கிடைப்பதற்குப் பதிலாக, மிச்சமிருந்ததும் தொலைந்து போய்விட்டது. தோடுகளற்ற அவளது செவிகளில் நான் முத்தமிட்டேன். தூக்கக் கலக்கம் உள்ள பூனைபோல என்னை அரைக்கண்ணால் பார்த்தாள் அவள். அந்தத் தோடுகள் இன்னமும் கடற்கரையில் இருக்கின்றனவோ என்று எனக்குத் தோன்றுகிறது.

சிலசமயம், உயிருள்ள பிராணிகளும் குப்பையில் சிக்கியிருப்பதைக் காண்கிறோம். சில மீன்கள் ப்ளாஸ்ட்டிக் பைகளில் மிக நீண்டகாலம் உயிரோடிருந்த மாதிரித் தெரிகிறது. கிட்டத்தட்ட முழுமையாய் இருந்த திமிங்கில எலும்புக்கூடு ஒன்றையும் கண்டுபிடித்தோம். அதிகமாய் நாங்கள் காணக் கிடைப்பது, உயிரிழந்த கடல் ஆமைகள், சாதாரண பச்சைக் கடலாமைகள், மாமிசபட்சிணிகளான பெருந்தலைக் கடலாமைகள், மென்முதுகு கொண்ட, ஆகப் பெரியவகைக் கடலாமைகள் ஆகியவை. அவற்றின் சதைப்பகுதி பெரும்பாலும் உண்ணப்பட்டிருக்கும்; வெற்றுக்கூடு மட்டுமே மீந்திருக்கும். கடல் உயிரியலாளர்களுக்குத் தகவல் தெரிவிப்போம். அவர்கள் உடனடியாக வந்து, கடற்கரையில் கிடக்கும் கூடுகளை அளந்து பார்ப்பார்கள். இந்தக் கூடுகள் அவ்வளவு சீக்கிரம் அழியாது; இறுதியில், இந்தப் பாவப்பட்ட பிராணிகள் ஒருகாலத்தில் உயிரோடிருந்தன என்பதற்கான சான்றுகளாக மட்டுமே எஞ்சும்.

இங்கே மிதந்து வந்திருக்கும் ஒவ்வொரு குப்பைத் துண்டும் கடல் கடந்து தன்னுடன் ஒரு கதையைக் கொண்டு வந்திருக்கிற மாதிரித் தென்படுகிறது. ஏனென்றால், வீசியெறியப்பட்ட எந்தவொன்றும், சொல்வதற்கு ஒரு பிரத்தியேகக் கதை வைத்திருக்கிறது.

கடந்த வாரத்தில், பல்வேறு வகையான வல்லுநர்கள் கடற்கரையில் குவிந்து வந்தார்கள். சமுத்திர நீரோட்டங்கள், கடலோர உயிரியல், ப்ளாஸ்ட்டிக்குகள் போன்ற துறைகளில் நிபுணர்கள். இன்றைக்கு ஜெர்மனியிலிருந்து ஒரு குழு வந்திருக்கிறது, நாங்கள் வகை பிரித்திருக்கும் குப்பையை “ஆராய” வந்திருக்கும் குப்பையியல் நிபுணர்கள். அவர்கள்

வகைமாதிரிகளை எடுத்துக்கொண்டார்கள். அவற்றின்மேல் தெளிவாக அடையாளச் சீட்டுகள் ஒட்ட வேண்டும் – அந்தப் பொருள் எங்கே கிடைத்தது, அதன் எடை என்ன என்பவை குறித்து. அந்தக் குப்பையியல் நிபுணர்களில் ஒருவர், *ரூர்* என்ற இடத்தில் நேர்ந்த நிலச்சரிவொன்றை அடிப்படையாக வைத்து, ஜெர்மனியின் கலாச்சார வரலாற்றை எழுதியவர் என்று கேள்விப்படுகிறேன். கடற்கரையிலிருக்கும் குப்பைகளை, அவற்றின் மறுசுழற்சிப் பெறுமானத்தின் அடிப்படையில் அல்லாமல், அவற்றின் "செயல்பாட்டு" அடிப்படையில் பகுக்கும்படி அவர் பரிந்துரைத்தார். யாருக்குத் தெரியும், என்றோ ஒருநாள், உலகமயமாக்கலின் பண்பாட்டு வரலாற்றை ஆராய, முக்கியமான ஆதாரமூலமாய் அது இருக்கக்கூடுமே?

எங்களுடைய பொதுத்துறை அதிகாரிகள், அந்தக் குழுவை ஒரு குறிப்பிட்ட அளவு மாதிரிகளை எடுத்துச் செல்ல அனுமதித்தார்களே தவிர, பெரும் அளவில் குழப்பமான குப்பை பிரிக்கும் செயலமைப்பை நடைமுறைப்படுத்தலை நிராகரித்துவிட்டார்கள் என்றே தோன்றுகிறது. வரவிருக்கும் தேர்தலுக்கு முன்பாக இந்த விஷயத்தை அவர்கள் கவனித்தாக வேண்டும். உயர்மட்டத்திலுள்ள சிலர் எங்களிடம் அந்தரங்கமாகச் சொன்னார்கள்: குப்பையை மறுசுழற்சிக்கு உகந்த பெறுமானம் உள்ளவை, பயனற்ற வெறும் குப்பை என்று பிரிப்பதை மட்டுமே நாங்கள் செய்ய வேண்டும். அப்புறம் வெற்றுக் குப்பையை, எரிக்கக் கூடியவை, எரிக்க முடியாதவை என்று பகுக்க வேண்டும். இதைக் கூடிய விரைவில் செய்து முடிக்க வேண்டும். "நீங்கள் பகுத்ததற்கு அப்புறமும் வெற்றுக் குப்பை வெற்றுக் குப்பைதான். அதை ஆராய்வதில் என்ன பலன் இருக்கும்?" என்றார்கள்.

"ஃபார்மோஸாவே, கடற்கரையை மீட்டெடு!" (அரசாங்கம் இந்த முட்டாள்தனமான கோஷத்தை முன்னெடுத்ததற்கு, "கடற்கரை சுத்திகரிப்"பில் எல்லாரையுமே ஈடுபடுத்த வேண்டும் என்பதே காரணம்.) என்ற கோஷம் முழுவீச்சில் செயல்படுவதாகத் தென்பட்டாலும், நிபுணர்களுடைய மதிப்பீட்டின்படி, கடற்கரை தன்னுடைய இயல்புநிலைக்குத் திரும்புவதற்கு ஒரு நூற்றாண்டுக்குமேல் ஆகும் என்றே கேள்விப்படுகிறேன். என்னளவுக்கு, இனிமேல் "இயல்புநிலை" என்றொரு சமாசாரமே இருக்கிறதா என்றே சந்தேகம் உண்டு. செவன்த் சிசிட் என்பது "இயல்புநிலை"க்குள் அடக்கமா இல்லையா?

ஹாய் லீயை அறிவீர்களில்லையா, அதுதான் அந்த சமுத்திர இலக்கிய எழுத்தாளரை? செவன்த் சிசிட்டைச் சுற்றிலுமுள்ள பகுதிகளுக்கு அடிக்கடி வருகை தருகிறார் அவர், இல்லையா? கடந்த சில நாட்களாக, மாணவர்களையும் தன்னார்வலர்களையும் அழைத்து வருகிறார் – உயிரிழந்து கரைக்கு அடித்துவரப்பட்ட உயிரினங்களைச் சேகரிப்பதற்காக. இறால், கடல் முள்ளெலிகள், கடல் வெள்ளரி, நொறுங்கும் பதத்திலுள்ள நட்சத்திர மீன்கள், சாமியார் நண்டுகள் மற்றும் நிஜ நண்டுகளை அவர்கள் கண்டெடுத்திருக்கிறார்கள். இதற்குமுன்பு தான் பார்த்தறியாத அநேக இனங்கள் இருப்பதாகச் சொல்கிறார் அவர். கடல் தனது இயல்புநிலைக்கு என்றாவது திரும்புமா என்று அவரிடம் கேட்டேன். இயல்புநிலை என்ற ஒன்றே இனிமேல் கிடையாது என்றார்; எல்லாமே மாறிவிட்டது.

என்னுடைய அப்பா அப்படிச் சொல்லித்தரவில்லை என்றேன். இந்த உலகத்தில் என்றுமே மாறாத இரண்டு சங்கதிகள் உள்ளன என்பார் அப்பா. மலைகளும் கடலும்தாம் அவை.

புனூன் மரபின் பிரகாரம், வேட்டையாடத் தெரியாதவன், நிஜமான மனிதனே அல்ல. *அட்டயால்*கள் எங்களை "நிழல்கள்" என்று அழைப்பார்கள். ஏனென்றால் எங்கள் வேட்டைமுறைகள் நுட்பமானவை. ஆனால், எனது அப்பா சொல்வார்: வேட்டையாடுவதில் முதல் அம்சம், வேட்டையாடக் கற்பது அல்ல, மலைகளை அறிந்துகொள்வதுதான்.

காலனியாதிக்க சகாப்தத்தில், புனூன் மக்களை ஜப்பானியர்கள் இடம் பெயர்ந்துகொண்டே இருக்க வைத்தார்கள். அதிகாரத்துக்கு எதிராக நாங்கள் ஒன்று திரண்டுவிடுவோம் என்ற அச்சம். எங்களை நெல் பயிரிடுமாறுகூட நிர்ப்பந்தித்தார்கள்; நாங்கள் மலைகளை அறிந்து கொள்ளக்கூடாது என்பதற்காக. நெல் பயிரிடப் பழகிய மாத்திரத்தில், வேட்டைக்காரனின் அந்தஸ்து வீழ்ச்சியுற்றது. புனூன் இனத்தவர் மலைகளை அறிவது குறைந்துகொண்டே வந்தது. தங்களை அறியாத ஒருவனை மலைகள் பாதுகாப்பதில்லை.

அப்பா சொல்வார், பாரம்பரியமான புனூன் சிறுவர்கள் இளம் வயதிலேயே ஆரம்பித்துவிடுவார்கள். வேட்டையில் பங்கேற்கும் வயதை எட்டும் வரை, பலவிதமான மலைக் கதைகளைக் கற்பார்கள். அந்த வருடத்தில்தான் அவர்களுக்குக் காதுசுடும் சடங்கு நடக்கும். வேட்டைக்காரன் ஆவதற்கான தகுதித் தேர்வு போன்றது அது.

அந்த வருடத்தை எப்போதும் என் நினைவில் வைத்திருப்பேன். முதன்முறையாக, காதுசுடும் சடங்கில் நான் பங்கேற்க அனுமதிக்கப்பட்ட வருடம். பெரியவர்கள் சடங்குத் தலத்தில் இலக்குகளை இட்டார்கள். மொத்தமாக ஆறு காதுகள் இருந்தன. உச்சியில், மான் காதுகள் இரண்டு; மத்தியில், சிறியவகை இரலைமான் காதுகள் ஒரு ஜோடி; அடியில், ஒரு ஆட்டுக் காது மற்றும் காட்டுப்பன்றிக் காது ஒன்று. ஆட்டுக்காது புசுபுசுவென்று ரோமம் அடர்ந்த சின்னஞ்சிறு பொருள், பார்க்கவே அழகாய் இருப்பது. நாங்கள் மிகவும் அருகாமையில் நின்றிருந்தோம். வில் அம்பைப் பிரயோகிப்பதில் பயிற்சி உள்ள புனூன் சிறுவனுக்கு, அந்த அளவு நெருக்கத்தில் இருக்கும் இலக்கைத் தவறவிடவே முடியாது.

என் அப்பா குறிதவறாமல் இலக்கைத் தாக்குவதில் வல்லவர்; துப்பாக்கி, வில் எதுவானாலும். சிறு வயதில் வில்லையும் அம்பையும் கையில் ஏந்திய நாளிலிருந்து, அப்பாவைப் போலவே நிலையெடுத்து நிற்கிறேன் என்று சொல்வார்கள். பெரியவர்கள் முறைவைத்து எங்களைத் தூக்கிக்கொண்டு இலக்கை எதிர்நோக்க வைத்தார்கள். அடங்கிய சப்தத்துடன் அம்புகள் காதுகளைத் துளைத்தன. என் சகோதரனைத் தூக்கிப் போனார்கள். அவனுடைய அம்பு ஒரு காதைத் துளைத்தது – மான் காது ஒன்றை. அப்புறம் என் முறை வந்தது. உச்சபட்சமான தன்னம்பிக்கையுடன், வில்லை எடுத்தேன். குறிபார்த்தேன். ஆனால்

அம்பை எய்த அந்தக் கணத்தில், ஏதோ காரணத்தால், என் வில் தொய்ந்துவிட்டது. ஆட்டுக் காதைத் தாக்கிவிட்டேன்!

ஆட்டுக் காது அழகானதாகவும், சின்னஞ்சிறியதாகவும் இருந்தது. நான் போய் அதைத் தாக்கிவிட்டேன்.

எல்லாருக்குமே வாயடைத்துவிட்டது. என் அப்பாவின் முகம் சிவந்துபோனது. ஏன்? ஏனென்றால், காது சுடும் சடங்கில் நீங்கள் மான் காதையோ, இரலைமான் காதையோ தாக்க வேண்டும். குறி தவறி, காட்டுப் பன்றியின் காதைத் தாக்கிவிட்டால், காட்டுப் பன்றியைப் பார்க்கும்போதெல்லாம் அஞ்சுவீர்கள் என்று பொருள். ஆட்டுக் காதைத் தாக்கும் பையன், எப்போதுமே மலைமுகட்டின் விளிம்பில் நடப்பான்; மலையாடு போலவே.

நான் ஆட்டுக்காதைத் தாக்கிவிட்டேன். அப்பா என்னுடன் பேசவில்லை. காலங்காலமாக அவர் என்னுடன் பேசாமல் இருக்கிற மாதிரித் தோன்றியது எனக்கு. அவருக்கு என்மேல் கண்மூடித்தனமான கோபம் என்று நினைத்தேன். பின்னாளில்தான் உணர்ந்தேன் – உண்மையில் அவர் என்னைப் பற்றிய கவலையோடு இருந்திருக்கிறார்.

என்னுடைய அப்பா ஒரு *லாவியன்*. ஒரு வேட்டைக்குழுவுக்குத் தலைவர். எங்களுடைய வேட்டைக் களம் மிகமிகப் பெரியது. அதைச் சுற்றிலும் *பதானைக்* குவித்து வைப்போம். அந்த நாணல்கற்றைகளைப் பார்த்தீர்களா? அவை எங்கள் பிரதேசத்தின் எல்லையைக் குறிப்பவை. நான் என்னுடைய அப்பாவின் மகன் என்றாலும், *லாவியன்* பட்டம் வாரிசுரிமையாக வருவது அல்ல. இளம் வேட்டைக்காரன் ஒருவன் *லாவியனாக* உருவாகுவானா மாட்டானா என்பது பல்வேறு விஷயங்களைச் சார்ந்தது. வேட்டைத் திறன், ஒத்துழைப்பு மற்றும் தலைமைப் பண்புகள், இன்னும் எவ்வளவோ உண்டு.

ஆகச் சிறந்த இளம் வேட்டைக்காரனுக்குத்தான் *லாவியன்* ஆகும் வாய்ப்பு கிட்டும். ஆட்டுக் காதைத்தான் சுட்டேன் என்றாலும், வேட்டைக் களத்தில் பிரமாதமாகச் செயல்பட்டேன் நான். ஆனால், என் தகப்பனார் மிகவும் கவலைப்படுகிறார் என்பதை உணர்ந்தேன். ஆட்டுக்காதைத் தாக்குவது துரதிர்ஷ்டம், அது திரும்பி வந்து என்னைப் பீடிக்கும் என்று எண்ணினார் அவர்.

ஒரு தடவை, தப்பியோடுவதில் புகழ்பெற்ற மிகப்பெரிய காட்டுப் பன்றியைச் சுற்றிவளைக்க முயன்றோம். அது ஏகப்பட்ட வேட்டைநாய் களைக் கொன்றிருக்கிறது. ஒருமுறை என் தகப்பனாரின் குண்டுகள் இரண்டு அதன்மீது பாய்ந்தும், தப்பித்து ஓடிவிட்டது. அது *ஹனிட்டோ*, அதாவது தீய ஆவி என்றார் அப்பா. அதைச் சுடும்போது கண்ணுக்குக் கண் பார்க்கக் கூடாது, அப்புறம் அது உங்களை வசியம் செய்துவிடும் என்றார்.

எப்போதும்போலவே, அந்தச் சமயத்திலும் என் அப்பாதான் *லாவியன்* ஆக இருந்தார். பொழுது விடிவதற்கு முன்பு, வேட்டைக் குழு கூடி, திறந்த வெளியில் ஒரு வளையம்போல வியூகம் அமைத்தது. எங்கள் அப்பா ஒயினைத் தெளித்துப் பாடுவதற்காகக் காத்திருந்தது.

“சொல்லுங்கள், என்னுடைய துப்பாக்கிக்கு முன்னால் வந்திருப்பது என்ன?” என்று பாடினார் அப்பா.

“மான்கள் அத்தனையும் என் துப்பாக்கிக்கு முன்னால் வந்துவிட்டன” என்று பிற வேட்டைக்காரர்கள் பாடினர்.

“சொல்லுங்கள், என்னுடைய துப்பாக்கிக்கு முன்னால் வந்திருப்பது என்ன?”

“காட்டுப் பன்றிகள் அத்தனையும் என் துப்பாக்கிக்கு முன்னால் வந்திருக்கின்றன.” என்று மற்றவர்கள் பாடினர்.

எங்கள் துப்பாக்கிகளில் மதுவின் நெடி நிரம்பி வழிந்தது. வேட்டைக் களத்துக்குப் போகும் வழியில், என் மாமாவிடம் அப்பா கிசுகிசுப்பதை ஒட்டுக் கேட்டேன். கனவில் ஒரு சங்கேதத்தைத் தாம் பார்த்ததாகவும், ஒயின் தெளிக்கும் சடங்குக்குப் பிறகு, எப்படியோ அது மறந்துபோனதாகவும் சொன்னார் அப்பா. மாமா ஆறுதல் சொன்னார்: எக்காலத்திலும் மனிதர்கள் கனவுகளை மறப்பது சகஜம்தான். தவிர, ஒரு கனவு வராமல் இருப்பதோ, ஒரு கனவை மறந்து போவதோ, வேட்டைக் குழுவை விட்டு நீங்குவதற்கான காரணம் அல்ல.

அந்தத் தடவை, *மபுசாவ்* என்ற வேட்டை உத்தியைச் செயல்படுத்தினோம். முதலில் அந்தக் காட்டுப்பன்றி எங்கே ஒளிந்திருக்கிறது என்று கணித்து, அதைத் துரத்த வேட்டை நாய்களை ஏவுவார் *லாவியன்*. பின்னர் வேட்டைக்காரர்கள் துள்ளி வெளிப்பட்டு அதைச் சூழ்ந்துகொள்வார்கள். காலை சுமார் ஐந்து மணிக்கு, ஆகாயம் முழுவதும் ஒளிபரவ ஆரம்பித்திருந்த சமயத்தில், பன்றியை மோப்பம் பிடித்த நாய்கள் வெறிகொண்டு குரைக்க ஆரம்பித்தன. தொலைவிலிருந்தே புல் நசுங்க ஏதோ அசைவதைப் பார்த்துவிட்டார் அப்பா. மிகப்பெரிய பன்றி அது, அந்த *ஹனிட்டோ* பன்றியாகக்கூட இருக்கலாம். அந்த மிருகம் ஓடிய பாதையை யூகித்து, அதைப் பின்தொடரும் பாதைகளை ஒவ்வொரு வேட்டைக்காரருக்கும் பிரித்துக்கொடுத்தார்.

இடக்கோடியில் இருந்த வழி எனக்குக் கிடைத்தது. ஏனென்றால், நான் இன்னமும் இந்த மலைகளின் குழந்தையாகத்தான் இருந்தேன் – கற்றுக்கொள்ள ஏகப்பட்டது இருந்தது. நாய்கள் குரைப்பதையும் புற்கள் நசுங்குவதையும் செவிமடுத்தபடி ஓடிக்கொண்டேயிருந்தேன். ஒவ்வொரு மரத்தின் வாசனையும் நிழலும் விசுக்கென்று கடந்துபோயின. ஓடும்போது கால் இடறி, தலைகுப்புற விழுந்தேன். என் துப்பாக்கியை எடுத்துக்கொண்டு, தொடையில் மோதாத வண்ணம் என்னுடைய கத்தியைக் கையால் அழுத்தியவாறு, எழுந்து ஓடினேன்.

ஏனென்றே தெரியவில்லை, எழுந்ததற்குப் பிறகு, என்னால் எதையுமே கேட்க முடியாமல் போனது. காடு முழுமையான மௌனத்தில் ஆழ்ந்துவிட்டது – ஏதோ உலகமே ஆதிநாளிலிருந்து நிசப்தமாகத்தான் இருந்துவந்திருக்கிற மாதிரி. காற்று எந்தத் திக்கில் வீசுகிறது, தொலைவில் தெரியும் நாணல்கள் எந்தப் புறமாக அசைகின்றன என்று நிதானிப்பதற்காக நின்றேன். அப்போது திடீரென்று மிகப் பெரிய நிழல் ஒன்று, காற்றைப் போல வேகமாகக் கடந்து சென்றது.

ஆழ்ந்து மூச்சிழுத்துவிட்டு, அதைத் துரத்திச் சென்றேன். படுவேகமாக ஓடினேன். அநேகமாய் என்னுடைய இதயத்தையே கையில் பிடித்திருந்தேன். எவ்வளவு நேரம் ஓடியிருப்பேன் என்றே தெரியவில்லை. அந்த நிழல் சட்டென்று நின்றது. திரும்பி, என்னை நோக்கி முக்காரமிட்டது.

அச்சத்தினால் இறுகி நின்றேன். நிசப்தமாக இருப்பதாகத் தோன்றிய திரைக் காட்சி, திடீரென்று உச்சகட்ட ஒலியோடு ஓடத்தொடங்கிவிட்ட மாதிரி இருந்தது. என் முன்னால் நின்றவர் ஓர் ஆண்மகன். அவர் என்னை முறைத்துக்கொண்டிருந்தார். காற்றில் திராட்சைக் கொடிகள் போல அவரது கேசம் பறந்து கொண்டிருந்தது.

அவர் பேசத் தொடங்கினார். அதாவது, அதைப் பேச்சு எனக் கொள்ளலாம் என்றால். அவருடைய வாய் கொஞ்சம்கூட அசையவில்லை. ஆனால் அவருடைய குரல் உரத்தும் தெளிவாகவும் எனக்குக் கேட்டது. “குழந்தாய், உன்னால் ஒருபோதும் ஒரு காட்டுப் பன்றியைப் பிடிக்க முடியாது; எப்போதுமே நல்ல வேட்டைக்காரனாக முடியாது என்பதுதான் உன் தலைவிதி.”

“அப்படியானால் நான் என்ன செய்வது?”

“நீ என்ன செய்யலாம்?” என்று என்னைத் திருப்பிக் கேட்டார் அவர். அவருடைய கண்கள் மனிதக் கண்கள் போலில்லை என்பதைக் கண்டேன். மேகங்களின் கண்கள், மலைகளினுடையவை, ஓடைகளினுடையவை, புல்வெளி வானம்பாடிகளினுடையவை, குரைக்கும் மான்களுடையவை என கணக்கற்ற ஒற்றை விழிகளை ஒன்றாகத் தொகுத்த கூட்டுவிழிகள் அவை என்கிற மாதிரிப் பட்டன. நான் உற்றுப் பார்த்தபோது, ஒவ்வொரு சிறு கண்ணும் வெவ்வேறு காட்சிகளைக் கொண்டிருந்த மாதிரிப் பட்டது. அந்தக் காட்சிகள் ஒரு மாபெரும் தொகுப்பாகும் விதமாக அடுக்கப்பட்டவை. நான் பார்த்தேயிராதவை.

“நீ என்ன செய்யலாம்?”

வலுத்த காற்றில் அந்தக் கேள்வி எதிரொலித்தது. நான் ஒரு கூரான முகட்டில் நிற்பதைக் கண்டேன்; ஒரு மலையாடு மாதிரியே. நான் ஒரு தீவில் நிற்பதுபோலிருந்தது அது. தொலைவிலிருந்த ஆகாயம், சந்திரமூலிகைப் பூவின் நிறம் கொண்டிருந்தது, கீழே பசுமையான மரங்களும், ஓடையொன்றும் இருந்தன.

பிற்பாடுதான் எனக்குத் தெரியவந்தது – ஒட்டுமொத்த வேட்டைக்குழுவும் என்னைத் தேடியிருக்கிறது. என் தகப்பனாருக்கு நேரிட்ட ஒரு சம்பவத்தால். என் மாமாவின் துப்பாக்கி என் அப்பாவின் வலதுகண்ணில் தவறுதலாகச் சுட்டதில், அவருடைய விழிப்பந்து சிதைந்து, தலையில் பொத்தல் விழுந்துவிட்டது. அப்பா உடனடியாக இறந்துவிட வில்லை. மூன்றாவதுநாள், பிரயாசைப்பட்டுத் தன் மூச்சுக்குழலைக் கழற்றிவிட்டு என்னையும் என் சகோதரனையும் தன் கட்டிலருகில் அழைத்தார். என்னைக் கேட்டார்: “அன்றைக்கு எங்கே போய்விட்டாய்?”

“தெரியாது.”

“ஒரு முகட்டில் நின்றிருந்தான். ஏதோ கனவு காண்கிறவன் மாதிரி.” என்று என் அண்ணன் விளக்கினான்.

என் சகோதரனை நோக்கி அப்பா சொன்னார்: “நீ ஒரு புனூன் வேட்டைக்காரன் ஆவதற்குக் கற்க வேண்டும்.” பிறகு என்னைப் பார்த்துச் சொன்னார்: “இனி நீ வேட்டைக்காரன் ஆகவே முடியாது – ஆட்டுக்காதைத் தாக்கியவன் நீ.”

“அப்படியானால், நான் என்ன செய்யட்டும்?”

“மலைகளை அறிந்தவனாக ஆகலாம்.” அப்பாவின் குரல் வெகு தொலைவுக்குச் சென்றுவிட்டது. கட்டுத்துணியைத் தாண்டி அவருடைய வலது கண் காயத்திலிருந்து ரத்தம் கசிந்தது. சுயநினைவை இழக்கத் தொடங்கினார். கட்டிலுக்கு அருகிலிருந்த பொத்தானை என் அண்ணன் அழுத்தினான். மருத்துவரைத் தேடி விரைந்தாள் செவிலி. அதற்கப்புறம் ஏழே நாட்கள் மயக்க நிலையில் இருந்துவிட்டு, எங்களை விட்டுப் பிரிந்தார் அப்பா.

விசித்திரமான விழிகள் கொண்ட மனிதனைச் சந்தித்தது பற்றி அவரிடம் நான் சொல்லவில்லை. அதற்கான அவசியம் இருந்ததாக எனக்குப் படவில்லை. இப்போது என் அப்பாவின் கண்கள் நிரந்தரமாக மூடிவிட்டன.

அதன்பிறகு, ஒவ்வொரு முறை வேட்டைக்குச் செல்லும்போதும், ஒரு முகட்டின் விளிம்பில் திகைத்துப்போய் நின்றிருப்பேன். மற்றவர்கள் என்னை உடன் அழைத்துச் செல்வதைத் தவிர்த்தார்கள். அதிர்ஷ்டவசமாக, பள்ளியில் நான் நன்றாகப் படித்தேன். இறுதியில், மேற்குக் கடற்கரையில் இருந்த பல்கலைக்கழகத்துக்குக்கூடப் போனேன். அப்புறம், என்னுடைய இந்தத் தொப்பியை எப்போதாவது பார்த்திருக்கிறீர்களா? எனக்கு மிகவும் பிடித்த தொப்பி. இதன் உச்சியில் இருப்பவை மூங்கில் கவுதாரியின் இறகுகள். அப்பா எனக்குப் பெயர் சூட்டியபோது, மூங்கில் கவுதாரி ஒன்றைப் பிடித்துவந்தார். அதன் இறைச்சியை எனக்குப் புகட்டிவிட்டு, எனக்கான நினைவுப் பரிசாக அதன் இறகுகளை வைத்திருந்தார். ஆகச் சிறந்த பொக்கிஷமாகவே இந்தத் தொப்பியைக் கருத வேண்டும்.

மில்லட் பிரிந்து சென்ற பிறகு, கிராமத்துக்கு அவ்வப்போது வந்துசெல்ல ஆரம்பித்தேன். *ஃபாரஸ்ட் சர்ச்சை* இயக்குவதில் அனுவுக்கு உதவி செய்தேன். கொஞ்சம் கொஞ்சமாக மலைகளை அறிந்துகொள்ள ஆரம்பித்திருப்பேனோ என்னவோ. இப்போது எனக்குத் தோன்றுகிறது; இந்த மலைகள் காணாமல் போய்விடாமல் நாம் பார்த்துக்கொள்ள வேண்டும். குண்டு குழிகள் கொண்ட சாலைகளோ, குகைப் பாதைகளோ இல்லாத மலைகள். ஆடுகளும் காட்டுப் பன்றிகளும் மான்களும் தறிகெட்டு ஓடக்கூடிய மலைகள்.

கடந்த சில நாட்களாக, வெயில் கடுமையாய் இருக்கிறது. நேற்று கடற்கரையோர நெடுஞ்சாலையிலிருந்து மலைகளைப் பார்த்தபோது கொடும் *ஃபோஹ்ன்* காற்றால் வாடிவதங்கித் தெரிந்த மரங்கள் பலவற்றைப் பார்த்தேன். ஒருமுறை அப்பா கடலில் நீந்தக் கூட்டிப் போனார். “கடல் நோயுற்றிருக்கும்போது, மலைகளும் நோயுற்றுவிடும்.” என்றார் – என் சின்னஞ்சிறு ஆணுறுப்பைத் தன் விரல்களால் நசுக்கியபடி.

20

ஹூஃபேயுடைய தீவின் கதை

செவன்த் சிசிட்டை நான் திறந்ததே, நாலு பக்கமும் ஜன்னல்கள் கொண்ட வசிப்பிடம் வேண்டுமென்ற விருப்பத்தினால்தான். ஏனென்றால், ஜன்னல்கள் இல்லாத வீடுகள் என்றால் எனக்கு பயம்.

பங்க்கா பூர்வகுடியினருக்கு வசிப்பிடங்கள் மிகவும் முக்கியமானவை. ஏனென்றால், நாங்களெல்லாம், வீடுகள் என்பவை ஆவிகள் வசிக்கும் இடங்கள் என்று நினைப்பவர்கள். நானும் இனாவும் நகரத்துக்குள் நகர்ந்து சென்றுவிட்டோம், நீண்ட காலம் அங்கே வசித்தோம். ஆனால், நாங்கள் வசித்த வீடுகள் அனைத்துமே ஏறுமாறானவை, குடிசை போன்றவை. ஆகவே, கையில் கொஞ்சம் பணம் சேர்ந்ததும், எனக்கு எழுந்த முதல் எண்ணம், எனக்கென்று சொந்தமாக ஒரு வீடு கட்டிக்கொள்ள வேண்டும், கடற்கரைக்கு அருகில், என்பதுதான்.

செவன்த் சிசிட்டுக்காக நான் அஸ்திவாரம் தோண்டியபோதுதான் ஆலிஸூம் தாம்மும் கடலோர இல்லத்தைக் கட்டத் தொடங்கினார்கள் என்பது எனக்கு ஞாபகமிருக்கிறது. ஆகவே, எங்கள் வீடுகள் இரட்டைப் பிறவிகள். அவர்களுடைய வீடு மிகவும் விசேஷமானது; அப்படிப்பட்ட ஒன்றை நான் அதுவரை பார்த்ததில்லை. அதன்மீது சூரிய மின்தகடுகள் இருந்தன. அந்த வீட்டின் வடிவம் இந்தப் பிராந்தியத்தில் முன்னிருந்திராதது.

உள்ளூர் பங்க்கா கிராமத்தில் எனக்கு உறவினர்களோ நண்பர்களோ கிடையாது. என்றாலும், இந்த வீட்டைக் கட்டும்போது எல்லாருமே எனக்கு உதவ முன்வந்தார்கள். வீடு கட்டி முடிந்ததும் நாம் ஒரு *மிட்சுமோட்* நடத்தினோமே, நினைவிருக்கிறதா? நீயும் அங்கே இருந்தாய், இல்லை? ஒரு பன்றியைக் கசாப்புப் போடுவதற்கு உதவிகூடச் செய்தாய். ஆ ஜூங்கின் குடும்பம் வளர்த்த பன்றி அது. காலம் பறக்கத்தான் செய்கிறது.

மில்லட்டைப் பற்றி நான் விசாரித்தால் நீ தவறாக எடுத்துக்கொள்ள மாட்டாயே? ம்ம். நான் அவளை ஏன் குறிப்பிடுகிறேன் என்றால், அவளைப் பற்றி நீ பேசுவதைக் கேட்கும்போது, அதே வகையான வேலையை நானும் பார்த்திருக்கிறேன் என்பது நினைவு வருகிறது. ஒருவேளை, மில்லட் எப்படி உணர்ந்திருப்பாள் என்பதைக் கிட்டத்தட்ட என்னால் புரிந்துகொள்ள முடிகிறதுபோல. தவிர, வேறோரிடத்தில் சின்னஞ்சிறு அறைகளில் அவள் சுற்றிவந்த அதே நேரத்தில் நானும் வேலைபார்த்திருந்தேன் என்பதாலும் இருக்கலாம்.

ஒன்று தெரியுமா, அந்தப் பணியின் ஆக மோசமான அம்சம், நிலைவாசலில் நீ நின்றிருக்கிறாய், கதவைத் தட்டப் போகிறாய், மறுபக்கம் உனக்காகக் காத்திருப்பவன் எந்தவிதமான ஆசாமி என்பது பற்றி உனக்கு எதுவுமே தெரியாது. அவனை உனக்குப் பிடிக்காவிட்டாலும், அவன் அருவருப்பூட்டுகிறவனாய் இருந்தாலும், உன்னால் மறுக்க முடியாது. தட்டுகிறாய், கதவு திறக்கிறது. ஒரு அந்நியனோடு ஒரு மணிநேரத்தை நீ கழித்தாக வேண்டும்.

என்னுடன் அந்தச் சமயத்தில் பணிபுரிந்த நெருக்கமான சிநேகிதி ஒருத்தி இருந்தாள். அவள் பெயர் நை. அவள் சொன்னாள், நீ நிஜமான மசாஜ் பணியாளர், “விரசமான” வேலை பார்க்கிறவள் அல்ல என்கிற மாதிரிப் பாவனை செய்துகொள்ள முயற்சி செய்; இங்கே வருகிற ஒவ்வொருத்தனுக்கும் ஏதாவது நோவோ, வலியோ *கட்டாயம்* இருக்கும் . . . எனவே, ஒரு வாடிக்கையாளருக்கு மசாஜ் செய்யும்போது, சிறப்பான கவனம் எங்கே தேவை, எங்கே நீ அதிகமாய் அழுத்த வேண்டும் என்று கேள். அந்த இடங்களை நீ மசாஜ் செய்யும்போது, எப்படி இருக்குமென்றால் . . . அந்த இடங்களின் உட்புறம் ஏதோ ஒன்று உயிர்ப்புடன் இருப்பதை உன்னால் உணர முடியும். அந்த இடங்களில் நீ அழுத்தித் தேய்த்தால், முதலில் வலிக்கிறது என்பான்; கடைசியில் ஆசுவாசம் அடைந்துவிடுவான், என்றாள் நை. சில ஆட்கள் தூங்கிவிடுவார்கள். மற்றவர்களுக்கு மனம் திறந்துவிடும். உன்னிடம் அந்தரங்கமாகப் பேச ஆரம்பிப்பார்கள். அவனிடம் கொஞ்சம் மென்மை காட்டினால் போதும், அந்த வாடிக்கையாளன் உன்னிடம் அதிகம் கோர மாட்டான். ஏனென்றால், காம இச்சையை வேறேதோ ஒன்று இடம் பெயர்த்துவிட்டிருக்கும்.

ஆனால் எல்லாவிதமான முரட்டு வாடிக்கையாளர்களும் இருக்கத்தான் செய்கிறார்கள். உனக்குத்தான் தெரியுமே, சிலபேருக்கு, அந்த விதமான நோய் இருக்கும். உனக்கு அவர்களைத் தொடப் பிடிக்காவிட்டாலோ, அவர்களைத் தொட அனுமதிக்காவிட்டாலோ, மகிழ்ச்சி அடைய மாட்டார்கள். சிலபேர் ஆர்ப்பாட்டமே செய்துவிடுவார்கள். சிலசமயம் பாதி மசாஜ் ஆகியிருக்கும்போது மனைவியோ காதலியோ அழைப்பார்கள்; நீ அதைக் கேட்காத மாதிரிப் பாசாங்கு செய்ய வேண்டும். ஆனால், அது மிகவும் ரசாபாசமான சங்கதி. குறித்த நேரத்துக்கு வர முடியாத சில வாடிக்கையாளர்கள், பாதிக் கூலி கொடுத்துவிட்டுப் புறப்பட முயல்வார்கள். சிலபேர், கீழ்த் தளத்தில் உள்ள கவுண்ட்டரில் பணத்தை வீசிவிட்டு வாடகைக் காருக்குள் தாவிவிடுவார்கள். கணக்குப்பிள்ளை

எண்ணிப் பார்க்கும்போது போதுமான தொகை இருக்காது. மற்றும் சில வாடிக்கையாளர்கள் தொல்லைதரும் விதமாகத் தொலைபேசியில் அழைப்பார்கள்.

'அந்த' விஷயத்தை அந்த ஆசாமிகளுடன் செய்யும்போது, விளக்குகளையும், தொலைக்காட்சியையும் அணைத்துவிடுவேன். அறை நிஜமாகவே இருளார்ந்துவிடும். சிறிய, ஆளரவமற்ற தீவில் இருப்பதாகக் கற்பனை செய்துகொள்வேன்.

பலதடவை இப்படித் தோன்றியதுண்டு: போதுமான அளவு பணம் மட்டும் சம்பாதித்துவிட்டால், வெளிச்சமான, பிரகாசமான ஒரு இடத்துக்குப் பெயர்ந்துவிட வேண்டும்.

நை எப்போதுமே சொல்வாள்: என்ன வேண்டுமானாலும் செய், ஒரு வாடிக்கையாளருடன் காதலில் மட்டும் விழுந்துவிடாதே. என்னுடைய நன்மைக்காகத்தான் இதைச் சொன்னாள்; தன்னுடைய நன்மைக்காகவும்தான். ஆனால், ஒருமுறை, கிட்டத்தட்டக் காதலில் வீழ்ந்து விட்டேன். அவனுடைய முதுகு எப்படியிருக்கும் என்பது இன்னமும் எனக்கு நினைவிருக்கிறது. அகலமான தோள்கள் கொண்டவன். கழுத்திலிருந்து இடுப்புவரை, நீண்ட, சாய்வான கோடு. ஆரம்பப் பள்ளியில் எனக்குப் பரிச்சயமான அந்தப் பையனைப் போல. எப்போதுமே ஓய்ந்துபோய்த்தான் வருவான். அவனுடைய திராணியோட்டத்தில் ஏகப்பட்ட முடிச்சுகளும் தடைகளும் இருக்கும். அவற்றை அகற்றுவதற்கு நான் பெரும்பாடு பட வேண்டியிருக்கும். அநேகமாகப் பேசவே மாட்டான். ஆனால், சிரமப்பட்டு மூச்சுவிடுகிறான் என்பதை உன்னால் உணர முடியும். நானுமே அவனுடன் ஒருபோதும் பேசியதில்லை என்றாலும், அவன் சந்தோஷமான நபர் அல்ல என்பதை உணர்ந்தேன்.

நேரம் முடிந்ததும், விளக்கை அணைத்துவிட்டு அவனிடம் சொல்வேன்: "ஐயா, நீங்கள் இப்போது மல்லாந்து படுக்கலாம்." அமைதி யாகப் புரண்டு படுப்பான். அவனுடைய கட்டிலுக்கு அருகில், என் முதுகைக் காட்டி அமர்ந்து, அவனுடைய உறுப்பைப் பிடித்து அவனை ஆசுவாசப்படுத்துவேன். சிலவேளை, அவனுடைய பரந்த கைகளால் என் முதுகை மிருதுவாகத் தொடுவான். என்னை நம்புவாயோ என்னவோ, இன்னொருவரின் தொடுகையில் உள்ள உணர்ச்சியை ஒரு பெண்ணின் உடம்பால் உணர முடியும். அடுத்தவர் மீது உன் கையை வைத்தாலோ, அல்லது அடுத்தவர் உன்மீது கை வைத்தாலோகூட, அவர் மனத்தில் இன்னதுதான் இருக்கிறது என்பதை லேசாக உணர முடியும், சிலவேளை. ஒருவிதத்தில் பிடிபடாமல் இருக்கக் கூடியதுதான் என்றாலும், அது சருமத்தின் வழியாகத் தெரியவரும். அதை விவரிப்பது கடினம். ஆனால் உணரும்போது உனக்குத் தெரிந்துவிடும். சிலசமயம், அடுத்தவர் உன்னைக் காதலிக்கிறாரா இல்லையா என்பதையே வெறும் தொடுகையின் மூலம் சொல்லிவிட முடியும்.

அநேகமாக ஒவ்வொரு வாரமுமே அவன் வந்தான். எப்போதும் என்னையே வேண்டிப் பெற்றான். அவனுடைய தேகக்கட்டையும்,

அவனது வாசனையையும் நான் அடையாளம் காணத் தொடங்கினேன். அந்த மாதிரியான இடங்களுக்கு வரும் பெரும்பாலானவர்களைப்போல இல்லை அவன். நான் என்ன சொல்ல வருகிறேன் என்றால்... பெரும்பாலான ஆட்கள் உச்சஸ்தானத்தை எட்டவே விரும்புவார்கள் – இளம் போர்வீரர்களானாலும் சரி, மணமான நடுத்தர வயதினரானாலும் சரி. அவர்களில் பலரும், நீ உள்ளே நுழைந்த மாத்திரத்திலேயே காம உணர்வோடு உன்னைத் தொட ஆரம்பித்துவிடுவார்கள் – அவர்கள்தான் தங்கள் பணத்தைக் கொடுத்திருக்கிறார்களே.

ஆனால், இவன் அந்த மாதிரியானவன் அல்ல; என்ன காரணமோ, எப்போதுமே மிகவும் கண்ணியமாக நடந்துகொள்வான். என்னை ஒரு மஸாஜ் பணியாளராகவே நடத்துவான் – அவனை நான் "ஆசுவாசப்" படுத்தும் வேளையில் தவிர. எவ்வளவோ தடவைகளில் அவனுக்கு விந்து வெளியேறியதுகூட இல்லை. மணி ஒலிக்கும். வெதுவெதுப்பான துண்டால் தன் உடலைத் துடைத்துக்கொள்வான். நன்றி சொல்லிவிட்டு, போய்விடுவான்.

சுமார் அரையாண்டு காலம் வந்துகொண்டிருந்தான் என்று நினைக்கிறேன். கேட்பதற்கு வேடிக்கையாய் இருக்கும், கடைசி சில மாதங்களில் அவனுடன் இரவு உணவுக்குப் போகிற மாதிரியோ கடற்கரையில் நடக்கப் போவது மாதிரியோ, அல்லது அப்போதுதான் பணிமுடித்து வந்தவன், கதவைத் தாண்டி வந்த மாத்திரத்தில் அயர்ச்சி மிகுதியால் கட்டிலில் தலைகுப்புற வீழ்ந்துவிட, நான் அருகில் சென்று, ஒருவார்த்தைகூடப் பேசாமல் மசாஜ் செய்ய ஆரம்பித்துவிடுகிற மாதிரியோ பாவனை செய்துகொள்ள ஆரம்பித்துவிடுவேன். இதுமாதிரியான காட்சிகளைக் கற்பனை செய்துகொள்வேன். சிலசமயம், அவனுடைய நீண்ட, வெளிறிய முதுகை வெறித்துப் பார்க்கக்கூடச் செய்வேன் – திடீரென்று அவன் புரண்டு படுத்து, இதெல்லாம் சகஜம்தானே என்பதுபோலத் தனது தீர்க்கமான குரலில் "இன்றைக்கு நீ பிரமாதமாக இருக்கிறாய்." என்கிற மாதிரி ஏதாவது சொல்வதாகக் கனவுகண்டபடி.

ஆனால், அந்த மாதிரியான எதுவுமே நடக்கவில்லை. அவன் முகத்துக்கு நேரே நான் எதுவுமே சொன்னதில்லை; அவன் என்னிடம் சொன்னதெல்லாம், நன்றி மட்டுமே. அப்புறம் தனது தொப்பியை அணிந்துகொண்டு, நிமிர்ந்து பார்க்காமல் போய் விடுவான்.

நாங்கள் பேசிக்கொண்ட ஒரேயொரு சந்தர்ப்பம், எம்டிவி சானலோடு இணைந்து நான் பாடத் தொடங்கியபோது. என் அலுவல் முடிந்து, அவன் தன் உடைகளை அணிய ஆரம்பித்தவாறே, உனக்குப் பாடப் பிடிக்குமா என்று என்னைக் கேட்டான். ஆமாம் என்றேன். அதிலிருந்து, ஒவ்வொரு முறை வரும்போதும் எனக்கு ஒரு ஸிடி வாங்கி வருவான். எல்லாமே நான் அதற்குமுன் கேட்டிராத ஆங்கிலப் பாடல்கள். அவை எல்லாமே பிரசித்தி பெற்ற பாடல்கள் என்றும் எனக்குப் பிரமாதமான குரல் இருக்கிறது என்பதால் அவற்றை நான் கற்றுக்கொள்ளலாம் என்றும் சொன்னான். அவை அனைத்தையுமே என்னால் இப்போது பாட முடியும். ஏனென்றால், ஸிடிக்களை அவனல்லவா கொடுத்திருக்கிறான். அந்தப்

பாடகர்களின் பெயர்கள்கூட எனக்கு நினைவிருக்கிறது. நிஜமாகவே நல்ல பாடகர்கள். அவர்களில் ஒவ்வொருவருமே தமக்கேயுரிய மாயவித்தை ஒன்றைக் கைவசம் வைத்திருக்கிற மாதிரி இருக்கும்.

நை சொன்னதுபோலவே, இங்கே வரும் ஆடவன் ஒவ்வொருவனுமே இன்னொருத்தியின் கணவனோ, காதலனோ, தகப்பனோதான். ஆகவே, என்னென்ன செய்தாலும், பிரமைகள் எதையும் வளர்த்துக்கொள்ளாதிருப்பது உத்தமம். ஆனால், நை ஒரு வாடிக்கையாளரிடம் காதல் வசப்பட்டாள். பின்னர் அவர் இவளுடைய காதலரானார். எல்லாம் ஒன்றுதான். நான் இந்த ஆளுடைய வருகையை எதிர்பார்க்க ஆரம்பித்தேன். அடுத்த தடவை என்னைப் பார்க்க வரும்வரை நாட்களை எண்ண ஆரம்பித்தேன். அவனுடைய பெயர் என்ன அல்லது ஜீவனோபாயமாக என்ன செய்கிறான் என்றெல்லாம் நான் கேட்டதேயில்லை. பகல்நேரத்தில், என்னுடைய காதுகளில் ஒலிப்பான்களை மாட்டிக்கொண்டு, அவன் கொடுத்த ஸிடிக்களைக் கேட்டுக்கொண்டிருப்பேன் – தூங்கும்வரை.

அந்த வருட நவம்பரில் அவன் வருவது நின்றது. கடைசியாக அவன் வந்தது அக்டோபர் கடைசி நாளன்று. என்னிடம் அவனுடைய கைபேசி எண் கிடையாது. அவனை எட்டுவதற்கான வேறு மார்க்கம் எதுவும் கிடையாது. எனக்கு நினைவிருந்ததெல்லாம் அவனுடைய முதுகு மட்டும்தான்; என்னிடம் இருந்தது அவன் கொடுத்த ஸிடிக்கள் மட்டுமே.

எனது எண் அழைக்கப்பட்டதும் சென்று நுழைந்து, அந்தச் சின்னஞ் சிறிய இருட்டறைகளில் அந்நிய மனிதர்களின் உடம்புகளுக்கு மசாஜ் செய்துகொண்டிருக்கும்போது, அடுத்த அறையில் என்னதான் நடக்கிறது என்று அடிக்கடி ஆச்சரியப்படுவேன். அடுத்த அறையில் நடப்பது எனக்குக் கொஞ்சமும் தெரியாது. நான் வழக்கமாகப் பயன்படுத்தும் அறையின் சுவர்த்தாளாக ஒரு கடற்கரையின் படம் ஒட்டப்பட்டிருந்தது. அந்தக் கடல் இங்குள்ளது அல்ல, கிரீஸில் உள்ளது. நான் சென்று பார்த்தேயிராத கடல். எப்படியோ, அது வெறும் சுவர்த்தாள்தான். அறைகளைப் புதுப்பித்தவன் குறிப்பான காரணம் எதுவுமில்லாமல் ஒட்டியது. விளக்கு எரியும்போதுதான் அது தெளிவாகத் தெரியும். ஆனால், அப்படிப் பார்க்கும்போது அநேக இடங்களில் ஈரமாகி நைந்திருப்பதும் தெரியும். சுவரிலிருந்து அதன் பெரிய பகுதி ஒன்று உரிந்து வந்திருந்தது. அந்தக் கடல் கொஞ்சம்கூட நிஜமானதாய்த் தோன்றாது. ஆனால், விளக்கொளியை மந்தமாக்கும்போது, ஆக நிஜமானதாகத் தென்படும். அந்த நாட்களில், நான் கடலுக்கு அருகிலேயே வசித்துவந்தேன். ஆனால், கடற்கரைக்குச் சென்றது அபூர்வம். ஏனென்றால், பகல்களில் உறங்கி, இரவுகளில் பணிபுரிந்து வந்தேன்.

கிழக்குக் கடற்கரைக்குத் திரும்பும்போது, ரயில் ஜன்னல் வழியாகக் கடலைப் பார்த்த இனாவின் பாவத்தை என்றுமே நினைவில் வைத்திருப்பேன். என் தலையையும், ஜன்னல் கண்ணாடியையும் தட்டிவிட்டு, கடல் பற்றி என்னிடம் ஏதோ முணுமுணுத்தாள் – பங்க்கா இனத்தவர் கடல் பற்றி அறிந்திருக்கும் விதமாக.

எங்கள் கிராமத்தின் ஆதி மூதாதை, ஆகாயக் கடவுள் என்று சொன்னாள். தெற்கே *அராப்பனப்பனாயனில்* வசித்தார் அவர். நான்காவது தலைமுறை உருவானபோது, ஆகாயக் கடவுளுக்குக் கொள்ளுப்பேரக் குழந்தைகள் ஆறுபேர் இருந்தார்கள். அவர்களில் ஆக இளையவளான சிறுமிக்கு, *டியாமேக்கன்* என்று பெயர். கடற்கடவுளுக்கு அவள்மீது ஆசை இருந்தது. ஆனால் அவளுக்கு அவரைத் திருமணம் செய்துகொள்ள விருப்பமில்லை. எங்கெல்லாம் முடியுமோ அங்கெல்லாம் சென்று ஒளிந்து கொண்டாள். சினமுற்ற கடற்கடவுள் வெள்ளத்தை உருவாக்கினார். மறுப்பை ஒரு பதிலாகவே கொள்ளமாட்டார் அவர்.

டியாமேக்கனின் இனாவான *மடாப்பிடப்* தன் மகளைக் காணாமல் ஏங்கினாள். கடற்பறவையாக உருமாறி, கடற்கரை நெடுகிலும் தன் மகளைக் கூப்பிட்டபடி பறந்துபறந்து தேடினாள். அவளுடைய தகப்பனாரான *கெசெங்* மலையேறிப் போனார். கடல் பார்வைக்குப் படுகிற ஓர் இடத்தில் பாம்புப்பட்டை மரத்தின் பரணிக் கொடியாக மாறிவிட்டார். அவளுடைய மூத்த சகோதரனான *ட்டாடி'அஃபோ,* பிரளயத்தின்போது மலையேறி ஓடியவன், இன்னொரு பழங்குடி இனத்தின் மூல முதல்வன் ஆனான். மேற்கே போன இரண்டாவது சகோதரன் *டடகியோலொ,* இன்னொரு பூர்வ குடியினரின் மூல முதல்வன் ஆனான். மூன்றாவது மகன் *ஆப்பொட்டொக்* தெற்கே சென்று, அங்கே சில இனங்களின் மூதாதை ஆனான். நான்காவது, ஐந்தாவது குழந்தைகளான *லலாக்கான்* மற்றும் *டோக்சி* ஆகிய இருவரும், நீண்ட மர உரல் ஒன்றின்மீது உட்கார்ந்து வெள்ள நீரில் மிதந்து *சிலாங்கசான்* மலையின் சிகரத்துக்குப் போய்ச் சேர்ந்தார்கள். அவர்கள் இருவருக்கும் கணவன் மனைவி ஆவதைத் தவிர வேறு வழியில்லை – வம்சம் தழைக்க வேண்டுமே.

ஆரம்பத்தில் சகோதரனும் சகோதரியும் மிருக வாரிசுகளையே பெற்றெடுத்தனர் – ஒரு பாம்பு, ஓர் ஆமை, ஒரு பல்லி, ஒரு மலைத் தவளை ஆகியவை பிறந்தனவே தவிர மனிதக் குழந்தைகள் பிறக்கவில்லை. சகோதரனும் சகோதரியும் – இல்லை, கணவனும் மனைவியும் – மிக மிகத் துயரமடைந்தனர். ஒருநாள் சூரியக் கடவுளின் ஆசி அவர்களுக்குக் கிட்டியது. மூன்று சாதாரண மகள்களும் ஒரு மகனும் பிறந்தனர். அவர்களுக்கு சூரியனின் குடும்பப் பெயரையே சூட்டினர். அந்த விவரங்கள் எனக்குச் சரியாக நினைவில்லை, ஆனால் அதன் சாராம்சம் இதுதான்: அந்தக் குழந்தைகளில் ஒன்று எங்கள் கிராமத்துக்கு வந்து சேர்ந்து எங்களுடைய மூதாதை ஆனது.

இனா சொன்னாள் – ஜனங்கள் தங்களுடைய இடம் என்று சொல்லக் கூடிய ஓர் இடத்தைத் தேடி ஓடிக்கொண்டே இருப்பார்கள். தங்கள் விருப்பத்துக்குரிய, தாங்கள் வசிப்பதற்குரிய ஓர் இடத்தைத் தேடி. மலையின் இந்தப்பக்கம் வசிப்பவன் என்றால், ஒரு மண்சரிவு கூட உன்னை மறுபக்கம் போக வைத்துவிடும். சமவெளியில் வசிக்கிறாய் என்றால், மற்றவர்கள் உன்னை மலைக்குத் துரத்துவார்கள். தீவில் வசிக்கிற வனானால், சிலவேளை உன்னால் இன்னொரு தீவுக்குப் போய்விட

முடியும். தான் சொல்வது இன்னதென்று இனாவுக்குத் தெரிந்திருந்தது என்றுதான் நினைக்கிறேன்.

ஆண்டுக் கடைசியில், எவ்வளவு பணம் சேர்த்திருக்கிறேன் என்று எண்ணிப் பார்த்தேன். ஒரு துண்டு நிலத்தை வாங்கி. செவன்த் சிசிட்டைக் கட்டுவதற்குப் போதுமான அளவு சேர்த்துவிட்டேன் என்பதை உணர்ந்தேன். இறுதியில், ஒரு வருடம் கழித்து, தொழிலை விட்டு நீங்கினேன்.

முதலில் கஷ்டமாகத்தான் இருந்தது. எனக்கு உதவிசெய்ய யாரும் இல்லை. ஏகப்பட்ட சமாசாரங்களை நானே யோசித்து முடிவுசெய்ய வேண்டியிருந்தது. அப்புறம், மிக சுவாரசியமான ஒன்றைக் கண்டுபிடித்தேன்: ஆரம்ப நாட்களில், இங்கே வந்தவர்களில் பலரும், ஒருமுறை வருவார்கள்; மறுபடி வரமாட்டார்கள். ஏனென்று சொல், பார்ப்போம்? உனக்குப் புரிந்துவிட்டது. அவர்களெல்லாம் என்னுடைய பழைய வாடிக்கையாளர்கள். அவர்களுக்கு என்னை வெயிலிலும் வெளிச்சத்திலும் பார்த்துப் பழக்கமில்லை என்பது காரணமாக இருக்கலாம்.

சிலசமயம், என்றாவது ஒருநாள் அவன் வருவான் என்று நினைத்துக் கொள்வேன். வந்து ஒரு கோப்பை *சலாமா* காஃபியோ வேறேதாவதோ கொண்டுவரச் சொல்வான். கலங்கரை விளக்க மேசையில் அமர்வான். எனக்குத்தான் அவனை அடையாளம் தெரியாது – எப்படியும் சட்டையைக் கழற்றி எனக்கு அவனுடைய முதுகைக் காட்ட மாட்டானே. பார்க்கப் போனால், முன்பே சொன்ன மாதிரி, எனக்கு அவனுடைய முதுகு மட்டுமே ஞாபகமிருக்கிறது. அவனுடைய முதுகில் இருக்கும் ஒவ்வொரு மச்சமும், மருவும், அவனுடைய தோலின் நிறமும் எனக்குத் தெரியும். ஆமாம், எனக்குத் தெரிந்ததெல்லாம் அவனுடைய முதுகு மட்டும்தான்.

அவன் மட்டும் உள்ளே வந்திருந்தால், அவன் கொடுத்த ஸிடிக்களில் உள்ள பாடல்களை அவனுக்காகப் பாடியிருப்பேன். அவனுக்குப் பின்புறம் நின்று, அவனுக்காக, அந்தப் பாடல்களைப் பாடியிருப்பேன்.

VIII

VIII

21

மலையினூடே

டெட்லெஃப் போல்ட் விமானத்திலிருந்து கீழே தீவைப் பார்த்தார். முப்பது வருடங்களுக்கு மேலாகிவிட்டது, என்று நினைத்துக்கொண்டார்.

மூன்று பத்தாண்டுகளுக்கும் முன்பு, தீரமிக்க இளைஞனாக இருந்தபோது, உலகம் அதுவரை பார்த்திராத, ஆகப் பெரிய டிபிஎம் (*Tunnel Boring Machine* – குகை துளைக்கும் யந்திரம்) வடிவமைப்பில் அவர் பங்கேற்றார். குகை குடையும் தொழில் நுட்பத்தில் மிகப் பெரிய மடைமாற்றங்களைக் கொண்டுவந்த யந்திரம் அது. மரபான, குடைதலும் வெடிவைத்துத் தகர்த்தலும் என்ற செயல்முறைக்கு மாற்றாக வந்தது. நிபுணர்கள் கூட்டத்துக்கு டிபிஎம் ஆலோசகராக இந்தத் தீவுக்கு ஒரு சிறு விஜயம் செய்தார். தாம் தங்கியிருந்த குறுகிய காலத்தில் அதிகப் பேரை சந்திக்கவில்லை. தன்னுடைய பழைய சக ஊழியரான ஜுங்–ஸீயாங் விக்கு மட்டுமே தாம் மீண்டும் வருவதைத் தெரிவித்திருந்தார். சாராவுடனான ஓர் அமைதியான பயணத்தை ஆனந்திக்கவே விரும்பினார். என்றாலும், மகிழ்ச்சியை உத்தேசித்து மட்டுமே அமைந்த பயணம் அல்ல அது – அல்லது, குறைந்தபட்சம் சாரா அப்படிக் கருதவில்லை.

சாரா, நார்வேயின் கடலோர உயிரிக் குழுமங்கள்மீது அடங்காத ஆர்வம் கொண்ட கடல் உயிரியலாளர். நார்வேயின் கடற்கரையோரம்தான் அவள் டெட்லெஃபைச் சந்தித்தாள். அவர் தனியார் நிறுவன மீத்தேன் பனிக்கட்டி விரிவாக்க முதலீட்டுத் திட்டத்துக்கு (*development investment project*) ஆலோசகராக அழைக்கப்பட்டிருந்தார். அவருடைய ஆகச் சிறந்த மாணவர்கள், அனைவருமே குடைதல் உத்திகளில் நிபுணர்கள், அந்தத் திட்டத்தின் குழுவில் இடம்பெற்றிருந்தார்கள். இயல்பாகவே அவர்கள் தங்களுடைய பழைய ஆசானையும் குழுவில் பங்கேற்க வேண்டினார்கள்.

கடற்கரையோர ஆழ்கடல் பகுதியில் இயங்கிய திமிங்கிலவேட்டைக் கப்பல் ஒன்றுக்கு எதிரான போராட்டத்தை சாரா தலைமையேற்று நடத்திய நீர்ப்பகுதிக்கு அருகாமையிலேயே டெட்லெஃப் இருந்த மதிப்பாய்வுப் படகும் இருந்தது. தனக்கும் அதற்கும் சம்பந்தமேயில்லை என்கிற மனோபாவம் கொண்டவரான டெட்லெஃப், அந்தச் சூழ்நிலை என்னவாக உருப்பெறுகிறது என்பதை, பற்றுதலே இல்லாமல் கவனித்தார். தொழில்ரீதியான தகுதியை எட்டுவதில் நம்பிக்கை கொண்டவரான அவர், தாட்சண்யம் கொண்டவர்போலத் தென்பட்டார் – ஏதோ அந்த எதிர்ப்பாளர்கள் பற்றிய தீர்ப்பை வழங்கவிருக்கிறவர் போல.

எதிர்ப்புப் படகு அத்தனை பெரியதில்லை. “கடலின் பெருவிலங்கைப் படுகொலை செய்யாதே” என்ற வாசகத்துடன் இருந்த அவர்களது பதாகை, வலுத்த காற்றில் மடங்கியது; சாராவின் சிவப்புநிறக் கூந்தல் பேரலையாக முன்னால் பறக்க, அது கண்கொள்ளாக் காட்சியாக இருந்தது.

விபத்தாகவோ, முன்கூட்டியே திட்டமிடப்பட்டதனாலோ, திமிங்கில வேட்டைக் கப்பல் திசைமாறி வந்து போராட்டப் படகின்மீது உரசியது. வெறும் உரசல்தான் – ஆனால், இரண்டின் எடைகளுக்குமான வேறுபாடு மிகமிக அதிகமானது என்பதால் உரசலின் அழுத்தத்தைத் தாள முடியாமல் போராட்டப் படகு கவிழ்ந்தது. போராட்டக்காரர்கள் நீரில் விழுந்தனர். அருகாமையில் இருந்ததால், மதிப்பாய்வுப் படகு அவசரகால உதவியை வழங்க முன்வந்தது. அதிர்ஷ்டவசமாக, போராட்டக்காரர்கள் உயிர்காப்புச் சட்டைகளை அணிந்திருந்தனர். இம்மாதிரியான சூழ்நிலையில் உயிர் தப்புவது எப்படி என்பதை நன்கு அறிந்தவர்களாகத் தென்பட்டனர். இது, அவர்கள் வேண்டுமென்றே தங்கள் படகைக் கவிழ விட்டார்களோ என்ற சந்தேகத்தை டெட்லெஃபுக்கு ஏற்படுத்தியது.

பிறகு, முழுக்க நனைந்துவிட்ட அந்த செந்தலைக்காரி மருத்துவ ஊர்திக்குள் இட்டுச் செல்லப்படும்போது தன்னையறியாமல் டெட்லெஃபை நோக்கிப் பார்வையை வீசினாள். அது தன்னை எதுவோ தாக்கிவிட்டதான “மறுக்க முடியாத” (அவருடைய தொழில் நுட்ப அறிக்கைகளில் அடிக்கடி பயன்படும் சொல் இது) உணர்வை அவருக்கு வழங்கியது.

சாராவை மருத்துவமனையில் சென்று பார்ப்பதற்கு ஏதோவொரு சாக்கு கண்டுபிடித்தான் டெட்லெஃப். சீக்கிரமே அவர்கள் இருவரும் கடற்கரையில் ஒரு முறை அந்தரங்கமாகச் சந்தித்தனர். உறைபனிபோலத் தோன்றும் நார்வீஜியக் கடலின் நீர்ப் பரப்பை அவர்கள் பார்த்தபோது தொலைவில் தெரிந்த விளக்குகள் நடுங்கும் தணல்கள்போலத் தெரிந்தன. சூரியனுக்குக் கீழுள்ள சகலத்தையும் பற்றிப் பேசியது அந்த ஜோடி: மீத்தேன் பனிக்கட்டி எடுப்பதன் சூழலியல் விளைவுகள், திமிங்கிலத் தொழில், கடற்கரையோர மட்டிமீன் சூழலியல் முதல் கவிதை வரை. கீட்ஸ் மீதும் யேட்ஸ் மீதும் தனக்குள்ள ஆர்வத்தைப் பகிர்ந்துகொள்வாள் சாரா.

ஒருமுறை அவர்களுக்குள் அபிப்பிராயபேதம் எழுந்தது – திமிங்கிலவேட்டையை நார்வே தொடர வேண்டுமா என்பது பற்றி. சாரா சொன்னாள்: “அது ஒரு பெரிய விஷயமில்லை என்று நீ நினைப்பதற்குக்

காரணம், உன் கண்ணெதிரே ஒரு மிங்க் திமிங்கிலம் ரத்தம் வெளியேறிச் சாவதைப் பார்த்ததே கிடையாது என்பதுதான்."

"ஆனால், திமிங்கில வேட்டைக்காரர்கள் பலர் திமிங்கில வேட்டைக்காரர்களாக இருப்பதற்கு, அவர்களுடைய முன்னோர்கள் அதைச் செய்தனர் என்பதே காரணம்."

"சரிதான். ஆனால், திமிங்கில வேட்டைக்காரர்களை மூதாதையராய்க் கொள்ளாத திமிங்கில வேட்டைக்கார்களும் ஏகப்பட்ட பேர் இருக்கத்தானே செய்கிறார்கள்? நான் என்ன கேட்கிறேன் என்றால், ஆட்கள் தங்கள் தொழிலை மாற்றிக்கொள்ள முடியாதா என்ன? பாரம்பரியம் மாற முடியாத ஒன்றா?"

"இருக்கலாம். ஆனால், நீ மீத்தேன் ஐஸ் எடுப்பதற்கும் எதிராக இருக்கிறாய்." என்றான் டெட்லெஃப்.

"ஆமாம்." என்றாள் சாரா.

"ஆனால், அது ஒரு வள ஆதாரம். அதைச் சுரண்டி எடுப்பதால் யாருக்கும் தீங்கில்லை."

"*யாருக்கும்* தீங்கில்லையா? "யாருக்கும்" என்பதற்கு நீ கொள்ளும் விளக்கத்தைப் பொறுத்தது அது. மீத்தேன் ஐஸ் என்பது பெட்ரோலியத்தி லிருந்து மாறுபட்டது. உனக்கே நன்றாய்த் தெரியும், கடலாழங்களிலிருந்து பெயர்ச்சிப் பிளவுகள் வழி மேல்படுகைக்கு இடம்பெயரும் வாயு, உறைபனிக் குளிர் கொண்ட துருவக் கடல் நீருடன் சேர்ந்தவுடன் வண்டலாகப் படிகிறது; அல்லது, படிகமாகத் திரள்கிறது. அதாவது, மீத்தேன் ஐஸ் படிவங்கள் உண்மையில் சமுத்திரத் தரையின் பகுதிகள். அவற்றைச் சுரண்டி எடுப்பது, ஆர்க்டிக் பிராந்தியத்துக்கு எந்த அளவு சேதத்தை ஏற்படுத்தும் என்பது நமக்குக் கொஞ்சம்கூடத் தெரியாது. பலவீனமான நில அமைப்புகளை, நுண் பருவநிலைகளை அது மாற்றிவிடக் கூடுமா இல்லையா? மனிதர்கள் யாரும் சாக மாட்டார்களாய் இருக்கலாம், ஆனால் பிற உயிர் வடிவங்கள், நாடகத்தனமான இத்தகைய சூழலியல் மாற்றத்துடன் பொருந்திக்கொள்ள இயலாமல் போகும்."

"ஆனால், தொடர்ந்து விரிவாக்கத்தை மேற்கொள்ளாவிட்டால், மனிதகுலம் உயிர் வாழ்வது எப்படி ?"

"ஜனத்தொகை அதிகரித்துக்கொண்டே போனால், பிற உயிர்வடிவங்கள் எப்படித் தப்பிப் பிழைக்கும் என்ற கேள்வியை ஏன் கேட்கக் கூடாது? ஹோமோசேப்பியன்களின் எண்ணிக்கையைக் கட்டுப்படுத்திவிட்டால், சுற்றுச்சூழலை நாம் இந்த அளவு சுரண்ட வேண்டியிருக்காது, இல்லையா?"

"எனக்கு என்ன தோன்றுகிறது என்றால், பசுமைப் புரட்சியின்போது நடந்ததுபோல, மேலதிக எண்ணிக்கையிலான ஜனங்களுக்கு உணவு ஈட்டப் புதிய வழிகளை நாம் உருவாக்கிக்கொண்டே போகும்வரை, "இந்த அளவு ஜனங்களை" உலகம் ஆதரிக்க முடியும். உலகத்தில் உயிரோடிருக்கும் அத்தனை பேருக்கும் உணவூட்ட வேண்டியது நம்முடைய தலைமுறையின் பொறுப்பு." என்றான் டெட்லெஃப்.

"ஆனால், "இந்த அளவு ஜனங்களை" ஆதரிப்பது நம்மால் இயலாத காரியம் என்பதை வெளிக்காட்டும் சான்றாதாரங்கள் குவிந்துகொண்டே போகின்றன என்பதுதான் உண்மை. நீயும் நானும் வாழ்வதுபோன்று எல்லாருமே வாழ வேண்டுமானால், மூன்று பூமிகள் நமக்கு வேண்டும். சென்ற நூற்றாண்டின் கடைசியில் இருந்த சூழலியல் அடிச்சுவடுகளைக் கணக்கிட்டிருக்கிறார்கள். நிஜத்தில், செல்வம் வறியவர்களை ஒருபோதும் எட்டுவதில்லை. உணவூட்டப்பட வேண்டிய வாய்கள் அவர்கள் தரப்பில்தான் அதிகமாய் உள்ளன. இந்தப் பிரச்சினையை அரசியல் ரீதியாகவோ, தொழில்நுட்ப ரீதியாகவோ இன்னொரு பசுமைப் புரட்சியின் மூலம் தீர்த்துவிடுவதற்கில்லை. பணக்காரர்களும், அதிகாரம் மிக்கவர்களும் ஏற்கனவே ஸ்திரப்பட்டு விட்டார்கள். பட்டினி கிடப்பவர்களைப் பற்றி அவர்களுக்கு மெய்யான அக்கறை ஏதுமில்லை." என்றாள் சாரா.

"மிகுந்த மரியாதையோடுதான் கேட்கிறேன் சாரா, உன்னுடைய சொந்த வாழ்க்கைமுறை மிக மிக வசதியானது இல்லையா?"

"வீண்விரயங்களைத் தவிர்ப்பதற்குக் கூடுமானவரை முயல்கிறேன். முயற்சியே மேற்கொள்ளாமல் இருப்பதைவிட, உன்னால் முடிந்ததைச் செய்வது உத்தமம்."

தன்னுடைய சொந்த வாழ்க்கைமுறையில் இருக்கும் வீண் விரயங்களை யோசித்துப் பார்த்தான் டெட்லெஃப்.

சாரா தொடர்ந்தாள்: "அறிவியல் விவகாரங்களில் உணர்ச்சிகளுக்கு இடமில்லை என்றுதான் நிறையப்பேர் சொல்கிறார்கள். உண்மையில் விஞ்ஞானிகள் தாங்கள் விஞ்ஞானிகள் என்ற அளவில் செய்வதற்கு இருப்பது ஒன்றே ஒன்றுதான்: எது உண்மை, எது உண்மையில்லை என்பதை நிர்ணயம் செய்வது. சரியான தேர்வு எது என்று அவர்கள் நமக்குச் சொல்ல முடியாது. "தொழில்ரீதியான நடுநிலை" அல்லது அதுபோன்ற ஏதோவொரு போலித்தனத்தின் பெயரால் இதுபோன்ற சிடுக்கான அறவியல் பிரச்சினைகள் அனைத்தையும் தவிர்ப்பதற்குப் பதிலாக, முடிவெடுப்போருக்கு இன்னும் நல்ல தேர்வுகளை முன்வைப்பவளாகவே இருக்க விரும்புகிறேன். மக்கள் தொகை அதிகரிப்பது நின்றுவிட்டால், நாமும் நமது வாழ்முறையை மாற்றிக் கொண்டுவிட்டால், மீத்தேன் ஐஸை எடுக்கவேண்டிய அவசியம் இருக்காது." வெளிறிய நீலப் பனிமூட்டத்தில், பற்றியெரியும் ஒரே வஸ்துவாக, சமுத்திரக் காற்றால் சாராவின் செந்நிறக் கூந்தல் புடைத்திருந்தது.

"இந்த இடம் ஸ்டோரெக்கா என்று ஏன் அழைக்கப்படுகிறது தெரியுமா?" பேச்சுப்பொருளை மாற்றுவதன்மூலம் சூழ்நிலையை சரளமாக்க முயன்றாள் சாரா.

டெட்லெஃப் தலையாட்டினான்.

"நார்வீஜிய மொழியில் அதற்கு "மகா விளிம்பு" என்று பொருள். ஸ்டோரெக்கா மண்சரிவுபற்றிக் கேள்விப்பட்டதுண்டா? ஆயிரக்கணக்கான வருடங்களுக்கு முன்பு நடந்த அது, கடந்த சில வருடங்களில் மீண்டும் நிகழ்ந்தது. கடந்த பல பத்தாண்டுகளாய்ப் புவிவெப்பம் அதிகரித்துவருவதன்

காரணமாக, உறைபனித் தட்டிலுள்ள நீர்மங்கள் உருகவும், குமிழ்களாய் உருவாகவுமாக இருக்கின்றன. இதன் விளைவாக நிகழும் படிகச் சிதைவு, வண்டல் படிமானங்கள் நிலைகுலைவதை அதிகரிக்கச் செய்கிறது. இதன் பலனாக, இருநூற்று ஐம்பது மீட்டர் உயரமும், பலநூறு கிலோமீட்டர்கள் அகலமும் கொண்ட பெரும் அடுக்கு ஒன்று சரிந்து விட்டது. கிட்டத்தட்ட நார்வேயிலிருந்து க்ரீன்லாண்ட் வரையிலான தொலைவில் பாதி அளவு பரிமாணம் கொண்டது அது. அந்தச் சரிவு, கடலோரச் சூழலியலை ஒட்டுமொத்தமாக மாற்றி விட்டது. இதுபோன்ற சரிவு ஒவ்வொரு ஆயிர வருடங்களுகொரு முறையும் நடக்கக் கூடியதுதான்; பனியுகச் சுழற்சிக்கு இயைந்து நடப்பது என்றெல்லாம் மண்ணியலாளர்கள் முதலில் வாதம் செய்தார்கள். மறுபடியும் அந்தச் சரிவு நிகழ்வதற்கு இன்னொரு நூறாயிரம் வருடம் ஆகும் என்று நினைக்கிறாயா என்ன?

“சொல்வது கடினம்.”

“சரிதான், சொல்வது கடினம்தான்.” காற்றில் பறந்த கூந்தலைத் தொகுத்துக் கொண்டாள் சாரா. “இதுபோன்ற உற்பாதங்களை முன்கணிக்க நிகழ்தகவுக் கோட்பாடு *(probability theory)* பெரிய அளவில் உதவாது. ஏனென்றால், இரண்டே சாத்தியங்கள்தாம் உள்ளன. ஒன்று, அது நடக்கும். அல்லது, நடக்காது. என்னைப் பொறுத்தவரை, என்றாவது ஒருநாள் உறைபனித் தட்டு சிதைந்து நொறுங்குமானால் – அப்படி நடக்கக் கூடாது என்றே விரும்புவேன் – ஏனென்றால், பூமியெங்கும் மனிதன் தோண்டிக்கொண்டே இருக்கிறான் – அது ஒருவேளை இயற்கையாகவே நடக்குமானால் எனக்குப் புகார் ஏதுமில்லை. ஏனென்றால் அது எனக்குச் சம்பந்தமில்லாதது என்பதோடு, என் கட்டுப்பாட்டில் உள்ள விஷயமும் இல்லை. எது நடந்தாலும், அது நம்மால் நடந்ததாக இருக்க வேண்டாம் என்பதே என் விருப்பம். நாம் எங்கெங்கும் இருக்கிறோம்! ஒட்டுமொத்தக் கோளையும் நிரப்புமளவு ஜனங்கள் ஏன் இனப்பெருக்கம் செய்ய வேண்டும்? இருப்பதே போதும்! எனக்குக் குழந்தை இல்லை. பெற்றுக்கொள்வது பற்றிய எண்ணமும் இல்லை. எனவே, இந்தப் பிரச்சினைகளைப் பற்றி நான் சிந்திப்பது என்னுடைய சொந்த சந்ததிகளுக்காக இல்லை.”

டெட்லெஃப் சாராவின் புருவங்களைக் கூர்ந்து பார்த்தான். கூந்தலைப் போலவே எரிக்கும் சிவப்புநிறம் கொண்டிருந்த அவற்றின் கீழ் இருக்கும் பழுப்பு நிறக் கண்களையும் கூர்ந்து பார்த்தான். சங்கேதம் தெளிவாக இருந்தது: அந்தக் கண்களிடம் மயங்கிவிட்டான் அவன். இல்லை என்று மறுக்கத்தான் விரும்பினான்; ஆனால் மறுக்க முடியாத உண்மை அது.

வாஸ்தவத்தில், குப்பைக் கடற்சுழியின்மீது சற்று நீண்ட காலமாகவே கவனம் செலுத்திவந்தாள் சாரா. இருபதாம் நூற்றாண்டின் இறுதியில் சமுத்திரவியலாளர்கள் அதை உற்றுநோக்கவும், அது பற்றி விவாதிக்கவும் ஆரம்பித்த நாளிலிருந்தே. தைவானின் கடலோரப் பிராந்தியத்தின்மீது குப்பைக் கடற்சுழியின் தாக்கம் எவ்விதமாய் இருக்கக்கூடும் என்பதை ஆராய்வதற்கு ஒரு நல்கை வேண்டி நார்வேயின் தேசிய அறிவியல் கழகத்திடம் விண்ணப்பித்தாள். ஆனால், கடற்சுழியின் விளிம்பு கிழக்குக் கடற்கரையைத் தாக்கிய சமயத்திலும், நல்கை பரிசீலனையில்தான்

இருந்தது. தன்னுடைய செலவைத் தானே பார்த்துக்கொள்வது என்று முடிவெடுத்தாள். கடல் புண்பட்டது, அவளையும் அந்தரங்கமாகப் புண்படுத்தியது. இப்போது அங்கே மறுபடியும் செல்வதற்கான சாக்கு டெட்லெஃபுக்குக் கிடைத்துவிட்டது: பல வருடங்களுக்கு முன் தான் சென்ற தீவுக்கு சாராவைக் கூட்டிச்செல்வது தர்க்கபூர்வமானது தானே.

ஜுங்–ஸியாங் லி விமான நிலையத்துக்கு வந்து இவர்களைக் கூட்டிச் சென்றார். குகை குடைதல் திட்டத்தில் பங்கேற்ற பொறியாளர்களில் ஒருவர். டெட்லெஃபின் வருகை குறித்து அறிந்திருந்த ஒரே நபர். அவர்கள் முதன்முதலாகச் சந்தித்த சமயத்தில்தான் லி க்குத் திருமணம் ஆகியிருந்தது. இப்போது அவருடைய குரல் கரகரத்துவிட்டது; தலைமுடி குறைந்திருந்தது; லேசான தொந்தி என அவருடைய நிஜமான வயதைவிட அதிகமாகக் காட்டிய அம்சங்கள்.

அந்த நாளில், டெட்லெஃப் தைவானுக்கு நேரில் வருவதற்கு முந்தைய வருடம், அந்தத் திட்டம் பற்றிய மின்னஞ்சல் விவாதங்கள் பலவற்றை மேற்கொண்டிருந்தார்கள். அந்தப் பகுதியில் உள்ள அதிகக் கடினம் கொண்ட படிகப் படிவம் நிறைந்த மணற்பாறைகள் பற்றிய பட்டியல் ஒன்றை அவர்கள் உருவாக்கியிருந்தார்கள். அதிகமான நீர் ஒழுக்கு நிறைந்த, நொறுங்கக்கூடிய அடுக்குப் படிவங்களை எப்படிச் சமாளிப்பது என்பதையும் யோசித்திருந்தார்கள்.

டெட்லெஃபின் இறுதி மதிப்பீட்டின் பிரகாரம், குகைப்பாதையைக் குடைவதில் எதிர்ப்படும் சிரமங்கள் தாண்டமுடியாதவை அல்ல; ஆனால், அதற்குச் செலவழிக்க வேண்டிய தொகையும், காலமும் விகிதப் பொருத்தமற்றவை. செலவு – பலன் தொடர்பான பிரச்சினை அது. அதிகாரபூர்வ நிலைப்பாட்டையே ஜுங்–ஸியாங் லி மேற்கொண்டார்; என்னவானாலும், குகைப்பாதை சாத்தியமே.

இதன் பொருள் என்ன என்பதை டெட்லெஃப் அறிந்திருந்தார். எந்த ஒரு திட்டத்திலுமே, அவரைப் போன்ற பொறியாளர்கள் வெறும் அகழெலிகள் மாதிரித்தான். வேலையைச் செய்து முடிக்கமுடியவில்லை என்றால், ஒழிந்துபோக வேண்டியதுதான். தன்னுடைய ஊதியத்தைக்கூடப் பொருட்படுத்தாமல், ஒரு இயந்திரப் பொறியாளராக, அந்தப் பாதையில் இருக்கும் படிகப் படிவம் நிறைந்த ஸ்ஷெலெங் மணற் பாறைகளினூடே ஒரு டிபியெம்மால் துளைத்துச் செல்ல முடிகிறதா என்று பார்க்க விரும்பினார். படிகப் படிவம் மலிந்த படிகப்பாறைத் தலமேதான் அது. ஆறு முதல் ஏழு மோஹ்[1]ஸ் வரையிலான கடினத்தன்மை கொண்டது. எஃகே ஐந்து மோஹ்ஸ் கொண்டதுதான்!

இளம் டெட்லெஃப் மிகவும் நம்பிக்கையோடிருந்தார். என்ன, நிஜமான பாறை அடுக்குகளின் அமைப்பு, மாதிரிச் சான்றுகளை வைத்து அவர்கள் அனுமானித்ததைப்போல "சாமானியமான"தாக இருக்காமல் போகலாம். பல டஜன் மீட்டர்கள் ஆழம் கொண்ட, பரீட்சார்த்தத் துளைபற்றிய மண்ணியல் அறிக்கை அவர்கள்வசம் இருந்தது. ஆனால், இதுபோன்ற

1. மண்ணியலில், கடினத்தன்மையை அளக்கும் ஓர் அலகு (மொ – பெ)

பெரிய மலையைப் பொறுத்தவரை, அது சும்மா மேலோட்டமாகச் சுரண்டிப் பார்ப்பதுதான். மலையின் இதயப்பகுதியில் உள்ள நில அமைப்பு யாராலும் யூகிக்க முடியாதது. அவர்கள் புதுப்புது முறைகளைக் கையாண்டு பார்க்க வேண்டியதுதான். ஆனால், இவற்றைப்பற்றியெல்லாம் டெட்லெஃப் கவலையே படவில்லை. அந்தச் சவாலை ஏற்றுக்கொண்டார். தவிர, யாரோ செலவு செய்யத் தயாராக இருக்கும்போது, முயற்சி செய்து பார்த்தால்தான் என்ன?

ஆனால், மணற்பாறைகளைவிடவும், நிலத்தடி நீரின் வரத்துதான் மேலதிக அச்சம் தருவது. நீர் நிரம்பிய ஓர் அடுக்கை அவர்கள் துளைக்கும்போது, நீர் பீறிப் பாய்ந்து வர ஆரம்பிக்கும். ட்டிபியெம்மில் பெரும் அளவில் மண்ணை வாரியடிக்கும். இயந்திரங்கள் பழுதாகும்; தரை உள்வாங்கிப் பள்ளங்கள் உண்டாகும். ஒரு முன்காப்பு முயற்சியாக, சங்கிலித்தொடர் பொருள்கடத்திப் பட்டையைச் சேர்த்துக்கொள்ளும்படி யோசனை சொன்னார் டெட்லெஃப். இது நீர்வரத்தைப் பாதையிலிருந்து அகற்றும். பார்க்கப்போனால், இயந்திரத்துக்கு நேரிடும் பழுது, இயந்திரத்தின் சரளத்தன்மையைக் கெடுக்கும்.

தொழிற்சாலைக் குழு, மரபுரீதியாகக் கட்டப்பட்ட, 11.74 மீட்டர் விட்டமுள்ள, இரட்டைக் கவசம் கொண்ட கடினப்பாறை ட்டிபியெம்கள் இரண்டை உருவாக்கியது. அதுபோன்ற மாபெரும் இயந்திரங்களைக் கூட்டிப் பொருத்துவதே பல மாதங்கள் பிடிக்கக்கூடிய மிகப்பெரிய பணி என்று எல்லாரும் சொன்னார்கள். அந்தக் காலகட்டத்தில், பகல்பொழுதில் டெட்லெஃபுக்கு ஆகப்பெரிய சுவாரசியம் தந்த வேளைகள், அன்றன்றைய முன்னேற்றம் பற்றி வரும் மின்னஞ்சல்களைப் பார்ப்பதுதான்.

அந்த இயந்திரத்தைச் செயலில் ஈடுபடுத்தியபோது, பின்னடைவுகள் இருந்ததில் ஆச்சரியமில்லை. பாறை மிகமிகக் கடினமானதாக இருந்தது – வெட்டுத் தகடுகள் அசாதாரணமான தேய்மானம் அடைந்தன. அவற்றின் இடத்தில் உடனடியாகப் புதிய தகடுகளைப் பொருத்தாவிட்டால், குகைப்பாதைத் துளையின் விட்டம் சுருங்கிவிடும். குழிக்குள் தலையை நுழைக்கப் பிரயாசைப்படும் பூனையைப்போல, பாறையின் முகத்தைச் சிறுகச் சிறுகக் கொரிக்க முயலும் ட்டிபியெம் இயந்திரம். அதன் வெளிப்புறக் கவசம் சிக்கி நின்றுவிட்டால், தொழிலாளர்கள் வந்து மீட்கும் வரை கையாலாகாமல் காத்திருக்கும். டெட்லெஃபுக்குக் கிடைத்த புள்ளிவிவரங்களின்படி, ஆக மோசமான பாகத்தில், ஒவ்வொரு 2.3 மீட்டர்களுக்கொருமுறை வெட்டுத் தகடுகளை மாற்ற வேண்டியிருந்தது. மேலும் நீர் வரத்து, எதிர்பார்த்ததைவிடப் பலமடங்கு தீவிரமாய் இருந்தது – தொடர்கடத்திப் பட்டையில் கூட அடிக்கடி பழுது நேரும் அளவுக்கு.

பணித்தலத்தின் புகைப்படங்களைப் பார்த்தபோது, தான் அதீத நம்பிக்கை வைத்துவிட்டதாக டெட்லெஃப் ஒத்துக்கொண்டார். சற்று உளச்சோர்வு அடைந்தார் அவர். மின்னஞ்சலின் மறுமுனையில் இருந்த ஜ¬ங் – ஸீயாங் லியோ இன்னமும் ததும்பும் நம்பிக்கையுடன் இருந்தார். ஜ¬ங் – ஸீயாங் லி போன்ற பொறியாளர்கள், ஏன், ஒட்டுமொத்தத் தைவான் திட்டக் குழுவுமே, “குகையை உருவாக்கியே தீருவது” என்ற

அசாத்திய உறுதியுடன் இருந்தது. டெட்லெஃப் அவர்களை மிகமிகப் பாராட்டினார்தான்; அதே சமயம், விவரிக்க முடியாத விதத்தில் அது அவரை அச்சுறுத்தவும் செய்தது.

பல பத்தாண்டுகள் கழித்து அந்தக் குகைப்பாதையின் வழியே காரோட்டிப் போனபோது, காற்று, வெப்பநிலை மற்றும் உள்ளேயிருக்கும் செய்றகை ஒளியமைப்பு ஆகியவற்றைத் துல்லியமாக உணர்வதற்காக, ஜன்னலை இறக்கினார் டெட்லெஃப். அந்தச் சமயத்தில், பனிக்காலத்தில் குளிரும், கோடையில் புழுக்கமும் உள்ள, இருண்ட, ஈரக்கசிவுள்ள குகையில் பத்துவருடத்துக்கும் மேல் தொழிலாளிகள் வேலை செய்திருந்தார்கள். பொறியியலாளர் குழுவோ, மூன்றாம் நிலை வண்டல் பாறைகள், குடைதலின் விளைவாக உருவான மடிப்புகள், நெட்டித் தள்ளி எதிர்க்கும் வளையங்கள், பத்தாயிரக்கணக்கான ஆண்டுகளாக பூமிக்கடியில் பாறையிடுக்குகளில் சிக்கிக் கிடந்த நீர், குடையும்போது வழுக்கியதால் நேரிட்ட பிசகுகள், குடையுமிடத்தில் நேரும் சாதாரணப் பிழைகள், பல்வேறு பரிமாணங்கள் கொண்ட பதினோரு மடிப்பு உள்ள கட்டமைப்புகள் எனப் பல்வேறு தடைகளுடன் போராட வேண்டியிருந்தது.

அந்த குகைப்பாதை மாபெரும் வெற்றி, இல்லையா? அல்லது, அதெல்லாமே அநாவசிய விரயமோ? ஜுங் – ஸியாங் லி இப்போது அதைப்பற்றி என்ன நினக்கிறார் என்று வாய்ப்புக் கிடைக்கும்போது கேட்க வேண்டும் என டெட்லெஃப் விரும்பினார்.

இளைஞராக இருந்த காலங்களில், அதை ஒரு வெற்றி என்றே டெட்லெஃப் விவரித்திருப்பார், அதைப் பற்றிக் கேள்வியே கிடையாது. ஆனால், கடந்த சில வருடங்களாக அதைப் பற்றிக் குழப்பமாய் இருக்கிறது. இப்போதெல்லாம் தனது வகுப்புகளில் அடிக்கடி சொல்கிறார்: ஒவ்வொரு மலைக்கும் அதற்கேயுரிய "இதயம்" இருக்கிறது. "அப்போது எங்கள் வசம் இருந்த புள்ளிவிவரத்தைப் பொறுத்தவரை, உள்கட்டுமான அமைப்பு ஐம்பத்தொன்பது மாதிரித் துவாரங்களை, ஏழு மாதிரிக் குழிகளைத் தோண்டியிருந்தது. பனிரெண்டு புவியதிர்வுச் சோதனைகளை நிகழ்த்தியிருந்தது. மிகப்பெரிய அளவிலான மண்ணியல் சார்ந்த மதிப்பாய்வு அது. ஆனால், அத்தனை பெரிய மலையின் இதயத்தில் குழாய் அமைப்பது என்பது, தோராயமாக "கனவுகளுக்கு விளக்கம் சொல்வது"தான்."

தனது உரைக்கு உதவிகரமாக, குகைப் பாதைக்குள் நிலத்தடி நீர் பாயும் காட்சியைத் திரையிட்டுக் காட்டுவார் டெட்லெஃப். எப்போதுமே அது பிரமிக்க வைக்கும்: விநாடிக்கு எழுநூறு லிட்டர் என்ற அளவில் நிலத்தடிநீர் பாய்ந்து வெளியேறும்; தன் இதயத்தைத் தோண்டிப் பார்க்கும் மனிதர்களை ஒரேயடியாக ஒழித்துக்கட்டுவது என்று அந்த மலை தீர்மானித்துவிட்ட மாதிரியே இருக்கும்.

"சாதாரணமாக, ஒரு மலையின் "உட்புறம்" நீ மூழ்கி மடிவதில்லை; இல்லையா?" உள்ளீடற்றதாக ஒலியெழுப்பும் சாய்வுமேசையில் தனது மின்னணுச் சுட்டியால் தட்டினார் டெட்லெஃப். இந்தப் புதிய சாய்வுமேஜைகள், அவற்றின்மீது சாயும்போது அத்தனை உறுதியாய்

இருப்பதில்லை. முன்பு பயன்பாட்டில் இருந்த திடமான மரச் சாய்வு மேஜைகள் மிகமிகக் கனமானவை. இப்போதெல்லாம் இப்படித்தான்: நுட்பங்களின்மீது கவனம் கிடையாது.

“என்னுடைய வேலை, மலையின் “இதயத்தை”த் துளைத்துச்செல்லும் கருவியை வடிவமைப்பது.” டெட்லெஃப் தன் மாணவர்களை ஒருவர்பின் ஒருவராகக் கண்ணுக்குக் கண் பார்த்தார்.” ஆனால், இப்போதெல்லாம், சிலவேளை எனக்குச் சில சந்தேகங்கள் ஏற்படுகின்றன. நாம் சும்மா தோண்டக் கிளம்பிவிடக் கூடாதோ என்று; அதிலும் ஒரு மலையின் அந்தரங்கம் மிகவும் சிடுக்கானதாக இருக்கும்போது. ஓர் இடத்திலிருந்து இன்னோர் இடத்துக்கு முடிந்த அளவு வேகமாகப் போகவேண்டும் என்பதற்காக, ஒரு மலையினூடாகத் துளைத்துச் செல்வது ஒருவித வாழ்முறை. மலையைச் சுற்றிக்கொண்டு போவது, இன்னொருவித வாழ்முறை. நாம் ஒரு விஞ்ஞானபூர்வமான மதிப்பீட்டு முடிவை எடுக்கிறோம் என்றே நினைத்தோம்: ஆனால், உண்மையில், நாம் வாழ்முறை சம்பந்தமான தேர்வையே முடிவு செய்கிறோம்.”

அப்பேர்ப்பட்ட அனுபவஸ்தரான பேராசிரியர் இதுமாதிரி மென்னுணர்வை வெளிப்படுத்தும்போது, மாணவர்கள் வழக்கமாகப் பேச்சிழந்துவிடுவார்கள்.

“காலத்தை மிச்சப்படுத்துவது, சில செலவுகளைக் குறைக்கிறது என்பது வெளிப்படை. ஆனால், முதலிலேயே, அரசாங்கம் முழுத் தொகையையும் அந்தத் திட்டத்துக்குள் செலுத்தியாகவேண்டும். சில சமயம், நீங்கள் கணக்கிட்டுப் பார்த்தால், இறுதிப் பலன் அவ்வளவு செலவுக்கு அருகதையுள்ளது அல்ல.”

“அப்படியென்றால், உங்களுக்கு வேலையில்லாமல் போய்விடுமே” என்று துடுக்கான மூடன் எவனாவது கருத்துரைப்பான்.

“ஒருவேளை நான் என் தொழிலை மாற்றிக்கொள்வேனோ என்னவோ.” என்று டெட்லெஃப் பதிலளிப்பார். “பால்பண்ணை நடத்தவோ, அதுபோன்ற வேறொரு தொழிலுக்கோ போய்விடுவேன். என் தகப்பனார் பால்பண்ணை நடத்தியவர்தான். வாழ்க்கையை நடத்துவதற்கான மாற்று வழிமுறை ஒன்றையும் நம்மால் யோசிக்க முடியவேண்டும், சரியா?” சிலவேளை, இந்த மாதிரி விஷயங்களில் தன்மீது சாராவின் செல்வாக்கு எந்த அளவுக்கு இருக்கிறது என்பதை ஒத்துக்கொள்ள விரும்பமாட்டார்.

ஒருமுறை, அவர் அதற்குமுன் நினைத்தே பார்த்திராத பிரச்சினை ஒன்றைக் கொண்டுவந்தாள் சாரா. அவ்வளவு பெரிய காரியத்தில், நரகம் போன்ற சூழலில், அத்தனை பெரிய எண்ணிக்கையிலான ஆட்களைப் பணியில் ஈடுபடுத்தும்போது, தொழில்நுட்பச் சிரமங்கள் மட்டுமே பிரச்சினை அல்ல; மனித உளவியலின் நுண்மைகள் அதைவிட முக்கியமானவை. திட்டத்தைச் செயல்படுத்துவதில் சம்பந்தப்பட்ட மனிதர்கள்மீது, ஏதோவொரு விதத்தில் அழுத்தம் கொடுக்கிறதா, திட்டத்துக்குப் பொறுப்பேற்றிருக்கும் நிறுவனம்? பாராட்டப்பெறாதவர்களாக இருந்தாலும், அந்தத் தொழிலாளிகளுக்கு வீரர்களுக்குரிய வெகுமதி வழங்கப்பட்டதா?

அல்லது, சாப்பாட்டு மேஜையில் உணவைக் காண்பதற்குப் போதுமான அளவே கிடைத்ததா?

டெட்லெஃப் பெருமூச்சு விட்டார். "ஆனால், எந்தவொரு திட்டத்திலுமே நம்மைப் போன்ற பொறியாளர்கள் வெறும் அகழெலிகள் மாதிரித்தான். நாம் துளைக்காவிட்டால், இன்னொருவர் துளைப்பார்." என்று பேராசிரியர் போல்ட் சொன்னார், கீழே அமர்ந்திருக்கும் மாணவர்களிடமும், சாராவிடமும்.

முதலில், தன்னைத் தைவானுக்கு இட்டுவந்தது எது என்பதை டெட்லெஃப் மறக்கவே மாட்டார்: குகைப்பாதையின் மேற்குப்பகுதியில் இருந்த ட்டிபியெம் பத்தாவது தடவையாகச் சிக்கி நின்றதற்கு வெள்ளத்தால் இயந்திரத்தின் உடலுக்குள் மண் அடைத்துக்கொள்வதே காரணம் என்று உறுதியாய் நம்பினார்கள். ஜுங்–ஸீயாங்கும் அவரது மூத்த சகோதரர் ஜுங் – சின்னும் காரில் வரும்போது நிகழ்வுகள் பேரழிவான திருப்பத்தை எட்டிய தகவல்களை அவரிடம் கொட்டினார்கள். ஜுங் – ஸீயாங்குக்கு அப்போதுதான் திருமணமாகியிருந்தது. ஜுங் – சின்னுக்கு ஆகவில்லை. ஆனால், இருவருமே பிரமாதமான குகைப்பாதைப் பொறியாளர்கள். அவர்கள் ஒரேமாதிரித் தெரியவும் செய்தார்கள்: ஒற்றை மடிப்புள்ள இமைகளும், வழுக்கை விழுந்துகொண்டிருக்கும் தலையும், மத்திமமான உயரமும், அழுத்தமான பழுப்பு நிற சதுரச் சட்டகம் கொண்ட வெயில்கண்ணாடிகளும், ஒரே பாணியிலான வேலை மேலுடையும் என.

"முட்டுக்கொடுத்த காங்க்ரீட் வளையங்களில் இன்னும் கிட்டத்தட்ட ஒரு டஜன் வரை சிக்கிக்கொண்டுவிட்டது. பக்கவாட்டிலிருந்து நிலத்தடி நீர் மறுபடியும் பீய்ச்சியடிக்கிறது. அங்கங்கே உடைபாடுகள் இருக்கின்றன. ட்டிபியெம் யந்திரம் காதைச் செவிடாக்குகிற மாதிரி மோதல் ஓசை எழுப்புகிறது. நிலத்தடி நீர் வெளியேறுமிடத்தில் காங்க்ரீட் வைத்து அடைக்க நாங்கள் சிலபேரை அனுப்பினோம். ஆனால் நீரின் அழுத்தம் மிகமிக அதிகமாய் இருந்தது. சுமார் பத்து நிமிடம் கழித்து, முதன்முதல் மின்சாரச் செயலிழப்பு நேர்ந்தது. அநேகமாய் ஒரு நிமிட நேரம் அது நீடித்தது. மின்சாரம் திரும்பியபோது பாறைகள் விழ ஆரம்பித்தன. தரையில் மோதும் சிறுசிறு பாறைகள்கூட, பேரோசையாய் எதிரொலி கிளப்பின. உடனடியாய் எல்லாரும் இடத்தைக் காலிபண்ணும்படி ஆணை பிறப்பித்துவிட்டேன். அடேயப்பா, பெரும் அமளியாகிவிட்டது." என்றார் ஜுங் – ஸீயாங்.

"அப்புறம் கொஞ்சநேர இடைவெளியில் அடுத்தடுத்து இரண்டு வெடிச்சத்தங்களைக் கேட்டேன். பாறைப்படுகையில் பிளவு ஏற்பட்ட மாதிரி. எனக்கு அஸ்தியில் பயம் கண்டுவிட்டது. எங்கே போகிறேன் என்றே தெரியாமல், ட்டிபியெம்மின் ஆகக் கீழ்ப்படியில் விழுந்து என் கால் குதிரைச்சதையில் ஆழமாக வெட்டுப்பட்டுக்கொண்டேன். சுதாரித்து எழுந்து நுழைவாசலை நோக்கி ஓடினேன். எப்படியோ, நாங்கள் உயிரோடு

வெளியேறிவிட்டோம். அடுத்தடுத்துத் தகர்ந்துகொண்டே இருந்தன. நாங்கள் செய்துமுடித்திருந்த வேலை அத்தனையும் இருபத்துநாலு மணிநேரத்துக்குள் மாயமாய் மறைந்துவிட்டது.” என்று ஜுங்–சின் லி சொன்னார்.

“கடினப் பாறைத் தொகுதிக்கு மேலே, மில்லியன் கணக்கான வருடங்களின் தரை அழுத்தம் காரணமாக உருவான நீர்த்தடுப்பு அடுக்கு ஒன்று இருந்திருக்க வேண்டும். அப்படியிருந்திருக்குமானால், ட்டிபியெம் அதை உடைத்தபோது, உயர் அழுத்த நீர்த் தையல்விளிம்பு வெடித்திருக்கலாம்; அதன் விளைவாகத் தகர்வுகள் நேர்ந்திருக்கலாம்” என்றார் ஜுங்–ஸீயாங்.

சகோதரர்களின் விளக்கத்தைக் கேட்டபின், மலைத்தொடரின் “இதயப்”பகுதியில் என்ன நடந்திருக்கக்கூடும், ட்டிபியெம் யந்திரத்துக்கு என்னவிதமான சேதம் ஏற்பட்டிருக்கக்கூடும் என்று யூகித்துப் பார்க்க முயன்றார் டெட்லெஃப்.

“கடவுள் புண்ணியத்தில் நாங்கள் உயிரோடு வெளியேறிவிட்டோம்”.

“இன்னொரு தடவை சொல்லு . . .” என்றார் ஜுங்–சின். “ . . . உனக்குக் கடவுள் நம்பிக்கை உண்டு என்றால்.”

ஒரு மலைத்தொடரின் இதயப் பகுதிக்குச் சென்றிராதவர்கள், அந்த இடம் எவ்வளவு சிடுக்கானதாகவும் தாறுமாறாகவும் இருக்கக்கூடும் என்பதை அறியவே முடியாது. குகைக்குள், படிகக்கற்கள் நிறைந்த பாறைப்படுகை விளக்கு வெளிச்சத்தில் மினுங்கியது. பாறையிடுக்குகளினூடாய் ஒழுகிக்கொண்டிருந்த தண்ணீர் இன்னமும் சிற்றருவிகளாய் டெட்லெஃபுக்குத் தென்பட்டது – ஆராய்ந்தறியப்படாத மாற்றுப் பிரபஞ்சங்களைப் போல.

அந்தத் திட்டத்தில் பணிபுரியும் மண்ணியலாளர்கள் மாதிரிச் சான்றுகளை சேகரிப்பதில் மும்முரமாயிருக்க, பொறியியல் ஊழியர்கள் அளக்கவும், கணக்கிடவும், குகைச் சரிவு குறித்துச் சேகரிக்கப்பட்ட தகவல்களைத் தொகுக்கவுமாய் இருந்தனர். வளர்ந்த ஒரு மனிதனின் உயரத்துக்குப் பாதியளவு இடத்தில் சேறும் கம்பிவடங்களும் முறுக்கிய இரும்புக் கம்பிகளும், உபகரணங்களும், யந்திரத்தின் சிதறிய பகுதிகளும் மண்டிக் கிடந்தன.

இரும்பைவிடக் கடினமாய் இருந்த சாணைக்கல் பாறையை துடிக்கும் இதயத்துடன் தேய்த்துப் பார்த்தார் டெட்லெஃப். ட்டிபியெம்மின் முனை தெரியுமளவுக்கு அந்த இடம் துப்புரவாக்கப்பட்டு விட்டது. விநோதமான விதத்தில் பரிச்சயமானதாய் இருந்த அந்த ராட்சத யந்திரம், உறைந்துபோன தாவரக்கூழில் சிக்கிய விசித்திரப் பூச்சியைப்போல அநாதரவாக நின்றது. அந்நியமானதொரு மெல்லுணர்வு அவருக்குள் ஊறியது – தோல்வியும் துயரமும் கலந்த உணர்வு. தொழில்முறையாளரின் இயல்புக்கு விரோதமாக, தான் எதையோ சேதப்படுத்திக்கொண்டிருக்கிறோமோ என்றும், எதையோ தொந்தரவு செய்யவிருக்கிறோமோ என்றும் அவருக்குக் கவலை பிறந்தது.

ஆனால், இந்த உணர்வு கொஞ்சநேரம்தான் நீடித்தது. டெட்லெஃப் ஒரு தொழில் நுட்பவியலாளர். அறம்சார்ந்த ஐயங்களை உணர்வதற்கோ, தமது கற்பனையை ஈடுபடுத்துவதற்கோ அல்ல; தற்போதைய சூழ்நிலையை மதிப்பிடவும், ஆகச் சாதகமான மற்றும் துரிதமான தீர்வை சிபாரிசு செய்வதற்குமே அவர் பயிற்சி பெற்றிருக்கிறார். மேற்தளத்தில் இருந்த பொறியியல் ஊழியர்களிடமும், குகைக்குள் இருக்கும் தமது தோழர்களிடமும் மொழிபெயர்ப்பாளர் உதவியுடன் உரையாடியவாறே, ட்டிபியெம்முக்கு நேர்ந்திருக்கும் சேதாரத்தை ஆராய்ந்தார். அழிவிலிருந்து மீட்பதற்கான சாத்தியங்களை அவர்கள் விவாதித்தனர்.

அப்போதுதான், மலைத்தொடரின் ஆழத்திலிருந்து மாபெரும் ஓசையொன்று கேட்டது. தமது வாழ்நாள் முழுவதும் டெட்லெஃப் கேட்டேயிராத ஓசை. கனவில் கேட்ட குரல் என்றுதான் அதை விவரிக்கவேண்டும்.

ஊழியர்கள் அனைவருமே மௌனமானார்கள். ஓடும் தண்ணீரின் ஒலியைத் தவிர வேறெதுவுமே கேட்கவில்லை. அத்தனைபேருமே குழம்பியிருப்பதாகத் தென்பட்டார்கள். மூச்சடைத்துப் போயிருந்தார்கள். சில நொடிகளிலிருந்து, அரை நிமிடம் வரை எவ்வளவு நேரத்துக்கு விளக்குகள் அணைந்திருந்தன என்று சொல்லமுடியாது. "மறுபடியும் மின்சாரம் போய்விட்டது!". ஜுங்–ஸியாங் ஏதோ சொல்லிக் கத்துவது டெட்லெஃபுக்குக் கேட்டது. எல்லாரும் தரையில் படுத்துவிடுங்கள் என்று சொல்கிற மாதிரி இருந்தது.

பணியாளர்கள் அனைவருமே நன்கு பயிற்றுவிக்கப்பட்டவர்கள்; பதற்றமாக யாருமே ஓடவில்லை. அமைதியாய் இருந்தார்கள். குகைக்குள் இருந்தவர்களுக்கு எல்லாமே கட்டுக்குள் இருந்தன – திணறும் சுவாசத்தைத் தவிர. இருளில் தாக்குவதற்காகக் கள்ளத்தனமாகப் பதுங்கியிருக்கும் எண்ணற்ற விலங்குகளைப்போல அவர்களின் சுவாசம் ஒலித்தது.

அப்புறம், மலைத்தொடரின் இதயப் பகுதியிலிருந்து அதே சத்தம் இரண்டாம் முறை கேட்டது. பிரம்மாண்டமான உருவமொன்று தன் வலதுகாலை ஓங்கிப் பதித்துவிட்டு, இப்போது இடதுகாலை ஊன்றுகிற மாதிரி இருந்தது. விரைவிலேயே மூன்றாவது மிதி பின்தொடரவிருக்கிற மாதிரியும்தான். யாரோ அந்தக் குகையை நோக்கி ஒவ்வொரு அடியாக எடுத்துவைத்து வருகிறார்கள். இல்லை, அவன் நடந்து விலகிக்கூடப் போகலாம்.

"*ஸௌ!*" நட! இல்லை, ஓடு! டெட்லெஃபுக்குக் குறைந்தபட்சம் இந்த ஒரு மாண்டரின் வார்த்தையாவது தெரிந்திருந்தது. இடத்தைக் காலிபண்ணுங்கள் என்று ஜுங்–ஸியாங் லி ஆணை பிறப்பித்த மாத்திரத்தில் பிற பணியாளர்களுடன் இணைந்து குகையின் நுழைவாசலை நோக்கி ஓட ஆரம்பித்தார். பத்திரமாகப் போய்ச் சேர்ந்து விட்டார்கள்; ஆனால், கடுமையாக அரண்டு போயிருந்தார்கள். சிலர் சுவர்மீது சாய்ந்து நின்றார்கள்; மற்றவர்கள் தரையில் முழந்தாளிட்டிருந்தார்கள்.

குகையில் இன்னொரு சரிவு நேரிடவேயில்லை; ஆனால், அது அவர்களுக்கு ஒரு பொருட்டாயில்லை. ஏனெனில், அவ்வளவு அந்நியமான, அழுத்தமான, மிகத் துல்லியமான குரோதம் கொண்ட சூழல் தற்போது குகைக்குள் நிலவியது. அத்தனைபேருமே அதை உணர்ந்திருந்தார்கள்.

விபத்து அறிக்கையிலிருந்து டெட்லெஃப் அறிந்துகொண்டார்: ஒரு நிமிடத்துக்கும் குறைவாகவே அந்த மின்தடை நீடித்திருந்தது. அவசரகால மின்சாரம் வரும் வரை. ஆனால் அன்று குகைப்பாதைக்குள் இருந்தவர்கள் அத்தனைபேருமே, பத்து நிமிடங்களுக்கும் அதிகமாக மின்தடை நீண்டது என்றே உணர்ந்தார்கள். இந்த வேறுபாடு வெறுமனே உளவியல்பூர்வமானதுதானா, ஆளுக்கு ஆள் மாறுபடுவதுதானா? இந்தச் சம்பவத்தை நினைக்கும்போதெல்லாம் வியப்படைவார் டெட்லெஃப்.

குறுகிய காலத்துக்கு மட்டுமே மின்தடை நீடித்தது என்பதாலும், அபூர்வமாக நடந்த சங்கதி அது என்பதாலும் மேலதிகாரிகள் அந்தப் பதிவை மிக எளிமையாகத் தணிக்கை செய்துவிட்டார்கள் – பிரச்சினையைத் தவிர்ப்பதற்காக. பொறுப்பில் இருப்பவராக இருந்திருந்தால் டெட்லெஃப்பும் அதையேதான் செய்திருப்பார். ஆனால், நிஜமாகவே அந்த ஓசைதான் என்ன? அறிக்கையில் அதைப்பற்றி எதுவுமே இல்லை – ஒரு சொல்கூட இல்லை. அவர் இருந்த குகைச் சரிவுகள் இரண்டுமே ஒரே மாதிரி ஒலித்தனவா என்று லியிடம் டெட்லெஃப் கேட்டார்.

“முழுக்க வேறுவேறானவை. குகைச்சரிவின்போது, உதிரிப்பாறைகள் மோதிக்கொள்வது மாதிரியோ, திடமான பாறையில் முறிவு ஏற்படுவது மாதிரியோதானே உங்களுக்குக் கேட்கும்? நாம் அப்போது கேட்ட ஓசை . . . சரிதான், என்னை மாதிரியே உங்களுக்கும் தெரியும்தானே. ராட்சதக் காலடியோசை ஒலித்தது அது.”

ராட்சதக் காலடியோசை. டெட்லெஃப்பும் அதையேதான் நினைத்துக் கொண்டிருந்தார்.

ட்டிபியெம்மை விடுவிப்பது அத்தனை கடினமாய் இல்லை. ஆனால் அதற்குப் பிறகு வெகு சீக்கிரமே இன்னொரு தீவிரமான நிலைகுலைவு ஏற்பட்டு, நிலைமை இன்னமும் சிக்கலானதாகியது. அந்த யந்திரத்தை சரிசெய்வதற்கு, கிட்டத்தட்டப் புது யந்திரம் வாங்கும் அளவு செலவாகும் என்று டெட்லெஃப் மதிப்பிட்டார். அறிக்கையை எழுத ஒரு வாரம் செலவிட்டார். பழுதுபார்ப்பதற்குக் குறைந்தபட்சம் முப்பத்தெட்டு மாதங்கள் ஆகும் என்று கணித்தார். தீர்க்கமான கலந்தாலோசனைகளுக்குப் பின்னர், உள் கட்டுமான நிர்வாகம் அந்த ட்டிபியெம்மைக் கலைத்துவிட்டு, குடைதலும் வெடிவைத்தலும் என்ற நடவடிக்கையின் மூலமே அந்தப் பகுதி குகைப்பாதையைத் தொடர்வது என்று முடிவெடுத்தது.

டெட்லெஃப் மறக்கவே மாட்டார். 1997இன் இறுதிப்பகுதி அது. ஹாங்காங் அப்போதுதான் சீனாவிடம் திருப்பியளிக்கப்பட்டிருந்தது. கிறிஸ்துமஸ்ஸுக்கு இன்னும் சில நாட்களே இருந்தன. கட்டுமான நிர்வாகத்தின் அலுவலகத்தை விட்டு தைய்ப்பெய்யிலிருந்த தனது விடுதிக்கு அவர் திரும்பிச் சென்ற நாளில் மழை பெய்யவில்லை; ஆனால், மிகுந்த

ஈரப்பதம் உள்ள, வெளிறிய நீலநிற மஞ்சுமூட்டம் காற்றில் நிரம்பியிருந்தது. மிகப் பெரிய கிறிஸ்துமஸ் மரங்கள் எங்கெங்கும் நின்றிருந்தன. தைவானில் மிகச் சில கிறிஸ்தவர்களே இருந்தபோதிலும், ஆச்சரியகரமாக தீவினர் அந்த விடுமுறை நாளுக்காக மிகுந்த ஆர்வத்தோடிருந்தனர்.

பெர்லினில் உள்ள சிற்றுண்டிச்சாலையில் அமர்ந்து, தனது அனுபவத்தை முதன்முதலாக சாராவிடம் டெட்லெஃப் விவரித்தபோது, பாதித் தீவிரத்துடன் அவளைக் கேட்டார்: “நாங்கள் இருவருமே அது காலடியோசைபோல ஒலித்தது என்று நினைத்தோம்; ஆனால், அந்த குகைப்பாதைக்குள் அப்படியொரு ஓசை எப்படிக் கேட்க முடியும்?”

“யாருக்குத் தெரியும்?” தன்னுடைய பதில் மழுப்பலாக இருக்கிறது என்று நினைத்தாள் சாரா. அத்துடன் அதை விட்டுவிட விரும்பவில்லை. “சரிதான், நான் சமுத்திரத்தை இருபது ஆண்டுகளாக உன்னிப்பாய்க் கவனித்து வருகிறேன். வெவ்வேறு இடங்களில் உள்ள ஒவ்வொரு கடலும் தனக்கேயுரிய வித்தியாசமான ஒலிகளை எழுப்புகிறது என்று கண்டறிந்திருக்கிறேன். உற்றுக் கவனித்தால் அவற்றை உங்களால் கேட்க முடியும்: நீர்மேல் காற்று, பாறைகள்மீது மோதும் அலைகள், மீன்கள் குதிப்பதும், நீரின் மேல்மட்டத்தில் அறைவதும் என. இதேபோன்று மலைத்தொடர்களிலும் ஒலிகள் இருக்கின்றன என்று பந்தயமே கட்டுவேன். இன்னும், நம்மால் அடையாளம் காண முடியாத ஒலிகளையும் சமுத்திரம் எழுப்புகிறது. மலைகளுக்கும் இது பொருந்தத்தான் வேண்டும். ஒரு மரத்தின் இனமே அழிந்துவிடுகிறது என்று வைத்துக்கொள்வோம். அதன் கிளைகளினூடே வீசும் காற்றின் ஒலி எப்படி இருக்கும் என்பது எப்போதுமே யாருக்குமே தெரியப்போவதில்லை. இதே ரீதியில் யோசித்தால், நீங்கள் கேட்ட பாத ஒலி நமக்குத் தெரியாத மலையொலிகளில் ஒன்றே என்று சொல்லலாம்; அல்லது, நமக்கு இன்னமும் தெரியவராத ஒலி.”

அவள் சொல்வதன் அர்த்தம் டெட்லெஃபுக்குத் தெள்ளத்தெளிவாய்ப் புரிந்தது; அவள் தனது மனவோட்டத்தைப் படித்துவிட்டாள் என்றேகூட உணர்ந்தார். உண்மையில், டெட்லெஃபின் கேட்கும் திறன் அசாதாரணக் கூர்மை கொண்டது. பல வருடங்களுக்கு முன்னால், குகைப்பாதை குடைதலில் அவருக்கு ஈடுபாடு உண்டானதற்குக் காரணமே அதுதான். ஆனாலும், அந்த அளவில் அதை முடித்துவிட அவர் தயாராய் இல்லை. “ஆனால், இப்படிச் சொல்வது இயற்கையின்மீது மனிதாம்சங்களாகப் பொருத்திப் பார்ப்பதுபோல என்று உனக்குத் தோன்றவில்லையா?” என்று கேட்டார்.

“அப்படியா தோன்றுகிறது? நாம் ஏன் அப்படியான பார்வை உடையவர்களாக இருக்கக் கூடாது?” டெட்லெஃபின் இதயம் இறுகும் விதமாக சாரா சிரித்தாள்.

“நீ ஒரு அறிவியலாளர் என்பதைவிட, கவிஞர் போல தொனிக்கிறாய்.”

"நான் ஒரு கவிஞர்தான்; அறிவியலாளரும் கூட." என்றாள் சாரா. "ஆனால், கவிஞராக இருப்பதில்தான் எனக்கு அதிக இன்பம் கிடைக்கிறது."

புதருக்குள் ஒளிந்திருக்கும், கூச்ச சுபாவமுள்ள சிறு விலங்கைப்போல, நெருப்புப் போல இருக்கும் கூந்தலுக்குள்ளிருந்து எட்டிப்பார்த்தது சாராவின் காதுமடல்.

அவர்களுடைய கார் குகைப்பாதையின் முடிவை நெருங்கிக்கொண்டிருந்தது. கடைசியாய் இருந்த சுவர்ப்புடைப்பு வடிவத்தையும், தொலைவைக் காட்டும் குறிப்பானையும் அவர்கள் தாண்டிச் சென்றனர். இன்னும் "1 கிமீ" இருக்கும்போதே, தொலைவில் குகைப்பாதைக்குள் ஒளி பாய்ந்துகொண்டிருந்தது.

"நம்பவே முடியவில்லை! இப்படியொரு மலைத்தொடருக்குள் நம்மால் குடைந்து செல்ல முடிந்தது என்பதை . . ." என்றார் டெட்லெஃப்.

"ஆம்." என்றார் ஜுங் – ஸீயாங். அவருடைய குரலில் இருந்தது பெருமிதமா, அல்லது வேறேதும் உணர்வா என்று டெட்லெஃபால் அனுமானிக்க முடியவில்லை. "அந்த முறை உங்களைக் காரில் அழைத்து வருவதற்காக வந்தபோது, எனக்கு அப்போதுதான் திருமணமாகியிருந்தது என்று சொன்னேனே, நினைவிருக்கிறதா? இப்போது என் மூத்த மகளுக்குத் திருமணமாகி, குழந்தைகளும் இருக்கின்றன."

"இந்த ஒரு குகைப்பாதையைக் குடைவதற்கு மட்டும் பதினைந்து வருடங்கள் பிடித்தது." என்றார் டெட்லெஃப். "நிஜமாகவே கேட்கிறேன், இத்தனை வருடமும் இந்த ஜனங்களின் பயண நேரத்தில் ஒரு மணிநேரத்தைக் குறைப்பதற்காகப் பதினைந்து வருடங்களைச் செலவிட்டது பெறுமதியுள்ளதுதான் என்று நினைக்கிறீர்களா?"

"பெறுமதியுள்ளதுதானா? எனக்குத் தெரியாது. நான் அப்படி யோசித்ததேயில்லை. என்னுடைய வேலை தோண்டுவதுதான். அது பெறுமதி கொண்டதா இல்லையா என்று மதிப்பிடுவது அல்ல."

"ஆனால், இப்போது மலையின் இதயம் தோண்டியெடுக்கப்பட்டு விட்டது." என்றாள் சாரா.

"என்ன?"

"ஓ, அதுவொன்றும் முக்கியமானது அல்ல." என்றாள் சாரா. "சும்மா தோன்றியது: இவ்வளவு அழகான மலைத்தொடர். இப்போது அதன் இதயம் இருந்த இடம் வெறுமையாக இருக்கிறது."

இப்போது, குகைப்பாதைக்குள் எல்லாப்புறமிருந்தும் வெளிச்சம் வருகிற மாதிரி ஒளியமைப்பு செய்திருக்கிறார்கள். கடந்த இரண்டு வருடங்களில் ஒளியமைப்புத் தொழில்நுட்பம் கணிசமான அளவு முன்னேறி, எங்கோ போய்விட்டது. மேம்பாட்டுப்பணி போன வருடம்தான் முடிவடைந்தது. தற்போது, குகைப்பாதையின் விதானத்தில் ஆகாய

விளக்குகள் வரிசையாய் இருக்கின்றன. சொர்க்கத்திலிருந்து நேரடியாக குகைப்பாதைக்குள் இயற்கை ஒளி சிந்துகிற மாதிரி இருக்கிறது. குகைப் பாதைக்குள்ளிருந்து கார் வெளியேறிய மாத்திரத்தில், இயற்கை ஒளி பொறுப்பேற்றுக்கொண்டு விட்டது. உள்ளே நுழையும்போது நல்ல வானிலை நிலவியிருந்தது – எனவே, மறுபக்கத்தில் வெளியேறும்போது மோடம் போட்டிருக்கும் என்று அவர்கள் எதிர்பார்க்கவில்லை.

அப்புறம், கிட்டத்தட்ட வெளியே கேட்காத குரலில், ஜுங் – ஸியாங் லி சொன்னார்: "என்னுடைய அண்ணனுக்கு சர்வநிச்சயமாக இந்தப் பணி பெறுமதி இல்லாத ஒன்றுதான்." அவர் தனது அண்ணன் இறந்துவிட்டதை முன்பே குறிப்பிட்டிருந்தார். அவர் குறிப்பிடாமல் விட்ட செய்தி என்னவென்றால், அவருடைய சகோதரரின் சக ஊழியர்கள் இருவர் குடைதல் மற்றும் வெடிவைத்தல் நடவடிக்கையின்போது சொரிந்த பாறை மழையில் நசுங்கிப் புதைந்துபோனார்கள் என்பது. ஜுங் – சின் மரணத்திடமிருந்து தப்பிவிட்டார். ஆனால், உளச் சோர்விடமிருந்து தப்ப முடியவில்லை. அவர்கள் அவரது நண்பர்கள். அப்போதிலிருந்து, யந்திரம் போலப் பணிபுரிந்து கொண்டிருந்தார். ஒருநாள், அந்தச் சாலைப் பணி முடிவுற்ற பிறகு, அண்டை அயலார்கள் கண்டறிந்தார்கள் – அவர் தற்கொலை செய்துகொண்டார் என. அறையிலிருந்த ஒவ்வொரு விரிசலையும் காற்றுப்புகாமல் அடைத்துவிட்டு, வாயுவைத் திறந்துவிட்டிருந்தார். உட்புறம் ஒரு குகை போலவே இருந்தது.

"உண்மையில், இந்தக் குகைப் பாதை திறக்கப்பட்ட நாளிலிருந்து, நான் இதனுள் பயணம் செய்வது இதுதான் இரண்டாவது முறை" என்று வெறும் தகவலாகச் சொன்னார் ஜுங்–ஸியாங் லி – காரின் பின்புறத்தைக் காட்டும் கண்ணாடியில் அப்போதுதான் தன் சகோதரரின் முகத்தைக் கண்டவர்போல.

"கடலைப் பார்ப்பதற்குத் தயாராகுங்கள்."

22

புயல்மழை வந்துகொண்டிருக்கிறது

ஆலிஸ் கொடுத்த கோப்பையிலிருந்ததைக் குடித்து விட்டு அட்டிலெய் சொன்னான்: "இந்தத் தண்ணீரில், கரிந்த மண்ணின் ருசி இருக்கிறது"

அவன் என்ன சொல்கிறான் என்று ஆலிஸுக்குப் புரியவில்லை. அந்தப் பானத்தின் பெயரைக் கேட்கிறானோ என்று நினைத்து, "இதன் பெயர் காஃபி. ஸலாமா காஃபி. ஹஃபேயின் பிரத்தியேகக் கலவை. இதை எப்படித் தயாரிப்பது என்று அவளிடம்தான் கற்றுக்கொண்டேன்."

பரஸ்பரம் புரிந்துகொள்ளுதல் மெல்ல நடந்துவந்தது. ஆரம்பத்திலிருந்து தொடங்கி, ஒவ்வொன்றையும் எப்படிக் குறிப்பிடுவது என்பதை அவர்கள் கற்க வேண்டியிருந்தது. புதிய பொருட்கள் இருந்தன; பழைய பொருட்களுக்குப் புதிய பெயர்கள் இருந்தன. ஆலிஸ், அட்டிலெய் இருவருக்குமே சிரமமாகத்தான் இருந்தது. ஆனால், சிறுகச் சிறுக, ஒன்றுக்கொன்று வெகுதொலைவில் இருக்கும் மொழிகளுக் கிடையே கூட, ஒரு உரையாடல் நிகழ்ந்துவிட முடியும் என்று ஆலிஸ் நம்பினாள்.

சிலவேளைகளில் மொழியை, பொதுவாக அது வரையறுக்கப்பட்ட விதத்தில் மட்டுமே ஒருவர் பயன்படுத்த வேண்டியதில்லை. உதாரணமாக, தான் சொல்வது ஆலிஸுக்குப் புரியாமல் போகும்போது, தான் சொல்வதையோ தனது உணர்வுகளையோ வெளிப்படுத்த, தனது பேசும் புல்லாங்குழலைப் பயன்படுத்துவான் அட்டிலெய். குழலை மிகுந்த உணர்ச்சித் ததும்பலுடன் வாசிப்பான்; ஆலிஸுக்கு உடனே புரிந்துவிடும். ஒருமுறை, தன்னுடைய காதலி ரசுலாவின் அழகை விவரிக்கும்போது, "யாருடைய சாலிக்காபாவையும் இதப்படுத்திவிடும் அளவுக்குப் பேரழகி" என்றான். ஆனால், அவன் என்ன சொல்கிறான் என்று ஆலிஸுக்குப் புரியவில்லை – முழுக்கத் தோய்ந்து குழலில் ஒரு மெட்டை அவன் வாசிக்கும்வரை. "எவருடைய ஆன்மாவையும் இதப்படுத்திவிடும் அளவுக்குப் பேரழகி

அவள், சரிதானே? *சாலிக்காபா* என்றால் ஆன்மா என்று பொருள், இல்லையா?" பேசும் புல்லாங்குழலில் வாசித்துக்காட்டிய அட்டிலெ'ய், அதையேதான் சொன்னான் என்கிற மாதிரி இருந்தது.

பத்துநாட்களுக்கு முன்பு என்றால், புல்லாங்குழலிசை மொழிபெயர்ப்பின்மீது சந்தேகப்பட்டிருப்பாள் அவள். ஆனால், தற்போது, "பேசும் புல்லாங்குழல் வழியாக அட்டிலெ'ய் சொல்ல முயலும் அனைத்தையுமே என்னால் புரிந்துகொள்ள முடியும் – கிட்டத்தட்ட." என்று சொல்வாள். அவர்கள் இருவருக்குமான இடைமொழிபோல இருந்தது அது. *சாலிக்காபா*, ஆன்மா போன்ற ஆதாரமான சொற்களையும், அவற்றைப் பயன்படுத்துவதற்கான விதிகளையும் பரிச்சயப்படுத்திக்கொள்ளவும் உதவியது. ஏதோவொரு குறும்புக்காரக் குட்டிதேவதை அவளுடைய காதருகில் பறந்து வந்து அவன் சொல்ல விரும்பியது இன்னதென்று கிசுகிசுப்பதுபோல இருக்கும்.

தன்னுடைய பேசும் குழலைப் பொக்கிஷம்போல வைத்திருந்தான் அட்டிலெ'ய். ஏனெனில், அது ரசுலா பரிசாகக் கொடுத்தது. அவள் தயாரித்த *கிக்கி'யா* ஒயின் போய்விட்டது; ஆனால், பேசும் புல்லாங்குழல் தொலைந்துவிடவில்லை. காரணம், அதை ஒரு சன்னமான கயிற்றில் கோத்து, தன் கழுத்தில் தொங்கவிட்டிருந்தான். மரக் குழல் அது, சுமார் பத்து சென்ட்டி மீட்டர் நீளம் உள்ளது. கிடைமட்டமாகப் பிடித்து வாசிக்க வேண்டியது – குறுக்குவசப் புல்லாங்குழல்போல. ஒரே வித்தியாசம், துளைகள் இரண்டு இணைவரிசைகளாக இருந்தன. கருவியின் உடல் மிகவும் சிறியது. அட்டிலெ'ய்யால் தன் விரல்கள் இல்லாமலேகூட, வாயில் கவ்வி அதை வாசித்துவிட முடியும்.

ஒருவேளை ஆலிஸின் மொழி வல்லமை காரணமாகவோ என்னவோ, அட்டிலெ'ய் சொல்வதில் முப்பது சதவீதத்தை அவளால் புரிந்துகொள்ள முடிந்தது. அல்லது நாற்பதாகக்கூட இருக்கலாம். இருந்தாலும் "பேசுவது" கடினமாகவே இருந்தது. ஏனென்றால், ஒலியளவில் இரண்டு மொழிகளும் முழுக்க வேறுவேறானவை. சிறுகச் சிறுகத் தன் சொந்த மொழியை மட்டும் பயன்படுத்துவதிலிருந்து விலகி, *வயோ வயோ*வியச் சொற்களைக் கலந்து பேச ஆலிஸால் முடிந்தது. இது அட்டிலெய்'க்கு ஆசுவாசமளித்தது. ஆலிஸ் தொடர்பாக உத்தரவாதம் எதுவும் தேவையில்லை அவனுக்கு. ஆரம்பத்திலிருந்தே, இந்தப் பெண்மணி தனக்குத் தீங்கு ஏதும் இழைக்க மாட்டாள் என்று அவனுக்குத் தெரிந்திருந்தது. இது மொழி தொடர்பான ஆறுதல் மட்டுமே. பார்க்கப்போனால், ஒருசமயம், தான் இங்கேயே, விசித்திரமான, பரிச்சயமற்ற சமாசாரங்கள் நிரம்பிய, தன் தாய்மொழியை இன்னொருவர் பேசிக் கேட்க வாய்ப்பேயற்ற இந்த உலகத்தில், இறந்துவிடப் போவதாகவே எண்ணினான் அவன்... உடைந்த *வயோ வயோ* மொழியை ஒருவர் பேசக் கேட்பது அவனைப் பெரும் மகிழ்ச்சியில் ஆழ்த்தியது.

சிலசமயம் அவனுடைய *பாவத்தை* வைத்து மட்டுமே, அவன் கவனிக்கிறானா அல்லது அவனுக்குப் புரிகிறதா என்பதை அறிவது சிரமமாய் இருக்கும். தனக்குத்தானே முணுமுணுத்தபடி தொலைவில் எங்கோ பார்த்துக்கொண்டிருப்பான். பிற்பாடு அவளுக்குத் தெரியவந்தது –

அவன் திரும்பத்திரும்பச் சொல்லும் மந்திரத்தின் பொருள், "எப்போதுமே மீன் வந்துவிடும்." என்பது.

எப்போதுமே மீன் வந்துவிடும்தான், அதுபோலவே மழையும். சராசரி மழைப் பொழிவின் அளவு அதிகரித்து வருகிற மாதிரித் தோன்றியது. ஒவ்வொரு வருடமும் அதன் மூர்க்கமும் அதிகரித்துவந்தது. மழை நாட்களிலோ, அட்டிலெ'ய்யின் கண்களில் தொலைதூரப் பார்வையைக் காண நேரும்போதோ, ஆலிஸுக்கு மிக அழுத்தமாக டோட்டோவின் நினைவு வந்துவிடும். டோட்டோவை விட ஐந்தாறு வயது மூத்தவனாகத் தெரிந்தான் அட்டிலெ'ய். ஏனெனில், கடலுக்குள் போவதற்கு முன்னால், நூற்றெண்பது நிலவுகள் தான் வாழ்ந்துவந்திருப்பதாகச் சொன்னான். கடலில் எவ்வளவு காலம் இருந்தான் என்பதைத் தெரிந்துகொள்வது கடினமாக இருந்தாலும், காற்றிலும் மழையிலும் அடிபட்ட தனது கரும்பழுப்பு முகத்தில் அவன் பூண்டிருந்த பாவனைகளில் குழந்தைத்தனமான ஓர் அம்சம் மிச்சமிருந்தது.

டோட்டோவுக்காகத் தான் எவ்வளவு ஏங்குகிறாள் என்பதை விண்டு சொல்வதற்கு, ஓஹியோவைத் தவிர இன்னொரு ஆளை ஆலிஸ் கண்டுபிடித்துவிட்டாள். தான் சொல்வதன் விபரங்கள் அட்டிலெய்'ய்க்குப் புரியாது என்பதாலோ என்னவோ, அவனிடம் தடையின்றி மனம்விட்டுப் பேசினாள். ஆலிஸைச் சுற்றியிருந்தவர்கள், அவள் டோட்டோவைப் பற்றிப் பேசுவதைக் கேட்டுக்கேட்டு பச்சாதாபத்திலிருந்து பொறுமைக்கு நகர்ந்து, பின்னர் சலிப்புற்று எரிச்சலடைந்து அலுத்துப் போனார்கள் – இதை அவர்கள் ஒத்துக்கொள்ள மாட்டார்கள் என்றாலும். அவளைப் பார்த்தமாத்திரத்தில் சுதாரித்துக்கொண்டார்கள். அடடா, இதோ மறுபடியும் வந்துவிட்டாளே, என்று தமக்குத்தாமே சொல்லிக்கொள்கிற மாதிரித் தெரிந்தார்கள்.

ஒரு கதையின் தூரத்தை மொழி அதிகரித்துவிடக் கூடும். அதை இன்னும் தொலைவில் உள்ளதாகக் காட்டிவிடலாம். ஆனால், ஆலிஸ் நிஜமாகவே தன் மகனுக்காக ஏங்குகிறாள் என்பதை உணருமளவு நுண்ணுணர்வு கொண்டவன் அட்டிலெ'ய். அது அப்படித்தான் இருக்கும், சந்தேகமில்லை. அவள் என்னவிதமாய் வேதனைப்படுகிறாள் என்பதை உள்ளுணர, அவளுடைய கதை புரியவேண்டிய அவசியமில்லை. டோட்டோ இருந்தபோது எப்படி இருந்தது என்பதை ஆயிரத்திச் சொச்சமாவது தடவை ஆலிஸ் குறிப்பிட்டபோது, கடல் முனி ஒருமுறை சொன்னது அட்டிலெ'ய்க்கு நினைவு வந்தது; அதை ஆலிஸிடம் சொன்னான். *"இன்'டெ கசிகா மொனே' லுலாலா, இ'யா சுடோமா"*

அவற்றில் சில சொற்களை ஆலிஸ் ஏற்கனவே கற்றிருந்தாள்: *மொனே'* என்றால் சமுத்திரம், *லுலாலா* என்றால் பூ, *சுடோமா* என்றால் கடற்கரை. ஆனாலும், அந்த முழுவாக்கியத்தின் பொருள் அவளுக்குப் புரியவில்லை. தனக்குக் கிட்டத்தட்டப் புரிந்துவிட்டது என்று தோன்றும்வரை அவனைக் கேள்வி கேட்டுக்கொண்டிருந்தாள். அதை இந்தவிதமாக மொழிபெயர்க்கலாம்: *எப்பேர்ப்பட்ட தீவாக இருந்தாலும் சரி, எந்தக் கடற்கரையாலும் அலைகளைப் பிடித்துவைக்க முடியாது.*

அது ஒரு சொலவடையாகவும், புத்திசொல்கிற மாதிரியும் இருந்தது. சந்தேகமேயின்றி, அதை ஒரு உண்மை என்றும் சொல்லலாம், அறிவியல்பூர்வமாகவேகூட. அலைகள் கடற்கரையில் தங்க முடியாதுதான். எப்போதுமே பழமொழிகளில் வெளிப்படும் விவேகத்துக்கும், நடைமுறையான கூற்றுக்கும் இடையில் நுண்ணிய கோடு ஒன்று இருக்கத்தான் செய்கிறது. உண்மைக்கும், பிரத்தியட்ச உண்மைக்கும் இடையில், என்று ஆலிஸ் நினைத்துக்கொண்டாள்.

"திமிங்கிலங்களை மட்டுமே கடற்கரையில் வைத்திருக்க முடியும். மீன்பிடிக்கப் போக இயலாதவர்கள் அனைவருக்குமாக, திமிங்கிலங்கள் தங்களையே தியாகம் செய்கின்றன என்பது தீவினரின் நம்பிக்கை. கடல்வாழ் உயிரினங்கள் கரையில் வந்து தங்கள் உயிரை இழக்கும்போது, அவற்றின் ஆன்மா மேகங்களை நோக்கி உயர்கிறது: நிலத்தில் வாழும் ஜீவராசிகள் கடலில் மூழ்கி இறக்கும்போது, அவற்றின் ஆன்மா ஜெல்லிமீன் ஆகிவிடுகிறது. இவை ஆவியுலக விதிகள். கடலில் அவன் சந்தித்த இரண்டாம் மகன்களின் கூட்டம் அவனுக்குக் கற்பித்தவை.

"மரணம் என்பது, சிலசமயங்களில், திருப்பிக் கொடுத்தல். பிற சமயங்களில், அது வெறும் விடைகொடுத்தல் மட்டுமே – யாரும் யாரிடமும் கடன்பட்டிருக்கவில்லை என்பதுபோல. பகல்பொழுதுகள் நீண்டவையாகவும், கடல் ஆழமானதாகவும் இருப்பதால், இறுதியில் சாலிக்காபா (இந்தச் சொல்லை மனனம் செய்துகொண்டாள் ஆலிஸ்) மாமிசத்தை வஞ்சித்துவிடும் – ஏனென்றால் மாமிசம் பலவீனமானது."

வயோ வயோ மொழியிலிருந்து மாண்டரினுக்கு அட்சரசுத்தமாக மொழிபெயர்க்க ஆலிஸ் முனைந்ததாலோ என்னவோ, இளம் அட்டிலெய்யின் பேச்சு பெருமளவில் கவித்துவம் கொண்டதாகவும், சற்று இயல்புத்தன்மை குன்றியதாகவும் அவளுக்குத் தோன்றும். எல்லாருமே அனுபவித்தாக வேண்டிய வேதனையை அழகானதாக தொனிக்க வைக்கிறான் அவன். அட்டிலெய்யின் வயதுள்ள ஒரு சிறுவன் இது மாதிரியான விஷயங்களைப் பேசிக்கொண்டிருக்கக் கூடாது. ஆனால், இன்னொரு அர்த்தத்தில் வேறு எங்குமே தான் அனுபவித்தவற்றைவிட, கடலில் அவன் அனுபவித்திருப்பவை மிக மிக அதிகம் என்றும் அவள் நினைத்தாள். ஒருவேளை, அவளுடைய உடம்புக்குள் உறையும் ஆன்மாவைவிட, அவனுடைய இளம் உடலில் உள்ள ஆன்மா அதிக சிடுக்கானதாக இருக்கலாம்.

காலையில் தண்ணீர் கொண்டுவருவதற்கு அவனையும் அழைத்துப் போக ஆரம்பித்தாள் ஆலிஸ். வழியில் பார்க்கக் கிடைக்கும் ஒவ்வொன்றைப் பற்றியும் அட்டிலெய் ஆர்வம் காட்டினான். முதல்முறையாக ஒரு நீர்வீழ்ச்சியைப் பார்த்தபோது, முழந்தாளிட்டுக் கண்மல்கினான். கடல் முனி தமது வாழ்நாள் முழுவதும் பிரார்த்தித்து வந்தது இதை வேண்டித்தான் என்றான். "இவ்வளவு பெரிய ஊற்று வயோவயோவில் இருந்திருந்தால் எவ்வளவு நன்றாய் இருக்கும். கடல் மிகவும் பெரியது; ஆனால், குடிப்பதற்கு ஒரு துளி கிடையாது. கபாங் அளித்த தண்டனை இது."

யாருமே யாரையும் தண்டிக்க முடியாது என்று அவனிடம் சொல்ல விரும்பினாள் ஆலிஸ். நீண்ட விளக்கமொன்றை அளித்தாள்; ஆனால் அவனுக்குப் புரிந்ததா என்பது நிச்சயமில்லை.

நீர் மொண்டு வருவதைத் தவிர, காட்டு உணவுச் செடிகளையும் சேகரிக்க வேண்டியிருந்தது. செவன்த் சிசிட்டுக்குப் போய் ஏகப்பட்ட விஷயங்கள் கற்றிருந்தாள். பங்கா இனத்தவர் புசிக்கும் தாவரங்களை, தான் தயாரிக்கும் சாப்பாட்டில் சேர்மானங்களாக்குவாள் ஹஃபே. *காக்குரோட்* (காட்டுப் பாகற்காய்) போன்றவை, வேகவைத்த மீனுடன் சேரும். நீங்கள் எங்கே பிடித்த நத்தை என்றாலும் அதனுடன் *சுகுய்* (வற்றாத முலாம் பழம்)யைச் சேர்த்துக் குழம்பு வைக்கலாம். ஊதாநிறப் புளிச்சைக் கீரையைத் தொடுகறியாகப் பரிமாறலாம். பிரப்பந் துளிர்கள் பிரமாதமான சூப் ஆகும். மரவள்ளிக் கிழங்கை அரிசிக்குப் பதிலாய்ப் பயன்படுத்தலாம். வெற்றிலையால் தொன்னை செய்து அதில் சமையல் செய்வது எப்படி என்றும் ஹஃபே சொல்லிக் கொடுத்திருக்கிறாள். சேர்மானங்களையும் தண்ணீரையும் "தொன்னை"யில் போட்டு, நெருப்பில் இட்டதால் சூடாகிய கற்களை அதனுள் போட்டால் தண்ணீர் கொதிக்க ஆரம்பிக்கும். இது பங்கா பாணி "கல் கிண்ணச் சுடு சட்டி" என்றாள் ஹஃபே.

தாவரங்களை இனம் காண்பதில் அபாரமான திறமை பெற்றிருந்தான் அட்டிலெ'ய். வழக்கமாக, ஆலிஸ் ஒரு முறை பறித்துவிட்டால் போதும், அதை அவனால் நினைவில் வைத்திருக்க முடியும். சீக்கிரமே, மலையில் உணவுப் பொருள் சேகரிக்கும் வேலையை ஆலிஸிடமிருந்து எடுத்துக் கொண்டான். சிலசமயம், அவள் காலையில் எழுந்திருக்கும்போது, ஒரு நாளுக்குத் தேவையான காய்கறிகள் ஒரு கூடை நிறைய இருக்கும். களக் கையேடுகளை அவனுக்குக் கொடுக்கும் உந்துதல் எழுந்தது ஆலிஸுக்கு. நிஜமான பொருட்கள் போலவே இருந்த படங்களின்மீது அவனுக்கு மிகுந்த ஆர்வம் இருந்தது. விதவிதமான தாவரங்களின் பெயர்களைக் கற்றுக்கொள்ளும் அதே சமயத்தில் ஒரு அந்நிய மொழியுடன் மேலும் மேலும் பரிச்சயமாகி வந்தான்.

ஆரம்பத்தில், நடைமுறையான தாவரங்கள், காட்டுக் காய்கறிகள், அல்லது பச்சிலைகள் இவற்றை மட்டுமே கற்றுக்கொண்டான். ஆனால் விரைவிலேயே, கிட்டத்தட்ட எல்லாவிதமான பறவைகள், பூச்சிகள் மற்றும் ஊர்வனவற்றை அறிந்துகொண்டான். ஒரு பார்வையிலேயே அவனால் ஆலிஸிடம் சொல்லிவிட முடியும், மேலே இருக்கும் பறவைகள் இன்னின்ன என்று: மூன்று மரகதப் புறாக்கள், பதினோரு வலந்தை அலகுச் சிலம்பன்கள், எழுபத்தொன்பது ஜப்பானிய வெள்ளை விழிகள், மஞ்சள் அலகுள்ள கோட்டான் ஒன்று – அதன் கண்கள் மூடியிருக்கின்றன. பொறு, பொறு, செவ்வளையம் கொண்ட பவளப் பாம்பு ஒன்றும் இருக்கிறது.

மலையின்மீது கம்பளம் போலப் படர்ந்திருக்கும் க்ராஸ் த டிட்ச் மற்றும் பெண் பரணிச் செடிகள் விஷமுள்ளவை அல்ல என்று விரைவிலேயே புரிந்துகொண்டான் – அவை உண்ணத் தகுந்தவை; சும்மா நடந்துபோகும்போதே பறித்துப் பச்சையாய் உண்ணத் தக்கவை. அவனுடைய குதிரைச்சதையில் ஏற்பட்டிருந்த ஆழமான வெட்டுக்காயம்,

விரைவிலேயே பொருக்குத் தட்டிவிட்டது. கடைவாயில் வந்திருந்த புண்ணும் வெகுவாக ஆறிவிட்டது. கொட்டைப் பலாக்காய்களையும் காட்டு ராஸ்ப்பெர்ரிப் பழங்களையும் சேகரித்து, அவை குளிர்ந்தும், புதுமை கெடாமலும் இருப்பதற்காக, தான் தோண்டிய குழிக்குள் குவித்து வைத்தான். ஆலிஸ் வியந்து போனாள்.

உயிர் பிழைத்திருத்தல் பற்றி அவள் அறிந்திருந்ததைவிட ஏராளமாய் அறிந்து வைத்திருந்தான் அட்டிலெ'ய். சில சமயம், முதல் நாளிலிருந்தே மலை அவனை அறிந்துவைத்திருந்தது என்று தோன்றும். அரும்புகளைப் பறித்து, பனித்துளியை உறிஞ்சிக்கொண்டே போவான்; காட்டில் இருக்கும் சிலம்பன் பறவை ராஸ்ப்பெர்ரியைக் கொறிப்பது மாதிரி.

எப்போதாவது ஒரு தடவை, தனியாகக் கீழே நடந்து சென்று, நகருக்குள் காரோட்டிப் போய் சாப்பாடு வாங்கி வருவாள். போகும் வழியில் டாஹூ, உமாவ் மற்றும் ஹஃபேயைச் சந்திக்கிற மாதிரிப் பார்த்துக்கொள்வாள். தற்போது கிட்டத்தட்ட முழுக்கவே நீரில் மூழ்கிவிட்டிருந்த கடல் இல்லத்தின் சிதிலங்களையும், பல மாதங்கள் சுத்தம் செய்தபின்னும் தாறுமாறாகவே கிடந்த முடிவற்ற கடற்கரையையும் ஒவ்வொரு தடவையும் பார்ப்பாள். குப்பைக் கடற்சுழி பற்றிய அண்மைத் தகவல்களை டாஹூவிடமிருந்தும், ஹஃபேயிடமிருந்தும் தெரிந்துகொண்டாள். பத்திரிகையாளர்கள் அதை "பண்டைக்காலப் ப்ளாஸ்டிக் சூப்" என்று அழைக்கத் தொடங்கியிருந்தனர் – உணவுப் பட்டியலில் இருக்கும் ஓர் உருப்படி போன்று தொனிக்கும் விதமாக.

ஒருமுறை கீழே வந்திருந்தபோது, சிற்றுண்டிச் சாலையொன்றில் சாப்பிட்டுக்கொண்டே தொலைக்காட்சி விவாதமொன்றைப் பார்த்தாள். பிரசித்திபெற்ற கூலிக்கு மாரடிக்கும் ஆசாமி ஒருத்தன், ப்ளாஸ்ட்டிக் சூப்பிலிருந்து சின்னஞ்சிறிய கறுப்புப் பயல் ஒருவன் கடற்கரை நோக்கி நீந்திவந்து, சோலையொன்றினுள் மறைந்ததைத் தான் பார்த்ததாகச் சொன்னான். "நான் சொல்வதில் நம்பிக்கை இல்லையென்றால், மலைகளில் தேடிப் பாருங்கள். அவனைக் கண்டுபிடிப்பீர்கள்" என்று அந்த ஆசாமி சூளுரைத்தான்.

உணவக உரிமையாளர் "அசட்டுத்தனம்" என்றார். ஆலிஸுக்குத் தெரியும், அது உண்மை என்று. மலைகளுக்குள் அட்டிலெ'ய் ஓடிவந்ததை யாராவது பார்த்திருக்க வாய்ப்புண்டோ? நல்லவேளை, ஆலிஸ் வாங்கித்தந்த உடைகளுக்கு மாறிவிட்டான் அவன்; இப்போது கொஞ்சம் மாண்டரினும் பேசமுடியும். ஒரு கதையைக் கட்டுவதில் பெரிய சிரமமொன்றும் இருக்காது. இந்த மாதிரி விவாதங்களில் பங்கேற்றுப் பேசுகிற ஆசாமிகளிடம் வெறும் பேச்சுத்தான் இருக்கும்; செயல்பாடு இருக்காது. அப்புறம், பெரும்பாலான பார்வையாளர்களுக்கு, அது தகவலளிக்கும் நிகழ்ச்சியாக இருப்பதற்கில்லை – வெறும் கேளிக்கை மட்டுமே. உண்மையைத் தவிர சகலத்தையும் ஜனங்களுக்கு வழங்கக்கூடிய வகையிலான நிகழ்ச்சி. யாருமே நிஜமாகத் தேடிப் போகமாட்டார்கள். போவார்களா என்ன?

ஆரம்பத்தில் டாஹூவும் ஹஃபேயும் கடலோரம் வசிக்கத் திரும்பிவருமாறு ஆலிஸை வற்புறுத்தினார்கள். ஆனால், தற்போதைக்கு

அந்தக் குடிலிலேயே வசிக்க விரும்புவதாக அவர்களிடம் சொல்லிவிட்டாள் ஆலிஸ். அவர்களும் இந்த விஷயத்தில் நிர்ப்பந்திக்கவில்லை. கடல் இல்லத்திலிருந்த பொருட்களை டாஹு வகை பிரித்து, பொட்டலம் கட்டியிருந்தான். அதை மேலே கொண்டுசென்று அவளிடம் சேர்க்கத் திட்டமிட்டுக் கொண்டிருந்தான் – அவளானால் பிடிவாதமாக மறுத்தாள். ஆனால், சூழ்நிலை மிகவும் மோசமாகியதால், தன் திட்டத்தை அவன் கைவிட வேண்டியதாயிற்று.

“அந்தக் குடிலில் என்னவோ நடக்கிறது.” என்று ஹஃபேயிடம் அந்தரங்கமாகச் சொன்னான் டாஹு.

“இத்தனை வருடங்களாகியும் இன்னமும் ஆலிஸைத் தெரியவில்லையே உனக்கு? நமக்குத் தெரியவேண்டியது என்றால் இதற்குள் அவளே சொல்லி யிருப்பாள்.” என்றாள் ஹஃபே. “எப்படியோ, கொஞ்சம் சித்தப்பிரமை பீடித்திருக்கலாம் அவளுக்கு.”

“ஆமாம், நீ சொல்வதும் சரியாக இருக்கலாம்.”

“ஆனால், நீ கவனிக்கவில்லையா, அவளுடைய நிறம் மேம்பட்டிருக்கிறது அல்லவா? இந்த . . . இந்த . . . ஏதோவொரு மருந்தை எடுத்துக்கொள்வதை நிறுத்திவிட்டதாகக் கொஞ்ச நாளுக்குமுன் சொன்னாளே? இப்போது முட்டாள்தனமாக எதையும் அவள் செய்வதற்கு வாய்ப்புக் குறைவு என்றுதான் நினைக்கிறேன். ஆக, நடப்பது என்னவானாலும் அது அவளுக்கு இதுவரை நன்மைதான் செய்திருக்கிறது என்றே படுகிறது. சரிதானே?”

“நீ சொல்வது சரியாகவே இருக்கட்டும்.” என்றான் டாஹு. வாஸ்தவத்தில், ஒவ்வொரு முறை கீழே வரும்போதும், ஆலிஸ் ஓஹியோவைப் பற்றித்தான் அதிகம் பேசினாள் – டோட்டோவைப் பற்றிக் குறைவாகவே பேசினாள். ஆனால், இப்போது, வேட்டைக்குடிலில் ஆலிஸின் துணையாக இருப்பது ஓஹியோ மட்டுமே அல்ல என்றுதான் ஹஃபேயும் உணர்ந்தாள்.

கடல் இல்லத்திலிருந்து வந்த பொருட்கள் சிலவற்றை நெடுஞ் சாலையோரம் ஆளரவமற்ற இடமாகப் பார்த்து வீசியெறிந்தாள் ஆலிஸ். பெரும்பாலானவற்றை காரிலேயே விட்டுவிட்டாள். டோட்டோவின் புத்தகங்கள், எழுதுபொருட்கள் அனைத்தையும் வைத்துக்கொண்டாள்; அவை தனது துக்கத்தை அதிகரிக்கத்தான் செய்யும் என்று அறிந்திருந்தாலும். கொடும் ஆயுதம் ஒன்றைக் கிடத்தியிருப்பது போலத்தான் அது. ஆவண உறையில் இருந்த ஒரு கற்றைக் கடிதங்களைக் கண்டெடுத்தாள் – அத்தனையும் தாம்மிடமிருந்து வந்தவை.

ஒருவரையொருவர் பார்த்ததிலிருந்து, சேர்ந்து வாழ்ந்தது, மணமுடித்தது வரை தாம் அவளுக்காகப் பெருமளவு அனுசரித்துப் போயிருக்கிறான் என்பது ஆலிஸுக் குத் தெரியும். ஆனால், தோல்வியை ஒப்புக்கொள்ளவும், அவனைப் போகவிடவும் அவளுக்கு விருப்பமில்லை. ஒருமுறை, தாம் திரும்பிவரப் போவதில்லை என்றே உறுதியாக நினைத்தாள். டோட்டோ ஜலதோஷத்தோடு வந்திருந்தான். அவன் தேறியபின், கிலிமாஞ்சரோ

சிகரத்தில் ஏறப் போவதாக தாம் அவளிடம் சொன்னான். அன்று முழுவதுமே ஆலிஸ் எதுவும் சொல்லவில்லை. இரவுணவுப் பாத்திரங்களை உலர வைத்துக்கொண்டிருந்தபோது, தாம் குனிந்து கேட்டான்: "கோபமா உனக்கு?"

"இல்லை. கோபப்பட என்ன இருக்கிறது?"

"நீ கோபமாய் இருக்கிறாய் என்று எனக்குத் தெரியும். உம்ப்வே மார்க்கம் அத்தனை கடினமானதல்ல. தொழில்முறை வழிகாட்டி ஒருவர் எங்களுடன் வருவார்."

"கடினமாய் இருக்குமா, உங்களுக்கு வழிகாட்டி இருப்பாரா என்பதெல்லாம் அல்ல பிரச்சினை. உனக்கு இது புரியவில்லை?" ஆலிஸின் குரல் திடீரென்று தடித்தது.

"எனக்கு ஒரு மண்ணும் புரியவில்லை என்றே எண்ணுகிறேன்."

"புரியவில்லை என்றால், உனக்குப் புரியாதுதான். உனக்கு எது தேவையென்றாலும் தாம், உனக்கு என்ன இழவு தேவையோ அதைச் செய்து தொலை!"

தான் நியாயமற்று நடந்துகொள்கிறோம் என்பது ஆலிஸுக்கே தெரிந்திருந்தது. ஆனாலும் அவள்வசம் ஒரு நல்ல காரணம் இருந்தது – தற்போதைக்கு அதை எதிர்கொள்ளும் துணிச்சல் அவளிடம் இல்லை என்றாலும். தாம் புறப்பட்டுப் போன கொஞ்சநேரத்துக்குப் பிறகு, ஆலிஸ் நினைத்துக்கொண்டாள்: இதுதான். அவன் போய்விட்டதும் நல்லதுக்குத்தான். அவளிடமிருந்து வெகுதொலைவில் உள்ள கடல்களிலும், சரிவுகளிலும், படுக்கைகளிலும் தன்னுடைய சாகசங்களைத் தொடர்வான். இரண்டு வாரங்களுக்குப் பிறகு, கிலிமாஞ்சரோ சிகரத்திலுள்ள பனிப்பாளத் திட்டின் புகைப்பட அஞ்சலட்டையொன்று ஆலிஸுக்கு வந்து சேர்ந்தது. அதன் பின்புறம் மிகவும் நயமான கையெழுத்தில் எழுதப்பட்டிருந்தது – பழங்கால ஆங்கில எழுத்துரு ஒன்றில் அச்சடிக்கப்பட்டதுபோலவே இருந்தது. எழுதும்போது தாம் எப்போதுமே பிரியமாய் இருப்பான்; கோபப்படவே மாட்டான்:

> *நீயில்லாத என் வாழ்க்கை ஒன்றுமேயில்லை; படுபயங்கரமான, விறைப்பான, தட்டையான, சாம்பல்நிற உறைபனிப் பிராந்தியமாகத்தான் இருக்கும் அது. நீ அருகில் இல்லாத நாட்களில், அந்நிய நிலத்தில் விடுவிக்கப்பட்டு, தவறான உயரத்தில் பரிச்சயமற்ற செடிகளின் மத்தியில் பலவீனமாகச் சிறகடிக்கும் வண்ணத்துப்பூச்சி போல, கொஞ்சமும் மகிழ்ச்சியற்ற குழப்பத்தில் ஆழ்ந்துவிடுகிறேன்.*

கடைசி சில வரிகள் நபக்கோவினுடையதைப் போலவே இருந்தன. ஆஹா. ஆனால், அதுதான் தாம். டோட்டோவும், அவர்களின் காதலில் எஞ்சியிருந்ததுவும், மெல்லிய வலுவற்ற நூலில் ஊடுபாவியிருந்தன. அவர்களிடையே மீந்திருந்த பிணைப்பு அது மட்டுமே.

இறுதியில் தாம் திரும்பி வரத்தான் செய்தான். ஆனால், உரையாடல் டோட்டோவிடமிருந்து விலகும்போது, தத்தமது பதுங்குகுழிகளுக்குத் திரும்பி, மறைந்திருந்து சுடும் துப்பாக்கிவீரர்களைப்போல ஆகிவிடுவார்கள். நடக்கிறபடி நடக்கட்டும் என்று வெகுகாலம் முன்பே அவனைப் போக விட்டிருக்கவேண்டும் என்று சில சமயம் ஆலிஸுக்குத் தோன்றும். அப்படிப்பட்ட ஒருவன் அவளுக்கு மட்டுமே சொந்தமானவனாக எப்படி இருக்க முடியும்?

இரண்டு நாட்களுக்கு, டோட்டோவும் தாம்மும் தொடர்பில் இல்லாமல் இருந்தார்கள்; ஆனாலும் காவல்துறைக்குத் தகவல் சொல்லும் எண்ணம் இல்லை ஆலிஸுக்கு. விபத்து ஏதும் நடந்திருக்கலாம் என்று அவளுக்குத் தோன்றவேயில்லை. தாம் தன்னைத் தவிர்க்க முயல்கிறான் என்றே நினைத்தாள். அப்படிச் செய்வதற்கு, காணாமல் போவது என்னும் கொடூரமான சதியைக்கூட, மனசாட்சியின் உறுத்தல் கொஞ்சமும் இன்றிச் செய்வான் – அவளுடைய டோட்டோவைக்கூடத் தன்னுடன் கொண்டு சென்றுவிடுவான்.

டாஹுு தாம்மின் உடலைக் கண்டுபிடித்ததற்குப் பின்னரே இந்தச் சந்தேகம் அகன்றது. தாம்மின் மரணம் அவளுடைய துக்கத்துக்கு வடிகால் வழங்குவதாக அமைந்தது – அதே சமயம், பல நாட்களாக வெறுப்பால் முட்டுக்கொடுத்து வைத்திருந்த அவளது ஆன்மா நிலைகுலைந்து நொறுங்கவும் காரணமாகியது. அவளுடைய வாழ்க்கையில் எந்த நேரமும் காணாமல் போய்விடக் கூடிய நபராகத்தான் தாம் எப்போதுமே இருந்துவந்திருந்தான். ஆக மோசமான ஒன்று நடப்பதற்காகக் காத்திருப்பவளாகத்தான் அவளும் இருந்தாள். ஆனால், டோட்டோவின் கதி என்ன? அவனைப் பற்றிய தடயமே இன்னும் கிட்டாதது ஏன்?

டாஹுு, மீட்புக்குழு, பிண ஆய்வாளர் என எல்லாருமே, மலைமுகட்டிலிருந்து தவறி விழுந்துதான் தாம் இறந்திருக்க வேண்டும் என்று அனுமானித்தார்கள். சுக்கல் சுக்கலாக நொறுங்கிய எலும்புமுறிவுகள் அவன் உடலெங்கும் இருந்தன. ஆனால், சமவெளிப் பகுதியில் அவன் பதிவுசெய்திருந்த மார்க்கத்திலிருந்து, அவன் உடல் கிடைத்த இடம் முழுக்க மாறுபட்டிருந்தது. அவன் உடல் கிடந்த இடமும் கொஞ்சமும் சம்பந்தமில்லாமல்தான் இருந்தது. முகட்டுக்குக் கீழே ஒதுக்கமாய் இருந்த பாறைத் தளத்துக்கு அவனை யாரோ இழுத்துவந்தது போல இருந்தது. அல்லது விழுந்த வேகத்தில் அவன் உடல் அந்தக் கூரைக்கடியில் தாவியிருக்குமோ? அதனால்தான் அவனைக் கண்டுபிடிப்பது தள்ளிப் போனதோ?

தனது மலையேற்ற சகாக்கள் சிலருடன் டாஹுு பேசிக்கொண் டிருந்ததைக் கேட்டாள் ஆலிஸ். அவர்கள் டோட்டோவைப் பற்றிக் குறிப்பிடாதது ஏன் என்று அவளுக்கு விளங்கவில்லை. டோட்டோ இன்னும் கண்டுபிடிக்கப்படவில்லை, அவனுடைய முதுகுப்பைகூடக் கிடைக்க வில்லை; ஆனால், அவர்கள் அதைப் பற்றிக் கவலைப்பட்டதாகவே

தெரியவில்லை. இந்த உலகத்தில் டோட்டோமீது அக்கறை செலுத்திய இரண்டுபேரில் ஒருவன் போய்விட்டான், இவளை மட்டும் தன்னந்தனியே விட்டு விட்டு. சடலத்தை மூடியிருந்த துணியை விலக்கி, அதன் கீழே சுருங்கிக் கிடந்த சடலத்தைப் பார்த்தாள். எரிப்பதற்கு ஒப்புதல் தரும் படிவத்தில் தயக்கமின்றிக் கையெழுத்திட்டாள். கடல் இல்லத்துக்கு எதிரேயிருந்த நீரில் தாம்மின் அஸ்தியைத் தூவினாள். அவனுடைய குடும்பத்துக்குத் தகவல் சொல்ல வேண்டும் என்று அவள் நினைக்கவேயில்லை – காரணம், தாம் அவர்கள் பற்றிய விபரங்களை இவளிடம் தெரிவித்ததேயில்லை.

டோட்டோ பிறந்ததைக்கூட அவன் தனது பெற்றோருக்குச் சொல்லவில்லை. இதுதான் அவன் இந்த உலகத்தில் எப்போதுமே தனியாக இருந்துவந்திருக்கிறான் என்று அவளை எண்ண வைத்தது; இறுதிவரை தனியாகவே இருந்துவிட்டான். ஒரு காலத்தில் அவனது உடலையும் அதனுள்ளிருந்த ஆன்மாவையும் அவள் எவ்வளவு நேசித்தாள். இப்போது அவன் சம்பந்தமாக எஞ்சியிருப்பதெல்லாம் சாம்பலும் தூசியும்தான்.

ஒருநாள் இரவு, *வயோ வயோ*வில் நடைமுறையில் இருக்கும் இறுதிச் சடங்குகள் பற்றி அட்டிலெ'ய்யிடம் கேட்டாள்.

பொதுவாக *வயோவயோ*வின் இறுதிச்சடங்குகள் இரவு முற்றியபிறகுதான் நடைபெறும் என்றான் அவன். ஏனென்றால், பகல்வேளை நெருங்கும்போது, ஆவிகள் விண்மீன்களைப் பின்தொடர்ந்து, மங்கி மறைந்துவிடும் என்பது தீவினரின் நம்பிக்கை. இறந்தவர்களை ஒரு சிறு படகில் கிடத்தி *வயோவயோ*வைச் சுற்றிலுமுள்ள நீர்ப்பரப்பின் விளிம்புக்குக் கொண்டு செல்வார்கள். உயிரோடிருப்பவர்கள் ஒருபோதும் தாண்டக்கூடாத எல்லை ஒன்று உண்டு. மீன்பிடிக்கும்போதுகூட அதைத் தாண்டிப் போகக் கூடாது. வலுவான ஆழ்கடல் நீரோட்டம் ஒன்று இருந்ததே காரணம். இறந்தவரின் உறவினர்கள், ஆவி இருக்கும் கலம் சாய்ந்துவிடாமல் பார்த்துக்கொள்வதற்காக, இடதுபுறம் ஒன்று வலதுபுறம் ஒன்று என இரண்டு படகுகளில் போவார்கள்.

இறந்தவர்களை இழுத்துச்செல்லும் நீரோட்டத்தின் அருகே சென்றதும், விடை தரும் தோத்திரத்தைக் கடல் முனி உச்சாடனம் செய்வார். தொலைவில் விளக்குகள் மினுங்குவதைப் பார்த்துவிட்டார்கள் என்றால், அனுப்பிவைக்க வேண்டிய தருணம் வந்துவிட்டது என்று பொருள். பின்னர், ஒருபோதும் திரும்பிவராதபடிக்கு அந்தக் கலம் புறப்பட்டுவிடும். போய்விட்டவரின் உறவினர்கள், மனப்பூர்வமாகப் பாடியபடி துடுப்புப்போட்டுத் திரும்பிவருவார்கள். தருணம் சரியானபடி அமையாவிட்டால், சில சமயம் அந்தக் கலம் திரும்பிவரும். அப்போது, என்னதான் தயக்கம் இருந்தாலும், அதன்மீது கற்களை எறிந்து மூழ்கடிப்பார்கள். இல்லாவிட்டால், இறந்தவரின் ஆவி சாந்தியடையாது.

“பாடுவீர்களா? பாடுவீர்கள் என்றா சொல்கிறாய்? இதோ இப்படியா?” தனக்கு நினைவுவந்த முதல் மெட்டை முனகலாய்ப் பாடிக் காட்டினாள் ஆலிஸ்.

"ஆமாம், பாடுவதுதான்."

"ஏன் அப்படிச் செய்கிறீர்கள் என்று எப்போதாவது கேட்டிருக்கிறாயா?"

"இறந்தவர்களுக்கு நல்லது என்பதற்காகத்தான்."

"இறந்தவர்களுக்கு அது எதனால் நல்லது?"

"ஏனென்றால், நமது மூதாதையர்கள் நாம் பாடவேண்டும் என்று விரும்புகிறார்கள்"

"நீங்கள் செய்யவேண்டுமென்று மூதாதையர் விரும்புவது எல்லாமே நல்லதாகத்தான் இருக்க வேண்டுமா என்ன?"

"நாம் செய்யவேண்டுமென்று மூதாதையர் விரும்புவது எல்லாமே நன்மை தருபவைதாம்."

"ஓஹோ." என்று மேலோட்டமாகச் சொன்னாள் ஆலிஸ். சட்டென்று அவளுக்கு நினைவு வந்துவிட்டது – அவள் முனகிக்காட்டிய மெட்டு, கோபன்ஹேகன் கூடாரத் தளத்தில் தாம் அவளுக்காகப் பாடிய பாடலில் இருப்பது.

"ஓஹோ." அட்டிலெய் கொஞ்சநேரம் மௌனத்தில் ஆழ்ந்தான், ஏதோ யோசிக்கிறவன் மாதிரி. அப்புறம் சொன்னான்: "கடல் உன்னை ஆசீர்வதிக்கட்டும்."

தகப்பனும் மகனும் சேர்ந்து சென்ற அதே பாதையில் தானும் பின்தொடர்ந்து போய்ப் பார்ப்பது என்று சற்றுமுன்புதான் அவள் தீர்மானித்திருந்தாள். அவள் முன் நின்றிருக்கும் இந்த இளைஞன், அவளுடைய தேடலில் ஆதரிசமான உதவியாளனாகவும், துணைவனாகவும் இருப்பான் என்பதில் சந்தேகமேயில்லை. தாம் இறந்து, டோட்டோ காணாமல் போன அந்த இடத்துக்குத் தானே சென்று ஒரேயொரு தடவை பார்த்துவிட வேண்டும்; அந்த இடம் எப்படி இருக்கிறது, அங்கே போகும்போது தான் என்ன உணர்கிறாள் என்பதைப் பார்க்க வேண்டும். "அதை நான் மீண்டும் கேட்கலாமா?" என்று கேட்டான் அட்டிலெய்.

"என்ன?"

"அந்தப் பாடலை. இப்போது நீ பாடிய பாடலை."

23

கூட்டுவிழிகள் கொண்ட மனிதன் 1

புனைகதையில் இருக்கும் காடு நிஜமான கானகமாய் வளர்ந்துவிட்ட மாதிரி இருக்கிறது அவன் தற்போது காணும் காடு. இதை வேறு யாருமே எப்போதும் கண்டதில்லை – இதன் பொருள், அந்தக் காடு அளவற்றதாக, அமைதியாக, ஆழமாக, இருளடர்ந்து இருக்கவில்லை என்பது அல்ல. உண்மையில் அது அளவற்ற விஸ்தாரத்துடனும் அமைதியாயும், ஆழமாகவும், இருண்டும் மட்டுமல்ல, சற்றே மாயத்தன்மையுடனும் இருந்தது.

இளம் பொன்னிறக் கேசமும், பெரிய அங்கங்களும் கொண்ட அந்த மனிதன் பின்னால் திரும்பிப் பார்த்து, அவனுக்குப் பின்புறம் இருக்கும் சிறுவனை ஊக்குவிக்கிற மாதிரிச் சொல்கிறான்: " எல்லாம் பிரமாதமாய் இருக்கும். அதோ இருக்கும் பெரிய முகட்டுக்குப் போகும் பாதை ஒன்றை எனக்குத் தெரியும். அதில் பலமுறை ஏறியிருக்கிறேன். நம்பமுடியாத அளவு அற்புதமாய் இருக்கும் அந்த இடம். நான் என்ன சொல்கிறேன் என்று அதில் ஏறியபிறகு உனக்கே தெரியும், அங்கிருந்து பார்க்கும்போது எல்லாமே வித்தியாசமாகத் தென்படும். நீண்ட கரங்களையுடைய மல வண்டுகளைக்கூடப் பார்த்திருக்கிறேன் நான்."

நீண்ட கரங்களையுடைய புராதன வண்டுகள். இந்த முறை அவற்றை நானே பார்க்க வேண்டும்; சாம்பல் நிற முடிகொண்ட சிறுவன் தனக்குள் நினைத்துக்கொள்கிறான். சுமைகள் அனைத்தையும் அந்த மனிதனே சுமந்து செல்கிறான், சிறுவன் ஈடுகொடுத்து நடக்க வேண்டும் என்பதற்காக. சிறுவனின் சருமம் சிவப்பு நிறமாய் இருக்கிறது. வசீகரமான கண்கள் – முதல் பார்வைக்குப் பழுப்புநிறமாய்த் தெரியும்; ஆனால், ஒரு குறிப்பிட்ட கோணத்தில், கிட்டத்தட்ட நீலமாகவே தெரியும். அதிகம் பேசாத, திடம் மிக்க, சிறு

வு மிங்–யி

பையன். காலையில் கூடாரத்தைக் கலைத்துப் புறப்பட்டதிலிருந்து, நான்கு மணி நேரமாக, ஒருதடவைகூட நிற்கவேண்டுமென்று கேட்கவில்லை அவன். குறிக்கப்படாத பாதையில், ஒருவர் பின் ஒருவராக அணிவகுத்துச் செல்லும்போது, அந்தப் பையன் தன் சுவாசத்தைச் சீராக்கிக் கொள்வதற்கும், வேகமாக நடப்பதற்கும் உதவிக்கொண்டே வருகிறான் அந்த மனிதன். பையன் நடப்பதை நிறுத்தினால், அந்த மனிதனுக்கு உடனடியாய்த் தெரிந்துவிடுகிறது.

வரும் வழியில் இதுவரை அந்தப் பையன் மூன்றுமுறை நின்றிருக்கிறான். காரணம் வழிமுழுவதும் கழிவுகள் இருக்கின்றனவா, அவற்றைப் புசிக்கும் மலமுருட்டி வண்டுகள் இருக்கின்றனவா என்று கவனித்துக்கொண்டே வருகிறான் அவன். ஏதேனும் சலனத்தைக் கண்டால் நின்றுவிடுவான்; வண்டுகளை எடுத்து காற்று வசதியுள்ள ஜாடியில் போடுவான்; அந்தப் பூச்சிகளை மயக்கமடைய வைக்க ரசாயனப் பொருட்களைப் பயன்படுத்துவதில்லை. மேல்மூடியை இறுக்கமாகத் திருகிவைத்து விடுவான், அவ்வளவுதான். "இதற்குள்ளே கொஞ்சநேரம் காத்திருங்கள்" ஜாடியைத் தட்டி, வாயையே திறக்காமல் ஆனால், நல்லெண்ணம் தொனிக்கும் குரலில் சொல்வான் – அந்தப் பூச்சிகளை ஆசுவாசப்படுத்தத்தான். "பயப்படாதீர்கள், உங்களை நான் ஒன்றும் செய்யமாட்டேன்." ஆனால், அவன் அப்போதுதான் பிடித்த வண்டுக்கு இது புரியாது என்பது வெளிப்படை. தடுமாற்றம் அடைந்தமாதிரித் தோன்றும் அது, தன் மூன்று ஜோடிக் கால்களையும் அடித்துக்கொள்ளும்; ஜாடியின் பக்கச்சுவரில் தொற்றியேற முயன்று மீண்டும் சரிந்துவிழும்.

அந்த மனிதனுக்கும் பையனுக்கும் வியர்க்க ஆரம்பிக்கிறது. காடு இருண்டும், கொஞ்சம்கூடச் சலனமின்றியும் இருக்கிறது. ஆழ்ந்த தொனி கொண்ட சலனமின்மை. இருவரும் மற்றவருடைய சுவாசத்தின் ஒலியைப் பகிர்ந்துகொள்கிறார்கள். கொஞ்சநேரம் ஓய்வெடுக்கலாமோ என்று பையனுக்குத் தோன்றும் அதே வேளையில் காடு அவசரமாக முடிகிறது; அவனுடைய கண்கள் ஒளிபெறுகின்றன – சூரிய ஒளியின் பொத்தானை யாரோ அப்போதுதான் முடுக்கிவிட்ட மாதிரி.

ஒருபுறத்தில் மலைமுகடு தென்பட்ட மாத்திரத்தில் அவர்களுக்குத் தோன்றுகிறது இப்போதிருக்கும் காடு, நிஜத்தின் அளவே நிஜமாக இருக்கிறது; ஆனால் இவர்கள் எதிர்கொள்ள விரும்பும் அந்த மகத்தான பாறை மாயம்போல இருக்கிறது. உலக அதிசயங்களில் பலவற்றையும் பார்த்தவன் அந்த மனிதன். இந்த முகட்டிலும் முன்னமே ஏறியிருக்கிறான். ஆனாலும் அவனை ஆழமாக உணர்ச்சிவசப்படச் செய்கிறது இது. வேறெந்த உணர்வையும் விட இந்த உணர்வை ஆனந்தமாய் அனுபவிக்கிறான் அவன்; ஒரு குறிப்பிட்ட, எதிர்பார்க்கப்பட்ட காட்சி தரும் பிரமிப்புணர்வை.

இதற்கிடையில், தன் ஜாடியில் இருக்கும் பூச்சிகள் ஒருகாலத்தில் இந்த மாதிரியான இடத்தில்தான் வசித்திருக்கும் என்று நினைத்துக்கொள்கிறான் சிறுவன். அவனுடைய சொல் தொகுப்பில் இன்னும் அவ்வளவாகப் பண்புத்தொகைகள் சேகரமாகவில்லை. தன்னுடைய இதயம் வேகமாக அடித்துக்கொள்வதையும், தலை கிறுகிறுப்பதையும் கவனிக்கிறான்.

“பிரமாதமாக இருக்கிறது, இல்லையா?” என்று அந்த மனிதன் பையனைக் கேட்கிறான். பையன் பதில் சொல்லாமலிருக்கிறான். என்ன பதில் சொல்வதென்று தெரியாத அளவு பரபரப்படைந்திருக்கிறான் அவன். அதே சமயம் தன்மீதே சந்தேகம் கொள்ளத் தொடங்குகிறான்.

“இந்த முகடு பூர்விகத்தில் இந்த இடத்தில் இல்லை. ஒரு பூகம்பத்தின் விளைவாகத்தான் இந்த முகடு உருவாக அனுமதித்தது இந்த மலை.” பையன் அல்லாடுகிறான் என்பதைக் கவனிக்கிறான் அந்த மனிதன். “எனக்குப் பத்து வயதாக இருக்கும்போது, நீரடி நீச்சலுக்கு உங்கள் தாத்தா என்னை அழைத்துப் போனார். எப்படித் தெரியுமா? சமுத்திரத்தில்; சுவாசக்கருவி இல்லாமல். அவர் சொல்வார்: யாருமே போயிராத இடங்களுக்குப் போனால் மட்டுமே யாரும் பார்த்திராத நிறங்களை ஒருவன் காண முடியும்.” பையன் ஆமோதிப்பாகத் தலையாட்டுகிறான், இதற்கு என்ன பொருள் என்று அவனுக்கு முழுமையாகப் புரியாமலிருந்தாலும்.

இந்த வருடம் முழுவதுமே அந்த மனிதன் தீவை விட்டு அகலவில்லை. செய்வதற்கு ஏதுமில்லாதவனாக உணர்ந்தபோது, அந்தப் பையனை சுவர் ஏறும் பயிற்சிக்குக் கூட்டிப் போனான். உள்ளரங்கத்தில் எவ்வளவு விரைவாகக் கற்றுக்கொள்ளக் கூடியவன் என்பது அவனுக்குத் தெரியும்; வெளிப்புறத்தில் அவனுடைய திறமையைக் கண்டவர்கள் வியந்தே போனார்கள். அந்தக் குழந்தை பிறக்கும்போதே மலையேற்றச் சான்றிதழுடன் பிறந்தமாதிரி இருந்தது. பையனை யாராவது பாராட்டும் ஒவ்வொரு முறையும், அந்த மனிதன் பரவசமடைந்தான் – ஏதோ தன்னையே பாராட்டிய மாதிரி. அவனை அறிந்தவர்கள் பலரும் அவனே ஒரு வீங்கிய குழந்தைதான் என்று எண்ணியதற்கு இதுவேகூடக் காரணமாய் இருக்கலாம். அந்த மனிதன் முகட்டை ஆராய்கிறான். ஒரு புதிய வழி இருக்கிறதா என்று பார்க்கிறான். இது அவனுடைய வழக்கம். *அதே சுவரில் அதே வழியாக இரண்டு முறை ஏறவே கூடாது.* வெறும் பத்துவயதே ஆன மகனைத் தன்னுடன் அழைத்துவந்திருக்கும்போது கூட.

பையன் தன் மலையேற்றக் கருவிகளை ஒவ்வொன்றாக எடுத்து அடுக்கி வைக்கத் தொடங்குகிறான். மலையேற்ற ஷூக்களை, பாதுகாப்புக் கயிறை, தலைக் கவசத்தை அணிந்துகொள்கிறான். அந்த மனிதன் தன் மனத்தில் பாதையை வடிவமைத்துக்கொள்கிறான். ஆழ்ந்த மூச்சிழுத்து விட்டு, பாதத்தை ஊன்றுவதற்கான முதல் இடத்தைக் கண்டறிகிறான்.

“நான் முன்னே போகிறேன், நீ பின்னே வா. சரியா? நான் எங்கே ஏறுகிறேன் என்பதைக் கவனி. சின்னச்சின்ன அடியெடுத்து வைக்கிறேன்; உன்னால் எட்ட முடிந்த பாறைகளாகப் பார்த்து ஏறுகிறேன். புரிகிறதா?”

பையன் தலையாட்டிவிட்டுக் கேட்கிறான்: “நீளக் கைகளுள்ள வண்டும் ஏறிவர முடியுமா?”

பையன் வீசிய கேள்வியால் திகைத்துப்போன அந்த மனிதன், அதைப் பற்றி யோசித்துவிட்டு, “தாராளமாக.” என்கிறான்.

பையன் கீழே காத்திருக்க, அந்த மனிதன் நிதானமாக மேலே போகிறான். பாறையின் பாங்கில் வழியைக் கண்டறிந்தபடி. இருமுனைக்

கொண்டிகளைப் பொருத்த பாறை ஆப்புகளைப் பயன்படுத்துகிறான்; ஒவ்வொரு கொண்டியிலும் இரு முனையிலும் வளையங்கள் கொண்ட நாடாவைக் கவ்வச் செய்கிறான். இட்டுச்செல்லும் கயிறை அதில் நுழைத்து இறுக்குகிறான். இவ்வளவு நேரமும் பையனைக் கவனிக்கக் கீழே பார்த்துக்கொண்டிருக்கிறான். பையன் தன் கழுத்தை நீட்டி, அந்த மனிதன் போகும் பாதையைப் பார்க்க முயல்கிறான். பையனின் எடையைக் கயிற்றில் லேசாக உணரும்போது அற்புதமான ஆரோக்கிய நிலையை அனுபவிக்கிறான்.

"பிரச்சினை இல்லை, உன்னால் முடியும்" என்று நிதானமாகச் சொல்கிறான் – மலைமுகடு அதிர்ச்சியடைந்துவிடுமோ என்று அஞ்சுகிறவன் மாதிரி. சிலசமயம், தனக்கு மேலே பளபளக்கும் செங்குத்துப் பாதையை அண்ணாந்து பார்க்கிறான் பையன். மற்ற நேரங்களில், மலைமுகடு அவனைச் சுற்றிலும் நோக்குவதைக் காண்கிறான். அந்நியமான பிராந்தியத்தில் இருப்பவனாக உணர்கிறான். கண்ணீர் முட்டுகிறது – அவன் பயப்படுகிறான் என்பதால் இல்லை என்றாலும். இல்லை, இந்த வகையான அழுகையை அவன் இதற்குமுன் அனுபவித்ததேயில்லை.

அந்தி மயங்கும்போது, அவர்கள் உச்சியைச் சென்று அடைந்திருக் கிறார்கள். அந்த மனிதனும் பையனும் பள்ளத்தாக்கை நோக்கி வெற்றிப் பெருமிதத்துடன் கூவுகிறார்கள். பையன் வழக்கமாகப் பேசுவதேயில்லை என்றாலும், அவனுடைய குரல் உரத்தும் தெளிவாகவும் இருக்கிறது. இங்கிருந்து கீழே நோக்கும்போது, கானகப் பந்தலை அவர்களால் பார்க்க முடிகிறது. பச்சைக் கடல் மெல்ல அசைந்தாடுகிறது. சப்தம் மர உச்சிகளை எட்டுகிறது. சில பறவைகளைத் திடுக்கிடச் செய்கிறது. அவை துரிதமாக எழுந்து மீண்டும் கடலுக்குள் பாய்கின்றன.

பரவசப்பட்ட நிலையில் அவர்கள் அடுப்பு தயார் செய்கிறார்கள் – தேநீர் தயாரிக்கவும், காற்றுப்புகாத பைகளில் அடைக்கப்பட்ட உணவைச் சமைக்கவும். அவர்களுடைய ரகசியப் பயணத்தில் பாதி இப்போது முடிந்திருக்கிறது. உண்மையில், இந்தப் பயணத்தின் நோக்கம் மலையேறுவதல்ல. அந்த மனிதனைப் பொறுத்தவரை, அவனது பத்து வயது மகன் இந்த முகட்டை அனுபவம் கொள்வது மட்டுமே. ஒருவரையொருவர் விட்டு விலகிச் சென்றுகொண்டிருந்த தகப்பனும் மகனும் தங்கள் உறவைப் புதுப்பித்துக்கொள்வதற்கான வாய்ப்பும்கூட.

உல்லாசப் பயணத்துக்குப் பிறகு, விண்மீன்களில் உள்ள சமிக்ஞைகளை விளக்கிறான் அந்த மனிதன். "கீழே சமவெளியில் காணக் கிடைப்பதைவிட, பல மில்லியன் மடங்கு விண்மீன்களை இங்கே நீ காணமுடியும். நீ நினைக்கலாம், எப்படியானாலும், அங்கேயும் விண்மீன்கள் இருக்கத்தானே செய்கின்றன? நிச்சயம் அவை இருக்கின்றன. அவற்றைப் பார்க்க முடிகிறதா என்பதுதான் கேள்வி. பார்க்க முடிவது என்றால், எந்த அளவு உன்னால் பார்க்க முடியும் என்பது. வலசை வரும் பறவைகளைப் பார்ப்பதற்காக, ஈரநிலம் ஒன்றுக்குப் போயிருந்தோமே, நினைவிருக்கிறதா? ஆகாயம் மங்கலாக இருந்தது – நுண்மையான துகள்கள் காற்றில் மிதந்துகொண்டிருந்ததால். இந்த நாட்களில் விண்மீன்களைப் பார்ப்பதே

பனிப்புகை படர்ந்த கண்ணாடியை அணிந்து பார்க்கிற மாதிரித்தான் இருக்கிறது என்று உன் அம்மா சொன்னது நினைவு வருகிறது."

அந்த மனிதன் மட்டுமே பேசுகிறான். பையன் பதிலளிப்பதேயில்லை – தான் இல்லவே இல்லை என்கிற மாதிரி. அந்த மனிதன் தீவுக்கு வருவது என்று தான் எடுத்த முடிவைப் பற்றி வருந்தியதுண்டு. ஆனால், தற்போது, திரும்பிப் போக முடியாத இடத்துக்கு வந்துவிட்டான். ஒரு காலத்தில் ஆய்வுப்பயணம் போகிறவனாவதைப் பற்றிய கனவோடிருந்தான். இளம் பிராயத்தில் ஆஃப்ரிக்காவை சைக்கிளில் சுற்றி வந்தான். அட்லாண்டிக்கின் குறுக்கே பாய்மரப் படகை ஓட்டிச்சென்றான். சகாராவின் குறுக்காக ஒரு மகா மாரத்தான் ஓடினான். சுவாரசியமான உறக்கப் பரிசோதனை ஒன்றில்கூடக் கலந்துகொண்டான் – முழு அரையாண்டு காலம் பூமிக்கு முப்பது மீட்டர் ஆழத்தில் கழிக்க வேண்டும். அப்போது காதலியாய் இருந்த தன்னுடைய மனைவியைப் பின்தொடர்ந்து. இங்கே தைவானுக்கு வந்தான்.

ஆரம்பத்தில் எல்லாமே பிரமாதமாய் இருந்தது. திடீர் திடீரென்று, இரண்டு வாரங்கள் முதல் ஒரு மாத காலம்வரை அவன் காணாமல் போய்விடுவதை அவள் ஏற்றுக்கொண்டாள். ஆனால் அவள் கருவுற்ற பிறகு, எல்லாமே மாறிவிட்டது. ஒரு சமயம், குழந்தைக்காக, தன் மகனை வளர்க்க ஒரு வீடு கட்டுவதற்காக எங்குமே போகாமல் தங்கிவிடவும் சம்மதம் இருந்தது அவனுக்கு. வீட்டைக் கட்டினான். எல்லாமே கச்சிதமாய் இருந்தது அப்போது; குழந்தை வந்துகொண்டிருந்தான்; தனித்துவமான வீட்டில் அவர்கள் வசித்தனர்; மறுபடியும் அவனுடைய மனைவி மிருதுவானவளாகவும், பிரியமானவளாகவும் ஆகிவிட்டாள். அப்புறம்தான் தெரியவந்தது; வீட்டை விட்டுச் செல்வதற்கான ஏக்கம் இன்னமும் அவனுக்குள் இருந்தது என.

எப்போதாவது, இனியும் தாளமுடியாது என்கிற அளவில் உடல் பரபரக்கும்போது, வீட்டைவிட்டு அகல்வான். மலையேறப் போவான் அல்லது, தன் நண்பர்களோடு சாகசம் எதிலாவது ஈடுபடுவதற்காகத் தீவைவிட்டே வெளியேறுவான். மனைவி சரி என்று சொல்லிவிடுவாள்; ஆனால், அவன் திரும்பிவரும்போது மௌனமாக தண்டிப்பாள் – அவனை ஓர் அந்நியனைப்போல நடத்துவாள். பிற்பாடு, அவன் சும்மா வருவான்; எதுவுமே சொல்லாமல் கிளம்பிப் போய்விடுவான். சிலசமயம், தங்கிவிடுவதா போவதா என்று அவனுக்கே தெரியாது.

ஒருவேளை, அப்போதுதான் பாலுறவின் ஆசுவாசத்துக்கு அவன் திரும்பியிருக்கக் கூடும். கவனத்தைக் கவரும் தோற்றம் கொண்டவன் என்பதால், அவனோடு படுக்கைக்கு வருவதற்கு விரும்பக்கூடிய தைவானியப் பெண்களைக் கண்டறிவது அவனுக்குக் கடினமாய் இல்லை. ஓரிரு தடவை, தன் மனைவியின் மாணவிகளோடுகூட உறவு கொண்டிருக்கிறான். பின்னால் அதற்காக வருந்தினான் என்றாலும், பாலியல் இச்சை அவனுடைய வாழ்க்கையை ஆக்கிரமித்துவிட்டது. அது மூர்க்கமாகவும், அவனை அடக்கி ஆள்வதாகவும் ஆகிவிட்டது – அருவருப்பூட்டும் விதமாக, காலணியின் அடிப்பாகத்தில் ஒட்டிவிட்ட மிட்டாய்ச் சவ்வு போல.

“ஆனால், இங்கே நான் பார்க்கும் விண்மீன்கள், நான் சிறுவனாய் இருந்தபோது பார்த்தவைபோலவே நிஜமானவையாக இருப்பதாய் உணர்கிறேன். மலையேறும்போது நான் மீண்டும் சிறுவனாகிவிடுகிறேன். எனக்கு அது பிடித்திருப்பதற்கு ஓரளவு அதுவேகூடக் காரணமாய் இருக்கலாம்.” அந்த மனிதன் ஓயாமல் பேசிக்கொண்டே இருந்தான் – பையனுடன் பேசுவதைவிட, தனக்குத்தானே பேசிக்கொள்கிறவன் மாதிரி. பெருமூச்சு விட்டுக்கொண்டு சொன்னான்: “சிலவேளை, எதுவுமே காணாமல் போய்விடுவதில்லை. நம்மால்தான் அவற்றைக் காண முடிவதில்லை.”

மேலே இரவு மேகங்கள் இருக்க, கையில் டார்ச் விளக்குடன், முகட்டின் விளிம்பில் இருக்கும் சோலைக்குள் அந்தப் பையனுடன் வண்டுகளைத் தேடிப் போகிறான். அவர்கள் அதிக உபகரணங்கள் கொண்டு வரவில்லை. எனவே பூச்சிபிடிப்பான் ஒன்றைத் தயார் செய்கிறான் – இன்னொரு டார்ச்விளக்கை ஒரு வெள்ளை டிஷர்ட் மீது பிரகாசிக்க வைத்து. அது அவ்வளவு பயனுள்ளதாய் இல்லை; அந்துப் பூச்சிகள் சிலவற்றை மட்டுமே ஈர்க்கிறது. ஆனால், அவற்றிலொன்று எர்பஸ் – சிறகுகளில் மிகப் பெரிய கண்கள் படைத்த ஒருவகை வண்ணத்துப் பூச்சி. தன்னுடன் கொண்டு வந்திருக்கும் மின்னணுக் கள வழிகாட்டியை அந்த மனிதனிடம் காட்டுவதற்காக முடுக்குகிறான் பையன். இருவருமே அளப்பரிய நிறைவுடன் இருக்கிறார்கள்.

“நாளைக்கு முகட்டிலிருந்து இறங்கி, கீழே காட்டில் தங்குவோம். நான் சில பூச்சி நிபுணர்களிடம் கேட்டிருக்கிறேன், நீண்ட கரமுடைய வண்டுகள் அந்தக் காட்டில் பார்க்கக் கிடைக்க வேண்டும். அங்கே கலைமான் வண்டுகள் உனக்கு நிறையக் கிடைத்ததல்லவா? பகல்பொழுதை அங்கே கழித்துவிட்டு, இறங்க ஆரம்பிக்கலாம். கீழே, மலையின் இன்னொரு பகுதிக்கு உன்னை இட்டுச் செல்கிறேன். பள்ளத்தாக்கினூடே ஒரு குறுக்குவழி இருக்கிறது. பிரமாதமான, அற்புதமான வழி அது. இன்னும் நாலு நாளைக்குத்தான் வெயில் இருக்கும் என்று வானிலை முன்னறிவிப்பு தெரிவித்தது. அப்புறம் மழைபெய்யத் தொடங்கிவிடும். மழை நல்லதல்ல. அது ஆரம்பிப்பதற்கு முன்னால் நாம் வீடு திரும்பிவிட வேண்டும்.”

பையன் தலையாட்டுகிறான். அபூர்வமாகத்தான் பேசுகிறான் என்பது, தன்னுடைய வயதைவிட மூத்தவனாகக் காட்டுகிறது அவனை. பையன் டார்ச்விளக்கை எடுத்துக்கொண்டு, கூடாரத்தைச் சுற்றிலும் பார்க்கச் செல்கிறான். முதலில் மரங்களின்மீது விளக்கடித்துப் பார்க்கிறான். அப்புறம் அவற்றில் சிலவற்றின்மீது ஒளியைக் குவித்து மேலும் கீழும் தேடுகிறான். ஐந்து அல்லது ஆறு வெவ்வேறு வகையான கலைமான் வண்டுகள் தட்டுப்படுகின்றன. கலைமான் வண்டுகளில் எந்த இனத்துக்கு எந்த வகையான மரங்கள் பிடிக்கும் என்பது அவனுக்குத் தெரியும். வகைக் கொன்றாகப் பிடித்துக்கொண்டு, கூடாரத்துக்குள் திரும்பிப் போகிறான். அந்த வண்டினங்களின் அளவு, அவற்றை அவன் கண்டெடுத்த நேரம் மற்றும் இடம் பற்றி விரிவாகத் தனது நோட்டுப்புத்தகத்தில் பதிவிட வேண்டும். அவற்றை உடனடியாகப் பூச்சி ஜாடிகளில் இடுகிறான்.

கூடாரத்துக்குள் திரும்பிய கொஞ்ச நேரத்திலேயே தூங்கிப்போய் விடுகிறான். முன்னால் தெரியும் மங்கலான வெளிச்சத்தை நோக்கி, ஓரங்களில் பரணிச் செடிகள் கொண்ட காட்டுப்பாதையில் தனியாக நடந்துசெல்கிற மாதிரிக் கனவு காண்கிறான். ஓர் ஓடைக்கு வந்து சேரும்வரை போய்க்கொண்டே இருக்கிறான். ஃபார்மோஸா சாம்பர் மான்களின் மந்தை ஒன்று ஓடையைக் கடக்கிறது. அவற்றின் கால்கள் மிகவும் மெலிந்திருக்கின்றன – நிலவொளிகூட அவற்றை விழத் தட்டிவிடலாம் என்பதுபோல. என்றாலும், ஓடையைப் பியானோவாக வாசிக்கிற மாதிரி அவை மிகத் துரிதமாகத் தாவுகின்றன. அவன் துரத்துகிறான்; ஆனால் அந்த மான்கள், மீன் கூட்டமாக மாறிவிட்டதென மறைந்துபோகின்றன. ஓடையின் மறுகரையில், ஒரு வனத்தை எதிர்கொள்கிறான் – ஆனால், தன் முதுகுப்புறம் எதுவோ இருப்பதாக உணர்கிறான். ஈர வாசனை – அருகில், மிக மிக அருகில்.

கனவில் இவ்வளவு தூரம் வந்தபின், பையன் விழித்துக்கொள்கிறான். கண்களைத் திறக்கிறான், மழை பெய்துகொண்டிருக்கிறது, அந்த மனிதன் தன் அருகில் இல்லை என்பதைக் காண்கிறான். ஏதோ செய்வதற்காக அவன் வெளியே போயிருக்கலாம் என அனுமானிக்கிறான். கண்களை நன்கு திறந்தவாறு காத்திருக்கிறான். கூடாரத்தின் வாசல் திரையில் மழை வேகமாய் அறைகிறது. மழைத் துளிகள் கூடாரத்தின் உட்சுவரில் ஒன்றுசேர்ந்து இறுகுகின்றன – உள்ளே இருப்பதைவிட, வெளியே குளிர் அதிகமாயிருக்கிறது என்று தெரிவிக்கிற மாதிரி.

வெயில் இரண்டுநாட்கள் முன்னதாகவே குறைந்துவிட்டது என்று நினைத்துக்கொள்கிறான்.

மறுநாளும் அந்த மனிதன் திரும்பியிருக்கவில்லை. அவனுடைய ஷூக்களைக் காணோம். சில உபகரணங்களையும்தான். தன்னுடைய மழைக்கோட்டை அணிந்து கொண்டு, கூடாரத்தைச் சுற்றிலும் ஏதேனும் தடயம் கிடைக்கிறதா என்று பார்க்கிறான். பிரயோசனமில்லை. தொலைவிலுள்ள சிடுசிடுப்பான மழைமேகங்கள் மலைமுழுவதையும் மூடி இருளச் செய்கின்றன. புல்லின் வாசமும் மழையின் மணமும் கலக்கின்றன. மழை இன்னும் வலுக்கும்.

மின் அலை அனுப்பும் கருவியை முடுக்க வேண்டும் என்று எண்ணுகிறான். ஆனால், பயணத்தின் இரண்டாவது நாளிலேயே அந்த மனிதன் அதை அணைக்கச் சொல்லிவிட்டான். பெரிய முகட்டுக்குத் தாங்கள் ஒரு ரகசியப் பயணம் மேற்கொள்ளவிருப்பதால், தாங்கள் இருக்குமிடம் யாருக்கும் தெரியக்கூடாது என்றான். இப்போது அவன் போய்விட்டதால், என்னையோ அப்பாவையோ மீட்பதற்கு ஆட்கள் வரவேண்டுமானால் அதை நான் முடுக்கத்தான் வேண்டும் என்று யோசிக்கிறான். அப்புறம் அவனுக்குத் தோன்றுகிறது, இருநூறு மீட்டர் ஆழம்வரை அப்பாவால் வெறுமனே குதிக்க முடியும்; அட்லாண்ட்டிக்கின் குறுக்கே ஒற்றையாளாக பாய்மரப் படகைச் செலுத்த முடியும்; அப்படிப்பட்ட அப்பாவுக்கு எதுவும் ஆகிவிடாது. அப்பா திரும்பி வந்துவிட்டால், எனக்குப் பெரிய சிக்கலாகிவிடும்.

இந்த எண்ணம் அவனை அமைதிகொள்ள வைக்கிறது. கூடாரத்தின் முன்புறக் குழாய்க்குள் சென்று சாப்பாடு தயாரிக்கத் தொடங்குகிறான். பெரிய திறமையொன்றும் தேவைப்படாத வகையில், கூடார அடுப்பைப் பற்ற வைக்கிறான். முதுகுப் பையிலிருந்து உணவுப் பொருள்களை வெளியில் எடுத்து ஓட்ஸ் கூழைத் தேர்கிறான். அடுத்த இருபது நிமிடங்களுக்குள்ளாக, எல்லாம் தயாராய் இருக்கிறது. இன்னும் நான்கு நாட்களுக்குப் போதுமான உணவு இருக்கிறது. அவர்கள் கொண்டுவந்திருக்கும் தண்ணீர் தீர்ந்துபோனால், மழைத்தண்ணீரை அருந்த முடியும். நீரைச் சுத்தி கரிக்கும் மாத்திரைகள் எங்கே இருக்கின்றன என்பதையும் அவன் அறிவான். பிரச்சினையே இல்லை. அவன் எதிர்கொள்ள வேண்டிய ஒரே விஷயம், நிசப்தம். ஆமாம், நிசப்தமேதான். அதை அவன் தனியாக இருந்து எதிர்கொண்டாக வேண்டும். தனியாய் இருப்பதுதான் ஆகக் கடினமான விஷயம். அவன் மட்டும் பயப்படாமல் இருக்கும்வரை அத்தனையுமே சரியாக இருக்கும்.

அடுத்த நாளையும் காத்திருந்தே கழித்தான். அந்திப் பொழுதில், மழை மேலும் மேலும் வலுத்துப் பொழிகிறது. கிட்டத்தட்ட எதையுமே பார்க்க முடியவில்லை. ஏகப்பட்ட பொருட்கள் நனைந்திருக்கின்றன என்பதால், அவனுக்கு மேலும் மேலும் குளிர்கிறது. அலை அனுப்பும் கருவியை முடுக்குவது பற்றி மறுபடியும் எண்ணுகிறான். அப்புறம் யோசித்துப் பார்க்கிறான். நாளைக்குமேகூட அப்பா திரும்பி வரவில்லையென்றால், அப்போது அந்தக் கருவியை நான் முடுக்கிவிடலாம். அரை நாளில் என்ன நடந்துவிடப் போகிறது?

அன்று மாலையில், தன்னுடைய இதயத் துடிப்பையே கேட்டுக்கொண்டு கூடாரத்தில் படுத்திருக்கிறான் அவன் – ஆனால் அவனுடைய மனம் எங்கோ தொலைவில் இருக்கிறது. மறுபடியும் கனவு காண்கிறான். ஒவ்வொரு புதுக்கனவும் முந்தைய கனவின் தொடர்ச்சியாக இருக்கிறது.

பையன் தலையைத் திருப்பிப் பார்க்கிறான். அவனுக்குப் பின்னால் இருப்பது சாம்பர் மான்களில் ஒன்று என்று இப்போது தெரிகிறது. அவனை மோந்து பார்க்கிறது அது. முழுக்கத் திரும்பி, மிகப் பெரிய அந்த மானின் ஈரநாசியைத் தான் எதிர்கொண்டு நிற்பதை அறிகிறான். சில அடிகள் பின்னெடுத்து வைக்கிறான்; மான் திரும்பி, ஓட்டமெடுக்கிறது. அதன் வால் மின்மினிபோல மின்னுகிறது. மானைத் துரத்தி ஓடும்போது, அது ஒரு மலைமுகட்டில் ஓடுகிறது என்பதைக் கண்டறிகிறான். மான் ஆடாக மாறுகிறது. காட்டுக்குள் ஓடுகிறது – முகட்டை நோக்கி வரும் வழியில் இவர்கள் கடந்த காடுபோலவே தோன்றுகிற காட்டுக்குள்.

காட்டின் இறுதியில் ஆடு நிற்கிறது; தரையில் அழுத்தமாகக் காலூன்றி நிற்கிறது. அங்கே மான்களின் மந்தை ஒன்று இருப்பதைக் காண்கிறான்; ஒரு ஆட்டுக் கூட்டமும் நிற்கிறது. சற்றுமுன் தான் துரத்திவந்த மான், அல்லது ஆடு எது என்று அவனால் அடையாளம் காண முடியவில்லை.

மரங்கள், மான்கள், ஆடுகள் என சகலமும் அந்தப் பையனைப் பார்த்துக்கொண்டிருக்கின்றன. சற்று நேரம் கழித்து, அந்த மான்களுக்கும் ஆடுகளுக்கும் பின்னால் ஒரு மனிதன் நின்றிருப்பதை உணர்கிறான். ஒரு ஆட்டின் ஒரு காதை மெல்ல வருடிக்கொண்டு நிற்கிறான் அவன். ஆட்டுக்காது கூர்நுனியுடனும் மென்மயிர் அடர்ந்தும் இருக்கிறது – ஏகப்பட்ட ரகசியங்களைக் கேட்ட காதுபோல.

"என் அப்பா எங்கே?" என்று கேட்கிறான் சிறுவன்.

அந்த மனிதன் தன் மோவாய்க்கட்டையால் ஜாடை காட்டுகிறான். பையன் பார்க்கிறான். மலைகள் இப்போது தொலைவில் இருக்கின்றன என்று கண்டறிகிறான்; அந்த மாபெரும் முகட்டின் விளிம்பில் நிற்கிறான், பிரக்ஞை தவறுவதற்கு ஓர் எட்டு முன்பாக. கீழே உள்ள பச்சைக் கடலின் பேரலைகள் கட்டுப்பாடற்று அவன் முன்னால் துள்ளி மறிகின்றன.

IX

XI

24

கடலோர நெடுஞ்சாலை

துர்நாற்றம் அடிக்கும் அந்தக் கடற்கரையின் நெடியை நுகர்ந்ததும் சாராவுக்கு நினைவு வந்தது பேராசிரியர் ஸ்டுவர்ட்டின் மூச்சுக்காற்றுதான். அவளுக்கு ஆங்கிலேயக் காலனிய வரலாறு போதித்தவர். உள்ளூறுப்புகள் அழுகும் நாற்றம் அது. அவ்வளவு அயர்ந்திருந்த, சுதாரிப்பில்லாத, பலவீனமான கடலை அவள் அதற்குமுன் பார்த்ததே கிடையாது. "அயர்ந்திருந்த" என்பதைவிடப் பொருத்தமான தொரு சொல்லை அவளால் நினைத்தே பார்க்க முடியவில்லை.

உண்மையில், புதிய நெடுஞ்சாலையில் காரில் போனபோதும் அவளுக்கு இதே உணர்வுதான் இருந்தது – சில வருடங்களுக்கு முன்னால்தான் போடப்பட்ட சாலை அது. வரைபடத்தை ஆராய்ந்தபோது, பழைய சாலை கடற்கரையையொட்டிப் போனது; அதன் ஒருபக்கம் பசிபிக் சமுத்திரமும், மறுபக்கம் மலைத்தொடர்களும் என. புதிய சாலையோ, தீவின் பேரழகான மலைகளினூடே நேராகப் போனது. மிகப் பல குகைகளின் வழியே அவர்கள் கடந்து சென்றார்கள். "எப்பேர்ப்பட்ட தொழில் நுட்பச் சாதனை!" என்று டெட்லெஃபை அவை வியக்க வைத்தன.

நிதானமாகப் போகவேண்டும் என்று டெட்லெஃப் வலியுறுத்தினார். அவர்கள் போகவர வசதியாய் இந்த மிட்சுபிஷி எஸ்யூவியை ஜுங்–ஸீயாங் அவர்களுக்கு இரவல் தந்திருந்தார். எப்போதாவது ஒருதடவை, சாலை கடற்கரையையொட்டி வளைந்து சென்றது. பசிஃபிக் தொலைவில் பளபளத்தது; ஆனால் அவர்கள் எதிர்பார்த்திருந்த ஆழ்நீலக் கடல் அல்ல அது. நீரின்மீது குப்பை மிதக்க, நீர்ப்பரப்பில் பட்டு எதிரொளித்த ஒளியின் கோணம் மாறிக்கொண்டேயிருந்தது, ஜொலிக்கும் வானவில்கள்கூடத் தோன்றின. ஆனால், அருகில் பார்க்க வாய்ப்புக் கிடைத்த போது, கடல்நீர் கொண்டிருந்த நிறம் நிஜமான நீலம் அல்ல; அடர்ந்த காரீய வண்ணம் என்று கண்டனர்.

ரயில்பாதையையும் ரயிலையும் அடிக்கடி பார்க்க முடிந்தது. முந்தைய இரவு விருந்தின்போது, ஜுங்–ஸீயாங் குறிப்பிட்டார்: பல பகுதிகளில் ரயில்பாதையின் அஸ்திவாரம் அரிக்கப்பட்டிருக்கிறது; மீண்டும் மலைகளின் புறமாகத் திரும்பி விடலாமா என்று அதிகாரிகள் யோசித்து வருகிறார்கள். சில இடங்களில் அவர்கள் சும்மா தோண்டினாலே போதும். இந்தத் தொடரில் அவர்கள் பாதை அமைக்க முடியுமா என்பது பற்றி டெட்லெஃபின் தொழில்நுணுக்க ஆலோசனையை ஜுங்–ஸீயாங் வேண்டினார். இந்த வழியிலுள்ள நிலப்பரப்பைக் கவனித்துப் பார்க்கும்படி கூறியிருந்தார்.

"தற்போதைய முக்கியப் பிரச்சினை, இதிலுள்ள தொழில்நுட்ப சவால்கள் அல்ல; இந்தத் திட்டமே அவசியம்தானா என்பதுதான். உங்கள் தீவு எப்படிப்பட்டதாக இருக்க வேண்டும் என நீங்கள் விரும்புகிறீர்கள் என்பதைப் பற்றியது அது," என்று டெட்லெஃப் பதிலளித்திருந்தார்.

பிரசித்தி பெற்ற *க்ளீயர்வாட்டர்* முகடுகளைப் பார்ப்பதற்காக *ச்சுங்–ட்டே* என்ற இடத்தில் சாராவும் டெட்லெஃபும் நின்றனர். உயரமான மேட்டுப்பகுதிகளின் கீழ்ப்பாகத்தின்மீது விதவிதமான சிதிலங்களைக் கொண்டுவந்து மோதிக்கொண்டிருந்தது கடல். மந்தைமந்தையான சுற்றுலாப் பயணிகள் தங்கள் கார்களுக்குள்ளிருந்து, அந்தக் காட்சியை ஆராதிக்கும் விதமாக இடைவிடாத ஆச்சரிய ஒலங்களை எழுப்பிக்கொண்டிருந்தனர். அது சாராவை ரொம்பவே உலுக்கியது. முகடு புகழ் பெற்றதுதான்; ஆனால், கடற்கரையின் பரிதாப நிலை அந்தப் பயணிகளின் கண்களுக்குத் தெரியாமல் போனதை அவளால் ஜீரணித்துக்கொள்ள முடியவில்லை. அதை வெறும் காட்சியாகவே மட்டும் மதிக்கிறார்களே. காகிதம்போல மெலிதாக இருந்த தன் கைக்கணினியை முடுக்கி, கடலோரப் பகுதியின் இந்தப் பிரதேசத்தைப் பற்றி விக்கிப்பீடியாவில் தேடினாள்.

இரண்டு நாட்களாக இந்தத் தீவில் இருக்கிறாள்; இந்த இடம் பற்றிசுருக்கமான அவதானங்கள் மட்டுமே அவளிடம் இருக்கின்றன. ஆனாலும், தீவினர் இந்தக் காற்றை சுவாசிக்கப் பழகிவிட்டார்கள்; இப்போது கடலின் இந்தக் காட்சிக்கும் பழகிவிட முயல்கிறார்கள் என்பதைக் கவனித்திருந்தாள். பல புகைப்படங்களில் அவள் பார்த்திருந்த தூய பசிஃபிக் சமுத்திரம் இப்போது காணாமல் போய்விட்டது. சாரா ஆரம்பப் பள்ளியில் படிக்கும்போது அவளுடைய அப்பா போட்டுக் காட்டிய *உலகின் சமுத்திரங்கள்* என்ற ஆவணத்தொடர் அவளுக்கு நினைவில் எழுந்தது.

"பார், இதுதான் நமது பசிஃபிக். கம்பீரமாய் இல்லை?" அப்போதெல் லாம், நார்வீஜியர்களின் ஒரே கடல், கடவுளின் கருணையால் வழங்கப் பட்ட நார்வீஜியன் கடல் மட்டுமே என்றே நினைத்திருந்தாள் அவள். மென்மையான வடக்கு அட்லாண்டிக் நீரோட்டத்தின் விளைவாக, நார்வீஜியன் கடல் மட்டுமே ஆர்க்டிக் பகுதியில் ஆண்டு முழுவதும் போக்குவரத்துக்கு உகந்ததாக இருக்கும் சமுத்திரம் என்று அவர்களுடைய புவியியல் ஆசிரியர் சொல்லியிருந்தார். "நமது நார்வீஜியன் கடல்" என்றார் அவர். அப்போது அவர் கண்களில் இருந்த பாவம் சாராவுக்கு

இன்னமும் நினைவிருக்கிறது. ஆனால், அவளுடைய தந்தைக்கோ, எல்லாக் கடலுமே, "*நம்முடைய* கடல்"தான். "*நமது* இந்துமகா சமுத்திரம்", "*நமது* அட்லாண்ட்டிக்", "*நமது* பசிஃபிக்."

தென் துருவத்தை முதன்முதலாய் அடைந்த ஆய்வுப் பயணியின் பெயரேதான் சாராவுடைய தந்தையின் பெயரும். தமக்கு சாகசங்கள் பிடிக்கும் என்பதால் பெயரை மாற்றிக்கொண்டுவிட்டார் என்றே பலரும் கருதுவார்கள்; ஆனால், தம்மை அறிமுகம் செய்துகொள்ளும்போது, மேற்சொன்ன கருத்துக்கு நேர் எதிரான ஒன்றைச் சொல்லுவார் அவர்: தமது பெயரின் காரணமாகத்தான் அலைந்து திரியும் வாழ்க்கைமீது தமக்கு நேசம் உண்டானது என்பார்.

1903 முதல் 1906 வரையிலான காலப்பகுதியில், வடமேற்குப் பயணப்பாதையில் கடற்பயணம் மேற்கொண்ட முதல் ஆய்வுப் பயணி, புகழ்பெற்ற ரொவால்ட் அமண்ட்ஸன் ஆவார். அந்தப் பயணத்தில், காந்த சக்தியுள்ள வடதுருவத்தை இனம் கண்டார். ஆனால், 2010க்குப் பிறகு, புவி வெப்பமயமாதலின் காரணமாக, உறைபனியும் பனிநிலமும் சன்னஞ் சன்னமாகச் சுருங்கி, வடமேற்குப் பயணப்பாதை ஆண்டு முழுவதும் போக்குவரத்துக்கு உகந்ததாக மாறும் என்று அவர் சொப்பனத்தில்கூடக் கண்டிருக்கமாட்டார். பனி உருகும் பருவம் எந்த மாதமென்று கவலைப்பட அவசியமேயில்லை. அமேஸானியாவைக் கண்டுபிடித்ததே மழைக்காடுகள் சுருங்குவதைக் காண்பதற்காகத்தான் என்கிற மாதிரி ஆகியிருக்கும். அமண்ட்ஸன் என்ற ஆய்வுப் பயணி இறந்துபோனதே நல்லதுதான்; இதையெல்லாம் அவர் பார்க்கவேண்டியிருக்கவில்லை அல்லவா என்று சாராவின் தந்தை அடிக்கடி சொல்வார்.

சாராவின் தந்தை கட்டடக்கலை வல்லுநர். ஆனால் கடல்மீது கொண்ட காதல் காரணமாக, இளமைக்காலத்தில் தாம் மேற்கொண்ட முதல் தொழிலைக் கைவிட்டு, மீனவராக ஆனவர். அடிக்கடி வெளியே போய்விடுவார் என்பதால், சாராவின் தாய் மனத்தைக் கல்லாக்கிக் கொண்டு, அவளைத் துறைமுகத்தில் இருந்த ஒரு நண்பரின் வீட்டில் விட்டுவிட்டுப் போய்விட்டாள். சாராவால் அவள் சம்பந்தமாக அதிகம் நினைவுகூர முடியாது – ஒருவிஷயத்தைச் செய்வதற்கு நீங்கள் எப்போது முடிவெடுத்தீர்கள் என்பதை நினைவுகூர்வது கடினம் என்கிற மாதிரியே.

மணமுறிவுக்குப் பிறகு, அமண்ட்ஸன் ஒவ்வொரு வருடமும் தமது படகில் மீன்பிடி களங்களுக்குப் போய்க்கொண்டிருந்தார். ஸ்மியூ, காடுஸ், ப்ளூ காட், ஹெர்ரிங் போன்ற மீன்திரள்களைத் துரத்திக்கொண்டு போவார். சிலசமயம் வட அட்லாண்ட்டிக்கின் மேற்கு எல்லைவரைகூடப் போவார். காட் மீனைத் தேடிப் போன மீனவர்கள், கொலம்பஸுக்கும் முன்பாகவே புது உலகத்தைக் கண்டுபிடித்துவிட்டார்கள் என்று கேள்விப்பட்டிருந்தார். ஆனால், தங்கள் மீன்பிடி களத்தைப் பத்திரமாக வைத்திருப்பதற்காக அதை ரகசியமாய் வைத்திருந்தார்களாம்.

அமண்ட்ஸனின் தோழர்களில் பெரும்பாலானவர்கள், திடீரென்று மனைவி கிளம்பிப்போய்விட்டதில் அவர் எவ்வளவு துயரமடைந்தார்

என்பதைக் காணவில்லை. ஆனால், அவர் அடிக்கடி சாராவைப் பயணத்தில் அழைத்துவந்தார் என்பதை மட்டுமே கவனித்தார்கள். சின்னஞ்சிறு சாராவின் குழைந்தைப் பருவம் கடலில் கழிந்தது. பல ஆண்டுகளுக்குப் பிறகு கடல் சூழலியலாளராக அவள் உருவாவதற்குத் தேவையான துணிச்சலும் தன்னம்பிக்கையும் பெற்றதற்கான முக்கியக் காரணங்களில் அதுவும் ஒன்றாக இருக்கலாம்.

ஆண்டுக்கொரு திமிங்கிலத்தை வேட்டையாடுவதை வற்புறுத்தியவர் அமண்ட்ஸன். ஆனால், ஒன்றே ஒன்றை மட்டுமே வேட்டையாட வேண்டும். ராட்சத எதிரிகளான சிறகுத் திமிங்கிலங்கள் அல்லது விந்துத் திமிங்கிலங்களை மட்டுமே தேர்வு செய்வது அவர் வழக்கம். ஒரு நார்வீஜிய மீனவராகத் தமது பெருமையையும் கண்ணியத்தையும் தூக்கிப் பிடிக்கவே இதைச் செய்வார். சிறகுத் திமிங்கிலங்கள் என்பவை, ரோர்க்வல்கள் [முதுகில் துடுப்புடைய செந்நிறத் திமிங்கிலங்கள்]. பெரும்பாலானோர், ரோர்க்வல் என்பதற்கான நார்வீஜியச் சொல்லான *ரார்ஹ்வல்* என்பதன் பொருள் வரித்தடத் திமிங்கிலம் என்றே கருதுவர். *ரார்* என்றால் வரித்தடம், *ஹ்வல்* என்றால் திமிங்கிலம். இது பொருத்தமானதுதான். ஏனெனில் ரோர்க்வல்களுக்குத் தொண்டையில் வரித்தடங்கள் உண்டு.

ஆனால், அது தவறு என்று தாம் நினைப்பதாக அமண்ட்ஸன் சொல்வார். *ரார்* என்பதை *ராட்* என்பதற்கு இணையாகக் கருதினார் – *ராட்* என்றால் சிவப்பு என்று பொருள். ஏனெனில், ரோர்க்வல்லின் தொண்டை வரித்தடங்கள் விரிவடையும்போது அவற்றில் ரத்தம் நிரம்பி, சிவப்பாகக் காட்சியளிக்கும். அவரைப் பொறுத்தவரை, ரோர்க்வல்லின் நிஜமான பொருள், நீலக் கடலின் ஆழத்தில் வசிக்கிற, சிவந்த அடிவயிறுள்ள, பிரம்மாண்டமான திமிங்கிலம் என்பதே. இப்படியான திமிங்கிலத்தை வேட்டையாடுவதில் அடக்கமுடியாத ஆசை அவருக்கு.

நார்வேயின் திமிங்கில வேட்டைக்காரர்களுக்கு, சர்வதேச சமூகம் ஏகப்பட்ட அழுத்தத்தை அளித்து வந்தது. என்றாலும், அமண்ட்ஸன் தமது சுபாவப்படியே இருந்தார். மற்றவர்களிடம் சொல்வார்: "நான் வேட்டையாடுவது, பாரம்பரியமான குத்தீட்டியை வைத்துத்தானே தவிர, திமிங்கிலம் சுடும் துப்பாக்கியையோ, எறிகுண்டு நுனி கொண்ட குத்தீட்டியையோ வைத்து அல்லவே. வாழ்வதற்கான போராட்டம் போன்றது அது. அதில் தவறு என்ன இருக்கிறது? தவிர, நான் வருடத்துக்கு ஒரேயொரு திமிங்கிலத்தைத்தானே வேட்டையாடுகிறேன்!"

ஆயிரத்திச் சொச்சம் வருடங்களுக்கும் முன்பாக, பாஸ்க்குகளால் கண்டுபிடிக்கப்பட்டு, நார்வீஜியர்களால் மேம்படுத்தப்பட்ட ஒரு கலையைத்தான் செயல்படுத்தி வந்தார் அமண்ட்ஸன். கொடிமரத் தட்டில் இருக்கும் வேவுகாரர்கள் ஒரு திமிங்கிலத்தைக் கண்டதும், குத்தீட்டிக்காரர்கள் சிறு படகுகளைச் செலுத்திச் சென்று, தங்கள் குத்தீட்டிகளை அதன் முதுகில் பாய்ச்சுவார்கள். ஒவ்வொரு குத்தீட்டியிலும் உள்ள கயிறுகள், உள்ளீடற்ற பெரும் குடுக்கை ஒன்றுடன் பிணைக்கப்பட்டிருக்கும். அது இழுவையை அதிகரிக்கும். தப்பியோடும் திமிங்கிலத்தைச் சீக்கிரமே ஓயவைக்கும்.

திமிங்கிலம் ரத்தம் கொட்ட ஆரம்பித்ததும், குத்தீட்டிக்காரர்கள் அதன் பலவீனமான இடத்தைக் குறிவைப்பார்கள். பெரும் தீரத்துடன் அதன் வாழ்வை முடித்துவைப்பார்கள்.

சூழலியல் பாதுகாப்பு அமைப்புகள் சில, நவீன கால ஆயுதங்களைவிட இந்தக் குத்தீட்டிகள் கொடூரமானவை; திமிங்கிலத்துக்கு அதிக வேதனை தரக்கூடியவை என்று நம்பின. ஏற்கவே முடியாத கருத்து இது என்பது அமண்ட்ஸனின் அபிப்பிராயம். "உயிருள்ளவை அனைத்துமே மரணத் தறுவாயில் வேதனையை அனுபவித்துத்தான் ஆக வேண்டும். வேதனையற்று வாழ்வது என்பது கண்ணியமற்று வாழ்வதே. நாங்கள் திமிகிலங்களின்மீது பெருமதிப்பு வைத்திருக்கிறோம்; அவற்றைக் கொல்வது எங்கள் உத்தேசமல்ல. நாங்கள் வேண்டுமென்றே அவற்றை வதைப்பதில்லை. எங்களுடைய உயிர்களை அவற்றின் உயிர்களுக்கு மாற்றாகப் பணயம் வைக்கிறோம். நான் ஒரு திமிங்கிலத்தை வேட்டையாடும்போது, அதுவா நானா என்பதே கேள்வி. வணிகபூர்வமான வேட்டைகளை நான் மன்னிக்க மாட்டேன். உங்கள் அளவுக்குக்கூட மன்னிக்க மாட்டேன். திமிங்கில இனம் அழிவதற்குக் காரணமாயிருப்பவர்கள் வணிகரீதியிலான வேட்டையாடிகள்தாம். நீங்கள் துரத்த வேண்டியது *அவர்களைத்தான்*, எங்களை அல்ல. புரிகிறதா?"

அமண்ட்ஸன் ஒரு ஓராள் ராணுவம்; நிகரற்ற மூர்க்கம் கொண்டவர். நவீனப் படகுகள் பாரம்பரியப் படகுகளைவிட மிக அதிக வேகம் கொண்டவை. ஆனால், அமண்ட்ஸன் பழைய வழிகளையே கறாராகப் பின்பற்றியவர். "குறைந்த பட்சம், என் கையால் சாகும் திமிங்கிலங்கள் கௌரவமாகச் சாகின்றன. அவற்றுக்கு எதிர்த்துப் போராட ஒரு வாய்ப்பு இருக்கிறது. என்னுடைய உயிரைக் கவர்வதற்கான வாய்ப்பு." சிலசமயம், விவரம் புரியும் வயதை குட்டி சாரா எட்டுவதற்கு முன்பு, இவ்வாறு விளக்குவார்: "உணவுச் சங்கிலியில் மனிதர்களும் ஒரு கண்ணிதான். மிதமான வேட்டை காரணமாக எந்த உயிரினமும் முழுக்க அழிந்துவிடாது. திமிங்கில வேட்டை பழங்கால ஸ்காண்டிநேவிய மீனவர்களை வலுவுள்ளவர்களாக்கியது. இதை நீ புரிந்துகொள்ள வேண்டும், என் சாராக்குட்டி."

அவருடைய நண்பர்களுக்கு அமண்ட்ஸன் ஒரு முன்னுதாரண நார்வீஜியர். உரம் வாய்ந்தவர். உணர்ச்சிவசப்படாதவர். அவருக்குள்ளிருந்த பலவீனத்தை குட்டி சாரா மட்டுமே பார்த்தாள். தமது படகின் அறையில் இரவில் அமர்ந்து தூண்டிமுள்ளால் தன் தோலில் குத்தி சுண்டியிழுப்பார். இந்த நடவடிக்கை திருகலான தழும்புகளை உருவாக்கியது; விரைவிலேயே அவருடைய கைகள் முழுவதும் தழும்புத் தொடரை ஏற்படுத்தியது. அவர் தம்முடைய சட்டைக்கைகளைச் சுருட்டிவிட்டுக்கொண்டு கடலில் பணிபுரிய இறங்கும்போது பார்க்கிற யாருமே அதிர்ந்து போவார்கள். ஒரு நாள் காலையுணவு சாப்பிடும்போது, அவர் ஏன் தன்னைக் குத்திக் கொள்கிறார் என்று கேட்டுத் திகைக்க வைத்தாள் குட்டி சாரா.

ஒரு நிமிடம் மௌனமாய் இருந்துவிட்டு அவர் பதிலளித்தார்: "மீன்களுக்கு எப்படியிருக்கும் என்று உணர்ந்துகொள்ளத்தான், என் சாராக் குட்டி."

பலவருடங்களுக்குப் பிறகு, தமக்கு ஐம்பது வயதானதுமே தமது திமிங்கில வேட்டைத் தொழில் முடிந்துவிட்டது என்று சொல்வார் அமண்ட்ஸன். அந்த வருடத்தில் ஒரு சிறகுத் திமிங்கில ஜோடியை அவரும் அவருடைய நண்பர்களும் துரத்திக்கொண்டு போனார்கள். வட அட்லாண்ட்டிக்கின் குறுக்காக வெகுதூரம் போரிட்டுக் கொண்டு போனார்கள். இறுதியில், பதினெட்டு மீட்டர் நீளமுள்ள ஆண் திமிங்கிலத்தைக் கொன்றுவிட்டு, அதைவிடவும் பெரியதான பெண் திமிங்கிலத்தை விடுவித்தார்கள் – ஏனெனில் அவர்கள் பெண் திமிங்கிலங்களைக் கொல்வதில்லை என்ற ஒப்புதல் கொண்டவர்கள். ஆனால், பெண் திமிங்கிலம் அகலும்போது, படகைத் தன் வாலைச் சுழற்றி ஓங்கி அடித்துவிட்டுப் போனது. படகின் கூரையில் பொத்தல் போட்டதோடு, படகை முன்னகர்த்திப்போகும் அமைப்பையும் சிதைத்துவிட்டது. வருத்தம் தரும் விதத்தில், ஆண் திமிங்கிலத்தின் மாபெரும் உடலையும் கடலில் மூழ்கவிட்டுத் திரும்ப வேண்டியதாயிற்று.

நிலைதடுமாறிப் போன அமண்ட்ஸனும் நண்பர்களும், படகில் ஏற்பட்ட கசிவை அடைக்க முயன்றவாறே, ஆபத்துக்கால உதவிகோரும் சமிக்ஞைகளை அனுப்பினார்கள். திமிங்கில வேட்டைப் படகுகளில் குதித்தும் விட்டார்கள்; பெரும்படகைக் கைவிட்டுவிடத் தயாராகி யிருந்தார்கள். அப்போது, கனடிய மீன்பிடி கலம் ஒன்று அவர்களைக் காப்பாற்றியது. சாமான்களை இடம்மாற்ற உதவும் வலையை இறக்கி, அவர்களை மீட்டு நியூஃபவுண்ட்லாண்டுக்கு இட்டுச் சென்றது.

இலையுதிர்காலத்தின் பிற்பகுதி அது. குளிர்காலத்தைக் கனடாவில் செலவிடத் தீர்மானித்தார் அமண்ட்ஸன்; மிஸிஸிப்பியின் ஓட்டத்தோடு ஒரு பயணம் மேற்கொள்வதற்குக் கொஞ்சம் அவகாசம் எடுத்துக்கொள்ளு முகமாக. ஒரு படகை வாடகைக்கு எடுத்துக்கொண்டு, இந்த ஆற்றில் பயணம் செய்வது அவருடைய சிறுபிராயக் கனவு – *டாம் சாயரின் சாகசங்கள்* என்ற கார்ட்டூன் தொடரைப் பார்த்த நாளிலிருந்து. படகைச் செலுத்தும்போது "டாமும் ஹக்கும், டாமும் ஹக்கும்" என்று பாடியவாறிருந்தார் அமண்ட்ஸன். இந்த மாதிரியான பால்ய நினைவு களுடன் கூடிய இடையீட்டை அனுபவிக்க வாய்த்தது தம்முடைய அதிர்ஷ்டமே என்று எண்ணியவாறு.

வசந்தகாலத்தின் ஆரம்பத்தில் நியூஃபவுண்ட்லாண்டுக்குத் திரும்பினார். தமது திமிங்கில வேட்டைத் தோழர்களை சந்தித்து, செப்பம் செய்யப்பட்ட படகைத் திரும்பப் பெற்றார். கெண்ட் என்ற பெயருடைய கனடியக் கடலோடி, லாப்ரடார் பிரதேசத்தில் கடல்நாய்களை வேட்டையாட அழைத்தார். அது அவருடைய பூர்விகப் பிரதேசம். யாழ்போன்ற வளைவுகொண்ட கடல்நாய்கள் அதிக அளவில் இனப்பெருக்கம் செய்யும் இடம். அமண்ட்ஸன் ஐரோப்பாவில் கடல்நாய் வேட்டையாடி இருக்கிறார். அது அவ்வளவு கடினமானதில்லை. சாகசப் பிரியர் என்பதால், அந்த யோசனை அவ்வளவு ஈர்க்கவில்லை அவரை. ஆனால், கெண்ட்டின் உற்சாகமான உபசாரத்தை மறுக்கவும் முடியவில்லை.

கருவுற்ற கடல்நாய்கள் கடற்கரையில் கூடி, தங்கள் குட்டிகளைப் பெற்றெடுக்கவும் பேணவுமான பருவம் இது. அமண்ட்ஸன், கெண்ட் மற்றும் பிற வேட்டைக்காரர்கள் தங்கள் படகுகளை மிதக்கும் பனிப்பாளமொன்றின் அருகில் கட்டிப்போட்டுவிட்டு, "உறைபனிப் பிராந்திய"த்தில் நடந்தே நுழைந்தார்கள். பனிப்பாளம் மந்தமாகவும், சாம்பல் நிறத்திலும் இருந்தது. அமண்ட்ஸன் போன்று, பனியும் உறைபனியும் மிகுந்த நிலத்தைச் சேர்ந்த ஒருவரை சுவாதீனமாக உணரவைத்தது. கடல்நாய் மந்தை, சுற்றுலா வந்திருக்கிற, சுற்றுமுற்றும் பார்த்து காட்சிகளை ஆனந்தமாய் அனுபவிக்கிற, கவலையற்ற மாணவர் கூட்டம்போல இருந்தது.

உறைபனிக்கு வரும் வழியில், அடிப்படையான கடல்நாய்க் கதைகளால் அமண்ட்ஸனை நிரப்பியிருந்தார் கெண்ட். "கடல்நாய்க் குட்டிகளை "வெள்ளைக் கோட்டுகள்" என்று அழைப்பார்கள் – ஏனென்றால், உறைபனிவெண்மை கொண்ட குறுமயிர்த் தோல் கொண்டவை அவை. இரண்டு வாரங்களுக்குப் பிறகு, அவற்றுக்கு வெள்ளிநிறக் குறுமயிர் வளரும்போது, "கந்தல் ஜாக்கெட்டுகள்" என்று ஆகும். இன்னும் பத்தொன்பது நாட்கள்போல ஆன பின்னர், அவை முழுக்கச் சட்டையுரித்து, வெள்ளிச் சாம்பல் நிறத்துக்கு மாறிய பிறகு, "அடிப்பவர்கள்" ஆகிவிடும். உண்மையில், கடல்நாயின் குறுமயிர் நாகரிக மோஸ்தராக ஐரோப்பாவில் கருதப்பட்டபோது, பணக்காரச் சீமாட்டிகளுக்கு "வெள்ளைக்கோட்டு"க் குறுமயிர் மிகவும் பிடித்ததாக இருந்தது. ஆனால், இப்போது வெள்ளைக்கோட்டுகளை வேட்டையாடுவது சட்டத்துக்கு எதிரானது. "அடிப்பவர்களை" மட்டும்தான் நாம் வேட்டையாடலாம் என்கிறது அரசு. எனக்குப் புரியவேயில்லை! இரண்டுக்கும் என்ன வித்தியாசம்? எப்படியென்றாலும், அது ஒரு கடல்நாயைக் கொல்லுவதுதானே!"

"ஆனால் என்னிடம் வேட்டைத் துப்பாக்கி இல்லை. இரவல் வாங்குவதற்கு நீங்கள்தான் உதவியாக வேண்டும்."

"பிரச்சினையே இல்லை."

அடுத்த நாள் அவரிடம் கெண்ட் கொடுத்த ஆயுதம் துப்பாக்கி அல்ல. ஹாக்காப்பிக் என்று அழைக்கப்படும் குண்டாந்தடி. பேஸ்பால் மட்டை அளவு நீளம் கொண்டது; ஆனால் ஒருமுனையில் உலோகக் கொண்டையும், அதில் பொருத்தப்பட்ட கொக்கியும் கொண்டது.

"இதை எப்படிப் பயன்படுத்துவது?" என்று ஐயத்துடன் கேட்டார் அமண்ட்ஸன்.

"கடல்நாயின் தலையில் இதைக் கொண்டு ஓங்கி அடிக்க வேண்டும். டமால். அது செத்துவிடும். ஒரு நல்ல வேட்டைக்காரன் ஒரே அடியில் கொன்றுவிட முடியும். அப்புறம் அதன் தோலை உரிக்கவேண்டியதுதான்." என்றார் கெண்ட். "ஆட்டம் தொடங்கட்டும்."

வேட்டைக்குழு பனிப்பாளத்துக்கு அருகில் நெருங்கியபோது, சுதாரித்துக்கொண்ட கடல்நாய்கள் வெறித்தனமாகக் குரைக்கத்

தொடங்கின. கூட்டமாக ஓடி நீருக்குள் இறங்க முனைந்தன. அவற்றால் உறைபனியின்மீது வேகமாக நகர முடியவில்லை. ஆனால், நீரில் இறங்கியபிறகு, அணுகமுடியாதபடி ஆகின. தாக்க முடியாதபடி. ஆனால், குட்டிகள் மிக மெதுவாகவே ஓடின. அவற்றில் சிலவற்றுக்கு நன்றாக நீந்தவும் தெரியவில்லை. நீரில் பாய்வதற்கே அஞ்சிய சில, சீக்கிரமே வேட்டையாடிகளிடம் பிடிபட்டன. ஒருபுறத்தில் இருந்து கவனித்துக்கொண்டிருந்த அமண்ட்ஸன், ஒரே அடியில் ஒரு கடல்நாயைக் கொல்வது எளிதல்ல என்று கண்டறிந்தார். அவரைப் போன்ற தாட்டியமான ஆளுக்குமே எளிதல்ல. காரணம், பனிப்பாளம் லேசாக ஊசலாடியது. கடல்நாய்களும் தாக்குதலைத் தவிர்க்க முனையும். பெரும்பாலானவற்றைப் பல தடவை அடிக்க வேண்டியிருந்தது. எதிர்ப்பு முழுமையாக அடங்கும்வரை அலறிக்கொண்டும், முடங்கி வீழ்ந்தும், தலைமுழுக்க ரத்தத்துடனும் இருந்த அவை, படுமோசமாகக் காயமுற்றன அல்லது குளிரில் விறைத்தன.

ஒரு கடல்நாய் படிந்ததும் வேட்டைக்காரர்கள் குண்டாந்தடியின் மறுமுனையைத் திருப்பி, அதன் கழுத்தில் கொக்கியை மாட்டிப் படகுக்கு இழுத்துப் போயினர். தடியின் முனையிலிருந்து ரத்தம் சொட்டும்—ஏதோ அந்தத் தடியே மரணகாயமடைந்த மாதிரி.

கடல்நாய்களால் எதிர்த்துத் தாக்க முடியவில்லை என்பதால், அமண்ட்ஸனாலும் அடிக்க முடியவில்லை. அவரைப் பொறுத்தவரை, பழங்காலத்தில் திமிங்கில வேட்டை என்பது ஒரு உயிருக்காக இன்னொரு உயிரைப் பணயம் வைப்பது. குறைந்தபட்சம் அவரும் அவருடைய பழைய பாணித் தோழர்களும் இன்னமும் அப்படித்தான் திமிங்கிலங்களை வேட்டையாடினர். திமிங்கில வேட்டை என்பது ஸ்காண்டிநேவியக் கலாசாரத்தின் ஒரு முக்கியமான அங்கம் என்ற கடப்பாட்டுடன். இதுவோ வேறுமாதிரி இருந்தது: கடல்நாய்கள் பலவீனமானவை. பெரிய கண்களோடு, பரிதாபமான அலறலோடு, தாக்குவதற்கு எளிதாய் உள்ள பிராணிகள். இதை எப்படிச் செய்வது என்றே அமண்ட்ஸனுக்குத் தெரியவில்லை. துப்பாக்கியைப் பயன்படுத்தினால் பரவாயில்லை என்று அவருக்குத் தோன்றியது. கொலையாளி ஆயுதத்தை மாற்றிக்கொள்வது, அவனது செயல்பாட்டின் பொருளை மாற்றிவிடுகிறது என்று முதன்முறையாக உணர்ந்தார்.

கடல்நாய்கள் படகிலேயே தோலுரிக்கப்பட்டன. அதன் தலையில் இருந்த ஆழமான வெட்டில் தொடங்கி, தோலைத் துண்டுபோட சவரக்கத்தியைப் பயன்படுத்தினான் ஒரு வேட்டைக்காரன். இறுக்கமான ஜீன்ஸின் இரண்டுகால்களையும் கழற்றுவதுபோல, அந்த விலங்கின் தோலை மெல்ல உரிக்க இன்னொருவன் உதவினான். கடல்நாயின் ரத்தம் குளமாகத் தேங்கிக்கொண்டிருந்தது. உறைபனிக்குள் ஒழுகி ஓடியது. உறைபனியை விட்டு நீங்கியிராத கடல்நாய்கள், இமைகளற்ற கண்ணாடிக் கண்களால் தம்மை முறைத்துப் பார்க்கிற மாதிரி தோன்றியது. கசாப்புப் போடுவதில் நீண்டகாலப் பழக்கம் உடையவர் அமண்ட்ஸன். ஆனாலும் இந்தக் காட்சி அவரை உறையவைத்தது.

“அவை இறக்கும்வரை காத்திருந்து தோலுரிக்கக் கூடாதா?

“உயிரோடிருக்கும்போதுதான் சீக்கிரமாக உரிக்க முடியும்.” என்றார் கெண்ட், அமண்ட்ஸனின் குரலில் இருந்த சந்தேகத்தை உணர்ந்தவராக. “கடல்நாயின் மண்டையோடு நொறுங்கிவிட்டதா என்பதைப் பல வேட்டைக்காரர்கள் பரிசோதிப்பதே இல்லை என்பது உண்மைதான். என்னைப் பொறுத்தவரை, கடல்நாய் இறந்துவிட்டதா என்பதை உறுதிப்படுத்திக்கொள்வேன். ஆனால் அப்படிச் செய்யாதவர்கள்மீது எனக்கு ஒரு புகாரும் இல்லை. ரொம்ப நிதானம் என்றால், காசு கிடைக்காது – சரியா?”

அப்போது, நீண்ட அனுபவமுள்ள வேட்டைக்காரரான ஆல்ஃபி என்பவர், இரண்டு ஆண் கடல்நாய்களைப் பிடித்தவர், அவற்றின் பிறப்புறுப்புகளை வெட்டினாரே தவிர, அவற்றைத் தோலுரிக்கவில்லை.

அமண்ட்ஸன் கேட்டார்: “கடல்நாயின் குறியை யார் வாங்குவார்?”

“வாலிபக் கடல்நாயின் குறுமயிர்த்தோல் எதற்கும் உதவாது. ஆனால், அதன் குறிக்கு விலையுண்டு. ஆசியர்கள் அதைப் புசிப்பார்கள். அது வயாக்ரா போன்றது, அதை உண்ணும் பட்சத்தில் கடல்நாயின் காம வேகத்தை அடைய முடியும் என்பது அவர்கள் எண்ணம். இந்தக் கடல்நாய்கள் யார்மீதாவது பழிபோட விரும்பினால், கடல்நாய்க் குறிகளை உண்பவர்கள் மீதுதான் போடவேண்டும். வாஸ்தவத்தில் கடல்நாய்கள் அவ்வளவாகக் காமவேட்கை கொண்டவை அல்ல. குறைந்தபட்சம் என்னுடன் ஒப்பிடும்போது . . .” என்று துடுக்காகச் சொன்னார் கெண்ட்.

திரும்பும் வழியில் அமண்ட்ஸன் எதுவுமே பேசவில்லை. அவருக்கு கெண்ட் மீதோ, பிற வேட்டைக்காரர்கள்மீதோ, தம் மீதோ புகார் இல்லை. திமிங்கில வேட்டையின்மீது தமக்கிருக்கும் நம்பிக்கை தவறானது என்று அவர் எண்ணவில்லை. தாமே உள்ளீடற்றுப் போன மாதிரி உணர்ந்தார். அவருடைய திடீர்த் தடுமாற்றத்தை; அடிபட்ட, கேள்வி நிரம்பிய பார்வையை கெண்ட் பார்த்தார். ஒரு காலத்தில் அவருமே அனுபவித்திருந்த சுயநிந்தனை திரும்பி வந்துவிட்டது. தமது நண்பரின் கண்களைச் சந்திப்பதைத் தவிர்த்தார். அவருடைய தோள்களில் தட்டிச் சொன்னார்: “இந்த வேட்டைக்காரர்களின் வாழ்வு அத்தனை இலகுவானதல்ல. அவர்கள் நக்கித்தான் தின்றாக வேண்டும். மொத்தப் பணத்தையும் இடைத்தரகர்கள்தான் சம்பாதிக்கிறார்கள். இவர்களில் சிலருக்குக் கடல்நாய் வேட்டை மட்டும்தான் தெரியும். அவர்களுக்கு அது மட்டும்தான் இருக்கிறது. அவர்களைக் கடல்நாய் வேட்டைக்கு அனுமதிக்காவிட்டால், அவர்கள் பட்டினிதான் கிடப்பார்கள்.”

அமண்ட்ஸனின் இதய ஆழத்தில் எதுவோ தடுமாற்றம் கண்டது.

பல மாதங்களுக்குப் பிறகு நார்வேக்குத் திரும்பினார். சாரா அவருக்காகத் தயாரித்திருந்த மீன் ஊறுகாயைச் சாப்பிட்டார். மீனின் கண்கள் பொசுங்கியிருந்தன. அந்த விழிக் குழிகளை உற்றுப் பார்த்தபோது, பள்ளிக்குழந்தைகளின் கண்களைப்போலச் சுழன்ற, கடல்நாய்களின் பச்சிளம் கண்கள் தன்னிச்சையாக மீண்டும் வந்தன. கடல்நாய்களைக்

"கொன்றது" அல்ல அவரைத் தாக்கியது; அவை கொல்லப்பட்ட "விதம்"தான். வாழ்வாதாரத்துக்காக ஜனங்கள் கொல்ல வேண்டியிருக் கிறது. உங்களுக்குப் பிடிக்கிறதோ இல்லையோ, அது மாறுவதற்கில்லை. தங்களுடைய பிழைப்பிற்காக இனூயிட் இனத்தவர் கடல்நாய்களைக் கொல்வது சரியோ தவறோ இல்லை என்பதுபோலத்தான். ஆனால், இப்போதெல்லாம் பிழைப்புக்காகக் கடல் நாய்களைக் கொல்வதில்லை; அதைவிட முக்கியமானது, அவை இன்னமும் அவஸ்தைப்படுகின்றனவா என்பதை சோதிக்க வேட்டைக்காரர்களுக்குத் தெம்பும் திறமையும் நிச்சயம் இருந்தது. ஆனால், அவர்களுடைய இதயங்கள் கொஞ்சமும் கலங்கவில்லை. இதயங்களைக் கல்லாக்கிக்கொள்ள மிகப்பல வருடப் பயிற்சி தேவைப்பட்டிருக்கும் அவர்களுக்கு. சாப்பாட்டுக்காகக் கொன்றவர் களுக்குக் கல்லாலான இதயம் இருந்திருக்கவில்லை. வேட்டையாடப்படும் விலங்கிடம் அவர்களுக்கு மனம் நிரம்ப நன்றியுணர்ச்சி இருந்தது – வீட்டில் காத்திருந்த, அவர்களைச் சேர்ந்த பெண்கள் மற்றும் குழந்தைகளின் கண்கள் எதிர்பார்ப்பால் நிரம்பியிருந்ததைப் போலவே. ஆனால், லாப்ரடாரில் அவர் கண்ட கடல்நாய் வேட்டை அந்த மாதிரியானது அல்ல. எல்லாமே மாறிவிட்டது.

இரவுணவு மேஜையில், கத்தியும் முள்கரண்டியும் தொடப்படாமலே இருக்க, தமது கடல்நாய் வேட்டை அனுபவத்தை சாராவிடம் விவரித்தார் அவர்.

"அது நியாயமில்லை என்று நினைக்கிறீர்களா, அப்பா?"

"எனக்குத் தெரியவில்லை. இன்னும் ஏகப்பட்ட கடல்நாய்கள் இருக்கின்றன. ஆனால், ஏகப்பட்ட திமிங்கிலங்களும் இருக்கத்தான் செய்தன. ஜனங்களுக்கு அவற்றின்மீது கொஞ்சம்கூட இரக்கம் இல்லை. அவற்றைக் கழித்தெறியக்கூடியவையாகக் கருதினார்கள். சிலசமயம் மிகப்பெரிய எண்ணிக்கையில் திமிங்கிலங்களைக் கொன்று தீர்த்தார்கள். திமிங்கிலக் கொழுப்பின் தடித்த பட்டைகளை மட்டும் எடுத்துக்கொண்டு, மீதியை அப்படியே விட்டுவிட்டார்கள். அப்புறம் ஒரு காலம் வந்தது – கடலில் திமிங்கிலங்கள் வெகுவாகக் குறைந்துவிட்ட காலம். சமீபகாலமாக இப்படி உணரத் தொடங்கியிருக்கிறேன்: கடைசித் திமிங்கிலத்தை அல்லது கடல்நாயை மக்கள் கொல்லவே போவதில்லை என்றாலும், எப்போதுமே அவற்றில் இன்னொன்று மீந்திருக்கும் என்றாலும், நமக்கு வாழ்வதற்கு என்ன தேவையோ அதைமட்டுமே எடுத்துக்கொள்ள வேண்டும்; அதிகப்படியாக அல்ல."

"ஆக, உங்களுக்குத் தோன்றுவது ..."

"இன்னும் சமீபத்தில், எனக்குத் தோன்றிக்கொண்டே இருக்கிறது – இது ஓர் உயிரினம் பிழைத்திருப்பது பற்றியது அல்ல; நமக்குத் தேவையான வற்றை மட்டுமே வைத்து நாம் திருப்தி அடைவதே இல்லையே, ஏன் எப்போதுமே இன்னும் கொஞ்சம் வேண்டும் என்கிறோம் என்பதைப் பற்றி."

"அந்த ஆண்குறிகளின் கதை என்ன? அவற்றை எங்கே கொண்டு விற்கிறார்கள்?" தான் ஏற்கனவே பார்த்திருந்த ஆண்குறிகளைத்

தீர்க்கமாக நினைவுகூர்ந்தாள் சாரா. அவற்றில் இரண்டு வகுப்புத் தோழர்களுடையவை. ஒன்று பகுதிநேர வேலை பார்த்தபோது சந்தித்த ஒரு நண்பனுடையது. அவற்றை அவள் கையால் பற்றியிருக்கிறாள்; தொடுவதற்கு வெதுவெதுப்பாய் இருந்தன. தம்முள் ஏதோ உயிருள்ள ஒன்று இருப்பதான உணர்வைக் கொடுத்தன.

"சைனா, ஹாங்காங், அல்லது தைவானில் என்று நினைக்கிறேன்." என்றார் அமண்ட்ஸன், தனது தட்டில் கிடக்கும் பாதி வெந்த முட்டையைக் கலக்கியபடி. "சாரா, எனது மீன்பிடித் தோழர்களில் பெரும்பாலானவர்களின் இதயங்கள் முழுக்கக் கல்லாகிவிடவில்லை. பல பேருக்கு வேறு வழியில்லை. ஆனால், அவர்களுக்குப் பின்னால் பெருநிறுவன முதலாளிகள் இருக்கிறார்கள். நல்ல கதகதப்பான அறைகளில், வசதியான நாற்காலிகளில் அமர்ந்து பணத்தை எண்ணிக்கொண்டிருக்கிறவர்கள். அவர்கள் ஒருபோதும் படகிலோ, உறைபனியிலோ தென்படுவதில்லை: அவர்களுடைய இதயங்களில் குருதி கசிவதேயில்லை."

தன் தகப்பனாரின் கண்களில் தெரிந்த துயரத்தை சாரா எப்போதுமே மறக்க மாட்டாள். அவற்றில் இரக்கம் ததும்பியது. வேறெந்த விலங்கிடமும் அவள் அதற்கு முன் பார்த்திராத பாவம். ஒரு பூச்சியின் கூட்டுவிழிகள் போல அமண்ட்ஸனின் கண்கள் மினுங்கின. "சாரா, கடலோடி வேட்டைக்காரன் என்ற என் அடையாளத்தை நான் துறக்கிறேன். நேரம் வந்துவிட்டது. என்னுடைய முந்தைய அடையாளத்தை விட்டுவிட வேண்டும் என்று நிஜமாகவே உணர்கிறேன். ஒரு மாற்றத்தை ஏற்படுத்த முயன்றாக வேண்டும். இல்லாவிட்டால் என் வாழ்வை விரயமாகக் கழித்துவிட்டதாக உணர்வேன்."

அமண்ட்ஸன் தம்முடைய சபதத்தைக் கடைப்பிடித்தார். அந்த வருடத்தில் தமது படகை விற்றுவிட்டு, கடல்நாய்களைக் கொல்லுவதற்கு எதிரான சர்வதேச அமைப்பு ஒன்றில் சேர்ந்தார். கனடாவுக்குத் திரும்பவும் சென்று, கடல்நாய் வேட்டை எதிர்ப்பு இயக்கத்தில் இணைந்தார். நார்வேயில், வணிகநோக்கிலான திமிங்கில வேட்டைக்கு எதிரான போராட்டங்களில் கலந்துகொண்டார். அப்போதிலிருந்து, அட்லாண்ட்டிக்கின் இருபுறமும் உள்ளவர்களுக்குப் பெரும் தலைவலியாய் மாறினார்.

தன் தகப்பனார் எப்போதுமே "நமது பசிஃபிக்" என்று அழைத்த கடலைப் பார்த்தபோது, ஓராயிரம் உணர்வுகள் அவளுடைய இதயத்தில் பொங்கின.

"தற்காலிக"மாகக் கடற்கரை சுத்தம் செய்யப்பட்டுவிட்டது என்றாலும், தினந்தோறும் கடற்சுழியிலிருந்து கொஞ்சம் குப்பைகள் அலையேற்றத்தால் கடற்கரைக்குத் அடித்து வரப்படும் – வெளியே இருக்கும் குப்பைத் தீவு, இவள் நின்றிருக்கும் தீவுடன் ஐக்கியமாக விரும்புகிற மாதிரி.

முன்னமே ஒத்துக்கொண்ட நிகழ்ச்சியொன்று ஜுங் – ஸீயாங்குக்கு இருந்ததால், சாராவையும் டெட்லெஃபையும் உபசரிக்க டி பல்கலைக்கழகத்தில் போதிக்கும் பழைய வகுப்புத்தோழர் ஒருவரை

நியமித்திருந்தார். அப்புறம், மலையேற்றத்தின்போது தாம் சந்தித்த வேறொரு நண்பர் இன்னும் பொருத்தமாய் இருப்பார் என்று தீர்மானித்தார். "அவர் பெயர் டாஹூ. பூர்வகுடியைச் சேர்ந்தவர். தைவானுக்கு, அதிலும் கிழக்குக் கடற்கரைக்கு வருகை தரும்போது, பூர்வகுடியினரே மிகச் சிறந்த வழிகாட்டிகளாய் இருப்பார்கள்."

ஹேவனுக்கு முன்னால், கடைசியாக இருந்த நதியின் மீதுள்ள பாலத்தைக் கடந்தவுடனே, கறுத்த நிறமுடைய ஓர் ஆள் நின்று சிவப்பு வண்ணக் கைக்குட்டையை அவர்களை நோக்கி ஆட்டுவதைக் கண்டனர். குட்டையும் பருமனுமான, துயரச்சாயை நிரம்பிய அந்த மனிதனைப் பார்த்ததும், சாராவுக்கு மிகுந்த நல்லுணர்வு ஏற்பட்டது. அவனுடைய ஒவ்வோர் அசைவிலும் பாதிக்கப்படாத ஒரு பண்பு வெளிப்பட்டது.

"சாரா, டெட்லெஃப், உங்களைச் சந்திப்பதில் மகிழ்ச்சி. நான் டாஹூ."

ஓட்டுநர் இருக்கையில் ஏறிக்கொண்டான். அரை மணிநேரத்துக்குப் பிறகு, அவர்கள் கடல் இல்லத்துக்கு அருகில் இருக்கும் கடலை நோக்கிப் போய்க்கொண்டிருந்தார்கள்.

அங்கிருந்து அவர்கள் பார்த்த கடல் வேறுவிதமாய் இருந்தது. மெல்லிய வளைவு கொண்ட வளைகுடாவில், குப்பைக் கடற்சுழியின் தடயத்தையே கண்ணுக்கெட்டிய தூரத்துக்கு அவர்களால் பார்க்க முடியவில்லை.

"இப்போது அதை எப்படிக் கையாள்கிறீர்கள்?"

"அதுவா, முதலில் கடற்கரையில் இருக்கும் குப்பைகளை வகைபிரிக்கிறோம். அருகிலுள்ள கழிவுக்காகித ஆலையில், குப்பைகளை மட்கவைக்கும் ஐந்து கொப்பரைகள் நிறுவப்பட்டுள்ளன. மட்கக் கூடிய எதுவும் முன்னுரிமை அடிப்படையில் கையாளப்படுவதற்காக அங்கே அனுப்பப்படுகின்றன. பெறுமதி மிக்க குப்பை வேறொரு இடத்துக்கு அனுப்பப்படுகிறது – மீண்டும் வகைபிரிக்கவும், மறுசுழற்சி செய்யப்படவும். நாங்கள் கண்டுபிடிக்கும் உயிருள்ள பிராணிகள், உள்ளூர்ப் பல்கலைக்கழக நிபுணர்களின் பரிசீலனைக்காக அனுப்பப்படுகின்றன. ஒன்பது பணிநிலையங்களை நீங்கள் பார்க்கலாம் – ஆனால் உண்மையைச் சொல்வதென்றால், அவற்றில் பணிபுரியப் போதுமான ஆட்கள் எங்கள்வசம் இல்லை."

"உள்ளூர் நகரவாசிகளும், கிராமத்தவர்களும் என்ன ஆனார்கள்?"

"அவர்களில் பலரும் பங்க்கா இனத்தவர்கள். அந்தச் சொல்லுக்கு "ஜனங்கள்" என்று பொருள். இங்குள்ள ஆமிஸ் பழங்குடியினத்தவர் இந்தச் சொல்லால் அழைக்கப்படுவதையே விரும்புகிறார்கள். ஹேவனில் இருக்கும் பெரும்பாலான பங்க்காவினர், மீட்புப்பணியில் ஈடுபட்டிருக்கிறார்கள். கடலோரத்தின் இந்தப் பிரதேசத்திலும், மீன்பிடிகளத்திலும்கூட இவ்வளவுதான் முடியும் என்றே நினைக்கிறேன். பங்க்கா மக்களின் கடற்கலாச்சாரம் ஓரளவு சிதைக்கப்பட்டுவிட்டது. ஹான் சீன இனத்தவரைப் பொறுத்தவரை, இந்த அளவு தூய்மைக் கேடு என்பதற்கு,

இனியும் கடலை வைத்துச் சம்பாதிப்பதற்கில்லை என்பதுதான் பொருள்; ஆனால் பங்க்காவினரைப் பொறுத்தவரை அதற்கு வேறு அர்த்தம்–கடல் என்பது அவர்களுடைய மூதாதை; எனவே, அவர்களுடைய பாரம்பரியக் கதைகளில் பெரும்பாலானவை கடல் பற்றியவைதாம். மூதாதையர் இல்லாமல், 'பங்க்கா"வாக இருப்பதில் என்ன பிரயோசனம்?"

"நீங்கள் பங்க்கா இனத்தவரா?"

"இல்லை, நான் *புனூன்*." என்றான் டாஹுு. "புனூன் என்றால் நாங்கள்தான் நிஜமான "மக்கள்" என்று அர்த்தம்."

சாராவுக்கு முழுக்கப் புரிந்தது. உலகத்தில் ஒவ்வொரு இனத்தவருமே, ஆரம்பத்தில் இப்படித்தான் நம்பினார்கள்–தாங்கள் மட்டுமே "நிஜமான மக்கள்" என்று.

இரவு உணவுக்கு டாஹுுவின் வீட்டுக்குப் போனார்கள். அங்கே ஒரு சிறுமியும், ஒரு பெண்மணியும் இருந்தனர். அந்தச் சிறுமி – உமாவ் என்பதுதான் எவ்வளவு வசீகரமான பெயர்! – டாஹுுவின் மகள். ஆனால், அந்தப் பெண்மணியை அவன் பெயர் மட்டுமே சொல்லி அறிமுகப்படுத்தினான். அவள் தனது மனைவியா என்று கூறவில்லை. மனைவியாக இருக்கமாட்டாள் என்றே சாராவுக்குப் பட்டது. ஹஃபேவுக்கும் டாஹுுவுக்கும் இடையிலான உறவு, தனக்கும் டெட்லெஃபுக்கும் இடையிலுள்ள உறவு போலத்தான் என்று தோன்றியது – முழுக்க அவ்வாறு இல்லாவிட்டாலும். வெளிப்படையான விளக்கம் இல்லாத கட்டுரைபோல.

பங்க்கா இனத்தவர் வழக்கமாக உண்ணும் காட்டுக் காய்கறிகளைக் கொண்டு தயாரிக்கப்பட்டது அந்த இரவு உணவு என்று சாராவிடம் சொன்னார்கள். ஆனால் அதில் கடல் உணவு எதுவும் இல்லை. உமாவ்வும் ஹஃபேயும் ஆங்கிலம் பேச அறியாதவர்கள். எனவே, பெரும்பாலான நேரம் டாஹுுதான் பேசிக்கொண்டிருந்தான்.

"நாங்கள் உண்ணும் சகலத்திலுமே கடல் உணவு இருக்கும் – கிட்டத்தட்ட. ஆனால், இப்போது அதில் எதுவுமே இல்லை; காரணம் உங்களுக்கே தெரியுமே."

"அதைப்பற்றிக் குறையொன்றுமில்லை. பிரமாதமான, தாராளமான சாப்பாடு இது. யோசித்துப் பார்த்தால், இனி கடல் உணவு என்ற ஒன்றே இருக்குமா என்பது யாருக்குத் தெரியும்?" என்று சிரித்துக்கொண்டே சொன்னார் டெட்லெஃப். மற்றவர்களும் அவருடன் சேர்ந்து, முனகிக் கொண்டே சிரித்தார்கள்.

இந்தத் தீவு தன்னை மீட்டுக்கொள்ள ஆரம்பித்தே விட்டது என்று நினைத்துக்கொண்டாள் சாரா.

25

மலைப்பாதை

இரவில் விழித்துக்கொண்ட ஆலிஸ், டார்ச் விளக்கை எடுத்துக்கொண்டு மலையிலிருந்து இறங்கினாள். இன்னும் தூறல் போட்டுக்கொண்டிருந்தது. கிழக்குக் கடற்கரையில் தொடர்ந்து மழைபெய்யும் பதினெட்டாவது நாள் இது. சாலையின் சில பகுதிகளும், டாய் – ட்டுங்கிலிருந்த ரயில்பாதையும் கடல் நீரில் மூழ்கியிருந்தன என்பது வெளிப்படை. பிங்டுங்கிலிருந்த, சிறுகச் சிறுக அமிழ்ந்துவந்திருந்த கடலோரக் கிராமங்கள் சிலவற்றை முழுக்கக் காலிசெய்து விட்டார்கள்.

பாதையைப் பார்ப்பது அத்தனை சுலபமாயில்லை. ஆனாலும், ஆலிஸ் தொடர்ந்து போய்க்கொண்டே இருந்தாள். கீழே இறங்குவதற்கான குட்டிக் குட்டி வழிகள், ஒவ்வொரு தாவரத்தின் வளர்ச்சிவீதம், வழியில் இருக்கும் ஒவ்வொரு புல் கொத்தும் என ஒவ்வொன்றும் பரிச்சயமாக ஆக, மலைபற்றி அவளுக்கு இருந்த அச்சம் குறைந்துகொண்டே வந்தது. ஆக மலை என்பது இதுதான்: ஒரு நபரைப் போன்றது. பரிச்சயம் அதிகமாக ஆக, அச்சம் குறைந்துகொண்டே வரும். ஆனாலும்கூட, அது என்ன நினைக்கிறது என்பது உங்களுக்கு ஒருபோதும் தெரியாது. ஓர் ஆள் அடுத்து என்ன செய்யப்போகிறார் என்பது தெரியாத மாதிரியே, மலை அடுத்து என்ன செய்யவிருக்கிறது என்பதும் தெரியாது, என்று நினைத்துக்கொண்டாள் ஆலிஸ்.

கடற்கரையை அடைந்து, கடலோரம் நின்றபோது கலவையான உணர்ச்சிகள் அவளுக்குள் எழும்பின. ஒரு காலத்தில் மிகவும் பரிச்சயமானதாய் இருந்து, தற்போது மிகவும் அந்நியமாகிவிட்ட இடம். கடலோரத்தின் இந்தப் பகுதி, ஒப்பீட்டளவில் ஜனத்தொகை அதிகம் கொண்டது. ஒருவழியாக, ஆரம்பநிலை சுத்திகரிப்பு நடந்து முடிந்துவிட்டது. ஆனால், கடல்நீர் ஓரிடத்தில் நிற்கவில்லை; குப்பைத் தீவு தைவானைவிடவும் அதிகமான கடற்பரப்பில் விரிந்திருந்தது. எனவே, இரண்டாம் அலை வந்து மோதிய போது, எட்ட முடிந்த இடைவெளிகள் அனைத்திலும் குப்பைகளை

அடைத்துவைத்திருந்தது. தற்போது நீரின் உச்ச மட்டத்துக்கு ஐம்பது மீட்டர் தொலைவில் இருந்தது கடல் இல்லம். தண்ணீர் சாலைவிளிம்புவரை எட்டியபோது, வீட்டைச் சுற்றிலும் சிதிலங்கள் சேர்ந்துவிட்டன. இனி அலைமுகடு பின்வாங்கத் தொடங்கும். அணிந்திருந்த டி ஷர்ட்டைக் கழற்றி, நீர் புகாத பையில் போட்டாள் ஆலிஸ். நீச்சலுடையை அணிந்துகொண்டு, சாலையின் சரிவில் துழாவி நடந்தாள். அங்கே நீர்மட்டம் இறங்கியிருக்க வில்லை – அதாவது, குறைந்தபட்சம், இன்னமும் இறங்கியிருக்கவில்லை.

முதலில் நீர் அவளுடைய குதிரைச்சதை வரையே இருந்தது. விரைவிலேயே நிற்கவியலாத அளவு ஆழம் ஆகியது. அவளுடைய பாதங்களை எதன்மீதும் ஊன்ற முடியவில்லை. குளிர்விறைத்த நீரில் அவளுடைய உடல் ஒரு கணம் இறுகியது. பின்னர் தளர்ந்தது.

இருளில் கடல்நீர் மைக்கறுப்பாக இருந்தது. இந்தவிதமாக அது இருப்பதை அவள் பார்த்ததே கிடையாது. மினுங்கும் இழைகள் ஜனங்களுக்கு இன்னும் புரியாத ஒன்றாகத் தம்மைத்தாமே நெய்துகொள்வதுபோல, தெருவிளக்குகளின் ஒளி அலைகளின்மீது நாட்டியமாடியது. நீருள் பாய்வதற்கான முகமூடியை அணிந்துகொண்டு, சின்னஞ்சிறிய வாயு உருளையை மாட்டிக்கொண்டு நீரினுள் பாய்ந்தாள். தலைவிளக்கின் வெளிச்சத்தில், அந்நிய உலகின் அறியப்படாத உயிரினங்களைப்போல, ஆயிரக்கணக்கான ப்ளாஸ்ட்டிக் பொருட்கள் பல்வேறு தினுசுகளில் மிதப்பது தெரிந்தது.

கடல் இல்லத்தின் அருகில் நெருங்கியபோது, இரண்டாம் தளத்தின் மூன்றில் இரண்டு பங்குவரை கடல் இருந்ததைக் கண்டாள். எல்லா ஜன்னல்களும் உடைந்திருந்தன. ஒரு சுவரின் பெரும் பகுதி வீழ்ந்துவிட்டது. பிரதான தளத்தின் பெரும் பகுதியும்தான். நீருக்கடியிலிருந்தே, வீட்டின் உட்புற நிலைமையை அவளால் காண முடிந்தது. ஒரு திறப்பின் வழியாக உள்ளே “பாய்ந்தாள்”. ஞாபகத்தின் அடிப்படையில் தன்னுடைய அறையை அடையாளம் கண்டு, அதன் கதவைத் திறந்தாள். நீரின் அழுத்தத்தால், சற்றுக் கனமாகவே இருந்தது கதவு. ஆனால், அதிர்ஷ்டவசமாக, அடியில் ஒரு துவாரம் இருந்ததால் தள்ளித் திறக்க முடிந்தது. கூடத்தினூடாக நீந்திப் போனாள். டோட்டோவின் அறைக்கதவு அகலத் திறந்து கிடந்தது. அலை இழுத்துவந்த குப்பை அவன் அறை முழுவதும் நிறைந்திருந்தது. அவனுடைய பொருட்கள், கூடத்துக்கு அடித்துவரப்பட்டிருந்தன. அல்லது, சிதிலங்களுக்குள் மறைந்திருந்தன. அண்ணாந்து பார்த்தாள். ஆமாம், அது இருந்தது; விதானத்தில் டோட்டோவும் தாம்மும் வரைந்து வைத்திருந்த மலை வரைபடம். எப்போதும்போலவே இருந்தது அது. ஆனால், இப்போதுவரை அவள் அறிந்திராத இன்னொரு பாதையை ஆலிஸ் பார்த்தாள்.

இவ்வளவு காலமும், தாம்மின் உடலை எந்த இடத்தில் கண்டுபிடித்தான் என்று டாஹ¬விடம் கேட்டறிய அவள் முயன்றுகொண்டேதான் இருந்திருக்கிறாள் – ஆனால், டாஹ¬ சொல்ல மறுத்துவிட்டான்.

ஒருவேளை, காவல்துறையுடன் ஒருவித ஒப்பந்தம் இருந்திருக்கலாம் அவனுக்கு. அவர்கள் அதிகம் சொல்ல மாட்டார்கள். மலையின் பெயரை மட்டும்தான் சொல்வார்கள். மழுப்பலாகச் சொன்னார்கள் – உடல் கிடந்த இடம், அதைக் கண்டுபிடித்தவருக்கு மட்டும்தான் துல்லியமாகத் தெரியும் என்று.

அந்த வழக்கைக் கையாண்ட ஒரு குண்டுக் காவலர், "அவனைக் கீழே கொண்டுவந்தது நாங்களல்ல." என்றார்.

ஆரம்பத்தில், தாம்மும் டோட்டோவும் காணாமல் போனபோது, மீட்புக்குழு தன்னையும் கூட்டிச் செல்லவேண்டும் என்று மன்றாடினாள் ஆலிஸ். தாம் பதிவு செய்திருந்த பாதை எது என்று அப்படித்தான் அவளுக்குத் தெரியவந்தது. ஆனால், டாஹு உடலைக் கண்டெடுத்த இடம் வேறொரு பாதையில் இருந்தது. இரண்டு மலைகளுக்கும் இணைப்பு இருந்தது என்றாலும், மற்ற மலையில் ஏறுவதற்கு தாம் அனுமதி பெற்றிருக்க வில்லை. எனவே, அவன் அங்கே ஏன் சாகவேண்டும்?

பின்னர் ஒருநாள், குடிலில் உட்கார்ந்து ஆலிஸ் எழுதிக்கொண் டிருக்கும்போது, டோட்டோவின் அறை விதானம் அவளுக்கு ஞாபகம் வந்தது.

அதே விதானத்தில் இருக்கும் வரைபடத்தைத்தான் இப்போது அண்ணாந்து பார்க்கிறாள். ஆரம்பத்தில் அவளுக்கு ஒன்றுமே புரியாததுபோலத்தான் இருக்கும். ஆனால், தொடர்ந்து ஏகப்பட்ட வரைபடங்களை ஊன்றிக் கவனித்துவிட்டதால், அவளுக்கு உடனடியாக அந்தப் பாதை புரிந்துவிட்டது. அவள் ஏற்கனவே சந்தேகித்ததன் பிரகாரம், அவளுக்குத் தெரியாமல் தாம் ஒரு மாற்று வழியைத் தேர்ந்தெடுத்திருக்கலாம்; டோட்டோவுடன் கூட்டு சேர்ந்தே இந்தச் சதியைத் திட்டமிட்டிருக்கவும் கூடும். நகர்ப்புற அலுவலகத்தில் அவர்கள் பதிவு செய்திருந்த பாதையில் சென்றிருக்கவில்லை; அப்பாவித்தனமாக, அந்தப் பாதையில்தான் மீட்புக்குழு தேடிக்கொண்டிருந்தது. உண்மையில் அவர்கள் சென்றது, விதானத்தில் இருந்த பாதையிலேதான். ஆலிஸ் அந்த வரைபடத்தைத் தொடர்ந்து பார்த்துக்கொண்டேயிருந்தாள் – ஒரு வாசல், ஒரு பாதை, ஆகாயம், பாறைகள், ஒரு சிறு ஊற்றின் சுனை, அப்புறம் மழை என்று புலனாகும்வரை.

கடல்நீர். மலைப்பாதை.

உறக்கத்தைப்போல அடர்த்தியாய் இருந்தது கடல்நீர். அதை நீங்கிக் கரையில் கால் பதித்தபோது கடற்கரையில் பதுங்கிய, தனித்திருக்கும் திமிங்கிலம்போலத் தன்னை உணர்ந்தாள். அவளுடைய இதயம், கண்ணாடிபோல நொறுங்கியும், இறந்த சிப்பியைப்போல இறுகியும் இருந்தது.

மறுநாள் மாலையில், வேட்டைக்குடிலின் சுவரில் ஒட்டிய வெள்ளைத்தாளில், பூமியின் வரைபடத்தை ஒளிரச் செய்தாள்; முப்பரிமாண ஒளிக்காட்சிக் கருவியொன்றை இதற்கு உபயோகித்தாள். அட்டிலெ'ய்யிடம் சொன்னாள், "இதற்கு 'வரைபடம்' என்று பெயர். நாம் வசிக்கிற இடமான தைவான், அல்லது வேறெந்த இடத்தையும்கூட

இதுபோன்ற வரைபடத்தில் வரைந்துவிட முடியும். ஓர் இடத்துக்கு எப்படிப் போவது என்று மற்றவர்களுக்குச் சொல்ல வரைபடம் பயன்படும். ஆகவே, உனக்குப் பரிச்சயமில்லாத ஓர் இடத்தில் இருந்தாலும்கூட உன்னால் வழியை அறிந்துகொள்ள முடியும்."

அட்டிலெ'ய்யின் கண்களில் குழப்பத்தைக் கண்டவள், "அதாவது, உனக்கு வரைபடத்தை வாசிக்கத் தெரிந்திருந்தால்." என்று சேர்த்துக் கொண்டாள்.

வரைபடத்தில் தைவான் இருக்கும் இடத்தைச் சுட்டுவதற்கு, லேசர் கற்றையொன்றைப் பயன்படுத்தினாள் ஆலிஸ். "நாம் இப்போது இருக்கும் தீவு இதுதான். நீ புறப்பட்டு வந்த தீவை இதில் உன்னால் காட்ட முடியுமா? அதுதான், *வயோ வயோவை*..." அட்டிலெ'ய் சோகமாகப் புன்னகைத்தான்.

"இல்லை, இங்கிருக்கிற மண்..." தரையைச் சுட்டியவாறு ஒரு கொத்து மண்ணை அள்ளினான். பிறகு சொன்னான்: "அங்கே இல்லை."

"உனக்குப் புரியவில்லை, அட்டிலெ'ய். வரைபடம் என்பது நாம் இருக்கும் பூமியின் சுருக்கப்பட்ட வடிவமேதான் – காகிதத்தில் வரையப்பட்டிருப்பது. பார், ஒட்டுமொத்த உலகமுமே சுருக்கப்பட்டு, இந்தக் காகிதத்தில் வரையப்பட்டிருக்கிறது." தன்னுடைய விளக்கத்தில் ஏதோ கோளாறு இருக்கிறது என்று உணர்ந்தாள் ஆலிஸ். ஆனால், எப்படியானாலும், தான் சொல்வதை அட்டிலெ'ய்யால் முழுக்கப் புரிந்து கொள்ள முடியாமல் போவதால் பெரிய நஷ்டமொன்றுமில்லை.

"கடலும் வரைபடமாக முடியுமா?"

"முடியுமென்றுதான் நினைக்கிறேன். கடல்சார் வரைபடங்கள் இருக்கின்றனவே." தெற்கு பசிஃபிக்கில் ஒரு புள்ளியைச் சுட்டிக்காட்டிச் சொன்னாள்: "இதோ இந்தப் பகுதியில்தான் எங்கோ இருக்கவேண்டும், *வயோ வயோ*."

அடுத்த வரைபடத்தின்மீது ஒளிபாய்ச்சினாள் ஆலிஸ். தைவானில் உள்ள மத்திய மலைத்தொடரின் பெரிய அளவு வரைபடம் அது. உயர, தாழ்வுக் கோடுகளையும், ஏறுவதற்குக் கடினமான மலையேற்ற வழிகளையும் காட்டுவது. அதன்மீது, சிவப்புநிறப் பாதையொன்று இருந்தது – தன்னுடைய ஞாபகத்திலிருந்து ஆலிஸ் வரைந்தது. விதானத்திலிருந்த பாதையேதான் அது. மலைகளில் தாம்மும் டோட்டோவும் மேற்கொண்ட பாதை.

"நாம் இங்கே இருக்கிறோம். நான் அங்கே போக விரும்புகிறேன். உனக்குப் புரிகிறதா? நான் அங்கே போக விரும்புகிறேன்." தன்னுடைய லேஸர் கற்றையை அந்தப் பாதையின் வழி கொண்டுபோனாள் – தனக்குப் புரிந்துவிட்டதென்று காட்டும்விதமாக அட்டிலெ'ய் தலையசைக்கும் வரை.

அட்டிலெ'ய்யை சுட்டிக்காட்டி, "உனக்கு என்னோடு வரச் சம்மதமா? என்னோடு வா." என்றாள்.

"அது அதிகத் தொலைவிலுள்ளதா?"

“பக்கத்தில் இருக்கிறது என்று எனக்குப் படவில்லை.” திடீரென்று ஒரு ராட்சஸப் பட்டுப்புழுப் பூச்சி பறந்து வந்து வரைபடத்தின்மீது உட்கார்ந்தது. ஒரு குறி போலவோ, குறியீட்டுச் சின்னம் போலவோ, குறுக்கீடு போலவோ. தன் சிறகிலுள்ள கண்களைத் திறந்து அவளை உற்றுப் பார்த்தது.

“அது?” என்று ஓஹியோவைச் சுட்டிக்காட்டிக் கேட்டான் அட்டிலெ’ய்.

“நான் திரும்பிவரும்வரை ஓஹியோ காத்திருக்கும். இல்லையா ஓஹியோ? நாங்கள் திரும்பிவரும் வரைக்கும் நீ இங்கே இருப்பாயல்லவா? இதே இடத்தில்? அல்லது, நீ டாஹூவுடன் போய்த் தங்குகிறாயா?” ஓஹியோ இனிமையாகப் பலதடவை உறுமியது – தன் எதிர்ப்பைக் காட்டும்விதமாக. மலையில் தன்னிச்சையாகத் திரிவதே அதன் விருப்பம் என்று பட்டவர்த்தனமாகத் தெரிந்தது.

நீண்டநேரம் நூலகத்தில் அமர்ந்து, இந்த வழியில் செல்வதற்கான மலையேற்றப்பாதைகள் அனைத்தையும் பார்த்தறிந்திருந்தாள் ஆலிஸ். தனக்குத் தேவைப்படும் என்று கருதிய உபகரணங்கள் அனைத்தையும் வாங்கினாள். அட்டிலெ’ய்க்காக ஒரு பொதிப் பையும், இன்னொரு கூடாரத்தையும் வாங்கியிருந்தாள். ஏற்கனவே அட்டிலெ’ய் உறங்கும் கூடாரம் போன்றதல்ல அது; புதிய வடிவத்திலானது. பிரமாதமான வெளிச்சமும், உச்சபட்ச உலர்தன்மையும் கொண்டது. சீரான வடிவமும், காற்றோட்ட வசதியும் கொண்டிருந்ததால், கண்ணுக்குத் தெரியாத காற்றொழுக்கு கூடாரத்தின்மீது சேரும். கூரையில் மழையின் அழுத்தத்தைக் குறைத்து, உட்புறத்தை உலர்ந்திருக்க வைக்கும்.

அட்டிலெ’ய் தன்னுடன் வரவேண்டும் என்று அவள் நினைத்ததற்கு, அவனை யாரிடம் அனுப்புவதென்று அவளுக்குத் தெரியாதது ஒரு பாதிக் காரணம். மலைகளில் உயிர்பிழைத்திருப்பதற்கு இதுபோன்ற ஒரு சிறுவனை அவள் சார்ந்திருக்கத்தான் வேண்டும் என்பது மறுபாதி. அவளது சுயநலமான சிந்தனை இதுதான்: கடலின் மரணப் பொறிகள் அனைத்திலும் தப்பி வந்தவன், வரை படத்தில் சிவப்பாகக் குறிக் கப்பட்டிருக்கும் இடத்தை அடையவும் உதவக்கூடும்.

அந்த சிவப்புப் புள்ளி உயரமான செங்குத்துப் பாறையொன்றைக் குறிப்பது. அது மிகச் சிலர் மட்டுமே மேற்கொள்ளும் பாதை; ஏனெனில், அந்தப் பாதையில் இருக்கும் வசீகரமான ஒரே அம்சம், பெரும் பூமி அதிர்ச்சிக்குப் பின் உருவான, பிரம்மாண்டமான முகடு என்று தொழில்முறை மலையேற்ற அமைப்பிலிருந்தவர்கள் சொன்னார்கள். புதிதாக உருவானது என்பதால், அது அப்படியொன்றும் ஸ்திரமான தல்ல; அபாயகரமானதாகவும் இருக்கலாம். அந்தப் பிரதேசத்தினூடே நீங்கள் பயன்படுத்தக்கூடிய குறுக்குவழிகூட இல்லை அது; உச்சியில், ஆர்வத்தைத் தூண்டக்கூடிய இடம் எதையும் கொண்டிராதது.

“மேடம், பாறையேற்றத்துக்காக நீங்கள் போகவில்லை என்றால், அங்கே செல்வதற்கு ஒரு காரணமும் கிடையாது.” என்றார் மலையேற்றக் கழகத்திலிருந்த ஒரு பயிற்சியாளர்.

அடுத்து வரவிருக்கும் மூன்றுமாதங்களில், இவர்களுக்கு ரம்மியமாக இருக்க வாய்ப்புள்ள ஒரேயொரு வெயில் பருவத்தின் மத்தியில், ஒரு நாளைத் தேர்ந்தெடுத்தாள் ஆலிஸ். வானிலை முன்னறிவிப்பு, ஐந்து அல்லது ஆறு நாட்களுக்கு வானம் மூட்டமின்றிக் காணப்படும் என்றது – இவர்களுக்கு யோகமிருந்தால் அது வாய்க்கும்.

அட்டிலெ'ய் பின் தொடர, அந்தப் பாதையை நோக்கிப் போகத் தொடங்கினாள் ஆலிஸ். வேண்டுமென்றே, வரைபடத்தில் குறிக்கப்பெறாத சுற்றுவழியில் போனாள். நகர்ப்புற நிர்வாகத்தின் சோதனைச்சாவடியைத் தவிர்ப்பதற்கு இந்த வழி உதவும் என்று அவள் கேள்விப்பட்டிருந்தாள். பழங்குடிக் கிராமம் ஒன்று மற்றும் ஆற்றுப் படுகையின் இடதுபுறம் அமைந்த மின்சார ஆலை ஆகியவற்றின் வழியாக அந்தப் பாதை சென்றது. கடந்த சில ஆண்டுகளில் செய்திகளில் அதிகம் அடிபட்ட *சக்கிஸாயா* இனத்தவர் வசிக்கும் இடம்.

அந்தக் கிராமத்தவர் சூழலியல் பண்பாட்டுச் சுற்றுலாத் திட்டத்தில் பணிபுரிந்து வந்தார்கள். எல்லாமே சரியாய்த்தான் போய்க்கொண்டிருந்தது, தொடர் நிலச்சரிவுகள் அவர்களுடைய நடவடிக்கைகளைத் தற்காலிகமாக நிறுத்திவைக்க நிர்ப்பந்திக்கும்வரை. ஆனால், ஆற்றுப் பள்ளத்தாக்குகளுக்கு மேலே செல்லும் இந்தப் பாதையை, தனியாய்ச் செல்லும் மலையேறிகள் இன்னமும் விரும்பத்தான் செய்தனர். மத்திய மலைத்தொடருக்குள் கொண்டு சேர்க்கும் பாதை இது.

அடுத்தநாள், அவர்கள் மலையின் ஆழத்துக்குள் சென்று சேர்ந்து விட்டிருந்தனர். மலையிடுக்குகளையும், வெற்றுச் சரிவுகளையும் கடந்து சென்றது அந்தப் பாதை. தீவின் செங்குத்தான கிழக்குப் பகுதியின் விலாப்புறத்திற்குப் பொருத்தமான உயரப் பிராந்தியம். ஆலிஸோடு வேட்டைக்குடிலில் வசித்துவந்திருந்த போதிலும், அட்டிலெ'ய் மலைகளை நேரடியாக தரிசித்த முதல் சந்தர்ப்பம் அது. பல தடவை, மலைத்தொடரின் பனிமூட்ட மண்டலங்கள் மாறுவதைப் பார்க்கும்போதெல்லாம், முழந்தாளிட்டு தலையால் தரையைத்தொட்டு வணங்கினான். *வயோ வயோ*வின் சிறப்புச் செய்கை அது, பூமிக்கு வணக்கம் செலுத்துவதன் குறியீடு.

மூன்றாவது நாள் விடிகாலையிலும் அந்த ஜோடி நடந்துகொண்டிருந்தது. அப்போது மேகங்கள் வந்து சேர்ந்தன, மலையின் பக்கவாட்டில் மழைபொழியத் தொடங்கியது. விரைவில், மலையின் தரைப்பரப்பு மங்கிவிட்டது. தாங்கள் ஏதோ ஒரு சாதாரணமான புறநகர்க் குன்றின்மீது இருப்பதுபோன்ற உணர்வைத் தற்காலிகமாக ஏற்படுத்தியது. பிற்பகலில் சூரிய ரேகைகள் வலுவடைந்தபோது, தொலைவிலிருந்த சிகரங்கள் மங்கலாக மறுபடியும் தென்படத் தொடங்கின. மேகங்களை ஒளி ஊடுருவி சிகரங்களுக்கிடையிலான முகடுகளை வெளிக்காட்டியது. என்றாலும், கீழ்மட்டங்களில் பனிப்புகையும், மஞ்சுமூட்டமும் பள்ளத்தாக்கை இன்னமும் மறைத்தே வைத்திருந்தன. தொலைவிலிருந்த மலையுச்சிகளுக்கு, மேகங்களாலான ஆகாயக் கடலில் மிதக்கும் தீவுகள் போன்ற மாறுவேடம் அளித்தன. இந்தக் காட்சித்தொடரைப் பார்த்த மாத்திரத்தில், தீவின்மீது

காதல் கொண்டான் அட்டிலெ'ய் – வயோ வயோவின்மீது அவன் கொண்டிருந்த நிரந்தரக் காதலைப் போன்று.

தொலைவில் இருந்தவற்றைச் சுட்டிக்காட்டி, "மலைகளா?" என்றான்.

"ஆமாம்."

"அத்தனை மலைகளா?"

"ஆமாம்."

"அங்கே கடவுள் இருக்கிறாரா?"

"என்ன?"

"அங்கே கடவுள் இருக்கிறாரா?"

கடவுள் அங்கே இருக்கிறாரா? மலைகள் தொடர்பான தைவானிய பழங்குடித் தொன்மங்கள் சில ஆலிஸின் மனத்தில் எழுந்தன. முதன்முதல் அட்டாயல் மூதாதை, டபஜியான் மலையில் பிறந்தவராகக் கருதப்படுகிறார். ட்செள, பிரளயத்துக்குப் பிறகு ஜேட் மலைக்கு ஓடிவிட்டதாக. புனூன்களுக்கும் பிரத்தியேகப் புனித மலை உண்டு. கிட்டத்தட்ட எல்லாப் பழங்குடியினருக்குமே உண்டு. புனித மலை என்பது கடவுளா? ஆலிஸ் அதை வாழ்வாதாரம் என்றோ, சரணாலயம் என்றோதான் சொல்ல விரும்புவாள். அவளுடைய மூதாதையரான தைவானிய ஹான் ஜனங்களுடைய நாட்டுப்புற மதத்தில் மலைகளுக்குக் குறிப்பான இடம் ஏதும் கிடையாது. ஆனால், சமூகத்தவரிடம், பூமிக் கடவுள் என்ற நம்பிக்கை பரவலாக இருந்தது.

ஆக, ஒரு அர்த்தத்தில், ஒரு காலகட்டத்தில், கொஞ்சம் மேலோட்டமாகச் சொல்வதென்றால், மலைகள் "கடவுளரா"க இருந்திருக்கின்றன. சூறாவளி தாக்கும்போதெல்லாம், மூர்க்கமாக நிகழும் நிலச்சரிவுகளும் அவற்றுக்கு எதிர்வினையாக ஜனங்கள் எழுப்பும் கோஷங்களும் அவள் நினைவில் எழுந்தன. மேற்சொன்ன நிலச்சரிவுகள் சிலசமயம் ஒட்டுமொத்தமாகப் பழங்குடிக் கிராமங்களைப் புதைத்துவிடும். சிலசமயம் வாகனங்களை விழுங்கிவைக்கும். சிலசமயம் சாலைகளை மட்டும் பெயர்த்தெடுத்து ஒட்டுமொத்த கிராமத்தையும் தனிமைப்படுத்திவிடும்.

இயற்கைக்குத் திரும்பிவிடுமாறும், இயற்கையின்மீதான மரியாதையைப் புதுப்பித்துக்கொள்ளவும் அழைப்புகள் விடுக்கப்பட்டிருக்கின்றன; இன்னும், "மலைக் கடவுளை மறுபடியும் வணங்குவோம்" என்ற கோரிக்கைகூட எழுந்திருக்கிறது. ஆனால், காலம் ஏற்கனவே கடந்திருந்தது. ஒருகாலத்தில் மலைகள் தெய்வீகமானவையாய் இருந்திருக்குமானால், கடவுளர் அவற்றை விட்டு இப்போது நீங்கிவிட்டிருப்பார்கள் என்று நினைத்துக்கொண்டாள் ஆலிஸ்.

"முன்பெல்லாம் கடவுள் அங்கே இருந்தார். ஆனால், இப்போது இல்லை."

"*வயோ வயோ*வின் கடலில் கடவுள் இருக்கிறார். மலை சிறியதுதான்; ஆனால், கடவுள் அங்கேயும் இருக்கத்தான் செய்கிறார்." என்று பவித்திரமான குரலில் அட்டிலெ'ய் அறிவித்தான்.

கபாங்கைப் போல இன்றி, *வயோ வயோ*வின் மலைக்கடவுளான *யயாக்கு* கடுமையாகத் தண்டிக்கப்பட்ட தெய்வம். *கபாங்* அளவு வலிமை இல்லாதவர்களான இன்னும் பல கடவுள்களும் இருப்பதாக *வயோ வயோ*வினர் நம்பினர். ஆனால், அவர்கள் அவரவர் பிராந்தியத்தில் தலைவிதிக்கும், ஊழ்வினைக்கும் பொறுப்பாளராக இருந்தனர். யயாக்கு தண்டிக்கப்பட்டதற்கான காரணம் என்னவென்றால், தவறிழைத்த ஒரு குறிப்பிட்ட வகைத் திமிங்கில இனத்தைத் துடைத்தழிப்பதாக *கபாங்* தீர்மானித்தபோது, பிரமிப்பூட்டும் வகையில், கருணைக்கரம் நீட்டிவிட்டார் யயாக்கு. மலையளவு உயரமாக வளரக் கூடிய கடற்பாசி வகை ஒன்றை சிருஷ்டித்து, இணையற்ற அந்தத் திமிங்கிலங்களை உள்ளே ஒளிந்துகொள்ளச் செய்தார். *கபாங்* சாந்தமடையும்வரை வெளியே வரவேண்டாம் என்று அறிவுரைத்தார்.

ஆனால், கடற்பாசித் தோப்புக்குள்ளிருந்து விளையாட்டுத்தனமாக ஒரு திமிங்கிலக் குட்டி பதுங்கிப் பதுங்கி வெளியே வந்தபோது *கபாங்* பார்த்துவிட்டார். ஆத்திரத்தால் நடுங்கினார் அவர். தமது வெஞ்சினத்தை யயாக்குவின்மீது திருப்பினார். ஆனால், அதே சமயம், ஒரு உயிரின வகையையே அழித்தொழிப்பது கண்மூடித்தனமானது; முறையற்றது என *கபாங்* உணர்ந்தார். தமது மரணதண்டனைத் தீர்ப்பை ரத்து செய்தார்.

ஆனால், யயாக்குவுக்கு என்ன தண்டனை தருவது என்று யோசித்துக் கொண்டேதான் இருந்தார். அவருடைய இடத்தை அவர் அறிய வைப்பது எங்ஙனம், தம்முடைய சொந்த கௌரவத்தைக் காத்துக்கொள்வது எப்படி என்றும்தான். *வயோ வயோ* தீவை ஜனங்களுக்கு வழங்கியது *கபாங்*தான். ஆனால், காலப்போக்கில் தீவில் இருந்த பாறைகள் மணலாக உருமாறின. மணல் காற்றில் பறக்கும். துகள்களைக் கடல் கொண்டு சென்றுவிடும். தீவு மேலும் மேலும் சிறியதாகி வந்தது.

இவ்வகையில், யயாக்குவை ஒரு சிறு பறவையாக்கிவிட முடிவுசெய்தார் *கபாங்*. காற்றில் பறக்கும் அல்லது கடலில் மிதக்கும் மணற்துகள்களைச் சேகரித்து மீண்டும் தீவின் தரையில் சேர்ப்பிக்கும் அன்றாட அலுவலை அந்தப் பறவையிடம் ஒப்படைத்தார். அலைகள் ஓய்வதேயில்லை என்பதாலும், காற்று ஒருபோதும் சோர்வதில்லை என்பதாலும் யயாக்குவுக்கு ஒருகணம் கூட இடைவேளை இல்லை. ஆனால் அவர் உழைப்பாளி. சமாளித்துக்கொண்டார். கடல் மற்றும் காற்றுக் கடவுள்கள் அதிகம் உழைக்காத நேரங்களில், ஒரு மலையைக் குவித்துவிடுவார். இந்த மலை இருந்ததால், *வயோ வயோ* ஒருகாலத்தில் இல்லாமலே போய்விடக் கூடும் என்ற அச்சமின்றி, தீவினரால் ஒரு குறிப்பிட்ட எண்ணிக்கையில் மரங்களை வெட்ட முடிந்தது. இதனால்தான் யயாக்குவை மலைக்கடவுள் என்று தீவினர் வழிபடுகிறார்கள்.

“ஆக, உங்கள் மலைக்கடவுள் ஒரு பறவையாக்கும்?”

“ஆமாம்.”

“ஒரு சின்னஞ்சிறு பறவையை மலைக்கடவுளாக வைத்துக்கொள்வது அழகான விஷயமில்லையா?” தன் முன்னால் நிற்கும் இளைஞனை ஊன்றிக் கவனித்தபடி வாய்விட்டு சிந்தித்தாள் ஆலிஸ். அவனை முழுக்க அறிந்துகொள்ள இயலவில்லைதான்; ஆனாலும், அவன் சொல்வதில் சொற்களைத் தாண்டியும் அதிகம் இருக்கிறது. அவனுடைய பாவனைகள், சைகைகள், தொனிகள் மற்றும் இயக்கங்கள் அவனை இயல்பான கதைசொல்லியாக ஆக்குகின்றன. அவனுடைய உடல் ஏதோ ஒரு மாயத்தினால் நையப் புடைக்கப்பட்டிருக்கிறது, மெருகேற்றப்பட்டிருக்கிறது, கீறப்பட்டிருக்கிறது, புடம் போடப்பட்டிருக்கிறது. அந்த மாயமாகப்பட்டது, அவன் சொல்லக்கூடிய எந்தக் கதையையும் ஜனங்களை நம்ப வைக்கும். அந்தக் கதை எத்தனை அபத்தமானதாக, விநோதமானதாக, நம்ப முடியாததாகத் தோன்றினாலும் அது நிஜ வாழ்க்கையில் நிஜமாகவே நடந்திருக்கக்கூடும் என்றே நம்பச் செய்யும்.

“ஆச்சரியமாய் இருக்கிறதோ? ஆனால், யயாக்குவுக்கு இதைப்பற்றி வருத்தமே கிடையாது. உணர்ச்சியற்று இருப்பவர் அவர்.”

பாதையை அறிந்து போய்க்கொண்டேயிருந்தார்கள். நான்காவது நாளின் அதிகாலையில், தொலைவில், வரைபடத்தில் இருந்த சில சிகரங்களை ஆலிஸ் அடையாளம் கண்டாள். வரைபடத்தில் இருந்த “கானக”த்தைத் தாங்கள் நெருங்கிக்கொண்டிருக்கிறோம் என்பதை அறிந்துகொண்டாள். ஆனால், இதற்குள் அட்டிலெ’ய் சோர்வடையத் தொடங்கியிருந்தான். எனவே இன்னும் அதிகத்தடவைகள் நின்று ஓய்வெடுத்துப் போகநேர்ந்தது.

ஓய்வெடுக்கும்போது, அட்டிலெ’ய்க்கு வரைபடங்களை வாசிக்கக் கற்றுக்கொடுத்தாள் ஆலிஸ். அதன் அடிப்படையான கோட்பாட்டை விரைவாகக் கற்றுக்கொண்டான் அவன் – அதாவது, இயற்கையின் ஓர் அம்சத்தைக் குறிக்க ஒரு குறி பயன்படுவதை. அடுத்த அடி, திக்குகளை நிர்ணயித்தல்; பார்வையில் படும் நிலப்பரப்பை வரைபடத்துடன் உரியவிதத்தில் அடையாளம் காணுதல். இந்த வகையில் அட்டிலெ’ய்யின் திறன், ஆலிஸின் திறனைவிடப் பலமடங்கு அதிகமாய் இருந்தது. அவனால் புரிந்துகொள்ள முடியாத ஒரே அம்சம் விகிதாசாரம்தான். சமுத்திரம் என்பது ஆகப் பெரியதாக இருக்கிறது; ஒரு சின்னஞ்சிறிய படம் அதற்கு மாற்றாக எப்படி விளங்க முடியும்?

உணவு தயாரிப்பதற்காக நெருப்பு மூட்டினார்கள். காற்றுப்புகாத உணவுப் பொட்டலங்கள் பலவற்றை ஆலிஸ் கொண்டுவந்திருந்தாள். வெறுமனே சூடுபடுத்தி, அப்படியே சாப்பிட வேண்டியதுதான். இன்றைய சாயங்காலத்துக்கு, ஸ்பாகெட்டியும், பெஸ்டோ சாஸூம், சூடான காஃபியும். தைவானியத் தீவினர் சாப்பிடும் உணவுக்குச் சிறுகச்சிறுகப் பழகிவிட்டான் அட்டிலெ’ய்.

“அப்பபடியானால், கடலில் நீ அதிகம் சாப்பிட்டது என்ன? என்று ஆலிஸ் கேட்டாள்.

“மீன்.”

“அவற்றை எப்படிப் பிடிப்பாய்?”

“*தேசி தேசி*யில் கிடைத்த பொருட்களை வைத்து, ஈட்டித் துப்பாக்கி செய்தேன். சிப்பி ஓடுகளைக் கொக்கியாகப் பயன்படுத்தினேன்.”

“பச்சையாகவா சாப்பிட்டாய்?”

“என்ன?”

“நெருப்பை உபயோகிக்கவில்லையா?”

“நெருப்பா? இல்லை.”

“நெருப்பு கிடையாது. ஓ, ஆமாம், சமுத்திரத்தில் நெருப்பு உண்டாக்குவது மிகவும் சிரமம். சரி, எழுதுவது? *வயோ வயோ* தீவினர் எழுதுவது உண்டா?”

“எழுதுவது என்றால்? இப்படியா?”

“ஆமாம்.”

“எங்களுக்கு எழுத்து என்பது கிடையாது. பேச்சுதான் எல்லாமே என்பார் நில முனி.”

“எழுத்து இல்லை என்பது படுமோசமான விஷயம். எழுதப்பட்ட சொல்லை வைத்து மட்டுமே வெளிப்படுத்த முடிந்த சங்கதிகள் அநேகம் இருக்கின்றன.”

“அவசியமில்லை. *வயோ வயோ*வில் எழுத்து கிடையாது. ஆனாலும், எங்களாலும் சமாசாரங்களை வெளிப்படுத்த முடியும்.”

“ஆனால், எழுதவில்லை என்றால், கவிதைகள் யாப்பது எப்படி?” அட்டிலெ’ய் பதில் சொல்லவில்லை – அவனுக்குப் புரியவில்லை என்பதால்.

“நிலாவுக்கு என்ன பெயர் என்று சொன்னாய்?”

“*நலூசா.*”

“ஓ. *ககா மி யிவா நலூசா.*” என்று *வயோ வயோ* மொழியில் சொன்னாள் ஆலிஸ்.

“இன்றிரவு நிலா இருக்கிறது.” என்று மாண்டரினில் அதை மொழிபெயர்த்தான் அட்டிலெ’ய்.

“ஆ, உன்னுடைய மாண்டரின் நிஜமாகவே நன்கு தேறிவிட்டது. இன்றிரவு நிலா இருக்கிறது. சூரியனுக்கு என்ன சொன்னாய்?”

“*யிகாஸா.*”

“*யிகாஸா*” என்று திருப்பிச் சொன்னாள் ஆலிஸ்.

“*யிகாஸா* தனக்கேயுரிய வெளிச்சம் கொண்டது; அதை இரவல் வாங்கித்தான் *நலூசா* ஒளிர்கிறது.” என்றான் அட்டிலெ’ய், *வயோ வயோ*விய சிறார் பள்ளிப் பாடலை ஒப்பித்தான்.

“*யிகாஸா* தனக்கேயுரிய வெளிச்சம் கொண்டது; அதை இரவல் வாங்கித்தான் நலூசா ஒளிர்கிறது.” என்றாள் ஆலிஸ். “ஆஹா, இது கவிதை.” ஆனாலும், அட்டிலெ’ய்க்குக் கவிதை என்றால் என்னவென்று புரியவில்லை.

அன்று மாலையில், இருவரும் தூங்கிய பிறகு, அட்டிலெ’ய் விழித்துக் கொண்டான். உடனடியாக ஆலிஸை எழுப்பியவன், அவளுடைய வாயைப் பொத்தி, அமைதியாய் இருக்கச் சொன்னான். பின் திறப்பு வழியாக அவளை வெளியேறச் சைகை செய்தான். வெளியில் ஏதோ இருப்பதை அவன் உணர்ந்திருக்கிறான்; ஆனால் நிசப்தமான இருளின் விரிவைத் தவிர வேறெதுவும் ஆலிஸுக்குத் தென்படவில்லை. ஆலிஸின் ரத்தமும், இதயத்துடிப்பும் இன்னமும் மந்தமாய்த்தான் இருந்தன. குறைத் தூக்கம் என்பதால் அவளுடைய கால்கள் இன்னமும் கனவுலகத்தில்தான் இருந்தன. மறுபுறம், இயற்கைக்கு அப்பாற்பட்ட சுதாரிப்புடன் இருந்தான் அட்டிலெ’ய். இருட்டுக்குள் உற்றுப் பார்த்தான்.

விரைவில், மரங்களின் நிழலில் தொங்கும் உருவமொன்றைக் கண்டுபிடித்தான். அது தயங்குவது மாதிரித் தெரிந்ததேயொழிய, உண்மையில் தீர்மானமாய்த்தான் இருந்தது. கூடாரத்துக்கு அருகில் அது நெருங்கியபோது, தன் தலையில் ஒருவாளித் தண்ணீரைக் கொட்டியமாதிரி உணர்ந்தாள் ஆலிஸ். இப்போது முழுக்க விழித்து விட்டாள்.

“கரடியா !”

குரல் கேட்ட திசையைப் பார்த்தது கரடி. மனிதர்கள்போல, பின்னங்கால்களில் எழுந்து நின்றது. மோப்பம் பிடிப்பதற்காகத் தன் கழுத்தை நீட்டியது. பரந்து விரிந்த இரவு வானத்தில் தெரியும் பிறைநிலாவைப் போல, தன் நெஞ்சில் இருந்த வடிவத்தைக் காட்டியது. வாசனைகளால் கவரப்பட்டு, கூடாரத்தின் கதவை “திறந்து” அவர்களுடைய சாப்பாட்டைத் தட்டிக்கொட்டுவதற்கு முன் தயங்கியது. அப்புறம் பட்டியலில் இருந்த ஒவ்வொரு உருப்படியையும் ருசித்தது.

ஆலிஸும் அட்டிலெ’ய்யும் மூச்சை அடக்கிக்கொள்ள முயன்றார்கள். வாய்ப்பு இருக்கும்போதே அந்த இடத்தைவிட்டு நீங்கிவிட வேண்டும் என்று ஆலிஸுக்குத் தோன்றியது. ஆனால், அசையாமல் அங்கேயே நிற்கவேண்டும் என்று அட்டிலெ’ய் நினைத்தான். ஆலிஸை அவன் இறுக்கிப் பிடித்திருந்தான். அட்டிலெ’ய்க்குப் பதற்றமளித்தாலும், அவன் முன்னால் நிற்கும் இந்தக் கரடி, பிரம்மாண்டமானது, சுதாரிப்பும் விறைப்பும் கொண்டது. அவன் பார்த்திருந்த அத்தனை விலங்குகளுக்கும் சமமான அழகு கொண்டது. *வயோ வயோ*வில் இந்த மாதிரி, அல்லது கிட்டத்தட்ட இந்த மாதிரி, விலங்குகள் எதுவும் கிடையாது. அட்டிலெ’ய் வாயடைத்துப்போய் நின்றான்.

விடியல் நெருங்கிக்கொண்டிருந்தது. கரடி மறுபடியும் எழுந்து நின்றது. கூடாரத்தை ஏறி மிதித்து நசுக்கியது. தன் நீண்ட மூக்கை விரித்து மோப்பம் பிடித்தது. நன்கு வளர்ந்த மனிதனைவிட உயரமாய்த் தெரிந்தது. பனித்துளிபோலக் குளிர்ந்துவிட்ட தன் கைகளால் அட்டிலெ'ய்யின் கைக்களைப் பொத்திப் பிடித்திருந்தாள் ஆலிஸ். கரடி மெல்ல மெல்லக் காட்டுக்குள் பின்வாங்கிச் சென்றது. காடு மீண்டும் திறந்து நிழலைத் தனக்குள் வாங்கிக்கொண்டது.

கரடி ஒலியெழுப்பவேயில்லை; சீண்டவோ, துரத்தவோ இல்லை. தனக்கு வேண்டியவற்றைத் தேடிக் கிளறிப் பார்த்துவிட்டுக் காட்டுக்குள் திரும்பிவிட்டது. ஆனால், ஆலிஸூம் அட்டிலெய்'யும் செத்துப் பிழைத்தவர்கள் மாதிரி இருந்தார்கள். மலையைப் போன்றே புராதனமான ஒன்றின் வாசனையை நுகர்ந்திருந்தார்கள்; ஆனால், ஏதோ ஒரு வகையில் அதே வாசனை அல்ல. தெய்வீகமான ஒன்று. அது மட்டும் நினைத்திருந்தால், இருவரின் உயிரையும் போக்கியிருக்கும்.

இப்போதுதான் ஆலிஸை நோக்கி மெல்லத் திரும்பினான் அட்டிலெ'ய். மிக ஜாக்கிரதையாகச் சொன்னான்: "இப்போது தெளிவாகிவிட்டது. கடவுள் இருக்கத்தான் செய்கிறார்!"

26

கூட்டுவிழிகள் கொண்ட மனிதன் II

அந்த மனிதன் கண்விழிக்கும்போது, அவன் எதிர் பார்த்திருந்த அளவு வலி இல்லை. அவன் ஒரு கனவு கண்டிருக்கிறான்; அவ்வளவுதான். கனவில், முழு இருட்டு இருந்த இரவில், "கண்ணை மூடிக்கொண்டு" மலையிறங்க முயன்றிருந்தான். கடுமையான இருள் என்பதால், அவனுடைய தோலின் ஒவ்வொரு செல்லிலும் அந்த முகட்டின் தன்மையை அவன் உணர வேண்டியிருந்தது. அவனுடைய மனைவியின் உடலுக்குள் முதன்முறை நுழைந்தபோது உணர்ந்த மாதிரியே இருந்தது. அப்போது அவர்கள் இருவருமே ஒரு நுட்பமான நடுக்கத்தை அனுபவித்தனர், ஒருவருடைய ஆன்மாவை மற்றவரின் ஆன் மாவால் நிரப்புகிறவர்கள் மாதிரி.

கீழிறங்கும் பாதையில் மூன்றில் இரண்டு பங்கு தாண்டியிருந்தபோது, அதீதப் பிரயாசையின் காரணமாக, அவனுடைய நகங்களில் வலித்தது. கால்விரல்கள் மரத்திருந்தன. தலைப்பட்டி அணிந்திருக்கவில்லை என்பதால் வியர்வை கண்களில் இறங்கி உறுத்தியது. ஆனால், உடல் அசதி அதிகமாக ஆக, மனத்தின் சிலிர்ப்பு அதிகரித்தது. இதுமாதிரியான நடவடிக்கைகளில் ஒருபோதும் ஈடுபட்டிராதவர்களால் புரிந்துகொள்ள முடியாத முரண்நிலை இது. அவனுடைய விரல்நுனிகளுக்குக் கொஞ்சம்கொஞ்சமாக நம்பிக்கை மீளும்வரை அவன் ஆழ்ந்து மூச்சிழுத்தான்.

ஆனால், ஒரே கணத்தில் அது நடந்துவிட்டது. அவனுடைய விரல்கள் முகட்டின் முகத்திலிருந்து விடுபட்டன. அவன் தன்னுடைய பார்வைத் தளத்தை திடீரென்று மாற்றிக்கொண்ட மாதிரி, தான் விழுந்துகொண்டிருப்பதைப் பார்த்தான். வரவர, தான் சிறுத்துக்கொண்டே போவதைக்கண்டான்.

மேகங்களும், நட்சத்திரக் கூட்டங்களும் கலைந்துவிட்டன. அவனைச் சுற்றிலும் உள்ள அனைத்துமே இருளுக்குள் கரைந்து போயின. பாழ் மட்டுமே மீதமிருந்தது.

அது ஒரு கனவுதான். ஓசையெழுப்பிவிடக் கூடாது என்ற கவனத்துடன் கூடாரத்தை விட்டு வெளியேறி, முகட்டின் விளிம்புவரை நடக்கிறான். கனவில் இருந்ததுபோல அவ்வளவு முழு இருட்டு இல்லை முகட்டில். ஆனால், இலைகள், மரத் தவளைகளின் முதுகுகள், வளைந்த தண்டுகள், இலைப் பள்ளங்களில் தேங்கிய நீர்த் துளிகள் என எல்லாமே நிலவொளியில் மின்னுகின்றன. நிஜத்தில் இருப்பதைவிட முகட்டில் அதிக இருள் இருக்கிற மாதிரித் தோன்ற வைக்கின்றன.

கீழே இறங்கிப் பார்த்தாலென்ன? இல்லை, கூடாரத்தில் என் பையன் இருக்கிறான். ஏதாவது ஆகிவிட்டால்?

ஒரு முயற்சிதானே? இல்லை, என்னால் முடியாது.

கண்ணை மூடிக்கொண்டு இறங்குவதா? என்னால் முடியாது!

உபகரணங்கள் ஏதும் இல்லாமல், வெறும் கையுடன் ஏன் முயன்றுபார்க்கக் கூடாது?

இந்தக் கேள்விகள் அவனை வசீகரிக்கின்றன. நாளங்களில் உள்ள ரத்தத்தைக் கிளர்த்துகின்றன. ஒரு கட்டத்தில் அந்த மனிதன் எழுகிறான். பிடிமான மாவுப் பையை இடுப்பில் கட்டிக்கொள்கிறான்; பாறையேற்றத்துக்கான ஷுக்களை அணிந்துகொள்கிறான். தன் முன்னால் இருக்கும் பாறையில் மெல்ல இறங்கத் தொடங்குகிறான். மனத்தடைகள் அனைத்தையும் கடந்தாகிவிட்டது. இனி அவனை எதுவுமே நிறுத்த முடியாது.

இருளில், அந்த முகடு ஒரு கத்தியையும் நிழலையும்போல இருக்கிறது, புரிந்துகொள்ளக் கடினமாக. அவன் தன் புலன்களைக் கூர்மையாக்கிக் கொண்டு, கிட்டத்தட்டத் தன் முழு வலுவையும் செலுத்தி ஐந்து மீட்டர்கள் மட்டுமே கீழே இறங்க முடிகிறது. திரும்பி மேலே போவதற்கு, இன்னமும் தாமதமாகிவிடவில்லை. ஆனால், அவன் திரும்பிப் போவதில்லை... அல்லது, இப்படிச் சொல்லவேண்டும், திரும்பி மேலே போவதில்லை. முதலில் தனது கால்விரல்களைச் சுற்றிலும் இருப்பதை உணர்வது, பின்னர் பாதம் பதிக்க இன்னொரு தலம் கிட்டியபிறகு தன் எடையை இடம் மாற்றிக்கொள்வது என இறங்குவதைத் தொடர்கிறான். மூன்று இடங்களில் பிடிமானம் வைத்துக்கொள்ள முயல்கிறான். இரண்டு பக்கமும் தன் தோள்களுக்கும் விரல்களுக்கும் அதிகச் சுமை ஏறிவிடாதவாறு தவிர்க்க முயல்கிறான். அந்த இருளில் அவனைப் பார்த்தால் ஆச்சரியப்படுவீர்கள், என்னவொரு அற்புதமான மலையேறி இவன்! துணிச்சலாகவும், கவனம் குவித்தும் இருக்கிறான், முழுப் பயிற்சி பெற்ற அவனது உடம்பு மனிதக்குரங்கு போன்ற நிமிர்வுடன் இருக்கிறது.

அதே சமயத்தில், முகட்டின்மீது வேறு யாரோ இருப்பது கேட்கிறது – அது அவ்வளவு தொலைவிலொன்றும் இல்லை.

ஒரு மலையேறி, தன்னுடைய கவனத்தைக் குவிக்கும்போது மிகமிக சன்னமான ஒலிகளைக்கூடக் கேட்டுவிட முடியும். எல்லாமே கேட்கும்: துவாரத்துக்குள் விரல் நுழையும் ஒலி, பாசியில் விரல் நுனிகள் வழுக்குவது என. அவனுடைய வயிற்றுக்குள் உணவு செரிப்பதையும், கால்விரல் நுனிகளுக்கு விசை அனுப்பப்படுவதையும்கூட அவனால் கேட்க முடியும். ஆனால், இந்தக் குறிப்பிட்ட சமயத்தில் அந்த மனிதன் வேறு ஒன்றைக் கேட்கிறான். மூச்சொலி. நிச்சயம், மேலே இன்னொரு மலையேறி இருக்கிறான்.

இன்னொரு ஆள் கண்ணை மூடி மலையேறுகிறானா? இதே முகட்டிலா?

அந்த ஒலி அவனுடைய போட்டி மனப்பான்மையைத் தூண்டிவிடுகிறது. தன்னினைவின்றியே அவன் இயக்கம் வேகம் கொள்கிறது. இருளில் இரண்டு நபர்களுக்கிடையில் வலுசோதனைப் போட்டி நடக்கிற மாதிரி. மற்றவனும் வேகம் எடுக்கிறான். அவனுடைய ஒவ்வொரு அசைவும் சுவாசத்தின் லயத்திலும் அவனது ஆடைகளின் மெல்லிய சரசரப்பிலும் தெரியவருகிறது. ஓரடி முந்தியிருப்பது யார் என இருவருக்குமே யாரும் சொல்லத் தேவையில்லை. அடுத்த பாதப் பிடிமானத்தைக் கண்டறிவதில் துரிதமானவர் யார் என்றும்தான்.

அந்தச் சமயத்தில்தான் அந்த மனிதனின் கனவுப்புலம் மீண்டும் உதிக்கிறது.

ஒரேயொரு கண கவனக்குறைவினால், பாதம் வழுக்குகிறது. அவனுடைய இயக்கம் சட்டென்று வேகமுறுகிறது. வீழ்ச்சியின் விசையால், அவனுடைய இடது கை சுவரிலிருந்து விலகுகிறது – ஒரு விநாடியின் நூற்றிலொரு பங்கு அளவுக்கு. அவனுடைய வழக்கமான எதிர்விசையின் வேகத்தால், அந்தப் பாறையை மீண்டும் பற்றுவதற்குப் போதுமான அவகாசம் அவனுக்கு இருந்திருக்கவேண்டும். ஆனால், மிக மிக துரதிர்ஷ்டவசமாக, அந்தத் தருணத்தில் ஒரு பெரிய வண்டுபோல எதுவோ அவனுடைய நாசிமுனைக்குள் நுழைந்துவிடுகிறது. அப்போதைக்கு அவனைத் திகைக்கச் செய்து, ஒரு விநாடியின் நூற்றிலொரு பங்கில் அவனுடைய பலத்தை உறிஞ்சிவிடுகிறது. அவன் வீழ ஆரம்பிக்கிறான். மேகங்களும் நட்சத்திரக் கூட்டங்களும் கலைகின்றன. அவனைச் சுற்றிலும் உள்ள சகலமும் இருளில் கரைகின்றன. பாழ் மட்டுமே மீதமிருக்கிறது.

தகர்ந்த தலைக்கவசம் தரையில் கிடக்கிறது. தாளமுடியாத வலி; அவனுடைய எலும்புகள் ஒவ்வொன்றும் முறிந்துவிட்ட மாதிரி. இது கனவு அல்ல. எரிச்சலூட்டும் மழை பொழியத் தொடங்குகிறது. அவன் படுத்திருக்கும் இடத்திலுள்ள புல்மீது அது பொழிந்துகொண்டிருக்க வேண்டும் – ஆனால், ஏனோ கடற்பரப்பைவிட ஆழம் கொண்ட ஏரியில் வீழ்வதுபோல ஒலிக்கிறது.

பாதிக்கண்களை மட்டுமே அவனால் திறக்க முடிகிறது. மங்கலான பார்வையுடன், அவனருகில் முழந்தாளிட்டிருக்கும் நிழலை மட்டுமே அவனால் காண முடிகிறது. நிழல் சொல்கிறது, "ஒரு எலும்பு பாக்கியில்லை; அத்தனையும் முறிந்துவிட்டது." பார்வையை மறைத்து மலையேறியவனேதானா என்பதை அவனுடைய குரலிலிருந்து அறிய முடியவில்லை; ஆனால், மணத்தை வைத்துப் பார்த்தால், அவனேதான். சந்தேகமில்லை.

"நான் இறந்துவிட்டேனா?"

"சர்வ நிச்சயமாக. இந்த மாதிரியான இடத்தில் வீழ்ந்தால், யாரும் உன்னைக் கண்டுபிடிப்பதற்கு முன்பே நீ இறந்திருப்பாய்."

இது அபத்தம். அந்த மனிதனுக்கு இவனைக் காப்பாற்றும் உத்தேசம் இருப்பதாகவே தெரியவில்லை.

"உன்னால் எனக்கு உதவ முடியுமா?"

"இல்லை. என்னால் யாருக்குமே உதவ முடியாது." என்று பதில் வருகிறது. வாஞ்சையற்ற, சலனமற்ற, தயக்கமற்ற பதில்.

அத்தனை உடல்வேதனையிலும், அந்த மனிதன் பிரக்ஞையோடுதான் இருக்கிறான். அவனுடைய பார்வை சிறுகச் சிறுகத் தெளிவடைகிறது. தனது இணையன் தன்னை நோக்கிக்கொண்டிருப்பதைக் கவனிக்கிறான். ஆனால் இருவரின் கண்களும் சந்திக்கும்போது, மற்றவன் வேறு யாரையும் நோக்குவதுபோலில்லை – அவன் தன்னைத்தானே நோக்கிக்கொண்டிருக்கிறான். கண்களை மீண்டும் மூடுகிறான்; ஆனால், மற்றவனுடைய கண்கள் தன்னைப் பீடித்திருப்பதை உணர்கிறான். என்னவொரு அற்புதமான கண்கள் அந்த ஆளுக்கு – எண்ணற்ற சின்னஞ்சிறு குளங்கள் ஒரு மகத்தான ஏரியாய் சங்கமித்திருக்கிற மாதிரி.

அவனுக்குக் கூட்டுவிழிகள் இருக்கிற மாதிரித் தெரிவது எப்படி? ஒரு ஆளுக்குக் கூட்டுவிழிகள் இருக்க முடியுமா? நான் நிஜமாகவே பார்க்கிறேனா? என்று தனக்குள்ளேயே யோசித்துக்கொள்கிறான். கூட்டுவிழிகள் கொண்ட மனிதனுக்கு உதவி செய்யும் நோக்கமும் இல்லை; அந்த இடத்தைவிட்டுப் போகும் உத்தேசமும் இல்லை. இந்த மனிதனை வெறுமனே பார்த்துக்கொண்டிருக்கிறான், அமைதியாய்.

அப்புறம், ஏதோ காரணத்தால், கிறக்கம் இவனை ஆட்கொள்கிறது. கொட்டாவி விட ஆரம்பிக்கிறான். ஆரம்பத்தில் அரை நிமிடத்துக்கொருமுறை கொட்டாவி விடுகிறான்; பிறகு பதினைந்து விநாடிகளுக்கொரு முறை; அப்புறம் பத்து, பின்னர் ஐந்து என்று ஆகி, விழிகளில் கண்ணீருடன் நிறுத்தாமல் கொட்டாவி விடும்வரை. அப்புறம் பிரக்ஞை இழக்கிறான்.

பிற்பாடு விழிக்கிறான். எவ்வளவு நேரம் கடந்திருக்கிறதென்றே தெரியவில்லை. உடலெங்கும் ரணங்களை உணர்கிறான். ஆனால், இப்போது இவனால் உட்கார முடிகிறது; எழுந்து நிற்கவும் முடிகிறது. சரளமாக அசைய முடிகிறது – ஆனால், உடலின் காயமுற்ற அங்கங்களை

நகர்த்தும்போது, மூச்சுத் திணற வைக்கும் வேதனை எழுகிறது. இந்த உடம்பில் எஞ்சியிருப்பதெல்லாம் இருண்ட விரக்தி மட்டுமே என்பதுபோல் இருக்கிறது. கூட்டுவிழிகள் கொண்ட மனிதன் இன்னமும் இருப்பதைக் கவனித்து, இன்னுமொரு தடவை அவனிடம் உதவி கேட்க முயல்கிறான்.

"என்னைக் காப்பாற்றாவிட்டால் போகிறது, மேலே, முகட்டின் உச்சியில், என் மகன் இருக்கிறான். மன்றாடிக் கேட்கிறேன், அவனைக் காப்பாற்று."

"என்னால் யாரையுமே காப்பாற்ற முடியாது." என்று அவன் பதிலளிக்கிறான். வாஞ்சையற்ற, சலனமற்ற, தயக்கமற்ற பதில். "தவிர, காப்பாற்றுவதற்கு மேலே யாருமே இல்லை."

"அபத்தம். மேலே என் மகன் இருக்கிறான். நீ யார் என்பதைப் பற்றி எனக்குக் கவலையில்லை. ஆனால், *தயவுசெய்து, தயவு செய்து*, நீ ஏதாவது செய்தாக வேண்டும், மன்றாடிக் கேட்டுக்கொள்கிறேன்." கத்துவதற்குத் தனக்குத் தெம்பு எங்கிருந்து வந்தது என்று இவனுக்குத் தெரியாது.

கணக்கற்ற விழிக்கூறுகள் சிமிட்டியவாறிருக்க, அவனுடைய கூட்டு விழிகள் உங்களை உள்ளே உறிஞ்சி, கீழே இழுத்து, மூழ்கடிக்கக் காத்திருக்கும் கடலடிப் பிரவாகம் போல இருக்க, அந்த மனிதன் சொல்கிறான்: "உனக்கே நன்றாகத் தெரியும், "மேலே யாரும் இல்லை. யாருமே இல்லை. ஒருவருமே இல்லை."

X

X

27

காட்டுக்குகை

அபரிமிதமான சிறுதானிய மதுவுடன் கூடிய விருந்து, அவர்கள் அனைவரையுமே நிலைதவறிய ஆனந்தப் பரவசத்தில் ஆழ்த்தியிருந்தது. எனவே, ஃபாரஸ்ட் சர்ச்சில் சென்று இரவைக் கழிக்கலாம் என்று உமாவ் யோசனை சொன்னபோது, அதுவொரு மகத்தான யோசனை என்று அனைவருமே சம்மதித்தனர் – ஒரு சொல்லும் புரியாத டெட்லெஃபும் சாராவும் உட்பட.

ஃபாரஸ்ட் சர்ச்சின் நிலைவாயிலில் நின்றிருக்கும் பருத்த, அழுமூஞ்சி அத்தி மரங்களுக்கு ஹெவன்'ஸ் கேட் என்று பெயர் வைத்திருந்தார் அனு. அங்கே நின்றுகொண்டு, ஒவ்வொருவரும் தமது டார்ச் விளக்குகளைப் பல்வேறு கோணங்களில் மரங்களின் மேலும் கீழும் அடித்துக்கொண்டிருந்தனர். தோப்புக்குள் காற்று வீசிக்கொண்டிருக்க, மரங்களில் ஆந்தைகள் அலற, அப்பாலிருக்கும் மலைகளிலிருந்து குரைக்கும் மான்கள் அழைக்க, பூச்சிகள் கிறீச்சிட்டவாறிருக்க, ஸ்டோனும் மூனும் அவ்வப்போது குரைத்திருக்க, சிடுக்கான ஒத்திசையொன்றைக் கேட்டிருந்தனர். டெட்லெஃபுக்கும் சாராவுக்கும் என்ன நடக்கிறதென்றே புரியவில்லை. ஃபாரஸ்ட் சர்ச்சைப் பற்றி எதுவுமே தெரியாது என்பதால், இதுவொரு மாலைநேர இளநடை என்றே நினைத்திருந்தனர் – பண்டைக்காலக் காட்டினுள்ளான நீண்ட நடை என்று அல்ல.

அப்புறம், குடித்திருக்கிறார் என்றே முதலில் தென்பட்ட அனு, அந்தக் குழுவின் முன்பகுதிக்குப் போனார். ஹெவன்'ஸ் கேட்டின் ஒரு பக்கத்தில் இருந்த “மூதாதையரின் இல்லத்தை” நோக்கி நின்று, திரவக் காணிக்கை செலுத்தத் தொடங்கினார். புனூனிய மொழி தெரியாதவர்கள், முதன்முறையாய் அதைக் கேட்கும்போது, மரத்துண்டுகள் ஒன்றோடொன்று தட்டிக்கொள்கிற மாதிரி இருக்கிறது என்றே நினைப்பார்கள். உறுதியான, ஆழ வேர்விட்டதுபோலத் தெரிகிற, மரங்களுக்கேயான மொழி அது. பிரார்த்தனை முடிந்ததும், இடுப்பில் தாம் சுமந்து வந்திருந்த ஒயின் குடுவையையும், சிறு கண்ணாடிக் குப்பியையும் எடுத்தார். குப்பியில் ஒயினை ஊற்றித் தரையில்

தெளித்தார். பிறகு இன்னொரு குப்பி நிரப்பி அனைவரிடமும் சுற்றுக்கு விட்டார். ஒவ்வொருவரும் தமது மொழியில் ஒரு பிரார்த்தனை சொல்லி ஒயினை ஒரு சிறுமிடறு அருந்த வேண்டும். டாஹு உமாவ்வின் கையைப் பிடித்துக்கொள்ள, புனூன் மொழிப் பிரார்த்தனை ஒன்றை அவர்கள் ஓதினார்கள். ஹஃபே பங்க்கா மொழியிலும், டெட்லெஃப் ஜெர்மனிலும், சாரா நார்வீஜியனிலும் ஓதினார்கள்.

“பிரச்சினையில்லை, காட்டுக்கு ஒவ்வொருவரின் மொழியும் புரியும்.” என்றார் அனு. சற்றே தீவிரமடைந்திருந்த சூழ்நிலையை இலகுவாக்கும் விதமாக, தமது வழக்கமான வேடிக்கைப் பாணிக்கு உடனடியாகத் திரும்பிவிட்டார் அவர்.

“பெரிய சகோதரர்களும், சகோதரிகளும் இங்கே இருக்கலாம். எனவே, முன்னால் போகும்போது ஒரு குச்சியால் புல்தரையைக் குத்திக்கொண்டே போக வேண்டும்.” என்று தமது குரலை மிருதுவாக்கிக்கொண்டு சொன்னார் அனு. “பெரிய சகோதரன் அல்லது சகோதரி என்றால் விஷப்பாம்பு என்று பொருள். நாம் வெறுமனே “பாம்பு” என்று சொல்லக் கூடாது; அது அவமரியாதை.” பிறகு தம்முடைய குரலின் அசல் ஒலியளவை மீட்டுக்கொண்டு, “எல்லாரும் என்னைத் தொடர்ந்து வாருங்கள். மற்றவர்களின் கண்களில் உங்கள் விளக்கின் வெளிச்சத்தைப் பாய்ச்சாதீர்கள். முன்னாலிருப்பவரின் காலடியோசையைக் கவனியுங்கள்.” அனுவின் வார்த்தைகளை டெட்லெஃபுக்கும் சாராவுக்கும் ஆங்கிலத்தில் மொழிபெயர்த்துச் சொன்னான் டாஹு.

அனு தமது அபிமான வேட்டைத் தடத்தில் அனைவரையும் கூட்டிச் சென்றார். பத்துவருடங்களுக்கு முன்னால், ஒரு கட்டுமானக்காரர், நீத்தாரின் அஸ்தியைப் பேணும் தாழியகம் நிறுவவேண்டி அந்த நிலத்தை வாங்க விரும்பினார். புனூன் மக்கள் பாரம்பரியமாக வேட்டையாடி வந்த நிலத்தைக் காப்பதற்காக, அந்த நிலத்தைத் தாமே வாங்குவதற்கு வங்கிக்கடன் பெற முயன்றார் அனு. அவர் கேட்டதை விடவும் அதிகமாகவே கிடைத்தது. பண நிர்வாகத்தில் அவர் அத்தனை கெட்டிக்காரர் இல்லை என்பதால், விரைவிலேயே கடனில் மூழ்கத் தொடங்கிவிட்டார். இந்த நிலத்தை விட்டுவிடலாம் என்று விற்கவும் சிலதடவை ஆயத்தமானார். ஆனால், அதிர்ஷ்டவசமாக, பழங்குடி கிராமத்தவர் சிலரும், ஹான் சீன நண்பர்களும் உதவினர். அதனால், செலவைச் சமாளிக்க முடிந்தது. கடந்த சில வருடங்களில், அந்தக் காடு, புனூன் கலாச்சாரத்தை அனுபவம் கொள்ள விரும்புகிறவர்களுக்கான சுற்றுலாத்தலமாகிவிட்டது.

பல வருடங்களுக்கு முன்பு, கிராம நீர் வழங்கல் பற்றிச் சோதிப்பதற்காக அனுவின் கடைசி மகன் லியான் காட்டுக்குள் சென்றான். மூதாதையர்களின் ஆவிகளைப் பிரார்த்திக்க அவன் மறந்துவிட்டதாலோ, அல்லது அவனுடைய பிரார்த்தனைகளில் போதுமான அளவு பக்தி இல்லாததாலோ, சூறாவளியால் விரிசல் கண்டிருந்த அத்தி மரக்கிளையொன்று, அப்பாவி லியான் கடந்துசென்ற நேரத்தில் முறிந்து வீழ்ந்தது. அன்று மாலை அவன் கண்டுபிடிக்கப்பட்டபோது மூச்சு நின்றிருந்தது. வெகுகாலம் முன்பே மனைவியிடமிருந்து பிரிந்து, மகன்களைத் தாம் ஒருவராகவே

வளர்த்துவந்திருந்த அனு, ஆறுதல் வேண்டி தினந்தோறும் காட்டுக்குள் செல்வார். அவருக்குக் காட்டின்மீது புகார் கிடையாது. அது தன்னுடைய பணியைத்தான் செய்துகொண்டிருக்கிறது; வளர்கிறது, இலைகளை உதிர்க்கிறது, சாகிறது; அல்லது தனக்குக் கீழே நடக்க நேர்ந்த புனூன் இளைஞனை நசுக்கிக் கொல்கிறது.

எனவே, அத்தி, ஃபீபி, மற்றும் வசந்தகால மேப்பிள் மரங்களின் இந்த நிலைப்பாட்டைப் பற்றிச் சொல்லும்போதெல்லாம் அனுவுக்கு ஒரு விநோதமான உணர்வு ஏற்படும். தன்னைச் சுற்றியுள்ள மனிதர்களிடம் சொல்லக்கூடிய உணர்வு அல்ல அது. அழும் அத்தி மரங்களிலிருந்து தொங்கும் விழுதுகளில் ஏதோ ஒன்று தன் மகனுடைய அவதாரம் என்று எப்போதும் கற்பனை செய்துகொள்வார். இந்தக் காட்டைப் பாதுகாக்க வேண்டும் என்ற அவரது தீர்மானத்துக்கு பலம் சேர்த்த விஷயம் இது.

சூழலியல்–கலாச்சாரச் சுற்றுலாவுக்குப் பார்வையாளர்களை இங்கே அழைத்துவரும்போது, காட்டை ஒருசமயத்தில் ஒரு புலனால் மட்டுமே உணரும்படிச் சொல்வார். அவர்கள் கண்களை மூடிக்கொண்டு ஒரு மரத்தின் வேரைத் தொடுவார்கள்; மரத்தில் சாய்ந்து ஒரு காட்டுக் காளானின் மணத்தை நுகர்வார்கள்; முட்கள் நிறைந்த சாம்பல் மர இலைகளை ருசி பார்ப்பார்கள்; ஒரு பறவையின் குரலை, அது எவ்வளவு தொலைவில் இருக்கிறது என்று கணிப்பதற்காக கவனித்துக் கேட்பார்கள். அந்த மனிதர்களை இதையெல்லாம் செய்யச் சொல்வதன் மூலம், தன் மகனுடைய ஆன்மாவை அவர்களில் சிலராவது நுகரவும், தொடவும், கேட்கவும், அல்லது உணரவும் வைக்கலாம் என்கிற மாதிரி இருக்கும். அவரைப் பொறுத்தவரை, ஏதோ ஒரு வடிவத்தில் லியான் இன்னமும் உயிரோடுதான் இருக்கிறான்.

தன்மீது உட்கார்ந்திருந்த வயதான மரமொன்றின் அழுத்தமான அணைப்பில் இருந்த ராட்சசப் பாறை அருகே அவர்களை இட்டுச் சென்றார். மரத்தின் முறுகிய வேர்கள் பாறையைச் சுற்றிக் கட்டியிருந்தன. பாறைக்கு அடியில், ஒரு சிறு குகை இருந்தது – புனூன் வேட்டைக்காரர்கள் மழைக்காக ஒதுங்குவது. டாஹு தானே ஒரு வழிகாட்டியாக இருந்திருக்கிறான், ஹஃபேயும் உமாவ்வும் அங்கே பலதடவை வந்திருக்கிறார்கள். அனு சொன்னார்: “இங்கேயிருக்கும் எல்லாரையும் இந்த குகைக்குத் தெரியும் – நமது விருந்தினர்களைத் தவிர.” டெட்லெஃபும் சாராவும் உள்ளே செல்ல வேண்டும்; அந்தக் குகை “அவர்களை அறிய” அனுமதிக்க வேண்டும் என்று விரும்பினார் அவர்.

வளர்ந்த இருவருக்குக் குகைக்குள் இடமிருந்தது – டெட்லெஃப், சாரா அளவு உயரம் கொண்ட மேற்கத்தியர்களுக்குக் கொஞ்சம் இடைஞ்சலாகத்தான் இருக்கும் என்றபோதிலும். 170 சென்ட்டிமீட்டர்களுக்கு அதிகமாக வளர்வது, புனூன் இனத்தவர் மத்தியில் ஊனமாகவே கருதப்படும் என்ற தன்னுடைய நகைச்சுவையை இன்னொரு தடவை சொன்னான் டாஹு. அதிலும் 190 சென்ட்டிமீட்டர்வரை உயரமுள்ள டெட்லெஃப், கடுமையான உயர ஊனம் கொண்டவர் என்றான். அந்த அளவு உயரம் உள்ள மனிதன் காட்டுக்குள் ஓட நேரும்போது,

கொடிகளிலும் படர்கொடிகளிலும் சிக்கவோ மாட்டிக்கொள்ளவோ நேரும்; ஓடும் வேகத்தை அது கடுமையாகக் குறைத்துவிடும்.

"உண்மையில் இதுபோன்ற குகைகள் காட்டினுள் எங்கெங்கும் இருக்கின்றன. பாறைகளின்மீது சில, மழைப்புயல்களாலும் மண்சரிவுகளாலும் உருவானவை சில. ஆனால், ஒரு குறிப்பிட்ட உயரத்துக்கு மேல் உள்ள மரங்களிலும் பாறைகளிலும் இருக்கும் குகைகளில் ஒருபோதும் ஒண்டக் கூடாது. அவை கரடிக் குகைகளாக இருக்கக்கூடும். கரடி திரும்பி வருமானால், அழையா விருந்தாளியைப் பார்த்தால் பிடித்துக் கொண்டுவிடும்." என்றார் அனு. "அப்புறம் உங்களைக் காவல் நிலையத்துக்குக் கூட்டிப் போய்விடும்."

இந்த வேடிக்கைப் பேச்சுக்கு வெடித்துச் சிரித்த பிறகு, பாதி சிகரெட் புகைத்து முடிக்கும்வரை அங்கேயே ஓய்வெடுக்கச் சொன்னார். பிறகு, கிட்டத்தட்ட இரண்டரை மாடி உயரத்துக்குத் தாம் கயிறு கட்டித் தொங்கவிட்டிருக்கிற மாபெரும் அத்தி மரம் ஒன்றுக்கு அழைத்துச் சென்றார். சமீபத்திய மழையின் காரணமாக காட்டின் தரை வழுக்கலாக இருந்தது. கொஞ்சம் அதிக கவனத்துடன் இருக்கும்படி எல்லாருக்கும் நினைவூட்டிக்கொண்டிருந்தார் அனு.

தற்பெருமையற்ற இந்த வெளிநாட்டவர் இருவரையும் அனுவுக்கு மிகவும் பிடித்திருந்தது. டெட்லெஃப் கல்விப்புலப் பின்னணி கொண்டவர். ஆனாலும் அதிகார தோரணை கொண்ட பெரும் பேராசிரியராகத் தம்மைக் காட்டிக்கொள்ளவில்லை. உலகாயதமான மூத்தவராகத் தெரிந்தார். சாராவோ, புதிய விஷயங்களை முயல்வதற்கான துணிச்சல் கொண்டவளாக இருந்தாள். அவளுக்காகத் தான் ஊற்றி வழங்கிய முதல் தம்ளர் சிறுதானிய ஒயினை அவள் பருகிய மாத்திரத்திலேயே, அவளோடிருப்பது பிரச்சினைக்குரிய விஷயமல்ல என்று அனுவுக்குத் தெரிந்துவிட்டது. "சுவை எப்படிப்பட்டதாய் இருந்தாலும் ஒயினை ஒரே மிடறில் குடிக்கக்கூடியவர் நண்பராக இருக்க வாய்ப்பிருக்கிறது" என்று அனுவின் தந்தையார் ஒருமுறை சொன்னதுண்டு – இவருடைய இளம் பிராயத்தில்.

அருகில் எங்குமே விளக்குகள் இல்லை. இப்போது, காட்டுக்குள் இரவில் பயணம் செய்வது எப்படியிருக்கும் என்று அவர்கள் இருவருக்கும் காட்ட விரும்பினார் அனு. எனவே, அனைவரையும் அவரவர் டார்ச் விளக்குகளை அணைத்துவிட்டு, முன்னால் போகிறவரின் கைகளைப் பற்றிக்கொண்டோ, சுவாசிக்கும் ஒலியைக் கேட்டுக்கொண்டோ பின்தொடரச் சொன்னார்.

அதனால்தான், வரிசையின் கடைசியில் இருந்த ஹஃபே பின் தங்கிவிட்டதையும், பாறையடிக் குகையில் நுழைந்துகொண்டதையும் யாருமே கவனிக்கவில்லை.

ஃபாரஸ்ட் சர்ச்சுக்கு முதன்முதலாக உமாவ் அழைத்துவந்த நாளில், ஹஃபேயின் இதயம் படுவேகமாக அடித்துக்கொண்டது. தன்னைக் கொள்ளக்கூடிய பாத்திரம் ஒன்றை, ஒரு சாமியார் நண்டைப் போலத்

தான் ஒளிந்துகொள்ளக் கூடிய சிப்பியோட்டை, கண்டுவிட்டதான உணர்வு ஏற்பட்டது. அப்போதிலிருந்து, யாரும் கவனிக்காத சமயத்தில் காட்டுக்குள் தானாகவே சென்று அந்த குகைக்குள் தவழ்ந்து சென்று, எதைப்பற்றிய யோசனையும் இல்லாமல் கிடப்பாள் – குளிர்காலத்தைத் தூங்கியே கழிக்கும் கரடியைப்போல,

பழங்குடி இனத்தைச் சேர்ந்தவளாய் இருந்தாலும், தனது வாழ்க்கை முழுவதையுமே நகரத்தில் கழித்தவள் ஹஃபே. கிழக்குக் கடற்கரைக்குத் திரும்பியபிறகும், தனது நேரத்தில் பெரும்பகுதியை ஹேவனில்தான் கழித்தாள். செவன்த் சிசிட்டை ஆரம்பித்தபோது, பங்க்கா இன நண்பர்கள் அவளுடைய பிராயத்தவரோடு சேர்ந்து கொள்ளும்படியும், உள்ளூர் பங்க்கா பழங்குடி அமைப்பில் பங்கேற்கவும், தங்களோடு வந்து வசிக்கவும் அழைத்தனர். ஆனால், சமவயது நடவடிக்கைகள் சிலவற்றில் பங்கேற்ற பிறகு, ஆட்டத்தில் கலந்துகொண்டபோதுகூட, தான் அங்கே பொருந்துவதாக அவள் உணரவில்லை. இத்தனைக்கும் அந்த ஜனங்கள் நட்புணர்வோடுதான் இருந்தனர். சிலசமயம் தனது முன்னாள் வாடிக்கையாளர்களை எதிர்கொள்ள நேர்ந்துவிடும். ஆகவே, தர்மசங்கடத்தைத் தவிர்த்துவிடும் பொருட்டு, பழங்குடியினக் கிராம வாழ்க்கையிலிருந்து ஒதுங்கத் தொடங்கினாள் ஹஃபே.

ஆனால், முதன்முதலாக ஃபாரஸ்ட் சர்ச்சில் அடியெடுத்துவைத்தபோது, அதன் ஈரநைப்பு கொண்ட காற்றும், வேர்கள் மற்றும் புற்களின் மணமும் அவளை சுவாதீனமாக உணர வைத்தன. அழுமுஞ்சி அத்தி மரங்கள் தங்கள் விழுதுகளைக் கீழே கீழே கீழே என பூமியுடன் இணையும்வரை அனுப்பி, தாய் மரத்தைத் தாங்க வைத்து உயிர் பிழைக்கும் விதம் அவளுக்குப் பிடித்திருந்தது. தழும்புகள் உள்ள பழைய மரங்களை இன்னும் அதிகமாகப் பிடித்திருந்தது. தண்டில் ஏற்படும் காயங்கள், மரத்தின் சாறாலேயே மூடப்பட்டு, ஆறின. அதாவது, எல்லா வலியுமே கடந்து போய்விடும் என்கிற மாதிரி.

இனா மட்டும் உயிரோடு இருந்தால், இந்த இடத்தை அவளுக்கு மிகவும் பிடித்துப்போகும்.

தன்னுடைய சிநேகிதிகளின் அறிவுரைகளைக் கேட்காததால்தான் இனா இறந்துபோனாள். அவளுடைய வாழ்க்கை மீண்டும் ஸ்திரப்பட்ட போது, இன்னொரு வாடிக்கையாளருடன் காதல்வயப்பட்டாள் இனா. அவளைத் தன் பிரத்தியேக பாணியில் காதலித்த கிழட்டு லையோவைப் போலத்தான் இருப்பார் என்ற அனுமானத்தில். கடைசியில், மசாஜ் நிலையத்தின் தலைவியிடமிருந்து அழைப்பு வந்தபோது, ஹஃபே அவ்வளவாகப் பரபரப்படையவில்லை. ஒருவேளை, இனா சிற்றோடையில் பாய்ந்து கிழட்டு லையோவின் உடலைக் கண்டுபிடித்தபோதே அவளுடைய மரணத்தை இவள் முன்னுணர்ந்துவிட்டாளோ என்னவோ.

ஒரேயொரு வித்தியாசம், ஹஃபேயின் கனவுகளில் கணக்கற்ற தடவை நடந்ததுபோலவே, இம்முறை நீருக்கடியில் இறந்தாள் இனா. அவளுடைய நீண்ட கூந்தலின் கறுப்பு மலர் என்றென்றைக்குமாக மலர்ந்துவிட்டது. இனா மறுபடியும் மேற்பரப்பில் மிதக்கவே போவதில்லை.

பெரிய டாமுடன் இனா வெளியே போயிருந்தாள் என்று மசாஜ் நிலையத்திலிருந்த பெண்கள் சொன்னார்கள். பெரிய டாம் என்பது யார் என்று யாருக்குமே தெரியாது; அவன் ஒரு புது ஆள், இனா இப்போதெல்லாம் அவனைத்தான் சந்திக்கிறாள் என்பது மட்டுமே தெரியும். அவள் எப்படி இறந்தாள் என்றோ, ஏன் இறந்தாள் என்றோ யாருக்குமே தெரியவில்லை. ஒரே ஒரு விஷயம் மட்டும் நிச்சயமாகத் தெரிந்தது – இனாவின் கணக்கிலிருந்த தொகை மொத்தமும் எடுக்கப்பட்டிருந்தது. அதையும் இனாவே எடுத்திருந்தாள். அதனால், காவல்துறைக்குத் தடயங்கள் ஏதும் கிடைக்கவில்லை. புலனாய்வை வற்புறுத்த வழியில்லாமல் போனது. நல்லவேளை, ஹஃபேவுக்கென்று இன்னொரு கணக்குத் திறந்திருந்தாள் இனா. அதனால், இவளுடைய வாழ்க்கையை பூஜ்யத்திலிருந்து தொடங்க வேண்டியிருக்கவில்லை.

தற்போது, இருளின் போர்வையில், தற்காலிகமாக குகைக்குள் ஒளிந்திருந்தபோது, மிகவும் சௌகரியமாக உணர்ந்தாள் ஹஃபே. இங்கே இருட்டாகத்தான் இருக்கிறது; ஆனால், மசாஜ் நிலையத்தின் அறைகளில் இருப்பதுபோல் அல்ல. இந்தச் சிறு குகை, வெளியில் கேட்கும் ஒலிகளி லிருந்து உங்களைக் காக்கிறது: எனவே, முதலில் உள்ளே வந்தபோது உங்கள் இதயத்துடிப்பை நீங்களே கேட்க முடிந்தது. அத்துடன், மெல்லிய மணியொலியும் உங்கள் செவியில் கேட்டது. ஹஃபே இன்றிரவு சற்று அதிகமாகவே குடித்திருந்தாள். அந்தக் குகையில் தான் மட்டுமாகக் கொஞ்சநேரம் இருக்க விரும்பினாள். மழையிடமிருந்தான சிறு ஓய்வுக்காக.

பிரம்மாண்டமான அழுமுஞ்சி அத்தி மரத்தின்மீது, கயிற்றில் தொற்றியேற ஒவ்வொருவருக்காய் உதவிக்கொண்டிருக்கும்போது, ஹஃபேயைக் காணவில்லை என்பதை டாஹூ கவனித்தான். ஆனால், கொஞ்சநேரம் தனியாய் இருப்பதற்காக அந்தக் குகைக்குள் அவள் போயிருப்பாள் என்று யூகித்தான். அவனே அவ்வப்போது செய்யும் காரியம்தான் அது. அந்தக் குகை ஈர்க்கக் கூடியது. அதனுள் தவழ்ந்து சென்று உள்ளே என்னதான் இருக்கிறது என்று பார்க்கத் தூண்டுவது. அவளைத் தொந்தரவு செய்யக்கூடாது என்பதற்காக, அமைதியாய் இருக்கத் தீர்மானித்தான். காடு அவளுக்கு என்ன செய்தாலும், அதில் அவன் தலையிட வேண்டியதில்லை.

வெளிநாட்டவர் இருவருக்கும் வவகாலுன் கதையைச் சொல்லிக் கொண்டிருந்தார் அனு. கடந்த இருபது ஆண்டுகளில் குறைந்த பட்சம் ஓர் ஆயிரம் தடவை இந்தக் கதையைச் சொல்லியிருப்பார். ஆனால், ஒவ்வொரு தடவையுமே, முதல் தடவையாகச் சொல்ல முயல்வார்.

“பழங்காலத்தில், பெரிய பாறைகளையும் மரங்களையும் வழித்தட அடையாளங்களாகத் தேர்வது புனூன் ஜனங்களின் வழக்கம். ஒரு சமயம், எல்லைக் குறியாக ஒரு பெரிய மரத்தை மூதாதையர் தேர்ந்தெடுத்தனர். கொஞ்சகாலம் கழித்துப் பார்த்தபோது அவர்களுக்குத் தோன்றியது: ஹே, விசித்திரமாய் இருக்கிறதே, அந்தக் குறி இடம் பெயர்ந்திருக்கிற மாதிரித் தெரிகிறதே . . . முன்பிருந்த மாதிரித் தெரியவில்லை அது. சரிதான், இந்த வகையான அத்திமரம் முதிர்ச்சியடைகையில், தரைவரை

தன்னுடைய விழுதுகளை அனுப்புகிறது என்று கண்டுபிடித்தனர் – அதை ஊன்றிக் கவனித்தபோது. சிலசமயம், தாய்மரம் பட்டுப்போய்விடுகிறது; விழுதுகள் பிழைத்து, புதிய மரமாய் ஆகிவிடுகின்றன. முந்தைய தடவை பார்த்ததிலிருந்து வெகுகாலம் கழித்து மீண்டும் பார்ப்பதால், பழங்குடி ஜனங்கள் புதிய மரத்தைப் பழையது என்று தவறாகப் புரிந்துகொண்டிருக்கலாம். அதனால்தான் அதற்கு *வவகாலுன்* என்று பெயர் – நடக்கும் மரம் என்று பொருள்."

டெட்லெஃபையும் சாராவையும் வேர்களைத் தொட்டுப் பார்க்கச் சொன்னார் அனு. "தரையிலிருந்து மரம் நீரை உறிஞ்சும் ஓசை கேட்கிறதா, அல்லது இரண்டாகப் பிளக்கும் ஒலி கேட்கிறதா" என்று பார்க்கச் சொன்னார். மிகுந்த பணிவுடன் வேர்களை அவர்கள் தடவிப் பார்த்தனர். முறுக்கிய, கிளைவிடும் வேர்களுடன் இருக்கும் இந்த வகையான மரம் அவர்களுக்கு முழுக்கப் புதிது. ஏனெனில், வடக்கத்திய நாடுகளில் மிக அபூர்வமாகக் காணப்படும் இனம் இது.

அங்கே இருளில் பாறையின்மீது இருந்த மரத்தின் வேர் அமைப்பைப் பார்த்தபோது, ஒருநாள் இந்த வேர்கள் பாறையைப் பிளந்துவிடும் என்பதை உணர்ந்தார் டெட்லெஃப். வேர்கள் பாறைக்குள் நுழையும்போது ஒருவித ஓசை கேட்டிருக்க வேண்டும். கடைசியாகப் பாறையைப் பிளக்கும்போது காதைத் துளைக்கும் ஓசை கேட்கக் கூடும். ஒரு பொறியாளராக, தமது நிபுணத்துவத்தின்மீது மிகுந்த நம்பிக்கை உள்ளவர் அவர். ஆனால், தம்முடைய சக்தியைவிட மிகமிக பிரம்மாண்டதாக இருக்கும் இயற்கையின் சக்தி என்னவெல்லாம் செய்ய வல்லது என்பதைக் கண்டு இப்போது நின்றிருப்பதைப்போல பிரமித்து நின்றதில்லை. இந்த விஷயத்தில் ஈடுபட்டிருக்கும் விசைகள் கணிப்பிற்கு அப்பாற்பட்டவை – அவருடைய புறங்கையில் இப்போது ஏறியிருக்கும் இலைவெட்டி எறும்பு செலுத்தும் விசையைப் போலவே.

இருளில் டெட்லெஃபின் கண்கள் தேடின. ஏதோ ஒரு கணத்தில் அவளுடைய கண்களைக் கண்டறிந்தன. ஒருவரையொருவர் உற்றுப் பார்த்துக்கொண்டு நின்றனர் – கொஞ்சநேரம்.

அந்த நீண்ட நடை அத்தனை சிரமமானதாக இருக்கவில்லை. ஆனால், உண்மையில் அவர்கள் நிழல் படிந்த வேட்டைப் பாதையிலிருந்து விலகி, சிறு அளவிலான வெப்பமண்டல வனாந்தரத்துக்குள் பிரவேசித்திருந்தனர். வரும் வழியில் எண்ணற்ற சிற்றொலிகளைக் கவனித்துவந்திருந்தார் டெட்லெஃப். அவர் அடிக்கடி சொல்வதுண்டு, தாம் எதிலுமே கெட்டிக்காரர் இல்லை; மிக நல்ல செவித்திறன் உள்ளவர் என்பதைத் தவிர என்று. இந்த வகையில் வரம் வாங்கிவந்தவரேதாம். கண்ணியமானதொரு குடும்பத்தில் வளர்ந்தவர் அவர். அப்பா வணிக மேலாளர். அம்மா இடைநிலைப் பள்ளி ஆசிரியை. ஒரே மகனான இவர், எப்போதுமே கல்வியில் ஈடுபாடு கொண்டிருந்தவர்.

அசாதாரணமான செவித்திறன் கொண்டிருந்தவர் என்பதால், சிறுவனாக இருக்கும்போது அவரது விருப்பத்துக்குகந்த நடவடிக்கை, பார்ப்பதற்கு அமைதியாகத் தெரியும் ஒன்றைக் கண்டுபிடித்து, தம்முடைய

காதை அதனருகில் ஒட்டி வைத்து, நிஜமாக அது எழுப்பும் நுட்பமான ஒலியைத் "தோண்டியெடுப்பது". ஒருமுறை, பின்னிரவு நேரத்தில், ரகசியமாகத் தோட்டத்துக்குள் சென்று பூச்செடிப் பாத்தியில் இருந்த எறும்புப்புற்றைத் தோண்டினான் – இரண்டு மீட்டர் ஆழக் குழிக்குள் தான் நிற்கும்வரை. அடுத்தநாள் காலையில் அவனுடைய பெற்றோர் எழுந்து வந்தபோது, தோட்டத்தில் பெரிய பள்ளத்தைப் பார்த்துத் திகைத்தனர். டெட்லெஃப் அதைக் குப்பையால் மூடிவைத்திருந்தான். ஆனால் அவர்கள் அவனைத் திட்டவில்லை; தான் விரும்பிய மற்ற இடங்களில்கூட, தோண்டட்டும் என்று விட்டுவிட்டனர். தான் போகும் இடங்களிலெல்லாம் தரையை ஆராயும் பழக்கம் அவனுக்கு ஏற்பட்டது. குந்தி உட்கார்ந்து, தரையைத் தொட்டு, அல்லது பூமிக்கு வெளியில் தெரியும் பாறைப் பொதிவின்மீது சாய்ந்து சோதிப்பான்.

பத்தொன்பதாம் வயதில் தான் சென்றிருந்த தொழில்நுட்பக் கழகமொன்றில், சார்லஸ் வில்ஸன் காப்புரிமை பெற்றிருந்த, கல்வெட்டும் இயந்திரத்தைப் பார்த்தது டெட்லெஃப்புக்கு நினைவு வந்தது. அந்த இயந்திரம் இவரை வசீகரித்துவிட்டது. ஆற்றலை வெளிக்காட்டுவதாய் இருந்த அது, பல்வேறு விஷயங்களின் இதயப்பகுதிக்குள் ஊடுருவுவதற்கான ஒருவித உருவகம்போல இருந்தது. அவரைப் பொறுத்தவரை, ஆதரிச இயந்திரம். அதன் பிறகு, மண்ணியலிலும் இயந்திரவியலிலும் தம்மால் முடிந்தவரை படித்துக்கொண்டிருந்தார். இந்த இரண்டு அறிவுப் புலங்களுமே ஒரே செயல்முறையைக் கொண்டவைதாம்; இலக்கும் ஒன்றே. "கோட்பாடுகளைப் புரிந்துகொள், தடைகளைத் தாண்டி வா, மூலாதாரம்வரை தோண்டு."

ட்டிபியெம் இயந்திரத்தின் வடிவத்தில் சில மேம்பாடுகளைச் செய்ததன் மூலம் தமக்கென்று ஒரு பெயரை ஈட்டினார் டெட்லெஃப். அந்தத் துறையில் ஒரு ஸ்தானத்தை எட்டினார். ஆனால், தம்முடைய தொழில்வாழ்வில், இருபது ஆண்டுகளுக்கு முன்னால் இந்தத் தீவில் அடைந்த ஆழமான தாக்கத்தை வேறு எங்குமே அடைந்ததில்லை.

குகைப்பாதையில் இருந்த குகைக்குள் இருந்த அனைவருக்குமே அது கேட்டது. ஆனால் அந்த ஓசை என்ன? இவ்வளவு காலமும் அந்தக் கேள்விக்கு ஒரு விடையை அறிந்துவிட முயன்றுவந்தார். இன்னமும் அது அவரிடமிருந்து நழுவிக்கொண்டுதான் இருக்கிறது. சாராவைச் சந்தித்தபிறகுதான், ஒரு வேளை, ஒருவேளை மட்டும்தான், தமக்குப் புரியாத ஓசையைக் கேட்டால் ஆழம் வரை துளைத்துச் செல்லத் தேவையில்லை; சில சப்தங்கள் தனியாக, துளைக்கப்படாமல், கச்சிதமாக இருக்கவிட்டால் மட்டுமே கேட்கக் கூடியவை என்று சிந்திக்கத் தொடங்கினார்.

இப்போது சாராவும் அவரும், இவருடைய தோள் அவளுடையதைத் தொட்டவாறு, அந்தச் சிறிய பாறைக் குகைக்குள் நெருக்கிக்கொண்டு நுழைந்தபோது, ஒரு கனவினுள் இருப்பதுபோலத் தோன்றியது. அந்தச் சிறிய குகையின் முடிவிலுள்ள சுவரினூடாக ஒட்டுமொத்த மலையின் ஒலியையும் தம்மால் கேட்க முடிவதாக உணர்ந்தார்.

ஆச்சரியமே இல்லை, உயிருள்ள ஒரு காடு அல்லது மலையின் ஓசையே, குடல் கிழிக்கப்பட்ட மலையின் ஓசையிலிருந்து தன்னை வேறுபடுத்திக் காட்டுகிறது. எட்டி சாராவின் கையைப் பிடித்தார் டெட்லெஃப், அவளிடம் இந்த எண்ணத்தைத் தெரிவிப்பதற்காக.

○ ○ ○

சாரா அப்போது மரத்தின் வேர்களைத் தன் மறுகையால் தடவி உணர்ந்து கொண்டிருந்தாள், எண்ணற்ற இடங்களுக்குப் பயணம் செய்திருந்த தன் தகப்பன், இதுபோன்ற வெப்பமண்டலக் காடு ஒன்றைப் பார்த்திருப்பாரா என்று வியந்தபடி. மிஸிஸிப்பிக்கு அவர் மேற்கொண்ட பயணத்தில், வெம்மை மிகுந்த தெற்கை நோக்கிப் போயிருப்பாரா, அவள் இப்போது பார்க்கும் மரம் போன்றவற்றை எதிர்கொண்டிருப்பாரா?

உண்மையில், தன் தகப்பனாரின் உடலைப் பார்க்கும் வாய்ப்புகூட சாராவுக்குக் கிடைக்கவில்லை. இவளுக்கு அவருடைய மரணச்செய்தியைத் தெரிவிப்பதற்கு முன்பே, "தங்களுடைய அமண்ட்ஸனை" எரித்து முடித்திருந்தார்கள் அவரது நண்பர்கள். அவர் தம்முடைய அபிமானத் தலத்தில் இறந்திருந்தார்; உறைபனியின்மீது. ஆனால், நார்வேயில் அல்ல; கனடாவில்.

அமண்ட்ஸன் இல்லாதிருந்த பொழுதுகளுக்காக அவர்மீது தனக்குக் காழ்ப்பு இல்லை என்று அவளால் சொல்ல முடியாது. குறைந்த பட்சம், பதின்பருவத்தை எட்டியபோதாவது, நீண்டநேரம் யோசித்துப் பார்த்திருக்கிறாள்: தன்னை நேசித்ததைவிட கடலையும் மீன்களையும் திமிங்கிலங்களையும், பின்னாட்களில் கடல்நாய்களையும்கூட அதிகமாய் நேசித்தார். தாயின் பிரிவு, சாராவை ஆண்களின் உலகத்துக்குள் வீசியெறிந்தது. குரூரமான வதைக்கொலைகளும், அவள் எப்போதுமே அருவருப்புடன் பார்த்த ஓய்வற்ற துரத்தலும் கொண்ட உலகம் அது. கடல்வாழ்க்கைக்குப் பழகுவது கடினமாய் இருக்கிறது என்று அவள் உணர்ந்தபோது, ஆறுதலான ஒரு சொல்லைக்கூட அவர் வழங்கியதில்லை; கடல் அவளை வதைக்கட்டும் என்று விட்டுவிட்டார். கடல்தான் அவளைத் தாயிடமிருந்து பிரித்தது. சாரா தன் தாயைத் தேடிப்போக விரும்பி யிருந்தாலும், கரைக்குத் திரும்புவது எளிதான காரியமாய் இருக்கவில்லை. தகப்பனைத் தண்டிக்க அவளுக்கு இருந்த ஒரே வழி, அவர் இவளிடம் பேசும்போதெல்லாம், வேறு பக்கம் பார்த்துக்கொண்டிருப்பது. இன்னும் அதிகமாக, கடலைப் பார்த்துக்கொண்டிருப்பது.

அவளுக்குப் பதினைந்து வயதானபோது, ஒருவழியாய், கரையில் தன் வாழ்க்கையைத் தொடங்கிக்கொள்ள அனுமதித்தார். அதன் பிறகு இருவரும் தனித்தனி வாழ்க்கைகளை வாழ்ந்தனர் – ஒருவர் கடலிலும் மற்றவர் கரையிலுமாக. அவர் எப்போதுமே வெளியே போயிருப்பார். அவள் தன்னுடைய கடலோர சோதனைச்சாலையில் அறிவியல் கற்றுக்கொண்டிருப்பாள். திறந்த சமுத்திரவெளியில் தான் ஒருபோதும் அனுபவிக்காத சுதந்திரத்தை அறிந்துகொள்ளத் தொடங்கினாள்.

சமுத்திரவியலைக் கற்கத் தொடங்கியபோது, தன்னுடைய வகுப்புத்தோழர்களைவிட, கடலைத் தான் அதிகம் புரிந்துகொண்டதாக உணர்ந்தாள். பேராசிரியர்கள் வகுப்பில் போதித்த அனைத்துமே, அவளுக்கு நிஜமாகவே வாழ்வதற்கு வாய்த்த ஒன்றை வாய்மொழியாகப் பேசித் தீர்ப்பதுதான்; கடலில் தான் கழித்த சிறுமிப் பருவத்துக்கு மறுவிஜயம் செய்ய வைக்கும் வழிதான். சிலசமயம், கடல் சூழலியல் பற்றி யோசித்துக்கொண்டிருக்கும்போது, சாராவுக்குத் தன் தகப்பன் கப்பலின் கைப்பிடிச்சுவருக்கு அருகில் நின்று வீராவேசமாகப் பேசுவது கேட்பதுபோலவே இருக்கும்.

அவளுடைய கணக்குக்குத் தவறாமல் பணம் அனுப்புவார். ஆனால், ஒரேயொரு எளிய அஞ்சலட்டையைக்கூட அனுப்பியதில்லை. சாரா முனைவர் பட்டம் பெற்ற பிறகு, வெகு சீக்கிரமே, ஆவேசமானவள் என்ற பெயரைச் சம்பாதித்தாள். பெரும்பாலான பேராசிரியர்கள் அரசாங்கத்துக்கு வால்பிடித்துக்கொண்டிருந்தபோது, இவள் போராட்ட அமைப்புகளின் "அறிவுசார் ஈட்டி" ஆனாள். சூழலியல் பாதுகாப்பு ஒழுங்குமுறைகள் அல்லது போலிஅறிவின் பின்னால் பதுங்கும் அரசாங்க நிறுவனங்கள் அல்லது முதலாளித்துவவாதிகளின் சட்டவிரோதத் தந்திரங்களைத் துளைத்தறிய முடிந்தது அவளால் – துருவப் பிரதேச எண்ணெய்ப்படிவங்களை அல்லது மீத்தேன் ஐஸைச் சுரண்டியெடுப்பது அல்லது ஆராய்ச்சியின் பெயரால் ஏராளமான திமிங்கிலங்களை வேட்டையாட்டுவது என, பிரச்சினை எதுவாயிருந்தாலும் சரி.

அவள் எழுதிய மதிப்புரைகள் மிகவும் ஆழம் கொண்டவை; முதலாளித்துவவாதிகளின் சார்பாகப் பேசும் விஞ்ஞானிகளை எப்போதும் புறமுதுகு காட்ட வைப்பவை; அவர்களால் தங்கள் வாதங்களை அவளுக்கு எதிராக வைக்க முடியாது. சாரா "ஆவேசமானவள்" என்று பெரும்பாலானோர் விவரித்தபோது, அவளுக்கு மட்டுமே தெரிந்திருந்தது – உளவியல் வலிகள் மண்டிய குழந்தைப்பருவம் அவளுடைய ஆன்மாவில் இட்டிருந்த முடிச்சுகளைப் பற்றி.

சாராவின் தகப்பனார் கண்டுபிடிக்கப்பட்டபோது, வேட்டைக்காரர்கள் அவரைத் தவறுதலாகக் கொல்லப்பட்ட வேட்டைமுன்னோடி என்றே பிழையாகக் கருதினார்கள். குண்டாந்தடியால் பலமுறை பலமாக அடித்துக்கொல்லப்பட்டிருந்தார் அவர் என வெளிப்படையாகத் தெரிந்தது. தலையில் ஒன்றுக்கு மேற்பட்ட தாக்குதல்கள் நடந்திருந்தன. கிட்டத்தட்ட அடையாளமே தெரியாத அளவுக்கு முகம் சிதைக்கப்பட்டிருந்தது. பற்கள் அனைத்துமே உடைத்துத் தள்ளப்பட்டிருந்தன. சம்பவம் நிகழ்ந்து பல நாட்கள்வரை அவர் கண்டுபிடிக்கப்படவில்லை என்பதால், கரங்களும் அடிவயிறும் தின்னப்பட்டு விட்டன. ஒருவேளை, கடல்நாய்கள் மேலேறிவந்து பகிர்ந்து புசித்திருக்கலாம். அவரது இனப்பெருக்க உறுப்புக்களைக்கூட விட்டுவைக்கவில்லை.

அமண்ட்ஸனே, இறுதிக்காலத்தில் சூழலியல் பாதுகாப்பு இயக்கங்களில் காட்டிய ஆவேசத்துக்குப் பேர்போனவர்தாம். ஒருமுறை, அறிவியல் ஆராய்ச்சி வாகனம் என்ற போர்வையில் அண்டார்ட்டிக்கில்

திமிங்கிலவேட்டைக்கு வந்த ஜப்பானியக் கப்பலை ஏழுநாட்கள் தடுத்துவைத்தார். இறுதியில், படுமோசமாக மோதியதன் விளைவாக இவருடைய கலத்தின் சுழற்சி அமைப்பு சிதைந்துபோனது. கடல்நாய் வேட்டைக்காரர்களின் குழுவொன்றை, அவர்கள் பின்வாங்கும்வரை துப்பாக்கியால் மிரட்டினார் – சட்டவிரோதமாக. ஒரு குளிர்காலம் முழுவதையும் கடல்நாய்களைப் பாதுகாத்தபடி உறைபனியில் கழித்தார் – சட்டவிரோதமாய் அச்சுறுத்தினார் என்று குற்றம் சாட்டப்பட்டுக் கைதாகும்வரை. அவருடைய தலைமுடி முழுக்க நரைத்துவிட்டது; பனியாலும், உறைபனியாலும் அரிக்கப்பட்ட முகத்தில் தழும்புகள் மண்டின; உப்புப் படிகங்களால் மூடப்பட்ட தாடி திமிங்கிலத்தின் மேல்தாடை எலும்பைப்போலக் கடினமாகிவிட்டது. இதயநோய் அவரை அடிக்கடி முடங்கவைத்தது. அவருடைய புருவங்கள் நெரிவதைப் பார்த்தவர்கள், அவர் மகிழ்ச்சியற்று இருக்கிறார் என்று நினைத்தார்கள். அமண்ட்ஸனுக்கு மட்டுமே தெரியும், இப்போதுபோல நிறைவாக தமது வாழ்க்கையில் எப்போதுமே அவர் உணர்ந்ததில்லை என்று.

சாம்பல்நிறத் திமிங்கிலங்கள், சிறகுத் திமிங்கிலங்கள், கருஞ் சாம்பல்நிறத் திமிங்கிலங்கள், பன்னா மீன்கள் மற்றும் யாழ்வடிவக் கடல்நாய்களுக்கு ஈமச்சடங்குப் பத்திரிகை வைப்பதை விசேஷமாகச் செய்தனர் அவருடைய நண்பர்கள். அவற்றால் வர முடியாதுதான். ஆனால், அவருடைய நினைவையொட்டி நடந்த பிரார்த்தனைக் கூட்டத்துக்கு அவரது மகள் சாரா வந்திருந்தாள். ஹாங்க் மாமா என்று இவள் அழைத்த ஒரு ஆசாமி, தகப்பனாரின் பழைய நண்பர், அப்பாவின் சொந்த உபயோகப் பொருட்களைக் கொண்டுவந்திருந்தார். வேட்டைத் துப்பாக்கி, திமிங்கில வேட்டைக்கான சங்கிலி ஈட்டி, தூர தரிசினி, மற்றும் உரிய காலத்தில் அவர் அனுப்ப மறந்த பிறந்தநாள் பரிசுகள். அவருடைய பரிசுகள் எல்லாமே ஒரே மாதிரி இருந்தன: சின்னஞ்சிறிய, ஓர் அங்குல நீளமே உள்ள, மெத்துமெத்தென்ற படகு ஒன்று – படிகப் பெட்டிக்குள் ஆழமான நீலக்கடலில் மிதப்பது. அந்தப் படகில் ஒரு சிறுமி இருந்தாள். அவளுடைய அழகான குட்டி ஆடையில் “சாரா” என்று எழுதியிருந்தது. ஒவ்வொரு பெட்டியின் அடிப்புறத்திலும், சமுத்திர அலையைப்போலச் சாய்ந்திருக்கும் தமது தனித்துவமான கூட்டெழுத்தில் அமண்ட்ஸன் எழுதியிருந்தார் – “*நமது* பசிஃபிக்,” “*நமது* இந்தியப் பெருங்கடல்”, “*நமது* ஆர்க்டிக் சமுத்திரம்” “*நமது* நார்வீஜியக் கடல்” என்று. “நமது” என்பது தடித்த எழுத்துக்களிலும், கடைசியில் தேதியும் இருந்தன.

“**அ**தோ தெரிகிறதே, அதுதான் எங்கள் கிராமம்.” இன்னொரு கானகத்தின் வழி அனைவரையும் அழைத்துச் சென்றார் அனு. அதன் எல்லையை எட்டி, அங்கே அகலமாய்த் திறந்துகிடந்த சாலையின் காட்சி தென்படும்வரை. கீழே இருக்கும் கிராமத்தில் இன்னமும் சில விளக்குகள் மினுங்கிக் கொண்டிருந்தன. தொலைவில், *லாக்கு லாக்கு* நதி பளபளத்தது. “அதுதான் எங்கள் கிராமம். மலைகளே எங்கள் புனிதநிலம். எங்கள் குளிர்பதனப் பெட்டியும் அதுவே.”

இப்போது உமாவ்வுக்கும் தெரிந்துவிட்டது – ஹஃபே அங்கே இல்லை என. வந்து சேர்ந்துகொள்கிறாளா என்று திரும்பித் திரும்பிப் பார்க்கிறாள். டாஹூவின் கையை இழுத்து, திரும்பலாம் என்று சொல்கிறாள். டாஹூ இருளில் தன் மகளை நோக்குகிறான். அவன் கவனிக்காதபோதே, ஏதோ ஒரு கட்டத்தில் அவளுடைய பாவம் மாறி விட்டதை அறிகிறான். இனி, காயம்பட்ட பறவையின் கண்கள் போலில்லை அவளுடைய கண்கள்.

"ஹஃபே அத்தையைப் பற்றி இப்போதைக்கு நாம் கவலைப்பட வேண்டாம். ஆயத்தமானவுடனே அவள் திரும்பிவந்துவிடுவாள்" என்று, குனிந்து தன் மகளிடம் கிசுகிசுக்கிறான்.

"உங்களுக்கு ஆட்சேபணையில்லை என்றால், இன்றிரவு பாரம்பரிய புனூன் வீடுகளில் நாம் உறங்கலாம். அதோ, மூங்கிலாலும் கல்லாலும் ஆன இரண்டு கட்டடங்கள் தெரிகிறதல்லவா? உங்களுக்கு அத்தனை வசதியாய் இல்லாதிருக்கலாம், ஆனால், மலைப் பிரதேசத்தில் இவை ஐந்துநட்சத்திர விடுதிகள். உள்ளே, இரவுநேரத்தில் மலைகள் எழுப்பும் ஒலிகளை நீங்கள் கேட்க முடியும்." டாஹூவின் மொழிபெயர்ப்பைக் கேட்ட பிறகு, டெட்லெஃபும் சாராவும் அந்த யோசனை தங்களுக்குப் பிடித்திருக்கிறது என்று சொன்னார்கள். சமுத்திரத்தில் போகும் மீன்பிடி படகில் வசித்தவள் என்பதால், உலகில் தான் தங்க முடியாத இடம் என்று எதுவுமே இருக்க முடியாது என்பது சாராவின் எண்ணம்.

ஓயின் வழங்கிய இதமான மனநிலையின் காரணமாக, கிராமத்தைச் சுட்டிக்காட்டித் தன் விளக்கத்தைத் தொடர்கிறார் அனு: "அதை *சலாசா* என்று அழைப்போம். கரும்பு உயரமாய் விளைகிற இடம். விலங்குகள் பாயும் இடம். மனிதர்கள் பிழைப்பு நடத்த லாயக்கானது." *லாக்கு லாக்கு* நதிக்கு மறுபுறம் இருக்கும் மலையொன்றைக் காட்டினார் அனு. பிறகு சுற்றுமுற்றும் பார்த்துவிட்டு, நதியின் இந்தப்புறம் இருக்கும் மலையைச் சைகையால் காட்டினார். "அந்த மலையில் இருக்கும் எங்கள் பூர்விக கிராமத்தைவிட்டு நீங்கச்சொல்லி ஜப்பானியர் நிர்ப்பந்தப்படுத்தினார்கள் என்று என் அப்பா சொல்வார். இங்கே, ஆற்றோரமிருக்கும் இந்த மலைச் சரிவில் வந்து வசிக்கச் சொன்னார்களாம். ஆனால், அது அத்தனையும் நல்லதாகவே முடிந்தது. ஏனென்றால், நாங்கள் கடலுக்கு அருகாமையில் இருக்கிறோம் இப்போது. நான் சின்னஞ்சிறுவனாய் இருக்கும்போது, வேட்டைக்கு அழைத்துச் செல்வார் அப்பா. மலையில் ஏறிப்போகும் பாதையில் உச்சிவரை போவோம். அப்புறம் மறுபுறம் இறங்கி, கடல் வரை போவோம். அப்பா சொல்வார்: மலையும் கடலும் ஒன்றல்ல. கடல் எல்லாவற்றையும் கழுவிச் சுத்திகரிப்பது. நம்மையேகூட, உள்ளும் புறமும் சுத்திகரித்துவிடும் அது.

"என்ன, வழக்கமாக இருப்பது போலில்லை இப்போதைய கடல்." என்றார் அனு.

28

கீழே உள்ள குகை

கடந்த சில நாட்களாக நெடுந்தூரம் நடந்ததில் கடுமையாய்ச் சோர்ந்திருந்த ஆலிஸுக்கு ஜலதோஷம் பிடித்தது. உடம்பு முழுக்க நடுங்கிக்கொண்டிருந்தது. முதலுதவிப் பெட்டியில் இருந்த மருந்து பிரயோசனப்படவில்லை. சீக்கிரமே காய்ச்சல் வந்தது. உடற்சூடு அதிகரிப்பதும் குளிர்நடுக்கம் ஏற்படுவதும், சிலசமயம் அரை நினைவோடு இருப்பதுமாக ஆனது. கள வழிகாட்டிக் கையேடுகளிலிருந்து தான் பெற்றிருந்த அறிவையொட்டி, பல்வேறு பச்சிலை மருந்துகளைச் சேகரித்து வந்து ஒரு பாத்திரம் நிறைய மூலிகைக் கஞ்சி தயாரித்தான் அட்டிலெ'ய். சமையல் வாயுவை மிச்சப்படுத்துவதற்காக, உலர்ந்த சுள்ளிகளைச் சேகரித்துத் தீ மூட்டினான். கஞ்சியைக் குடித்ததில், ஆலிஸின் தெம்பு நிஜமாகவே ஓரளவு மீண்டது.

"மலை உன்னை குணப்படுத்தும்" என்று ஆலிஸிடம் சொன்னான் அட்டிலெ'ய்.

இதமான வானிலையின் இறுதி அரைநாளைத் தவறவிடக் கூடாது, காட்டுக்குள் சென்று அந்த மாபெரும் முகட்டைப் பார்த்துவிட வேண்டும் என்று இன்னமும் உறுதியாய் இருந்தாள் ஆலிஸ். மொழித்தடைதான் காரணமோ, அல்லது அங்கே போயே தீருவது என்ற அவளது உறுதியை அவன் உணர்ந்துகொண்டானோ; இப்போது திடகாத்திரமான இளைஞனாய் ஆகிவிட்டிருந்த அட்டிலெ'ய், ஆலிஸைத் தன் முதுகில் சுமந்து செல்ல முடிவெடுத்தான். பார்ப்பதற்கு மெல்லியவளாகத் தெரிந்தாலும், உண்மையில், கருங்கல் போலக் கடினமாய் இருந்தாள் அவள்.

முன்னுதாரணமான நடுத்தர உயர, மலைக்காடு இது. ஒன்றன்மேல் ஒன்றாக அடுக்குகளாகப் படிந்திருக்கும் உதிர்ந்த இலைகளால் ஆன வனத்தரை. மரங்களின் தண்டுகள் உயரமாகவும், நேராகவும் இருந்தன. ஒவ்வொன்றும் தத்தமது நிழலைப் பரப்பின. அலைகளில் நடப்பதுபோல

உணர்ந்தான் அட்டிலெ'ய். *கேசி கேசி* தீவை அது நினைவூட்டியது. மற்றும் *வயோ வயோ*வில் இருந்த சகலத்தையும், குறிப்பாக ரசுலாவையும்.

இப்போது தனது இடுப்பைச் சுற்றிப் பற்றியிருந்த ஆலிஸின் தொடைகளைப் பிடித்திருந்தான் அவன். அவனால் தவிர்க்க முடியவில்லை: அவனுடைய குறி விறைத்து எழும்பியது.

ரசுலா அளித்த *கிக்கி'யா* ஒயினையும், அவர்கள் சேர்ந்து கழித்த கடைசி இரவையும் நினைவுகூர்ந்தான். அவளுடைய விழிகளில் இருந்த பார்வை, அவளுடைய முனகல்களின் ஒலி, உடலின் வாசனை, அவளுடைய மிருதுவான உடம்பு. ஆலிஸின் உடம்பிலிருந்து முழுக்க வேறுபட்டது அது, ஆனால் இதே மாதிரி இருக்கவும் செய்தது.

இந்தக் காலகட்டத்தில், யாரும் சொல்லித்தராமல், சுபாவமாகவே சில குறிப்பிட்ட விஷயங்களை அறிந்துகொண்டிருந்தான் அட்டிலெ'ய். இளம் கன்னியர் நாணல் புதருக்குள் இரண்டாம் மகன்களை இழுத்துச் செல்கிற "கடைசி இரவு" என்னும் சடங்கைத் தனது தீவினர் நிறுவியதற்கான காரணம் அவற்றில் ஒன்று: *வயோ வயோ*வில் தனது விதையை அவன் விட்டுச் செல்வதற்கான ஒரேயொரு சந்தர்ப்பம் அது.

அந்தப் பெண்களில் எவராவது இவனால் கருவுற்றிருந்தால், அது ரசுலாவாகத்தான் இருக்கும் என்று அவன் நம்பினான். அவனுக்குத் தெரியும், தீவின் இளம்பெண் யாராவது கருவுற்றால் கருவுற்றதுதான். யாருடைய விதை என்று யாரும் அக்கறைகொள்ள மாட்டார்கள். *வயோ வயோ*வின் பெண்கள் தங்களுடைய வயதை ஆண்டுகளால் கணக்கிடுவதில்லை; "எனக்கு முதல் குழந்தை பிறந்த வருடம்", "இரண்டாவது குழந்தை பிறந்த வருடம்" என்றே பேசுவார்கள். அதனால்தான், *வயோ வயோ* பெண்கள் சிலருக்கு அவர்களின் வயதைக் கேட்டால் என்ன பதில் சொல்வதென்று தெரியாது. ஏனென்றால், அவர்கள் குழந்தைபெற இயலாதவர்கள். அந்த மாதிரியான பெண்கள்மீது, காலத்தின் தடங்கள் இருக்காது. உறவினர்களின் பாதுகாப்பும் இருக்காது.

ரசுலா கருவுற்றிருக்க வேண்டும் என்று அட்டிலெ'ய் எதிர்பார்த்தான்; அப்போதுதான் அவளைக் கவனித்துக்கொள்ளக் குறைந்த பட்சம் ஒரு ஆளாவது இருக்க முடியும். அது தன்னுடைய மூத்த சகோதரன் நலெ'ய்டா வாகத்தான் இருக்கும் என்பது அவனுக்குத் தெரியும். ரசுலாவின் மீன் காயப்போடும் தட்டடுக்கில் மீன்கள் நிறைந்திருப்பதற்கு நலெ'ய்டாவே பொறுப்பு. *வயோ வயோ* தீவின் சட்டம் இது.

ஆனால், அவனால்தான் தெரிந்துகொள்ள முடியாதே. ஏனென்றால், தற்சமயம் அவன் இருப்பது வேறொரு தீவில். *வயோ வயோ*விலிருந்து எவ்வளவு தொலைவில் உள்ள தீவு என்பது யாருக்குத் தெரியும். இனி அவனால் மீண்டும் *கேசி கேசி*க்குச் சென்று, அங்கிருந்து வீடுதிரும்பும் வழியைக் காண்பது முடியவே முடியாமல் போகலாம்.

இப்படித் தோன்றியதும், தான் எடுத்துவைக்கும் ஒவ்வொரு அடியும் கானகத்தின் ஆழத்துக்குள் தன்னை இட்டுச் செல்கிறது, திரும்பிவர வழியறிய முடியாத அளவுக்கு என்று உணர்ந்தான் அட்டிலெ'ய்.

அட்டிலெ'ய்யின் முதுகில் சவாரி செய்துகொண்டிருந்த ஆலிஸ், விநோதமான ஆறுதலை உணர்ந்தாள்; கடைசியில் தாம்மே தன்னைச் சுமந்துசெல்லத் திரும்பி வந்துவிட்டதாக. அந்த இளைஞனை இறுக்கிக் கொண்டாள்.

அட்டிலெ'ய்யோடு தான் நடத்தும் வாழ்க்கைமுறை சீராக இருப்பதுபோலத் தென்பட்டாலும், உண்மையில் எப்போது வேண்டு மானாலும் மாறிவிடக் கூடும் என்பது ஆலிஸுக்குத் தெரியும். அவர்கள் இருவரும் காலகாலத்துக்கும் சேர்ந்திருக்க முடியாது: மிகவும் நொய்வானது அது, ஒரு சூறாவளியில் குலைந்துவிடக் கூடியது. தவிர, முடிவேயற்று அட்டிலெ'ய் அங்கே மறைந்திருக்க முடியாது. அவன் சார்பாகச் சில முடிவுகளை அவள் எடுத்தாகவேண்டும்; அவனைப் பிறருக்கு அறிமுகம் செய்து வைப்பதா – குறைந்த பட்சம் டாஹுவுக்கும் ஹஃபேக்குமாவது, என்று. ஒருவேளை, இவனுக்கு உமாவ்வுடன் நட்பு ஏற்படலாம் – சகோதரனும் சகோதரியும்போல. யார் கண்டது, ஒருநாள் அட்டிலெ'ய் *வயோ வயோ*க்காரனாக இல்லாமல் போய், "தைவானியனாகவே ஆகி" விடலாம், என்று நினைத்துக்கொண்டாள்.

ஆனால், ஆலிஸ் சமாளிக்க வேண்டிய சொந்தப் பிரச்சினைகளே இருந்தன. இவ்வளவு நாளும் வேட்டைக் குடிலில் அவள் அமைதியாக உணவு சேகரித்துவந்தாள், எழுதினாள், தன்னுடைய அன்றாட நடவடிக்கைகளில் ஈடுபட்டாள் என்கிற மாதிரித்தான் தெரியும்; ஆனால், எழுதுவதைத் தவிர வேறுவிதமாய் வாழ்வதற்குத் தன்னால் முடியாமல் இருப்பதைப் பற்றி, தனக்குத்தானே பேசிக்கொள்ளும் உலகத்தில் மட்டுமே தன்னால் வசிக்க முடிவது பற்றி, தன்மீதே அவளுக்கு வெறுப்பு இருந்தது.

ஒருவேளை, நானே அந்த மலைமுகட்டுக்குப் போகவேண்டுமோ என்று அவளுக்குத் தோன்றியிருந்தது.

அலையாடும் வனத்தரையில் அவளை அட்டிலெ'ய் தூக்கிப் போனபோது, அவளுக்குத் திடீரென்று நினைவு வந்தது: பலவருடங்களுக்கு முன்பு ஒருநாள் தாம்முடன் ஓடைக்குச் செல்லும் வழியில், அழகான கீழ்த்தாடை கொண்ட கலைமான் வண்டைப் பிடித்தார்கள். மிகுந்த ஆனந்தத்துடன், அதை வீட்டுக்குக் கொண்டுவந்தாள் – அதைப் பாடம் செய்வதற்காக. டோட்டோவின் பிறந்தநாள் பரிசாகக் கொடுத்து ஆச்சரியப்படுத்தவேண்டும் என்று. ஈத்தரைப் பயன்படுத்தி அதை மயங்கவைத்தாள். அதன் உடலின் புறக்கூட்டை மூன்றாம் எண் பூச்சியூசியால் குத்தி, பாடம் செய்யப்பட்ட பூச்சி மாதிரிகள் உள்ள சிறிய பெட்டியில் வைத்தாள். அங்கே ஏற்கனவே இருவர் இருந்தார்கள்: ராட்சச ஃபார்மோஸாக் கலைமான் வண்டு மற்றும் மலையாழக் கலைமான் வண்டு. இந்தப் புத்தம்புதிய உறுப்பினரின் கீழ்த்தாடை மிகவும் பகட்டாக இருந்தது. மானின் குறுவடிவம் போல, பேரழகாக இருந்தது.

உறக்கமின்றிக் கழிந்த ஓர் இரவுக்குப் பிறகு, இழுப்பறையிலிருந்து தாளும் பேனாவும் எடுத்துவருவதற்காகப் போனவள், கடுமையான திகில் அடைந்தாள். இழுப்பறையை உதறி, அதனுள்ளிருந்தவற்றைச் சிதறவிட்டாள்.

விஷயம் என்னவென்றால், இன்னும் ஊசியில் குத்துப்பட்டே இருந்தவரான, அந்தத் தொகுப்பின் புத்தம் புதிய வரவு தனது மூன்று ஜோடிக் கால்களாலும் மெல்லத் துடுப்பசைத்துக்கொண்டிருந்தது – நீச்சல் குளத்தில் இருக்கிற மாதிரி. ஈத்தருடைய அளவு குறைவாக இருந்ததோ என்னவோ. உயிர்ததும்பும் அந்தப் பூச்சி தற்காலிகமாக நினைவிழந்திருக்கலாம். இப்போது புத்துயிர் பெற்றுவிட்டது. அதன் அண்டை அயலார்கள் இன்னமும் அமைதியாகக் கழுவேறித்தான் இருந்தார்கள். இந்தக் குட்டி மான் மட்டும் பாழில் போய்வந்துகொண்டிருந்தது – எங்குமே போக முடியாமல்.

பூச்சிகள் வலியை உணருமா? அவர்களுடைய உறவினர்களோ, குடும்ப உறுப்பினர்களோ போய்விட்டால், அதை நினைவில் கொள்ள முடியாமல் போகலாம்; ஆனால், நம்முடைய கற்பிதத்தின் பிரகாரம், மூன்றாம் எண் பூச்சியூசியால் துளைக்கும்போதுகூட உணராமல் இருக்கு மளவு உணர்வற்ற பிராணிகளா அவை?

காட்டினுள்ளே ஆலிஸை அட்டிலெ'ய் தூக்கிச் சென்றபோது, இருவரிடமும் தனித்தனி மணம் எழும்பியது – அவரவர் ஞாபகங்களின் விளைவாக. கூர்மையான மோப்பசக்தி கொண்ட காட்டு விலங்குகள் இதைக் கவனித்தன. ஈரநைப்புகொண்ட, நீண்ட நாட்களாகப் படிந்திருக்கும் இலைகள் அமைதியாய் இருந்தன. புதிதாக வீழ்ந்த இலைகள் எலும்பு நொறுங்குகிற மாதிரி சப்தித்தன. ஒவ்வொரு அடி வைக்கும்போதும் வனத்தரையின் எலும்புகளை நொறுக்கினான் அட்டிலெ'ய். இப்போது மழை பெய்துகொண்டிருந்தது; மழைத்துளிகள் சாந்தமாக வீழ்ந்துகொண்டிருந்தன. அண்ணாந்து பார்த்த அட்டிலெ'ய், ஒவ்வொரு மழைத்தாரையின் மறுமுனையையும் தன்னால் பார்த்துவிட முடியுமென்று நினைத்தான்.

ஒருவழியாக, காட்டைக் கடந்து அந்த பிரம்மாண்டமான முகட்டின் அடிவாரத்துக்கு வந்து சேர்ந்தார்கள், இரவு கவிவதற்கு முன்பாக. அது ஒரு சுவர்போல இருந்தது, ராட்சதப் பிராணிபோல. உலகின் காற்றுகள் அனைத்தும் அதன் முன்னால் நின்றுதான் ஆக வேண்டும். கானகத்தால் வியந்து பார்க்க மட்டுமே முடியும்.

அட்டிலெ'ய் ஆலிஸை இறக்கிவிட்டான். வியர்வை மண்டிய, பளபளக்கும் தன் முகத்தைத் துடைத்தான். தன்னுடைய மேல்க்கோட்டில் திணித்துவைத்திருந்த மழைக்கோட்டை எடுத்து, மழைத்தொப்பியை அணிந்துகொண்டாள் – சிறிய, மஞ்சள் நிற உலகத்துக்குள் தன்னை ஒடுக்கிக் கொள்வதுபோல. தான் எதிர்பார்த்ததைவிட நிதானமாய் இருந்தாள். ஆக, அது இங்கேதான் இருக்கிறது என்று நினைத்துக்கொண்டாள். இங்கேதான் இருந்தது.

ஏற்கனவே இருட்டிவிட்டதால், ஆலிஸும் அட்டிலெ'ய்யும் இன்னொரு இரவு மலையில் தங்கியாக வேண்டும். கூடாரத்தைக் கரடி நாசம் செய்துவிட்டதா, மழையிலிருந்து காத்துக்கொள்வதற்காக ஓர் இடத்தைத் தேடவேண்டியிருந்தது. கடைசியில், முகட்டுக்குக் கீழே உள்ள ஒரு குழிவைக் கண்டனர். அது ஆழமாக இல்லை, ஆனால், நீங்கள் கீழே குனிந்து சென்றால், உங்களோடு இன்னும் சிலரையும் உள்ளே

நுழைத்துவிட முடியும். விதானத்தின் ஒருபுறம் இன்னொருபுறத்தைவிட உயர்ந்து இருந்தது. தாழ்வான முனையில் அந்தக் குழிவு இன்னொரு குகையுடன் இணைக்கப்பட்டிருந்தது தெரிந்தது. ஆனால், இருட்டாக இருந்ததால் ஆலிஸால் நன்றாகப் பார்க்க முடியவில்லை. மலையேற்றக் கழகத்தில் உள்ளவர்கள் சொன்னது அவளுக்கு நினைவு வந்தது; அந்த முகடு முன்னர் இருந்ததே கிடையாது. புவி அதிர்ச்சியின் காரணமாய் நேர்ந்த தவறான இடப்பெயர்வால்தான் அது வெளிப்பட்டது.

மலை பிளந்ததால், அந்த முகடு வெளிப்பட்டது. வரைபடத்திலிருந்த சேருமிடம் இதுதான். தாம்மின் உடலை டாஹு இங்கேதான் கண்டுபிடித்தானா?

அட்டிலெ'ய்யைப் பின்னாலிருந்து உறுத்துப் பார்த்தாள் ஆலிஸ். தேநீர் தயாரிப்பதற்காக நெருப்பு மூட்டிக்கொண்டிருந்தான் அவன். அல்லாடும் ஒளியில், அவளுக்கருகில் இருந்த கற்சுவரில் படிந்திருந்த அவனது நிழல், தாம் போலவே பெரியதாக இருந்தது. சிலசமயம் டோட்டோவைப் போலச் சிறியதாக இருந்தது. முகட்டின் அடிவாரத்தில் பதிந்த குழிவின் கற்சுவரில் படிந்த அட்டிலெ'ய்யின் நிழலை வருடினாள் ஆலிஸ். “ஆக, நீ இங்கேதான் இருந்திருக்கிறாய், இவ்வளவு நாளும்.” என்று முணுமுணுத்தபடி. இப்போது, தன் புலன்கள் அனைத்துமே முழுக்கத் தன்வசம் இருக்க, கடைசியாக ஆலிஸ் உணர்ந்தாள்: எல்லாமே நிழல்தான். ஆனால், ஒரு நிழலேகூடப் போதும். ஒரு நிழலின் நிழல்கூடப் போதும்.

தீ மூட்டி முடித்திருந்த அட்டிலெ'ய் அமைதியாக உட்கார்ந்து, வெளியில் பெய்யும் மழையைக் கவனித்துக்கொண்டிருந்தான். திடீரென்று, வியப்பூட்டும் விதமாக வலுத்தது மழை. மழைநீர் உள்ளே ஓடிவரத் தொடங்கியது. குழிவின் உட்புற முனைகளைநோக்கி வந்தது. அங்கிருந்து ஒழுகி வெளியேறியது. அதாவது, இந்தக் குகையின் வழியாக நேரே மலையின் இதயத்தை நோக்கி ஒரு ஆறு ஓடுவதுபோல இருந்தது. சேருமிடம் தெரியாது.

“கடலில் இன்றைய வானிலை எப்படி இருக்கிறது?” என்று நிதானமாகக் கேட்டான் அட்டிலெ'ய்.

ஆலிஸ் அட்டிலெ'ய்யைப் பார்த்தாள். பதில் சொல்வதற்கு முன்னால், மிகுந்த ஆச்சரியத்தோடு இரண்டாம் முறையும் பார்த்தாள். தூறலைப்போன்ற நயமான குரலில் சொன்னாள்: “மிக இதமாக இருக்கிறது.”

29

கூட்டுவிழிகள் கொண்ட மனிதன் III

அந்த மனிதன் எழுந்து அமர்கிறான். ஆனால், வலி அவனைப் படுக்கச்சொல்லி நிர்ப்பந்திக்கிறது. மிகப் பெரிய கொட்டாவி விடுகிறான்; துயரத்தினாலா, தனக்கே புரியாத வேறு ஏதோ உணர்ச்சியினாலா என்று அவனுக்குத் தெரியவில்லை. அது ஏதோ, மனிதர்களின் உலகம் மிகவும் சலிப்பானதாக ஆகிவிட்ட மாதிரியும், தான் நிரந்தரமாக உறங்குவதே அவனது விருப்பம் என்கிற மாதிரியும் இருக்கிறது.

கொட்டாவிக்குப் பிறகு, வலி ஓரளவு குறைந்திருக்கிறது என்பதை அறிந்து, இன்பஅதிர்ச்சி அடைகிறான். கொட்டாவி விடுவதற்கான உந்துதலை அடக்கிக்கொள்வதை நிறுத்துகிறான். கொட்டாவிகள் வேகமாகவும், சீறியும் வெளிப்படுகின்றன; அவை வரிசைகட்டி நிற்பது மாதிரியும், அவன் வெளிவிடுவதற்காகக் காத்திருக்கிற மாதிரியும். ஒரு நிமிடத்துக்கும் குறைவான நேரத்தில், பதிமூன்று தடவை என்ற பெரும் எண்ணிக்கையில் கொட்டாவி விடுகிறான்.

"நீ கற்பனை செய்திருந்த அளவுக்கு வேதனையாய் இல்லை, இல்லையா?"

தன் உடம்பிலுள்ள எலும்புகளில் பெரும்பாலானவை முறிந்திருக்கின்றன என்பதும், மீண்டும் பொருத்தவே இயலாத வகையிலான கூட்டு முறிவுகள் அவை என்பதும் அவனுக்குத் தெரியும். தீவிரமான எலும்புமுறிவுகள் பலவற்றைத் தாங்கியவன் தான் அவன்; அது எப்படி இருக்கும் என்பதை அறிவான், அந்த நினைவு அவனுடைய ஞாபகத்தில் செதுக்கிவைத்தது போல இருப்பது. ஆனால், இந்தமுறை அவன் நிஜமாகவே வலியெதையும் உணரவில்லை.

"விநோதம்தான், வலிக்கவேயில்லை." இந்த மாதிரி வலியில்லாதிருப்பதன் பொருள் என்ன என்று அந்த மனிதன் சுதாரிக்கிறான். "அப்படியானால், நான் இறந்து விட்டேனா?"

"எத்தனை கொட்டாவிகள்?"

வு மிங்-யி

“பதினைந்து.” அந்த மனிதன் தவறாக எண்ணியிருக்கிறான். உண்மையில், பதிமூன்றுதான்.

“அப்படியானால், நடைமுறையான விளக்கத்தின்படி, நீ இறந்து விட்டாய்.”

அந்த மனிதனுக்கு, “நடைமுறையான விளக்கத்தின்படி” என்பதற்கு என்ன பொருள் என்பது புரியவில்லை. அவன் தன்னைத் துருத்தி எழுந்து, நிற்கிறான். முகட்டை விட்டு விலகி நடக்கிறான். பதற்றமாக அண்ணாந்து பார்த்தபடி, “ஆனால், என் மகன் இன்னமும் அங்கேதான் இருக்கிறான்.”

கூட்டுவிழிகள் கொண்ட மனிதன் தலையை அசைக்கிறான் – மற்றவனால் புரிந்துகொள்ள முடியாததைப் பற்றிக் குழம்புகிறவன் மாதிரி. அப்புறம் சொல்கிறான்: “அவன் அங்கே இல்லை. உனக்கு வேண்டுமானால், அவன் அங்கே இருக்கிறான் என்று சொல்லிக்கொள். ஆனால், வாஸ்தவத்தில் அவன் அங்கே இல்லை. உனக்கே அது நன்றாகத் தெரியும்.”

எனக்குத் தெரியும், எனக்குத் தெரியாது, எனக்குத் தெரியும், எனக்குத் தெரியாது, எனக்குத் தெரியும், எனக்குத் தெரியாது, எனக்குத் தெரியும், எனக்குத் தெரியாது . . . சந்நதம் வந்தவன் மாதிரி, கூட்டுவிழிகள் கொண்ட மனிதனைப் புறக்கணித்துவிட்டு, தானாகவே முகட்டில் ஏற முயல்கிறான். ஆனால் தன்னால் முடியவில்லை என்பது புரிகிறது. உடலியல் ரீதியாகத் தன் உயிர் மீந்திருக்கிற மாதிரித்தான் தெரிகிறது, ஆனால், உடலைத் தான் விரும்பியபடி இயக்க அவனால் முடியவில்லை. இன்னும் சுருக்கமாகச் சொன்னால், அவனால் ஏற முடியவில்லை. ஒரு குறுகிய தளத்தில் மட்டுமே இயங்க முடிந்தவனாகத் தெரிகிறான். காற்றிழந்து தட்டையாகிவிட்ட மாதிரி. ஆக, மரணம் என்பது இப்படித்தான் இருக்கும்போல.

“உன்னால் மேலே போக முடியாது. இனிமேல் போக முடியாது.” கூட்டுவிழிகள் கொண்ட மனிதன் உறுதிசெய்கிறான். அவனுடைய பதில் வாஞ்சையற்று, சலனமற்று, தயக்கமற்று இருக்கிறது.

அவன் சொல்வது சரிதான் என்று இவனுக்குப் புரிகிறது. இவனால் மேலே போக முடியாது. எனவே, மிகவும் கனத்த, குளிர்ந்த பெருமூச்சு ஒன்றை விடுக்கிறான் – சுற்றிலும் உள்ள தாவரங்களை உறைபனிப் படலத்தால் மூடுகிறது அது. ஆனால், இன்னமும் தன் மகனைப் பற்றிக் கவலைப்படுகிறான். மிகமிகப் பதற்றமாய் இருப்பதால், மீண்டும் மீண்டும் முயல்வதற்கு எழ முனைகிறான்.

கூட்டுவிழிகள் கொண்ட மனிதன் இவனைத் தடுக்கவில்லை. இவன் தானாகவே சோர்ந்து, விரக்தி மேலிட்டுத் தரையில் உட்காரும்வரை காத்துக்கொண்டு மட்டுமே இருக்கிறான். விரக்தியோடு இவன் கூட்டுவிழிகள் கொண்ட மனிதனை நோக்குகிறான், தன் உடலில் மிச்சமிருக்கும் கடைசிச் சொட்டுத் திராணியையும், அவனிடம் உதவிகேட்டு இறைஞ்சுவதற்காகப் பயன்படுத்துகிறவன் மாதிரி. ஆனால் இவன் காண்பதெல்லாம் கூட்டுவிழிகள் கொண்ட மனிதனின் கண்களை

மட்டுமே. மாயத் தோற்றம் போன்ற வரிசை மாற்றங்களும் சேர்க்கைகளும் கொண்டு, கணத்துக்குக் கணம் மாறுவதாக அவை தென்படுகின்றன.

ஆனால், கடந்துசெல்லும் ஒவ்வொரு தருணத்திலும், கூட்டுவிழிகள் ஒவ்வொன்றிலும் உள்ள சின்னஞ்சிறு விழிக்கூறுகளில் தெரியும் காட்சி ஒவ்வொன்றும் முழுக்க முழுக்க வேறானவையாய் இருக்கின்றன. உற்றுக் கவனிப்பதால், ஒவ்வொரு விழிக்கூறிலும் சட்சட்டென நிகழும் காட்சிகள் அவனைக் கையாலாகாமல் கிறங்க வைக்கின்றன. கடலடி எரிமலையின் சீற்றமாய் இருக்கலாம்; ராஜாளியின் பார்வையில் தெரியும் நிலப்பரப்பாய் இருக்கலாம்; அல்லது வெறுமனே உதிரவிருக்கும் இலையாக மட்டுமேகூட இருக்கலாம். ஒவ்வொரு விழிக்கூறும் ஒவ்வொரு ஆவணப்படத்தை நிகழ்த்துகிற மாதிரி இருக்கிறது.

அந்த மனிதன் தரையைச் சுட்டிக்காட்டிச் சொல்கிறான்: "உட்கார், பேசிக்கொண்டிருக்கலாம், சரியா? உனக்கு அவசரம் ஒன்றுமில்லை யென்றால்..."

"அவசரத்துக்கு என்ன இருக்கிறது, நான் இறந்திருக்கும் பட்சத்தில்?" எதிர்ப்புக்காட்டாமல் இவன் உட்கார்கிறான்.

"ஆக, ஞாபகத்தைப் பற்றி உனக்கு எவ்வளவு தெரியும்?"

சட்டென்று எழுந்த கேள்வியால் இவன் சற்றுத் திகைத்துப்போகிறான். "அதாவது, எனக்கு என்ன நினைவு வருகிறதோ அதுதான், அப்படித்தானே?"

"கிட்டத்தட்ட. உனக்கு ஒரு அவசர வகுப்பு எடுக்கிறேன். பொதுவாகச் சொல்வதென்றால், மனித ஞாபகத்தை இரண்டாகப் பகுக்க முடியும். அறிவிக்கக் கூடிய ஞாபகம், அறிவிக்க இயலாத ஞாபகம் என்று. அறிவிக்கக் கூடிய ஞாபகத்தை வெளியே சொல்ல முடியும். உதாரணமாக, பேச்சில் அல்லது எழுத்தில் அதை வெளிச் சொல்லலாம். அறிவிக்கவியலாத ஞாபகம் என்பது, தோராயமாக நீ ஆழ்மனம் என்று அழைப்பது. ஒரு மனிதனுக்கு, தனக்கு இந்த ஞாபகங்கள் இருக்கின்றன என்றுகூடத் தெரிந்திருக்காது. இவற்றை வெளிப்படுத்த முடியாது என்று அர்த்தமில்லை, வழக்கமாய் இவை வெளிப்படுத்தப்படுவதில்லை. அவ்வளவுதான். ஏனென்றால், அதை உனக்குத் தெரிந்துகூட இருக்காது. புரிகிறதா?"

அந்த மனிதன் தலையாட்டுகிறான். ஆனால், இந்த சமாசாரங்களை யெல்லாம் கேட்டுக்கொண்டு, தான் ஏன் இங்கே அமர்ந்திருக்க வேண்டும் என்று அவனுக்குத் தெரியவில்லை.

"சரி, ஞாபகத்தின் இந்த இரண்டு வகைகளையும் மூன்று அடிப்படை வகைகளாக மேலும் பகுக்கலாம்: சம்பவம் சார்ந்தவை, மொழி சார்ந்தவை, செயல்முறை சார்ந்தவை. உன்னுடைய மகனால் மூன்றுவயதுவரை பேச முடியவில்லை என்பது நினைவிருக்கிறதா? அப்புறம் ஒருநாள், பூச்சி மாதிரிச்சான்று ஒன்றைப் பார்த்துக்கொண்டிருந்தபோது, ஒரு முழு வாக்கியத்தை உளறினான், இல்லை?"

அந்த மனிதன் மறுபடியும் தலையாட்டுகிறான். ஆனால், குழம்பிப்போய் இருக்கிறான். இந்தமாதிரி அந்தரங்கமான சின்னச்சின்ன விவரங்கள்

இவனுக்கு எப்படித் தெரிந்திருக்கும்? இந்த இடத்தில், தனக்கு இது எப்போது நடந்தது என்பது பற்றித் துல்லியமாகத் தெரியவில்லை என்பதை உணர்கிறான். இந்தச் சம்பவம் மிகச் சரியாக என்றைக்கு நடந்தது? டோட்டோவின் மூன்றாவது வயதிலா, நாலாவதிலா? அவனுக்கு ஐந்து வயதுக்குமேல் ஆகியிருக்காது.

"இது ஒரு சம்பவம். உன் வாழ்க்கையில் ஒரு கிளைக்கதை. அதை உன்னால் அறிவிக்க முடியும். எனவே இது அறிவிக்கக்கூடிய, சம்பவம்சார் ஞாபகம். இன்னொரு உதாரணம் இருக்கிறது: உன்னுடைய மனைவி மற்றும் மகனின் பிறந்த நாட்கள் உனக்கு நினைவிருக்கின்றன, இல்லையா?'

"ஆமாம். நினைவிருக்கத்தான் செய்கிறது."

"நல்லது இது மொழிசார் ஞாபகம் அல்லது தகவல்சார் ஞாபகம். இதுபோன்ற ஒன்றை நீ மறந்தே போனாலும், அதை மீட்டெடுக்க முடியும். சரியா? அது அவர்களுடைய அடையாள அட்டைகளில் இருக்கிறது. அப்படியே நீ தவறாக நினைவில் வைத்திருந்தாலும், ஒரு "தவறான ஞாபகம்" இருக்கத்தான் செய்கிறது, இல்லையா? அடிப்படையில், தவறு ஏதும் இல்லையென்றால், அவர்களுடைய பிறந்த நாட்கள் எல்லா இடத்திலும் ஒரே மாதிரிப் பதிவாகியிருக்கின்றன. ஏனென்றால் அவை தகவல்கள். தகவல்களை உறுதிப்படுத்திக்கொள்ள ஜனங்களிடத்தில் வழிகள் உண்டு. மனிதர்கள் தங்களுக்காகக் கட்டியமைத்திருக்கும் உலகத்தில், இதுமாதிரியான தகவல் ஒன்றை சாதாரணமாகவே நீ பார்த்துக்கொள்ள முடியும். இன்னும் கேட்டுக்கொண்டுதான் இருக்கிறாயா?" அந்த மனிதன் ஆமோதிப்பாய்த் தலையாட்டுகிறான்.

"ஆனால், கிளைக்கதை ஞாபகம் வேறு மாதிரியானது. எந்தவொரு சம்பவத்தைப் பற்றியும் நீ நினைவுகூரும் விவரங்கள், உன் மனைவி நினைவுகூரும் விவரங்களிலிருந்து வேறுபட்டிருக்கும், சரியா? உதாரணமாக, நீயும் உன் மனைவியும் முதன்முதலாகச் சந்தித்தபோது, காட்டில் நீ அவளிடம் சொன்னது என்ன? நீங்கள் ஒவ்வொருவருமே வெவ்வேறு தகவல்களைத்தான் நினைவு வைத்திருப்பீர்கள், அது நிச்சயம். அதைப்பற்றிப் பல சந்தர்ப்பங்களில் உங்கள் இருவருக்குள்ளும் தகராறு வந்திருக்கிறது, அல்லவா? ஒரே கிளைக்கதையின் வெவ்வேறு பகுதிகளை நினைவு கூர்வீர்கள் இருவரும்."

அந்த மனிதன் தலையைக் குனிந்து, அதைப்பற்றி யோசிக்கிறான். "எனக்குப் புரிகிறது. செயல்முறை ஞாபகம் என்றால்?"

"இந்தப் பாறைச் சுவரில் இதற்குமுன்பும் பலதடவை ஏறியிருக்கிறாய்தானே? அண்ணாந்து பார்த்துச் சொல்லு என்று நான் கேட்டால், கிட்டத்தட்ட நீ ஏறிய தடத்தை உன்னால் சொல்ல முடியுமா?"

என்னால் முடியும் என்றுதான் நினைக்கிறேன், என்று எண்ணுகிறான் அந்த மனிதன். ஆனால், அவ்வளவு உறுதியாகச் சொல்ல முடியவில்லை. தான் ஏறிச் சென்றதை மறுபடியும் மனத்தில் ஓட்டிப் பார்க்கிறான். அனுபவப்பட்ட ஓர் மலையேறி இரண்டாம் தடவை ஒரு குறிப்பிட்ட

பாதையில் ஏறும்போது, முந்தைய தடவையின் சில தகவல்கள் அவனுக்கு நினைவுவரத்தான் செய்யும்.

அந்த மனிதனின் சிந்தனைத்தடத்தைத் தொடர்கிற மாதிரி, கூட்டுவிழிகள் கொண்ட மனிதன் சொல்கிறான்: "சரி, உன் விரல்கள் கல்லைத் தொட்ட மாத்திரத்தில், சில தகவல்கள் உனக்கு நினைவுவரும். எவ்வளவு முயன்றாலும் உன்னால் சாதாரணமாக நினைவுகூர முடியாத தகவல்கள். சில சமயம், ஏறும்போதே, ஒரு குறிப்பிட்ட பாறையில் ஒரு பிளவு இருப்பது உன் மனத்தில் வந்துபோகும். நான் சொல்வது சரியா?'

கூட்டுவிழிகள் கொண்ட மனிதனை இவன் ஆச்சரியத்துடன் பார்க்கிறான்.

"மனித மனங்கள் தாமறியாமலே எந்நேரமும் ஞாபகத்தின் இழைகளை விட்டு விட்டு நெய்துகொண்டே இருக்கின்றன. சில சமயம், உனக்கு நினைவிருக்கக் கூடியவற்றை உனக்கே தெரியாது. இந்தப் பாறைச்சுவரில் நூறு தடவை ஏறியிருந்தாலும், ஒவ்வொரு பாறையையும், அதில் இருக்கும் பாதப் பிடிப்பையும் நினைவில் வைத்திருக்க மெனக்கெட மாட்டாய். ஆனால், உன்னுடைய உடம்பு சகஜமாக நினைவில் வைத்திருக்கும். ஒரு குறிப்பிட்ட பாறையை யாராவது நகர்த்தியிருந்தால், அடுத்த முறை ஏறும்போது, உன் விரல்களும், கால்விரல்களும் உனக்குச் சொல்லும்."

அந்த மனிதன் கூட்டுவிழிகள் கொண்ட மனிதனை கண்ணுக்குக் கண் பார்க்கிறான். நுட்பமான விழிக்கூறுகளில் ஒன்றில் பரிச்சயமான காட்சியொன்று தெரிவதாகத் தோன்றுகிறது. ஒட்டுமொத்தமாக அவனுடைய தலை சராசரி மனிதத்தலையைவிடப் பெரியது இல்லை, அவனது கண்களும் சராசரி மனிதக் கண்களைவிடப் பெரியவை இல்லை என்றாலும், அவனுடைய கூட்டுவிழிகளுக்குள் குறைந்த பட்சம் பத்தாயிரக்கணக்கான விழிக்கூறுகள் இருந்தன. வெறும் கண்ணுக்குத்தெரியாத அளவு சின்னஞ் சிறியவை. அப்படியானால், தான் பார்ப்பதுபற்றி எப்படி உறுதியாக நம்ப முடியும் என்று அந்த மனிதன் வியக்கிறான்.

"ஞாபகம் என்று வரும்போது, மனிதர்கள் வேறெந்த விலங்கிலிருந்தும் மாறுபட்டவர்கள் இல்லை. நான் விளையாட்டாய்ச் சொல்லவில்லை. ஒருவேளை நீ இதை நம்பாமல் இருக்கலாம், ஒரு கடல் முயலுக்குக்கூட ஞாபகம் உண்டு. ஞாபகங்களைப் பற்றி ஆராய்வதில் பிரசித்தி பெற்ற விஞ்ஞானியான எரிக் ரிச்சர்ட் கேண்டல், கடல் முயல்களிருந்து தமது ஆராய்ச்சியைத் தொடங்கினார். நல்லவேளையாக, யூதர்கள் மீது நாஜிகள் நடத்திய, முதன்முதல் திட்டமிட்ட தாக்குதலான கிரிஸ்டால்நாக்ட்டுக்குத் தப்பிப் பிழைத்தார். இல்லாவிட்டால், ஞாபகங்களைப் பற்றி ஆராய அவருக்கு வாய்ப்பின்றிப் போயிருக்கும். ஒரு குறிப்பிட்ட அர்த்தத்தில், ஞாபகத்தில் ஒன்றைச் செதுக்கி வைத்திருப்பது என்றால் என்ன என்பதைப் பற்றி தீர்க்கமாக அவர் அறிந்திருந்ததாலேயே, அதைப் புரிந்துகொள்வதற்கான உத்வேகம் அவரிடமிருந்தது."

கூட்டுவிழிகள் கொண்ட மனிதன் சொன்னான்: "கடல் முயல் போன்ற பிராணிகளுக்கு சம்பவம்சார் ஞாபகமோ, மொழியியல் சார்

ஞாபகமோ இல்லாமல் இருக்கலாம். ஆனால், வளர்ச்சியுற்ற மூளை கொண்ட விலங்குகளுக்கு சம்பவம்சார், மொழியியல்சார், செயல்முறைசார் ஞாபகங்கள் உண்டு – மனிதர்களுக்கு இருப்பது போலவே. வலசை போகும் பறவைகள் கடலோரக் கரையை ஞாபகம் வைத்திருக்கின்றன. தங்களைச் சங்கிலி ஈட்டியால் தாக்கிய படகுகளைத் திமிங்கிலங்களுக்கு ஞாபகமிருக்கும். அழித்தொழிப்பைச் சமாளித்துத் தப்பிப் பிழைத்த கடல்நாய்க் குட்டிகளுக்கு, கோட் அணிந்து, குண்டாந்தடி சுமந்து தங்களைத் துரத்திய கொலைகாரப் பிராணிகளை ஞாபகமிருக்கும். நான் உன்னைக் கேலி செய்யவில்லை, அவை ஒருபோதும் மறப்பதேயில்லை. ஆனால், மனிதப் பிறவிகள்தாம் ஞாபகங்களைப் பதிவுசெய்வதற்கான உபாயத்தைக் கண்டுபிடித்திருக்கின்றன.”

கூட்டுவிழிகள் கொண்ட மனிதன் குனிந்து தன் கால்சராய்ப் பையில் செருகி வைத்திருக்கும் பென்சிலை எடுக்கிறான். அது இரண்டாக உடைந்திருக்கிறது, ஆனாலும் அதனால் எழுதமுடியும் என்பதில் ஐயமில்லை.

“எழுதுதல்.”

அவன் இதைச் சொல்லும்போது தொலைதூர இடியின் மங்கிய ஒலிகள் இரண்டு தடவை கேட்கின்றன. கருமேங்கள் வானில் சூழ்கின்றன. வானிலையில் ஒரு மாற்றம்.

“சற்று முன் இடி இடித்தது. இது ஒரு தகவல். நாம் பேசிக்கொண் டிருக்கிறோம் என்பதும் தகவல்தான். ஆனால், நடந்ததை எழுத்தில் பதிவு செய்ய யாரும் இல்லையென்றால், இந்த நிகழ்வுக்கான சான்று, உன்னுடைய மற்றும் என்னுடைய, அதாவது, இரண்டே இரண்டு மனிதர்களின் சம்பவம்சார், மொழியியல்சார், செயல்முறைசார் ஞாபகங்களில் மட்டுமே கிடைக்கும். ஆனால், இந்த ஞாபகங்களை எழுத்தில் பதித்தால், சம்பவம்சார் ஞாபகம் ஒன்றைப் பற்றிய ஏகப்பட்ட சமாசாரங்களை மனம் கூட்டிச் சொல்கிறது என்பதைக் கண்டறிய முடியும். இந்த வகையில் எழுத்தில் மீட்டுருவாக்கப்படும் உலகமானது, “இயற்கையின் புலம்” என்று நீ அழைக்கும் பிராந்தியத்துக்கு வெகு நெருக்கமாக இருக்கும். அது ஒரு உயிர்ப்பிராணியேதான்.”

அருகில் தரையில் கிடக்கும் பட்டுப்போன விறகுத்துண்டு ஒன்றை எடுக்கிறான் கூட்டுவிழிகள் கொண்ட மனிதன். அப்புறம், மாயவித்தை செய்கிறவன் மாதிரி, அதனுள்ளிருந்து ஏதோவொரு வண்டின் கூட்டுப்புழு போன்ற வெளிறிய சொரசொரப்பான வஸ்துவை வெளியே எடுக்கிறான்.

“ஆனால், மனிதர்கள் பார்க்கும் உலகம் ஒருசார்பானது, மிகவும் குறுகியது. சில சமயம் பிரக்ஞைபூர்வமாக, மிகமிகப் பிரக்ஞைபூர்வமாக, நீ ஞாபகம் வைத்திருக்க விரும்புவதை மட்டுமே ஞாபகம் வைத்திருக்கிறாய். நம்பத்தகுந்தவையாகத் தென்படும் கிளைக்கதைசார் ஞாபகங்களில் பலவும், ஓரளவு கற்பிதமானவைதாம். சிலசமயம், உலகில் எங்குமே நடந்திராத விஷயங்கள், மனத்தில் விரிவாக ‘எடுத்துச் சொல்லப்’படும். அதுவும்

கற்பனையின் விளைவேதான். சிலருக்கு நோயுற்ற மூளைகள் இருக்கும்; அவர்களில் சிலர் ஒன்றை இன்னொன்றாகத் தவறாகக் கருதுவார்கள் – “தன் மனைவியைத் தொப்பி என்று தவறாகப் புரிந்துகொண்டவனை[1]ப் போல.”

கூட்டுவிழிகள் கொண்ட மனிதன் தொலைவில் உறுத்துப் பார்க்கிறான். கூட்டுவிழிகள் மனிதக் கண்கள் போலப் பார்வையைக் குவிப்பதில்லை என்றாலும், அவன் எங்கே பார்க்கிறான் என்பதைக் கூற முடிவது விசித்திரம்தானே. “அதேமாதிரி, நான் இப்போது சொல்லிக் கொண்டிருந்ததுபோல, ஞாபகம் வைத்திருக்கும் திறன் மனிதர்களுக்கு மட்டுமே உரியது அல்ல. ஹோமோசேப்பியன்களால் மட்டுமே எதையும் உண்டாக்க முடியும் என்பதும் இல்லை. ஆனால், நீங்கள் மட்டுமே மனத்தில் இருப்பவற்றை எழுத்தாக மாற்ற முடிந்தவர்கள். அது உறுதி. இந்த முட்டைப் புழுவுக்கு, தான் ஒரு கூட்டுக்குள் கூட்டுப் புழுவாக இருந்ததை நினைவுகூரவே முடியாது.”

ஒரு கட்டத்தில், அவன் கையிலிருக்கும் முட்டைப்புழு கூட்டுப்புழுவாக மாறுவதை, பழுப்புநிறக் கூடு ஒன்று அதைச் சுற்றி மூடுவதைக் கண்டறிகிறான் அந்த மனிதன்.

“ஆகவே, நீ சொல்லவருவது என்னவென்றால் . . .” அந்த மனிதனால் தனது வாக்கியத்தை முடிக்க முடியவில்லை. மயக்கத்தில் ஆழ்கிறான். சற்றுமுன் இறந்தவர்கள் அனைவருக்குமே ஏற்படும் நிலையாய் இருக்கலாம் அது.

“உன் மனைவியின் எழுத்துதான் உன் மகனை உயிருடன் இருக்க வைத்தது” என்கிறான் கூட்டுவிழிகள் கொண்ட மனிதன் – அந்த மனிதனைக் கண்ணுக்குக் கண் பார்த்தபடி. “அந்தக் கோடைகாலத்தை நினைவிருக்கிறதா? அந்தப் பாம்பை? அந்தப் பிற்பகலை? நீ பெற்று வளர்த்த உயிரை நீ இழந்துவிட்டாய். உன் மனைவிதான் நாட்குறிப்பு எழுதிவந்தவள். உன் மகன் செய்திருக்கக் கூடிய அனைத்தையும் செய்தவள். ஒரு குறிப்பிட்ட வயதை எட்டும்போது அவனுக்குத் தேவைப்பட்டிருக்கக் கூடியவற்றை வாங்கினாள். அவனுக்கு ஆர்வமளிக்கக் கூடும் என அவள் கற்பனை செய்த கள வழிகாட்டிக் கையேடுகளை வாசித்தாள். காட்டுக்குள் சென்று மாதிரிச்சான்றுகளைச் சேகரித்தாள், பின்னர் அவற்றை உன் மகனிடம் வழங்கினாள். தன்னைப் பாதுகாத்துக்கொள்ள; அல்லது தனது ’மூளை’யைப் பாதுகாத்துக்கொள்ள. அவளைச் சுற்றிலும் இருந்தவர்கள் அவளுடைய ஞாபகங்களை அனுசரித்து வந்தார்கள் – அல்லது அவள் ஒப்புக்கொள்ளச் சித்தமாக இருந்த ஞாபகங்களை. இந்தக் காரணத்தினால், வாழ்வு, மரணம் என்ற எதிரெதிர்த்துருவங்களில் இருந்த உன் மனைவியும், உன் மகனும் ஒருவிதமாக ஒரே சமயத்தில் இணைந்து வாழ முடிந்தது.”

அந்த மனிதன் தன் கண்முன்னால் எதுவோ படுவேகமாக ஓடி மறைவதை உணர்கிறான். அவனுடைய வாழ்வின் விளக்கை யாரோ அணைக்கிறார்கள். எரிந்து கொண்டிருக்கும் தீயை யாரோ அவித்து விட்டார்கள்.

---

1. பிரசித்திபெற்ற உளவியலாளர் ஆலிவர் சாக்ஸின் புத்தகத் தலைப்பு. (மொ–பெ.)

"உண்மையில், அப்போதிலிருந்து உன் மகன் அவளுடைய எழுத்திலும், அன்றாட நடவடிக்கைகளிலும் மட்டுமே உயிரோடிருந்தான். நீ அதற்கு ஒரு துணைக்கருவியாய் இருந்தாய். அதிர்ச்சிகரமான ஓர் ஞாபகத்தைச் சுமப்பவர்களாக நீங்கள் இருவரும் இருந்தீர்கள் – அதை எழுதிய எழுத்தாளர்களாக."

அந்த மனிதன் பெருமூச்சு விடுகிறான். துல்லியமாக, அந்தக் கணத்தில், அவனுடைய உடலைவிட்டு எதுவோ அகல்கிறது. "ஆக, பிற்காலத்தில் என் மகன் உயிரோடிருந்தது அர்த்தமற்றதுதானா?"

"முழுக்க அப்படிச் சொல்லிவிட முடியாது. ஒரு குறிப்பிட்ட காலம் வரையாவது, ஒருவித மறைமுகப் புரிந்துகொள்ளலின் அடிப்படையில், உனக்கும் உன் மனைவிக்குமிடையே அவன் வாழ்ந்தானா இல்லையா? ஒரு பிணைப்புச்சங்கிலியைப்போல அவன் வாழ்ந்திருந்தான். நடைமுறையான பொருள் விளக்கத்தின்படி அவன் சாகவில்லை. அவன் உயிரோடு இல்லை, அவ்வளவுதான். இந்த மாதிரியான ஓர் அனுபவத்தை வேறு எந்த ஜீவராசியுமே பகிர்ந்துகொள்ள முடியாது. மனிதர்கள் மட்டுமே, எழுத்தின் மூலம், தனித்தனியாக ஒரே அனுபவத்தைக் கொள்ள முடியும்."

கூட்டுவிழிகள் கொண்ட மனிதன் அந்த மனிதனின் பளபளக்கும் விழிகளில் ஒளி குன்ற ஆரம்பிப்பதைக் காண்கிறான்: அவன் பதினான்கரைக் கொட்டாவிகளை எட்டிவிட்டான் என்பதன் அறிகுறி இது.

"ஆனால், இறுதியில், ஞாபகமும் கற்பனையும் தனித்தனியாக ஆவணப்படுத்தப்பட வேண்டியவை – எப்போதுமே அலைகள் கடற்கரையை நீங்கியாகவேண்டும் என்கிற மாதிரி. இல்லாவிட்டால், மனிதர்கள் உயிர்வாழ்ந்திருக்க முடியாது." என்றான் அவன். "ஞாபகத்தைப் பதிவு செய்யும் திறன் வாய்க்கப்பெற்ற ஒரே ஜீவராசியாய் மனிதகுலம் இருப்பதற்குக் கொடுத்தாக வேண்டிய விலை இது."

அந்த மனிதனின் கையிலுள்ள முட்டைப்புழுக்கள் பதைபதைப்பதைக் காண்கிறான். கூட்டுக்குள் சிறைப்பட்டிருப்பது மிகுந்த வேதனையளிப்பது போலவும், தங்கள் வலியை முடிவுக்குக் கொண்டுவர விரும்புவது போலவும்.

"நேர்மையாகச் சொல்வதென்றால், ஞாபகத்தின்மீது உனக்கு இருக்கும் இந்த அதிகாரத்தைப் பற்றி எனக்குப் பொறாமை இல்லை. உன்னை நான் வியந்து பாராட்டவும் இல்லை. ஏனென்றால், பொதுவாக மனிதர்கள் பிற ஜீவராசிகளுக்குள்ள ஞாபகங்கள் பற்றி முழுக்கவே அக்கறையற்று இருக்கிறார்கள். மனித உயிர்ப்பு என்பது பிற ஜீவராசிகளின் உயிர்நினைவுகளை, ஏன், உன்னுடைய சொந்த ஞாபகங்களை, வேண்டுமென்றே அழிப்பதையும் உள்ளடக்கியதுதான். பிற உயிர்கள் இல்லாமல், பிற உயிர்ப்பிராணிகளின் சூழலியல் ஞாபகங்கள் இல்லாமல், தாங்கள் வசிக்கக்கூடிய சூழலின் ஞாபகங்கள் இல்லாமல், ஒரு வாழ்வு தப்பிப் பிழைத்திருக்கவே முடியாது. தாம் பிழைத்திருக்க, பிற உயிர்ப்பொருட்களின் ஞாபகங்களைச் சார்ந்தே இருக்க வேண்டும் என்று மனிதர்கள் உணர்வதேயில்லை. அபரிமிதமான வண்ணங்களோடு பூக்கள் மலர்வது உன் கண்களைக் குளிர்விப்பதற்காக மட்டுமே அல்ல.

ஒரு காட்டுப் பன்றி உயிரோடிருப்பது உன் மேஜைக்குச் சாப்பாடாக வருவதற்காக மட்டுமே அல்ல. தூண்டில் புழுவை ஒரு மீன் கவ்வுவது உன் பொருட்டு மட்டுமே அல்ல. நீ மட்டுமே துக்கம் கொண்டாட முடியும் என்பதும் இல்லை. மலைப்பள்ளத்தில் ஒரு பாறை வீழ்வதற்கு முக்கியத்துவம் ஏதும் கிடையாது என்றில்லை. ஒரு சாம்பர் மான் தலைகுனிந்து ஓடையில் நீர் அருந்துவது, ஞானம் புகட்டுவதல்ல என்பதும் இல்லை. வாஸ்தவத்தில், எந்த ஓர் உயிரினத்தின் நுட்பமான சிறு அசைவும் ஒரு சூழலியல் அமைப்பில் நிகழும் ஒரு மாற்றத்தைக் காட்டுவதுதான்." கூட்டுவிழிகள் கொண்ட மனிதன் ஆழ்ந்த பெருமூச்சு விடுத்துவிட்டு, சொல்கிறான்: "ஆனால், எந்தவிதத்திலாவது மாறுபட்டு இருந்திருந்தால், நீ மனிதனாக இருந்திருக்க மாட்டாய்."

"அப்படியானால், நீ யார்?" இந்தக் கேள்வியை வெளியே துப்புவதற்கு, தனது கடைசிமூச்சில் மிச்சமிருக்கும் நுண்ணிய பகுதியைப் பயன்படுத்துகிறான். பல லட்சம் குரல்களின் கூட்டுக்குரல் அதைக் கேட்கிற மாதிரி இருக்கிறது.

"நான் யார்? நிஜமாகவே நான் யார்?" அந்த மனிதனின் கையில் உள்ள கூட்டுப் புழு கடுமையாகத் துடிக்கிறது இப்போது – உருவாக்கத்தில் பெரும் அவஸ்தையை அனுபவிக்கும் அண்டத்தைப்போல. அவன் கண்கள் ஒளிவீசுகின்றன, அவற்றில் பல வண்ணம் கொண்ட படிகக்கல் துகள்கள் இருப்பதைப்போல. ஆனால், கவனமாக நோக்கினால், அவை நிஜமாகவே ஒளிவீசவில்லை, விழிக்கூறுகளில் சில கண்ணீரினால் ஈரமடைந்திருக்கின்றன என்பதை நீங்கள் காண முடியும். ஒரு ஊசிமுனையைப் பார்ப்பதைவிட, பார்க்கக் கடினமான அளவுக்கு அதீத நுண்மை கொண்ட கண்ணீர்த் துளிகள் அவை என்பதையும்தான்.

கூட்டுவிழிகள் கொண்ட மனிதன் தன் கண்களையே சுட்டிக்காட்டி, சொல்கிறான் – "நான் உயிர்த்திருப்பதன் ஒரே காரணம், என்னால் வேடிக்கை மட்டுமே பார்க்கமுடியும், தலையிட முடியாது என்பதுதான்."

XI

IX

30

கூட்டுவிழிகள் கொண்ட மனிதன் IV

அந்தப் பையன் முகட்டிலிருந்து இறங்க முடிவெடுக்கிறான்.

பாதுகாப்புக் கயிறைக் கட்டிக்கொண்டு மெல்லக் கீழே இறங்க ஆரம்பிக்கிறான். பளுவற்றவன் என்பதால், முதலில் தன் எடையை உணர்வதில்லை. ஆனால், சீக்கிரமே தன் பலம் குறைந்துவருவதை உணர்கிறான். தனது உடல் இந்த அளவு கனக்கும் என்று அவன் நினைத்தே பார்த்ததில்லை. அண்ணாந்து பார்க்கிறான், முடிவற்ற கற்சுவர் மட்டுமே காணக்கிடைக்கிறது. புருவத்தில் வழியும் வியர்வையைக் கையால் துடைக்க வேண்டியிருக்கிறது – அவனது அழகான பழுப்புநிறக் கண்களில் அது இறங்கி உறுத்தாமல் இருப்பதற்காக. ஒரு கோணத்திலிருந்து பார்க்கும்போது சற்று நீலநிறமாய்த் தெரியும் கண்கள் அவை.

பாதிவழி இறங்கியிருக்கும்போது, பையனின் பாதம் இடறுகிறது. ஒரு கணப் பதற்றத்தில், பிடியை விடுகிறான். அதிர்ஷ்டவசமாக சுவருக்குத் திரும்பிவிடுகிறான். ஆனால், இந்தக் கட்டத்தில் அவனுடைய திராணி வடிந்துவிட்டது. அவனால் மேற்கொண்டு மேலேயோ கீழேயோ போக இயலவில்லை. முதலில் அவனுடைய உடல் உஷ்ணமடைகிறது. வியர்வை தொடர்ந்து சொட்டிக்கொண்டே இருக்கிறது. ஆனால், விரைவிலேயே அசைவற்ற அவனது உடல் காற்றின் குளிர்ச்சியை உணர்கிறது. நடுங்குகிறான்.

அங்கேயே சிக்கியிருக்கும்போது, அவனுடைய கேட்கும் திறன் வழக்கத்தைவிடக் கூர்மையடைந்திருப்பதை உணர்கிறான். காற்று வீசுகிற, இலைகள் உதிர்கிற, பூச்சிகள் சிறகடிக்கிற ஒலியுடன் சேர்ந்து, முகட்டின் அடிவாரத்தில் தன் தகப்பன் இன்னொரு மனிதனுடன் பேசுவதும் தனக்குக் கேட்கிற மாதிரித் தோன்றுகிறது. அவர்கள் பேசுவதில் பெரும்பகுதி அவனுக்குப் புரியவில்லை. ஆனால் மற்றவன், “நடைமுறையான

பொருள்விளக்கத்தின்படி அவன் சாகவில்லை; அவன் உயிரோடு இல்லை, அவ்வளவுதான்." என்று கூறுவதைக் கேட்கும்போது, தன் உடல் லேசாவதைச் சட்டென்று உணர்கிறான். இல்லை, அவனுடைய அசலான "எடையுணர்வு" காணாமல் போகிறது என்று சொல்வதே சரி.

தலையை ஒருபுறமாகச் சாய்க்கிறான் – ஆழ்ந்து சிந்திக்கிற மாதிரி. பின்னர், மேலும் கீழே இறங்குவதற்கு பதிலாக, மேலே ஏறத் தீர்மானிக்கிறான். ஏதோ காரணத்தால், திரும்ப மேலே ஏறத் தொடங்கிய மாத்திரத்தில், தான் ஓர் இறகுபோல லேசாக ஆகிவிட்டதாய் உணர்கிறான் – தண்டுப்பகுதியில் உள்ளீடற்ற இறகுபோல.

முகட்டின் உச்சியை அடைகிறான். கூடாரத்தை நோக்கி நடக்கிறான். தனது முதுகுப்பையைத் திறக்கிறான். அதனுள், பூச்சி மாதிரிச்சான்றுகள் வைத்திருக்கும் சீசாக்கள் உள்ள பை இருக்கிறது. சீசாக்களை எடுத்துக் கொண்டு வெளியே வருகிறான். அவற்றைத் திறந்து, வண்டுகளை வெளியே கொட்டுகிறான் – ஒவ்வொன்றாக. முதலில் அந்த வண்டுகள் பதைப்புறுகின்றன. செத்துப்போனவைபோல மல்லாந்து கிடக்கின்றன. கால்களைச் சுருட்டிக்கொண்டு, அசையாமல் தரையில் கிடக்கின்றன. பிறகு அவற்றைப் புரட்டிப் போடுகிறான் – ஒவ்வொன்றாக. சில நிமிடங்கள் கழித்து, அவற்றில் சில ஒரு சிறு தொலைவுக்கு நடந்து பார்க்கின்றன. பின்னர் இறக்கைமூடியைத் திறக்கின்றன. கண்ணுக்கே தெரியாதவைபோல மெல்லியதாய் இருக்கிற, ஒளி ஊடுருவக்கூடிய, சிறகுகள் வெளித் தெரிகின்றன. பின்னர் அவை சிறகுகள் படபடக்கப் பறந்து போகின்றன.

பட பட, பட பட, பட பட...

பையன் முகட்டின் விளிம்பில் நிற்கிறான். அவனது அழகிய கண்களில் இப்போது வெறும் துகள்கள்போலத் தெரிகின்றன வண்டுகள். ஆனால், அவற்றின் இறக்கை மூடியை இன்னமும் பகுத்துணர முடிகிறது. "என்ன அழகான பூச்சிகள்!" என்று பாடும் குரலில் சொல்கிறான் பையன். அதே சமயம், வசீகரமான பச்சை மற்றும் மஞ்சள் புள்ளிகள் பதித்த இறக்கைமூடி கொண்ட மிகப்பெரிய வண்டு அவன் முன்னால் உள்ள பாறைமீது வந்து அமர்கிறது. உற்சாகமடைந்த அந்தப் பையன், "நீளக்கரம் உள்ள வண்டு! நீளக்கரம் உள்ள ஆண்வண்டு!" என்று கூவுகிறான்.

"அதன் நீண்ட ஜோடிக்கரங்களைப் பார்! அதன் இறக்கைமூடிகள் எத்தனை பெரிதாய் இருக்கின்றன, பாரேன்!"

ஆனால், அந்தக் கணத்திலிருந்து எல்லாமே "மங்கலாய்" ஆகத் தொடங்குவதாக உணர்கிறான். நடைமுறையான, காட்சிபூர்வ "மங்கல்" அல்ல, மனிதர்களால் கற்பனை செய்யவே முடியாத மங்கல் தன்மை.

தான் ஒரு இலையாக, ஒரு பூச்சியாக, ஒரு பறவைக்கூவலாக, ஒரு நீர்த்துளியாக, பாறைகளில் வளரும் செடித்துண்டு ஒன்றாக, அல்லது ஒரு பாறையாகவேகூட மாறுவதுபோல இருக்கிறது.

பட பட, பட பட, பட பட...

அந்த மாபெரும் முகட்டில் ஏறிய ஒரு பையன் இருந்ததே கிடையாது என்கிற மாதிரி; கூட்டுவிழிகள் கொண்ட மனிதனின், ஊசிமுனையைவிடச் சிறியதாக இருக்கும் விழிக்கூறுகள் ஒன்றில், அனைத்துக் காட்சிகளின் அகலப்பரப்பில், அந்த ஆச்சரியகரமான காட்சி மறுபடியும் வாங்கிக்கொள்ளப்பட்டது என்கிற மாதிரி இருக்கிறது. காட்சி எதுவுமே இப்போது மிச்சமில்லை, ஞாபகங்களில் தவிர.

31

சாலையின் முடிவு

டாஹூ அழைத்துக்கொண்டே இருந்தான்; ஆனால், அவன் கொடுத்திருந்த அலைபேசியில் ஆலிஸை எட்ட முடியவில்லை. எனவே, ஃபாரஸ்ட் சர்ச்சில் காலையில் எழுந்ததும், கடற்கரையில் கடல் இல்லம்வரை காரோட்டிச் சென்று 'ஆலிஸ் நலமாக இருக்கிறாளா என்று பார்த்துவரத் தீர்மானித்தான். கடற்கரையை அடைந்தபோது, தன்னார்வச் சுத்திகரிப்புக் குழு அன்றைய வேலையை ஆரம்பித்துவிட்டதைப் பார்த்தான். கடல் இல்லம் மேலும் கடலுக்குள் அமிழ்ந்துவிட்ட மாதிரித் தெரிந்தது; ஆனால், இது தவறான எண்ணமாகக்கூட இருக்கலாம். ஒரு ஆணும் பெண்ணும், தாயும் மகனும்போல இருந்தவர்கள், கடல் இல்லத்தைப் பார்த்து நின்று சுட்டிக்காட்டிக் கொண்டிருந்தார்கள். அருகில் சென்று விசாரித்தான் டாஹூ. எழுத்தாளர் கீ யின் விதவையும் மகனும்தான் அவர்கள்.

"என் அம்மா இங்கே சும்மா வந்து பழைய ஆட்களைப் பார்க்க வேண்டுமென்றார். பேராசிரியர் ஷிஹ் நலமாய் இருக்கிறாரா என்று பார்க்க வந்தோம்."

"தனது பாதுகாப்பை உத்தேசித்து, அவள் ஏற்கனவே இடம்பெயர்ந்துவிட்டாள்." என்றான் டாஹூ.

எழுத்தாளரின் விதவை வருத்தம் நிரம்பியவளாகத் தெரிந்தாள். "இங்கே, கடலைப் பார்த்தபடி, நாங்கள் காய்கறி பயிரிடுவது வழக்கம். அது கடலுக்கடியில் போய் முடியும் என்று யார்தான் நினைத்திருப்பார்கள்?"

வேட்டைக்குடில் வரை போய்வருவது என்று தீர்மானமாய் இருந்தான் டாஹூ; அது ஆலிஸுக்கு ஆத்திரமூட்டக் கூடும் என்றாலும். அங்கே போய்ச் சேர்ந்தபோது, ஆலிஸைத் தவிர இன்னொருவரும் குடிலில் வசிப்பது பற்றி அவனுக்கு மேலும் உறுதியாய்ப் பட்டது. ஏனென்றால், குடிலுக்கு வெளியில் ஒரு கூடாரம் இருந்தது. குடிலோடேயே நிரந்தரச் சட்டகம் உள்ள

பந்தலும் இணைக்கப்பட்டிருந்தது. ஒருவிதமான, உணவு சேமித்துவைக்கும் நிலவறை ஒன்றையும் கண்டான். புத்தகங்களும் ஓவியங்களும் அறையில் அங்குமிங்குமாகக் கிடந்தன. பார்த்தவுடனே அவனுக்குத் தெரிந்தது – ஓவியங்களில் சில கடுமையான உணர்ச்சிகொண்டவையாக, நம்பமுடியாத கற்பனைவளம் கொண்டவையாக இருந்தன. அவற்றை ஆலிஸ் வரைந்திருக்க முடியாது.

ஆக, அதனால்தான் அவளை அணுக முடியாமல் இருந்திருக்கிறது. அவள் அலைபேசியைக்கூடத் தன்னுடன் எடுத்துச் செல்லவில்லை. அது அணைக்கப்பட்டு, அந்த ஓவியங்களின்மீது காற்றுப்பளுவாக வைக்கப்பட்டிருந்தது. அலைபேசியை எடுத்துச் செல்லவிருந்தான்; பின்னர், ஒரு மறுபரிசீலனையில், அலைபேசியின் சூரியஒளி பேட்டரியை வெளிச்சம் படும்படியாக வைத்து, அதன் அலைகடத்தியை முடுக்கிவைத்தான். ஆலிஸுக்கு ஒரு குறிப்பு எழுதிவைத்தான். இந்த வகையில், அவள் திரும்பிவந்த பிறகு அவனால் தொடர்புகொள்ள முடியும். அலைபேசியை அவள் எடுத்த மாத்திரத்தில், அவள் இருக்குமிடத்தை அவனால் தெரிந்துகொள்ள முடியும் – அவள் எங்கே சென்றாலும்.

ஆனால், அவன் இன்னும் தீர்மானமாக இருந்தான் – மீட்புக் குழு ஒன்றை அமைத்து, மலைகளுக்குள் அவளைத் தேடிப் போவது என்று. ஆலிஸுக்கு மீட்புதவி தேவையா என்பது அவனுக்குத் தெரியாது. ஆனாலும், ஆக மோசமான ஒன்றை எதிர்பார்த்து, திட்டமிட முயன்றான். அவனுடைய காட்டு அனுபவங்கள் அவனுக்கு அதைத்தான் கற்றுக் கொடுத்திருந்தன.

அதே சமயம், அட்டிலெ'ய் ஆலிஸைச் சுமந்தபடி கீழே இறங்கி வந்துகொண்டிருந்தான். தூரத்திலிருந்தே டாஹுவைப் பார்த்துவிட்டாள் ஆலிஸ். தங்களை அவன் பார்த்துவிடாதவண்ணம் தன்னை இறக்கிவிடச் சொன்னாள். டாஹு போகும்வரை அவர்கள் ஒளிந்திருந்தார்கள். அதற்கப்புறம்தான், வலுவிழந்திருந்த ஆலிஸைக் குடிலுக்குத் தூக்கிவந்தான் அட்டிலெ'ய். முதல் காரியமாக, அலைபேசியை முடுக்கி, டாஹுவுக்கு ஓர் அழைப்பு விடுத்தாள் ஆலிஸ்.

“அட, திரும்பி வந்துவிட்டாயா! இப்போதுதான் குடிலுக்கு வந்திருந்தேன். உன்னைக் காணவில்லை. உன்னைத் தேடுவதற்கு ஒரு குழு அமைக்கத் தெரிந்தேன்.” என்று மிகுந்த ஆசுவாசத்துடன் சொன்னான் டாஹு.

“நான் நலமாக இருக்கிறேன். கோளாறு எதுவும் இல்லை. குழுவெல்லாம் அமைக்க வேண்டியதில்லை.”

“உன்னோடு யாராவது இருக்கிறார்களா என்ன? கடந்த சில நாட்களாக எங்கே போயிருந்தாய்?”

“அது...” ஆலிஸ் அவனிடம் சொல்லப் போவதில்லை – குறைந்தபட்சம் இப்போதைக்கு. “இன்னொரு தடவை விளக்கமாய்ச் சொல்கிறேன்.”

அழைப்பு முடிந்தபிறகு, ஓஹியோவைத் தேடிப் பார்த்தாள். கடைசியில், அட்டிலெ'ய் பின்னிய வைக்கோல் கூடைக்குள் இருந்தது அது. முன்னங்கால் பாதங்களால் கண்களை மூடி, ஒரு கச்சிதமான பந்து போல உடலைச் சுருட்டிக்கொண்டு கிடந்தது – தன் சாவதானத்தில் எதுவுமே குறுக்கிடவில்லை என்பது மாதிரி.

என்னதான் காரணமோ, ஆழ்ந்து உறங்கிக்கொண்டிருந்த ஓஹியோவைத் தேடியபோது, எழுதவேண்டும் என்ற திடீர் உந்துதல் ஆலிஸுக்கு ஏற்பட்டது. ஒரு நிமிடத்தைக்கூட வீணாக்க விரும்பவில்லை அவள். பந்தலுக்குக் கீழே இருந்த தன் எழுதுமிடத்தில் மீண்டும் அமர்ந்தவள், நோட்டுப் புத்தகத்தை எடுத்தாள். தன்னால் முடிக்க முடியாமல் வைத்திருந்த நாவலைத் தொடர்ந்தாள்.

அட்டிலெ'ய்யால் சொல்லாமல் இருக்க முடியவில்லை: "உனக்குத்தான் உடம்பு சரியில்லையே. ஓய்வெடுக்கக் கூடாதா?"

"கொஞ்சம் எழுத விரும்புகிறேன்."

"எதைப் பற்றி?"

"நிஜமாக நடந்த ஒன்றைப் பற்றி. ஆனால், அது வாஸ்தவத்தில் நடந்ததே இல்லை." என்றாள் ஆலிஸ்.

ஃபாரஸ்ட் சர்ச்சில் இருந்த புனூன் இல்லத்தில் தங்கிய அந்தச் சாயங்காலத்திலிருந்து, பழங்குடி கிராமமான சஸாசாவில் வசிக்கத் தொடங்கினாள் சாரா. தினந்தோறும் அதிகாலையில் எழுந்து, கடற்கரையின் வெவ்வேறு பகுதிகளைப் பார்வையிடப் போவாள். குறிப்புகள் எடுப்பாள். தன்னுடைய புதிய ஆய்வு முன்மொழிவை எழுதுவாள். டெட்லெஃப் அவளுடைய காரோட்டியாகப் பணி செய்தார். அவ்வப்போது மலைகளுக்குச் சென்று வேட்டையாடுவார். அல்லது கிராமத்தவர் சிலருடன் சேர்ந்து, சிறுதானியங்களும் சோளமும் பயிர் செய்ய வயலுக்குப் போவார். இருவருமே கடலோரத்தின் தற்போதைய நிலைக்கு மேலும் மேலும் பரிச்சயமாகிவந்தனர்; அதே சமயம் அந்நிலை குறித்து மனச்சோர்வும் அடைந்தனர். ஒவ்வொரு நாளும் குறிப்பிட்ட வெவ்வேறு பகுதிகளில் கடல் வெப்பநிலையை அளக்க வேண்டும் என்று சாரா வற்புறுத்துவாள். முந்தைய பதிவைவிட, தற்போதைய சராசரி வெப்பம், 1.6 சென்ட்டிகிரேட் அதிகமாய் இருப்பதைக் கண்டறிந்தாள்.

"அதாவது, மழைப்பொழிவு தொடர்ச்சியாக அதிகரிக்கக் கூடும் என்று அர்த்தம்." என்று டெட்லெஃபிடம் சொன்னாள் சாரா.

"நீர் மாசுபடுதல்?"

"படுமோசம். முதுகெலும்புள்ள பிராணிகள் சில மட்டுமே தப்பிப் பிழைக்கும் என்று நினைக்கிறேன். பிழைக்க மட்டும் செய்யும். நீரில் கரைந்திருக்கும் பிராணவாயு அளவும் குறைந்திருக்கிறது. சூரிய ஒளியில்

கிடக்கும் பிளாஸ்ட்டிக் பொருட்கள் நச்சுத்தாதுக்களைக் கடலுக்குள் செலுத்தும் – அல்லும் பகலும் ஒரு சூனியக்காரி கடலில் விஷம் கலப்பது போல. பார், கடல் முழுக்க நிறம் மாறியிருக்கிறது.”

டெட்லெஃப் கடலை நோக்கினார். நிஜமாகவே சிவப்பு மற்றும் பழுப்பு நிறப் புள்ளிகளால் ஒட்டுபோடப்பட்டதுபோலக் காட்சியளித்தது கடல். “ஆழமற்ற பகுதிகளில் பாசி நிரம்பியிருக்கிறது.”

டெட்லெஃபும் சாராவும் அந்தத் தீவின்மீது காதல்வயப்பட்டிருந்தார்கள். ஆனால், ஒப்பீட்டளவில் தீவின் வறியதான இந்தப் பகுதியில் வசித்த, எதைப்பற்றியும் கவலையில்லாத மனிதர்கள், தற்போது கடலுக்குள் போகும் உரிமையைக்கூட இழந்துவிட்டார்கள்.

ஆலிஸ் பத்திரமாகவும், ஆரோக்கியமாகவும் இருக்கிறாள் என்பது உறுதிப்பட்ட பிறகு, கடற்கரைச் சுத்திகரிப்புப் பணியையும், அனுவுடன் இணைந்து ஃபாரஸ்ட் சர்ச் வேலையையும் தொடர்ந்தான் டாஹூ. இவன் அழைக்கும்போது ஆலிஸ் பதிலளிப்பாள். கடல் இல்லத்தின் அருகில் செல்லும்போது, ஆலிஸ் தனது வழக்கமான நடவடிக்கைகளில் ஈடுபட்டிருப்பதைக் காண்பான். எப்போதாவது டெட்லெஃபும் சாராவும்கூட அங்கே இருப்பார்கள். தன்னுடைய வீடு நீரில் மூழ்கிய நாளிலிருந்து ஒரு வேட்டைக்குடிலில் வசித்த இந்தப் பெண்ணைப் பற்றி மிகுந்த ஆவல் கொண்டாள் சாரா. சகஜமாக உரையாடுவதில் ஆலிஸூக்கும் விருப்பம் இருந்தது என்றாலும், அவளுடைய இதயத்தில் ஒரு ஜன்னல் எப்போதும் மூடியே இருந்த மாதிரிப் பட்டது. டாஹூ எவ்வளவுதான் தோண்டித் துருவினாலும், அவளோடு குடிலில் வசிக்கும் நபரின் அடையாளம் பற்றிச் சொல்லத் தயாராய் இல்லை அவள். “எனக்குக் கொஞ்சம் அவகாசம் கொடு” என்றாள்.

கிராமத்தவருக்கும் சுற்றுலாப் பயணிகளுக்கும் *ஸலாமா* காஃபி தயாரித்து வழங்குவதில் மும்முரமாய் இருந்தாள் ஹஃபே. பயணிகளுக்குப் பல்வேறு பங்க்கா மற்றும் புனூன் கதைகளைச் சொல்லும் பொறுப்பு உமாவ்வுடையது. அவள் உற்சாகமாய் இருந்தாள், ஒவ்வொரு நாளும் ஒரு இளம்பெண்ணாக மாறிவந்தாள். நெற்றி முடி வளர்த்திருந்தாள்; காதுமடல்களில் உள்ள மச்சங்கள் வெளித்தெரியும் விதமாகக் கூந்தலைத் தூக்கிக் கட்ட நெற்றிப்பட்டியைப் பயன்படுத்தினாள்.

குளிர்காலத்தை அவர்கள் இப்படித்தான் கழித்தார்கள்.

வசந்தம் அப்போதுதான் வந்திருந்தது. டெட்லெஃபும் சாராவும் புறப்பட வேண்டியிருந்தது – தன்னுடைய நாட்டுப் பல்கலைக்கழகமொன்றில் டெட்லெஃப் சிறப்பு உரை நிகழ்த்த வேண்டும். ஒருநாள் சாயங்காலம்,

அவர்களில் சிலர் கூடி உட்கார்ந்து அரட்டையடித்துக்கொண்டிருந்தார்கள். கிளம்பிப் போவதற்கு முன், டெட்லெஃபும் சாராவும் தெற்கே ஒரு பயணம் மேற்கொள்ளலாமே என்று ஹஃபே யோசனை சொன்னாள். "கடலோரத்தின் கீழ்ப் பகுதியைப் பார்க்க சாராவுக்கு வாய்ப்பில்லாமல் போவது, அவமானகரமானது."

திட்டம் உடனடியாக உருவானது: இரண்டு வாகனங்களில் போவது என்று தீர்மானித்தார்கள். டாஹூவும் அனுவும் ஓட்டி வருவார்கள். ஆலிஸையும் அழைத்தார்கள். அவள் வழக்கம்போல ஏதோ சாக்குச் சொல்லி மறுத்துவிட்டாள்.

"காலம் வரும்போது சிறுதானியம் தானாய் முதிரும்" என்றாள் ஹஃபே, டாஹூவுக்கு ஆறுதலாக.

கார் கிராமத்தின் நுழைவாயிலை அடைந்தபோது, ஜன்னலை இறக்கினான் டாஹூ. சாலையோரம் குந்தியிருந்த வயதான ஆசாமியிடம் புனூன் மொழியில் சொன்னான்: "*மிக்குவா டிஹானின்?* (இன்றைக்கு வானிலை எப்படி?)

"*நா ஹூடானன்.*" என்று அந்த முதியவர் பதிலளித்தார்(மழை பெய்யப் போகிறது.)

உண்மையில், சென்ற வருடத்திலிருந்தே விடாமல் மழைபெய்து கொண்டுதான் இருந்தது. எதிர்பார்த்த அளவை விட மிகமிக அதிகமாக. தற்போதைய வானிலை மழை மட்டுமே என்று தோன்றியது. தூறல் முதல், அவ்வப்போது சூரிய ஒளியோடு கூடிய மழை, பிற்பகலில் இடியுடன் மழை, அப்புறம் திடீரென்று கொட்டும் மழை என. "நாம் மூழ்கிக்கொண் டிருக்கிறோம்." என்பதே ஒட்டுமொத்தத் தீவின் மனநிலையாக இருந்தது. வெள்ளங்கள் மற்றும் நிலச்சரிவுகள் பற்றிப் பிரளயமாகச் செய்திகள் வந்து கொட்டின. பின்விளைவாக, பொருளாதாரச் சரிவும் ஏற்பட்டது. இந்த வாட்டம் ஒரு வருடத்துக்கும் மேலாக நீடித்து, முந்தைய வருடக் கடைசியில் நடந்த தேர்தலில் வாக்களித்தவர் எண்ணிக்கை குறைந்துபோனது. ஐம்பது சதவீதத்துக்கும் கீழே! தற்போதைய சிக்கலிலிருந்து விடுவிப்பார் என்று எந்தவொரு அரசியல்வாதியையும் தீவினர் நம்பவில்லை. "மண்ணாந்தைக் கூட்டத்தைச் சேற்றிலிருந்து விடுவிக்க இன்னொரு மண்ணாந்தையால் முடியுமா?" என்று ஆலிஸின் அவநம்பிக்கைவாதி நண்பனான மிங், ஆசிரியருக்குக் கடிதம் பகுதியில் எழுதினான்.

ஒருநாள் காலையில், கடைசியாகத் திருத்தியெழுதி முடித்திருந்தாள் ஆலிஸ். புனைவுப் படைப்புகள் இரண்டை முடித்துவிட்டாள் அவள் – ஒரு நாவல், ஒரு சிறுகதை. "புனைகதை" என்றால் என்ன என்பதுபற்றி, மேலோட்டமாகப் புரிந்து வைத்திருந்தான் அட்டிலெ'ய். *கேசி கேசியில்* அவனுக்குப் புரியாமலிருந்த ஒவ்வொன்றுக்கும் பின்னால் ஒரு கதை இருப்பதாக அவன் கற்பனை செய்திருந்த மாதிரித்தான். தான் முடித்து விட்டதாக அட்டிலெ'ய்யிடம் ஆலிஸ் சொன்னபோது, அவன் கேட்டான்: "அதன் பெயர் என்ன?"

“நீளமானதின் பெயரா, சிறியதுடையதா?”

“நீளமானது.”

“கூட்டுவிழிகள் கொண்ட மனிதன்.”

“சிறியது?”

“அதற்கும் “கூட்டுவிழிகள் கொண்ட மனிதன்” என்றுதான் பெயர்.”

அன்று மத்தியானம், ஒரு இடத்துக்குக் கூட்டிப்போனாலே ஆயிற்று என்று ஆலிஸை வற்புறுத்தினான் அட்டிலெ’ய். முதலில் அவள் மிகவும் ஆச்சரியமடைந்தாள். அப்புறம் கடும் பதற்றமடைந்தாள். ஏனென்றால், பொதுவெளியில் அட்டிலெ’ய் வெளிப்படுவதில் அவளுக்கு இன்னமுமே சம்மதமில்லை. அதனால், அவன் புண்படுவான் என்று நினைத்தாள். கிட்டத்தட்டக் கடற்கரையை அவர்கள் நெருங்கியபோது, வலதுபக்கம் இருந்த மரக்கூட்டத்துக்குள் அவளைக் கூட்டிச் சென்றான் அவன்.

அதனூடே தனியாகப் பாதையென்று ஏதும் இல்லை. முன்பு அது சரிவு நிலத்தில்தான் இருந்திருக்க வேண்டும்; ஆச்சரியமூட்டும் வகையில், சமீபத்திய நிலவியல் உருமாற்றங்களின் காரணமாக, கடற்கரையோரத்தை எட்டியிருந்தது. காட்டின் ஓரத்தில், பல்வேறுவிதமான குப்பைகள் குவிக்கப்பட்டிருந்தன. அப்புறப்படுத்தப்படாதவை அவை (இனி ஒருபோதும் அப்புறப்படுத்தப்பட மாட்டாதவை).

அட்டிலெ’ய் அவளுக்கு ஒன்றைக் காட்டப் போகிறான். கழிக்கப்பட்ட மிகப் பெரிய கான்வாஸ் துணிபோலத் தென்பட்ட ஒன்றைத் தூக்கி உயர்த்தினான். அதன் கீழிருந்து திகைப்பூட்டும் சமாசாரம் ஒன்று வெளிப்பட்டது. ஒரு படகு.

இவ்வளவு காலமும், இரவு நேரங்களில் ஆலிஸ் தூங்கியபிறகு அட்டிலெ’ய் பதுங்கிப் பதுங்கிக் கீழே இறங்கி இங்கே வந்து படகு கட்டுவான். ஆனால், இந்தமுறை அது ஒரு *தலவாக்கா* அல்ல. மலையிலிருந்த பலவிதமான மரங்களையும், கடற்கரையில் சேகரித்த சில குப்பைகளையும் கொண்டு உருவாக்கப்பட்டது. படகுக் கூரையின் அடிப்படைக் கட்டுமானம், ஆர்க்கிட் தீவின் தாவோ இனத்தவர் கட்டும் பாரம்பரிய ஓடங்களை ஆலிஸுக்கு நினைவூட்டியது. மழைத்தடுப்புப் பந்தல் ஒன்றையும் கொண்டிருந்தது. அட்டிலெ’ய் விளக்கினான்: “இந்தப் படகை ஒரு புத்தகத்தில் பார்த்தேன். எப்படியென்று கற்றுக்கொண்டேன்.”

தன் முன் நின்றிருக்கும் இந்த இளைஞன், நன்கு வடிவமைக்கப்பட்ட பலகை ஓடத்தை எப்படிக் கட்டினான்? அதுவும், முறைப்படாத உபகரணங்களையும், புத்தகத்தில் இருக்கும் சில படங்களையும் கொண்டு?

“என்னால் புத்தகங்களைப் படிக்க முடியும்.” அது உண்மைதான். *கேசி கேசியில்* வாசிக்க ஆரம்பித்தபிறகு, அட்டிலெ’ய் பல புத்தகங்களைப் படித்திருக்கிறான் – அவற்றிலிருந்த எழுத்து அவனுக்குப் புரியாதபோதிலும். படிப்பதற்கு, தனக்கேயுரிய பாணி ஒன்று வைத்திருந்தான்.

அவன் இங்கேயே இருந்துவிட வேண்டும் என்றுதான் ஆலிஸ் விரும்பினாள். ஆனால், அவன் ஒரு முடிவான பதிலைச் சொல்லாததால், போக வேண்டும் என்பதில் உறுதியாய் இருக்கிறான் என்று அவளுக்குத் தெரியும்.

"ரசுலாவின் குரலைக் கேட்டேன். இரண்டு குரல்கள் கேட்டன. ஒவ்வொருநாள் மாலையிலும்." என்றான் அட்டிலெ'ய். "ஆனால், இப்போதெல்லாம் ஒரு குரல் மட்டும்தான் மீந்திருக்கிறது. *வயோவயோக்காரர்கள்*... கடலுக்கு பாத்தியப்பட்டவர்கள். நான்... ரசுலாவைக் கண்டுபிடிக்க வேண்டும்."

கனத்து அடிவைத்து, ஒருவருக்கொருவர் பேசிக்கொள்ளாமல், வேட்டைக் குடிலுக்குத் திரும்பினார்கள். அன்றிரவு முழுவதும் இருவருமே தூங்கவில்லை. மறுநாள் காலையில், கடலுக்குள் போகிறவர்களுக்குத் தேவைப்படுபவை என்று தான் யூகித்த பொருட்களை இரண்டு பெட்டிகளில் நிரப்பினாள். அட்டிலெ'ய் புன்னகைத்துவிட்டு, அதை ஒரே பெட்டியாகக் குறைத்தான். ஒரு கைநிறையப் பேனாக்கள் தரும்படி ஆலிஸை வேண்டினான்.

"நான் சீக்கிரம் இறந்துவிட்டால், என் ஆன்மா... ஒருபோதும் நீங்காது. நான் நீண்ட நாள் வாழ்ந்தால்... என்னுடைய தோலில் படங்கள் வரைந்துகொள்ள முடியும்." அவனுக்காக ஆலிஸ் வாங்கியிருந்த பச்சைநிற போலோ சட்டையைக் கழற்றினான். அவனுடைய மார்பு, கைகள், வயிறு, அவனால் கைகளைத் திருகி எட்ட முடிந்த முதுகுப் பகுதிகள் என்று எல்லா இடத்திலும், தீவில் அவர்கள் சேர்ந்து கழித்த வாழ்வின் கதைகள்: ஓஹியோ, ஒரு மழைநாளில் ஆற்றின் முகத்துவாரத்தில் கடலுக்குள் பாயும் தண்ணீர், மலைப்பகுதிப் பறவைகள், டோட்டோ கூட. டோட்டோவின் சின்னஞ்சிறு படத்தை தனது இடுப்பிலிருந்து தோள்பட்டைகள் வரை விரிந்திருந்த பிரம்மாண்டமான, முடிவற்ற முகட்டில் வரைந்திருந்தான். அதை எப்படி அவனால் வரைய முடிந்தது என்பது ஆலிஸுக்குப் புரியவேயில்லை.

அவனது கறுத்த இளம் உடலை வருடாமல் இருக்க முடியவில்லை ஆலிஸுக்கு. இரண்டாம் முறையாக மரணத்தைச் சந்திக்கப் புறப்படுகிறது அந்த உடல். இறுதியில், கண்ணீர் உகுக்கத் தொடங்கினாள். உங்களால் துரத்திவிடவே முடியாத கார்காலத்தைப்போல அழுதாள், அழுதாள், அழுதுகொண்டேயிருந்தாள்.

டெட்லெஃப், சாரா, அனு, ஹஃபே மற்றும் உமாவ் ஆகிய அனைவரையும் காரில் அழைத்துச் சென்றான் டாஹு. தெற்கு நோக்கிப் போனவர்கள், பாறைகள் மண்டிய கடற்கரையோர மேட்டுப்பகுதியை மூழ்கடித்திருந்த கடலைப் பார்த்தார்கள். *லேனோ* பழங்குடி கிராமத்தவரை உள்நாட்டின் பக்கம் விரட்டியடித்த கடலைப் பார்த்தார்கள். அவர்கள் ஏதோ ஆய்வுப்பயணம் மேற்கொண்டிருக்கிற மாதிரி இருந்தது. அந்த மகத்தான சமுத்திரம் தன்னுள் ஜனங்கள் எறிந்த குப்பை அனைத்தையும் எப்படித்

திருப்பி எறிந்திருந்தது என்பதைப் பார்த்தார்கள். என்றென்றுமாக அங்கே சாலைகள் இருக்கப் போகின்றன என்று நினைத்து, சாலைகள் அமைப்பதற்காக மலைகளில் ஜனங்கள் குடைந்திருந்த குழிவுகளை மலைகள் எப்படி நிரப்பி மூடின என்பதையும் பார்த்தார்கள்.

ஏழெட்டு ஆண்டுகளுக்கு முன்னால் உள்ளூர் அரசாங்கம் வலிந்து அமைத்த கிராமப்புற நெடுஞ்சாலை ஒன்றில் திரும்புவதற்கிருந்தான் டாஹு. தொடர்பு வசதியற்ற தொலைதூர கிராமங்களுக்குப் போக்குவரத்து வசதியை மேம்படுத்தவும், தீவைச் சுற்றிலுமான வலயச் சாலையை நிறைவு செய்யவும் அது தேவை என்று உள்ளூர் அரசியல்வாதிகள் காரணம் சொல்லியிருந்தார்கள். பிற்பாடு, தெற்கிலுள்ள சிறு கிராமத்தில் அணுக்கழிவுகளைக் கொட்டக் கொண்டுசெல்வதற்காக மட்டுமே அந்தச் சாலை அமைக்கப்பட்டது என்று நிரூபணமானது. உள்ளூர் கிராமத்தவர்களின் வாழ்க்கை வசதியை மேம்படுத்துவதற்கும் அந்தச் சாலைக்கும் ஒரு சம்பந்தமும் இல்லை.

முந்தைய இரவு, சாப்பாட்டுக்காகவும் ஓய்வுக்காகவும் ஒரு சிறு கடலோர கிராமத்திலிருந்த ஒரு நூடுல் கடையில் வண்டியை நிறுத்தினார்கள். ஒரே மூச்சில் நூறு கொழுக்கட்டைகள் கொண்டுவரும்படி சொன்னார் அனு. மறுநாள் தாங்கள் செல்லவிருக்கும் வழியைப் பற்றிச் சொன்னான் டாஹு. “ஒன்பது வருடங்களுக்கு முன், கிராமப்புற நெடுஞ்சாலைப்பணி முடிவதற்கு முன்பு, நான் அங்கே போயிருந்தேன். முழுக்கவே நாம் அந்த நெடுஞ்சாலையில் போக வேண்டாம். பழைய நெடுந்தூர நடைப் பாதையில் உங்களை அழைத்துச்செல்ல விரும்புகிறேன். மிகவும் கம்பீரமான கடலோரக் காட்சிகளை நீங்கள் பார்ப்பீர்கள். மலையின் மறுபக்கம் உள்ள பழங்குடி மக்களுடன் புழங்குவதற்கு இந்தப்பக்கம் உள்ள பழங்குடியினர் பயன்படுத்திய பாதை அது. விடிவதற்கு முன்னால் நாம் புறப்பட்டுவிட வேண்டும், அப்போதுதான் பொழுது புலரும்போது அங்கே இருக்க முடியும்.”

அந்தச் சமயத்தில், அந்தச் சிறு நூடுல் கடையிலிருந்த தொலைக்காட்சி, ஓய்வற்ற விவாத மேடைகளில் ஒன்றை ஒளிபரப்பியது. தலைப்பு, பெர்முடா முக்கோணத்தில் கப்பல் விபத்தில் சிக்கியவர்கள் பற்றியது. ஒரு கட்டத்தில், அவர்கள் மெக்ஸிகோ வளைகுடாவைப் பற்றிப் பேசிக்கொண்டிருந்தார்கள். சுமார் இருபது ஆண்டுகளுக்கு முன்பு, மீன்பிடி தொழில் சீர்குலைந்த இடம் அது. காரணம், எண்ணெய் சிந்தியது. ஆறு மாதத்துக்கு முன்னர், ஒரேயொரு மீனைக்கூடப் பிடிக்க இயலாத மீன்பிடி படகு, கறுப்புத் தோலும் கரிந்த சிவப்பு முடியும் கொண்ட ஒரு சிறுமியை மீட்டிருந்த இடம். குறைந்தபட்சம் ஒரு மாத காலம் அவள் அதே இடத்தில் வழுக்கிக்கொண்டிருந்ததாகக் கருதப்பட்டது. மிகவும் பலவீனமாக இருந்தாள்; மருத்துவ உதவி கிடைத்த பின், சில நிமிடங்களுக்கு மட்டுமே நினைவு திரும்பியது. அந்தப் பொழுதில், அவள் “அட் டிலெ’ய்!, அட்டிலெ’ய்!” என்றே சதா முனகிக்கொண்டிருந்தாள். மொழியியல் வல்லுநர்கள், அவளுடைய மொழியில், இரந்து வேண்டுவதற்கான சொல்லாக இது இருக்கக்கூடும் என்று நம்பினார்கள். உயிர் ஆதரவுக் கருவிகளுடன் அவள் இணைக்கப்பட்டாள். மீண்டும் நினைவு தப்பிவிட்டாள். ஆனால், மருத்துவர்கள் ஒரு சிசேரியன்

அறுவைச்சிகிச்சை செய்து, அவளுடைய அடிவயிற்றில் இருந்த கருவை அகற்றிய பின்னரே அவளுடைய மூளைச் செயல்பாடு நின்றது.

"இது ஒரு மாய அற்புதம்" நீண்ட கால்கள் கொண்ட, கனமான ஒப்பனை பூண்ட அந்தப் பெண் உண்மையில் லிலியேதான் என்று ஹஃபே, டாஹூ இருவரும் உணர்ந்தனர். குப்பைக் கடற்சுழி தாக்கிய நாளில் இருந்தவள். சுனாமி சம்பவத்துக்குப் பிறகு, அந்த அலைவரிசையின் முன்னாள் நிகழ்ச்சிநடத்துநர் பணிநீக்கம் செய்யப்பட்டாள்; அந்த இடத்துக்கு லிலி எப்படிப் பதவி உயர்த்தப்பட்டாள் என்று யாருக்குத் தெரியும்? செய்தியறிக்கை தொடர்ந்தது. துரதிர்ஷ்டவசமாக தனக்கு இருந்த பிறவிக் கோளாறையும் மீறிஅந்தச் சிசு வேகமானதாக இருந்தது. அதன் கால்கள் இரண்டும் ஒட்டியிருந்தன – நீர்வாழும் மாமிச பட்சிணியான பாலூட்டி இனத்தின் வால்பக்கத் துடுப்பைப்போல.

டாஹூவிடம் அந்தச் செய்தியை மொழிபெயர்க்கச் சொன்னாள் சாரா. அந்தக் குழந்தைக்காக மகிழ்வதா, வருத்தப்படுவதா என்று யாருக்கும் தெரியவில்லை. உமாவ் சொன்னாள்: "ஆஹா! ஒட்டியிருக்கும் கால்கள் சுலபமாக நீந்துவதற்கு உதவும்."

வானிலை முன்னறிவிப்பைப் பொறுத்தவரை நல்ல செய்தி எதுவும் இருக்காது என்று அவர்கள் உறுதியாய் நம்பலாம். ஏனென்றால், அந்த வருடத்தின் முதன்முதல் சூறாவளி வரவிருக்கிறது. மார்ச் மாத ஆரம்பத்திலேயே. கிழக்குக் கடற்கரையை நோக்கி அது முன்னேற பலத்த வாய்ப்பிருக்கிறது. குப்பைக் கடற்சுழியை உடைத்து, மொத்தத் தீவையும் சூழுமாறு செய்துவிடும் அந்தச் சூறாவளி என்று வல்லுநர்கள் ஆருடம் சொல்லியிருக்கிறார்கள். மேலும், நன்கு முதிர்ந்த மேகக்கூட்டமும் அதன் வசம் இருக்கிறது என்பதால், கணிசமான அளவு மழையையும் கொண்டுவரும்.

மிக அதிகாலையில், டாஹூவும் மற்றவர்களும் மீண்டும் சாலையில் இறங்கினார்கள். இருட்டில், இரண்டு கார்களிலும் பன்மொழிப் பொழிவின் வெள்ளம் பாய்ந்தோடியது. முன்னால் சாலையைச் சரியாகப் பார்க்க முடியாததால், டாஹூ வேகத்தைக் குறைக்க வேண்டியிருந்தது.

"என்னால் சாலையைப் பார்க்க முடியவில்லை." என்றான் அவன்.

சாலை மறைந்துவிட்டது.

பனிமூட்டத்தின் காரணமாக, அடிவானத்தில் சூரியன் உதித்தபோது அதன் வடிவத்தை அவர்களால் பார்க்க முடியவில்லை. முதலில் அவர்களால் பார்க்க முடிந்ததெல்லாம், தலைவிளக்குகளுக்கு முன்னால் இருந்த வெளியை மட்டும்தான். சாலை இருந்திருக்கக் கூடிய இடம், சிறுகச் சிறுக அவர்களுக்குத் தெரிந்தது. உயரும் கடலால் சூழப்பட்டிருந்தது சாலை. அதைப் பற்றிச் செய்தியறிக்கை எதுவும் வரமுடியாத அளவு தொலைவில் இருந்ததோ என்னவோ. அல்லது, செய்தியறிக்கையை இவர்கள் சரியாகக் கவனிக்காது இருந்திருக்கலாம். எப்படியோ, அணுக்கழிவுகளை அனுப்பி வைக்க மட்டுமே பயன்பட்ட இந்த அநாவசியமான சாலை, இப்போது அலைகளுக்குக் கீழே அமிழ்ந்துவிட்டது – சர்வசாதாரணமாக.

சாலையில் தாங்கள் வந்தடைய விரும்பிய இடமே சமுத்திரம்தான் என்பதுபோல, பயணியர் குழாம் அங்கேயே நின்று, சாலையின் முடிவில் விரிந்து பரந்த பசிஃபிக்கின் மறுபுறம் தெரிந்த சலிப்பூட்டும் சூரியோதயத்தைப் பார்த்துக்கொண்டு நின்றது.

டாஹூ, ஹஃபே, உமாவ், அனு, டெட்லெஃப், சாரா அனைவருமே கார்களிலிருந்து இறங்கி, கடலுக்கு இட்டுச் செல்லும் சாலையின் விளிம்பில், பேச்சடைத்துப் போய் நின்றார்கள். பிடிவாதமான பசிஃபிக், தொலைதூரஅலையின் பின் அலையாக அனுப்பிக்கொண்டே இருந்தது.

டாஹூ, அனுவும் மற்றும் பிறரும் புறப்பட்டதற்குச் சற்றுமுன் கிளம்பியிருந்த ஆலிஸ், அட்டிலெ'ய்யின் படகை மெல்லக் கடலுக்குள் தள்ளுவதற்கு உதவிக் கொண்டிருந்தாள். தன் தலையை ஒருபுறமாகத் திருப்பி, அட்டிலெ'ய்யை நோக்கினாள். இதுவரை நடந்ததெல்லாம் நிஜமாகவே நடந்ததுதானா, அல்லது தனது கற்பனையின் ஒரு கிளைக்கதையா என்று வியந்தபடி. மிதக்கும் குப்பைத்தீவிலிருந்தவாறு, பசிஃபிக்கைக் கடந்துவந்த ஓர் இளைஞனுடன் தன் கடந்த காலத்தை அவள் கழித்தாள் என்பது நிஜமேதானா?

இருட்டில் தெளிவில்லாமல் தெரிந்தது கடல்; குறுமணல் போன்று புள்ளிகள் நிரம்பிய பழையகாலப் புகைப்படம்போல. இறுதியாய் கிரகித்துக் கொள்வதற்குப் பாழில் ஏதோ இருக்கிறது என்பதுபோல.

அட்டிலெ'ய்யின் படகில் உட்கார்ந்தாள் ஆலிஸ். தொலைவை உறுத்துப் பார்த்தவாறு இருவருமே ஆழ்ந்த சிந்தனையில் இருந்தார்கள். காலம் மெல்ல நகர்ந்தது; துடுப்பசைக்கும் அறிகுறியே இல்லாமல் இருந்தான் அட்டிலெ'ய். கடற்பறவைக் கூட்டம் ஒன்று கடந்து சென்றபிறகு அட்டிலெ'ய் பேசினான்:

"ஆலிஸ், நீ எனக்காகப் பிரார்த்தனை செய்வாயா?"

"நிச்சயமாக. ஆனால், யாரிடம் நான் பிரார்த்திப்பது?"

"யாரிடம் வேண்டுமானாலும். *கபாங்*கிடமோ, அல்லது உன்னுடைய கடவுளிடமோ, அல்லது சமுத்திரத்திடமோ."

"என்னுடைய பிரார்த்தனையால் எதுவும் நடந்துவிடுமா என்ன?"

"நடக்காமல் போகலாம். கடல் முனி . . . என் தகப்பனார் சொல்வார், கடலின் முன்னிலையில் என்ன நடக்கும் என்பதை உன்னால் அறியவே முடியாது; ஏனென்றால், கடல் எடுத்துக்கொண்டு போகும், இன்னொரு நாள் திடீரென்று வழங்கிவிடவும் செய்யும். அதனால்தான், நாம் பிரார்த்தனை செய்தாகவேண்டும்." பாதி பேசும்போதே *வயோ வயோ* மொழிக்குள் போய்விட்டான் அட்டிலெ'ய்; அவன் என்ன பேசுகிறான் என்று ஆலிஸைக் குழம்பச் செய்கிற விதமாக.

○ ○ ○

டாஹுவும் மற்றவர்களும், அந்தச் சாலை முடிவில் ஒரு கடற்கரை இருக்கிற மாதிரி, தரையில் உட்கார்ந்திருந்தார்கள். பழைய பாதையில் போவதற்கு வாய்ப்பேயில்லை என்று உறுதியாகத் தெரிந்தபோதிலும், சீக்கிரமாகத் திரும்பிவர அவர்களுக்கு விருப்பமில்லை. பல வருடங்களுக்கு முன்னால் தான் அங்கே நீண்ட நடை சென்ற சந்தர்ப்பத்தைப் பற்றி, தன்னிச்சையாகப் பேசிக்கொண்டிருந்தான் டாஹு. பேசினான் பேசினான் பேசிக்கொண்டேயிருந்தான் – தன் குரல் மங்கி, தனக்கே கேட்கமுடியாமல் ஆகும்வரை. உமாவ் அலைகளை உதைத்துக்கொண்டிருந்தாள். கடல்நீரின் மாதிரிச் சான்றுகளைச் சேகரித்துக்கொண்டிருந்தாள் சாரா. தன்னுடைய வீடியோ காமிராவில் அந்தக் காட்சியைப் படம்பிடித்துக் கொண்டிருந்தார் டெட்லெஃப். அனு சும்மா தனது ஆடைகளைக் களைந்துவிட்டு நீந்துவதற்காக நீரில் குதித்தார்.

ஹஃபே இன்று தனது உபரிவிரல்களைக் காட்டும் விதமாக, ஷூக்களுக்குப் பதில் செருப்புகள் அணிந்திருப்பதைக் கவனித்தான் டாஹு. உபரி விரல் ஒவ்வொன்றும், அழகான சிறுதானிய முளைபோல இருப்பதாக அவனுக்குத் தோன்றியது.

ஹஃபே பாடத் தொடங்கினாள். அவளுடைய குரல் கேட்ட மாத்திரத்தில், அனைவருமே தாங்கள் செய்துகொண்டிருப்பதை நிறுத்தினார்கள். கடலுமே கரைமீது அறைவதை நிறுத்திவிட்ட மாதிரி இருந்தது. உலகில் அவளுடைய குரல் மட்டுமே எஞ்சியிருந்தது.

முதலில், பங்கா இனக் கதைப்பாடல் ஒன்றைப் பாடினாள். அடுத்து அவளே இயற்றிய மெட்டு ஒன்று. அப்புறம், பல ஆண்டுகளுக்கு முந்தைய ஆங்கில நாட்டார் கீதம் ஒன்று. அந்த நபர் அவளுக்கு அளித்த ஸிடியிலிருந்து அவள் கற்றுக்கொண்ட பாடல். அந்த ஸிடிக்களில் இருந்த ஒவ்வொரு பாடலின் வரிகளையும் அவள் மனப்பாடம் செய்திருந்தாள் – அந்த வரிகளுக்கு என்ன அர்த்தம் என்பது அவளுக்குக் கொஞ்சமும் புரியாவிட்டாலும்.

ஓ, நீலக் கண்கள் கொண்ட என் மகனே,
எங்கே போய்விட்டாய்?
ஓ, என் இளம் கண்ணே,
எங்கே போய்விட்டாய்?
பனிமூட்டம் படர்ந்த பன்னிரெண்டு மலைகளின் சரிவில்
நான் தடுமாறி நடந்திருக்கிறேன்
உருக்குலைந்த ஆறு நெடுஞ்சாலைகளில்
நடந்தும் தவழ்ந்தும் சென்றிருக்கிறேன்
துயரார்ந்த ஏழு கானகங்களின் மத்தியில்
காலடி பதித்திருக்கிறேன்
ஒரு டஜன் இறந்த சமுத்திரங்களின் முன்
இருந்திருக்கிறேன்,
கல்லறைத்தோட்டத்தின் வாயிலில்
பத்தாயிரம் மைல்கள் போயிருக்கிறேன்

அப்புறம், கடுமையான, கடுமையான, கடுமையான,
கடுமையான
மிகமிகக் கடுமையான மழை
கொட்டப்போகிறது.

ஓ, நீலக் கண்கள் கொண்ட என் மகனே,
நீ என்ன பார்த்தாய்?
ஓ, என் இளம் கண்ணே,
நீ என்ன பார்த்தாய்?
காட்டு ஓநாய்கள் சூழ்ந்திருக்கும்
புத்தம்புது சிசுவைப் பார்த்தேன் நான்
வைரத்தாலான நெடுஞ்சாலையைப் பார்த்தேன்
ஆளரவமேயில்லை அதில்
ஓயாமல் குருதி சொட்டும்
கருநிறக் கிளையைப் பார்த்தேன்
முழுக்க முழுக்கத் தண்ணீர் சூழ்ந்த
வெள்ளைநிற ஏணியைப் பார்த்தேன்
நாவு கிழிந்த பத்தாயிரம் பேர்
பேசுவதைப் பார்த்தேன்
பச்சிளம் குழந்தைகளின் கைகளில்
துப்பாக்கிகளும் கூர்வாட்களும் பார்த்தேன்
அப்புறம், கடுமையான, கடுமையான, கடுமையான,
கடுமையான
மிகமிகக் கடுமையான மழை
கொட்டப்போகிறது.

மிக மிகப் பழங்காலத்தைச் சேர்ந்த பாடல் இது. ஏகப்பட்ட முறை இந்தப் பாடலை ஹஃபே பாடிக் கேட்டிருந்தவன் என்றாலும், ஹஃபேயின் குரல் தனக்குள் காலியாகிருந்த ஆன்மாவில் எதையோ இட்டு நிரப்புவதாக உணர்ந்தான் டாஹு. ஒரு சொல்லும் புரியாத அனுவுமேகூட, அந்தப் பாடலில் இருந்த துயரத்துக்குத் தாமே பொறுப்பு என்கிற மாதிரி உணர்ந்தார். நிஜமாகவே மலையின் ஆழத்துக்குப் போய் வந்தவரான டெட்லெஃப் கூட, ஏதோவொன்று குழிந்து, நிலத்தடிக் குகை ஒன்று தோன்றிவிட்ட மாதிரி, ஒருபோதும் நிரப்ப முடியாத அளவுக்கு ஆழமும் அகலமும் கொண்ட நிலத்தடிக் குகை தோன்றிவிட்ட மாதிரி உணர்ந்தார். உலகின் வழிமுறைகள் எதையும் இன்னமும் அறிந்திருக்காத சிறுமியான உமாவ் கூட, நிஜமாகவே கடும் மழை பொழியப்போகிறதென்று எண்ணினாள்.

செந்நிறக்கூந்தல் கொடிபோலப் பறந்துகொண்டிருக்க, ஹஃபேயின் குரல் கேட்டு அதிர்ந்துபோயிருந்தாள் சாரா. ஹஃபேயின் குரலில் இருந்த மழைத்துளிகள் புயற்காற்றில் தகர்ந்து, மழை நிஜமாகவே இருந்ததைவிட மிகவும் வலுத்து இருந்த மாதிரித் தென்பட வைத்தன. சாராவும் டெட்லெஃப்பும் ஒரு பார்வையைப் பரிமாறிக்கொண்டனர். அப்புறம் சாரா முன்குரலெடுத்து, ஹஃபேயுடன் வேறொரு ஸ்தாயியில் ஒத்திசைந்து, பாடத் தொடங்கினாள்:

அப்புறம், நீலக் கண்கள் கொண்ட என் மகனே,
என்ன கேட்டாய்?
அப்புறம், என் இளம் கண்ணே,
நீ என்ன கேட்டாய்?
எச்சரிக்கை விடுத்து உறுமிய
இடியோசை நான் கேட்டேன்.
ஒட்டுமொத்த உலகத்தையும் மூழ்கடிக்கும்
அலையோசையின் உறுமல் கேட்டேன்
பற்றியெரியும் கரங்களோடு ஒரு நூறு
முரசறைவோர் ஒலிக்கக் கேட்டேன்
பத்தாயிரம் பேர் கிசுகிசுக்க
யாருமே கேட்காதிருப்பதைக் கேட்டேன்
ஒரேயொருவன் பட்டினி கிடக்க
ஏகப்பட்டவர்கள் சிரிக்கக் கேட்டேன்
கழிவுநீர்க் கால்வாயில் இறந்துபோன
கவிஞனொருவனின் பாடல் கேட்டேன்
சந்தில் நின்று அழுதுகொண்டிருக்கும்
கோமாளியொருவனின் குரலைக் கேட்டேன்
அப்புறம், கடுமையான, கடுமையான, கடுமையான,
கடுமையான
மிகமிகக் கடுமையான மழை
கொட்டப்போகிறது.

ஓ, நீலக் கண்கள் கொண்ட என் மகனே,
யாரை நீ சந்தித்தாய்?
ஓ, எந்தன் இளம் கண்ணே,
யாரை நீ சந்தித்தாய்?
மரித்த குட்டிக் குதிரை அருகில்
இருந்த இளங் குழந்தையை சந்தித்தேன்
கறுப்புநாயை நடத்திப் போன
வெள்ளைக்காரனைச் சந்தித்தேன்
உடலம் எரிந்து கொண்டிருந்த
இளம்பெண்மணியைச் சந்தித்தேன்
வானவில்லை என்வசம் தந்த
இளம்பெண்ணொருத்தியைச் சந்தித்தேன்
வன்மத்தாலே காயம் கொண்ட
இன்னொரு மனிதனைச் சந்தித்தேன்
அப்புறம், கடுமையான, கடுமையான, கடுமையான,
கடுமையான
மிகமிகக் கடுமையான மழை
கொட்டப்போகிறது.

வயோ வயோ தீவினர் அப்போதுதான் விழித்தெழுந்தார்கள். நேற்றிரவு வீசிய காற்று, மிகவும் வலுத்திருந்ததாக உணர்ந்தார்கள். வாஸ்தவத்தில், வயோ வயோவின் இரவுக்காற்று எப்போதுமே வலுத்துத்தான் இருக்கும். ஆனால், தீவினர் அறியாத ஒரு செய்தி என்னவென்றால், கடந்த பல நூறு வருடங்களாக, ஒவ்வோர் இரவும் ஒரு கையளவு நிலத்தை வயோ வயோ இழந்து வருகிறது; ஒரு மணல்புழுவின் பத்தாயிரத்தில் ஒரு பங்கு அளவுக்கு, வடக்கு நோக்கி நகர்ந்துவருகிறது. அன்று காலையில், அந்த

மகத்தான சமுத்திரத்தின் வெகுதூரப் பிரதேசமொன்றில், துப்பாக்கிப் படையணிபோல அணிவகுத்து நிற்கும் சிறு படகுகளின் மௌனத் தொடர்வரிசை கண்காணித்துக்கொண்டிருக்கிறது என்பதையும்தான். படகணியிலிருந்த ஒவ்வொருவனும் தன்னுடைய நிலையில் நின்று, அடிவானத்தை உற்றுப் பார்த்துக்கொண்டிருந்தான். விரைவிலேயே, ஒளிக்கற்றையொன்று ஆகாயத்தில் தாவியெழுந்து, ஒரே மட்டத்தில் சில ஆயிரம் கிலோமீட்டர்கள் பயணித்து, நீரில் பாய்ந்தது. அப்போதுதான் எழுந்த *வயோவயோ*வினர், பிரம்மாண்டமான எரிகல்லொன்று கடலுள் பாய்ந்து மோதியது என்றே நினைத்தனர்.

அலைகளுக்கடியில் பாய்ந்த ஒளிக்கற்றை, கடலடிப் பள்ளத்தினுள் தன் பாதையில் குடைந்துகொண்டே சென்றது. இதுவரை மனிதப் பார்வை படாத அந்தப் பள்ளம், விசித்திரமான ஜந்துக்களின் உறைவிடம். அந்த ஜந்துக்கள் விண்வெளியிலிருந்து வந்தவையாக இருக்கலாம். திடீரென்று, ஒட்டு மொத்த சமுத்திரத்திலும் உள்ள ஒவ்வொரு ஜீவராசியும் காதைச் செவிடாக்கும் ஓசையைக் கேட்டன. இதற்கு முன்னால் கேட்டிராத ஓசை அது – வல்லமை மிகுந்த ஜீவன் ஒன்று புறப்பட்டுப் போகிற மாதிரி. பள்ளத்தின் ஆழத்தில் மிகப்பெரிய வெட்டு விழுந்து இரண்டு முனைகளை நோக்கியும் ஓர் அதிர்ச்சியலை கிளர்ந்தது – முன்கண்டிராத வலுவுள்ள சுனாமியை எழுப்பியபடி.

இரும்பின் உறுதிகொண்ட அண்ட அலை, குப்பை கடற்சுழியின் இன்னொரு துண்டை *வயோ வயோ*வை நோக்கித் தள்ளியது. இன்னும் மூன்று நிமிடம் முப்பத்து மூன்று விநாடிகளில், தீவின் மீதுள்ள உயிர்ப் பொருட்கள் ஜடப்பொருட்கள் என அனைத்தையும் உரித்துக் கடலுக்குள் தள்ளிவிடும் – ராட்சதத் தச்சனின் இழைப்புளியைப் போல.

தீவில், கடல் முனியும் நில முனியும் மட்டுமே இந்த நிகழ்வை முன்கூட்டிக் கணித்தவர்கள். முந்தைய நாள் அவர்கள் *கபாங்*கிடம் வேண்டுகோள் விடுத்தார்கள் – பதிலே கிடைக்கவில்லை.

“*கபாங்* ஏன் பதிலளிக்க மாட்டேனென்கிறார்?” என்று கடல் முனியும், நில முனியும் விவாதித்துக்கொண்டிருந்தார்கள்.

“இனி அவர் பதில் சொல்வார் என்று தோன்றவில்லை.”

“தீவு ஜனங்களை எச்சரிப்போமா?”

“அதனால் பிரயோசனம் ஏதும் உண்டா?”

கொஞ்ச நேரம் இருவரும் மௌனமாய் இருந்தார்கள். கடல் முனி முணுமுணுத்தார். “கபாங் என்ன காரணம் வைத்திருக்கிறார் என்பதை நான் நிஜமாகவே தெரிந்துகொள்ள வேண்டும். ஏன் என்று எனக்குத் தெரிந்தாக வேண்டும்.” அவருடைய முகத்தின் சுருக்கங்கள் மிகவும் ஆழமடைந்திருந்தன – அவருடைய அங்கங்களெல்லாம் உள்வாங்குவது போல.

“உங்களுக்குத்தான் தெரியுமே, *கபாங்*குக்கு எதற்குமே காரணம் தேவையில்லை. உலகின் ஒரு சிறு மூலையில் *வயோ வயோ* ஒத்து அடங்கிப் போவதுதான் அவருடைய சித்தமென்றாலும்கூட.” என்றார் கடல் முனி.

"உலகின் ஒரு சிறு மூலையில் *வயோ வயோ* ஒத்து அடங்கிப்போவதுதான் அவருடைய சித்தமென்றாலும்கூட" என்றார் நில முனி. இருவரும் இணைந்து, மீண்டும் சொன்னார்கள்: "உலகின் ஒரு சிறு மூலையில் *வயோ வயோ* ஒத்து அடங்கிப் போவதுதான் அவருடைய சித்தமென்றாலும்கூட."

பிரம்மாண்டமான குப்பை சுனாமியின் வருகையை ஒட்டி, இரண்டு முனிகளும் தீவின் இரு முனைகளிலும் அமர்ந்திருந்தனர். ஒருவர் கடலை நோக்கியும், மற்றவர் வேறுபுறம் பார்த்தும். இருவருமே தங்கள் கண்களை அகலத் திறந்து, நடப்பவற்றைக் கவனித்துக்கொண்டிருந்தனர். அதீத முயற்சியின் காரணமாக, கடல் முனியின் கண்களிலிருந்து ரத்தம் வழியத் தொடங்கியது. நில முனி, தனது விரல் மூட்டுகள் தூள்தூளாக நொறுங்குமளவு தரையை இறுகப் பற்றியிருந்தார்.

அலை தீவை ஓங்கி அறைந்தபோது, உடனடியாக அவர்களுடைய உடல்கள் இரண்டாகப் பிளந்தன. இருவருமே கடுமையான மன உறுதி கொண்டவர்கள் என்றாலும், வலி தாளாமல் ஓலமிட்டனர். தீவின் மீதிருந்த அனைத்துமே – வீடுகள், சிப்பிச் சுவர்கள், *தலவாக்கா*, அழகிய கண்கள், தீவிர வலி தரும் காய்த்துப்போன இடங்கள், உப்பின் கனம் படிந்த தலைமுடி, அப்புறம் கடல் பற்றிய அத்தனை கதைகளும் என எல்லாமே இதயம் ஒருமுறை துடிப்பதற்குள் முழுக்க மறந்துபோயின.

அதே சமயம், கடவுளின் பிரசன்னத்தைக் கேட்பவர்கள் மாதிரி, *வயோ வயோ*வைச் சேர்ந்த இரண்டாம் மகன்களின் விந்துத் திமிங்கில அவதாரங்கள், மௌனமாக அணிவகுத்து நின்றன; கடல்வாழ் பாலூட்டிகளின் தலைவர்கள் முதல் தொண்டர்கள் வரை, தலைமுதல் கால்பகுதித் துடுப்பின் இரண்டு மடல்கள் வரை, அப்புறம் துடுப்பு முதல் துடுப்புவரை என. அலைகளை வெட்டிப் பிளந்துகொண்டு ஒரு குறிப்பிட்ட முனைவரை அவசரமாய்ப் போவதுபோல. அல்லும் பகலும் அவர்கள் நீந்தினார்கள். இருட்டியதும் மீண்டும் ஆவிகளாவதற்கு அவகாசம் இல்லாதவர்களைப்போல. ஓய்வெடுக்க நேரமே இல்லாதவர்களைப் போல.

அந்தத் திமிங்கில மந்தை, மகர ரேகையைத் தாண்டி, புதிதாக உருவான மூன்று சூறாவளிகளின் மையத்தைக் கடந்து, குளிர்நீர்க் கடல்கள் மற்றும் வெதுவெதுப்பான கடல்களினூடே, நேரே நிலத்தைக் குறிவைத்துப் போனது. ஒரு வாரம் கழித்து ஒருநாள் காலையில், பல நூறு விந்துத் திமிங்கிலங்களின் மந்தை சிலே தேசத்தின் வால் பரைஸோ கடற்கரையில் தரைதட்டிக் கிடந்தது கண்டறியப்பட்டது. கடுகடுத்த கண்களோடு, வெடிப்பு தட்டிய சருமத்தோடு, நொறுங்கிய விலா எலும்புகளோடு அவை கிடந்தன. அவற்றின் விலா எலும்புகள் அவற்றின் எடை தாளாமலே நொறுங்கியிருந்தன. சாதாரணமாகக் கண்ணீர் உகுக்காத அந்தப் பிராணிகளின் கன்னங்களில் கண்ணீர் வழிந்தது.

அலைமட்டம் உயர்ந்துவரும்போது, அவற்றில் சில திமிங்கலங்களை மீண்டும் கடலுக்குள் தள்ளிவிட கிராமத்தவர் முயல்வார்கள்; ஆனால், பிடிவாதமான, முரண்டு பிடிக்கும் திமிங்கிலங்கள் மறுபடியும் நீந்திக் கரைக்கு வந்துசேரும்.

உலகம் முழுவதிலுமிருந்து, கடல்வாழ் பாலூட்டியியல் வல்லுநர்கள் குறைந்த பட்ச அவகாசத்தில் சிலேயை நோக்கி விரைந்தார்கள். ஏனென்றால், இந்த விந்துத் திமிங்கில மந்தை முழுக்கவே ஆண் திமிங்கிலங்களாலானது: மிக மிக அபூர்வமான நிகழ்வு இது. அதைவிட ஆச்சரியம், அந்தத் திமிங்கிலங்களில் ஒன்று ராட்சத வடிவு கொண்டது; சுமார் இருபது மீட்டர் நீளம் உள்ளது. இந்த நாட்களில், இந்த யுகத்தில் தனித்துவம் வாய்ந்தது. வல்லுநர்கள் சுட்டிக்காட்டிய மாதிரி, அதிகமான மீன்பிடித்தல் காரணமாக பிராயத்துக்குமுன்பே பருவமடைய நேர்வது விந்துத் திமிங்கிலங்களின் உடல் அளவைக் குறைத்துவிட்டது. சமீபத்திய ஆவணங்களின்படி, இது போன்று மெய்யாகவே பிரம்மாண்டமான திமிங்கிலங்கள் உலகில் எங்கும் அறவே இல்லை என்றே அனுமானித்திருந்தார்கள்.

சிலேக் கடற்கரையில் கூடிய வல்லுநர்கள், தங்களின் காலம் முடியும்வரை ஒரே கதையைத் திரும்பத் திரும்பச் சொல்லிக்கொண்டிருப்பார்கள்: ராட்சத உயிரினக் கூட்டம் ஒன்று இறப்பதைப் பார்த்துக்கொண்டிருந்த அனுபவத்தை. பிரம்மாண்டமான திமிங்கிலங்களின் வாயிலிருந்து ரத்தம் சிறு தாரையாய் ஒழுகும்; அவற்றின் நீண்ட மூக்குகளின் உச்சியில் உள்ள காற்றுத்துளைகளான இடது நாசித்துவாரங்களின் வழி பெரிய அளவில் நச்சுக்காற்று பீய்ச்சித் தெறிக்கும். அவற்றின் வால்கள் வேதனையால் அடித்துக்கொள்ளும். தங்கள் மூளைகளிலிருந்து ஞாபகங்களைத் துரத்தியடிப்பது மாதிரி, தங்கள் தலைகளால் மணலில் ஓங்கி ஓங்கி மோதி, கடற்கரையில் பெரும் பள்ளங்களை உருவாக்கும். கனத்த, நம்பிக்கை வறண்ட ஒரே குரலை எழுப்பும்; சிலேயின் கடலோர மலைகளைத் தாண்டி மறுபுறம் அந்தக் குரல் எதிரொலிக்கும். வயல்களில் வேலைசெய்யும் விவசாயிகளுக்கு நெஞ்சுவலியை ஏற்படுத்தும்.

தலையால் ஓங்கி அடிப்பதைத் தவிர, கரையொதுங்கிய திமிங்கிலங்கள் வேறு ஓசை எதையும் எழுப்பாது. பின்னாட்களில் நினைவுகூரும்போது, அந்த வல்லுநர்கள் அனைவருமே சொன்னார்கள்: திமிங்கிலங்கள் கரையொதுங்கியபோது அவற்றின் அழைப்பைக் கேட்டதாக. அந்த அழைப்பை மாண்டரின், ஆங்கிலம், ஜெர்மன், க்ளான், காலிசியன், திவேஹி மொழிகளில் போலி செய்ய முயன்றார்கள். சில பிறவி மொழிக்கலைஞர்கள், இறந்துபோன மொழிகளான மாங்க்ஸ், இயாக் போன்றவற்றிலும் முயன்றுபார்த்தார்கள். ஆனால், எவராலும் துல்லியமாக நகல் செய்ய முடியவில்லை... ஏனென்றால், ஒவ்வொருவருக்குமே, மீன்முள் சிக்கியதால் மூச்சுத் திணறிய மாதிரி, தொண்டையில் பயங்கரமான வலி எடுத்தது.

பின்னர் வால்பரைஸோ காயம்பட்ட திமிங்கிலம் மாதிரி நடுங்கியது – திமிங்கிலத்தின் பின் திமிங்கிலத்தின் பின் திமிங்கிலத்தின் பின் திமிங்கிலத்தின் பின் திமிங்கிலத்தின் பின்திமிங்கிலத்தின் பின் திமிங்கிலமாகக் கடற்கரையில் தன் இறுதி மூச்சை விட்டது. முதலில் இறந்த திமிங்கிலங்கள், தகிக்கும் வெயிலில் ஊதிப் பெருக்கும்; உடல் சிதையும்; திடீரென்று ஒவ்வொன்றாக வெடிக்கும். அவற்றின் உள் அவயவங்கள், ஈரப்பதமும் இறுக்கமும் கொண்ட காற்றில் பறக்கும்.

கடல்வாழ் பாலூட்டியியல் வல்லுநர்கள், திமிங்கில எலும்புகளைப் பொறுக்க வந்திருக்கும் மீனவர்கள் மற்றும் குழந்தைகள்மீது மழைபோலப் பொழியும். அதற்குமுன் எவருமே நுகர்ந்திராத அழுகிய துர்நாற்றம் ஒருவர் பாக்கியில்லாமல் மூர்ச்சையுறச் செய்யும்; அல்லது குத்திட்டு உட்கார்ந்து வாந்தியெடுக்க வைக்கும்.

அவர்களுக்கு நினைவு திரும்பும்போது, ஒட்டுமொத்தத் திமிங்கிலக் கூட்டமும் இறந்து போயிருக்கும்; இறந்தவற்றைக் கணக்கெடுப்பார்கள் வல்லுநர்கள். மொத்தம் முன்னூற்று அறுபத்தைந்து திமிங்கிலங்கள். ஆண்ட்ரியாஸ் என்ற பெயருள்ள, சுவிட்சர்லாந்தைச் சேர்ந்த கடல்வாழ் பாலூட்டியியல் வல்லுநர், முழந்தாளிட்டு அழுவார். உண்மையில், அழுது அழுதே மரணமடைவார். அவருடைய மரணகால அழுகை, கடற்கரையில் இருக்கும் ஒவ்வொருவரின் மனத்தையும் தொடும். ஒவ்வொருவருமே அவருடன் சேர்ந்து அழுவார்கள். அவர்களது கண்ணீர் கடற்கரையில் சிந்தி, விரைவிலேயே, உயரும் அலைமட்டத்தால் கவர்ந்து செல்லப்படும்.

ஆனால், இதனால் கடலில் இருக்கும் உப்பின் அடர்த்தி அதிகரித்து விடாது, கொஞ்சம்கூட.

மிகச்சரியாக சூரியோதயத்தின்போது, *வயோ வயோ* சுனாமியால் சூழப்பட்டது. அட்டிலெ’ய் தீவை நீங்கிப் போய்க்கொண்டிருந்தான். பேசும் புல்லாங்குழலை வாசித்தபடி, துண்டுதுண்டாய் ஆகியிருந்த குப்பைக் கடற்சுழியினூடே போய்க்கொண்டிருந்தான், திரும்பியே பார்க்காமல். அவன் வாசித்த மெட்டு, புரிந்துகொள்ள முடியாத மிருதுத்தன்மையும், சொல்லில் அடங்காத துக்கமும் கொண்டிருந்தது.

அட்டிலெ’ய்யை வழியனுப்பிய பிறகு, கடல் இல்லத்தின் கூரைக்கு நீந்திப் போனாள் ஆலிஸ். உடைந்திருந்த சூரியஒளி மின்கலத் தகட்டின்மீது நின்று, தொடுவானத்தில் அட்டிலெ’ய் தெரிகிறானா என்று பார்த்தாள். அவனுடைய படகின் முன் பகுதியும், மழைத் தடுப்புக் கூரையும் குப்பைக் கடற்சுழியிலிருந்து கிடைத்த பொருட்களாலேயே உருவாக்கப்பட்டிருந்தன; கலத்தை மறைத்து குப்பைகளின் கடலுக்குள் ரகசியமாக அது போவதற்கு ஏதுவாக. எனவே, அவனைக் கண்டுபிடிப்பதற்கு முன், அவள் வெகுநேரம் துழாவிப் பார்க்க வேண்டியிருந்தது. ஒரு கடற்பறவையினுடையதுபோல அவனுடைய நிழல்வடிவம் சிறுத்துவிட்டிருந்தது.

கொஞ்சநேரத்தில் ஆலிஸ் பாடத்தொடங்கினாள். அட்டிலெ’ய்க்காக இருக்கலாம், அல்லது தனக்காகவேகூட இருக்கலாம். தாம்மை முதன்முதலாகச் சந்தித்த மாலைப்பொழுதில், கடலை நோக்கியிருந்து அவளுக்காக அவன் பாடிய பாடல்களில் ஒன்று அது. 1808–1809இல் நடந்த டானோ – ஸ்வீடிஷ் யுத்தத்தைப் பற்றி அவன் சொன்னது அவளுக்கு இன்னும் ஞாபகமிருக்கிறது: அந்த யுத்தத்தின் எச்சமாக ஷார்லட்டன்லண்ட் கோட்டையில் இருக்கும் பீரங்கிப் படையையும்தான்.

“இந்தக் கடற்கரை நிஜமாகவே யுத்தத்தைப் பார்த்தது. பீரங்கிகள் நிஜமாகவே குண்டு வீசின. வீரர்கள் இந்தக் கடற்கரையில் நிஜமாகவே இறந்தனர். இந்தக் கடலில் படகுகள் நிஜமாகவே மூழ்கின. இங்கே இருப்பது வெறும் அலங்கார பீரங்கி அல்ல.” பூமிக்கு அடியில் முப்பது மீட்டருக்கும் மேலே ஆழம் கொண்ட ஒரு குகையில் தான் வசித்தது பற்றிச் சொன்னான். அட்லாண்ட்டிக்கின் குறுக்கே, ஒற்றைப் பாய்மரம் கொண்ட கப்பலை முன்நடத்திச் சென்றதை; பாறை மற்றும் மலையேற்ற சவால்களுக்குத் தன்னைத் தயார்ப்படுத்திக்கொண்டிருப்பதை எல்லாம் சொன்னான். அப்புறம் அவர்கள் உறவுகொண்டனர். தாம்மின் ஆணுறுப்பு, அவளுடைய உடலுக்குள் ஊடுருவி ஆழ நுழைந்தது, ஒரு டார்ச் விளக்கைப் போல ஒளிவீசியபடி. அந்தச் சிறு கூடாரத்துக்குள், அவனுடைய தோள்வழியாகப் பார்த்தபோது உலகம் பிரகாசமாக இருப்பதைக் கண்டாள். ஒரு குறிப்பிட்ட தருணத்தில், அவனுடைய வெளிறிய நீலவிழிகளில், லட்சக்கணக்கான வார்த்தைகளை அவள் பார்த்ததாகப் பட்டது.

ஓ, நீலக் கண்கள் கொண்ட என் மகனே,
இப்போது நீ என்ன செய்வாய்?
ஓ, எந்தன் இளம் கண்ணே,
இப்போது நீ என்ன செய்வாய்?
மழை கொட்டத் தொடங்குவதற்கு முன்
நான் திரும்பிச் செல்லப் போகிறேன்.
ஆழத்திலும் ஆழம் கொண்டதான வனாந்தரத்துள்
நடந்து செல்லப் போகிறேன்,
பின்னர், நான் மூழ்கத் தொடங்கும்வரை
சமுத்திரத்தின் பரப்பில் நிற்கப் போகிறேன்,
ஆனால், மூழ்கத் தொடங்கும் முன்பாக
என் பாடலை நான் அறிந்துவிடுவேன்.
அப்புறம், கடுமையான, கடுமையான, கடுமையான,
கடுமையான
மிகமிகக் கடுமையான மழை
கொட்டப்போகிறது.

“கடல் உன்னை ஆசீர்வதிக்கட்டும்.” என்று ஆலிஸ் சொன்னாள், ஊசிமுனையைவிட மிகவும் சிறியதான குரலில். அந்த இளைஞன் போய்விட்டான்; கடலுக்குள் நுழைந்துவிட்டான். இந்தத் தருணத்தில் கடலில் நிலவும் வானிலை, கொஞ்சம்கூட உகந்ததாக இல்லை. தொலைவில் மழைமேகங்கள் கூடுவதை வைத்து, புயல் வந்துகொண்டிருக்கிறது என்று ஆலிஸால் சொல்ல முடியும். தங்கள் வாழ்நாளில் எத்தனையோ புயல்களால் பாதிக்கப்பட்ட தீவினரில் எவருமே இதற்குமுன் சந்தித்திராத தினுசான புயல்.

ஆலிஸ் கடற்கரைக்குத் திரும்பவும் நீந்திப் போகிறாள். சுத்திகரிப்புக் குழு ஏற்கனவே அங்கே இருக்கிறது. முழுக்க நனைந்து அவள் வருவதைப் பார்த்த சிலர் உதவி செய்ய ஓடி வருகிறார்கள். அவளோ, வேட்டைக் குடிலின் திக்கில் நடந்து போகிறாள். அவர்கள் தன் முகத்தை நன்றாகப் பார்த்துவிடாதவண்ணம் தலையைக் குனிந்து நடக்கிறாள். அன்பும்

கருணையும் அற்ற கானகத்தினூடே செல்லும் பாதையில் தனியாக நடந்து செல்கிறாள். அந்தப் பாதையில்தான் அட்டிலெய்யை அவள் முதன்முதலாகச் சந்தித்தாள்; ஓடையிலிருந்து நீர் சேந்தி வருவதற்காக அந்தப் பாதையில்தான் தாம்முடன் செல்வாள். நடந்து நடந்து செல்கிறாள். புற்தண்டுகளில் இருக்கும் ஈரப்பதம் மெல்லமெல்ல அவளது கால்விரல்களை நனைத்து ஈரமாக்குகின்றது. மெல்ல அவள் கண்களில் சேர்கிறது. சட்டென்று, குறுமயிர்கொண்ட எதுவோ தன் கால்களில் உரசுவதை உணர்கிறாள் ஆலிஸ்.

ஓஹியோ. அது ஓஹியோ.

தான் ஓஹியோ என்று சொல்வதற்கு இன்னமும் ஒருவர் இருப்பது ஆலிஸுக்கு மகிழ்ச்சி அளிக்கிறது. ஆலிஸின் கவனத்திற்குள் வராமலே, ஓர் அழகிய வாலிபப் பூனையாக ஓஹியோ வளர்ந்திருக்கிறது. தப்பிப் பிழைத்திருக்கும் இந்தச் சின்னஞ்சிறு பிராணிக்காக ஆலிஸ் ஏதாவது செய்தாகவேண்டும்.

பூனை தன் அழகிய குட்டித்தலையை நிமிர்த்துகிறது. கண்களைத் திறந்து பார்க்கிறது; ஒரு கண் நீலநிறமாகவும், மற்றது பழுப்பு நிறமாகவும் இருக்கின்றன. ஆலிஸின் அழைப்புக்கு பதில்சொல்வது மாதிரி, அவளை நேருக்குநேர் பார்க்கிறது.

• • •

பின்னுரை

கலையும் கவலையும்

மொழிபெயர்த்து முடித்த நாவலை, செம்மைப் படுத்துவதற்காக மீண்டுமொரு முறை வாசித்து முடித்தபோது தோன்றியது: கூட்டுவிழிகள் கொண்ட மனிதர் இந்த நாவலின் ஆசிரியரேதான். உலகளாவிய கரிசனமும் கவலையும் மாத்திரமன்றி, உலகளாவிய காட்சிப்புலங்களும் விரவியிருக்கும் நாவல் இது. தைவான் தீவும் நார்வேயின் மீன் பிடிப் பிராந்தியமும் கனடா மற்றும் துருவப் பிரதேசங்களும் ஒருபுறமென்றால், தைவானின் மலைசார்ந்த பழங்குடி, கடல் சார்ந்த பழங்குடி வாழ்வியல் தொடர்பான தகவல்கள் இன்னொரு புறம். இவற்றுக்கு மறுதரப்பாகப் புனைவா நிஜமா என்று நிர்ணயிக்க முடியாத, பிரத்தியேகமான சடங்குகளும் நம்பிக்கைகளும் வாழ்முறையும்கொண்ட வயோ வயோ தீவும் அதன் மனிதர்களும் சமபங்கு வகிக்கும் நாவல் இது.

மாயப் புனைவுலகும் யதார்த்தச் சூழ்நிலையும் அடுத்தடுத்துப் பொருத்தப்பட்டு, ஒன்றுடன் ஒன்று ஊடாடி ஒருங்கே இசையும் புனைவுகள் அபூர்வம். ஏதோவொரு தரப்பைச் சார்ந்து விரிவதும், உச்சத்தை எட்டும்போது அதுகாறும் முறுக்கிவந்த கயிற்றைப் படீரென அறுந்துவிட அனுமதிப்பதுமாகவே பெரும்பான்மை நாவல்கள் அமையும். கூட்டுவிழிகள் கொண்ட மனிதன் நாவல், சிறுபான்மையான எதிர்த்தரப்பைச் சேர்ந்தது.

அறிவியல் வளர்ச்சியும் சுற்றுச் சூழல் பற்றிய உலகப் பொதுமனத்தின் அக்கறையின்மையும் வறட்டுக் கருத்துருவமாகவோ, தகவல் குவிப்பாகவோ இன்றி, வாசக சுவாரசியத்தைக் கொஞ்சமும் குறைக்காத புனைகதையாக முன்வைக்கப்பட முடியும் என்று நிறுவியிருக்கிறது.

முழுமையான தனித்தனிப் பகுதிகள் அடுத்தடுத்த அத்தியாயங்களாக விரிவடையும் நாவலின் ஒருபாகத்தில் நவீன உலகின் தொழில்நுட்ப வளர்ச்சி ஏற்படுத்தும் அபாயகரமான பின்விளைவுகள், இன்னொரு பாகத்தில் சுற்றுச்சூழலைக் கொஞ்சமும் சேதப்படுத்தாமலே வாழ்வை நடத்திச்

செல்லும் பழங்குடி ஜனங்களின் வாழ்முறை என்று மாறிமாறிப் பேசுவது சுவாரசியமான கதைசொல்லும் முறை என்பதோடு, மனிதகுலம் வளர்ச்சி என்ற பெயரில் எதை விலையாய்க் கொடுத்து எந்த சௌகரியத்தைப் பெற முயல்கிறது, இழப்பின் நிரந்தரத்தன்மையும் பெறுமானமும் என்ன என்ற ஆழ்ந்த கரிசனமாகவும் இருக்கிறது. கனிவற்ற அறிவியல் மனோபாவம் எந்த அளவுக்கு மானுட விரோதமாக இருக்கிறது என்பதையும் நிறுவ முயல்கிறார் ஆசிரியர்.

ஆலிஸ், ஹஃபே போன்ற தனிநபர்களின் இழப்பும், ஒட்டுமொத்த கடற்கரையோரச் சமூகங்களின் இழப்பும் மாற்றிமாற்றிச் சொல்லப்படும்போது, இழப்பு உண்டாக்கும் கையறுநிலை பூதாகாரமாய் எழுந்துவிடுவதைப் பார்க்க முடிகிறது. நகரமயமாதலின் தூர்விளைவுகள், தொழில்நுட்ப வளர்ச்சியின் பக்கவிளைவுகள், சுற்றுச்சூழல் பற்றிய அக்கறையின்மை மானுடப் பிரக்ஞைக்கு வெளியே தன்னிச்சையாக அதிகரித்து வருதல், அரசாங்கம் உள்ளிட்ட அதிகார நிறுவனங்களின் பரிவின்மை, தொலைநோக்குப் பார்வையின்மை போன்றவை நேரடியாகவும் மறைமுகமாகவும் நாவல் நெடுகிலும் பதிவாகிக்கொண்டே இருக்கிறது.

ஒட்டுமொத்தமாகவே, மனிதமைய உலகத்தின் மீது ஆறாத ஆதங்கம் கொண்ட நாவல் இது.

நாவலைப் படித்து முடிக்கும் ஒருவருக்கு, மாயப் புனைவுலகமும் மண்ணும் சதையுமான நடைமுறை உலகமும் ஒன்றுக்கொன்று வேறுபட்டவையல்ல என்ற உணர்வே எஞ்சும். நடைமுறை உலகின் நடைமுறை நிகழ்வுகளைத் தீர்மானிக்கும் மாயக்கரங்களும் நடைமுறை உலகின் பகுதியாக இருந்தே செயல்படுபவை. அரசியல், பொருளாதார, சமூக நிலைகளை விரல்களாய்க்கொண்ட, தாட்சண்யமற்ற கரங்கள் அவை. மாறாக, மாயப் புனைவுலகில் செயல்படும் காரணிகள் முழுக்க முழுக்க மாயப் புலம் சார்ந்தவை அல்ல. நடைமுறை உலகத்தின்மீது ஒவ்வாமையோ, இதன் நியதிகள், நியமங்களின்மீது ஆழ்ந்த அதிருப்தியோ கொண்ட நடைமுறை மனங்களே மாயக்களத்துக்குள் நடமாட விரைகின்றன.

தர்க்கபூர்வமான, யதார்த்த உலகத்தின் நியாய அநியாயங்களை எதிரொலிக்கும் தொன்மங்களும், நியாய உணர்வோ தர்க்க அடிப்படையோ அற்று இயற்கை மூலகங்களை நிரந்தர சேதத்துக்கு ஆளாக்கும் நவீனத் தொழில்நுட்பங்களும் சமஅளவில் விவரிக்கப்பட்டிருக்கின்றன.

வு மிங்–யி கைக்கொள்ளும் உத்தி தனித்துவம் வாய்ந்தது. ஜெர்மனியில் பிறந்த டெட்லெஃபும், நார்வீஜிய சாராவும் தைவானியப் பூர்வகுடியான டாஹுவிடம் அறிமுகம் ஆவதற்குள் கதை எங்கெல்லாம் நகர்ந்துவிடுகிறது! ஒன்றுக்கொன்று தொடர்பற்றவைபோலத் தோன்றும், தன்னளவில் முழுமையாக இருக்கும் அத்தியாயங்கள், ஓரிடத்தில் வந்து குவியும்போது ஏற்படும் கிளர்ச்சி, வாசகரைப் பரவசத்தில் ஆழ்த்தக்கூடியது. ஒரே பொம்மையின் வெவ்வேறு அங்கங்களை இரண்டு கைவிரல்களில் மாட்டிய கயிற்றினால் இயக்கும் பொம்மலாட்டக் கலைஞரின் திறமையை ஒத்தது.

தற்கொலை செய்துகொள்ள முடிவெடுத்த, உயிர்வாழும் எண்ணத்தை மீட்டெடுக்க ஒரு பூனையே போதுமானதாய் இருக்கும் அபலைக்கு, முழு மனிதன் ஒருவன் கிடைப்பது எப்பேர்ப்பட்ட நம்பிக்கையையும் ஆறுதலையும் எதிர்பார்ப்பையும் அளித்திருக்கும்!

மறுபுறம், தனது சமூகம், வசிப்பிடம், வாழ்முறை என்று சகலத்திலும் வெளியேற்றப்பட்டு நிர்க்கதியான ஒருவனுக்கு, அந்நியப் பெண்ணொருத்தி வழங்கும் ஆதுரம் எவ்வளவு பெறுமதி கொண்டது!

இதில் சுவாரசியமான முரண் ஒன்று இருக்கிறது. ஒருவன், மரபும் நம்பிக்கைகளும் காட்டிய கடுமையால் வெளியேற்றப்பட்டவன்; மற்றவள் நவீனயுகம் நோக்கிப் பாயும் மானுட அமைப்புகளின் விட்டேற்றித் தன்மையால் தன் வசிப்பிடத்தை, வாழ்க்கைச் சூழலின் சுமுகத்தை இழக்க நேர்ந்தவள்.

இழப்பின், கையறுநிலையின் முன்னிலையில் அவர்கள் பரஸ்பரம் உறவினர்களாகிறார்கள். ஆமாம், நாவல் முழுவதிலுமே, வாழ்வை ஓர் ஆனந்தமாக, கொண்டாட்டமாக நிறைவோடு அனுபவிக்கும் ஒரு கதாபாத்திரம்கூட இல்லை. திமிங்கில வேட்டையாடும் தீரரான அமண்ட்ஸனும் இறுதியில் நிம்மதியற்றுத் தவிப்பவராகிறார்.

பங்க்கா, புனூன் என்ற இரண்டு பூர்வகுடிகள். கடல் சார்ந்த முன்னது, மலை சார்ந்த பின்னது இரண்டுமே கற்பனைத் தீவாகிய *வயோ வயோ*வின் மரபுகளையும் நம்பிக்கைகளையும் ஒத்த நடைமுறைகளைக் கடைப்பிடித்திருப்பது சுவாரசியமானது. மூன்று இனங்களுக்குமே மாயமும் கற்பனாதீதமும் கலந்த வரலாறுகள் உள்ளன. கவனிக்க வேண்டிய விஷயம், மூன்று குடிகளிலுமே தீயவை, அல்லது பொதுவாழ்வுக்குத் தீங்கு விளைவிப்பவை என்று சொல்லத்தக்க ஒரேயொரு அம்சம்கூட இல்லை. அவர்களுடைய நீதியும் நியாயமுறையும் நேரடியானவை.

மூன்று பழங்குடிகளிலும் சரி, நகர்வாசியான ஆலிஸின் வாழ்விலும் சரி, காதல் தோல்வி முக்கியமான அம்சமாய் இருக்கிறது – மனித உறவுகள் பற்றி ஆசிரியரின் உலகப் பார்வையோ இது என்ற ஐயம் உதிக்கிறது!

ஒவ்வொரு அத்தியாயமும் ஒரு கதாபாத்திரத்தை மையமாகக் கொண்டது. அந்தந்தப் பாத்திரங்கள் சார்ந்து மொழியமைப்பு மாறிக்கொண்டே போகிறது. அட்டிலெ'ய்யின் பூர்வகுடிப் பார்வையும் தகவல்களும், ஆலிஸின் நகர்ப்புறப் பார்வை, டெட்லெஃப், சாரா இவர்களின் அறிவியல் தொழில்நுட்பக் கண்ணோட்டத்தின் மொழி, ஹஃபேயின் பாமர மொழிதல் (*பறக்கவிருப்பவன் மாதிரி, பறக்கப் போகிற பறவை மாதிரி... அவர்கள் பேசுவதைக் கேட்டேன், எதைப்பற்றியோ பேசுகிறார்கள் என்று பட்டது...* அத்.09) என்று பலவிதமாக.

அதிலும், அட்டிலெ'ய் பேசும் இடத்திலெல்லாம், கடல்சார்ந்த உவமைகள் மட்டுமே வந்துகொண்டிருக்கும். *தூண்டில் இரை இல்லாத கொக்கியை எதிர்கொள்ளும் மீன் போல* (அத்.5) *கவானாவில் அகப்பட்ட நீர்ப்பறவைபோல நிராசையுற்றவனாக* (அத்.15) என அவனைப் பற்றிய

விவரிப்பிலும்கூட இதே பாங்கு தொடர்கிறது. தூண்டிமுள்ளில் சிக்குவதற்கு மீனுக்கு எடுக்கும் நேரம்தான் (அத் 14) ஆகிறது அவனுக்கு – மண்சரிவில் சிக்குவதற்கு!

கதை சொல்லும் நுட்பத்துக்குச் சான்றாக அநேக இடங்கள் இருக்கின்றன. கதைசொல்லியின் மொழி நேரடியாக இல்லாமல் போகும்போது, அர்த்தபூர்வமான செறிவு எத்தனை மடங்கு அதிகரித்து விடுகிறது என்று காட்டும் இடங்கள். ஒருவருக்கொருவர் சம்பந்தமோ, சமாந்தரமோ இல்லாத இருவர், அவரவர் துயரங்களின் முன்னிலையில் இருவராக இல்லாமல் போகும் இடம். ஒரே துக்கத்தின் இரண்டு முகங்களாக ஆகிவிடும் இடம்.

"இப்போது போலக் கடுமையாய் மழை பெய்யும்போது கூட அதேவிதமாகத்தான் பதில் சொல்ல வேண்டுமோ?"

"ஆமாம்."

"உனக்குப் பதில் சொல்ல விருப்பமில்லாவிட்டாலும்கூட?"

"ஆமாம்."

மெல்லமெல்ல மழையைக் கொண்டுவருவதுபோல இருந்த கடலை நாங்கள் இருவரும் வெறித்துப் பார்த்தோம். அடிக்கடி அலைகள் உருண்டு வந்துகொண்டிருந்தன. பத்து அலைகள் வரும்வரை மௌனம் காத்த அட்டிலெ'ய், இன்னொரு தடவை கேட்டான்: "இன்று கடலில் வானிலை இதமாக இருக்கிறதா?"

"மிக மிக" என்று பதிலளித்தேன். முதன்முறையாக, நானுமே அவனைத் திருப்பிக் கேட்க முடியுமே என்று உணர்ந்தேன். "இன்றைக்கு உன்னுடைய கடலில் வானிலை சுமுகமாக இருக்கிறதா?"

"ஆமாம். அதீத இதம்," என்று பதிலளித்தான்.

ஏனென்று எனக்குத் தெரியவில்லை, ஒரே சமயத்தில் இருவருமே அழ ஆரம்பித்தோம். (அத்.18)

கவித்துவமான விவரிப்புகளுக்கும் குறைவில்லாத நடை கொண்டது இந்த நாவல்.

ஆனால் இந்த முறை, மழையாக மாறி ஆற்றினுள் வீழ்ந்த மேகங் களைத் தேடிப்போகிற மாதிரி ஆகிவிட்டது; அடையாளம் காணவோ, தடயத்தைத் தேடவோ முற்றிலும் இயலாததாக. (அத்.10)

அமைதியாக அதே இடத்தில் படுத்திருந்தாள் ஆலிஸ். நிலவொளியைத் தன் இமைகளில் உணர்ந்தவண்ணம். செவிப்பறைகளில் அலையோசை மோதிக்கொண்டிருந்தது – எங்கோ தொலைவில் நொறுங்கும் கண்ணாடிபோல. வெளியே, விண்மீன்கள் அளவு பெரிய மழைத்துளிகள் வீழ்ந்துகொண்டிருந்தன – பூமிக்கு மேலங்கியாகப் புழுக்கமான, நிம்மதியற்ற, பொங்கிப் பெருகும் காற்றை அணிவித்தவாறு. – (அத்.5)

மழையின் ஒவ்வொரு திரியும் ஒளிர்ந்தது– நிலவே மழையாகிப் பொழிவதுபோல (அத்.10)

தங்களை அறியாத ஒருவனை மலைகள் பாதுகாப்பதில்லை. (அத்.19)

இதுபோன்ற உவமைகளும் பார்வையும் பத்திகளும் சமகால வாழ்வை விவரிக்கும் பகுதிகளில் அதிகம் இல்லை என்பதையும் குறிப்பிட வேண்டும்.

வூ மிங்–யி இந்த நாவலில் படைப்புச் சத்தை எட்டும் இடம் என்று சொல்லத் தோன்றும் சந்தர்ப்பம், கூட்டுவிழிகள் கொண்ட மனிதன் தாம்முடன் நிகழ்த்தும் உரையாடல். முகட்டில் தனியாக இருக்கும் மகனைப் பற்றிய பதற்றத்துடன் மரணத்தை எதிர்கொள்பவனிடம் அவர் விளக்கும்போதுதான் வாசிப்பவருக்கும் தெரிகிறது – டோட்டோ என்ற சிறுவன் நிகழ்காலத்தில் உயிருடன் இருப்பவன் அல்லன் என்பது. அதுவரை அவனுடைய இன்மை, பூடகமான விதத்தில் எத்தனை இடங்களில் எத்தனைவிதமாகச் சொல்லப்பட்டிருக்கிறது; காணாமல் போன மகனைப் பற்றி மீட்புக்குழுவிலிருந்த நண்பனான டாஹு எதுவுமே சொல்லவில்லை; அந்த மகனின் முதுகுப் பையைக்கூட மீட்க முடியவில்லை; முகட்டில் சற்றுமுன் விட்டுவந்த மகனை அவன் அங்கே இல்லை என்று கூட்டுவிழிகள் கொண்ட மனிதன் திரும்பத் திரும்ப சாதிப்பது என மலைப்பை ஏற்படுத்துகிறது.

இறந்துகொண்டிருக்கும் ஒருவனிடம் இப்படியா ஞாபகங்கள் பற்றிய கோட்பாட்டு உரையாடல் நடக்கும் என்று மெல்ல எழும் தர்க்கபூர்வமான எரிச்சலின்மீது நீரூற்றிச் சட்டென அணைத்துவிடுகிறது அந்த உரையாடல் வந்து சேரும் இடம்.

ஒட்டுமொத்த மனிதகுலமுமே கூட்டுக் கண்கள் கொண்ட ஒற்றை மனிதனாகத் திரண்டு காட்சியளிக்கும் சந்தர்ப்பம் அது; அல்லது அதன் கூட்டு நனவிலியே ஒற்றை மனிதனாகத் திரண்ட சந்தர்ப்பம்.

அப்படியானால், டோட்டோ முகட்டில் தனித்திருக்கும்போது நிகழ்வதாக விவரிக்கப்படுபவை யாருடைய ஞாபகத்தில் நிகழ்கின்றன?

தவிர, ஒருவருக்கொருவர் ஒத்துப்போகாத கணவனும் மனைவியும் முன்னமே இறந்துவிட்ட அருமை மகனின் ஒரேவிதமான உருவெளித்தோற்றத்தை அல்லது பிரமையை அவரவர் மனத்தில் அடைகாப்பது நூதனமான துயரநிலை ஒன்றை அறிமுகப்படுத்துகிறது – நாவல் முழுவதுமே அவர்களுக்குள் இந்த மகனைப் பற்றியோ அவனை இழக்க நேர்ந்தது பற்றியோ உரையாடல் ஏதும் நிகழ்வதாகத் தெரியவில்லை.

கூட்டுவிழிகள் கொண்ட மனிதன் கடவுளோ அல்லது, மனிதகுலத்தின் கூட்டு மனசாட்சியோ அல்லது, தவிர்க்கமுடியாதவகையில் நிகழ்ந்தேறும் அழிவுப்பாதையைக் கையாலாகாமல் நின்று வேடிக்கை பார்க்கும் மானுடப் பிரக்ஞையோ?

மொழிபெயர்ப்பில் ஈடுபடும்போது எனக்கென்று சில நடைமுறைகள் வைத்திருக்கிறேன். முதற்படியை உருவாக்கும்போது, சொல்லுக்குச் சொல் மொழிபெயர்த்து விடுவேன். இரண்டாம் முறை திருத்தி எழுதும்போது, வாசிப்பின் சரளம் வேண்டி, வாக்கியங்களை முன்பின்னாக இடம் மாற்றுவது, மூலச் சொல்லுக்கு இன்னமும் நெருக்கமானதாய்த் தோன்றுகிற சொல்லைத் தேடிப் பொருத்துவது என்று சில மாற்றங்களைச் செய்வேன். இதற்கெல்லாம் துல்லியமான கச்சிதமான அளவுகோல்கள் ஏதும் இருக்க முடியுமா என்ன! ஒரு வாசகனாக என் விழைவும் கணிப்பும் சார்ந்த மாற்றங்கள் இவை. பெருமளவும் உணர்வு சார்ந்தவை; தர்க்கபூர்வமாக விளக்க இயலாதவை.

தமிழ் வாசகருக்கு உதவிகரமாய் இருக்கும் என்று நான் உத்தேசித்த விதமாக, பெரிய பத்திகளைப் பல இடங்களில் உடைத்திருக்கிறேன். ஆங்கிலப் பெரிய எழுத்துடன் தொடங்கும் சொற்களைத் தடித்த எழுத்திலும், சிறிய ஆனால் சாய்வெழுத்துக்களில் உள்ள *வயோ வயோ* மொழியின் பிரத்தியேகச் சொற்களை தடித்த மற்றும் சாய்ந்த எழுத்திலும் கொடுத்திருக்கிறேன்.

இந்நாவலை மொழிபெயர்க்கும் பணி பெரும்பாலும் எளிதாகவும் சரளமாகவுமே இருந்தது. மிகச் சில இடங்கள் மட்டும் கடினமாக இருந்தன. பேசப்படும் கலாசாரம் – பூர்வகுடிகள் பற்றி ஆழமான பரிச்சயம் இல்லாதது மட்டுமல்ல, நவீனகால உபகரணங்கள் தொடர்பான கலைச்சொற்களுக்குத் தமிழில் இருக்கும் தட்டுப்பாடும்தான் காரணம். சில கருவிகளைப் பற்றிச் சித்திரத்தோடு விளக்கிவிடும் அகராதிகள், கலைக் களஞ்சியங்கள் இணையத்தில் எத்தனைதான் கிடைத்தாலும், தமிழில் அக் கருவிகளையும் சந்தர்ப்பங்களையும் விவரிப்பது ஆங்கிலத்தில் வாசித்து அறிந்துகொள்ளும் அளவுக்கு லகுவாக இல்லை. சிலவேளை, ஒரேயொரு சொல்லாக ஆங்கிலத்தில் குறிக்கப்படும் பொருளை, நாலைந்து வரிகளில் விவரித்தாலும் போதாமையே நிரம்புகிறது மனத்தில். பிரச்சினை சொல் அல்ல, அந்தக் கருத்துரு நடப்புக்காலத் தமிழ்க் களத்தில் புழங்கக்கூடியதாய் இல்லையென்பதுதான் காரணம்.

அதேபோல பறவைகள், கடலுயிரிகள், தாவரங்களின் பெயர்கள் தொடர்பாகவும் சிரமத்தை எதிர்கொள்ள வேண்டியிருந்தது. அவை தைவானுக்கேயுரியவையாக, சிலவேளைகளில் சீனாவுக்கோ ஜப்பானுக்கோ சொந்தமானவையாக இருந்ததால், நேரடியான தமிழ்ப்பெயர்களைக் கண்டறிவது கடினமாக இருந்தது. முடிந்தவரை *தமிழ்ப் படுத்தி*யும் சில இடங்களை அதே சொற்களாலும், கொண்டுவர முயன்றிருக்கிறேன். விடுதல்கள் அநேகமாக இல்லையென்றே சொல்லலாம். சில பெயர்ச்சொற்களை என் பொதுப் புத்திக்கு எட்டிய அளவுக்குத் தமிழாக்கியிருக்கிறேன். அவற்றில் பிழைகள் இருப்பதை யாராவது தெரியப்படுத்தினால், அடுத்த பதிப்பில் உரியவிதத்தில் திருத்திவிடச் சித்தமாயிருக்கிறேன்.

மேலே சொன்னபடி, சில கருவிகள், உயிரினங்களின் பெயர்களை இணைய ஒலி அகராதிகளின் துணையுடன் தோராயமாகத்தான் தமிழில்

எழுத முடிந்தது. தமிழ் வாசகருக்கு அந்தப் பெயர்களின் சரியான உச்சரிப்பு அல்ல, அந்தச் சொற்கள் இடம்பெறும் சந்தர்ப்பங்கள் தெரியவருவதே போதுமானது என்று படுகிறது. உதாரணமாக டோட்டோ என்ற பெயர் டொட்டோ அல்லது டொட்டொ என்று எழுதப்பட்டாலும், அது ஒரு சிறுவனின் பெயர் என்ற அளவில் புரிந்தால் போதுமானதுதானே. கலைமான் வண்டு இன்னொரு உதாரணம்.

மில்லட், ப்ளாக் பியர், சன், மூன் என்பதுபோல இடம்பெறும் பெயர்களை, அவை பெயர்கள் என்பதாலேயே தமிழ்ப்படுத்தவில்லை.

பெயர்களின் ஊடே மேற்காற்புள்ளிகள் இருப்பதையும் அப்படியே பேணியிருக்கிறேன். உமாவ், தாம் போன்ற பெயர்கள் வரும் இடத்தில் ஒற்று மிகுமாறு பார்த்துக்கொண்டிருக்கிறேன்.

ஆங்கிலம் என் தாய்மொழி அல்ல, நான் அதில் நிரம்பிய பாண்டித்தியம் உள்ளவனும் அல்லன் என்பதால், ஒவ்வொரு நூலை மொழிபெயர்த்து முடித்ததும் என்னையுமறியாமல் இதில் ஏதோ தவறு செய்திருக்கிறேன், எனது பலவீனமான மொழியறிவு அதைக் கவனிக்கவிடவில்லை என்று தோன்றிக்கொண்டே இருக்கும். நுட்பமான வாசகர்கள், ஆங்கில மொழிப்புலமை மிக்கவர்கள், அவர்களுக்கு ஏதேனும் தட்டுப்படும் பட்சத்தில், எனக்குச் சுட்டிக்காட்டி உதவினால் நன்றியுடையவனாக இருப்பேன்.

சென்னை.   யுவன் சந்திரசேகர்
03.06.2019